வீரப்பன்
வாழ்ந்ததும் வீழ்ந்ததும் 2

பெ.சிவசுப்ரமணியம்

நூல் தலைப்பு	: வீரப்பன் வாழ்ந்ததும் வீழ்ந்ததும்-2
ஆசிரியர்	: பெ.சிவசுப்ரமணியம்
மொழி	: தமிழ்
முதற்பதிப்பு	: ஜனவரி 2021
இரண்டாம் பதிப்பு	: ஜனவரி 2022
உரிமை	: சிவா மீடியா
தாளின் தன்மை	: 70 GSM
நூலின் அளவு	: 1/8
எழுத்தின் அளவு	: 12 புள்ளிகள்
பக்கங்கள்	: 514
வடிவமைப்பு	: நிலா
அட்டை	: பொன். சண்முகவேல்
அட்டை ஓவியம்	: கோபி ஓவியன்
அச்சு	: சபையர் ஆப்செட் பிரிண்டர்ஸ், சிவகாசி
வெளியீடு	: சிவா மீடியா
	489/A, தமிழ்நாடு வீட்டுவசதி வாரியம், அண்ணா நகர், ஆத்தூர்- 636102. சேலம் மாவட்டம்.
மின்னஞ்சல்	: shivamedia344@gmail.com
செல்	: 94434 27327
விலை	: ரூ.600/=

VEERAPPAN VAALNTHATHUM VEELNTHATHUM - 2
Authors : P.Sivasubramaniyam
Language:- Tamil | Frist Edition:- 2021 |Second Edition:- 2022 | Size:-1/8 | Paper:-70 GSM|Pages:514

ISBN : 978-81-954611-6-5

இந்நூல் காப்புரிமைச் சட்டத்தின் கீழ் பதிவு செய்யப்பட்டது. இதிலிருந்து எந்த ஒரு பகுதியையும் மொழி மாற்றம், மறு பதிப்புச் செய்யவும் ஆசிரியரின் எழுத்துப்பூர்வ அனுமதி பெறவேண்டும். பக்கங்களை நகல் எடுத்து வெளியிடுவது, நூலின் உள்ளடக்கச் செய்திகள் மற்றும் புகைப்படங்களைக் காட்சி ஊடகங்களின் வாயிலாக வெளியிடுவது சட்டப்படி குற்றமாகும்.

இரண்டாம் தொகுதிக்கான முன்னுரை...

அன்பிற்குரிய வாசக நண்பர்களுக்கு வணக்கம். கடந்த அக்டோபரில் நான் எழுதி வெளியிட்ட "வீரப்பன் வாழ்ந்ததும் வீழ்ந்ததும்" முதல் தொகுதி மிகுந்த வரவேற்பைப் பெற்றது.

வீரப்பன் பிறப்பிலிருந்து 1991 இறுதிவரை அவர் வாழ்வில் நடந்த முக்கியமான நிகழ்வுகளின் தொகுப்பை அதில் எழுதியிருந்தேன். வீரப்பன் பிறந்து வாழ்ந்த செங்கப்பாடி எனும் கோபிநத்தம் என்ற ஊரின் நிலை, அங்கு வாழ்ந்த மக்களின் சமூகச் சூழ்நிலை, அவருடைய இளமைப் பருவம், வறுமையான குடும்பச் சூழல், காடும், வேட்டையுமே அவருக்குத் தொழிலாகப் போனது. யானை வேட்டையில் கால் வைத்தது, பின்னர் அவருக்கு உள்ளூரில் எதிரிகள் உருவானது, எதிரிகள் வீரப்பனைக் கொல்லத் திட்டம் போட்டது, அவர்களை முந்திக்கொண்டு வீரப்பன் அவர்களைக் கொன்றது, பின்னர் வனத்துறை, காவல்துறையினர் அவரைப் பிடிக்கவும், பிடித்துக் கொல்ல முயற்சித்தது எனவும் வீரப்பனைப் பற்றிய பெருமளவிலான தரவுகளை அந்த நூலில் எழுதியிருந்தேன்.

"வீரப்பன் வாழ்ந்ததும் வீழ்ந்ததும்-2" ஆம் தொகுதியில் 1992 முதல் 1999 ஆண்டின் இறுதிவரை நடந்த நிகழ்வுகளின் தொகுப்பைக் கொடுத்துள்ளேன். தன்னைக் கொல்ல முயற்சி செய்த எதிரிகளைக் கொல்லத் துப்பாக்கியைத் தூக்கிய வீரப்பன், பிறகு அதைக் காவல்துறைக்கு எதிராகவும், அரசுக்கு எதிராகவும் திருப்பினார். வீரப்பனைப் பிடிக்கப்போன காவல்துறை அதிகாரிகள் என்ன செய்தனர்...? எதனால், காவல்துறை அதிகாரிகள் மீது வீரப்பனுக்குக்

கோபம் ஏற்பட்டது, எதற்காக தமிழகத்தில் தனி கூர்நோக்குப் படை அமைக்கப்பட்டது? இருமாநிலக் காவல்துறை, எல்லைக் காவல் படை (BSF) அதிகாரிகளும் சேர்ந்து எவ்வாறு வீரப்பனைப் பிடிக்க நடவடிக்கை மேற்கொண்டனர்? அதில், ஏற்பட்ட சிக்கல்கள், இந்த மூன்று படைப்பிரிவுகளுக்கும் எதிராக வீரப்பன் முன்னின்று நடத்திய தாக்குதல்கள் குறித்த பல விவரங்களை இந்நூலில் பதிவு செய்துள்ளேன்.

தமிழகக் காவல்துறை கூடுதல் ஏ.டி.ஜி.பி.யாக இருந்த வால்டர் தேவாரம், கர்நாடகக் காவல்துறை டி.ஐ.ஜி சங்கர்பிதிரி இருவரும் அதிரடிப்படை தலைவராகப் பொறுப்பேற்றனர். இருவரும் போட்டி போட்டுக்கொண்டு வீரப்பன் கூட்டாளிகள் என்ற பெயரில், வீரப்பனுடன் தொடர்பே இல்லாத பலரையும் சுட்டுக் கொன்றனர். இதைக் கண்ணால் பார்த்தவர்களின் சாட்சியம், சுட்டுக் கொன்ற காவலர்கள், அதிகாரிகளின் வாக்குமூலங்களையும் பதிவு செய்துள்ளேன். இந்தக் கொடூர நடவடிக்கைகள் மூலம், நூறு பேர் இருந்த வீரப்பன் குழுவினரின் எண்ணிக்கை நான்கு பேராகக் குறைந்தது.

பிறகு, வீரப்பன் அரசிடம் சரணடைந்து மக்களோடு மக்களாகச் சேர்ந்து வாழ விரும்பினார். இரு மாநில அரசுகளிடம் பொதுமன்னிப்புக் கேட்டார். தமிழக அரசு அதற்காக முயற்சி மேற்கொண்டது. ஆனாலும் அதற்கான வாய்ப்பு கை கூடாமல் போனது. இதற்காகப் பல அரசு ஊழியர்கள், அதிகாரிகளை வீரப்பன் கடத்தினார். அரசுடன் பேச்சு வார்த்தை நடத்தினார். இந்தப் பேச்சுவார்த்தைகளின் விவரங்களையும் இதில் விவரிக்கிறேன்.

காஷ்மீர் தீவிரவாதிகள், அசாம் தீவிரவாதிகள், மாவோயிஸ்டு அமைப்பினருக்கு மத்திய அரசு பொதுமன்னிப்புக் கொடுக்கிறது. காவல்துறை, வனத்துறையில் வேலை போட்டுக் கொடுக்கிறது, எதிர்கால வாழ்வுக்கு நிதி உதவியும் செய்கிறது. அதே நேரத்தில், தன்னை ஒரு தனிநபர் குழுவாகவே அரசு நினைக்கிறது. அதனால், தன்னை ஒரு தலைமறைவு அமைப்புடன் இணைத்துக் கொள்ளவும் வீரப்பன் நினைக்கிறார். தமிழக மீட்புப் படை, தமிழர் விடுதலைப் படை போன்ற அமைப்புகளுடன் கூட்டணி அமைத்தார். இந்தக் காலகட்டத்தில் நடந்த நிகழ்வுகள் இத்தொகுதியில் இடம் பெறுகின்றன.

இதன் பின்னிணைப்பாக சதாசிவா ஆணையம் அமைக்கப்பட்ட விதம், அதன் தீர்ப்பு விவரங்கள். போலீசார் மேற்கொண்ட போலி என்கவுன்டர்களை ஆணையம் எவ்வாறு கண்டுபிடித்தது? எந்த அடிப்படையில் பாதிக்கப் பட்டவர்களுக்கும், உயிரிழந்தவர்களுக்கும் இழப்பீடுகள் வழங்கப்பட்டன என்பதையும் குறிப்பிட்டுள்ளேன். என் தேடலில் கிடைத்த வீரப்பனின் கூட்டாளிகள் எனச் சுட்டுக் கொல்லப்பட்டவர்களின் பட்டியலையும் இணைத்துள்ளேன்.

"வீரப்பன் வாழ்ந்ததும், வீழ்ந்ததும்" முதல் தொகுதி நூலுக்குக் கொடுத்த ஆதரவை, இந்நூலுக்கும் கொடுப்பீர்கள் என நம்புகிறேன்.

அன்புடன்,

பெ.சிவசுப்ரமணியம்

20.01.2021

நூலின் உள்ளே...

1. "வீரப்பன் கேங்கில் சேர்ந்துட்டேன்" 11
2. வீரப்பனைப் பார்த்ததற்கு என்ன ஆதாரம்? 18
3. யானைத் தந்த வியாபாரியாக ஷகீல் அகமது 25
4. வலையில் சிக்கிய குருநாதன் 34
5. வீரப்பனைத் தேடிப் பயணம் 42
6. முதல் போலி என்கவுன்டர் 49
7. மலம் தின்ன வைத்த போலீசார் 56
8. சம்பங்கி இராமமூர்த்தி கடத்தல் 62
9. இராமாபுரம் காவல் நிலையத் தாக்குதல் 68
10. நாசமானது நல்லூர்! 80
11. வலையில் சிக்கிய ஐ.பி.எஸ் அதிகாரி 89
12. கமலநாயக் கொலை 96
13. நீதிபதியாக வீரப்பன் 108
14. ஆடு பிடித்த கராத்தே கோபாலகிருஷ்ணன் 118
15. ஆள்காட்டி குடும்பத்துடன் கொலை 130
16. பாலப்பன் கொலையும், பாலாறு குண்டு வெடிப்பும் 141
17. வீரப்பனிடம் சிக்கிய போலீஸ் எஸ்.ஐ. 154
18. வாரம் ரெண்டு ஆடு வாங்கிக் குடுப்பேன்! 165
19. எஸ்.பி.கோபால் ஹோசூர் மீது தாக்குதல் 179
20. சங்கர் பிதிரியின் என்கவுன்டர் ஆரம்பம் 189
21. போலி என்கவுன்டர்கள் 201
22. சுட்டுக் கொன்றுவிட்டு வந்து சாமி கும்பிட்டனர் 213
23. தேவர்மலைப் படுகொலைகள் 222
24. விசாரணையில் இறந்த இளைஞர் 230
25. ஒடக்காப்பள்ளம் துரைசாமி 237
26. சொர்க்கம் தாக்குதல் 245
27. கொத்தாலி உள்ளிட்ட நால்வர் கொலை 256
28. அர்ஜுனன் காலில் கட்டி 264
29. சிக்கினார் டி.எஸ்.பி. சிதம்பரநாதன்! 273

30. துப்பாக்கியுடன் வந்த பேபி வீரப்பன்	285
31. சட்டத்தில் இடமில்லை	295
32. ஐந்து பேர் வெட்டிக்கொலை, ஐந்து பேர் சுட்டுக்கொலை	308
33. அர்ஜுனன் (தற்)கொலை	318
34. தமிழக வனத்துறை ஊழியர்கள் கடத்தல்	325
35. தமிழக அரசு கொடுத்த மூன்று லட்சம்	335
36. சோளகர் தொட்டி	343
37. மோகன் நவாஸ் மீது தாக்குதல்	353
38. வனத்துறை ஊழியர்கள் ஒன்பது பேர் கடத்தல்	365
39. ஐந்து இலட்சம் கொடுத்தனுப்பிய முதல்வர்	375
40. தாலி செய்யச் சொன்ன வீரப்பன்	386
41. காலில் விஷம் வைத்து அனுப்பிய போலீஸ்	398
42. பேபி வீரப்பன் கொலை	409
43. கிருபாகர், சேனானி கடத்தல்	417
44. சரணடைந்த கூட்டாளிகள்	425
45. கந்தவேலுக்கு வலை விரித்த வீரப்பன்	437
46. பக்தவத்சலம், கந்தவேல் கொலை	443
47. காதல் வயப்பட்ட மாதேஷ்	449
48. வெள்ளித்திருப்பூர் காவல் நிலையத் தாக்குதல்	461
49. தண்ணீர் கேனைச் சுட்ட போலீஸ் எஸ்.பி!	471
50. மேய்க்கான் ரங்கசாமி கொலை	479
51. சதாசிவா ஆணையம் விசாரணையும், தீர்ப்பும்	488

YERIYUR
NERUPPUR
METTUR DAM
METTUR
KOLATHUR
KAVERIPURAM
PALAR CHECKPOST
GOPINATHAM
KAVERI RIVER
PONNACHI
M.M.HILLS
PALAR
KARNATAKA
TAMILNADU
KOGERAHANDI
THATTANKARAI
KORATI HOSUR
ODDAKKALA
MARTHALLI
FOUR ROAD
KWATHALI
RAMAPURAM
DINNAHALLI
NALLUR
MINNIYAM
DOKIYAM
HANUR
GARMALAN
BYLUR
KOLLAGAL
YELANDUR

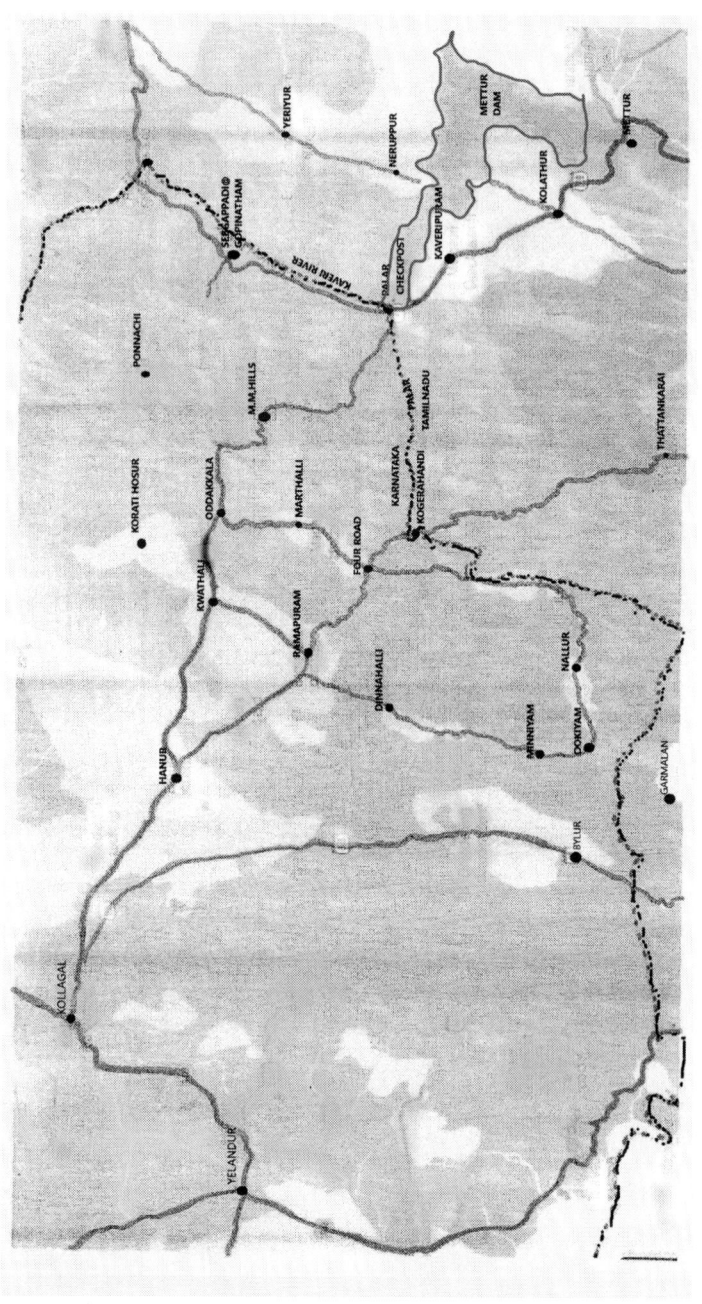

KOGERAHANDI
PALAR
SOLAKANAI
DEVARMALAI
VELAMPATTI
BURGUR
THAMARAIKARAI
KONGADAI
GUNTRIAM
KADAMBUR
OOKIYAM
KARNATAKA
TAMILNADU
KOTTAMALAM
GERMALAM
DEVARNATHAM
MAVALLAM
GEDASAL
HASANUR
DIMBAM
PUNAJUR
PUTHIPUDUGAI
THALAVADI
THIGINARAI
CHIKKHALLI
MUDIYANUR
KODIPURAM
RAMARANAI
CHAMRAJNAGAR
CHICKHOLA
PANAHALLI

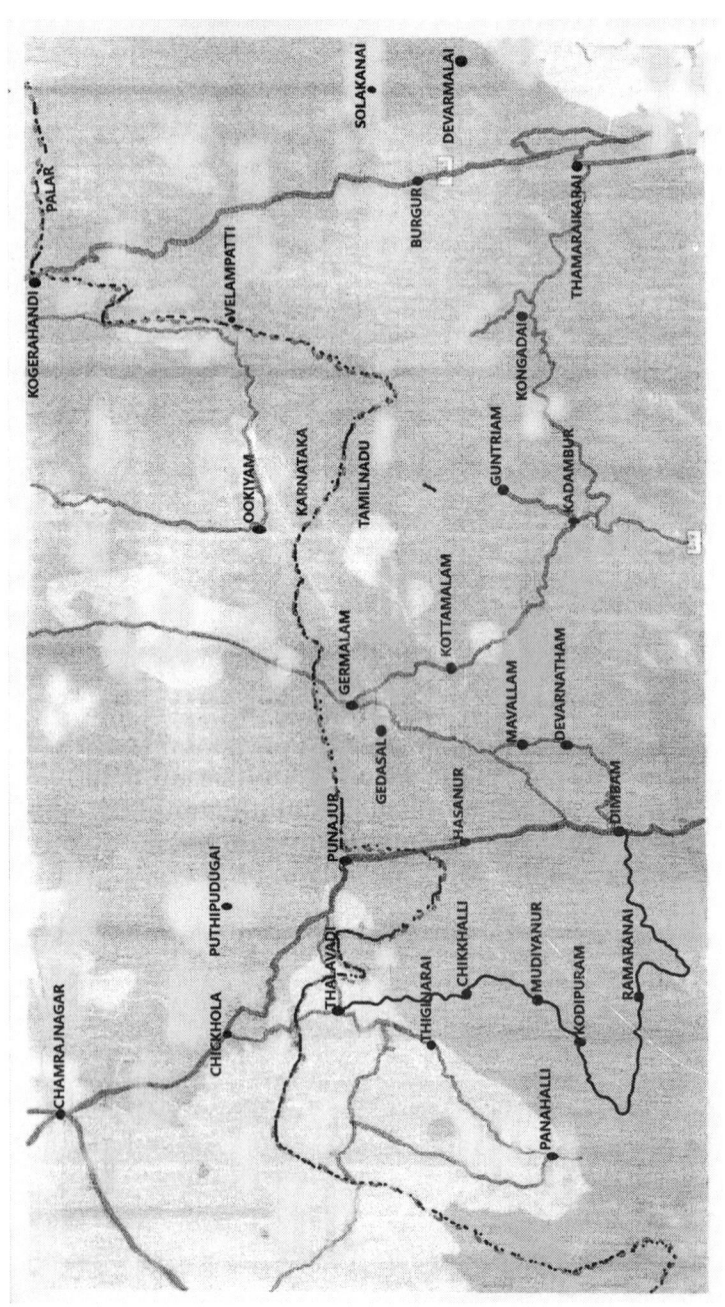

1

"வீரப்பன் கேங்கில் சேர்ந்துட்டேன்"

1979 இல் வீரப்பன் கட்டிய பெருமாள் கோயில் முன்பாக கர்நாடக STF போலீசார். (நன்றி : டைகர் அசோக்குமார் AdSP Retd)

இராமாபுரம் பேருந்து நிறுத்தத்தில் உணவகம் நடத்தி வந்தவர் முத்துராமன். இவருடைய சொந்த ஊர் தினலி. இராமாபுரத்திலிருந்து இவருடைய ஊருக்குப் போகும் வழியில் மூன்றாவது கிலோமீட்டரிலேயே காடுகள் ஆரம்பிக்கின்றன. அங்கிருந்து சத்தியமங்கலம், மாரள்ளி, கொப்பம், மின்னியம் ஹூக்கியம், கூடலூர், நல்லூர் என இருபக்கமும் மலைகளைக் கொண்ட சிறிய ஊர்கள் உள்ளன. இந்த வழியாகப் போகும் சாலை தமிழக எல்லைப் பகுதியான நால்ரோடுவரை செல்கிறது. மிக மிகக் குறைவான போக்குவரத்து உள்ள இந்தச் சாலையோரம் உள்ள ஊர்களுக்கு வீரப்பன் அடிக்கடி வந்துபோய்க் கொண்டிருந்தார்.

1992ஆம் ஆண்டு ஜனவரி மாதத்தில் ஒருநாள் இரவு

எட்டு மணி. முத்துராமன் உணவகத்தில் வியாபாரம் செய்து கொண்டிருந்தார். அப்போதே, பெரும்பாலான கடைகள் பூட்டப்பட்டு விட்டன. குளிர்ப் பகுதியான இராமாபுரத்தில் ஏழு மணிக்கெல்லாம் மக்கள் நடமாட்டம் குறைந்து விடும். ஒயின் ஸ்டோர் (பிராந்திக்கடை) பக்கத்தில் முத்துராமன் கடை இருப்பதால் எட்டரை மணிவரை வியாபாரம் இருக்கும். அந்த நேரத்தில் முத்துராமனின் பக்கத்து வீட்டைச் சேர்ந்த நாகராஜ் என்கிற நாகநாயக் கடைக்கு வருகிறார்.

“என்னப்பா நாகா, ஊருக்குப் போற கடைசி பஸ்ஸும் போயிட்டுது, இனி எப்படிப்பா ஊருக்குப் போவே...?” என்று கேட்டார் முத்துராமன்.

“இனிமே ஊருக்குப்போக வழியில்லண்ணா... இராத்திரிக்கு இங்கேயே படுத்திருந்துட்டு காலையிலே கொஞ்சம் வேலை இருக்குது, அதையும் முடிச்சுட்டுத்தான் ஊருக்குப் போகணும்...” என்று நாகநாயக் சொல்கிறார்.

“எனக்கும் வேலையெல்லாம் முடிஞ்சுட்டுது, நானும் கடையை மூடிட்டு படுக்கப்போறேன். நீயும் என் கூட கடைக்குள்ளயே படுத்துக்கப்பா...” என்ற முத்துராமன், காலியான சமையல் பாத்திரங்களை எடுத்துச் சுத்தம் செய்யும் இடத்தில் வைத்தார். அதற்குள், பக்கத்திலிருந்த ஒயின் ஸ்டோருக்குப் போன நாகநாயக் அவருக்குப் பிடித்த எம்.சி. விஸ்கி ஒரு ஆப் பாட்டில் வாங்கிக்கொண்டு வந்தவர், கடை வாசலில் நின்றுகொண்டே “முத்து அண்ணா உனக்கு என்ன பிராண்டு வேணும்...”? என்று கேட்டார்.

“ஏனப்பா நாகா, நீயே கூலி வேலை செஞ்சு பொழப்பு நடத்தறவன். கையிலே பணம், காசு மிச்சமிருந்தா உனக்கு ஒரு குவாட்டர் வாங்கிக் குடிச்சிட்டு பேசாமப் போய்ப் படு. எனக்கெல்லாம் வாங்கிக் குடுக்க வேண்டாம்..” என்று ஒரு மொதலாளி தோரணையில் சொன்னார்.

“காசு, பணத்துக்கெல்லாம் ஒன்னும் தொந்தரவில்லேண்ணா. எங்கிட்ட இப்போ நெறையாக் காசு இருக்குது. உனக்கு என்ன பிராண்டு வேணுன்னு சொல்லுண்ணா...” என்று விடாப்பிடியாக ஏழரையை விலை கொடுத்து வாங்கும் முயற்சியில் நாகநாயக் இறங்கினார்.

“சரி சரி... ஒயின் ஸ்டோர் மேனேஜர் நடராஜ்கிட்டே எனக்குன்னு சொல்லு, அவனே என்னோட பிராண்டு குடுப்பான் வாங்கிட்டு, அவனுக்கும் டிபன் ரெடின்னு சொல்லிட்டு வா..” என்றார் முத்துராமன்.

நாகநாயக் சரக்கு வாங்கிக்கொண்டு வருவதற்குள், மூன்று பேருக்குத் தேவையான அளவுக்கு பரோட்டாவும், ஆம்லெட்டும் போட்டு, அதை ஒரு பாத்திரத்தில் அடுக்கி டேபிள் மீது வைத்தார். கடையின் முக்கால் பங்கு கதவை மூடிவிட்டு முத்துராமன் உள்ளே வந்து உட்கார்ந்தார். அவருக்குப் பிடித்த பேக்பைப்பர் பாட்டிலோடு உள்ளே வந்த நாகநாயக்கிடம் “என்ன நாகா, வெளியூருக்குப் போயி புதுசா வியா(ப்)பாரம் ஏதும் செய்யறியா...? கையிலே காசு, பண மெல்லாம் நெறையா இருக்கும் போல...?” என்று கேட்டார்.

“காசு, பணத்துக்கு ஒன்னும் தொந்தரவில்லேண்ணா, நான் இப்போ வீரப்பன் கேங்கிலே சேர்ந்துட்டேன். கொஞ்ச நாளா அவங்களுக்குத் தேவையான டிரஸ், ரேஷன் பொருளெல்லாம் வாங்கி சப்ளை பண்ணிட்டு இருக்கேன். அவங்க எனக்குச் சப்போர்ட் பண்ணறாங்க. நீ பணம், காசு பத்தியெல்லாம் பயப்பட வேணாம். உனக்கு என்ன பிராண்டு வேணுமோ அதைச் சாப்புடுண்ணா...” என்றார்.

“வீரப்பன் கேங்...“ என்று நாகநாயக் சொன்னதைக் கேட்டதுமே முத்துராமனுக்கு அடி வயிற்றைப் புரட்டியது. அவசர அவசரமாகக் கழிப்பறைக்குப் போனார். அதற்குள், நாகா ஒரு ரவுண்டு சரக்கை உள்ளே தள்ளியிருந்தார்.

கலக்கிய வயிற்றைக் காலி செய்துவிட்டு வந்த முத்துராமன், “என்ன நாகா சொல்லறே... வீரப்பன் கேங்கில் சேர்ந்திருக்கியா...? நாளைக்கு எச்சு, கம்மி ஏதாவது ஆச்சுன்னா... உங்கப்பா, அண்ணன், தம்பி, உன் பொண்டாட்டி எல்லோரையும் போலீசார் தூக்கிட்டுப்போய் உள்ளே வச்சு குத்து குத்துன்னு குத்துவாங்களே. உங்க வீட்டு ஆளுங்க மட்டுமில்ல, நம்ம ஊரிலிருக்கும் எல்லோரையுமே இங்கே கொண்டுட்டு வந்து உரிச்சுக் காயப் போடுவாங்கப்பா. இரண்டு திங்கள், மூனு திங்கள்(மாதம்)னு எல்லோரையும் உள்ளே வச்சுக்கிட்டு அடிப்பாங்கப்பா. இதெல்லாம் நமக்குத் தேவையில்லாத சமாச்சாரம் நாகா, இந்தச் சவகாசத்தே இன்னியோட விட்டுரு.

இனிமேல் வீரப்பங்கிட்டே தொடர்பு வச்சுக்காதே." என்று நாகநாயக்கைத் திட்டிக் கொண்டிருந்தார்.

ஒயின் ஸ்டோர் கதவை மூடிய மேனேஜர் நடராஜ், இரவுச் சாப்பாட்டுக்காக முத்துராமனின் உணவகத்துக்குள் வந்தார். கையில் அவருக்குப் பிடித்தமான விஸ்கி பாட்டில் இருந்தது. பேயறைந்தவன் போல நாகநாயக் உட்கார்ந்து கொண்டிருந்தார். முத்துராமன் அவரைத் திட்டிக் கொண்டு இருப்பதைப் பார்த்த நடராஜ் "எதுக்கப்பா முத்து, இந்தப் பையன் நாகாவை கண்ட மேனிக்குத் திட்டிட்டு இருக்கே...?" என்றார்.

"நீயே கேளு நடராஜ். இந்த பையன் நாகா, வீரப்பன் கேங்கில் சேர்ந்துட்டேன்னு சொல்லறான். ரெண்டு மாசத்துக்கு முன்னேயிருந்து அரிசி, பருப்பு, சர்க்கரை, துணி மணியெல்லாம் வாங்கிட்டுப் போய்க் குடுத்திட்டு இருக்கான். நாளைக்கு இந்த இன்பர்மேசன் போலீசுக்குக் கெடைச்சா நம்மளையும் சேத்து தூக்கிட்டுப்போய் உள்ளே வச்சுக் குத்துவாங்கதானே...?" என்று முத்துராமன் சொல்கிறார்.

முத்துராமன்

"ஏனப்பா நாகா உனக்கு இப்படித் தலை கெட்டுப்போச்சு... ஒரு நாள் இல்லேன்னா இன்னொரு நாள் நீ வீரப்பன் கேங்கில் தொடர்பு வெச்சிருக்கும் சமாச்சாரம் போலீசுக்குத் தெரியத்தான் போகுது. உன்னோட சேர்ந்து நாங்களுந்தானே உள்ளே வரவேண்டியிருக்கும்" என்று நடராஜ் இன்னும் கொஞ்சம் சீரியஸாகச் சொன்னார்.

இதைக்கேட்ட நாகநாயக்குக்கு ஏறிய போதையெல்லாம் இறங்கியது. இரண்டு பக்கமிருந்தும் கண்டனக் குரல்கள் வந்ததால் பயம் வந்தது. ஒரே தம்மில் சரக்கை டம்ளரில் ஊற்றி உள்ளே தள்ளினார். போலீசுக்கு எப்படியெல்லாம் தகவல் போகும். எப்படியெல்லாம் பிடிப்பார்கள், என்ன மாதிரியெல்லாம் சித்திரவதை செய்வர், அவர்களின் அதிகாரம் என்ன என்று முத்துராமனும், நடராஜும் சொன்னவற்றைக் கேட்டு நாகநாயக் உண்மையிலேயே பயந்து விட்டார்.

போலீஸ், நீதிமன்றம், சட்டம் என வெளியுலக விவகாரங்கள் எதுவும் தெரியாத லம்பாடி என்ற பழங்குடி சமூகத்தை சேர்ந்தவர் நாகநாயக். தான் செய்தது தவறு என்பதை உணர்ந்தவர், “இப்போ என்ன செய்யலாம் முத்தண்ணா...?” என்று அவர்களிடமே மாற்று வழியும் கேட்கிறார்.

முத்துராமனும், நடராஜும் தங்களுக்குத் தேவையான டிபனை எடுத்து வைத்துக் கொண்டு, கொஞ்சம் கொஞ்சமாகச் சரக்கையும், பரோட்டாவையும் உள்ளே தள்ளிக்கொண்டே திட்டம் போட்டனர். நேராக நாகாவைக் கூட்டிக்கொண்டு மாதேஸ்வரன் மலைக்குப் போவோம். வீரப்பனைப் பிடிப்பதற்காக அமைக்கப்பட்டிருக்கும் ஸ்பெசல் டீம் போலீசாரைப் பார்க்கலாம். வீரப்பனைப் பார்த்த செய்தியைச் சொல்லி விடலாம். இதுதான் நல்லது என முடிவு செய்தனர்.

சரக்கு மேலும், மேலும் உள்ளே போனதும், ஒயின் ஸ்டோர் நடராஜுக்குப் புத்தி வேறு விதமாக வேலை செய்தது. “ஏனப்பா முத்துராமா... வீரப்பனை நாகநாயக் பார்த்துட்டான். கேங்குக்கும் ரேசன் சப்ளை செஞ்சுட்டான். இதுக்கு எப்படியும் நாலஞ்சு செக்சனில் கேஸ் போடுவாங்க. நாகநாயக் எப்படியும் கொஞ்சநாள் உள்ளே போக வேண்டியிருக்கும். இதிலிருந்து நாகநாயக்கையும் காப்பாத்தியாகணும். இப்போ நம்மாளு நாகநாயக்கூட வீரப்பன் நல்ல காண்டாக்டில் இருக்கிறான். இதை வெச்சே நாம மூனுபேரும் சேர்ந்து வீரப்பனைப் போலீசில் புடிச்சுக் குடுத்திட்டா என்ன..?

நம்ம யார் மேலயும் கேசும் வராது. வீரப்பனைப் புடிச்சுக் குடுக்கிறவங்களுக்கு ஒரு லட்சம் துட்டுக் குடுக்கிறேன்னு கவர்ன்மெண்டிலும் சொல்லியிருக்காங்க அந்தப் பணமும் நமக்குக் கிடைக்கும். பேப்பர், டி.வியில் எல்லா நியூஸ்லேயும்

நம்ம போட்டோவும், பேரும் வரும். நல்ல விளம்பரம் கிடைக்கும், ஊருக்குள்ளே ஜனங்களிடம் நமக்கு மரியாதை ஜாஸ்தியாகும். கவர்ன்மெண்ட், போலீஸ் எல்லாமே மரியாதை குடுப்பாங்க. அப்படியே, போலீஸ் சப்போர்ட்டில், ரோடு, டேம், ஸ்கூல் மாதிரி ஏதாவது பில்டிங் கட்ட காண்ட்ராக்ட் எடுக்கலாம். உள்ளூரில் நம்ம தொழிலையும் கொஞ்சம் டெவலப் பண்ணிக்கலாம்.

அப்படியே அரசியலுக்கும் போகலாம். மினிஸ்டர், சி.எம் எல்லோரையும் நாம நேர்லே பார்க்கலாம், பேசலாம். என் கட்சியிலே சேர்ந்துக்கோன்னு எல்லாக் கட்சிக்காரங்களும் கூப்பிடுவாங்க, பெரிய அரசியல் கட்சியிலே சேரலாம். பஞ்சாயத்துத் தேர்தலில் போட்டியிடலாம், கொஞ்சநாள் போன பின்னால, தீவிரமா அரசியலில் இறங்கலாம். ஆளும் கட்சியிலே எம்.எல்.ஏ. சீட் கூட வாங்கலாம்.." என்று நடராஜ் சொல்லிக்கொண்டே போனார்.

இதைக் கேட்ட பரோட்டா கடை முத்துராமனும் "ஆமேலே..., ஆமேலே...." என்று கேட்டுக்கொண்டே கனவுலகில் பயணம் செய்யத் தொடங்கினார். "அண்ணா, நீங்க சொல்றதெல்லாம் நல்லாத்தான் இருக்குது. என்னை மட்டும் தனியா வுட்டுட்டுப் போயிடாதீங்க. என்னையும் உங்களாண்டேயே வச்சுக்கோங்கண்ணா..." என்று பரிதாபமாகக் கேட்டார் நாகநாயக்.

"டேய் நாகா... இனிமேல் நீ..., நான், முத்துராமன் மூனுபேருந்தான் பார்ட்னர். எங்கே போனாலும், என்ன செஞ்சாலும் நாம மூனுபேரும் ஒண்ணாத்தான் இருக்கணும் புரியுதா..."? என்று அவன் தலைமீது அடித்து சத்தியம் செய்து கொடுத்தார் ஒயின் ஸ்டோர் நடராஜ்.

கொஞ்சம் போதை தலைக்கு ஏறிய நிலையில், ஒயின் ஸ்டோரைத் திறந்த நடராஜ், இராமாபுரம் காவல் நிலையத்துக்கு போன் போட்டார். "ஹலோ சார் நான் ஒயின் ஸ்டோர் நடராஜ் பேசறேன். இந்த வீரப்பன் இருக்கானில்லையா... வீரப்பன். அவனைப் பிடிக்க உங்க டிபார்ட்மெண்டில் ஒரு ஸ்பெசல் டீம் போட்டிருக்காங்க இல்லையா...? அதுக்கு யார் சீப் ஆபீசர். அவங்ககிட்டே நான் ஒரு முக்கியமான விஷயம் பேசணும், நீங்க உடனே போனைப் போட்டு அவங்களை

என்னுடைய நம்பருக்கு பேசச்சொல்லுங்க. இல்லே, அவங்க நம்பரை எனக்குக் குடுங்க, நானே பேசிக்கிறேன்." என்று அரை போதையில் பேசினார்.

இராமாபுரம் காவல் நிலைய உதவி ஆய்வாளர் ராச்சையாவுக்கு, பிராந்திக்கடை மேலாளர் நடராஜை நன்றாகத் தெரியும். போதையில் உளறுகிறான் என்ற எண்ணத்தில் முதலில் நடராஜ் பேசுவதைத் தட்டிக் கழிக்கப் பார்த்தார். ஆனால், நடராஜ் "வீரப்பனைப் பற்றின முக்கியமான சமாச்சாரம் சொல்லணும்" என்று விடாமல் வற்புறுத்தினார். அதனால், இந்தச் செய்தியை மாதேஸ்வரன் மலையிலிருந்த சிறப்பு அதிரடிப்படையின் எஸ்.ஐ.ஷகீல் அகமதுவின் கவனத்துக்குக் கொண்டு போனார்.

பிராந்திக்கடையில் வேலை செய்கிறவர்களுக்கு நல்லவர்களைவிடக் கெட்டவர்களுடனே அதிக தொடர்புகள் இருக்கும். ஊரில் புதைந்து கிடக்கும் பெரும்பாலான ரகசியங்கள் எல்லாமே பிராந்திக் கடையிலும், பார்களிலுமே வெடித்து வெளியே கிளம்பும். இதைத் தன்னுடைய அனுபவத்தில் தெரிந்து வைத்திருந்த உதவி ஆய்வாளர் ஷகீல்அகமது, பிராந்திக்கடை மேலாளராக இருக்கும் நடராஜிடம் ஏதோ ஒரு துருப்புச் சீட்டு உள்ளது என நினைத்தார். உடனே நடராஜிடம் பேசினார்.

நாகநாயக்-வீரப்பன் தொடர்பான விவரங்களைத் தெரிந்து கொள்கிறார். அடுத்து, அதிரடிப்படை ஐ.ஜி,மடியாளிடம் பேசுகிறார். வீரப்பன் பற்றிய செய்தி என்று சொன்னதும் அவரும் உடனே வருகிறேன் என்றவர், "நாளை காலை பத்து மணிக்கு கவுதள்ளியில் உள்ள கர்நாடக வனத்துறை ஆய்வு மாளிகையில் மீட் பண்ணலாம்" என்கிறார். மீண்டும், ஒயின் ஸ்டோர் நடராஜை போனில் கூப்பிட்ட ஷகீல் அகமது நாளை காலை பத்து மணிக்கு கவுதள்ளி வனத்துறை ஆய்வு மாளிகைக்கு வரச்சொன்னார்.

யானை தன் தலையிலேயே மண்ணைப் போட்டுக்கொள்ளும், அது போலத்தான் ஒயின் ஸ்டோர் நடராஜ் கதையும் ஆனது.

*****

2

வீரப்பனைப் பார்த்ததற்கு என்ன ஆதாரம்?

உதவி ஆய்வாளர்கள் ஷகில் அகமது, டைகர் அசோக்குமார் தலைமையில் கர்நாடக *STF (1992)* (நன்றி : டைகர் அசோக்குமார் *AdSP Retd*)

ஒயின் ஸ்டோர் நடராஜுக்கு பூர்வீகம் பெங்களூர், அனூரில் வாடகைக்கு வீடு எடுத்துத் தங்கியிருந்தார். வாரம் ஒருமுறை பெங்களூருக்குப் போய்விட்டு வருவார். எந்த நேரமும் வெள்ளை பேண்ட், வெள்ளை முழுக்கைச் சட்டை, கூலிங் கிளாஸ் கண்ணாடி, காலில் கருப்பு ஷூவுடன் இருப்பார். ஒருநாள் பஜாஜ் சேத்தக் ஷ்கூட்டரில் போவார், மறுநாள் புல்லட் மோட்டார் சைக்கிளில் வருவார். மூன்றாம் நாள் எஜ்டி வண்டியில் பறப்பார். அந்தக் காலகட்டத்தில் இராமாபுரத்தில் இவர்தான் மைனர் குஞ்சு. இராமாபுரம் சுற்றுப்பகுதியில் இருந்த பெரும்பாலான மக்களுக்கு இவரைத் தெரியும். ஒயின் ஸ்டோர் நடராஜூடன் தொடர்பு வைத்துக் கொள்வதே பெருமைக்குரிய சமாச்சாரமாக இருந்தது.

மறுநாள் காலை பத்து மணிக்கு நடராஜ், முத்துராமன், நாகநாயக் என மூவரும் இராமாபுரத்திலிருந்து புல்லட்

வண்டியில் புறப்பட்டனர். பெரும்பாலான காவல்துறை அதிகாரிகள் சொன்ன நேரத்துக்கு வர மாட்டார்கள். சிலரால் உண்மையிலேயே வரமுடியாது. ஆனால், ஷகீல் சொன்ன நேரத்துக்கு முன்பாகவே வந்தார். சில நிமிடங்களில் மைசூர் மண்டல ஐ.ஜி. மடியாள், அதிரடிப்படைக் கண்காணிப்பாளர் ஹரிகிருஷ்ணாவும் சில காவல்துறை அதிகாரிகளும் வந்தனர். வனத்துறை ஆய்வு மாளிகை வளாகத்தின் வெளியே இரண்டு வேன்கள் நின்றன. அதிலிருந்த அதிரடிப்படை போலீசார் எல்லாருமே துப்பாக்கியோடு இருந்தனர். முறுக்கேறிய உடலமைப்பைக் கொண்டிருந்த அந்தக் காவலர்களில் சிலர் ஆள் உயரத்துக்குத் தடியும் வைத்திருந்தனர்.

"முத்தண்ணா நம்ம மூனுபேரும் இன்னிக்கு வீட்டுக்குப் போகமுடியுமா...?" என்று நாகநாயக் கேட்டார். இதைக் கேட்ட நடராஜுக்கும் கொஞ்சம் கலக்கம் வந்தது. இதுவரை ஏட்டையா, ஏ.எஸ்.ஐ. லெவல் போலீசாரை மட்டுமே பார்த்துப் பழகியவர் முத்துராமன். ஐ.பி.எஸ். அதிகாரிகளைப் பார்த்த ஆச்சரியத்தில் வாயில் பேச்சு வரவில்லை. நாக்கு குழறியது. ஒயின் ஸ்டோர் நடராஜ்கூட, தட்டுத் தடுமாறித்தான் பேசினார். நாகநாயக்கு கை, காலெல்லாம் லேசாக நடுங்க ஆரம்பித்தன. அடிக்கடி ஒன்னுக்குப் போனார். சொல்ல வந்த செய்தியை ஒழுங்காகச் சொல்ல முடியாமல் மூவருமே தடுமாறினர். முத்துராமன், நாகநாயக், ஒயின் ஸ்டோர் நடராஜ் மூவருக்குமே காவல் துறை உயர் அதிகாரிகளைப் பார்த்ததில் உள்ளுக்குள் லேசான பயம் வந்தது. இதைப் புரிந்துகொண்ட மடியாள் முதலில் மூன்று பேருக்கும், பிஸ்கட் கொடுத்தார். பின்னர் தண்ணீர், டீ கொடுத்தார். அவர்களோடு சேர்ந்து சாப்பிட்டார்.

இந்த நேரத்தில் முத்துராமன், நடராஜ், நாகநாயக் இவர்களின் வேலை, தொழில், வருமானம் போன்ற விவரங்களைக் கேட்டார். பிறகு, கொஞ்சம் கொஞ்சமாக வீரப்பன் பக்கம் பேச்சைக் கொண்டுபோனார். பயம் தெளிந்த மூவரும் வீரப்பனைப் பார்த்தது, அவரது ஆள்களுக்கு உணவுப் பொருள்கள் வாங்கிக் கொண்டுபோனது, தற்போது வீரப்பன் பத்து பேருக்குக் காக்கி பேண்ட், சட்டை தைத்து வரச்சொன்னது. நாகநாயக் தைத்து வைத்துள்ள துணிகளெல்லாம் முத்துராமன்

கடையில் உள்ளது என அனைத்து வரலாறுகளையும் சொல்லி முடித்தனர்.

நாகநாயக்கிடம் மதியம் 12.00 மணிவரை நடந்த விசாரணையின் முடிவில், வீரப்பன் கேங்கில் ஆண்கள், பெண்கள், குழந்தைகள் என ஐம்பது பேர் இருக்கின்றனர் என்று சொன்னார். ஆனால், உளவுத்துறை போலீசார் அதை ஒத்துக்கொள்ளவில்லை. "டி.சி.எப். ஸ்ரீநிவாஸ் கொலை நடந்தபோது, வீரப்பனுடன் எட்டு பேர் மட்டுமே இருந்தனர். அதற்குப் பிறகு, அர்ஜுனனும் காட்டுக்குள்ளே போயிட்டான், அவனையும் சேர்த்தால், இப்போ வீரப்பனுடன் மொத்தம் ஒன்பது பேர் மட்டுமே இருப்பாங்க. இந்த ஆள் பார்த்தது வேறு யாராவது கேரளாவைச் சேர்ந்த வேட்டை கும்பலாக இருக்கும். இல்லை என்றால் இந்த ஆள் கஞ்சா போதையில் உளறுகிறான்" என்று அடித்துச் சொல்லி விட்டனர். அதனால், "நீ பார்த்தது வீரப்பன் என்பதற்கு என்ன ஆதாரம்...?" என்று போலீஸ் அதிகாரிகள் குதர்க்கமான கேள்வியைக் கேட்டனர்.

கவுதள்ளி வனத்துறை ஆய்வு மாளிகை

நாகநாயக் சொல்வதில் உண்மை இருக்கலாம் என்பதை எஸ்.ஐ. ஷகீல் அகமது மட்டும் நம்பினார். உடனடியாக மாதேஸ்வரன் மலை, பாலாறு வனத்துறை அலுவலகம்,

தமிழ்நாட்டில் உள்ள கொளத்தூர் காவல் நிலையத்தில் உள்ள அதிகாரிகளுடன் பேசினார். அப்போது தமிழ்நாட்டைச் சேர்ந்த சிலரும் தற்போது வீரப்பனுடன் சேர்ந்து இருக்கின்றனர். அவர்களையும் சேர்த்தால் நாற்பது பேர் அந்த கேங்கில் இருப்பார்கள் என்று தெரிந்தது. இந்தத் தகவலை ஐ.ஜி. மடியாளிடம் சொன்னார். போதிய அளவு விழிப்புணர்வும், வெளியுலக தொடர்பும் இல்லாத லம்பாடி சமூகத்தை சேந்தவர் நாகநாயக். அந்தப் பகுதியில் உள்ள இந்தச் சமூகத்தைச் சேர்ந்தவர்கள் முழு நேரமும் போதையிலேயே இருப்பார்கள். அப்படிப்பட்ட ஓர் ஆள் வீரப்பனைப் பார்த்துவிட்டு வந்ததாகச் சொல்வதில் எந்த அளவுக்கு உண்மை இருக்கும் என்று மடியாள் சந்தேகப்பட்டார். முத்துராமன், நடராஜ், நாகநாயக் மூவரையும் விட்டு விலகிச் சென்ற காவல்துறை அதிகாரிகள் தனித்தனியே அவர்களுக்குள்ளே கலந்தாய்வு செய்தனர்.

வீரப்பனையே நேரில் கூட்டிக் கொண்டு வந்தாலும் இவர்கள் நம்ப மாட்டார்கள் என்பது முத்துராமனுக்குத் தெரிந்தது. கொஞ்சம், கொஞ்சமாகக் காவல்துறையினர் மேல் இருந்த பயம் போனது. புலனாய்வு விசாரணையில் போலீசார் நம்மைவிடவும் மேலானவர்கள் இல்லை என்று முடிவுக்கு வருகிறார். வேகமாக எழுந்துபோன முத்துராமன், “சார் நீங்களும் வீரப்பனைப் பார்த்ததில்லை. நாகநாயக் சொல்வதையும் நீங்க நம்பத் தயாரா இல்லை. அதனால, வீரப்பனை ஏற்கனவே நேரில் பார்த்த யாராவது ஒருத்தரைக் கூட்டிட்டு வாங்க. அவங்கள வச்சுக்கிட்டு நாகநாயக்கிட்டே விசாரிச்சுப் பாருங்க சார்...” என்று சொல்கிறார்.

“குட் ஐடியா...” என்று சொன்ன ஹரிகிருஷ்ணா வனத்துறை அலுவலகத்திற்கு ஆள் அனுப்பினார். பாலாறு அல்லது செங்கப்பாடி* பீட்டில் வேலை செய்த வனத்துறை ஊழியர்கள் யாராவது இருந்தால் கூட்டிக் கொண்டு வரச்சொல்கிறார். பத்து நிமிடத்தில் ஒரு வனத்துறை கார்டு வந்தார். அவரைப் பக்கத்தில் வைத்துக் கொண்டு நாகநாயக்குடன் பேச விட்டார்.

“வீரப்பனுடன் யார் யாரெல்லாம் இருக்கிறார்கள். அவங்க பெயர் தெரியுமா..”? என்று வனத்துறை ஊழியர் கேட்டார். அர்ஜுனன், குருநாதன், கொளந்தான், கோவிந்தன், மாரியப்பன், துரைசாமி எனத் தனக்குத் தெரிந்த பெயர்களையெல்லாம்

நாகநாயக் சொல்கிறார். அவர்களின் அங்க அடையாளங்கள், தோற்றம் மற்றும் நடவடிக்கைகளைப் பற்றியெல்லாம் விசாரிக்கிறார். அந்தப் பெயரில் உள்ளவர்கள் எல்லோருமே வீரப்பன் கூட்டாளிகள் என்று வனத்துறை ஊழியரும் சொன்னார். அதற்குப் பிறகுதான் நாகநாயக் சொல்வதில் கொஞ்சம் உண்மை இருப்பதாகப் போலீசாரும் நம்பினர்.

பிராந்திக் கடைக்குப் பக்கத்திலேயே ஹோட்டல் வைத்திருக்கும் முத்துராமன் நல்ல பேச்சுத்திறன் கொண்டவர், கொஞ்சம் புத்திசாலியும்கூட. இந்தப் போலீசை நம்பினால் வீரப்பனைப் பிடிக்க முடியாது, நாமே களத்தில் இறங்கலாம் என்ற முடிவுக்கு வந்தார். ஆலோசனையில் இருந்த காவல்துறை அதிகாரிகளைக் கூப்பிட்டார்.

"சார் வீரப்பன் கேங் ஆளுங்க கொஞ்சம் யானைத் தந்தம் வச்சிருக்காங்க. அதை வியாபாரம் செய்ய ஆள் வேணுன்னு நாகநாயக்கிட்டே சொல்லியிருக்காங்க. நாளைக்கு நானும், நடராஜும், நாகநாயக் கூடவே காட்டுக்குள்ளே போறோம். எங்களைப் பத்தி நாங்களே அறிமுகம் செஞ்சுக்கிறோம். நாங்களும் யானைத்தந்தம் வாங்கி வியாபாரம் செஞ்சிட்டு இருக்கிறோம்; எங்களுக்குத் தெரிஞ்ச வியாபாரிங்க பெங்களூரில் இருக்காங்கன்னு சொல்லி வீரப்பனைப் பார்க்கறோம். யானைத் தந்த வியாபாரம் பத்தி கொஞ்சம் பேசிட்டு வர்றோம். அதுக்கு பிறகுதான் நாகநாயக் சொல்றது உண்மையா, பொய்யான்னு எங்களுக்கும் தெரியும்" என்றார்.

"திஸ் ஈஸ் பெஸ்ட் ஐடியா..." என்று சொன்ன ஐ.ஜி. மடியாள் முத்துராமனின் கையைப் பிடித்துக் குலுக்கினார். "நீ என்ன ஜாதி..."? என்று கேட்கிறார்.

"வாணியச் செட்டியார் சுவாமி..."என்று பணிவாகச் சொன்ன முத்துராமனிடம் "உன்னுடைய ஜாதிக்கே உரிய வியாபார புத்தி இங்கே நல்லா வேலை செய்கிறது..." என்று பாராட்டினார், மூவருக்கும் செலவுக்குப் பணம் கொடுத்தார்.

"சாரி சார், நாகநாயக்குக்கு வேண்ணா செலவுக்குப் பணம் குடுங்க, பாவம் அவன் ஏழை. எங்களுக்குப் பணம், காசெல்லாம் வேண்டாம், நாம எல்லோரும் சேர்ந்து வீரப்பனைப் புடிக்கணும். அதுதான் நம்ம நோக்கம்,

வீரப்பனைப் பிடிச்ச பிறகு என்ன வேணுங்கிறதை நாங்க உங்ககிட்டே சொல்லறோம்" என்று பணம் வாங்க மறுக்கிறார் முத்துராமன். நாகநாயக் கையில் ஆயிரம் ரூபாய் பணத்தைக் கொடுத்தார் ஐ.ஜி.மடியாள், மூவரும் அங்கிருந்து கிளம்பினர்.

மறுநாள் சாயங்காலம் நான்கு மணிக்கு, வீரப்பன் ஆள்களுக்கு நாகநாயக் தைத்து வைத்திருந்த பத்து உருப்படி பேண்டு, சட்டையையும், ஆறாயிரம் ரூபாய் மளிகைப் பொருளையும் மூவரும் எடுத்துக் கொண்டனர். தினலியிலிருந்து கிழக்கே போகும் வழியில் பைக்கில் சென்றனர். ஊர் எல்லையில் வடக்குப் பக்கம் உயரமான கரடு உள்ளது. அதை ஒட்டியிருந்த காட்டுக்குச் சென்றனர். ஒரு கிலோமீட்டர் தூரம் போயிருப்பார்கள். இரண்டு பாதைகள் பிரியும் இடத்தில் நாகநாயக் நின்றார். தலையிலிருந்த பொருள்களை எல்லாம் கீழே இறக்கி வைத்தனர். சுற்றிலும் இருந்த காட்டில் வண்டு சத்தமும், தேனீக்களின் ரீங்காரமும் பிரமிக்க வைக்கும் அளவுக்குச் சத்தமாகக் கேட்டன.

நாகநாயக் மெல்லிய குரலில் விசில் அடித்தார். ஒரே கால அளவில் மூன்று முறை அடித்த பின்னர் தூரத்திலிருந்து இன்னொரு விசில் சத்தம் வந்தது. நாகநாயக் அமைதியாக நின்றபடியே சத்தம் வந்த திசையைப் பார்த்துக் கொண்டிருந்தார். தொடர்ந்து இரண்டு முறை அதே சத்தம் வந்தது. சற்றுத் தொலைவு நடந்து போன நாகநாயக் மான் போலக் கத்தினார். பதிலுக்கு மயில் அகவுவது போலச் சத்தம் வந்தது.

பிறகு, வீரப்பன் கேங்கில் இருந்து ஒரு ஆள் வந்து "யார் யார் வந்துள்ளனர்?" என்று விசாரித்துக் கொண்டு போனார். நாற்பது நிமிடங்கள் கழித்து வந்து, மூவரையும் காட்டுக்குள் கூட்டிக்கொண்டு சென்றார். அங்கே வீரப்பனின் தம்பி அர்ஜுனன், குருநாதன், கொளந்தான் உள்ளிட்ட சிலர் இருந்தனர். முத்துராமன், நடராஜ் இருவரையும் "இவங்க யானைக் கொம்பு வாங்க வந்தவங்க..." என்று அர்ஜுனனுக்கு அறிமுகம் செய்து வைத்தார் நாகநாயக்.

தந்த வியாபாரியாக அறிமுகமான முத்துராமன், ஒயின் ஸ்டோர் நடராஜ் இருவருக்கும் டீ கொடுத்து உபசரித்தார் அர்ஜுனன். "இன்றைக்கு அண்ணன் வெளியில் போயிட்டார்.

அடுத்தமுறை நீங்க வரும்போது அண்ணன் இங்கே இருப்பார். உங்களுக்கு எவ்வளவு தந்தம் வேணுன்னாலும் தர்றோம். எங்களுக்குப் பணமெல்லாம் தேவையில்லை. நல்ல துப்பாக்கியும், தோட்டாவும் வேணும். அதையும் நீங்களே வாங்கிக் குடுக்க முடியுமா..."? என்று அர்ஜுனன் கேட்டுள்ளார்.

"நான் இராமாபுரத்தில் ஓட்டல் கடை வச்சுக்கிட்டு, இந்தப் பக்கத்தில் கிடைக்கும் யானைக் கொம்புகளை வாங்கி நடராஜ்கிட்டே குடுப்பேன். நடராஜ் பெங்களூர் பாய்க்குப் போன் போட்டுச் சொல்லுவார். இங்கிருந்து பெங்களூர் போகும் பஸ்ஸில் வெங்காயம் இல்லே மிளகாய் மூட்டைக்குள்ளே கொம்பை வச்சு அனுப்புவோம். பஸ் பெங்களூர் போனதும் பாய் வந்து எடுத்துக்குவார். திருகா ஊருக்குப் போகும்போது நடராஜ் பணம் வாங்கிக்கிட்டு வந்துருவார். இப்போதைக்கு இதைத்தான் நாங்க செஞ் சிட்டிருக்கிறோம்.

நாங்க யானைக் கொம்பு குடுக்கும் அந்த பாய்ங்க அண்ணன் தம்பி அஞ்சு பேர். அதிலே மூனுபேர் பெங்களூரில் இருக்காங்க. ரெண்டுபேர் பம்பாயில் இருக்காங்க. பம்பாயில் இருக்கறவங்ககிட்டே நீங்க கேக்கிற எல்லாமே கிடைக்கும். நீங்க பார்க்கணுன்னு சொன்னா நாங்களே அவரைக்கூட இங்கே கூட்டிக்கிட்டு வர்றோம்." என்று முத்துராமன் சொல்கிறார்.

"இந்த வியாபாரம் சம்பந்தமா என்ன செய்யணுமுன்னு அண்ணன்தான் முடிவு செய்யணும். நீங்க நாளா நாளைக்கு கல்மாத்தூர் காட்டுக்கு வாங்க. எல்லாத்தையும் அங்கே வெச்சு நேரில் பேசலாம்..." என்கிறார் அர்ஜுனன். நாகநாயக்கிடம் கொப்பம் போகும் வழியில் உள்ள குறிப்பிட்ட ஓர் இடத்தை அடையாளம் சொன்னார். "அந்த இடத்துக்கு இவங்களை நீ கூட்டிட்டு வா.... நம்ம ஆளுங்க அங்கே இருப்பாங்க..." என்று சொன்ன அர்ஜுனன் அவர்களை வெளியே அனுப்பினார்.

*****

3

யானைத் தந்த வியாபாரியாக ஷகீல் அகமது

மெட்டுக்கல் காட்டில் வீரப்பன் வேட்டையில் கர்நாடக STF
(நன்றி : டைகர் அசோக்குமார் AdSP Retd)

அர்ஜுனன் சொன்னபடியே மூன்றாம் நாள் சாயங்காலம் நாகநாயக்குடன், முத்துராமனும், ஒயின் ஸ்டோர் நடராஜும் கல்மாத்தூர் காட்டிற்குப் போகின்றனர். குறிப்பிட்ட இடத்தில் வீரப்பன் ஆள் ஒருவர் இருந்தார். இருபது நிமிடப் பயணத்தில் மூன்று பேரும் வீரப்பனைச் சந்தித்தனர். முத்துராமன், நடராஜ் இருவரையும் நாகநாயக் வீரப்பனுக்கு அறிமுகம் செய்து வைத்தார்.

"யானைக் கொம்பு கிலோ என்ன விலைக்கு வாங்குகிறாய்..."? என்று கேட்ட வீரப்பனிடம், கிலோ 2000 ரூபாய்க்கு வாங்குவதாக முத்துராமன் சொன்னார். "எவ்வளவு நாளா இந்தத் தொழில் செய்யறீங்க..? உங்களைப் பற்றி வனத்துறை அதிகாரிகளுக்குத் தெரியுமா...? பெங்களூரில் என்ன விலைக்கு வாங்கறாங்க....? இராமாபுரத்தில் இருந்து

சரக்கை எப்படி அனுப்பறீங்க...? யார் யார்கிட்டே இருந்து கொம்பு வாங்கறீங்க...? என்று கேட்டார்.

“இரண்டு வருஷமாத்தான் இந்த வேலை பண்ணறோம், நடராஜுக்கு பெங்களூர் பார்ட்டிகள் பத்து வருஷமாத் தெரியும். கவுதள்ளி பக்கம் இருந்து ஒரு பாய் மட்டுமே எங்ககிட்டே தந்தம் கொண்டுட்டு வந்து குடுத்திட்டிருக்கார். இதுவரைக்கும் மொத்தமே 30 கிலோ மட்டும் வாங்கியிருக்கோம். பெங்களூர் பார்ட்டி எங்களுக்கு நாலாயிரம் ரூபாய் குடுத்திட்டிருக்கார்” என்று முத்துராமன் சொன்னார்.

இந்த முத்துராமன் மிகச்சிறந்த பேச்சாற்றல் கொண்டவர், சூழ்நிலைக்குத் தக்கபடி முடிவெடுக்கக் கூடியவர். நல்ல புத்திசாலியும் கூட. இராமாபுரம் சுற்றுப்பகுதியில் உள்ள பல ஊர்களிலும் நன்கு மக்கள் தொடர்பு வைத்திருப்பவர். அவருடைய பேச்சும், செயல்பாடும் வீரப்பனை நம்ப வைத்தன.

“எங்ககிட்ட இருக்கிறது எல்லாமே நாற்பது, ஐம்பது கிலோ எடை கொண்ட பெரிய கொம்பு. இந்தக் கொம்புகளை எல்லாம் ஐயாயிரம் ரூபாய்க்குக் குறைவா விற்கமுடியாது. நீ பெங்களூர் பார்ட்டிகிட்டேயே சொல்லிப் பார். அவனே இந்தக் கொம்புக்கு ஐந்நூறு ரூபாய் சேர்த்துக் குடுப்பான். இப்போதைக்கு நான் கொடுக்கிற கொம்புக்குப் பணமெல்லாம் வேண்டாம். எங்களுக்குத் துப்பாக்கியும், தோட்டாவும்தான் வேண்டும். அதையும் நீங்களே வாங்கிக் குடுத்தா எனக்கு அந்த வேலை குறையும்” என்றார் வீரப்பன்.

“எங்களுக்குத் துப்பாக்கி, தோட்டா பத்தியெல்லாம் ஒண்ணுமே தெரியாதுங்க. பெங்களூர் பாய்ங்களோட அண்ணன், தம்பியெல்லாம் பம்பாயில் இருக்காங்க. அவங்களுக்குத்தான் துப்பாக்கி பத்தின விவரமெல்லாம் தெரியும். நீங்க சந்திக்கலான்னு சொன்னா அவங்களைக்கூட இங்கே கூட்டிட்டிட்டு வரேன். உங்களுக்கு என்ன வேணுமோ அதை அவங்ககிட்டேயே கேட்டு வாங்கிக்கோங்க” என்கிறார் முத்துராமன்.

அன்று முசுக்கொந்தி அடித்து கறி சமைத்துள்ளதாகச் சொன்ன வீரப்பன் மூவருக்கும் அசைவச் சாப்பாடு கொடுத்துள்ளார். குறிப்பாக முசுக்கொந்தி குடல் கறி

வறுவல் மூவரும் விரும்பிச் சாப்பிட்டுள்ளனர். வயிறுமுட்டடச் சாப்பிட்டுவிட்டு அங்கிருந்து கிளம்பும்போது "இவ்வளவு பெரிய வேலையை முடிக்கும் அளவுக்கு உங்களுக்குத் திறமை

முசுக்கொந்தி.

உள்ளதா...? என்பதை நான் முதலில் சோதித்துப் பார்க்க வேண்டும்..." என்றார் வீரப்பன்.

"நீங்க என்ன சொல்றீங்கன்னு எங்களுக்குப் புரியல அண்ணா "என்கிறார் முத்துராமன். அடுத்தமுறை வரும்போது தன்னுடைய யானை வேட்டைத் துப்பாக்கிக்கு கொஞ்சம் தோட்டா வாங்கிக்கொண்டு வருமாறு வீரப்பன் சொன்னார்.

"நாளா நாளைக்கு உங்களுக்குத் தேவையான தோட்டா இங்கே வரும்..." என்று சொல்லிவிட்டு மூவரும் கல்மாத்தூர் காட்டிலிருந்து கிளம்பினர்.

வீரப்பனைச் சந்தித்து விட்டு வந்த முத்துராமன், நடராஜ், நாகராஜ் மூன்று பேரையும் ஐ.ஜி.மடியாள் தனக்குப் பக்கத்திலேயே உட்கார வைத்துக் கொண்டார். கவுதள்ளி வனத்துறை ஆய்வு மாளிகையில் மற்ற அதிகாரிகளுடன் கலந்தாய்வு நடத்தினார். மூவருக்கும் ராஜ உபசரிப்பு நடந்தது. மூன்று மணி நேரம் எல்லோரும் ஒன்று கூடிப் பேசிவிட்டு, முடிவில் "இப்போதே கிளம்பிப் போய் வீரப்பனைச் சுற்றி வளைத்துப் பிடிக்கலாம்..." என்ற கருத்தையே பல அதிகாரிகளும் கூறினர். ஒருசிலர் வேண்டாம், மைசூரில் இருந்து ரிசர்வ் போர்ஸ் கொஞ்சம் பேரைக் கூட்டிட்டுப் போகலாம் என்றனர்.

இது கதைக்கு ஆகாது என்று முடிவு செய்த முத்துராமன், "சார் நீங்க சொல்லறது எல்லாம் அங்கே நடக்காது. இன்றைக்கு இந்த இடத்திலிருக்கும் வீரப்பன் நாளைக்குப் பத்து கிலோமீட்டர் தள்ளி இன்னொரு இடத்தில் இருப்பான். அங்கேயும் வெளி ஆளுங்க போகும்போதே மலைக்கு மேலே இருந்து வீரப்பன் ஆளுங்க நம்ம பக்கம் எத்தனை பேர் வர்றோம். கையில் என்னென்ன கொண்டுக்கிட்டு வர்றோம் என்பதையெல்லாம் பார்த்துட்டுதான் நம்மைப் பக்கத்திலேயே வர விடறாங்க. தினலி ரூட்டில் இரண்டு பக்கமும் காடும், மலையும் இருக்கு. நீங்க லாரியில் அல்லது ஜீப்பில் இராமாபுரத்தைத் தாண்டும்போதே போலீஸ் வருதுன்னு வீரப்பனுக்குத் தெரிஞ்சுடும்.

லாரியிலே போலீசைக் கூட்டிட்டுப்போய்ப் புடிக்கலான்னு திட்டம் போடுற உங்க வேலையெல்லாம் அங்கே நடக்காது. முதலில் வீரப்பன் கொஞ்சம் தோட்டா வேணுன்னு எங்ககிட்டே சொல்லியிருக்கான். அதை நாளைக்கு நாங்க கொண்டுட்டுப் போகணும். அடுத்தமுறை நீங்க யாராவது ஒருத்தர் எங்க கூட வாங்க. வந்து வீரப்பனைப் பாருங்க. அப்புறம் என்ன செய்யலாமுன்னு பேசி ஒரு முடிவு செய்வோம்" என்று சொல்லி விட்டு இராமாபுரத்துக்குக் கிளம்பினர்.

அன்று இரவு, முத்துராமன் கடைக்கு ஒரு காவலர் வருகிறார். "ஐ.ஜி. சாய்ப்ரு* குடுத்தாங்க..." என்று ஒரு பெட்டியைக் கொடுத்து விட்டுப்போனார். உள்ளே இரட்டைக் குழல் துப்பாக்கிக்குப் பயன்படுத்தும் 40 தோட்டாக்கள்

இருந்தன. அந்தத் தோட்டாக்களை எடுத்துக்கொண்டு மூவரும் மறுநாள் கல்மாத்தூர் காட்டுக்குச் சென்றனர். வீரப்பனைச் சந்தித்து தோட்டாவைக் கொடுக்கின்றனர்.

"இந்தத் தோட்டாவெல்லாம் முயல் அடிக்கக்கூடப் பயன்படாது. எனக்கு யானை அடிக்க தேவையான சக்திமான் டுவல் போர் *(12 bore bullet)* தோட்டா வேண்டும்" என்று வீரப்பன் சொன்னார்.

"எங்களுக்கு இந்த மாதிரி வேலைகளில் அனுபவம் இல்லேண்ணா... உங்களுக்கு எது வேணுன்னாலும் மாடலுக்கு ஒரு பீஸ் குடுத்து விடுங்க. நாங்க அதே மாதிரி எத்தனை பீஸ் வேணுன்னாலும் வாங்கிக்கிட்டு வந்துடுவோம்" என்று முத்துராமன் எதார்த்தமாகச் சொன்னார். சக்திமான் தோட்டா ஒன்றைக் கொடுத்த வீரப்பன், "இதுபோலவே தனக்குக் கொஞ்சம் தோட்டாக்கள் வேண்டும்" என்றார்.

வீரப்பன் கொடுத்த அந்தத் தோட்டாவைக் கொண்டுவந்து எஸ்.ஐ. ஷகீல்அகமதுவிடம் கொடுத்தார் முத்துராமன். எஸ்.பி.ஹரிகிருஷ்ணாவுக்குப் போனில் தகவல் சொல்லிவிட்டு, அந்தத் தோட்டாவை மைசூருக்கு அனுப்பினார் ஷகீல். மறுநாள் காலை பத்து மணிக்கு இரண்டு பெட்டிகளில் 80 எண்ணிக்கை கொண்ட *12 bore bullet* சக்திமான் தோட்டாக்கள் முத்துராமன் கடைக்கு வந்தன. இரண்டு நாள்களுக்குப் பின்னர் அந்தத் தோட்டாவுடன் காட்டுக்குள் போன முத்துராமனும், நடராஜும் வீரப்பனைச் சந்தித்தனர். தோட்டாப் பெட்டியைக் கொடுத்தனர். பெட்டியைத் திறந்து பார்த்த வீரப்பன் முகத்தில் ஆச்சரியம், ஆனந்தம், பரவசம், மகிழ்ச்சி எல்லாம் ஒரே நேரத்தில் வந்தன.

"ஒரே நாளில் இந்தத் தோட்டாவை எப்படி வாங்கினீங்க...?" என்று ஆச்சரியமாகக் கேட்டார். "பெங்களூர் பாய்க்கு போன் செஞ்சு சொல்லிருவோம். இங்கிருந்து உதயரங்கா பஸ்ஸில் சேம்பல் பீஸ் குடுத்துவிட்டா அஞ்சு மணி நேரத்தில் பெங்களூர் போயிரும். அங்கிருந்து அதே பஸ்ஸில் பொருளைப் போட்டுவிட்டா அடுத்த அஞ்சு மணி நேரத்தில் சரக்கு இங்கே வந்திரும். டெல்லி, பாம்பேல இருந்தாலும் கூட நம்மகிட்டே சொல்லீட்டிங்கன்னா ரெண்டே நாளில் தருவிச்சுக் குடுத்திருவேன்" என்று முத்துராமன் சொல்கிறார்.

போலீஸ் ஐ.ஜி.திம்மப்பா மடியாள் கேட்ட "நீ என்ன ஜாதிக்காரன்...? என்ற கேள்வியை வீரப்பனும் கேட்டார். "வாணியச் செட்டியார்" என்றார் முத்துராமன். "நீங்க சரியான ஆளுங்கதான். உங்களாலே எனக்குத் தேவையான எல்லாப் பொருளையும் வாங்கிக்கொண்டுவந்து குடுக்க முடியும். உங்ககிட்டே வியாபாரம் செய்யலாமுன்னு முடிவு பண்ணீட்டேன். இன்னையிலிருந்து மூனாம் நாள் காலையில் நீங்க உங்க தலைவரை இந்தக் காட்டுக்கே கூட்டிட்டு வாங்க. மற்றதை நேரில் பேசிக்கலாம்" என்று வீரப்பன் சொல்லி அனுப்பினார்.

எஸ்.ஐ.ஷகீல் அகமது டைகர் அசோக்குமாருடன்

சொன்னபடியே மூன்றாம் நாள் காலை பதினோரு மணி. நீல நிற ஜீன்ஸ் பேண்டும், வெள்ளை டீ ஷர்ட்டும் போட்டுக்கொண்டு மாதேஸ்வரன் மலை எஸ்.ஐ.ஷகீல்அகமது வந்தார். அவரைக் கூட்டிக்கொண்டு நடராஜும், முத்துராமனும் ஆளுக்கு ஒரு ஸ்கூட்டரில் தினலிக்குச் சென்றனர். அங்கிருந்த நாகநாயக்கைச் சந்திக்கின்றனர். அடுத்த ஒருமணி நேரத்தில் வீரப்பன் வரச்சொன்ன கல்மாத்தூர் காட்டுக்கு நால்வரும் போய்ச் சேர்ந்தனர். வழக்கம் போலவே மூன்று கட்டமாக சிக்னல்கள் கொடுக்கப்பட்டன. வந்திருப்பது நாகநாயக் ஆள்கள்தான் என்பதை அங்கிருந்த வீரப்பன் ஆள் புரிந்து கொள்கிறார். பிறகு, அவர்களைப் பாதுகாப்புடன் அழைத்துக் கொண்டுபோய் இரண்டு கிலோமீட்டர் தொலைவில் இருந்த வீரப்பனிடம் சேர்த்துள்ளார். உதவி ஆய்வாளர் ஷகீல் அகமதுவை "இவர்தான் பெங்களூரில் யானைத் தந்தம் வாங்கும் வியாபாரி" என்று முத்துராமன் அறிமுகம் செய்து வைக்கிறார்.

வீரப்பன் வைத்துள்ள யானைத் தந்தங்களின் எடை, விலையைச் சொன்னார். "எங்களுக்கு ரெண்டு ஏ.கே-47 துப்பாக்கியும், தோட்டாவும் வேணும். அதுக்குத் தேவையான அளவுக்கு யானைத் தந்தத்தை எடுத்துக்கங்க, மீதித் தந்தத்துக்கு பேசினபடி பணத்தைக் குடுத்தாப் போதும்" என்று வீரப்பன் சொல்கிறார்.

இதைக் கேட்ட ஷகீல் அகமது, "எனக்கு யானைக்கொம்பு வியாபாரம் பற்றித்தான் தெரியும். நீங்க கேட்கிற துப்பாக்கி பற்றின விவகாரமெல்லாம் எனக்குத் தெரியாது, அதெல்லாம் பம்பாயில் இருக்கும் என்னோட அண்ணனுக்குத்தான் தெரியும். அடுத்த முறை வரும்போது அண்ணனையும் கூட்டிக்கிட்டு வர்றேன். அவங்கிட்டேதான் ஏ.கே-47 கன் இருக்கு, அதற்கான விலையை அவர்தான் சொல்வார். அதை நீங்களே நேரில் பேசிக்கோங்க. எனக்கு ஒரு சந்தேகம், நீங்க கேக்குற ஏ.கே-47 கன் எல்லாம் வெளிநாட்டில்தான் இருக்குது. அந்த மாதிரியான கன் நம்ம ராணுவத்துலே கூட இல்லேன்னு நினைக்கிறேன். அதை வெச்சுட்டு நீங்க என்ன செய்யப்போறீங்க..." என்று ஷகீல் அகமது கேட்டார்.

பக்கத்திலிருந்த ஆசாரி குருநாதன், "மாதேஸ்வரன்

மலையிலே சக்கில் அகமதுன்னு ஒரு எஸ்.ஐ.யா இருக்கான். அந்தத் தாயோளியைச் சுடணும். அதுக்குத்தான் அந்தத் துப்பாக்கியை வாங்கறோம்" என்று சொல்கிறார். வீரப்பனும் அவனுடைய கூட்டாளிகளும் பேசிக்கொண்டிருப்பதே அவர்கள் கொல்லப் போவதாகச் சொல்லிக் கொண்டிருக்கும் ஷகீல் அகமதுவுடன்தான் என்பது நினைத்த முத்துராமன் மனதுக்குள் சிரித்துக் கொண்டார்.

"சரி சரி, நீங்க என்ன வேணுன்னாலும் செய்யுங்க. அதைப்பற்றி எனக்குக் கவலையில்லை. நாங்க இங்கே வருவதற்கு மொத நாளே முத்துராமன் மூலம் உங்களுக்கு தகவல் அனுப்புகிறோம்" என்று சொல்லிவிட்டு நால்வரும் கல்மாத்தூர் காட்டை விட்டுக் கிளம்பினர்.

அடுத்தநாள் காலைமுதல், மதியம்வரை மாதேஸ்வரன் மலையில் உள்ள வனத்துறை ஆய்வு மாளிகையில் காவல்துறை அதிகாரிகளின் கலந்தாய்வுக் கூட்டம் நடந்தது. இதில் கலந்துகொண்ட ஷகீல் அகமது, தற்போது வீரப்பன் கேங் தினலிக்கும், நல்லூருக்கும் இடையே உள்ள இருபது கிலோமீட்டர் நீளம் கொண்ட காட்டில் உள்ளனர். இப்போது அந்த கேங்கில் யார் யாரெல்லாம் உள்ளனர் என்பது குறித்து உயர் அதிகாரிகளிடம் விளக்கமாகச் சொன்னார். இங்கேயும், வீரப்பன் கேங்கைச் சுற்றி வளைத்துச் சுட்டுப் பிடிப்பது, ஹெலிகாப்டரில் பறந்து சென்று குண்டு போட்டுப் பிடிப்பது என்று நடைமுறைக்குச் சாத்தியமில்லாத பல வழி வகைகளைப் பற்றியே காவல்துறை அதிகாரிகள் பேசினர்.

இறுதியாக முத்துராமன், "அந்தக் காட்டுக்குள்ளே துப்பாக்கியுடன் போய் சண்டை போட்டும் வீரப்பனை பிடிக்கலாம். குண்டு போட்டும் பிடிக்கலாம். ஆனால், அதில் உங்கள் பக்கத்திலும் நிறையப் பேரைப் பலி கொடுக்க வேண்டியிருக்கும். காட்டுக்குள்ள இருக்கும் ஆள்களில் வீரப்பன் எப்போதுமே கடைசியாகத்தான் இருப்பான். நீங்க முதலில் இருக்கும் ஆள்களுடன் சண்டை போடும்போதே வீரப்பன் அங்கிருந்து தப்பிப் போறதுக்கு வாய்ப்புள்ளது. அதுவுமில்லாம, வீரப்பன் கேங்கில் நெறையா லேடீஸ், குழந்தைகள் எல்லாம் இருக்காங்க. தேவையில்லாமல் அவங்களையெல்லாம் எதுக்கு சார் கொல்லணும்.

எனக்கு ஒரு யோசனை தோணுது, பிப்ரவரி 25 ஆம் தேதி வீரப்பன் கூட்டாளி ஆசாரி குருநாதனுக்கும், எங்க ஊரைச் சேர்ந்த சாந்தினி என்ற பெண்ணுக்கும் கல்யாணம் செய்ய முடிவு செஞ்சிருக்காங்க. குருநாதன் கல்யாணம் பிஜீபாளையம் பக்கமுள்ள காரையன் பெட்டாவில் உள்ள பெருமாள் கோயிலில் நடக்குது. அங்கே வீரப்பன், அவங்க கேங் ஆளுங்க எல்லோரும் வருவாங்க. கல்யாண விருந்துக்குத் தேவையான எல்லா ஏற்பாடுகளையும் நாங்கதான் செஞ் சிக்கிட்டு இருக்கோம். கல்யாணத்துக்கு வர்றவங்களுக்கு குடுக்கும் ஸ்வீட், பாயசம், டீ, ஊட்டா (சாப்பாடு) இந்த மாதிரி ஏதாவது ஒரு பொருளில் பாய்சன் இல்லேன்னா மயக்க மருந்து கலந்து குடுத்திடுங்க. அதை வச்சு நமக்கு தேவையான ஆளுங்களை மட்டும் பிடிச்சிடலாம்" என்று மாற்று வழியைச் சொன்னார்.

"குட் ஐடியா..." என்ற ஐ.ஜி.மடியாள் அதற்கான வேலைகளைச் செய்யுமாறு எஸ்.பி. ஹரிகிருஷ்ணாவிடம் சொல்கிறார். இந்த நிலையிலேயே அந்தக் கூட்டம் முடிந்தது. அங்கிருந்து இராமாபுரம் போன முத்துராமன் இரவுவரை வியாபாரத்தைப் பார்க்கிறார். இரவு எட்டரை மணிக்குக் கடையை மூடி வீட்டுக்குக் கிளம்பத் தயாரானார். அந்த நேரத்தில், இராமாபுரம் காவல் நிலையத்திலிருந்து ஒரு தலைமைக் காவலர் வந்தார்.

"எஸ்.பி. சாய்ப்ரு உன்னை ஸ்டேசனுக்கு வரச்சொன்னார்..." என்று சொல்லி விட்டுப்போனார்.

******

* *சாய்ப்ரு என்ற சொல் உயர் அதிகாரிகளைக் குறிக்கும். தமிழில் துரை என்று சொல்வதைக் கன்னடத்தில் சாய்ப்ரு என்று சொல்கின்றனர்.*

4

வலையில் சிக்கிய குருநாதன்

ஆலாம்படி பெருமாள் கோயில் முன்பாக கர்நாடக *STF*
(நன்றி : டைகர் அசோக்குமார் *AdSP Retd*)

இந்த நேரத்தில் எஸ்.பி எதற்கு வந்திருப்பார்...? முத்துராமன் குழப்பத்துடனே காவல் நிலையத்துக்குப் போனார். எஸ்.பி.ஹரிகிருஷ்ணா மட்டும் காவல் நிலையத்தின் உள் அறையிலிருந்தார். “என்ன சார் இந்த நேரத்தில் தனியா வந்திருக்கீங்க...”? என்று முத்துராமன் கேட்டுக்கொண்டிருக்கும் போதே, “முத்துராமா இப்போ நாம வீரப்பனைப் பிடிக்கக் காட்டுக்குப் போகப்போறோம். தேவையான போர்ஸ் எல்லாம் வந்திட்டு இருக்கு நீயும், நட்ராஜும் சீக்கிரம் கிளம்புங்க...” என்றார்.

“சார் இன்றைக்குத் தேதி 17 (17.02.1992) குருநாதன் கல்யாணத்துக்கு இன்னும் எட்டு நாள்களே இருக்குது, அன்னைக்கு கேங் ஆளுங்க எல்லோரும் காரையன் பெட்டாக்கு வருவாங்க. அங்கே வெச்சு நீங்க சுட்டுப்

புடியுங்க, குண்டு போட்டுப் புடிங்க, இல்லை பாய்சன் குடுங்க. உங்க விருப்பப்படி எப்படிச் செஞ்சாலும் சரி. அதுவரைக்கும் உங்களுக்குத் தேவையான எல்லா இன்பெர்மேசனும் நாங்க குடுக்கறோம். நேத்தைக்கு நாங்க கேங்கைப் போய் பார்த்துட்டு வந்த இடத்தில இப்போ வீரப்பன் இருக்கிறானோ...? இல்லை குருநாதன் மட்டும் இருக்கானோ...? இல்லை ரெண்டு பேருமே வேறே எங்கேயாவுது போயிட்டாங்களோ...! தெரியாது. இப்போ திடீர்னு வந்து காட்டுக்குப் போலான்னு சொல்லறீங்க. இந்த இராத்திரி நேரத்தில் எப்படி சார் அங்கே போகமுடியும்?" என்றார்.

"நிறுத்தப்பா முத்துராமா.... என்ன நீ ரொம்ப ஜாஸ்தி பேசறே... இங்கே நீ எஸ்.பி. யா...? இல்லே நான் எஸ்.பி யா...? எனக்கே நீ உத்தரவு போடறயா...? நீ சொல்றதை நான் கேட்கமாட்டேன். நான் சொல்றதைத்தான் நீ கேட்கணும்..." என்கிறார்.

"இது ஆவறதில்லை சார். நீங்கதான் எஸ்.பி. இந்த ஜில்லாவுக்கே நீங்கதான் தொட்ட சாய்ப்ரு, உங்களுக்கு

ஹரிகிருஷ்ணா IPS (நன்றி : டைகர் அசோக்குமார் *AdSP Retd*)

எல்லா அதிகாரமும் இருக்குது. நான் இல்லேன்னு சொல்லலே. உங்களுக்குத் தேவையின்னா உங்க ஆளுங்களை கூட்டிட்டுப்போய் வீரப்பனைப் புடிங்க, நான் வேண்டான்னு சொல்லலை. ஆனா உங்க விளையாட்டுக்கு நான் வரமாட்டேன். நான் உங்ககிட்டே சம்பளம் வாங்கும் வேலையாள் இல்ல. எனக்கு நீங்க உத்தரவு போடமுடியாது போட்டாலும், நான் கேட்கணுன்னு அவசியமில்லை" என்று சொல்லிவிட்டு காவல் நிலையத்திலிருந்து வெளியே வந்தார்.

எஸ்.பி. ஹரிகிருஷ்ணாவின் கார் ஓட்டுநரான சிவண்ணா ஓடிவந்து முத்துராமனை "கொஞ்சம் இரு முத்துராமா, ஷகீல் சார் வந்திட்டிருக்கார். அதுவரை இங்கேயே இருப்பா, வேறெங்கும் போகவேண்டாம்..." என்று தடுக்கிறார். "உங்களுக்குத்தான் அவர் எஸ்.பி. எனக்கொண்ணும் அவர் அதிகாரியில்லை. நான் கடைக்குப் போறேன்" என்று சொல்லிவிட்டு முத்துராமன் தனது கடைக்குப் போனார்.

போகும்போதே ஒயின் ஸ்டோர் நடராஜையும், கடைக்கு வரச் சொல்கிறார். நடராஜ் வந்ததும், ஹரிகிருஷ்ணா தன்னைக் கூப்பிட்டது, இப்போதே காட்டுக்குப் போகலாம் என்று சொன்னது குறித்து இருவரும் பேசிக்கொண்டிருந்தனர். அப்போது மாதேஸ்வரன் மலையிலிருந்து ஜீப்பில் வந்த எஸ்.ஐ.ஷகீல் அகமதுவும் முத்துராமன் கடைக்கு முன்பாக வண்டியை நிறுத்தினார், இறங்கிக் கடைக்குள் வந்தார். எஸ்.பி, தன்னைக் காட்டுக்குப் போகலாம் என்று கூப்பிட்டது குறித்து முத்துராமன் கூறினார்.

"ஆமாம் முத்துராமா, எஸ்.பி. சாய்ப்ரு உங்ககிட்டே பேசின மாதிரியேதான் என்கிட்டேயும் பேசினார். நான் எஸ்.பி.யா இல்லே நீ எஸ்.பி.யான்னு கேட்டார். அவர் பெரிய அதிகாரி, அவரை மீறி நான் ஒன்னும் செய்ய முடியாது. நீங்க ரெண்டுபேரும் வாங்க, அப்படியே தினலி காடு வரைக்கும் எஸ்.பி. சாரைக் கூட்டிட்டுப் போவோம். அந்தக் காட்டுக்குப் பக்கம் போயிட்டு, அவரை கன்வின்ஸ் பண்ணித் திருப்பி கூட்டீட்டு வந்துருவோம்..." என்று சொல்கிறார்.

"இது ஆவாது சார்... உங்களுக்குத்தான் அவர் எஸ்.பி. எங்களுக்கு இல்லே. நாங்க எதுக்குப் பயப்படணும், இந்த மாதிரி வேலைக்கு எல்லாம் என்னாலே வரமுடியாது சார்..."

என்று கண்டிப்பான குரலில் சொன்னார் முத்துராமன்.

"இல்ல... முத்து, வீரப்பனைப் பிடிக்கிறதுக்கு நீ சொல்றதுதான் சரியான வழி, அதுதான் நமக்கும் பாதுகாப்பானது. ஆனா என்ன செய்யறது...? எஸ்.பி. ஒத்துக்க மாட்டேங்கிறார். இப்போ, நீ சொன்ன மாதிரியே குருநாதனுக்கும், சாந்தினிக்கும் காரையன் பெட்டாவில் கல்யாணம் நடக்கும்னு நம்மாலே உறுதியாச் சொல்ல முடியாது. காரையன் பெட்டாவில் நடக்காமல் வேற எங்காவது ஒரு இடத்துலேயும் நடக்கலாம். இதுக்கு இடையிலே வீரப்பனுக்கு ஏதாவது டவுட் வந்து, இங்கிருந்து வேற காட்டுக்குப் போகவும் வாய்ப்பிருக்கு. எல்லாமே திட்டமிட்டபடி நடந்து, 25 ஆம் தேதி குருநாதன்-சாந்தினி கல்யாணத்துக்கு வீரப்பன் வராமலும் போகலாம்.

இப்படி ஏதாவது ஒரு சின்ன சேஞ்ச் ஆனாலும் நீ இதுவரைக்கும் சொன்ன இன்பெர்மேசன் எல்லாமே ராங் ஆயிரும். அப்போ நீதான் போலீஸ் வருவாங்கன்னு வீரப்பனுக்கு இன்பெர்மேசன் குடுத்துட்டேன்னு எஸ்.பி. சாய்ப்ரு உன்மேலயே சந்தேகப்படுவார், உன்னைக் கூட்டிட்டு வந்து விசாரிக்கணுன்னு சொல்லுவார். பெரிய போலீஸ் ஆபீசர்ஸ் எல்லாம் எல்லா நேரத்திலும், ஒரே மாதிரி இருக்க மாட்டாங்க. சமயத்துக்கு ஏற்றபடி பேசுவாங்க, எல்லோர் மேலேயும் சந்தேகப்படுவாங்க. எந்த நேரத்தில், எப்படி பேசுவாங்கன்னு யாராலேயும் சொல்லமுடியாது, உனக்கு இதெல்லாம் தேவையில்லாத சிக்கலைக் கொடுக்கும்" என்று உண்மையான போலீஸ் பார்வையைப் பற்றி விளக்கமாகச் சொல்கிறார்.

பக்கத்திலிருந்த நடராஜுக்கு வயிற்றில் புளியைக் கரைத்தது, "முத்து வா.. போவோம், இப்போ போனாலும் சரி, நாளைக்குப் போனாலும் சரி அதனாலே நமக்கு என்ன லாபம் வரப்போகுது. எஸ்.பி.சாய்ப்ரு, அவர் விருப்பம் போல என்னவோ செய்யட்டும்? நாம வீரப்பனைப் பத்தின தகவலை இவங்ககிட்டேச் சொன்னது மகா முட்டாள்தனம். நாம ரெண்டுபேரும் வெளியில் இருந்து பெரிய ஆளாக முடியாது போல இருக்குது. கண்டிப்பா இவங்க நம்மளை உள்ளே அனுப்பத்தான் போறாங்க" என்றார்.

இதைக் கேட்டதும், வேண்டா வெறுப்பாக அரை

மனதுடன் முத்துராமனும் கிளம்பினார். இரவு பதினோரு மணிக்கு இராமாபுரம் காவல் நிலையத்திலிருந்து அம்பாஸிடர் கார் கிளம்பியது. எஸ்.பி.ஹரிகிருஷ்ணா, எஸ்.ஐ.ஷகீல் அகமது, இராமாபுரம் எஸ்.ஐ.ராச்சையா என மூவரும் காரின் பின் சீட்டிலிருந்தனர். கார் ஓட்டுநர் சிவண்ணா, முத்துராமன், நடராஜ் மூவரும் முன் சீட்டிலிருந்தனர். தினலி செல்லும் கப்பிக்கல் போட்ட சாலையில் கார் ஆடியாடிச் சென்றது. சூரியனின் மறைவுக்குப் பின்னர் வெடித்த காட்டு மல்லி மலர்களின் வாசம் காடெங்கும் நிறைந்திருந்தது. காட்டில் வெடித்துக் கிடக்கும் சிறு தானியங்களை உண்டு வாழும் எலிகள் சாலையின் இருபக்கமும் கார் விளக்கு வெளிச்சத்தில் ஓடிக்கொண்டிருந்தன.

தினலிக்குச் சற்று தொலைவிலேயே முத்துராமனும், ஷகீல் அகமதுவும் காரை விட்டு இறங்கினர். நடந்து சென்ற முத்துராமன் வீட்டிலிருந்த நாகநாயக்கைக் கூட்டிக்கொண்டு வந்தார். வீரப்பனைப் பிடிக்கப் போகவேண்டும் என்று எஸ்.பி. வந்துள்ள செய்தியைச் சொன்னார்கள். “நேத்திக்கு நாம பார்த்த இடத்திலிருந்து எல்லோரும் கிளம்பி வேற இடத்துக்குப் போயிட்டாங்க. இன்றைக்கு அந்த இடத்தில், குருநாதன் மட்டுந்தான் இருப்பான்....” என்று சொன்னார்.

“அவனுக்கு நாலு அறை குடுத்தா வீரப்பன் இருக்கும் ஜாகாவைக் காட்டுவான். நீ குருநாதனை மொதல்ல காட்டு, அவன்கிட்டே நான் எப்படி விசாரிக்கணுமோ அப்படி விசாரிச்சுக்கிறேன். உங்களுக்கு இன்னும் போலீசைப் பத்தித் தெரியலே...! இப்போ தெரிஞ்சுக்குவீங்க” என்று வீராப்பாகப் பேசினார் ஹரிகிருஷ்ணா.

வழக்கமாகக் காட்டுக்குள் நின்றுகொண்டு மணிக் கணக்கில் கத்தினால்தான் குருநாதன் வெளியே வருவார். ஆனால், அன்று நாகநாயக் அடித்த முதல் சீக்கிச் சத்தத்துக்கே குருநாதன் பதிலுக்குச் சீக்கியடித்தார். எஸ்.பி.ஹரிகிருஷ்ணா, ராச்சையா, ஓட்டுநர் சிவண்ணா மூன்று பேரும் காரிலேயே இருந்தனர். நாகநாயக், முத்துராமன், ஷகீல் அகமது என மூன்று பேர் மட்டும் குருநாதன் இருந்த இடத்துக்குச் சென்றனர். நாகநாயக் சொன்னது போலவே, குருநாதனையும் அவனுடைய காதலி சாந்தினியையும் தவிர மற்ற எல்லோருமே

அந்த இடத்தை விட்டுச் சென்றிருந்தனர்.

குருநாதனைப் பார்த்தும் "நீங்க கேட்ட AK-47 துப்பாக்கியோடு எங்க அண்ணன் வந்திருக்கார். உங்க அண்ணனைக் கூட்டிக்கிட்டு வாங்க..." என்றார் ஷகீல் அகமது.

"அண்ணன் இங்கே இல்லை, அவர் ஒரு வேலையா வேற தாவுக்குப் போயிருக்கிறார். நீங்க இன்னைக்கு வர்றேன்னு சொல்லவே இல்லியே...? திடீர்ன்னு வந்திருக்கீங்க. அண்ணன் வர்றதுக்கு ஒரு வாரம் ஆகும்" என்கிறார்.

"பரவாயில்லை. எங்க அண்ணன் பாம்பேலே இருந்து AK-47 கன் (GUN) கொண்டுட்டு வந்திருக்கார். நீங்க மட்டும் வந்து எங்க அண்ணனைப் பாருங்க. என்ன விலையின்னு பேசி முடிச்சிடுங்க" என்று ஷகீல் அகமது சொல்கிறார்.

"ஐயையோ அண்ணன் அனுமதியில்லாமல் நான் யாரையும் பார்க்கவே மாட்டேன். உங்க அண்ணன் வெளியூரில் இருந்து வந்திருக்கார். அதனாலே, பார்க்க சம்மதிக்கிறேன். அதுவும், நீங்கதான் காட்டுக்குள்ளே வரணும். நான் ரோட்டுப் பக்கம்

உதவி ஆய்வாளர் ராச்சையா

வரவே மாட்டேன்.." என்றார் குருநாதன்.

"எங்க அண்ணன் பம்பாய் டவுனில் வாழ்ந்தவர், ஒரு கல்யாணத்துக்கு மைசூர் வந்தார். "கன்" வேணுன்னு

சொன்னதும் உடனே இங்கே கிளம்பி வந்துட்டார். திருகா பாம்பே போயிட்டாருன்னா ஒரு மாசம் போயித்தான் இங்கே வருவார். இந்த மாதிரி காட்டுப் பக்கமெல்லாம் அவர் வந்ததில்லை. அதனாலதான் உங்களை வண்டிக்கிட்டே கூப்பிடறோம். பயப்படாமே வாங்க. இன்னைக்கு ஒரு "கன்" மட்டும் கொண்டுட்டு வந்திருக்கார். அந்த "கன்"னை பார்த்துட்டு விலையைப் பேசி முடிச்சிடுங்க. அடுத்து நீங்க எப்போ வரச் சொன்னாலும், அன்னைக்கு நாங்க ரெண்டு "கன்"னோட வந்துருவோம். நீங்க உங்ககிட்டே இருக்கும் யானைத் தந்தத்தைக் கொண்டாந்து குடுத்துடுங்க. வியாபாரத்தை முடிச்சுக்கலாம்." என்று கொஞ்சம் கொஞ் சமாகப்பேசி, ஒரு வழியாக ஹரிகிருஷ்ணா இருக்கும் காருக்கு குருநாதனை அழைத்து வந்தார் ஷகீல் அகமது.

குருநாதனுடன் இருந்த அவரது காதலி சாந்தினியும் காருக்கு அருகில் வந்தார். சாந்தினியுடன், ஒயின் ஸ்டோர் நடராஜ் சாலையோரமாக உட்கார்ந்து பேசிக்கொண்டிருந்தார். காருக்குப் பக்கமாக வந்த குருநாதன் பின்சீட்டில் இருந்த ஹரிகிருஷ்ணாவைப் பார்க்கிறார். இருவரும் வணக்கம் சொல்லிக் கொண்டனர். கார் முன்னிருக்கையின் பின்பக்க உறையிலிருந்த ஒரு *AK-47* துப்பாக்கியை எடுத்தார். மடி மீது வைத்தார், கார் பின் சீட்டின் வலது ஓரம் நகர்ந்து உட்கார்ந்தார். குருநாதனைத் தன் பக்கத்தில் உட்காருமாறு கை காட்டினார்.

குருநாதனின் பின்பக்கம் நின்ற முத்துராமன் "சீட்டிலே உட்காரண்ணா. பெரிய முதலாளிகிட்டே என்ன விலைக்கு குடுப்பீங்கன்னு கேட்டு விலை பேசுங்க..." என்று சொல்லி உள்ளே தள்ளினார். துப்பாக்கியைப் பார்த்த ஆர்வத்தில் குருநாதன் காரின் சீட்டில் உட்கார்ந்தார். ஹரிகிருஷ்ணா கையிலிருந்த *AK-47* துப்பாக்கியை எடுத்து குருநாதனிடம் காட்டினார். மங்கிய கார் லைட் வெளிச்சத்தில் அதன் ஒவ்வொரு பாகம் பற்றியும் விளக்கிச் சொன்னார்.

ஆசாரி குருநாதனுக்கு கன்னடம் தெரியாது, ஷகீல் அகமது, ஹரிகிருஷ்ணா இருவருக்கும் தமிழ் தெரியாது. இந்த இடத்தில், முத்துராமனே மொழிபெயர்ப்பாளராக இருந்தார்.

பிறகு, AK-47 துப்பாக்கியிலிருந்து ஒவ்வொரு பாகமாகக் கழற்றி குருநாதனிடம் கொடுத்தார். கையில் வாங்கிய குருநாதனின் கண்களில் ஆச்சரியம் தெரிந்தது. ஷகீல் அகமது லேசாக குருநாதனை உள்ளே நகர்ந்து உட்காரச் சொல்கிறார். கார் சீட்டின் நுனியில் அவரும் உட்கார்ந்து கொள்கிறார். போலீஸ் எஸ்.பி. ஹரிகிருஷ்ணா, எஸ்.ஐ.ஷகீல் அகமது இருவருக்கும் இடையில் குருநாதன் உட்கார வைக்கப்பட்டார். குருநாதன் பார்த்து முடித்த AK-47 துப்பாக்கியின் பாகத்தை வாங்கிய ஹரிகிருஷ்ணா அதை முன்னிருக்கையில் இருந்த எஸ்.ஐ. ராச்சையாவிடம் கொடுத்தார். இப்படியே ஹரிகிருஷ்ணா கையில் இருந்த AK-47 துப்பாக்கியின் அனைத்துப் பாகங்களும், குருநாதன் கைக்கு வந்து, அங்கிருந்து எஸ்.ஐ.ராச்சையாவிடம் போயின.

அதன் பிறகு, அந்த துப்பாக்கியின் விலை இரண்டு இலட்சம் என்று தொடங்கி வியாபாரம் பேசினார். கடைசியில் ஒரு AK-47 துப்பாக்கி 1,26,000 என்ற விலையில் இரண்டு துப்பாக்கியும், ஐம்பதாயிரம் ரூபாய்க்குத் தோட்டாக்களும் கொடுக்கவேண்டும். யானைத் தந்தம் கிலோ நான்காயிரத்து ஐந்நூறு என்ற விலையில் எடுத்துக்கொள்வது என்ற குருநாதன், ஷகீல் அகமது, ஹரிகிருஷ்ணா மூருவரும் பேசி முடிவு செய்தனர்.

பிறகு, "குருநாதன் வைத்திருந்த துப்பாக்கியைப் பார்த்து இது என்ன மாடல் துப்பாக்கி...? இதுலே என்னென்ன விலங்குகளை அடிக்கலாம்....? இதுக்கு எந்த மாதிரி தோட்டா போடறீங்க...? என்று ஹரிகிருஷ்ணா கேட்கிறார். குருநாதன் அதைப்பற்றி சொல்லிக் கொண்டிருக்கும்போதே குருநாதன் கையிலிருந்த இரட்டைக்குழல் துப்பாக்கியை ஹரிகிருஷ்ணா வாங்கினார். பின்பக்க கட்டையின் மேலிருந்த லாக்கை தள்ளியதும், துப்பாக்கியின் பேரல் கீழே இறங்கியது. அதை தனித்தனியாக முன் சீட்டில் உட்கார்ந்திருந்த முத்துராமனிடம் கொடுத்தார்.

குருநாதன் நிராயுதபாணியானார்!

******

5

வீரப்பனைத் தேடிப் பயணம்

நாகமலை காட்டில் கர்நாடக STF (நன்றி : டைகர் அசோக்குமார் AdSP Retd)

இப்போது குருநாதன் கையிலும், துப்பாக்கியில்லை. எஸ்.பி. ஹரிகிருஷ்ணா கையிலும் துப்பாக்கியில்லை.

"இன்னும் மூனு நாளில் அண்ணன் இந்தக் காட்டுக்கு வந்துடுவார். அன்னைக்கு ராத்திரி இல்ல அதற்கு அடுத்தநாள் ராத்திரிக்கு நீங்க வாங்க. நாங்களும் கொம்பு எல்லாத்தையும் கொண்டுவந்து ஒரே எடத்துல வைக்கிறோம். இங்கே வந்ததும் எடையைப் போட்டு நீங்க சரக்கை எடுத்துக்கிட்டுப் போகலாம்" என்று குருநாதன் சொல்லிக்கொண்டிருந்தார்.

தன்னுடைய இருக்கைக்குக் கீழே வைத்திருந்த கையடக்க பிஸ்டலை எடுத்த ஹரிகிருஷ்ணா குருநாதனின் நெற்றியில் வைத்து அழுத்தி பிடித்தார். சுதாகரித்துக் கொண்ட குருநாதன் அடுத்த அசைவுக்குப் போகும் முன்பாகவே ஷகீல் அகமது தன்னுடைய பின் இடுப்பிலிருந்த கைத்துப்பாக்கியை எடுத்து

குருநாதனின் இடுப்பில் வைத்து அழுத்தினார். குருநாதனின் இடது கையை ஷகீல் அகமது பிடித்தார். வலது கையை ஹரிகிருஷ்ணா பிடித்துக் கொண்டார்.

"அய்யோ அம்மா..., சிக்கிட்டேனே, அண்ணன் சொல்லச் சொல்லக் கேட்காம இங்கேயே இருந்து போலீஸ்காரங்ககிட்டே சிக்கிட்டேனே..." என்று குருநாதன் கத்திக்கொண்டிருந்தார். ஓட்டுநர் சிவண்ணா தன் இருக்கைக்குக் கீழே இருந்த லீடிங் செயினுடன் கூடிய கை விலங்கை எடுத்து நீட்டினார், குருநாதனின் கைகளில் விலங்கு மாட்டப்பட்டது. ராச்சையா காலில் போடப்படும் நீளமான லீடிங் சங்கிலியை எடுத்து குருநாதன் காலில் மாட்டினார், காருக்குள்ளேயே குருநாதன் சிறை வைக்கப்பட்டார்.

இப்போதைக்கு குருநாதனைச் சந்தித்துப் பேசுவார், மற்றபடி 25ஆம் தேதி வரை எதுவும் நடக்காது என்று நம்பிக் கொண்டிருந்த முத்துராமனுக்கும், நடராஜுக்கும் ஹரிகிருஷ்ணாவின் நடவடிக்கை அதிர்ச்சியை ஏற்படுத்தியது. நாகநாயக் உள்ளிட்ட மூவரும் எதுவும் புரியாத குழப்பத்திலிருந்தனர். எல்லாமே எதிர்பாராத வகையில் முடிந்து விட்டது, இனி வேறு வழியில்லை. எல்லா நடவடிக்கைளிலும் ஹரிகிருஷ்ணாவுக்கு ஒத்துழைப்புக் கொடுக்க முத்துராமனும், நடராஜும் தயாராயினர்.

ஹரிகிருஷ்ணா தன்னுடைய காரில் இருந்த வாக்கியை ஆன் செய்தார், சத்தியமங்கலம் (தினலிக்கு பக்கத்திலுள்ள ஊர்) பகுதிக்குச் சென்று எந்த நேரமும் தாக்குதல் நடத்தத் தயாராக இருக்குமாறு ஒரு லாரியில் 22 அதிரடிப்படை வீரர்களை அனுப்பியிருந்தார். இப்போது ஹரிகிருஷ்ணா இருக்கும் இடத்துக்கு அவர்களை வரச் சொல்லி தகவல் கொடுக்க முயன்றார். எதிர்ப்பக்கம் இருந்து மைக் எடுக்கப்படவில்லை. அரை மணி நேரமாகக் கூப்பிட்டுப் பார்த்தும் அந்தப் பக்கமிருந்து பதிலில்லை, ஒருவேளை காட்டுக்குள் போன வீரர்களை வீரப்பன் போட்டுத் தள்ளியிருக்கலாம் என்ற பயத்தில் சத்தியமங்கலம் நோக்கிச் சென்றனர்.

சத்தியமங்கலத்தின் சாலை ஓரத்தில் லாரியை நிறுத்தி உள்ளே படுத்து நிம்மதியாகத் தூங்கிக் கொண்டிருந்த வீரர்களை ஹரிகிருஷ்ணா தட்டி எழுப்பினார், அவர்களை

வாய்க்கு வந்தபடி திட்டினார். அத்தனை பேரையும் அந்த இடத்திலேயே "சஸ்பெண்ட்" செய்யப் போவதாகவும் மிரட்டினார்.

"ஸாரி சார், நீங்க எதற்கு வரச் சொன்னீங்கன்னு எங்களுக்குத் தெரியாது, அதனாலேதான் படுத்து தூங்கீட்டோம்..." என்று சொன்னார்கள்.

ஹரிகிருஷ்ணா சமாதானமடைய நீண்ட நேரமானது, குருநாதனின் காதலி சாந்தினி, ஒயின் ஸ்டோர் நடராஜ், இராமாபுரம் எஸ்.ஐ. ராச்சையா மூவரையும் அவர்கள் போன காரிலேயே ஏறச்சொன்னார். மூவரையும் இராமாபுரம் காவல் நிலையத்திலேயே இருக்குமாறு சொல்லி ஓட்டுநர் சிவண்ணாவுடன் அனுப்பினார். அந்த இடத்திலேயே குருநாதனிடம் விசாரணை செய்தார். "வீரப்பன் நேற்று மாலையே இந்தக் காட்டிலிருந்து கல்மாத்தூர் காட்டுக்குப் சென்றுவிட்டார். இங்கிருந்து சாலை வழியாக கல்மாத்தூர் காட்டுக்குப்போக எனக்கு வழி தெரியாது..." என்று சொன்னார். காட்டு வழியாகப் போலீசார் நடந்து போனால் ஒரு நாள் ஆகும். ஏற்கனவே கல்மாத்தூர் காட்டுக்குச் சென்று வீரப்பனைப் பார்த்துவிட்டு வந்துள்ள அனுபவம் உள்ள முத்துராமனும், நாகநாயக்கும் எங்களுக்கு வழி தெரியும் என்றனர்.

இரவு ஒரு மணிக்கு, 22 அதிரடிப்படை வீரர்களைக் கூட்டிக்கொண்டு குருநாதனுடன் கல்மாத்தூர் காட்டை நோக்கி போலீஸ் வேன் புறப்பட்டது. வேனில் போகும்போதுதான், அடுத்து என்ன நடக்கும் என முத்துராமன் யோசித்தார். நேற்று முன்தினம், ஷகீல் அகமதுவுடன் போனபோது அங்கே இருந்த வீரப்பன் வேறு எங்கும் போயிருக்க வாய்ப்பில்லை. வீரப்பன், அர்ஜுனன் உள்ளிட்ட எல்லோரும் அங்கேதான் இருப்பார்கள். இரவு நேரமானாலும்கூட போலீசார் லைட் போட்டுக்கொண்டு காட்டுக்குள் போவது வீரப்பன் ஆள்களுக்குத் தெரிந்துவிடும், வீரப்பன் ஆள்களும், போலீசாரும் ஒருவர் மீது ஒருவர் சுட்டுக் கொள்வார்கள். இதற்கு இடையில் நாம் சிக்கிக் கொள்ளக்கூடாது என்று முடிவெடுத்தார்.

"எஸ்.பி. சாய்ப்ரே எங்களுக்கு வயித்தைப் பெறட்டுது. அப்படியே இந்தக் கரட்டு ஓரமா ஆய் போயிட்டு, கீழே

பள்ளத்துல போய் கால் கழுவிட்டு நேரா அந்த மலைக்குப் பக்கமா வந்து நிற்கிறோம். நீங்க போய் வீரப்பனைப் புடிச்சிட்டு அப்படியே நடந்து அந்தாண்டே வாங்க சார், நாங்க அங்கே வந்து உங்களோட சேர்ந்துக்கிறோம். இங்கிருந்து போக ஷகீல் சாய்ப்ருக்கு வழி தெரியும். அவரைக் கூட்டிட்டுப் போங்க...” என்று ஹரி கிருஷ்ணாவிடம் சொல்லி விடை பெற்றார். பின்னால் சென்று கொண்டிருந்த போலீசாரிடம் ஒரு கட்டுப் பீடியையும், ஒரு தீப்பெட்டியையும் வாங்கியதுடன் காட்டின் ஓரத்திலேயே முத்துராமனும், நாகநாயக்கும் கழன்று கொண்டனர்.

கல்மாத்தூர் கீழ் காட்டில் ஒவ்வொரு மலையாக ஏறி ஏறி “அண்ணா... அண்ணா...” என்றும், கடமான் போலவும் குருநாதன் கத்தினார். தொண்டை மங்கிப்போனதே தவிர வேறு எந்தப் பயனும் இல்லை. எதிர்ப் பக்கத்தில் இருந்து எந்த விதமான சத்தமும் வரவில்லை. துப்பாக்கிக் குண்டும் வரவில்லை. காலை எட்டு மணிக்கு முத்துராமன் தங்கியிருந்த இடத்துக்கே வெறுங்கையுடன் திரும்பி வந்தனர். குருநாதன் பொய் பேசுவதாக நினைத்த ஹரிகிருஷ்ணா அவனைச் சுட்டுக்கொல்லப் போவதாக மிரட்டினார்.

முத்துராமன் கடுப்பானார். “ஏன் ஸார் உனக்குத் தல கெட்டுப் போச்சா...? உங்க சாய்ப்ரு ஒருத்தரும் எங்க கூடவே வந்தாரே. அவரைக் கேளுங்க...” என்று ஷகீல் அகமது பக்கம் கையைக் காட்டினார். “இல்லை சார், நேத்தைக்கு மொதநாள் நாங்க எல்லோரும் இந்த இடத்திலதான் வீரப்பனைப் பார்த்தோம்...” என்று ஷகீல் அகமது சொன்ன பிறகே ஹரிகிருஷ்ணா அமைதியானார்.

ஷகீல் அகமது, முத்துராமன் இருவரும், வீரப்பன் ஏற்கனவே தங்கியிருந்த ஓர் இடத்தைக் கண்டுபிடித்து அடையாளம் காட்டினர். அந்த இடத்தில் வீரப்பன் குழுவினர் சமையல் செய்த அடுப்பு இருந்தது. அதை இலை, வறண்ட கூளங்களைப் போட்டு மூடி வைத்திருந்தனர். கூடாரம் போட்டுத் தங்கியிருந்த பகுதி தெரிந்தது. பக்கத்திலேயே பழைய கழிவுகளைப் போட்டு மூடிய ஒரு குழியை குருநாதன் காட்டினார். அதன் பிறகே அவர் மீது ஹரிகிருஷ்ணாவுக்கு நம்பிக்கை வந்தது.

“இங்கிருந்து வீரப்பன் எந்தப் பக்கம் போயிருப்பான்...?” என்று கணக்குப் போட்டனர். அடுத்த வாரம் குருநாதனுக்குத் திருமணம் நடக்கவுள்ள காரையன் பெட்டாக் காடுகளுக்குத்தான் போயிருப்பான் என்று முடிவு செய்தனர். போலீஸ் படை காரையன் பெட்டா நோக்கிக் கிளம்பியது. வீரப்பன் அங்கே இல்லை. அங்கிருந்து பீஜிபாளையம், ஜல்லிபாளையம் உள்ளிட்ட பல இடங்களுக்குச் சென்று பார்த்தனர். அங்கும் வீரப்பன் போனதற்கான அடையாளமே இல்லை. வரும் வழியில், ஹூக்கியம், மின்னியம், மாரள்ளி, சத்தியமங்கலம் பகுதிக் காடுகளை எல்லாம் சுற்றி அடித்தனர்.

எங்குமே வீரப்பன் இல்லாமல் போனதால் 18 ஆம் தேதி மதியம் இரண்டு மணிக்கு தினலி பக்கத்தில் உள்ள காட்டுக்கே திரும்பி வந்து சேர்ந்தனர். அதற்கு முன்பாகவே குருநாதன் பிடிபட்டுள்ளது குறித்து ஐ.ஜி.திம்மப்பா மடியாளுக்கு வயர்லஸ் மூலம் செய்தி கொடுத்திருந்தார். இது குருநாதன்தானா...? என்பதை உறுதிப்படுத்த செங்கப்பாடியில் இருந்து சிலரைக் கூட்டிக்கொண்டு வரச் சொல்லியிருந்தார்.

மைசூர் மண்டல ஐ.ஜி. திம்மப்பா மடியாள் தலைமையில் இரண்டு லாரி போலீசார் அங்கு வந்திருந்தனர். தேடுதல் வேட்டைக்குச் சென்று திரும்பிய போலீசாருக்குத் தேவையான உணவுப் பொட்டலங்கள் கொண்டுவந்து வைக்கப்பட்டிருந்தன. அங்கு வந்த எல்லோரும் பொறுமையாக சாப்பிட்டு விட்டு, குருநாதனிடம் வாக்குமூலம் வாங்கினர். அதில், “நல்லூர் பகுதி காட்டுக்குள் இருந்தபோது, பிலவேந்திரன் என்பவரை நாங்கள் பார்த்துள்ளோம். அவர் எங்களுக்குத் தேவையான உணவுப் பொருள்கள் வாங்கிக் கொடுப்பார். டி.சி.எப்.ஸ்ரீநிவாஸ் கொல்லப்பட்ட பின்னர் அவருடைய உடல் மீது பெட்ரோல் ஊற்றி தீ வைத்தோம். அந்தப் பெட்ரோலை பிலவேந்திரனே வாங்கிக் கொடுத்தார்” என்று சொல்கிறார். இதற்கிடையில் மைசூர் டி.ஐ.ஜி. கே.ஆர்.எஸ். என்கிற கே.ஆர்.சீனிவாசனும் வருகிறார்.

“பிலவேந்திரன் அப்பா மோரிஷ் கவுண்டர் மாட்டல்லியைச் சேர்ந்தவர். தாலுகா போர்டு மெம்பர், எனக்குத் தெரிந்தவர்” என்றார் அனூர் இன்ஸ்பெக்டர் வெங்கிடுசாமி. உடனே பிலவேந்திரனைப் பிடித்துக்கொண்டு

வருமாறு வெங்கிடுசாமியிடம் சொல்கிறார் கே.ஆர்.சீனிவாசன். உடனே வெங்கிடுசாமி ஜீப்பை எடுத்துக்கொண்டு போனார். பிலவேந்திரனைக் கூட்டிக்கொண்டு வருகிறார். இருவரையும் நேருக்கு நேராக வைத்து விசாரணை நடந்தது. பிலவேந்திரன் திருதிருவென முழித்தார். வீரப்பனுக்கும் தனக்குமான தொடர்புகள் அனைத்தையும் ஒத்துக் கொள்கிறார். பிலவேந்திரனை உளவாளியாகப் பயன்படுத்தலாம் என கே.ஆர்.சீனிவாசன் சொல்கிறார். பிலவேந்திரனை அழைத்துக் கொண்டு இராமாபுரம் காவல் நிலையம் சென்றார்.

இந்த வேலைகளெல்லாம் நடந்து கொண்டிருக்கும் போதே, இராமாபுரம் காவல் நிலையத்திலிருந்து வயர்லெஸ் செய்தி வந்தது. அதில், கர்நாடகாவின் தொழிலதிபரான சம்பங்கி இராமையாவின் மகன் இராமமூர்த்தி என்பவரை செங்கிடிக் காட்டிலிருந்து வீரப்பன் கடத்திவிட்டார் என்று புகார் வந்திருப்பதாகச் சொல்லியுள்ளனர்.

இன்ஸ்பெக்டர் வெங்கிடுசாமி

ஐ.ஜி.மடியாள், டி.ஐ.ஜி. கே.ஆர்.சீனிவாசன், எஸ்.பி.ஹரிகிருஷ்ணா மூவரும் ஆலோசனை நடத்தினர். அடுத்த சில நாள்களில் குருநாதன் கைது செய்திருப்பது வெளியே தெரியும். இராமமூர்த்தியை விடுவிக்க வேண்டும் என்றால், தன்னுடைய கூட்டாளி குருநாதனை விடுவிக்க

வேண்டும் என்று வீரப்பன் நிபந்தனை விதிப்பான். அரசியல் செல்வாக்குள்ள சம்பங்கி இராமையா பெரிய அளவில் நெருக்குதல் கொடுப்பார். கட்டாயம் குருநாதனை விடுவிக்க வேண்டிய சூழ்நிலை உருவாகும். குற்றவாளி ஒருவனின் பேச்சுக்கு அரசு இறங்கிப் போவது மிகப் பெரிய அவமானமாக இருக்கும், அதனால், இந்த இடத்திலேயே குருநாதனைப் போட்டுத் தள்ளலாம் என்று முடிவெடுத்தனர்.

ஐ.ஜி., டி.ஐ.ஜி. உள்ளிட்ட போலீசார் எல்லோரும் தினலியிலிருந்து கிளம்பினர். அனூர் இன்ஸ்பெக்டர் வெங்கிடுசாமி, கொள்ளேகால் இன்ஸ்பெக்டர் மந்தப்பா, எஸ்.ஐ.ராச்சையா, எஸ்.ஐ.ஷகீல் அகமது. சித்தசெட்டி என்ற காவலர் ஐந்து பேரை மட்டும் தன்னுடன் இருக்கச் சொன்னார் அதிரடிப்படை எஸ்.பி. ஹரிகிருஷ்ணா. குருநாதனைப் பக்கத்திலிருந்த கரட்டின் உச்சிக்குக் கூட்டிக்கொண்டு சென்றனர். காலில் விலங்கு போடச்சொன்னார் .

"எதுக்கு சார் காலிலே வெலங்கு போடறீங்க..."? என்று அப்பாவியாகக் கேட்டார் குருநாதன்.

*****

மலைகளின் பல பெயர்கள்

மெட்டு, கரடு, போளி, கோம்பை, மலை, பாளி, சுனை, பள்ளம், ஓடை, மடுவு எனப் பல புதிய பெயர்கள் இத்தொடரில் உங்களுக்கு அறிமுகமாகவுள்ளன. இந்நூலின் பல இடங்களில் இந்தப் பெயர்கள் வரும். காட்டிலுள்ள மலைகளையும், நீர் நிலைகளையும் அடையாளப்படுத்த ஒவ்வோர் இடத்துக்கும் ஒரு பெயரை அந்த மக்கள் வைத்துள்ளனர். ஒவ்வொரு பெயருக்குமான பொருள் விளக்கமாகக் கொடுக்கப்பட்டுள்ளது.

6

முதல் போலி என்கவுன்டர்

மாட்டுக்காரரிடம் விசாரணை செய்யும் கர்நாடக அதிரடிப்படை
(நன்றி : டைகர் அசோக்குமார் *AdSP Retd)*

காலில் விலங்கு போடுவதைப் பார்த்ததும், குருநாதனின் கண்களில் நீர் ததும்பியது. "என்னை ஒன்னும் பண்ணாதீங்க சார். என் கல்யாணத்துக்கு ஒரு வாரந்தான் இருக்குது. நீங்க என்ன சொல்லறீங்களோ அப்படியே செய்யறேன். என்னை விட்டுருங்க சார்..." என்று கெஞ்சினார். குருநாதன் கதறிக்கொண்டிருக்கும்போதே ஹரிகிருஷ்ணாவின் கைத் துப்பாக்கி வெடித்தது.

"ஐயோ அம்மா..." என்று கத்திக்கொண்டே குருநாதன் கீழே விழுந்தார். குருநாதனின் இடது பக்க வயிற்றுப் பகுதியில் தோட்டா உள்ளே போயிருந்தது. (பத்தடி தொலைவிலிருந்த ஆளைக் கூட சரியாகச் சுட முடியவில்லை) பக்கத்தில் இருந்த இன்ஸ்பெக்டர் வெங்கிடுசாமியை மீண்டும் சுடச்சொன்னார். வெங்கிடுசாமி தன் இடுப்பிலிருந்த பிஸ்டலை எடுத்தார்.

அதற்குள் கீழே விழுந்த குருநாதன் பள்ளத்தில் இழுத்துக்கொண்டு போகும் முயற்சியாக உடலை முறுக்கித் துள்ளினார், எம்பி எம்பி குதித்தார், கத்தினார். கீழே விழுந்து உருண்டு புரண்டார். பிஸ்டலை மீண்டும் இடுப்பில் செருகிய வெங்கிடுசாமி ஆசாரி குருநாதனின் தலை முடியைப் பிடித்தார். இன்ஸ்பெக்டர் மந்தப்பா காலைப் பிடித்தார்.

கருவேல மரத்தைப் போல உருண்டு திரண்ட உடலுடன் இருந்த குருநாதனை இரண்டு பேரும் சேர்ந்துமே இழுத்துப் பிடிக்க முடியவில்லை. எஸ்.ஐ.ராச்சையா ஒரு காலை அழுத்திப் பிடித்தார். குருநாதனைக் கீழே போட்டு மூன்று பேர் சேர்ந்து அழுத்திப் பிடித்துக் கொண்டிருந்தனர். சித்தசெட்டி என்ற காவலர் குருநாதனின் நெஞ்சுக்கு நேராகக் குனிந்து நின்றார்.

ஆசாரி குருநாதன்
நன்றி:- டைகர் அசோக்குமார்

அவர் வைத்திருந்த 303 ரைபிளை எடுத்து, குருநாதனின் இடது பக்க மார்பில் வைத்து மீண்டும் ஒருமுறை சுட்டார். அந்த குண்டுதான் குருநாதனின் இதயத்துக்குள் புகுந்து, அவருடைய மூச்சை அடக்கியது.

குருநாதன் கதை முடிந்தபின் ஹரிகிருஷ்ணா மைக்கை எடுத்தார். வீரப்பன் குழுவுடனான மோதலில் ஒருவன் கொல்லப்பட்டதாக இராமாபுரம் காவல் நிலையத்திலிருந்த ஐ.ஜி.மடியாளுக்குச் செய்தி அனுப்பினார். அங்கிருந்து பொறுமையாக இராமாபுரத்துக்கு வந்தனர். அங்கிருந்த STF ஐ.ஜி. மடியாள், மைசூர் ரேஞ்சு டி.ஐ.ஜி. கே.ஆர். சீனிவாசன் இருவரையும் சந்தித்தார். கட்டை விரலை உயர்த்திக் காட்டினார். ஐ.ஜி.மடியாள் மைக்கை எடுத்தார். "கர்நாடக அதிரடிப்படையினர் தினலி காட்டில் தேடுதல் வேட்டை மேற்கொண்டது. காட்டில் பதுங்கியிருந்த வீரப்பன் குழுவினருடன் நடந்த மோதலில் குருநாதன் என்பவன் சுட்டுக் கொல்லப்பட்டான்" என்று அறிவித்தார். *(இராமாபுரம் காவல் நிலைய வழக்கு எண்:- 15/1992, நாள்-18.02.1992).*

வீரப்பன் கூட்டத்தில் இருந்த யாரையுமே போலீசாருக்கு அடையாளம் தெரியாது. அதனால், குருநாதன் பிடிபட்ட செய்தி மறுநாள் காலை செங்கப்பாடிக்கு கிடைக்கிறது. செங்கப்பாடியில் இருந்த வீரப்பனின் நண்பர்களான நல்லூர் மாதையன், டி.பி.பெருமாள் இருவரையும் இராமாபுரம் அழைத்து சென்றுள்ளனர். கைது செய்யப்பட்டிருந்த குருநாதனை இவர்களுக்குக் காட்டியுள்ளனர். அது குருநாதன்தான் என்று இருவரும் உறுதிப்படுத்தியுள்ளனர். அதன் பிறகே, குருநாதன் சுட்டுக் கொல்லப்படுகிறார்.

"**எ**ன் மேலேயும் வீரப்பன் கோபமாக இருக்கிறான், என்னைப் பார்த்தாலே சுடாம விடமாட்டான்"னு நான் பலமுறை போலீசாரிடம் சொல்லி இருக்கிறேன். ஆனால், போலீசார் நம்பவில்லை. வீரப்பன்கூட இருக்கும் யாராவது ஒருத்தன் சிக்கினாத்தான் நான் சொல்வதை போலீசார் நம்புவாங்கன்னு நெனச்சுக்கிட்டிருந்தேன். குருநாதனைப் போலீசார் புடுச்ச மறுநாள் காலையிலே செங்கப்பாடியிலிருந்து என்னையும் டி.பி.பெருமாளையும் கூட்டிக்கிட்டுப் போனாங்க. எங்ககிட்டே

குருநாதனைக் காட்டுனாங்க. அதுக்குப் பிறகு, "யார் யார் மேலே வீரப்பன் கோபமா இருக்கான்னு..." குருநாதனிடம் விசாரிச்சாங்க. நல்லூர் மாதையன், டி.பி.பெருமாள், கராத்தே கோபாலகிருஷ்ணன், ஹரிகிருஷ்ணா, ஷகீல் அகமது என அஞ்சுபேரையும் வீரப்பன் சுடப்போறதா எழுதி வச்சிருக்கான்"ன்னு சொன்னான். அதுக்குப் பிறகுதான் என்னைப் போலீசார் நம்புனாங்க" என்கிறார் நல்லூர் மாதையன்.

நல்லூர் மாதையன்

நாகநாயக் என்கிற நாகராஜ், நடராஜ், முத்துராமன், சாந்தினி நால்வரும் காவல் நிலையத்தில் இருந்தனர். சம்பங்கி இராமமூர்த்தி கடத்தப்பட்டுள்ள நிலையில், கொள்ளேகால், மைசூரிலிருந்து பத்திரிகையாளர்கள் வருவர். இவர்கள் உண்மையை உளறிவிடுவர் என்று போலீசார் பயந்தனர். அதனால், நால்வரையும் மாதேஸ்வரன் மலைக்கு அழைத்துச் சென்றனர். அங்கிருந்த விருந்தினர் மாளிகையில் நால்வரும் சிறை வைக்கப்பட்டனர்.

"வீரப்பன் வழக்கில் முதன்முதலில் போலி என்கவுன்டர் செய்யப்பட்ட ஆசாரி குருநாதன் உடல் அவருடைய உறவினரிடம் ஒப்படைக்கப்பட்டதா...?" என்று அனூர் இன்ஸ்பெக்டராக இருந்த வெங்கிடுசாமியிடம் கேட்டேன்.

"பாடிய அங்கிருந்து எடுத்து கொள்ளேகால் வரும்போதே நைட் பத்து மணிக்கு மேலே ஆயிடுச்சு. மறுநாள் காலையிலேயே பத்து மணிக்கு போஸ்ட் மார்டம் முடிஞ்சுது. இங்கிருந்த போலீசுக்கு வீரப்பன் ஆளுங்க மேலே பயங்கரமான கோபம் இருந்துச்சு. அதனாலே, இந்தப்பக்கம் இருந்த ஸ்டேஷன் கான்ஸ்டபிள்ஸ் எல்லோரும் கொள்ளேகால் வந்துட்டாங்க. ஹாஸ்பிடல் பின்னாலே இருந்த சுடுகாட்டுக்குக் கொண்டு போனோம். ஆறு லாரி டயரை வாங்கிட்டு வந்து, அதுக்குள்ளே குருநாதன் பாடியை வச்சி நெருப்பு வச்சுட்டு வந்துட்டோம். கொள்ளேகால் பக்கத்திலே இதுதான் முதல் என்கவுன்டர். அதனாலே சுடுகாட்டில் பயங்கரமான கூட்டம்

கூடிடுச்சு. பொதுமக்களைக் கட்டுப்படுத்துவது ரொம்ப சிரமம் ஆயிடுச்சு..“ என்றார்.

2019 ஆகஸ்டு 13 ஆம் நாள் இராமாபுரத்தில் இருந்த முத்துராமனைச் சந்தித்தேன். “குருநாதன் கொலையான செய்திகளை என்னுடன் பகிர்ந்து கொண்டவரிடம், “அதன் பிறகு என்ன நடந்தது...?” என்று கேட்டேன். “அதை ஏனு சார் கேட்குறீங்க...” என்று மவுனமானவர், நீண்ட பெரு மூச்சுக்குப் பின் பேசினார்.

“மாதேஸ்வரன் மலையிலிருந்து நான்கு நாள்களுக்குப் பிறகு எஸ்.பி. எங்க நாலு பேரையும் ஊருக்குப் போகச் சொல்லிட்டார். நாங்க ஊருக்கு வரும்போதே குருநாதனைப் போலீசில் புடிச்சுக் குடுத்த சமாச்சாரம் ஊரெல்லாம் தெரிஞ்சு போயிட்டுது. தினலிக்குப் பக்கம் மாரள்ளின்னு ஒரு ஊர் இருக்குது. அந்த ஊரில், கமலநாயக்குன்னு ஒருத்தன் வீரப்பன் கூட நெருக்கமா இருந்தான். அவனைப் பார்த்த வீரப்பன், “குருநாதன் சாவுக்குக் காரணமான ஒருத்தனைக்கூட உயிரோட விடமாட்டேன்...”னு சொல்லிட்டுப் போயிட்டான்.

எனக்கும், ஒயின் ஸ்டோர் நடராஜுக்கும் ரோஷம் வந்துட்டுது. நமக்குப் பின்னாலே போலீஸ், அரசாங்கமெல்லாம் இருக்குது. வீரப்பன் பின்னாலே யாருமில்லை. வீரப்பனைப் போலீசில் புடிச்சுக் குடுக்காம விடறதில்லைன்னு சபதம் போட்டோம். அதிரடிப்படை போலீசார் “எதற்கும் கொஞ்சநாள் நீங்க ஊரில் இருக்க வேண்டாம். உங்களை வீரப்பன் கொலை செய்யறதாச் சொல்லியிருக்கான் கவனமா இருங்கன்னு...” சொல்லிட்டுப் போயிட்டாங்க. தினலியில் இருந்த நாகநாயக் குடும்பத்தோட ஊரை விட்டே போயிட்டான். நானும், நடராஜும் மோட்டார் சைக்கிளில், காடுகாடாச் சுத்திக்கிட்டே இருப்போம். மாடு மேய்க்கிறவங்க, ஆடு மேய்க்கிற எங்களுக்குத் தெரிஞ்சவங்ககிட்டே பணத்தைக் குடுத்து, “வீரப்பன் இங்கே இருக்கானா...?”ன்னு விசாரிச்சிக் கிட்டே இருந்தோம். எப்படியும் வீரப்பனைப் பிடிக்கறோம். கர்நாடக அரசாங்கத்திடம் இருந்து நல்லபேர் வாங்கறோம். அப்படியே அரசியலில் இறங்கப்போறோம். எம்.எல்.ஏ, மந்திரின்னு பெரிய ஆளா வரப்போறோம்னு சொல்லிகிட்டே அலைஞ்சோம்.

குருநாதன் கல்யாணம் செஞ்சுக்கிறதா இருந்த சாந்தினியை ஊர்க்காரங்க எல்லோரும் ஊரை விட்டு ஒதுக்கி வச்சுட்டாங்க. "நீ ஊருக்கு வந்தா வீரப்பன் உன்னைத் தேடிக்கிட்டு நம்ம ஊருக்கு வந்துருவான். போலீசும், வீரப்பனும் சேர்ந்தே எங்களுக்குத் தொல்லை செய்வாங்க. அதனாலே நீ ஊர்ப்பக்கம் வராதேன்னு சொல்லி அந்த பெண்ணையும் வெரட்டி விட்டுட்டாங்க. இரண்டு மாசம் சாந்தினி இராமாபுரத்திலேயே இருந்துச்சு. வரும் போதெல்லாம் என்னோட கடையில் சாப்பாடு போட்டிருவேன்.

சாந்தினியைப் பார்க்கிறதுக்கு சினிமா ஸ்டார் மாதிரி அழகா இருக்கும். இங்கே போலீஸ் எஸ்.ஐ.யாக இருந்த ஆச்சாரியான்னு ஒருத்தன், அந்தப் புள்ளையைக் கணக்குப் பண்ணிட்டான். சாந்தினியைத் தனியா ஒரு வீட்டிலே கூட்டிட்டுப்போய் குடி வச்சிருந்தான். பின்னாலே, பெங்களூருக்கே கூட்டிட்டுப் போயிட்டான். அங்கபோன பின்னால, பிளாட்பாம் மேலே ஒரு ஆடியோ கேசட் கடை வச்சிக் குடுத்தான். அந்தக் கடைய சாந்தினி பெரிய அளவில் கொண்டு போயிடுச்சு. பிறகு, வேற ஒருத்தனைக் கல்யாணம் செஞ்சுகிட்டு நல்ல வசதியா இருக்குது. பெங்களூரில் சொந்த வீடு, கார் எல்லாம் வாங்கிடுச்சு.

சொன்ன மாதிரியே, குருநாதன் கொலை நடந்த நாலு மாசத்துக்குப் பிறகு வீரப்பனே ஒருநாள் ராத்திரி எங்களைத் தேடிக்கிட்டு இராமாபுரம் வந்துட்டான். நல்லவேளை நானும், நடராஜும், பக்கத்துக் கடையில் படுத்திருந்தோம், அதனாலே உயிர் தப்பினோம். வந்த கையோடு, இராமாபுரம் போலீஸ் ஸ்டேஷனை அடிச்சி அஞ்சு போலீசைப் போட்டுத் தள்ளிட்டுப் போயிட்டான். எங்க ஊருக்கும் போகமுடியல, கடையிலும் படுக்க முடியல, உயிருக்குப் பயந்துகிட்டே இருந்தோம்.

ஒருநாள் தினலியில் இருந்து எனக்குத் தெரிஞ்ச கோயிந்தன்னு ஒருத்தன் கடைக்கு வந்தான். அவன் ஏற்கனவே ஒரு கேசில் சிக்கி ஆறு மாசம் மைசூர் ஜெயிலில் இருந்துட்டு வந்தவன். ஜெயிலில் இருந்தபோது அவனுக்கும், வீரப்பன் தம்பி அர்ஜுனனுக்கும் நல்ல பழக்கம் இருந்திருக்கு. அந்தப்

பழக்கத்தில், ஒருநாள் கோவிந்தன் வீட்டுக்கு அர்ஜுனன் வந்திருக்கான்.

"எங்ககிட்டே இப்போ முந்நூறு கிலோ யானைத் தந்தமும், நாலு டன் சந்தனக்கட்டையும் இருக்குது யாராவது வியாபாரி இருந்தா சொல்லுன்னு..." கேட்டிருக்கான். இதைக் கேட்டுட்டு வந்த கோவிந்தன் "எனக்கு பயமா இருக்கு..." என்னண்ணா செய்யலாமுன்னு என்கிட்டே ஐடியா கேட்டான்.

"பயத்தை விடு, உனக்கு ஒன்னும் ஆவறதில்லை. நான் பார்த்துக்கிறேன். நீ நாளைக்கு மதியம் இங்கே வான்னு..." சொல்லி அனுப்பிட்டேன். நேரா இராமாபுரம் ஸ்டேசனுக்குப் போனேன், அங்கிருந்த இன்ஸ்பெக்டர் வாசுதேவமூர்த்திகிட்டே, "வீரப்பன் கேங் பத்தி முக்கியமான இன்பெர்மேசன் வந்திருக்கு. உங்க எஸ்.பி. சாய்ப்ரு, இல்லே ஐ.ஜி.சாய்ப்ருகிட்டே நான் பேசணும்..."ன்னு சொன்னேன்.

"உக்காரப்பா முத்துராமா..."ன்னு சொல்லிவிட்டு, எனக்கு டீ வாங்கிக் குடுத்தார். போனை எடுத்து சுமார்(பல) தடவை போட்டுப் பார்த்தார். பிறகு, "லைனே கிடைக்க மாட்டேங்குது... என்ன விசியமுன்னு சொல்லு. நானே சாய்ப்ருகிட்டே சொல்லீட்டு சாய்ப்ரு என்ன சொல்றாரோ அதை உன்கிட்டே சொல்லறேன்..."னு சொன்னார்.

"போலீசை நம்பி உண்மையைச் சொல்லக் கூடாதுன்னு அன்னைக்குத்தான் தெருஞ்சுக்கிட்டேன்."

*****

7

மலம் தின்ன வைத்த போலீசார்

மாதேஸ்வரன் மலையில் உள்ள ஒர்க் ஷாப் செட்

முத்துராமன் தொடர்ந்து பேசும்போது "தினலி கோவிந்தன் வீட்டுக்கு வீரப்பன் தம்(பி)மா அர்ஜுனன் வந்திருக்கான். யானைத் தந்தமும், சந்தனக்கட்டையும் இருக்குது. ஒரு வியாபாரியைப் பார்க்கணுன்னு சொல்லியிருக்கிறான். எஸ்.பி.சாரை இங்கே வரச்சொல்லுங்க. கோவிந்தனை நான் கூட்டிட்டு வரேன். நேரிலே பார்த்துப் பேசலாமுன்னு முத்துராமன் சொன்னதாச் சொல்லுங்க சார்..."ன்னு சொல்லிட்டு நானும் திரும்பி வந்துட்டேன்.

காலையில் சொல்லிவிட்டு வந்து இராத்திரி வரைக்கும் எந்த தகவலும் வரல. ராத்திரி எட்டு மணிக்கு நானே ஸ்டேசனுக்குப் போனேன். அங்கே கோவிந்தன் கை, காலெல்லாம் வீங்கிப்போய் வாசலில் உட்கார்ந்திருந்தான். அவன் பொண்டாட்டி, ஊர்க்காரங்க எல்லோரும் பக்கத்திலே இருந்தாங்க. "என்ன நடந்துச்சு..?"ன்னு கேட்டேன். "காலையிலே பத்து மணிக்கு

இன்ஸ்பெக்டர் வாசுதேவமூர்த்தி வீட்டுக்கு வந்தார். "ஏன்டா வீரப்பன் தம்பி உன் வீட்டுக்கு வந்தா எங்களுக்குத் தகவல் சொல்ல மாட்டியா...? நேரா எஸ்.பி.சாய்ப்ருகிட்டேதான் சொல்லுவியா...? நாங்க எதுக்கு இங்கே புடுங்கறதுக்கா வேலை செய்யறோம்"ன்னு சொல்லி என்ன அடிச்சித் தூக்கிட்டு வந்துட்டார்"ன்னு சொன்னான்.

பாவம் சார் அந்தப் பையனுக்குக் கை, காலை எல்லாம் வீங்கிப் போயிருந்துச்சு. நானும் போய் "என்ன சார் செஞ் சிருக்கீங்க..."ன்னு கேட்டேன். "போடா அவன் ஒரு குடிகாரன், அவனெங்கே அர்ஜுனனைப் பார்க்கிறான். போதையில் சொல்லறான். அவன் சொல்லறது பூர்த்தியும் சுள்ளு(பொய்)ன்னு" சொன்னார்.

இது சரியில்லையின்னு சொல்லிட்டு வெளியே வந்தேன். உடனே மாதேஸ்வரன் மலைக்கு போன் போட்டு எஸ்.ஐ.ஷகீல் அகமதுகிட்டே கோவிந்தன் சமாச்சாரம் பத்திப் பேசினேன். அதுக்குப் பிறகு, அவர் அங்கிருந்து ஹரிகிருஷ்ணாகிட்டே பேசிட்டார். திருகா நான் ஸ்டேசனுக்கு வந்தபோது கோவிந்தனைக் காணோம், உள்ளே இன்ஸ்பெக்டரும் இல்ல. நான் வெளியே வந்த நேரத்தில் கோவிந்தனை விட்டுட்டார் போலன்னு நெனச்சுட்டு வீட்டுக்குப் போயிட்டேன்.

அடுத்தநாள் காலையில் எட்டு மணிக்கு எஸ்.பி. ஹரிகிருஷ்ணா சாய்ப்ரு வந்திருக்கார்னு சொல்லி என்னைக் கூப்பிட்டாங்க. நான் ஸ்டேஷனுக்குப் போன பின்னாலே ரெண்டு போலீசை அனுப்பி கோவிந்தனைக் கூட்டிட்டு வந்தாங்க. அவரே கோவிந்தனை நேரா வச்சு விசாரிச்சார். அப்போதான் தெரியுது, கோவிந்தன்கிட்டேயிருந்து இருபதாயிரம் ரூபாய் பணம் வாங்கிக்கிட்டுதான் வாசுதேவமூர்த்தி அவனை வெளியே விட்டிருக்கிறார். இது ஹரிகிருஷ்ணாவுக்குத் தெரிஞ் சதும், அந்த இன்ஸ்பெக்டரைப் புடிச்சு நாயை அடிக்கிற மாதிரி அடிச்சிட்டார். வாயிக்கு வந்தபடி எல்லாம் திட்டினார். வாசுதேவமூர்த்திகிட்டே இருந்து இருபதாயிரம் பணத்தையும் வாங்கிக் கோவிந்தன்கிட்டே குடுத்துட்டார். "இனிமேல் இந்த மாதிரி எதுவும் நடந்தா சுட்டுக் கொன்னு போடுவேன்"னு சொல்லிட்டுப் போயிட்டார்.

இந்தச் சமாச்சாரம் ஊர் பூர்த்தியும் தெரிஞ்சு போச்சு,

அதுக்குப் பிறகு என்னை எங்கே பார்த்தாலும் இன்ஸ்பெக்டர் வாசுதேவமூர்த்தி “உன்னை சும்மா விடமாட்டேன்..”னு சொல்லிக்கிட்டே இருந்தான். என்னாலேயும் சும்மா இருக்க முடியல. “நாங்களெல்லாம் சொந்தக் காசிலே ஊட்டா (சோறு) திங்கறவங்கப்பா. நீயெல்லாம் ஓசிக் காசில் ஊட்டா திங்கறவன். உன்னைவிட எங்களுக்கு ரோஷம் ஜாஸ்தி...”ன்னு சொல்லுவேன்.

குருநாதனைப் புடிச்சப்போ ஹரிகிருஷ்ணா எப்படி அவசரப்பட்டுப் போனாரோ அதுபோலவே இன்னொரு சம்பவத்திலும் நடந்துக்கிட்டார். அதனாலே, அடுத்த ஆறு மாசத்திலே கொப்பம் காட்டில வச்சு, எஸ்.பி. ஹரிகிருஷ்ணாவையும் எஸ்.ஐ.ஷகீல் அகமதுவையும் வீரப்பன் சுட்டுத் தள்ளிட்டான். அதுக்குப் பிறகு, எனக்கு இருந்த போலீஸ் சப்போர்ட் இல்லாமப் போயிடுச்சு. உயிருக்குப் பயந்து, பயந்து வாழ வேண்டியதாப் போச்சு, கொஞ்சம் கொஞ்சமா ஹோட்டல் கடையையும் கவனிக்க முடியல. நடராஜுக்கும் ஒயின் ஸ்டோர் வேலை போயிருச்சு, அவனும் ஊரை விட்டே போயிட்டான். இந்த நேரத்தில் தொடர்ந்து வீரப்பன் கை ஓங்கிக்கிட்டே இருந்தது. இராமாபுரத்தில் இருந்தா நம்ம உயிருக்கு உத்தரவாதம் இல்லேன்னு நானும், கடையை மூடிவிட்டு கொள்ளேகால் பக்கம் வேற வேலைக்குப் போய்க்கிட்டு இருந்தேன்.

கொஞ்சநாள் போனதும், சங்கர் பிதிரி டி.ஐ.ஜி. தலைமையில், சிறப்பு அதிரடிப்படை, பி.எஸ்.எப். போர்ஸ் எல்லாம் வந்துட்டுது. இந்த இன்ஸ்பெக்டர் வாசுதேவமூர்த்தி “தினலி பக்கத்தில் வீரப்பனுக்குப் பெரிய சப்போர்ட்டரே முத்துராமந்தான்”னு சங்கர் பிதிரிகிட்டே என்னைப் பத்தி இல்லாததும், பொல்லாததையும் போட்டுக் குடுத்துட்டான். ஒருநாள் இராமாபுரம் கடைவீதியிலிருந்த என்ன டைகர் அசோக்குமாரோட வந்த போலீசார் ஜீப்பில் தூக்கிப் போட்டுட்டுப் போனாங்க. மாதேஸ்வரன் மலை ஒர்க்ஷாப் ஷெட்டில் கொண்டுபோய் வச்சுட்டாங்க. பத்துநாள் எதுவுமே கேக்காம வந்த நேரமெல்லாம் அடியும், உதையும் குடுத்தாங்க. என்னென்னே புரியலை. நானும் அடி வாங்கிக்கிட்டே இருந்தேன். யார் வருவாங்க, யார் அடிப்பாங்கன்னே தெரியல.

அப்போ தமிழ்நாட்டில் இருந்து சுமார் இருபது பொம்பளைங்களையும் நாற்பது ஆம்பளைங்களையும் கொண்டுவந்து உள்ளே வச்சிருந்தாங்க. நாங்க எல்லோருக்குமே துணி, மணியில்லாமல் அம்மணமாகத்தான் உட்கார்ந்திட்டு இருப்போம். ஆம்பளைங்க ஒரு பக்கம் சொவுத்தைப் பார்த்து உக்காந்துக்குவோம். பொம்பளைங்க ஒரு பக்கம் சொவுத்தைப் பார்த்து உட்காந்துக்குவாங்க. நரகம் எப்படி இருக்குங்கிறத அங்கே பார்த்துத்தான் தெரிஞ்சுக்கிட்டேன். அங்கே நடந்த விசாரணையில் கொடுமையானது ஏரோபிளைன் என்கொயரி.

அந்த விசாரணையில் பெரும்பாலானவங்க கையைப் பின்னாலே கட்டி மேலே தூக்கிக் கட்டும்போது தங்களையும் அறியாமல் டாய்லெட் போயிருவாங்க. உடனே தூக்கின ஆளைக் கீழே இறக்கிக் கையை அவுத்து விடுவாங்க. இன்னொரு ஓரத்தில் அம்மணமா உட்காந்துகிட்டு இருக்கும் பொம்பளைகளைக் கூப்பிட்டு தண்ணியை ஊற்றி கீழே கிடக்கும் கக்கூசைக் கழுவி விடச்சொல்லுவாங்க. அவங்க வந்து தரையைக் கழுவிட்டுப் போன பின்னாலே மறுபடியும் போலீசார் அந்த ஆளைத் தூக்கிக் கட்டி விசாரிப்பாங்க.

ஒருநாள் மேட்டூரில் ஏதோ ஒரு மில்லில் வேலை செஞ்சிட்டு இருந்த ஒரு பையனைக் கூட்டிட்டு வந்து விசாரிச்சாங்க.

ஏரோபிளைன் என்கொயரி (மாதிரி பட உதவி:- வை.கதிரவன்)

அந்தப் பையனுக்கு வீரப்பனைப் பத்தி ஒண்ணுமே தெரியலை. திரும்பத் திரும்ப தூக்கிக்கட்டி அடிச்சாங்க. மூனு முறையும் அவன் காலோட "டாய்லெட்" போயிட்டான். பிறகு கீழே இறக்கி விட்டுட்டு "ஏன்டா நாங்க என்ன விளையாட்டா காட்டறோம்?. சும்மா சும்மா ஆய் போயிட்டிருக்கே... இப்படிச் செஞ்சா விட்டுருவாங்கன்னு நெனைச்சிட்டயா..."ன்னு சொல்லிக்கிட்டே அந்த பையன் போன டாய்லெட்டை அவனையே எடுத்துத் திங்கச் சொன்னாங்க.

வேற வழி... அந்தப் பையனே தரையில் உட்கார்ந்து இடது கையில் அதை எடுத்து வாயில் போட்டான். "சூழ(தேவிடியா) மகனே அந்தக் கையிலே எடுக்கமாட்டியா"ன்னு போலீசார் ஒரு அடி விட்டதும், உடனே இரண்டு கையிலும் எடுத்துச் சாப்பிட்டான்.

"டாய்லெட் தின்னறதுக்கு எப்படி இருந்ததுன்னு...?" கேட்டாங்க. "நல்லா இருக்குது சார்ன்னு..." அந்தப் பையன் சொன்னான். "சரி சரி சீக்கிரம் மீதி இருக்கிறதையும் எடுத்து சாப்பிடு..."ன்னு போலீசார் சொன்னாங்க. அந்தப் பையன் எல்லாத்தையும் தின்ன பின்னாலே, அந்த இடத்துக்குப் பொம்பளைங்களை விட்டு தண்ணீர் போட்டுக் கழுவி விட்டாங்க.

ஹரிகிருஷ்ணா எஸ்.பி.யா இருந்தபோது வேலையிலிருந்த எனக்கு தெரிஞ்ச ஒரு போலீஸ் நான் ஒர்க் ஷாப் செட்டில் இருந்ததைப் பார்த்திருக்கார். சரியான நேரம் பார்த்து டி.ஐ.ஜி. சங்கர்பிதிரிகிட்டே "குருநாதனைப் புடிச்சுக் குடுத்ததே முத்துராமன்தான்னு" சொல்லியிருக்கார். அப்புறமாகத்தான் அடி நின்னுது. அதுக்கு பின்னாலே ஜட்டி, லுங்கி எல்லாம் குடுத்தாங்க" என்கிறார்.

முத்துராமன் கன்னடத்தில் எழுதும் கையெழுத்து அழகாக இருக்கும். இவருக்குத் தமிழும் பேசத் தெரியும். இயந்திரத் தனமாக இல்லாமல் எல்லாச் செய்திகளையும் தெளிவாகப் பேசி, செய்யக் கூடியவர். இதைத் தெரிந்துகொண்ட போலீசார் விசாரணைக்குக் கொண்டுவரும் தமிழ்நாட்டு ஆள்களிடம் விசாரணை செய்யவும், அதைக் கன்னடத்தில் வாக்குமூலமாக எழுதவும் முத்துராமனைப் பயன்படுத்திக் கொண்டனர்.

இந்தச் சலுகையினால் அடி உதையிலிருந்து தப்பினார். ஆனாலும், மாதேஸ்வரன் மலை ஒர்க் ஷாப் செட்டில் இருந்து வெளியே வரமுடியவில்லை. ஒரு கட்டத்தில் போலீசாருக்கு மனம் மாறியதால், ஒர்க் ஷாப் செட்டில் இருந்து ஆறு மாதம் பதிமூன்று நாள்களுக்குப் பிறகுதான் முத்துராமன் வெளியே வந்துள்ளார். வெளியில் வந்தும் ஊரில் இருக்க முடியவில்லை. வீரப்பன் வந்து தன்னைச் சுட்டுக் கொன்று போடுவார் என்று பயந்துள்ளார். அதனால், குடும்பத்துடன் மாண்டியாவுக்கு சென்று விட்டார். 2004 அக்டோபரில் வீரப்பன் இறந்த பிறகே முத்துராமன் இராமாபுரத்துக்குக் குடி வந்துள்ளார்.

"நான் ஒர்க்ஷாப் செட்டில் இருக்கும்போதுதான் போலீஸ்காரங்களை வீரப்பன் சுட்டுக்கொல்லறது தப்பில்லையின்னு நெனச்சேன் சார்" என்கிறார்.

*****

மலை - இரண்டாயிரம் அடி உயரத்துக்கு மேல் இருக்க வேண்டும். உயரத்தைப் போலவே பல மடங்கு நீளமும், அகலமும் கொண்டிருக்க வேண்டும். மரங்கள், செடி, கொடிகள் நிறைந்திருக்கும். பாறைகள், பள்ளங்கள், சுனை, பாளி போன்ற நீர்நிலைகள் இருக்கும். இதிலிருந்து, ஓடை, பள்ளங்கள் மூலம் மலைநீர் வெளியே செல்ல வேண்டும். மனிதர்களும், விலங்குகளும் வாழ்வதற்கு ஏற்ற இயற்கையான சூழ்நிலைகள் அனைத்தும் இருக்கும் இடத்தையே மலை எனச் சொல்கின்றனர்.

8

சம்பங்கி இராமமூர்த்தி கடத்தல்

பாலாற்றுக்குள் வீரப்பனைத் தேடும் கர்நாடக STF
(நன்றி : டைகர் அசோக்குமார் AdSP Retd)

ஒரு காலத்தில் சிறை என்பது குற்றவாளிகளை நல்வழிப் படுத்தும் அறக்கூடமாக இருந்தது. ஆனால், இப்போது அப்படியில்லை. சாதாரண வழக்கு ஒன்றில் உள்ளே போகும் சாதாரணக் குற்றவாளி, வெளியே வரும்போது மிகப்பெரிய குற்றவாளியாக மாறிவிடுவான். அந்த அளவுக்குச் சிறைச்சாலையில் சமூக விரோதிகள் நிறைந்துள்ளனர். அவர்களை நல்வழிப்படுத்த அரசுகள் எந்த முயற்சியும் செய்வதாகத் தெரியவில்லை.

ஆங்கிலேயர் ஆட்சிக்காலங்களில், ஒவ்வொரு குற்றத்துக்கும் ஏற்ற வகையில் சிறைக்குள் தனித்தனிப் பகுதிகள் இருந்தன. குறிப்பாக திருட்டு வழக்குகளில் தொடர்பு உள்ளவர்களைச் சிறையின் வேறு பகுதிக்குச் செல்ல அனுமதிக்க மாட்டார்கள். அவர்களால், மற்ற சிறைவாசிகளும் கெட்டு விடுவர் என்று சிறை அதிகாரிகள் பயப்பட்டனர். உணர்ச்சி வயப்பட்டு

கொலை செய்தவர்கள், கூலிக்குக் கொலை செய்தவர்கள், தற்காப்புக்காகக் கொலை செய்தவர்கள், பணப்பலன் அடைவதற்காக கொலை செய்தவர்கள் என ஒவ்வொருவரையும் தனித்தனியாக அடையாளப்படுத்தி அடைத்து வைத்தனர்.

இதில், தற்காப்புக்காகக் கொலை செய்தவர்களுக்குச் சிறை நிர்வாகத்தைக் கவனிக்கும் ஓவர்சியர் என்ற பொறுப்பும், அதற்கு ஊதியமும் கொடுத்துள்ளனர். சுதந்திர இந்தியாவிலும் ஆரம்பக்காலத்தில் இந்த நடைமுறைகள் இருந்தன. போகப் போக சிறை நடவடிக்கைகள் எல்லாமே தலை கீழாக மாறிவிட்டன.

1988இல் மைசூர் சிறைக்குப் போன வீரப்பன் தம்பி அர்ஜுனன் அங்கிருந்த பெரிய குற்றவாளிகளுடன் தொடர்பு ஏற்படுத்திக் கொள்கிறார். ஆள் கடத்தல், மிரட்டிப் பணம் பறித்தல் எனப் பல்வேறு புதியதொழில் நுட்பங்களைக் கற்றுக் கொள்கிறார். **1991**இல் வெளியில் வந்து வீரப்பனுடன் சேர்ந்ததும் அவற்றையெல்லாம் செயல்படுத்தத் தொடங்கினார். முதலில், தமிழகத்தின் பெஜிலட்டியில் இருந்த ஒபுளி கிரைனைட் மேலாளர் கடத்தப்படுகிறார், உரிமையாளரை மிரட்டினார். பதினெட்டு லட்சம் ரூபாய் வீரப்பன் கைக்கு வந்தது. அடுத்து, பெஜிலட்டியில் இருந்த ஈஸ்ட் இந்திய மைன்ஸ் மேலாளர் குப்புராஜ் கடத்தப்படுகிறார். இருபது லட்சம் கேட்கப்படுகிறது. பதினான்கு லட்சம் ரூபாய் பெற்றுக்கொண்டு விடுதலை செய்யப்படுகிறார். *(பர்கூர் காவல்நிலைய குற்ற எண்:-1/1992,15.01.1992).* தேவர்மலையில் இருந்த *GTP* மார்பிள் மேலாளரைப் பிடித்தனர், பத்து லட்சம் கேட்டு, ஏழு லட்சம் வந்து சேர்ந்தது. *(பர்கூர் காவல் நிலைய குற்ற எண்:- 14/1992, 21.04.1992).*

ஆயிரம் ரூபாய் காசுக்காக அலங்காட்டில் யானைகளின் பின்னால் ஓடவேண்டிய அவசியம் இல்லை, இருந்த இடத்திலிருந்தபடியே சொல்லி விட்டால் பணம் வரும் என்பது வீரப்பனுக்குத் தெரிந்தது. இதற்கெல்லாம் அர்ஜுனனே மூலகாரணமாக இருக்கிறார். ஒவ்வொரு குவாரி உரிமையாளருக்கும் கடிதம் கொடுத்தால் போதும், வீரப்பன் இருந்த இடத்துக்கே பணம் வந்தது. பணம் வந்ததும், வாழ்க்கை முறை மாறியது, கூட்டாளிகளின் எண்ணிக்கைக் கூடியது.

ஆளைக் கடத்திப் பணம் வாங்கியதை வீரப்பன் எப்போதும் மறைத்துப் பேசியதே இல்லை. "இந்தக் காட்டிலுள்ள ஏழை, பாழை மக்களுக்குக் கொடுக்க பணம் தேவை. இருப்பவனிடம் வாங்கி இல்லாதவனுக்கு குடுக்கிறேன். இதிலென்ன தப்பு?" என்பார்.

கர்நாடக மாநிலம், கவுதள்ளி அருகில் உள்ளது செங்கிடி. இந்தக் காட்டுப்பகுதியில் பல கருங்கல் குவாரிகள் செயல்பட்டு வந்தன. அவற்றில் முதன்மையானது சம்பங்கி இராமையாவின் குவாரி. பெரும் செல்வந்தரான இவரையோ, இவருடைய மகனையோ தூக்கவேண்டும் என்று வீரப்பன் முடிவு செய்கிறார். **16.02.1992** மதியம் செங்கிடி குவாரிக்குப் போவதற்காகச் சம்பங்கி இராமையாவின் முதல் மகன் இராமமூர்த்தி மாருதி ஜிப்சி ஜீப்பில் வந்தார். கொரட்டிஓசூரிலிருந்து செங்கிடி போகும் வழியில் அந்த வண்டியை மடக்கிய வீரப்பன் ஜீப்பிலிருந்த சம்பங்கி இராமமூர்த்தியையும், அவருடைய நண்பர் ஒருவரையும் பிடிக்கிறார். அந்த வண்டியிலிருந்த குவாரி மேலாளர், ஓட்டுநர் இருவரிடமும் ஒரு கடிதத்தைக் கொடுத்து அனுப்புகிறார்.

அப்போது வீரப்பனுடன் இருந்த ஆத்தூர் முருகேசனிடம் பேசினேன். "நாலு பேர் ஜீப்புலே வந்தாங்க, ரெண்டு பேரைப் புடிச்சு வெச்சுக்கிட்டு, இரண்டு பேரை அனுப்பிப் பணம் வாங்கிக்கொண்டு வரச் சொன்னோம். நாலு நாள் கழிச்சு, பொன்னாச்சி போகும் வழியிலுள்ள மரப்பாலத்துக்குப் பக்கமா வந்து நிற்கச் சொல்லியிருந்தோம். சொல்லியிருந்த மாதிரியே நாலு ஆளுங்க காரில் வந்தாங்க, நானும், இருளமுத்து ரெண்டு பேருந்தான் பணம் வாங்கப் போனோம். காட்டுக்குள்ளே இருந்து ஒரு பள்ளத்தில் இறங்கி, மேலே ஏறினால்தான் ரோட்டுக்குப் போகமுடியும். நாங்க கை ஆட்டிக்கிட்டுப் போனதைக் காரில் இருந்தவங்களும் பார்த்துட்டாங்க. நாங்க பக்கமா போறவரைக்கும் அவங்களும் நின்னாங்க. அந்தநேரம் பார்த்துக் கர்நாடக போலீஸ் பஸ் ஒன்னு அந்த எடத்துக்கு வந்துட்டுது. காரிலிருந்த ஆளுங்க எங்க பக்கமாகத் திரும்பி கீழே இருந்த பள்ளத்துலே பணம் இருந்த பையைத் தூக்கிப் போட்டாங்க.

பஸ் பக்கமா வந்ததும், காரை எடுத்துக்கிட்டுப் பொன்னாச்சி

பக்கம் போயிட்டாங்க. பணப் பை பள்ளத்துல கெடக்குது, நாங்களும் கிட்டப் போகமுடியல. போலீஸ் வந்த பஸ்சும் மரப்பாலத்தை விட்டுக் கொஞ்சதூரம் கீழே போயி ஒரு தாவுலே நின்னுக்கிட்டுது. என்னடா வம்பா போச்சுன்னு நாங்க ஒளிஞ்சுக்கிட்டே இருந்தோம். கொஞ்ச நேரத்துக்குப் பின்னாலே, கையில் கொடுவாளோட பத்து போலீஸ்காரங்க இறங்கிக் காட்டுக்குள்ளே போனாங்க, ஐந்தாறு பேர் வெறகு வெட்டுனாங்க. நாலஞ்சு பேர் வெறகு பொறுக்கிச் சுமை கட்டுனாங்க. அதையெல்லாம் கட்டுக்கட்டி பஸ்சுலே ஏத்திக்கிட்டு அங்கிருந்து திரும்பிப் போயிட்டாங்க.

நல்ல வேளை சம்பங்கி ஆளுங்க பணம் கொண்டுவந்து பள்ளத்தில் போட்டது அவங்களுக்குத் தெரியல. அதுக்குப் பிறகுதான், நாங்க பள்ளத்திலே இறங்கி அந்தப் பையைத் தூக்கிட்டு வந்து பணத்தை எண்ணிப் பார்த்தோம். எட்டு லட்சம் ரூபாய் இருந்துச்சு. "இந்தப் பணம் பத்தாது, இன்னும் பணம் வாங்கிட்டு வா..."ன்னு சொல்லி எங்ககிட்டே இருந்த ரெண்டு பேரில், ஒருத்தனை அனுப்பினோம். ரெண்டு நாள் கழிச்சு மறுபடியும் மூனு பெரிய பையில் பணம் கொண்டாந்து குடுத்தாங்க, அதை மூனு பேர் சேர்ந்து தூக்கிக்கிட்டுப் போனோம். உள்ளே இருபது, ஐம்பது ரூபாய் நோட்டா நாலு

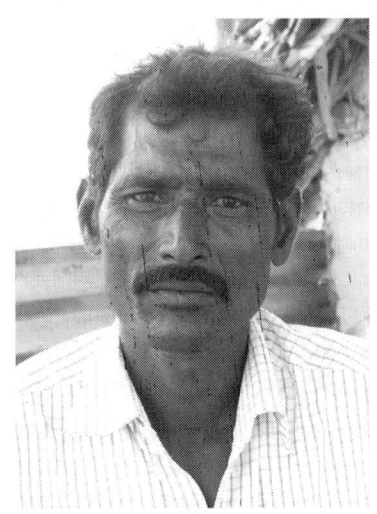

ஆத்தூர் முருகேசன்

லட்சம் ரூபாய் பணமும், கூடவே ஒரு லட்டரும் இருந்தது. அதுலே "என்கிட்டே இவ்வளவுதான் காசு இருக்குது. இதை வச்சுக்கிட்டுப் பையனை விட்டா விடு. இல்லேன்னா நீயே வச்சுக்கோ"ன்னு எழுதியிருந்தது. இதுக்கு மேலே தேறாதுன்னு ஆளை அனுப்பிட்டோம்" என்கிறார்.

சம்பங்கி இராமையா பையன் கடத்தல் பற்றி வீரப்பன் சொன்ன விளக்கம். "சம்பங்கி இராமையா அரசியல் செல்வாக்கு உள்ள ஆளு. கல் குவாரி, பண வசதி எல்லாம் நிறையா இருக்குது. அவனுக்கு ரெண்டு பசங்க. காவிரி பிரச்சனை வந்தப்ப அந்தப் பக்கத்தில் இந்தப் பசங்க ஏராளமான அட்டூழியம் செஞ்சுக்கிட்டு இருந்தாங்கன்னு தெரிஞ்சுது. அதனாலே இவனைத் தூக்கிட்டு வரணுன்னு திட்டம் போட்டேன். இவன் கல் குவாரிக்குப் போயிட்டு வரும் வழி எனக்குத் தெரியும். அந்த வழியில் ஒளிஞ்சுக்கிட்டு இருந்தேன். கையைக் காட்டினதும் நின்னுக்கிட்டான். தப்பிக்க நினச்சிருந்தான்னா போட்டுத் தள்ளியிருப்பேன். "போலாம் வா..."ன்னு சொன்னேன். ஒழுங்கா வந்துட்டான்.

அந்தக் காட்டுக்குள்ளே மசை எறும்புக் கூட்டம் வரிசையா அரக்கர்கள் (போலீஸ்) படை மாதிரியே போயிக்கிட்டு இருக்கும். அதுமேலே போயி எதாவது மோதிப்போட்டா அப்படியே சுத்தி வளைத்துக் கடிக்கும். ஒரு ஆளுமேலே நாலு எறும்பு ஏறிட்டாவே போதும். மனுஷனுக்கு மயக்கம் வந்துரும். தேள் கடிக்கிற மாதிரியே வலி இருக்கும். அது முழுக்க விஷம் கொண்ட எறும்பு. அந்த எறும்புக் குழியிலே அவனை ஒருநாள் கட்டிப் போட்டேன். எதுக்கடா பொண்ணுங்களைக் கற்பழிச்சேன்னு கேட்டு அடிச்சேன். "சத்தியமா நான் இல்லேண்ணா..."ன்னு சொன்னான். வேற யாருன்னு கேட்டேன். "என் தம்பிதான் பசங்களோட சேர்ந்துக்கிட்டு அந்த வேலை எல்லாம் செஞ்சான்..."னு சொல்லி அழுதான். அவனுக்கும் புத்திமதி சொல்லி, ஒரு எட்டுநாள் வச்சிருந்தேன்.

அப்பறமா உங்க அப்பனிடம் எக்கச்சக்கமான பணம் இருக்குது. உங்களாலே பாதிக்கப்பட்ட மக்களுக்கு எல்லாம் கொஞ்சம் பணம் குடுக்கணும். அதனாலே ஒரு கோடி ரூபாய் பணம் கொண்டுட்டு வந்து குடுத்துட்டு உன்

பையனைக் கூட்டிக்கிட்டுப் போன்னு அவங்க அப்பனுக்கு குத்தம் வச்சேன். அதுக்குப் பிறகு, சாமி சாமீன்னு வந்து கையிலே, கால்லே விழுந்து ஒரு 12 லட்ச ரூபாய் குடுத்தான். அதுக்குள்ளே "இவன் தம்பிதான் எல்லா வேலையும் செய்வான். இவன் எந்தப் பாவத்துக்கும் போவதில்லை. ஒன்னும் செஞ் சுறாதீங்க"ன்னு எங்கிட்டே நிறையா ரெக்கமென்ட் எல்லாம் வந்துட்டுது. சரி போகட்டும் போன்னு "இனிமேல் இந்த மாதிரி வேலையெல்லாம் செஞ்சுக்கிட்டு இருந்தே தொலச்சுப் போடுவேன்..."னு சொல்லி அவுத்து விட்டுட்டேன்" என்கிறார்.

யானைத் தந்தம், சந்தனக்கட்டை கடத்தல் போனது, ஆள் கடத்தல் ஆரம்பமானது.

*****

கோம்பை - ஒன்றோடு ஒன்று ஒட்டி உயர்ந்தோங்கி வளைந்தும், நெளிந்தும், மடிந்தும் கிடக்கும் மலைப்பகுதியில் தனித்திருக்கும் கூரான மலை. சராசரியாக ஆயிரம் அடி உயரத்துக்கும் மேல் இருக்கும். இதில் மரங்கள் அதிகமாகவும் இருக்கலாம். மரங்களே இல்லாத புல்வெளியாகவும் இருக்கலாம். மனிதர்கள், கால்நடைகளால் நேராக ஏற முடியாதபடி செங்குத்தாக உயர்ந்திருக்கும். இதில், தண்ணீர் உள்ள பாளியோ, சுனையோ இருக்காது. இது, மலை, கரடு, மெட்டு, போளி என எதனுடனும் இணையாமல் தனித்திருக்கும். விலங்குகள் தங்கி வாழவும் ஏற்றதாக இருக்காது. செங்குத்தாக உயர்ந்திருக்கும் இதுபோன்ற மலையையும், அதைச் சுற்றியுள்ள நிலப்பகுதியையும் கோம்பை என்று சொல்கின்றனர். உதாரணமாக தேங்காய்க் குடுமியைப் போல கூம்பு வடிவில் இருக்கும்.

9

இராமாபுரம் காவல் நிலையத் தாக்குதல்

இராமாபுரம் காவல் நிலையம் (நன்றி : வெங்கிடுசாமி *AdSP Retd*)

வீரப்பன் நல்லூர் பகுதியை ஒட்டிய தமிழக-கர்நாடக எல்லையில் இருக்கிறார். இது மாதேஸ்வரன் மலை காவல் நிலைய உதவி ஆய்வாளர் ஷகீல் அகமதுவுக்குத் தெரிந்தது. அப்பகுதியிலிருந்த தமிழ் இளைஞர்கள் பலரை விசாரணைக்காகக் கூட்டிக் கொண்டு சென்றுள்ளார். போனவர்கள் வாரக் கணக்கில் திரும்பி வரவில்லை. திரும்பி வந்தவர்கள் போலீசார் தங்களை உதைத்து, சித்திரவதை செய்ததாகச் சொல்லியுள்ளனர்.

வீரப்பனைப் பிடிப்பதற்காக அமைக்கப்பட்டிருந்த கர்நாடக எஸ்.டி.எப். எஸ்.பி.ஹரிகிருஷ்ணா உள்ளூர் போலீசாருடன் சேர்ந்து அனூர், இராமாபுரம், மாதேஸ்வரன் மலை என மூன்று காவல் நிலையங்களிலும் ஒரு போலீஸ் வேனும், இருபது ரிசர்வ் போலீசாரையும் கொண்டு வந்து நிறுத்தினார். இந்தச் செய்தி வீரப்பன் காதுகளுக்கு எட்டியது.

ஆயிரக்கணக்கான தமிழர்களைப் பெங்களூர் கடைவீதியில் அடிச்சுக் கொன்னப்போ பாதுகாப்புக் குடுக்காத போலீஸ், இப்போ வீரப்பனுக்கு அரிசி, பருப்பு வாங்கிக் குடுத்தவங்களை எல்லாம் எதற்குப் புடிச்சுக்கிட்டுப் போய் கேஸ் போடறாங்க. இந்த அரக்கர்களை இரண்டில் ஒரு கை பார்க்கவேண்டும் என்று தனது கூட்டாளிகளிடம் சொல்கிறார். தமிழர்கள் பலர் கொலை செய்யப்பட்டபோது, வேடிக்கை பார்த்த கர்நாடகப் போலீசைக் கொல்லவேண்டும் என்று முடிவெடுக்கிறார்.

பக்கத்திலிருந்த நல்லூர் இளைஞர்கள் சிலர் "குழந்தை, தங்கவேலு, சண்முகம் மூனு பேரும் சாராயக் கேசில் சிக்கியிருக்காங்க. ஒரு மாசமா தினமும் காலையிலே இராமாபுரம் ஸ்டேஷனுக்குப் போயிக் கையெழுத்துப் போட்டுக்கிட்டு இருக்காங்க..." என்று சொல்கின்றனர். உடனடியாக, மூன்று பேருக்கும் வீரப்பன் ஆள் அனுப்பினார். வந்தவர்களிடம் இராமாபுரம் காவல் நிலையம் பற்றி விசாரித்துள்ளார்.

அங்கே உள்ள போலீசாரிடம் ஏ.கே-47 துப்பாக்கிகள் இருப்பதாக ஒருவர் சொல்கிறார், ஏ.கே-47 துப்பாக்கி வாங்குவதற்காக வீரப்பன் பல ஆண்டுகளாகத் திட்டம் போட்டுக் கொண்டுள்ளார். ஆனால், அதற்கான வாய்ப்பு அதுவரை கிடைக்கவில்லை. இராமாபுரம் காவல் நிலையத்தில் இருக்கும் ஏ.கே-47 துப்பாக்கிகளைக் கொள்ளையடிக்கத் திட்டம் போடுகிறார்.

இராமாபுரம் காவல் நிலையத்தில் இரவில் எத்தனை போலீசார் இருக்கின்றனர்? வெளியில் எந்தெந்த இடத்தில் போலீஸ் காவல் இருக்கின்றனர்? வழக்கமாக இரவு எத்தனை மணிவரைக்கும் போலீசார் தூங்காமல் இருப்பர்? என்ற விவரங்களைத் தெரிந்து கொண்டுவர, தன்னுடைய ஆள்கள் சிலரை அனுப்புகிறார். நல்லூரைச் சேர்ந்த சிலர் வழிகாட்டியாகச் சென்றுள்ளனர்.

இது குறித்து வீரப்பனின் உறவினரான நல்லூர் காளியப்பன் கூறும்போது, "ஊருக்கு மேற்காலே கடக்காட்டில் என்னோட தோட்டம் இருக்குது. யானை, எருமை, கடத்தி எல்லாம் வரும். அதனாலே, பாதுகாப்புக்கு எப்பவுமே துப்பாக்கி வச்சிருப்பேன். ஆனால் காட்டுக்குள்ளே வேட்டைக்கெல்லாம் போனதில்லை. அப்போ, ஆட்டுக்குட்டி வியாபாரமும் செஞ்

சுக்கிட்டு இருந்தேன். இந்தப்பக்கம் இருக்கும் எல்லா ஊருக்கும் போயி ஆட்டுக்குட்டி வாங்குவேன், ஞாயிற்றுக்கிழமை குட்டி அறுத்துக் கறியும் போடுவேன்.

ஒரு நாள் இராத்திரி புல்லா சரக்குப் போட்டுட்டுக் கயிற்றுக் கட்டிலில் படுத்துத் தூங்கிக்கிட்டு இருந்தேன். ராத்திரி இரண்டு மணி இருக்கும், நாலு பேர் வந்து எழுப்புனாங்க. போதையிலிருந்த என்னாலே எழுந்திரிக்க முடியல. ஆனா, அந்த ஆளுங்க விடாம கையை ரெண்டையும் புடிச்சு அப்படியே தூக்கிட்டுப் போயிட்டாங்க. ஊருக்கு மேற்காலே இருக்கும் பெருமாள் கோயில் கரட்டிலே வீரப்பனும், அர்ஜுனனும் இருந்தாங்க. "ஏன்டா இப்படிப் போதையில் இருக்கிற மாப்ளையை எதுக்கடா கூட்டிட்டு வந்தீங்கன்னு..." வீரப்பன் திட்டினார்.

எனக்கும் கொஞ்சம் போதை தெளிஞ்சுது. "என்ன மாமா சமாச்சாரம்...?"னு கேட்டேன். "சாமிக்குப் பூஜை பண்ணி, கெடாய் வெட்டப் போறோம். அந்தக் குட்டித் தோலைக் கொஞ்சம் உரிச்சுக் குடுத்துட்டு, அப்படியே சாமி கும்புட்டுட்டுப் போலான்னுதான் உன்னை வரச்சொன்னேன் மாப்ளே..."ன்னு வீரப்பன் சொன்னார்.

ரெண்டு ஆட்டுக் கெடாய். ஐம்பது தேங்காய், ரெண்டு மூட்டை பொரி, கடலை, நாலு தார் வாழைப்பழம், பூஜைக்குத் தேவையான பொருளெல்லாம் முன்னாலே இருக்குது. பெட்டர் மாக்ஸ் லைட் எரியுது, காட்டுக்குள்ளே பகல் மாதிரியே வெளிச்சம் அடிக்குது. எங்க ஊர் பசங்க எல்லாமே அங்கேதான் இருக்காங்க. அந்தக் கெடாக்குட்டி ரெண்டும் மேய்க்கான் ரங்கசாமியோட அப்பன் பட்டியிலிருந்து புடுச்சுக்கிட்டு வந்திருந்தாங்க.

அஞ்சு மணிக்கெல்லாம் கீழே பள்ளத்திலிருந்த மாதேஸ்வரனுக்குப் பூஜை செஞ்சாங்க. அங்கிருந்து பூஜை சாமானம், தண்ணி கேன் எல்லாம் எடுத்துக்கிட்டு கரட்டு மேலே இருந்த முனியப்பன் கோயிலுக்குக் கூட்டிக்கிட்டுப் போனாங்க. பூஜை முடிச்சுட்டு வந்து, கீழே இருந்த கெடாக் குட்டி ரெண்டையும் வெட்டுனாங்க, குட்டித் தோலை உரிச்சுக் குடுத்தேன். நாலு ஆளுங்க கறி வெட்டுனாங்க, சமையல் ஒரு பக்கம் ஜோரா நடந்துக்கிட்டு இருந்தது.

“எனக்குச் சாராயம் இல்லாம கறி உள்ளே இறங்காது மாமா”ன்னு சொல்லிட்டேன். பக்கத்திலே இருந்த ஆளுங்ககிட்டே விசாரிச்சார், மேற்காலே கல்மாத்தூர் பள்ளத்துலே சாராயம் காய்ச்சறாங்கன்னு சொன்னாங்க. முந்நூறு ரூபாய் பணத்தைக் குடுத்து ஒரு கேன் சாராயம் வாங்கிட்டு வரச்சொன்னார்.

“மச்சான் நீ மட்டும்தான் இதைக் குடிக்கணும். எந்தக்காரணம் கொண்டும் எங்க ஆளுங்களுக்குக் குடுக்க வேண்டான்னு...” வீரப்ப மாமன் சொன்னார். மத்தியானத்துக்கு பக்கம் ஆயிட்டுது. சரக்கு, கறி ரெண்டையும் உள்ளே தள்ளுனேன், நல்லா மப்பு ஏறிட்டது. அங்கிருந்து எல்லோரும் கிளம்புனாங்க, என்னாலே நிக்க முடியல. “மச்சானே இங்க தனியா விடவேண்டாம் கூட்டிட்டு வாங்கப்பா”ன்னு சொன்னார்.

ரெண்டுபேர் என்னைக் கையைப் புடிச்சுக் கூட்டிட்டுப் போனாங்க, போறப்ப மதியம் ரெண்டு மணியிருக்கும். குள்ளநரிப் பள்ளத்திலே ஒரு முசுக்கொந்தி கத்துச்சு, எங்களையெல்லாம் வேற ஒரு இடத்துக்குப் போகச் சொன்னார். நாங்களெல்லாம் கொஞ்சதூரம் போயி ஒரு பாறைக்குப் பக்கமா உக்காந்துக்கிட்டோம். ரெண்டே சவுண்டுதான் வீரப்பன் கத்தினார், நேரா முசுக்கொந்தி வீரப்பன் முன்னாலேயே ஓடியாந்து நின்னுது. ஒரே அடி அதும் கீழே விழுந்துருச்சு, அதையும் கையிலே எடுத்துக்கிட்டாங்க.

அங்கிருந்து வண்ணாத்தி காட்டுக்குப் போனோம். அங்கேயும் ஒரு கடத்தி மான் கெடா (ஆண் மான்) கத்துச்சு. அதைப் “பார்த்துட்டு வாரேன்”னு சொல்லிட்டு என்.எஸ். மணி துப்பாக்கியைத் தூக்கிட்டுப் போனான். மானைத் தேடிக்கிட்டுப் போன பக்கம் யாரோ சாராயம் காய்ச்சிக்கிட்டு இருந்திருக்காங்க. அங்கிருந்த ரெண்டு ஆம்பளை, ஒரு பொம்பளை, ஒரு பையனையும் அவன் கையோடு கூட்டிக்கிட்டு வந்துட்டான். அந்த ஆளுங்க இரண்டு பேரும் தேக்குமரம் வெட்டி, பலகை செதுக்கி வெச்சிருக்காங்க. பொம்பளையும், பையனும் ஆளுக்கு ஒரு கேன் சாராயத்தைத் தூக்கிக்கிட்டு வந்தாங்க. அந்த சாராயத்துக்கும் வீரப்பனே பணத்தைக் குடுத்துட்டார். அவங்களுக்கும் கறி சோறு போட்டாங்க.

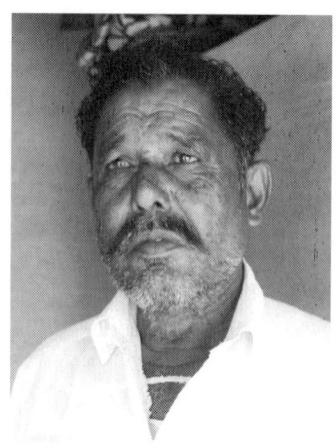

காளியப்பன்

அந்த ஆளுங்க இராமாபுரம் பக்கம் இருக்கும், மஞ்சாபுரத்தைச் சேர்ந்த குறவர் சனத்து ஆளுங்க.

அங்கயே முசுக்கொந்தியை அறுத்து சமைச்சாங்க. அந்த நேரம் மார்டல்லி பக்கம் இருந்து ஒரு பதினைந்து ஆளுங்க வந்தாங்க. அதுல சைமனும் இருந்தான். கல்மாத்தூர் காட்டுப்பக்கம் இருந்து இன்னும் இரண்டு உள்ளூர் ஆளுங்களை வீராச்சாமி கூட்டிக்கிட்டு வந்துட்டான். வந்திருந்த ஆளுங்க எல்லாருமே எங்களோட சேர்ந்து முசுக்கொந்தி கறியைச் சாப்புட்டாங்க. வீரப்பன், கோவிந்தன் தவிர அங்கிருந்த எல்லோருமே ஆளுக்குக் கொஞ்சம் சரக்குப் போட்டுட்டாங்க. கொஞ்சநேரம் போனதும், எல்லோரும் தனியாப் போயி உக்காந்து பேசுனாங்க. அப்போத்தான் இராமாபுரம் ஸ்டேஷன அடிக்கப் போறதுக்கு ஸ்கெச் போட்டிருக்காங்க. இதெல்லாம் எனக்குத் தெரியாது.

வந்திருந்த எல்லோரும் சாப்பிட்டு முடிச்சாங்க, சாயங்காலம் ஆறு மணிக்கு மேலே ஆச்சு. யார் எங்கே போகணும், எப்படி போகணுன்னு பேசுனாங்க. எல்லோருக்கும் முன்னாலே மஞ்சாபுரத்திலிருந்து மரம் வெட்ட வந்த ஆளுங்களையும், கல்மாத்தூர் ஆளுங்களையும் அனுப்புனாங்க, அவங்ககூட இரண்டு பேர் போனாங்க. பத்து நிமிஷம் போன பின்னாலேயே வீரப்பன், அர்ஜுனன் அவங்ககூட இருந்த ஆளுங்க எல்லோரும் போனாங்க.

போகும்போது "மச்சானைத் தனியா விட்டறாதீங்கன்னு..." வீரப்ப மாமன் சொல்லிட்டார். அதனாலே என்கூட ஒடக்காப்பள்ளம் பிலவேந்திரன், வேட்டைக்கார கோவிந்தன் இரண்டு பேர் மட்டும் இருந்தாங்க. இன்னும் ஒரு டம்ளர் சரக்குப் போட்டுட்டு போதையிலே அங்கேயே படுத்துட்டேன். நல்லா ஒரு தூக்கம் போட்டு எழுந்து, ஒன்னுக்குப் போனேன். ராத்திரி பன்னெண்டு மணிக்கு மேலே இருக்கும்.

இராமாபுரம் பக்கமா கடக்காட்டில் "படீர் படீர்...."ன்னு சத்தம்... பத்து நிமிஷம் நிக்காமக் கேட்டுது. என்ன நடக்குதுன்னு தெரியல, கூட இருந்த ரெண்டுபேர்கிட்டேயும் விசாரிச்சேன். அவங்களுக்கும் ஒன்னும் தெரியல. நாங்க இருந்த எடத்துலே சமையல் பாத்திரங்கள், செருப்பு இன்னும் கொஞ்சம் மளிகைச் சாமானமெல்லாம் இருந்தது. இனிமேல், இந்த எடத்துலே படுக்கக்கூடாதுன்னு முடிவு பண்ணினேன். நாங்க மூனுபேரும் பக்கத்திலேயே படுக்கிறதுக்கு வசதியான வேற ஒரு எடத்துக்குப் போயிட்டோம்

விடியக்காலை அஞ்சு மணிக்குப் போனவங்க எல்லாருமே திரும்பி வந்துட்டாங்க. ஒரு துப்பாக்கியோட போனவனெல்லாம் ரெண்டு துப்பாக்கி கையிலே வச்சிருந்தாங்க. "என்ன மாமா நடந்ததுன்னு...?" வீரப்ப மாமங்கிட்டே கேட்டேன்.

"ராத்திரி போயி இராமாபுரம் போலீஸ் ஸ்டேஷனை அடிச்சோம், போலீஸ்காரனுங்க பத்துப் பேருக்கு மேலே இருக்கும். எல்லோரையும் படுக்க வெச்சிட்டு வந்துட்டோம் மாப்ளே..."ன்னு வீரப்பன் சொன்னார். எனக்குப் போதை யெல்லாம் இருந்த எடம் தெரியாமப் போயிட்டுது. தலை சுத்திக் கிறுகிறுன்னு வந்துட்டுது. கண்ணே தெரியலே. ஒரே கிறுகிறுப்பு. அப்படியே உக்கார்ந்துக்கிட்டேன். எல்லோரும், அந்த இடத்திலிருந்து வேலாம்பட்டிக் காட்டுக்குப் போகத் தயாரானாங்க. "மாப்ளே என்ன செய்யப்போறீங்க.."ன்னு வீரப்ப மாமன் கேட்டார்.

"போங்கடா சாமி உங்க சவகாசமே வேண்டா"ன்னு சொல்லிக் கையெடுத்துக் கும்புட்டுட்டு மெதுவா வடக்கே நடந்து வந்தேன். பத்து மணிக்கு நல்லூருக்கு மேற்கால இருக்கும் பெருமாகோயில் கரட்டு மேலே ஏறி நின்னு கெழக்கே பார்த்தேன். நால்ரோட்டில் இருந்து ஹூக்கியம்

பக்கம் பத்து, பத்து போலீஸ் வண்டியா போயிக்கிட்டு இருந்தது. அன்னைக்கு வீரப்பன்கூட இருந்ததில், என்னையும் வீராச்சாமியையும் தவிர வேற யாருமே உயிரோடு இல்லை. எல்லோரையும் போலீசார் புடிச்சுக் கொண்டாந்து போட்டுத் தள்ளிட்டாங்க"...என்றார் காளியப்பன்.

"தடா" சட்டத்தின் தொடரப்பட்ட இந்த வழக்கில் (Cr. No:-41/1992). காளியப்பனும் குற்றவாளியாகச் சேர்க்கப்பட்டார், எட்டு ஆண்டுகள் மைசூர் சிறையில் இருந்த பின்னரே காளியப்பன் விடுதலையானார்.

வீரப்பன் திட்டமிட்டபடியே 1992 மே 19 அன்று இரவு பத்து மணிக்கு இராமாபுரம் பக்கமுள்ள கோவிச்செட்டியூரின்

ஜன்னலில் இருந்த துப்பாக்கி குண்டு புகுந்த துவாரங்கள்.

பின்பக்கம் வந்து சேர்கிறார். அந்தியூரிலிருந்து கொள்ளேகால் போகும் ரோட்டுக்கு கிழக்குப் பக்கம் காட்டு ஓரமாக எல்லோரும் உட்கார்ந்தனர். மஞ்சாபுரத்தில் இருந்து மரம் வெட்ட வந்த ஆள்களைக் கூட்டிக்கொண்டு இரண்டு பேர் இராமாபுரம் கடைவீதிக்குப் போனார்கள். அங்கிருந்து மஞ்சாபுரம் போவதைப் போல நடந்தனர், காவல் நிலையத்தை நோட்டமிட்டனர். கல்மாத்தூரில் இருந்து வந்த ஆள்களுடன், நான்குபேர் இராமாபுரத்தின் பின்பக்கமாகச் சென்று கொப்பம் ரோட்டுக்குப் போகும் குறுக்கு வழியைப் பார்த்துவிட்டு

கோவிந்தராஜு

சித்தராஜு

வந்தனர். எந்தப் பிரச்சனையும் இல்லை என்பது தெரிந்தது. வீரப்பன் அணி மூன்று பிரிவுகளாகப் பிரிந்து ஊருக்குள் புகுந்து காவல் நிலையத்தை நோக்கி நடந்தனர்.

20.05.1992 அதிகாலை *1.00* மணிக்கு இராமாபுரம் காவல் நிலையத்தை மூன்று அணியும் ஒரே நேரத்தில் சுற்றி வளைக்கின்றனர். அது ஆங்கிலேயர் காலத்தைய பழைய கட்டடம், கட்டடத்தின் வலது, இடதுபக்கம் நாற்பதடி காலி நிலம். முன் பக்கமும், பின் பக்கமும் அறுபதடி காலி இடம் இருந்தது. இதைச் சுற்றிலும் மூன்றடி உயரத்துக்கு சுற்றுச்சுவர். அந்தச் சுற்றுச்சுவரே வீரப்பன் ஆள்களுக்குப் பாதுகாப்பு அரணாக அமைந்தது. காவல் நிலையத்தின் வெளியே ஒரு போலீஸ் வேன் நின்றது. காவல் நிலையத்தின் முன் படுத்திருந்த காவலர்கள் ஐந்து பேர் மீது முதலில் துப்பாக்கியால் சுட்டுள்ளனர்.

இதில், பிரேம்குமார், இளங்கோவன், கோவிந்தராஜு என மூன்று *DAR (District Armed Reserve)* காவலர்களும், மாம்பள்ளி காவல் நிலையத்திலிருந்து வந்திருந்த சித்தராஜு, இராச்சப்பா என்ற இருவர் என மொத்தம் ஐந்துபேர் பலியாயினர். நாகராஜ், நாகேஷ் ஆகிய இருவர் படுகாயத்துடன் உயிர் பிழைத்தனர். அந்த நேரத்தில், காவல் நிலையத்துக்குள் இருந்த ஏ.எஸ்.ஐ.சுப்பண்ணா, காவலர் பசவராஜ் இருவரும், முதலில் வயர்லெஸ் மூலம் மாதேஸ்வரன் மலைக்கும், அனூர் காவல் நிலையத்துக்கும் தொடர்பு கொண்டனர். வீரப்பன் ஆள்கள் சுற்றி வளைத்து காவல் நிலையத்தைத் தாக்குவது தொடர்பான செய்தியைச் சொல்கின்றனர்.

இளங்கோவன்   பிரேம்குமார்   இராச்சப்பா

(நன்றி : மனோஜ் குமார், ராமபுரம் காவல் ஆய்வாளர்)

பிறகு, காவல்நிலைய ஜன்னல் பலகைக் கட்டைகளின் இடைவெளி வழியாக 303 ரைபிளை வைத்து எய்ம் பார்த்தனர். இரண்டு அங்குல இடைவெளி மட்டுமே இருந்த துவாரத்தின் வழியாகக் குறிப்பிட்டு யாரையும் பார்க்க முடியவில்லை. எங்களிடமும் துப்பாக்கி இருக்கிறது என்று காட்டும் விதமாக இரண்டு தோட்டாக்களை வெளியிலிருந்த வீரப்பன் ஆள்கள் மீது அடித்தனர். இதைப்பார்த்த வீரப்பன் ஆள்கள் நாட்டுத் துப்பாக்கியில் குண்டு வந்த பக்கம் திருப்பி ஒரு அடி கொடுத்தனர். நூற்றுக்கணக்கான குண்டுகள் ஜன்னல் வழியாக உள்ளே போயின. இதனால், அவர்கள் இருவரும் ஜன்னலை மூடிக்கொண்டனர்.

இராமாபுரம் காவல் நிலையம் பில்டிங் காண்ட்ராக்டரிடம் கமிஷன் வாங்காத பிரிட்டிஷ் ஆட்சிக்காலத்தில் கட்டப்பட்டது. அதனால் மரக்கதவுகள் பலமாக இருந்தன. வீரப்பன் ஆள்கள் கோடரியால் அடித்தும் அந்தக் கதவை உடைக்க முடியவில்லை. காவல் நிலையத்தின் பின்பக்கம் பொருள் பாதுகாப்பு அறை உள்ளது. (இது சுதந்திர இந்தியர்களால் கட்டப்பட்டது) அங்கே போனவர்கள் கையில் வைத்திருந்த கோடரியால் அதன் பூட்டை அடித்து உடைத்தனர்.

இராமாபுரத்தைச் சுற்றியுள்ள மலைப்பகுதியில் நிறைய வேட்டைக்காரர்கள் இருந்தனர். இவர்கள் எல்லோருமே வேட்டையாட உரிமம் இல்லாத நாட்டுத் துப்பாக்கிகள் வைத்திருந்தனர். வீரப்பன் பிரச்சனை வந்ததும் அந்தத் துப்பாக்கிகளைப் போலீசார் பறிமுதல் செய்து, பொருள்

பாதுகாப்பு அறையின் உள்ளே வைத்திருந்தனர். அதிலிருந்த இருபது நாட்டுத் துப்பாக்கிகள், ஒரு ரைபிளை எடுத்தனர். காவல் நிலையத்தின் எதிர்ப் பக்கம் இருந்த கொள்ளுக்காட்டு வழியாக நடந்து, தினலி காட்டுக்குள் சென்றனர்.

"எனக்கு மாம்பள்ளி போலீஸ் ஸ்டேசனில் வேலை, இராமாபுரத்தில் போதிய அளவுக்கு ஸ்ட்ரெங்த் இல்லை. அதனால, மாம்பள்ளியில் இருந்து ஐந்து பேரை டெப்டேசன் டியூட்டி போட்டிருந்தாங்க. எங்களுக்கு ராத்திரி நேரத்தில் மட்டும்தான் டியூட்டி. ஒவ்வொரு நாளும் வேலையை முடிச்சிட்டு வீட்டுக்குப் போகமுடியாது. அதனாலே, ஒரு வாரம் பூர்த்தியும் இங்கேயே இருந்துட்டு வீட்டுக்குப் போவோம். ஸ்டேஷன்லேயே குளிச்சுக்குவோம், கடையில் சாப்பிடுவோம், பகலில் போலீஸ் வேனிலேயே தங்கிக்குவோம். ராத்திரியில் ஸ்டேஷனுக்குள் எல்லோரும் படுக்கிற அளவுக்கு இடமில்லை, அதுவுமில்லாம அப்போ வேசக்காலம். உள்ளே புழுக்கம் அதிகமாக இருந்துச்சு. அதனாலே, எஸ்கார்டு போலீசார் ஐந்துபேரும், வேன் டிரைவரும் வெளியிலிருந்த சிமெண்டு தரையிலே படுத்திருப்போம். அன்னிக்கு, இரவு எட்டு மணியிலிருந்து இரண்டு மணிவரை ராச்சப்பாவுக்கு டியூட்டி, இரண்டு மணியிலிருந்து ஆறு மணிவரை என்னுடைய டியூட்டி. அதுவரைக்கும், நான் படுத்துத் தூங்கிட்டு இருந்தேன்.

ஒரு மணிக்குக் கொஞ்சம் மேலே ஆயிருக்கும், வீரப்பன் ஆளுங்க ஸ்டேஷன் மதில் சுவரைச் சுற்றிலும் வந்துட்டாங்க. ஸ்டேஷனுக்கு வெளியே டியூப் லைட் எரிஞ்சிட்டு இருந்துச்சு. அந்த லைட் வெளிச்சம் வெளியில் இருந்து வந்த ஆளுங்களைப் நாங்க பார்க்க வசதியா இல்லே. ஆனால், வெளியில் இருந்த ஆளுங்க எங்களைப் பார்க்க வசதியா இருந்திருக்கு. சென்ரிக்குத் தெரியாமலே வீரப்பன் ஆளுங்க ஸ்டேஷனை சுத்திலும் வந்து உட்கார்ந்துட்டாங்க. சென்ரி ராச்சப்பாவுக்கு முதல் அடி விழுந்ததுமே அவருடைய உயிர் போயிட்டுது. கன் பயர் சத்தம் கேட்டுக் கீழே படுத்திருந்த நான் தலையைத் தூக்கிப் பார்த்தேன். எழுந்திருக்கும்போதே என் மேலேயும் ஒருத்தன் சுட்டுட்டான். இடதுபக்க மார்பு, கை முகம் எல்லாம் சல்லடை மாதிரி ஓடச்சுட்டு துப்பாக்கிக் குண்டு உடம்புக்குள்ளே போயிட்டுது. எழுந்திருக்கவே முடியில அப்படியே கீழே

விழுந்துட்டேன். அப்பவே எனக்கு வலது பக்கம் படுத்திருந்த நாலு பேரும் எந்திருச்சாங்க. அவங்க நாலுபேர் மீதும் அடி விழுந்தது, எல்லாருமே கீழே விழுந்துட்டாங்க. அந்தநேரம், வேனுக்குள் படுத்திருந்த கான்ஸ்டபிள் சித்தராஜு வெளியே எட்டிக் குதிச்சு ஓடிவந்தார், அவருக்கும் நெஞ்சிலே அடி விழுந்துட்டுது. அந்த இடத்திலேயே அவரும் பலியாகிட்டார். நாங்க எல்லாரும் அடிபட்டு விழுந்த பின்னாலே, சில ஆளுங்க ஓடிவந்து போலீஸ் ஸ்டேசன் கதவை ஒடைக்கப் பார்த்தாங்க. கை, கால் எதையும் என்னாலே அசைக்கக்கூட முடியல. கொஞ்சம், கொஞ்சமா எனக்கு நினைவு போயிட்டுது. அடுத்து என்ன நடந்ததுன்னு தெரியல.

ஹாஸ்பிடலுக்குப் போன ஒரு வாரம் விட்டு, ஆப்ரேஷன் செஞ்சு கையிலும், நெஞ்சிலும் இருந்த இருபத்தாறு குண்டுகளை எடுத்துட்டாங்க, நொறுங்கிப்போன இடது கையில் ஆப்பரேசன் செய்து பிளேட் வச்சாங்க. "இன்னும் உடலுக்குள் பல இடங்களில் முப்பது குண்டுகள் இருக்கு, அதையெல்லாம் ஆப்பரேசன் செஞ்சு எடுக்கணும், ஆறு மாதம் பிசியோ தெரபி கொடுக்கணும். இதற்கு ஐயாயிரம் ரூபாய் செலவாகும்"ன்னு டாக்டர்ங்க சொன்னாங்க.

நாகேஷ் (உயிர் தப்பியவர்)

அப்போ மைசூர் மாவட்ட எஸ்.பி. பிபின் கோபாலகிருஷ்ணன் சார்கிட்டே பண உதவி கேட்டேன். என்னால ஆயிரம் ரூபாய்தான் கொடுக்கமுடியுன்னு சொல்லிட்டார். கவர்ன்மென்ட் மூலமும் எந்த உதவியும் கிடைக்கல. அப்புறமா ஜமீனை (நிலம்) அடமானம் வச்சு கடன் வாங்கித்தான், ஆப்பரேசன் செய்து உடலில் இருந்த குண்டுகளை எல்லாம் வெளியில் எடுத்தேன், பிசியோதெரபியும் குடுத்தேன். டாக்டர் சொன்னதைவிடவும் பத்து மடங்கு (50,000) ஜாஸ்தி செலவாயிடுச்சு.

டி.ஐ.ஜி. சங்கர் பிதிரி சார் அதிரடிப்படைத் தலைவராக வந்த பிறகு, ஏற்கனவே காயம்பட்ட போலீசார் எல்லோருக்கும் ஒரு இலட்சம் ரூபாய் குடுக்கச் சொல்லி ஆர்டர் போட்டார். அந்தப் பணத்தை வாங்கித்தான் அடமானம் வச்சிருந்த நிலத்தை மீட்டேன். இன்னும் இடது கையிலும், இதயத்துக்கு கீழேயும் பத்து குண்டுகள் இருக்குது. அதை எடுத்தால் உயிருக்கு உத்தரவாதம் இல்லேன்னு டாக்டர்கள் சொன்னாங்க. அதுக்குப் பிறகு, போலீஸ் வேலைக்குப் போகமுடியலே. இப்போ சாம்ராஜ்நகர் எஸ்.பி., அலுவலகத்தில் கிளரிகல் ஜாப் பார்த்திட்டு இருக்கேன்" என்கிறார் வீரப்பனின் குண்டடிக்குத் தப்பிய நாகேஷ்.

*****

கரடு - இருநூறு அடி முதல் ஆயிரம் அடி உயரம் வரை ஒழுங்கற்று உயர்ந்தும், தாழ்ந்தும் உள்ள மலைப்பகுதி. இதில் மரங்கள் குறைவாகவும், கற்கள், பாறைகள் அதிகமாகவும் இருக்கும். மண் மிக மிகக் குறைவாகவே இருக்கும். இது முழுமையான கால்நடைகள் மேய்ச்சலுக்குப் பயன்படாது. உடும்பு, பாம்பு போன்ற ஊர்வன, சிறு விலங்குகள் வாழும் இடங்களைக் கரடு என்று அழைக்கின்றனர்.

10

நாசமானது நல்லூர்!

இராமாபுரம் காவல் நிலையம் (நன்றி:- நேத்ரா ராஜூ)

"அன்னிக்கு மதியம் முதல்வர் பங்காரப்பா மாதேஸ்வரன் மலைக்குப் போனார். திரும்பி பெங்களூர் போகும் வழியில் அனூரில் ஒரு நிகழ்ச்சியில் கலந்து கொண்டார். முதல்வர் பந்தோபஸ்துக்கு அனூர் வரைக்கும் போயிட்டு நானும், என்னுடைய டிரைவரும் 12.30 மணிக்குத்தான் ஸ்டேஷன் வந்தோம். போலீஸ் ஸ்டேசனுக்கு எதிரில் இருந்த குவாட்ரஸில் போய் படுத்துக் கண் மூடினேன்.

"டும், டும்..."ன்னு துப்பாக்கியாலே சுடும் சத்தம் கேட்டது, என்னுடைய ரிவால்வரை எடுத்து லோடு செஞ்சிட்டே கதவைத் திறந்தேன். என்னுடைய வீட்டுக்கும், ஸ்டேஷனுக்கும் இடையிலிருந்த சாலையில் பிறை நிலா வடிவில் முன்னும், பின்னுமாகப் பார்த்தபடி இருபது ஆளுங்க நின்னாங்க. அதில் ஒருத்தன் நான் கதவை திறந்ததைப் பார்த்துட்டான். உடனே என் வீட்டுக் கதவைப் பார்த்துச் சுட்டான். கதவு

பூர்த்தியும் ஒட்டையாயிட்டுது. அடுத்த துப்பாக்கியை வாங்கி என்னைப் பார்த்துச் சுடுவதற்குள்ளே வெளியே ஓடி இருட்டிலே மறஞ்சு நின்னுக்கிட்டேன். எங்கிட்டே இருந்த பிஸ்டலில் வீரப்பன் ஆளுங்களை நோக்கிச் சுட்டு அவர்களைக் கொல்லவும் முடியாது, உயிருடன் பிடிக்கவும் முடியாது. அதனாலே, வீரப்பன் அங்கிருந்து போகும்வரை நான் பேசாமலே இருந்துட்டேன்" என்கிறார் இராமாபுரம் காவல் நிலைய உதவி ஆய்வாளரான ராச்சையா.

சி.எம். பந்தோபஸ்து முடிச்சுட்டு நான் 12.00 மணிக்குப் பக்கமாகத்தான் ஸ்டேசனுக்குப் போனேன். காமகரே பக்கம் இருக்கிற சென்னலிங்கரெட்டி என்ற ஊரில் ஒரு கொலை நடந்துட்டுது. அதைப் பார்த்துட்டு வந்து இன்வெஸ்டிகேஷன் ரிப்போர்ட் எழுதிக்கிட்டிருந்தேன். கான்ஸ்டபிள் சித்தராஜு ஓடிவந்து "இராமாபுரம் போலீஸ் ஸ்டேசனை வீரப்பன் கேங் அட்டாக் பண்ணிட்டாங்க சார்..." ன்னு சொன்னார்.

வீரப்பன் பிரச்சனை வந்ததாலே, என்னுடைய ஸ்டேசனில் எப்பவுமே மூனு வண்டி தயாரா இருக்கும். அந்த வண்டியை உடனே எடுக்கச் சொன்னேன். பக்கத்திலிருந்த ஸ்ட்ரெங்த் எல்லாத்தையும் கூட்டிட்டு இராமாபுரம் போனேன். அஜ்ஜிபுரம் பக்கம் போகும்போதே "பேகா பண்ணி சார், பாகிலு பக்கம் கேங் பந்தித்தாரே. பயர் மாடு தாரே, ஒரகட எல்லா கான்ஸ்டபில்சும் சாய்சிதாரே.." ன்னு மைக்கில் இருந்த போலீசார் சொன்னது கேட்டது.

"பயப்படாதீங்க... நான் இப்போ மூனு வண்டியில் போலீசாரோட கிளம்பி இராமாபுரம் பக்கமா வந்துட்டேன். வெளியில் இருக்கிற ஆளுங்க மேலே சுட்டுக்கிட்டே இருங்கன்னு..." தமிழிலும், கன்னடத்திலும் மாறிமாறிச் சொன்னேன். நானும், ஆப்ரேட்டரும் மைக்கில் பேசிக்கொண்டது வெளியிலிருந்த வீரப்பனுக்கும் கேட்டுடுச்சு. அனூர் போலீசாரைக் கூப்பிடறாங்க. அவங்களும் வந்துக்கிட்டு இருக்காங்க என்பது வீரப்பனுக்குத் தெரிஞ்சு போச்சு.

"தாயோளி அனூரில் இருந்து வாரானுங்க... போகலாம் வாங்கப்பா..." ன்னு சொல்லிட்டு அங்கிருந்து கிளம்பிட்டாங்க. நான் அங்கே போகும்போது ஊர் ஜனங்க கொஞ்சம் பேர் வந்துட்டாங்க. அடிபட்டுக் கிடந்தவர்களை எல்லாம் வேனில்

ஏற்றி, கொள்ளேகாலுக்கு அனுப்பி வச்சேன். வெளியிலிருந்த ஜனங்ககிட்டேயும், எஸ்.ஐ.ராச்சய்யாகிட்டேயும் விசாரிச்சேன். பக்கத்திலே கோவிசெட்டியூர் காட்டு வழியாகத்தான் வீரப்பன் ஆளுங்க நடந்து வந்தாங்கன்னு சொன்னாங்க. ஸ்டேஷனுக்கு முன்னாலே ஒரு போலீஸ் வேன் நின்னுட்டு இருந்துச்சு. அதுக்கு அடியில் படுத்திருந்த மாதேவப்பாங்கிற பி.சி.தான் வீரப்பன் ஆளுங்க வேனில் வந்தாங்கன்னு சொல்லிட்டான்.

நான் போன பத்து நிமிஷத்தில் கொள்ளேகால் இன்ஸ்பெக்டர் மந்தப்பாவும் அங்கே வந்துட்டார். நாங்க ரெண்டு பேரும் ஒரு வேன் நிறையா ஆளுங்களை எடுத்துட்டு வீரப்பன் வேனில் போனதாகச் சொன்ன தினலி, சத்தியமங்கலம், கொப்பம், ஹூக்கியம், நல்லூர், நால்ரோடு வழியா ஒரு ரவுண்டு போனோம். வேன் போனதுக்கான அடையாளமே இல்லை. திரும்பவும் நாங்க விடியற்காலை நாலு மணிக்குத்தான் ஸ்டேசனுக்கு வந்தோம்." என்கிறார் அப்போது அனூர் காவல் நிலைய ஆய்வாளராக இருந்த வெங்கிடுசாமி.

கர்நாடகாவில் நடந்த தமிழர்களுக்கு எதிரான கலவரத்தின்போது போலீசார் முறையாகச் செயல்படவில்லை. இதைக் கண்டித்து இராமாபுரம் காவல் நிலையத்தை வீரப்பன் தாக்கினார். இதில், ஐந்து போலீசார் சுட்டுக் கொல்லப்பட்டனர். இது கர்நாடகப் போலீசாருக்குப் பெரும் தலைக்குனிவை ஏற்படுத்தியது. போலீசார் மேற்கொண்ட விசாரணையில், நல்லூரரைச் சேர்ந்த இளைஞர்கள் பலர் வீரப்பன் தொடர்பில் இருப்பது தெரியவந்தது.

நல்லூருக்குச் சென்ற போலீசார் கண்ணில் பட்டவர்களை எல்லாம் கைது செய்து கொண்டுபோயினர். மாதேஸ்வரன் மலை, இராமாபுரம், அனூர், கொள்ளேகால் எனச் சுற்றுப்பகுதியில் உள்ள காவல் நிலையங்களில் கொண்டுபோய்த் தனித்தனியாக வைத்து விசாரணை செய்தனர். நல்லூர் சுற்றுப்பகுதி காடுகளில் ஆடு, மாடுகள் மேய்ப்போர், விறகு பொறுக்க காட்டுக்குள் சென்று வருவோர் என, கண்ணில் சிக்கிய எல்லோரும் விசாரணைக்காக இழுத்துச் செல்லப்பட்டனர். விசாரணை என்ற பெயரில் பல்வேறு விதமான சித்திரவதைகளுக்கு உள்ளாயினர். இந்தப் பகுதியிலிருந்த பலர் ஊரை விட்டுத் தொழில் நகரமான திருப்பூருக்குப் பயணமாயினர்.

கர்நாடகக் காவல்துறையில் உள்ள ஐ.பி.எஸ் அதிகாரிகள் அனைவருமே மைசூரில் பணியாற்றுவதைத் தங்கள் வாழ்நாள் பெருமையாகக் கருதுவர். அதிரடிப்படை எஸ்.பி.யாக இருந்த ஹரிகிருஷ்ணாவுக்கும் அந்தக் கனவு இருந்தது. இராமாபுரம் காவல் நிலையம் தாக்கப்பட்ட பின்னர் மைசூர் எஸ்.பி.ஆக இருந்த பிபின் கோபாலகிருஷ்ணன் வேறு இடத்துக்கு மாற்றப்படுகிறார். இதை சரியாகப் பயன்படுத்திய ஹரிகிருஷ்ணா மைசூர் எஸ்.பி.பொறுப்புக்கும் வந்து விடுகிறார்.

கொள்ளேகால் போலீஸ் இன்ஸ்பெக்டர் மந்தப்பா, அனூர் போலீஸ் இன்ஸ்பெக்டர் வெங்கிடுசாமி இருவரும் அந்தப் பகுதியில் நீண்ட நாள்கள் பணியாற்றியவர்கள். இவர்களுக்கு இராமாபுரம் காவல் நிலையம் தாக்கப்பட்ட வழக்கை விசாரிக்கும் பொறுப்பு வழங்கப்பட்டது. இருவரும் தீவிரமாக விசாரணை மேற்கொண்டனர். நல்லூரைச் சேர்ந்த லிங்காகவுண்டர் மகன் வெங்கடாசலம், (வயது-33), ஐயம்பெருமாள் மகன் குழந்தை (வயது-37) மாதையன் மகன் தங்கவேலு (வயது-19), ஐயந்துரை மகன் சண்முகம் (வயது-20) என்னு நால்வரையும் போலீசார் விசாரணைக்காக அழைத்துச் சென்றிருந்தனர்.

27.06.1992 அன்று பொன்னாச்சி பிரிவிலிருந்து செங்கப்பாடிக்குச் செல்லும் காட்டு வழியில் போலீசார் ரோந்து சென்றனர். எறக்கியம் வனப்பகுதியில் ஒளிந்திருந்த வீரப்பன் அணியினருக்கும் வீரப்பனைத் தேடிச் சென்ற ஷகீல் அகமது தலைமையிலான போலீசாரும் நேருக்கு நேராக மோதினர். இதில், இந்த நால்வரும் சுட்டுக் கொல்லப்பட்டதாக போலீசார் அறிவித்தனர். (மாதேஸ்வரன்மலை காவல் நிலைய குற்ற எண்:-12/1992). நால்வரின் உடலையும், போலீஸ் வண்டியிலேயே நல்லூர் கொண்டுவந்தனர். ஹூக்கியம் சாலையிலிருந்து ஊருக்குச் செல்லும் பிரிவில் நால்வரின் உடலையும் போட்டுள்ளனர். “இனிமேல் யாராவது வீரப்பனுக்கு சப்போர்ட் செய்தால் உங்களுக்கும் இதே கதிதான் நடக்கும்” என்று எச்சரித்துச் சென்றனர்.

இதுகுறித்து, தங்கவேலின் அப்பா மாதையன்:- “ஊருக்கு மேற்கால இருக்கும் பெருமாள் கோயில் பாங்காட்டில் வீரப்பன் ஆளுங்க தங்கியிருந்தாங்க. அந்த நேரத்தில் நெறையா

பேர் போய்ப் பார்த்துட்டு வந்தாங்க. எங்க பசங்களும் ஆடு மேய்க்க காட்டுக்குப் போயிட்டு வருவாங்க, வீரப்பனையும் பார்த்திருக்கலாம். ஒருநாள் மாதேஸ்வரன்மலை போலீஸ் வந்தாங்க எஸ்.ஐ.ஷகீலும், ஹரிகிருஷ்ணாவும் "பசங்களைக் கூட்டிட்டுப் போய் விசாரிக்கணும்"ன்னு சொன்னாங்க.

அடுத்தநாள் காலையில், நாங்க பையனைக் கூட்டிக் கொண்டுபோய் இராமாபுரம் ஸ்டேசனில் விட்டுட்டு வந்தோம். ஒரு வாரம் கழிச்சு நான் கொள்ளேகால் போய்ப் பையனைப் பார்த்தேன். அங்கிருந்த மந்தப்பா இன்ஸ்பெக்டரையும் பார்த்துப் பேசிட்டு வந்தேன். திடீர்னு ஒருநாள் சாயங்காலம் நாலு மணிக்கு நாலு பசங்க பொணத்தையும் கொண்டாந்து ரோட்டுல போட்டுட்டு போயிட்டாங்க, சுட்டு ரெண்டு நாள் ஆனதால கெட்ட வாசம் வந்துட்டுது.

தங்கவேலின் அப்பா மாதையன்

எங்களுக்கு வேற வழி தெரியல, சவத்தை ஊட்டுக்கு எடுத்துக்கிட்டு வந்து வாசலியே வச்சுச் செய்யவேண்டிய காரியத்தைச் செஞ்சு கொண்டு போய்ப் பாலாத்து (பாலாறு) ஓரத்திலே நாலு பேரையும் பக்கம் பக்கமாப் பொதைச்சுட்டு வந்துட்டோம். அடுத்தநாள் கொள்ளேகால் இன்ஸ்பெக்டர் மந்தப்பா வரச் சொன்னாருன்னு சொல்லி எங்க ஊர் மெம்பர் சொன்னான். கொள்ளேகால் போன எல்லோர்கிட்டேயும் கையெழுத்து வாங்கிக்கிட்டான். ஒரு வாரத்திலே உங்களுக்குப் பணம் ஐம்பதாயிரம் வரும் போங்கன்னு சொன்னான். என்ன செய்யறதுன்னு தெரியாம நாங்களும் திரும்பி வந்துட்டோம்." என்றார்

என்கவுன்டரில் கொல்லப்பட்ட குழந்தையின் மனைவி மாதம்மா "என் வீட்டுக்காரர் குவாரியில் கல் உடைக்கும் வேலைக்குப் போய்க்கிட்டிருந்தார். அப்போ வேசக்காலம், ராத்திரி நேரம் எல்லோரும் வூட்டு வாசலில் படுத்திருந்தோம்.

கட்டிலில் படுத்திருந்தவரை போலீசார் வந்து "விசாரணைக்கு வரணுமுன்னு..." சொன்னாங்க. "சட்டை போட்டுக்கிட்டு வாரேன்"னு சொன்னார். அதுக்குக்கூட விடாமே "போலாம் வா..."ன்னு சொல்லிக் கூட்டிக்கிட்டுப் போனாங்க. இரண்டு மாசமா அனூர் ஸ்டேசனில் வச்சு விசாரிச்சுகிட்டே இருந்தாங்க. நானும் ஒருதாட்டி அனூர் போய்ப் பார்த்துட்டு வந்தேன். எனக்கு மூனு கொளந்தைங்க, அதுலே, கடசிப் புள்ளை பால் குடிச்சுக்கிட்டு இருந்தது. அதுங்களே தனியா விட்டுட்டு என்னால ஸ்டேசன்ல போயிப் பார்க்க முடியல. கடைசியா வீரப்பன் ஆளுங்ககூட நடந்த சண்டையில் நாலுபேரைக் கொன்னுட்டோமுன்னு சொல்லிப் பொணத்தை மட்டும் கொண்டாந்து போட்டுட்டுப் போயிட்டாங்க..." என்று நீண்ட பெருமூச்சு விடுகிறார்.

மாதம்மா

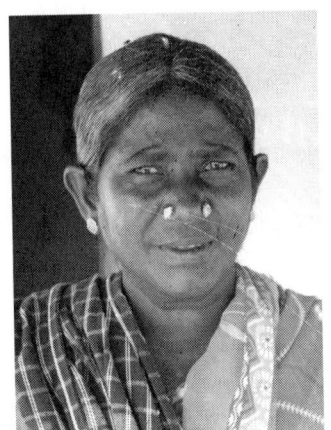

சண்முகத்தின் அப்பா ஐயந்துரை "ஆடு மேச்சுக்கிட்டு இருந்த மகனைப் போலீசார் விசாரிக்கணுன்னு சொன்னாங்க. நாங்களே நேரா அனூர் போலீஸ் ஸ்டேசனுக்குக் கூட்டிட்டுப் போயி விட்டோம். அங்கிருந்த மந்தப்பா இன்ஸ்பெக்டர் கிட்டே ஐயாயிரம் ரூபாய் பணமும் குடுத்துட்டு வந்தோம். விசாரிச்சுட்டு நாலு நாளில் விட்டுருவோம்னு சொன்னான். அதுக்குப் பிறகு நாலு பேரையும் சுட்டுக்கொண்டாந்து எங்க ஊர் பஸ் ஸ்டாப்புலே போட்டுட்டுப் போயிட்டாங்க. பொணத்தை எடுத்துக்கிட்டு வந்து காரியத்தை செஞ்சி அடக்கம் பண்ணீட்டு, அடுத்தநாள் கொள்ளேகாலம் போனோம். அங்கிருந்த மந்தப்பா இன்ஸ்பெக்டர்கிட்டே இப்பிடி அநியாயமா கொன்னு போட்டீங்களேன்னு..." கேட்டேன்.

"உம் பையன் வீரப்பன் கேங்குலே சேந்துக்கிட்டு இராமாபுரம் ஸ்டேஷனை அடிக்கப்போனான். அதனால சுட்டமுன்னு சொன்னான். அடப்பாவி கையிலே கொண்டாந்து

ஒப்படைச்சுட்டு வந்த பையனைக் கொண்டுபோய் கொன்னு கொண்டாந்து குடுக்கறீங்களே நீங்க நல்லாவே இருக்க மாட்டீங்கன்னு சாபம் விட்டுட்டு வந்துட்டேன். மந்தப்பா ரிட்டேடு ஆகறதுக்குள்ளயே அவன் மகனும் ஆக்சிடெண்டில் செத்துப் போயிட்டான்.” என்கிறார்.

போலீசார் வெங்கடாசலத்தைத் தேடிக் கொண்டு நல்லூர் வந்துள்ளனர். இதைத் தெரிந்த அவருடைய மனைவி கணவரைக் கூட்டிக் கொண்டு திருப்பூர் கிளம்பினார். நல்லூரிலிருந்து பேருந்தில் போனால், போலீசில் சிக்குவோம் என்று பயந்தார். பாலாற்றைக் கடந்து வேலாம் பட்டி காட்டுவழியாக சென்று பர்கூர் ரோட்டில் பேருந்து ஏறியுள்ளார். வேலாம்பட்டி காட்டுக்குள் தப்பிச் செல்வதைத் தெரிந்த பொன்னுசாமி என்ற போலீஸ் உளவாளி இந்தச் செய்தியை போலீசாரிடம் சொல்கிறார். வெங்கடாச்சலத்தைத் துரத்திக் கொண்டுபோன இன்ஸ்பெக்டர் வெங்கிடுசாமி, மந்தப்பா தலைமையிலான போலீசார், பஸ்ஸில் ஏறிய நிலையிலேயே அவரைப் பிடித்துள்ளனர்.

ஐயந்துரை

அங்கிருந்து அடித்து இழுத்துக் கொண்டுபோய் அனூர் காவல் நிலையத்தில் வைத்திருந்தனர். ஒரு வார விசாரணைக்குப் பிறகு, சுட்டுக் கொன்றுள்ளனர். உயிருக்குப் பயந்து ஊரைவிட்டு ஓடிய அவரது குடும்பத்தைச் சேர்ந்தவர்கள் எல்லோரும் இப்போதும் திருப்பூரிலேயே உள்ளனர்.

“மாதேஸ்வரன் மலையிலிருந்து பொன்னாச்சி பிரிவுக்குப் பக்கமா ஒரு பாரஸ்ட் ரோடு கீழே போகும். அந்த ரோட்டுல போனா செங்கப்பாடிக்குப் போகலாம். அந்த வழியிலேதான் நாலு பேரையும் கூட்டிட்டுப் போனோம். ஒருத்தன் காலிலிருந்து இன்னொருத்தன் காலோட விலங்கு போட்டு நிற்க வச்சோம். ஹரிகிருஷ்ணாதான் சுடச் சொன்னார். பட்டுப்பட்டுன்னு

அடிச்சதில், மூனுபேர் ஸ்பாட் அவுட் ஆயிட்டாங்க. ஒருத்தன் மட்டும் இடுப்புல குண்டு பட்டுக் கீழே விழுந்துட்டான். "ஐயா சாமி என்னக் கொல்லாதீங்க, கொல்லாதீங்க..."ன்னு உன்னிச்செடிப் பொதைக்குள்ளே உழுந்து கதறினான். உயிர் பயமுன்னா என்னாங்கிறதை அன்னைக்குத்தான் பார்த்தேன். எனக்குக்கூடப் பாவமா இருந்துச்சு. "சார்..."னு சொல்லிட்டு ஹரிகிருஷ்ணாவைப் பார்த்தேன். "மூனு மர்டர்க்கு இவனே ஐ விட்னஸ். சாய்ஸ் புடுரி"ன்னு சொன்னார். அப்புறம்தான் அவனையும் அடிச்சோம். என்கிறார் இந்தப் போலி என்கவுன்டரில் முன்னின்ற ஒரு காவல்துறை அதிகாரி.

இந்த நான்கு பேரையும் பிடித்து விசாரித்த பின்னரே, நல்லூரைச் சேர்த்த பலர் வீரப்பன் தொடர்பில் இருப்பது போலீசாருக்குத் தெரிகிறது. ஊருக்குப் போன போலீசார், கையில் கிடைத்தவர்களை எல்லாம் பிடித்து அடித்தனர். ஊரிலிருந்த ஆண்கள், பெண்கள் எல்லோருமே பக்கத்திலிருந்த பெருமாள் கோயில் கரட்டில் ஏறி ஒளிந்தனர். யாரும் கைக்குச் சிக்காமல் போனதால் போலீசார் கடுப்பாயினர். அப்போது நல்லூரில் இருந்த அனைத்து வீடுகளுமே கூரையாக இருந்தன. நண்பகல் நேரத்தில், பக் ஷாட் தோட்டாக்கள் மூலம் துப்பாக்கியில் சுட்டுள்ளனர். கூரைமீது விழுந்த வெடி

தீவைத்து எரிக்கப்பட்ட நல்லூர் மக்களின் வீடுகள்
(நன்றி:- நேத்ரா ராஜூ)

தீ வைத்து எரிக்கப்பட்ட நல்லூர்.
நன்றி:- நேத்ரா ராஜூ

மருந்துகள் தீ பிடித்து எரிந்தன. ஒரு மணி நேரத்தில், ஊரே காலியானது.

இந்த வேலைகள் எஸ்.பி.ஹரிகிருஷ்ணா முன்னிலையிலேயே நடந்துள்ளன. இன்ஸ்பெக்டர் மந்தப்பா, வெங்கிடுசாமி, எஸ்.ஐ.ஷகீல் அகமது மூவருமே முன்னின்று நெருப்பு வைக்கும் வேலையைச் செய்துள்ளனர். போலீசுக்குப் பயந்த பலர் பொண்டாட்டி பிள்ளைகளைக் கூட்டிக்கொண்டு திருப்பூர் சென்றனர். வெங்கிடுசாமி ஒரு தனி டீம் அமைத்து திருப்பூரில் வேட்டையாடினார். ஓர் ஆண்டுக்குப் பிறகு திருப்பூரிலிருந்து கங்காதரன், பொன்னுசாமி, கணேஷ், காளியப்பன் என இருபதுக்கும் அதிகமானவர்களைக் கைது செய்கிறார்.

போலீசுக்குப் பயந்த பேபி வீரப்பன், மேய்க்கான் ரங்கசாமி, நல்லூர் இராமர், அவருடைய நான்கு பெண் குழந்தைகள், மகன், மனைவி, வீராசாமி குடும்பம் எனப் பலர் குடும்பத்துடன் வீரப்பனோடு காட்டுக்குள் சென்றனர். இதையடுத்து கர்நாடக அதிரடிப்படை போலீசார் நல்லூரில் சிறப்பு முகாம் ஒன்றை அமைத்தனர். இதனால் ஊர் அமைதி இழந்து போனது.

******

11

வலையில் சிக்கிய ஐ.பி.எஸ். அதிகாரி

ஒகேனக்கல் காட்டில் டைகர் அசோக்குமார் தலைமையிலான வீரர்கள்
(நன்றி : டைகர் அசோக்குமார் *AdSP Retd*)

தினலி அருகிலுள்ள மாரள்ளி கிராமத்தைச் சேர்ந்த மிட்டு நாயக் குடும்பத்தினருடன் வீரப்பனுக்கு நீண்ட நாள்கள் பழக்கம் இருந்தது. இவருக்கு, தாவூஜி நாயக், புட்டுசாமி நாயக், கமல நாயக், பரசுராம் நாயக், குருசாமி நாயக், குண்டு என்கிற சிவராம் நாயக் என ஆறு மகன்கள். மிட்டு நாயக் குடும்பத்தினர் வீரப்பனுடன் தொடர்பில் இருப்பதைத் தெரிந்த மாதேஸ்வரன் மலை காவல்நிலைய எஸ்.ஐ.ஷகீல் அகமது கமல நாயக்கை நேரில் கூப்பிட்டுப் பேசினார். “வீரப்பனைப் பற்றிய செய்திகளைத் தனக்குத் தெரிவிக்க வேண்டும்” என்று மிரட்டினார்.

அதன் பின்னர் கமல நாயக், வீரப்பன் நடமாட்டம் பற்றி அவ்வப்போது தகவல் சொல்லி வருகிறார். இது வீரப்பனுக்கும் தெரியும். கமலநாயக்கின் அப்பா மிட்டு நாயக்கே “என்

மகனுக்கு போலீசாரோட தொடர்பு இருக்கு. அவன்கிட்டே நீங்க தொடர்பு வச்சுக்காதீங்க.." என்று வீரப்பனிடம் சொல்லி எச்சரித்துள்ளார். நம்பிக்கைக்குரிய தோழன் ஆசாரி குருநாதனை வீரப்பன் இழந்தார். நல்லூரைச் சேர்ந்த நான்கு இளைஞர்களைப் போலீசார் சுட்டுக் கொன்றனர், ஊரே நெருப்பு வைத்து எரிக்கப்பட்டது. தமிழர்களுக்கு எதிராகவே இந்த வன்முறைகள் நடப்பதாக வீரப்பன் நினைக்கிறார். இதற்கெல்லாம் எஸ்.பி. ஹரிகிருஷ்ணாவும், எஸ்.ஐ.ஷகீல் அகமதுவுமே காரணம் என்று முடிவு செய்கிறார். அவர்களைப் பழி வாங்கத் துடித்தார்.

அதே அளவுக்கு வீரப்பன் மீது எஸ்.ஐ.ஷகீல் அகமதுவுக்கும் வெறி இருந்தது. இரண்டு பக்கமும் தொடர்பிலிருந்த கமலநாயக்குக்கும் இது தெரிந்தது. இரண்டு பக்கமும் உள்ள கொலை வெறிக்கு நம்ம குடும்பம் பலியாகக் கூடாது என முடிவு செய்கிறார். அதனால், மாரள்ளியில் இருந்த காடு, தோட்டங்களை எல்லாம் பக்கத்துக் காட்டு ஆளுங்களுக்குக் குத்தகைக்கு விட்டார். தனது அண்ணன் தம்பிகள் எல்லோரையும் குடும்பத்தோடு வண்டி ஏற்றினார். தமிழக எல்லையில் உள்ள பீஜிபாளையம் என்ற ஊருக்குக் குடி புகுந்தார்.

தமிழகத்தை சேர்ந்த விவசாயி ஒருவருக்குச் சொந்தமான அறுபது ஏக்கர் நிலம் பீஜிபாளையம் என்ற ஊரில் இருந்தது. அதில், மல்பரி செடிகள் பயிர் செய்திருந்தார். அந்தத் தோட்டத்தில் கமலநாயக்கின் குடும்பத்தைச் சேர்ந்த எல்லோருக்குமே வேலை கிடைத்தது. "வீரப்பன் தொல்லை இனி இல்லை" என்று நினைத்துக் கொண்டிருந்த நேரத்தில், **10.8.1992** இரவு கமலநாயக்கின் வீட்டுக்கு வீரப்பன் வந்தார்.

கமல நாயக்கின் சகோதரர்கள் ஐந்து பேருடன், அவருடைய அப்பா, மிட்டு நாயக், அம்மா லாலீபாய், அத்தை ஜாகிரி பாய் என எட்டுப் பேரையும் பிணைக் கைதிகளாகப் பிடித்துக்கொண்டு போனார். இன்னொரு பக்கம் வீரப்பன் தம்பி அர்ஜூனன் கமல நாயக்கை மட்டும் தனியாகக் கூட்டிக் கொண்டு போனார். எட்டுப்பேரையும் காட்டுக்குள் ஓரிடத்தில் கொண்டுபோய் பாதுகாப்பாகக் காவல் வைத்துவிட்டு வந்த வீரப்பன் கமல நாயக்கைச் சந்தித்தார்.

“நான் சொல்கிறபடி நடந்தால், உன்னுடைய வீட்டிலிருக்கும் எல்லோரும் தப்பிக்கலாம். இல்லையானால் உன்னோடு சேர்ந்து எல்லோருமே சாக வேண்டியதுதான்” என்று வீரப்பன் மிரட்டினார். முதலில் கமல நாயக் முரண்டு பிடித்தார். வீரப்பனுடன் இருந்த, கொளந்தான், ஐயந்துரை ஆகிய இருவரும் கமலநாயக்கிற்கு ஒரு மண்டல பூஜை கொடுத்தனர்.

“என்ன சொல்லறபடி கேப்பியா....? இல்லை குடும்பத்தோட சாகப்போறியா...”? என்று கேட்டார் வீரப்பன். வேறு வழியில்லை வீரப்பன் சொன்னபடி நடக்கச் சம்மதம் தெரிவித்தார் கமலநாயக். வீரப்பன் தனது திட்டத்தை விவரிக்கத் தொடங்கினார்.

“வீரப்பன் தம்பி அர்ஜுனன், கொளந்தான் ரெண்டு பேரும் என் வீட்டுக்கு வந்தாங்க. அவங்ககிட்டே நாற்பது கிலோ யானைத் தந்தம் இருக்குது, அதை உடனே வித்துக் குடுன்னு கேட்டாங்க. “நீங்க என் வீட்டான்டே இருங்க சாமி, நான் போயி கொம்பு ஏவாரியை கூட்டிக்கிட்டு வாரேன்”னு சொன்னேன்.

“அய்யய்யோ... வேண்டாம்பா, ஏற்கனவே கொம்பு விக்கப்போன எங்க ஆளு குருநாதனை இந்தப் பக்கத்து ஆளு ஒருத்தன் போலீசில் புடிச்சுக் குடுத்துட்டான். அதனாலே நாங்க இங்கே இருக்கிறது நல்லதில்ல”ன்னு சொல்லீட்டாங்க.

“சரி....என்ன சாமி செய்யலா...”ன்னு அவங்ககிட்டேயே கேட்டேன். “நாளா நாளைக்கு மத்தியானம் ஒரு மணி சுமாருக்குக் கொம்பு ஏவாரியை கூட்டிட்டு வா. நாங்க இராமாபுரத்திலிருந்து கொப்பம் போகும் ரோட்டில் பூதிக்கரை பள்ளத்துக்குக் கெழக்கே ஒரு தாவில இருக்கிறோம். நீங்க வெள்ளை அம்பாசிட்டர் கார்லே, சுமார் முப்பது கிலோமீட்டர் வேகத்தில அப்படியே மெதுவா வந்துக்கிட்டே இருங்க. ரோட்டுமேலயே நான் இருப்பேன், அந்த எடத்துலே காரை நிறுத்துங்க. பிறகு, நேரிலே பார்த்துப் பேசிக்கலாம். வரும்போதே எடைக் கல்லு, தராசு எல்லாத்தையும் எடுத்துக்கிட்டு வாங்க. நாங்க ரோட்டுக்குப் பக்கமாகவே கொம்பை (தந்தத்தை) கொண்டாந்து வச்சிருவோம். சுமார் 40 கிலோ தந்தம் இருக்கும். எவ்வளவு எடை இருக்குதோ அதுக்கு

மட்டும் காசைக் குடுத்துட்டுப் பொருளை எடுத்துக்கிட்டுப் போகட்டும்"ன்னு சொன்னாங்க.

நீங்க யானைக் கொம்பு வியாபாரி மாதிரி வந்தா, அர்ஜுனனையும், கொளந்தானையும் பிடிக்கலாம். ஒருத்தங்கிட்டே ஒரு மருந்து வெடி (நாட்டுத் துப்பாக்கி) இருக்குது. ஒருத்தன் ஒரு தொன்னை (தடி)தான் வச்சிருக்காங்கன்னு சொல்லு. மாப்பளைங்க நீ கூப்பிடும் இடத்துக்கு நாய்க்குட்டி மாதிரி ஓடி வருவாங்க. நான் அவங்களைக் கையிலே புடிச்சுக்கிட்டு, உன் சொந்தக்காரங்களை அனுப்பி வச்சிருவேன். இல்லையின்னா மவனே, இங்கிருக்கும் எல்லோரையும் சுட்டுப் போடுவேன்...." என்று மிரட்டியுள்ளார்.

"நீங்க சொல்ற மாதிரியே செய்யறேன் சாமி.... எங்க ஆளுங்களை ஒன்னும் செய்யாதீங்க. நான் சொன்னாப் போதும் ஷகீல் அகமதுவும், ஹரிகிருஷ்ணாவும் எங்கே வேணுன்னாலும் வருவாங்க..." என்று அழுதுள்ளார் கமல நாயக்.

நாளா நாளைக்கு மதியம் 1.00 மணியிலிருந்து 2.00 மணிக்குள்ளே கொப்பம் தடத்திலே நீங்க வெள்ளை

எஸ்.ஐ.ஷகீல் அகமது (நன்றி : மாதேஸ்வரன் காவல் நிலையம்)

அம்பாசிடர் காரில் வரணும். நீங்கதான் அந்தக் காரில் வாரீங்கன்னு தெரிஞ்சுக்கறதுக்கு அடையாளமா முன்பக்கத்தில், இடது பக்கம் உட்கார்ந்துக்கிட்டு வரும் ஆள் சிவப்பு நிறத்தில் சட்டை போட்டிருக்கணும். காரின் கண்ணாடியைக் கீழே இறக்கிவிட்டுச் சிவப்பு சட்டை வெளியே தெரியும்படி கையைக் கார் கதவின்மீது வச்சுக்கிட்டு வரணும். இந்த அடையாளத்தோட வந்தாப்போதும். நான் கை காட்டிக் காரை நிறுத்துவேன். இதை நீ ஒழுங்கா செஞ்சுட்டா உங்க ஆளுங்க எல்லாரையும் நான் வீட்டுக்கு அனுப்பிடறேன்" என்றார்.

வீரப்பன் சொல்லியபடியே கமல நாயக் மாதேஸ்வரன் மலைக்குப் போகிறார், எஸ்.ஐ.ஷகீல் அகமதுவைச் சந்திக்கிறார். வீரப்பன் சொன்ன கதையைக் கொஞ்சமும் மாற்றாமல் அப்படியே சொல்கிறார். "நீங்க யானைத் தந்தம் வாங்கும் வியாபாரி மாதிரி வந்தால், அர்ஜுனனைப் பிடிக்கலாம்" என்கிறார். மறுநாள் காலை கொள்ளேகால் நீர்ப் பாசனத்துறை ஆய்வு மாளிகையில் அதிரடிப்படைத் தலைவர் ஐ.ஜி.மடியாள், எஸ்.பி. ஹரிகிருஷ்ணா, கொள்ளேகால் ஆய்வாளர் மந்தப்பா, அனூர் காவல் ஆய்வாளர் வெங்கிடுசாமி ஆகியோருடன் கலந்தாய்வு நடந்தது.

காலை 11.00 மணிக்குக் கொப்பம் செல்லும் சாலையில் ஒரு லாரியை அனுப்பி போகும் வழியில் ஏதாவது மாற்றங்கள் இருக்கின்றனவா...? என போலீசார் ஆய்வு செய்தனர். குறிப்பிடத்தக்க எந்த மாற்றமும் இல்லை. இராமாபுரத்தில் ஒரு லாரியையும் முப்பது அதிரடிப்படை வீரர்களையும் தயாராக இருக்கச் சொன்னார் எஸ்.பி.ஹரிகிருஷ்ணா. வீரப்பன் சொல்லி அனுப்பியபடியே வெள்ளை அம்பாசிடர் கார் தயாரானது. ஓட்டுநர் இருக்கையில் மாதேஸ்வரன் மலை காவல் நிலைய உதவி ஆய்வாளர் ஷகீல் அகமது உட்கார்ந்தார். பின்பக்க இருக்கையில் ஹரிகிருஷ்ணா, கொள்ளேகால் ஆய்வாளர் மந்தப்பா, நாகராஜ் என்ற காவலரும் இருந்தனர். 14.8.1992 அன்று மதியம் 12.00 மணிக்கு, கொள்ளேகாலிலிருந்து கிளம்பிய கார் இராமாபுரம் நோக்கிச் சென்றது.

இராமாபுரம் காவல் நிலையத்துக்கு சற்று முன்னே வலது பக்கம் பிரிந்து செல்லும் ஹூக்கியம் ரோட்டில் ஒரு லாரி

நின்றது. அந்த லாரிக்குப் பக்கத்தில் காரை நிறுத்தினார், காரிலிருந்து இறங்கிய மந்தப்பாவிடம் சில உத்தரவுகளைப் பிறப்பித்தார் ஹரிகிருஷ்ணா. அவருக்கு ஒரு சல்யூட் அடித்து "எஸ் ஸார்" என்று விடை கொடுத்தார். எஸ்.பி.ஹரிகிருஷ்ணா ஓட்டுநர் இருக்கைக்குச் சென்றார், ஷகீல் அகமது பின்பக்கம் வந்தார். கார் அங்கிருந்து கிளம்பியது. 24 கிலோமீட்டர் தொலைவிலிருந்த பூதிக்கரைப் பள்ளத்தின் கிழக்கு மேட்டில் வீரப்பன் தனது கூட்டாளிகள் பத்து பேருடன் ஹரிகிருஷ்ணா வரவுக்காகக் காத்திருந்தனர்.

ஓட்டுநர் இருக்கையிலிருந்த ஹரிகிருஷ்ணா, பின்பக்கம் நடுவிலிருந்த ஷகீல் அகமது இருவர் மடி மீதும் ஏ.கே-47 தானியங்கித் துப்பாக்கிகள் இருந்தன. ஷகீல் அகமதுவுக்கு வலது பக்கம், அவருடைய நம்பிக்கைக்குரிய காவலர் நடராஜும், இடதுபக்கம் விஸ்பேந்திராவும் இருந்தனர். காரின் முன்பக்கத்தில், ஓட்டுநர் இருக்கைக்குப் பக்கத்தில் கமல நாயக்கும், அவருக்கு அடுத்து ஜன்னல் ஓரத்தில் சபிபுல்லா என்ற காவலர் சிவப்பு சட்டையுடன் கார் கதவின்மீது கை வைத்தபடி உட்கார்ந்திருந்தார்.

இராமாபுரம் காவல் நிலையத்திருந்து 24ஆவது கிலோ மீட்டரில் கொப்பம் என்ற இடம். கப்பிக்கல் மட்டுமே போட்டிருந்த அந்தச் சாலையில் கற்களெல்லாம் பெயர்ந்து போய் மேடும் பள்ளமுமாக இருந்தன. அங்குள்ள மைல் கல்லுக்குப் பக்கத்தில் சாலை இடதுபக்கம் வளைந்து செல்கிறது. சாலையின் வலது பக்கம் கற்களால் அடுக்கப்பட்ட கோவில் இருந்தது. அந்தக் கோவிலை ஒட்டினாற்போல மீண்டும் ஒரு இடது பக்கத் திருப்பம். வலது பக்கம் சாலையை விட்டு இறங்கினால் கீழே முந்நூறு அடி ஆழத்துக்குப் பள்ளம். ஹரிகிருஷ்ணா சென்ற கார் வளைவில் திரும்பியது. சாலையின் நடுவில் சிறு சிறு குழிகளும் இருந்தன. அந்தக் குழிகளுக்குள் ஏறி இறங்கி கார் நேராகப் போகமுடியாதபடி கற்கள் சிதறிக் கிடந்தன.

உதவி ஆய்வாளர் ஷகீல் அகமது, விஸ்பேந்திரா இருவரும் வழக்கமாக இந்த வழியில் அடிக்கடி சென்று வருபவர்கள். இந்த இடத்தில் கோவிலும் இல்லை. சாலையில் குண்டும்

குழியுமில்லை. சம்மந்தமே இல்லாமல் ரோட்டில் யாரோ கல் வைத்துள்ளது தெரிந்தது. ஷகீல் அகம்மது எஸ்.பி.யிடம் இதைச் சொல்ல வாயெடுத்தார்.

கீழே கிடந்த கற்களின் மேலே ஏறாமல் காரை எப்படித் திருப்புவது என ஹரிகிருஷ்ணா யோசிக்கிறார். அதே நேரம் ஹரிகிருஷ்ணா வந்த வாகனத்துக்கு நேர் எதிரில் இருந்த பாறை மறைவிலிருந்து வீரப்பன் துப்பாக்கியுடன் வெளியே தலையை நீட்டினார். காரின் ஓட்டுநர் இருக்கையை குறிவைத்து துப்பாக்கி டிரிக்கரை *(Trigger)* இழுத்தார்.

பள்ளிக்குச் சென்று படிக்காத பாமரனின் சூழ்ச்சியால் *IPS* அதிகாரி பலியானார்.

****

மெட்டு – இருநூறு முதல் இருநூறு அடி உயரம் இருக்கும். மரங்கள் குறைவாகவும், புற்கள் அதிகமாகவும் வளரும். அதுவும், பெரிய மரங்கள் இல்லாமல் ஊஞ்சை, இலந்தை போன்ற மரங்களும், சுள்ளி, ஆவாரை போன்ற குத்துச் செடிகளும் இருக்கும். கால்நடைகள் மேய்ச்சலுக்குப் பயன்படும் இடம். காடு, மலைகளின் ஓரத்தில் ஊரை ஒட்டியிருக்கும் பகுதியாகும். ஓரிடம் உயர்ந்தும், ஓரிடம் தாழ்ந்தும் இல்லாமல் ஒரே சீராக உயர்ந்துள்ள மேட்டு நிலம். கோவை மாவட்டத்தில் உள்ள மலை மக்கள் இதை மொக்கை எனவும் அழைக்கின்றனர்.

12

கமலநாயக் கொலை

ஹரிகிருஷ்ணா பயணம் செய்த கார். (நன்றி : வெங்கிடுசாமி *AdSP Retd*)

என்ன நடக்கிறது என்பதை ஹரிகிருஷ்ணா உணரும் முன்பாகவே அவரது தலையில் தோட்டா இறங்கியது. ஓட்டுநர் இருக்கையில் உட்கார்ந்த நிலையிலேயே வலதுபக்கம் சரிந்தவரின் தலை, கார் கதவுக்கு வெளியே தொங்கியது. விநாடியில் நடந்த விபரீதத்தை உணர்ந்த ஷகீல் அகமது தன் மடிமீது வைத்திருந்த ஏ.கே-47 துப்பாக்கியை எடுத்து மேலே தூக்கினார். காரின் முன்பக்க கண்ணாடி வழியாக வீரப்பனை நோக்கிச் சுடுவதற்குத் தயாராகும் முன்பாகவே அவரது தலையை, வீரப்பனின் இரண்டாவது துப்பாக்கி குண்டு துளைத்தது. காரிலிருந்த மற்றவர்களை நோக்கி வலது பக்கம் பாறை மறைவில் பதுங்கியிருந்த வீரப்பன் ஆள்கள் நாட்டுத் துப்பாக்கியால் சுட்டனர். காரிலிருந்த அனைவருமே காயமடைந்தனர். உயிர் தப்பிக்கக்கூட, காரைவிட்டு வெளியே வரமுடியாத நிலையிலிருந்தனர்.

ஹரிகிருஷ்ணா காரைப் பின் தொடர்ந்து, ஒரு லாரி வந்தது. அந்த வண்டியில் கொள்ளேகால் ஆய்வாளர் மந்தப்பா தலைமையில், முப்பது அதிரடிப்படை வீரர்கள் சீருடை இல்லாமல் இருந்தனர். வீரப்பன் பாறைக்குப் பின்னால் இருந்து வெளியே வந்தார், எதிரில் வரும் லாரியைப் பார்க்கிறார். தன்னுடைய ஆள்கள் இருந்த பக்கம் கையைக் காட்டி சுடுவதை நிறுத்தச் சொல்கிறார். ஹரிகிருஷ்ணா காருக்குப் பின்னால் லாரி நின்றது. லாரியின் மேற்கூரைமீது உட்கார்ந்திருந்த எஸ்.ஐ.பெனகுண்டா எழுந்து நின்று பார்க்கிறார். தங்களுக்கு முன்னே வந்த எஸ்.பி.யின் கார் வழியில் நின்று கொண்டிருந்தது. சுற்றிலும் அமைதியாக இருந்தது. ஆனால், துப்பாக்கி தோட்டாக்கள் வெடித்த மருந்து வாசம் மூக்கில் ஏறியது, ஏதோ விபரீதம் நடந்துள்ளது என்பது அவருக்குத் தெரிந்தது.

எஸ்.ஐ.பெனகுண்டா லாரியின் மேற்கூரையில் நிற்பதை வீரப்பனும் பார்க்கிறார். காட்டுப்பகுதியில் மரம் லோடு ஏற்ற வந்த லாரியாகவும் இருக்கலாம், போலீசாகவும் இருக்கலாம். பொறுத்திருந்து பார்ப்போம் என முடிவெடுத்தார். காரின் கண்ணாடிகள் உடைந்து, சிதறிக் கிடந்தவை எஸ்.ஐ. பெனகுண்டாவுக்குத் தெரிந்தன. தனக்கு நேர் எதிரில் இருந்த ஒரு பாறையின் பின்பக்கம் கமல நாயக் ஒளிந்து கொண்டிருந்தார். காருக்குப் பின்னால் வந்து நிற்பது போலீஸ் என்பது அவருக்குத் தெரிந்தது. பக்கத்தில் வரவேண்டாம் லாரியைப் பார்த்து இரண்டு கையையும் ஆட்டிக் கத்தினார். விபரீதத்தை உணர்ந்த உதவி ஆய்வாளர் பெனகுண்டா “போலி மக்க...” என்று கன்னடத்தில் திட்டிக் கொண்டே கீழே குனிந்து அவர் உட்கார்ந்திருந்த இடத்திலிருந்த 303 ரைபிளைக் கையில் எடுத்தார்.

பெனகுண்டா கீழே குனியும்போதே வீரப்பன் அவருக்குக் குறி வைத்தார். நிமிரும்போது அவரது நெஞ்சிலும் வீரப்பனின் துப்பாக்கியிலிருந்து வந்த தோட்டா இறங்கியது. கனத்த உருவம் கொண்ட பெனகுண்டா கத்தியபடியே லாரியின் மேற்கூரையிலிருந்து கீழே விழுந்தார். அதன் பின்னர், லாரிக்குள் பதுங்கியிருந்த போலீசார் நாலா பக்கமும் பதுங்கியிருந்த வீரப்பன் ஆள்களை நோக்கிச் சுட்டனர். காரும் லாரியும், நின்று கொண்டிருந்த இடத்துக்கு நூறு அடி தொலைவிலிருந்த பாறை

மறைவிலிருந்த வீரப்பன் ஆள்கள் சேத்துக்குழி கோவிந்தன், அர்ஜுனன், மாரியப்பன், கொளந்தான், துரைசாமி, சுண்டா வெள்ளையன் ஆகியோர் போலீசார் வந்த லாரியை அங்குலம் அங்குலமாக அடித்தனர்.

மின்னியத்தில் இருந்து கொள்ளேகால் போகும் N.S.Transports பேருந்து சரியாக 1.30 மணிக்கு அந்த இடத்துக்கு வரும். பள்ளத்திலிருந்து மலை மேலே ஏறிய அந்தப் பேருந்து வேகமாக வந்தது. தூரத்தில் வரும்போதே ஓட்டுநர் ஹாரன் அடித்துக்கொண்டே வந்தார். சாலை வளைவில் வேகமாக வந்த வண்டி ஹரிகிருஷ்ணாவின் வாகனத்துக்குப் பத்து அடி முன்பாக நின்றது. பொதுமக்களை ஏற்றி வந்த அந்த பேருந்தைப் பார்த்ததும், வீரப்பன் தனது ஆள்களைப் பார்த்து கை காட்டினார். மற்றவர்களும் சுடுவதை நிறுத்தினர். என்ன, ஏது என்று விவரம் தெரியாத பயணிகள் சிலர் பேருந்திலிருந்து கீழே இறங்கினர்.

பாறையின் பின்னால் ஒளிந்திருந்த வீரப்பன் பக்கத்திலிருந்த பள்ளத்தில் இறங்கினார். பயணிகள் கீழே இறங்கி வந்த பின்னர் லாரிக்குப் பின்னால் ஒளிந்திருந்த நான்கு போலீசார் உடலெல்லாம் காயத்துடன் வெளியே வந்தனர். என்ன நடந்தது என்பதை மக்களிடம் கூறினர். காயம்பட்டுக் கிடந்த போலீசார் இருபது பேரையும், அந்தத் தனியார் பேருந்தில் ஏற்றினர். இறந்து கிடந்த எஸ்.பி.ஹரிகிருஷ்ணா, எஸ்.ஐ.ஷகீல் அகமது, எஸ்.ஐ.பெனகுண்டா மூன்று பேர் உடல்கள் மட்டுமே பேருந்தில் ஏற்றப்பட்டன. ஹரிகிருஷ்ணா வந்த காரையும், லாரியையும் அங்கேயே விட்டுவிட்டு மீதமிருந்தவர்கள் எல்லோரும் தப்பி ஓடினர். காவலர்கள் சுந்தரம், காளப்பன், அப்பாச்சி மூவரின் உடல்களும் அவர்கள் வைத்திருந்த 303 துப்பாக்கியுடன் லாரிக்குள்ளேயே கிடந்தன.

இந்த நிகழ்ச்சிகளெல்லாம் நடந்து முடியும்வரை கிட்டத்தட்ட, கால் மணிநேரம் வீரப்பன் உள்ளிட்ட அவருடைய ஆள்கள் அங்கேயே மறைந்திருந்தனர். பேருந்து போன பின்னர் வெளியே வந்தனர். லாரிக்கு அடியிலும், காருக்கு அடியிலும் கிடந்தவற்றை எல்லாம் பொறுக்கி எடுத்தனர். மூன்று 303 துப்பாக்கிகள், ஒரு 9 mm ரிவால்வர், எட்டு மகஜின் ஏ.கே-47 தோட்டாக்கள், எஸ்.பி. ஹரிகிருஷ்ணா காரிலிருந்த ஒரு

வயர்லஸ் கருவி, ஒரு பைனாகுலர் ஆகியவற்றுடன் ஒரு பை நிறைய 303 தோட்டாக்களையும் வாரி எடுத்துக்கொண்டு சென்றனர்.

சாலையோரத்தில் வீரப்பன் அமைத்திருந்த கோயில்

வீரப்பன் அமைத்திருந்த 10 அடி நீளப் பதுங்குக் குழிக்கு முன்பாக இன்ஸ்பெக்டர் வெங்கிடுசாமி (நன்றி : டைகர் அசோக்குமார்)

சாலையோரத்தில் வீரப்பன் கோயில் அமைத்து வழிபாடு நடத்திய இடம்

1986முதல் 1992வரை மாதேஸ்வரன் மலை காவல் நிலையத்தில் காவலராக இருந்தவர் நாகராஜ். உதவி ஆய்வாளர் ஷகீல் அகமதுவுக்கு உற்ற தோழர். மின்னியம் காட்டுக்குச் சென்ற நடவடிக்கைகள் குறித்துப் பேசினேன். "கமல நாயக் ரொம்ப நாளாகவே மாதேஸ்வரன் மலைக்கு வந்துட்டுப் போவான். அவன் மூலமா வந்த சில இன்பெர்மேசனை நாங்களும் செக் பண்ணிப் பார்த்தோம். எல்லாமே சரியாத்தான் இருந்தது. ஒருநாள் காலையில் வீரப்பன் கோயிலுக்கு சாமி கும்பிட வருவான்னு சொன்னான். ஹூக்கியம் காட்டில் விடிய விடியக் காத்திருந்தோம். ஆனால், அன்னைக்கு வீரப்பன் வரவில்லை. கமலநாயக் சொன்ன இன்பெர்மேஷன் மேலே நாங்க அங்கே வருவோமான்னு வீரப்பன் எங்களை வாட்ச் பண்ணியிருக்கிறான். அவன் கூப்பிட்டால் போலீசார் எங்கே வேணுன்னாலும் வருவாங்க என்பதை வீரப்பனும் தெரிஞ் சிக்கிட்டான்.

அதுக்குப் பின்னாலே மின்னியம் காட்டுக்கு அர்ஜுனனும், கொளந்தானும் வந்திருக்காங்கன்னு சொல்ல வச்சிருக்கான். அன்னைக்குச் சாயங்காலமே கமலநாயக் மாதேஸ்வரன் மலைக்கு வந்து, இந்தத் தகவலைச் சொன்னான். உடனே ஷகீல் சார் இந்தத் தகவலை போன் மூலமா எஸ்.பி. சாருக்குப்

நாகராஜ்

பாஸ் பண்ணினார். மறுநாள் காலையில் நான், ஷகீல் சார், விஸ்பேந்திரான்னு இன்னொரு கான்ஸ்டபிள் மூனுபேரும் கொள்ளேகால் போனோம். ஐ.ஜி, டி.ஐ.ஜி, எஸ்.பி. வந்தாங்க. எல்லோரும் மீட்டிங் போட்டுப் பேசினாங்க. எங்கள மாதிரி கான்ஸ்டபிள் யாரையும் கூப்பிட்டுப் பேசவுமில்லை. என்ன செய்யலான்னு எங்ககிட்டே கேக்கவுமில்லை. இப்போ எதற்காக, எங்கே போய்க் கிட்டு இருக்கோமுன்னு சொல்லவுமில்லை. மைசூரிலிருந்து ஒரு வெள்ளை வாடகைக் கார் வந்தது, அதில் நாங்க ஏறிக்கிட்டோம்.

'வேறு யாரும் வரவேண்டாம்'ன்னு எஸ்.பி.ஹரிகிருஷ்ணா சார் சொன்னார். "முடியாது நாங்களும் வருவோம்" ன்னு கொள்ளேகால் இன்ஸ்பெக்டர் மந்தப்பா ஒரு டீமை கூட்டிக்கிட்டுப் பின்னாலேயே வேனில் வந்தார். அவர்களுக்காக இராமாபுரத்தில் ஒரு லாரியை ஏற்பாடு செய்து வச்சோம். வேனை விட்டுவிட்டு லாரியை எடுத்திட்டு எங்க பின்னாலே ஒரு கிலோமீட்டர் டிஸ்டன்சில் வரச்சொன்னார். நாங்க முன்னாலே போனோம். கமல நாயக் தவிர நாங்க அஞ்சு பேருமே புல்லட் புரூப் ஜாக்கெட் போட்டிருந்தோம்.

'நாங்க யாருமே யூனிபார்மில் இல்லை. எல்லோருமே சிவில் ட்ரஸில்தான் இருந்தோம். கமல நாயக் கூட்டிட்டுப் போன வழி எல்லாமே எங்களுடன் இருந்த விஸ்பேந்திராவுக்குத் தெரிஞ்ச இடம். அவரும் அந்த ஊர்க்காரர். அர்ஜுனன் இருக்கிறதா சொன்ன பூதிக்கரை பள்ளத்தில் யாருமே இல்லை. உடனே நான், "இதுக்கு மேலே போகவேண்டாம் திரும்பி விடலாம் சார்"ன்னு சொன்னேன், ஷகீல் சாரும் அதைத்தான் சொன்னார். ஆனால், எஸ்.பி.ஹரிகிருஷ்ணா "இன்னும் கொஞ்சதூரம் போகலாம்..." என்று சொல்லிட்டு

அவர் விருப்பம்போல வண்டியை விட்டுட்டார். அங்கிருந்து ஒரு கிலோமீட்டர் தூரம்தான் போயிருப்போம். உயரத்தில் போய் ஒரு வளைவில் கார் ஏறும்போது முன் பக்கம் கொஞ்சம் கல்லுக் கெடந்துச்சு. ஆக்சிலேட்டரை விட்டு வண்டியை நிறுத்த ஸார் முயற்சி பண்ணிட்டிருந்தார். அப்பவே பயர் ஆரம்பிச்சிட்டுது.

முதல் அடியிலேயே ஹரிகிருஷ்ணா சாரின் தலையில் தோட்டா இறங்கி, அப்படியே தலை சாய்ந்து விட்டது. அடுத்த அடி, சபிபுல்லாவின் இடதுபக்க தலையில் விழுந்தது. ஒருபக்க கண்ணும், அதன் பின்பக்கம் இருந்த மண்டை ஓடும் உடைந்து அவரும் மயங்கிட்டார். இடது ஓரம் இருந்த விஸ்பேந்திராவுக்குத் தலையில் அடி அவருடைய கண்ணும் போயிட்டுது. காரின் நடுப்பகுதியில் உட்கார்ந்திருந்த ஷகீல் சார் கார் கதவு வழியாக வெளியே வலதுபக்கம் இருந்த பாறைகளுக்கு இடையில் மறைந்திருந்த ஆள்கள் மீது ஏ.கே-47 இல் சுட்டுக்கொண்டிருந்தார்.

இதை, முன் பக்கம் இருந்த பார்த்த வீரப்பன் தன்னுடைய 470 மேக்னம் ரைபிளில் குறிபார்த்து இழுத்தான். ஷகீல் அகமது சாரின் தலையையும் குண்டு துளைத்து விட்டது. அவருடைய தலை என் மடிமீது விழுந்துட்டுது. என்கிட்டே இருந்த 303 ரைபிளை எடுத்து பயர் செய்யப் பார்த்தேன். பைப் நீளமாக இருந்ததால் அதை மடக்கி யாரையும் எய்ம் செய்து சுட முடியல. ஷகீல் சார் ஏ.கே-47 ரைபிள் அவருக்கு கீழே விழுந்துட்டுது. ஹரிகிருஷ்ணா சார் மடியிலிருந்த ஏ.கே-47 ரைபிளையும் என்னால் எடுக்க முடியல. இனி தப்பிக்க முடியாது என்ற நிலையில், 303 ரைபிளோடு கதவைத் திறந்திட்டு வலது பக்கம் கீழே இறங்கிட்டேன்.

அப்போ, ரைட் சைடு மேலே இருந்த ஆளுங்க, கீழே இறங்கி எங்களுக்கு எதிரில் இருந்த பாறைக்குப் பின்னாலே வந்து பாதுகாப்பா உட்கார்ந்துட்டாங்க. நான் தரையில் படுத்துட்டே அந்த ஆளுங்க தலையை வெளியே காட்ட முடியாதபடி ஏழு, எட்டு ரவுண்டு சுட்டேன். இந்தநேரம் பார்த்து எங்களுக்குப் பின்னாலே வந்த லாரியும் வந்துட்டது. அதிலிருந்த போலீசார் மீதும் துப்பாக்கி ஈடு விழுந்தது. அங்கிருந்தும் பதிலுக்கு ஈடு எழும்பியது.

இந்த நேரத்தில், சாலையோரம் கட்டப்பட்டிருந்த கல் சுவர் மறைப்புக்குள் இறங்கி நின்றேன். அப்போது, அந்தப்பக்கம் கீழே இருந்து வீரப்பன் ஆளுங்க மூனு பேர் லாரியைச் சுற்றி வளைக்க மேலே ஏறி வந்தாங்க. அவங்களைப் பக்கத்துலே வரவிடாமே சுட்டு வெரட்டுனேன். நான், மலைக்கு மேலேயும், அவங்க கீழேயும் இருந்தாலே ஓடிப்போயிட்டாங்க. அந்த மூனு பேரும் மேலே வந்திருந்தா லாரியில் இருந்த எல்லோரும் காலியாயிருப்போம். இந்த நேரத்தில், மின்னியத்தில் இருந்து பஸ் வந்துக்கிட்டு இருந்தது. அந்த டிரைவருக்கு இங்கே நடந்த எதுவும் தெரியல. வேகமா வந்த பஸ்சை எங்க காருக்கு முன்னாலே கொண்டுவந்து நிறுத்திட்டார். மேலே இருந்து வந்த துப்பாக்கிச் சூடும் நின்னுட்டுது. வீரப்பன் கூட்டத்தில் இருந்து துப்பாக்கியால் சுட்டது ஏழு அல்லது எட்டுபேர் மட்டும்தான்.

அதிலும், சரியா எய்ம் செஞ்சி அடிச்சது ரெண்டு, மூனுபேர்தான். வீரப்பன் தவிர மற்ற எல்லோருமே நாட்டுத் துப்பாக்கியாலே சுட்டாங்க. இந்த இடத்தில் எங்களுக்கு இருந்த ஒரே மைனஸ். நாங்க ஒரு தோட்டா அடிச்சா அது ஒரு பாயின்டுக்குத்தான் போகும். ஆனா, வீரப்பன் ஆளுங்க நாட்டுத் துப்பாக்கியில் லோடு பண்ணி அடிச்சா காரில் இருந்த எங்க எல்லோருக்கும் குண்டுவந்து அடிக்குது. எனக்கு உடம்பில் எந்த இடத்திலும், புல்லட் காயம் தெரியவில்லை. ஆனா தலை, நெஞ்சு, கை, கால் எல்லா இடத்திலும் இருந்து ரத்தம் வந்துக்கிட்டு இருந்தது. அங்கங்கே சின்ன சின்ன பல்லெட்ஸ் ஏறியிருந்தது." என்றார்.

பின்னால் சென்ற லாரியில் இருந்த கொள்ளேகால் காவல் ஆய்வாளராக இருந்த மந்தப்பா பணி ஓய்வு பெற்று, குடகு மாவட்டம் பிட்டங்கால் பகுதியில் வசித்து வருகிறார். "நானும், ஹரிகிருஷ்ணாவுடன் காரில் போவதாகத்தான் திட்டமிட்டிருந்தோம். என்னுடைய மீசையும் தோற்றமும் போலீஸ்காரன் என்பதைக் காட்டிக் கொடுத்திடும் என்பதால், கடைசி நேரத்தில் நான் அந்த வண்டியிலிருந்து இறங்கிட்டேன். எஸ்.பி.சார் காருக்குப் பக்கமாக எங்க லாரி போய் நின்னுச்சு, அங்கே என்ன நடந்திருக்கும் என்று எங்களாலே அனுமானிக்க முடியலே. அதுக்குள்ளேயே வண்டி மேலே பயர் செய்ய

ஆரம்பிச்சுட்டாங்க. லாரியில் இருந்த எல்லோருக்குமே காயம், நான் லாரியின் முன்பக்க டயருக்கு கீழே ஒளிஞ்சுக்கிட்டேன். ஆப்போசிட்டில் எல்லாம் டார்க் கிரீன் காடும், அதை விட்டா கொஞ்சம் பாறையும் தெரிஞ்சுது. வீரப்பன் ஆளுங்க எங்கே இருக்காங்கன்னே தெரியலே. துப்பாக்கிப் புகை வந்த பகுதியைப் பார்த்துத்தான் கவுன்டர் பயர் குடுத்தேன். எங்க பக்கம் இருந்து டைமிங் கேப் இல்லாமே போலீஸ் பயர் செஞ் சாங்க. அதனாலே சில 303 ரைபிள் பைப் வெடிச்சிருச்சு. ரொம்ப நாள் யூஸ் பண்ணாத ரைபிள்ஸ் எல்லாம் ஹீட் ஜாஸ்தியானதால் ஜாம் ஆயிடுச்சு. என்கிட்டே இருந்த 303 ரைபிளில் இருந்த 13 தோட்டாவும் அடித்து முடித்த பின்னாலே துப்பாக்கி பேரலைக் கையில் பிடிக்க முடியாத அளவுக்குச் சூடாக இருந்துச்சு.

மந்தப்பா

இந்த நேரத்தில் திரும்பவும் லோடு செய்யவோ, எய்ம் செய்யவோ முடியலே. நல்லவேளையா எதிரில் ஒரு பஸ் வந்துடுச்சு. வீரப்பன் பக்கம் இருந்து வந்த துப்பாக்கிச் சூடு நின்னுட்டுது. பஸ் டிரைவர் வண்டியை ரிவர்சில் எடுக்கப் பார்த்தான். நான் அப்படியே கையை தரையில் வச்சு நாலு காலில் நடந்து ஓடிப் போய், கண்டக்டரைப் பிடித்து வண்டியை நிறுத்திட்டேன். அதுக்குப் பிறகுதான், செத்துப் போனவங்க, காயம் பட்டவங்க எல்லோரையும் அந்த பஸ்ஸிலே தூக்கிக்கிட்டு வந்தோம். அப்போ கமலநாயக்கும் எங்க கூடவே பஸ்ஸில் வந்தான். “உன்னால தாண்டா இவ்வளவு பிரச்சனையும், உயிரிழப்பும் நடந்துட்டுதுன்னு” ஒரு கான்ஸ்டபிள் தன்னுடைய ரைபிளில் அவனைச் சுட்டுக் கொன்னுட்டான்” என்றார். பேருந்தின் சீட்டுக்கு அடியில்

படுத்திருந்த கமலநாயக்கை மந்தப்பாவே சுட்டுக்கொன்றார் என்று மற்றவர்கள் சொல்கின்றனர். உண்மையும் அதுதான்.

ஹரிகிருஷ்ணா சுட்டுக் கொல்லப்பட்ட இடம் & நினைவுத்தூண்

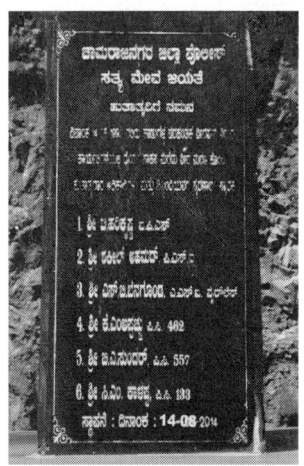

உதவி ஆய்வாளர் ஷகீல் அகமது வீரப்பன் விவகாரத்தில் கடுமையானவராக நடந்து கொண்டாலும், நேர்மையானவராகவே இருந்துள்ளார். பொன்னாச்சியில் உள்ள ஒரு கல்குவாரியில், ஜே.சி.பி இயந்திரம் விபத்துக்குள்ளானது. இதில் ஒருவர் உயிரிழந்துள்ளார், அதற்காக அந்த இயந்திரத்தைப் பறிமுதல் செய்து, காவல் நிலையத்தில் கொண்டுவந்து வைக்கிறார் ஷகீல் அகமது. பாதிக்கப்பட்டவரின் குடும்பத்துக்கு ஏதாவது பண உதவி செய்யவேண்டும் என்று குவாரி உரிமையாளரிடம் சொன்னார். ஆனால், தமிழகத்தைச் சேர்ந்த அந்த கல்குவாரி உரிமையாளரும், வழக்குரைஞருமானவர் நீதிமன்றத்தின் மூலம், ஜே.சி.பி இயந்திரத்தை வெளியே விடுமாறு உத்தரவு வாங்கிக்கொண்டு வருகிறார். ஆனாலும், உயிரிழந்தவர்

குடும்பத்துக்கு இழப்பீடு கொடுக்காமல் நான் வண்டியை விடமாட்டேன் என்று சொல்லிவிட்டார். ஒரு மாதத்துக்குப் பிறகு, இரண்டு இலட்ச ரூபாய் உயிரிழந்தவரின் மனைவி பெயரில் டெபாசிட் செய்த பத்திரத்தைக் கொண்டுவந்து கொடுத்த பின்னரே வண்டியை விட்டுள்ளார்.

"கொப்பம் தாக்குதலுக்கு ஒரு மாதம் முன்பாக மாதேஸ்வரன் மலை காவல் நிலையத்துக்கு ஒரு கடிதம் வந்தது. மலையாளத்தில் எழுதியிருந்த அக்கடிதத்தில் "இன்னும் இரண்டு அமாவாசைக்குள் உன்னைக் கொல்லாமல் விடமாட்டோம்" என்று இருந்தது. அதில் குறிப்பிட்டிருந்தபடியே, ஒரு அமாவாசை முடிந்த நிலையிலேயே ஷகீல் அகமது கொல்லப்பட்டு விட்டார் என்றார், அப்போது காவலராக இருந்து தற்போது உதவி ஆய்வாளராக ஓய்வு பெற்ற நாகராஜ்.

எஸ்.பி.ஹரிகிருஷ்ணா உள்ளிட்ட ஆறுபேர் கொல்லப் பட்டதை அடுத்து கர்நாடக முதல்வர் பங்காரப்பா தமிழக முதல்வருடன் பேசுகிறார். "வீரப்பன் நடமாட்டத்தைத் தடுக்க தமிழக அரசு ஒத்துழைப்புக் கொடுக்கவில்லை" என்று குற்றம் சாட்டுகிறார். உடனடியாக தமிழக முதல்வர் ஜெயலலிதா விழுப்புரத்திலிருந்த கராத்தே கோபாலகிருஷ்ணனை மீண்டும் மேட்டூருக்கு அனுப்புகிறார். மறுநாள் காலை கொப்பம் காட்டுக்குச் சென்ற கோபாலகிருஷ்ணன் ஹரிகிருஷ்ணா கொல்லப்பட்ட இடத்தைப் பார்வையிட்டார். அதிகாரிகளுடன் பேசினார். மீண்டும் தமிழக வனக்காவல் படை உருவானது. முன்பு பணியாற்றிய வீரர்கள் திரும்ப அழைக்கப்படுகின்றனர். நவீன ஆயுதங்கள், தகவல் பரிமாற்றக் கருவிகள், ஜிப்ஸி ஜீப், வேன் போன்றவை வழங்கப்பட்டன. மீண்டும் மேட்டூரில் தனது ராஜ்ஜியத்தை ஆரம்பிக்கிறார் கராத்தே கோபாலகிருஷ்ணன்.

குருசாமி நாயக்

கமல நாயக்கின் தம்பி குருசாமி நாயக்கை சந்தித்துப் பேசினேன். "எங்க குடும்பத்தைச் சேர்ந்தவங்கள வீரப்பன் விட்ட ஒரு வாரத்துக்குப் பின்னாலே, போலீசார் வந்துட்டாங்க. எங்க அப்பா, அம்மா, அத்தை உள்ளிட்ட ஆறு பேரையும் புடுச்சுட்டுப் போயி உள்ளே போட்டுட்டாங்க. வீரப்பனோடு சேர்ந்து ஏமாற்றி போலீசை கூட்டிக் கொண்டுபோய் பூதிக்கரைக் காட்டில் விட்டதா எங்க மேலேயும் பொய்க் கேஸ் போட்டுடாங்க. எங்க குடும்பத்தில் இருந்த ஆறு பேர் ஒன்பது வருஷம் உள்ளே இருந்துட்டுத்தான் வெளியே வந்தோம். போலீஸ் - வீரப்பன் இந்த ரெண்டு பேராலே எங்க ஏரியா மக்கள் பட்ட கஷ்டத்துக்கு அளவேயில்லை..." என்கிறார்.

*****

போளி - ஆயிரம் அடி உயரத்துக்கும் உயர்ந்தும், அங்கொன்றும், இங்கொன்றுமாக மரங்கள் அதிகமாக இல்லாமல் மண் நிறைந் திருக்கும் மலைப்பகுதி. தூரத்திலிருந்து பார்த்தாலே மண் நிறைந்த நிலம் கண்ணுக்குத் தெரியும். வறட்சிக் காலங்களில் வெட்ட வெளியாக இருக்கும். இதில், கற்களும் பாறைகளும் அதிகமாக இருக்காது. மழைக்காலங்களில் புற்கள் அதிகமாக உயர்ந்தும், அடர்ந்தும் வளர்ந்திருக்கும். கால்நடைகள் மேய்ச்சலுக்குப் பயன்படும் இதுபோன்ற மலைகளைப் போளி என்று அழைக்கின்றனர். இதில் நீர்நிலைகள் இருக்கமாட்டா. போளியை ஒட்டிய பள்ளங்களில் நீர்நிலைகள் இருக்கும். அங்கொன்றும், இங்கொன்றுமாக மரங்கள் குறைவாகவும், புற்கள் அதிகமாகவும் உள்ள சிறு மலைகளையே போளி என்று அழைக்கின்றனர். இந்த இடங்களில் விலங்குகளும் வாழும். இதுபோன்ற போளிகள் அடர்ந்த காடுகளுக்கு உள்ளேதான் இருக்கும்.

13

நீதிபதியாக வீரப்பன்

ஜி.கே.மணி

1985இல் இருந்தே வீரப்பன் ஊர்ப் பிரச்சனைகளில் தலையிட்டுப் பஞ்சாயத்துப் பேசி வந்துள்ளார். செங்கப் பாடியில் இருந்து ஒரு நாள் பயணம் செய்யும் தொலைவில் காவல் நிலையமும் (இராமா புரம்) நீதிமன்றமும் (கொள்ளே கால்) இருந்தன. அதனால், ஊர் மக்கள் தாங்கள் பிரச்சனைகளைப் பெரிய மனிதர்கள் முன்பாகப் பேசித் தீர்வு காண்பதையே விரும்பு கின்றனர். இன்றளவும் இந்த நடைமுறையே உள்ளது.

1988- 93 காலகட்டத்தில் வீரப்பன் தீர்க்க முடியாத பல பஞ்சாயத்துகளை எல்லாம் பேசி தீர்த்து வைத்துள்ளார். இதில் !மிக முக்கியமானது, இப்போது பாட்டாளி மக்கள் கட்சியின் தலைவராக இருக்கும் ஜி.கே.மணி தொடர்புடைய பிரச்சனையாகும்.

கர்நாடக மாநிலம், இராமாபுரம் அருகிலுள்ள ஜல்லிபாளையம் என்ற ஊரைச் சேர்ந்தவர் மாதையன். இவருக்கும், ஜி.கே. மணிக்கும் இடையே ஏற்பட்ட சொத்துத் தொடர்பான ஒரு விவகாரத்தில், வீரப்பன் தலையிட்டு பஞ் சாயத்துத் தீர்த்து வைத்துள்ளார்.

இந்த வழக்கு பற்றி ஜல்லிபாளையம் மாதையன் சொல்வதைக் கேட்போம். "வீரப்பனை கெட்டவன்னு சொன்னாலும் ஒரு வகையில் நல்லவர்தானுங்க. செங்கப்பாடியில் இருந்த

எங்க சின்ன மாமனாருங்க மாதையன், தங்கவேலு ரெண்டு பேரையும் முதலில் கொன்னுட்டார். அடுத்த ரெண்டு வருஷத்துக்குப் பிறகு, எங்க மாமனார், அவருடைய தம்பி, என்னுடைய மச்சினன்மாருங்க எல்லாரையும் சேர்த்து அஞ்சு பேரையும் கொலை பண்ணிட்டார்.

இந்தக் கொலை நடந்தப்போ நான்தான் இராமாபுரம் போலீசில் போய் புகார் கொடுத்தேன். இங்கே நல்லூரிலிருந்த வீரப்பன் சொந்தக்காரங்க எல்லாம் செங்கப்பாடிக்குப் போகும்போது, "ஜல்லிபாளையம் மாதையனுக்குப் போலீஸ், பாரஸ்ட் அதிகாரிகள் எல்லோரையும் நல்லாத்தெரியும். அவன் மாமனார், சின்ன மாமனாருங்க எல்லோரையும் நீ கொன்னுருக்கே. மாதையன் உன்னைச் சும்மா விடமாட்டான். போலீஸ், பாரஸ்ட் அதிகாரிகள் எல்லோரையும் தயார் செஞ்சுக்கிட்டு இருக்கான். எப்படியும், உன்னைப் புடிக்காம விடமாட்டான்..."னு வீரப்பங்கிட்டே சொல்லீட்டாங்க.

அதே மாதிரி, எங்கிட்டேயும் வந்து "நீ உங்க சின்ன மாமனார் குடும்பத்துக்கு சப்போர்ட் பண்ணிக்கிட்டு இருக்கே. வீரப்பன் உன்னைச் சுடாமே விடறதில்லேன்னு" சொல்லிட்டாங்க. அப்பறமா நானும், இந்தத் தலைவலியே வேண்டான்னு ஒதுங்கிக்கிட்டேன். மொத்தத்தில் செங்கப்பாடி பக்கமே பத்து வருஷமாப் போகவில்லை.

*1989*இல் ஜி.கே.மணி பஞ்சாயத்து எலக்சனில் போட்டி போட்டார், அப்போ ஜி.கே.மணி கொளத்தூர் யூனியன் சேர்மன் ஆகறதுக்கு நானும், *K.P.*நாச்சிமுத்து எம்.எல்.ஏ-வும் நிறையா சப்போர்ட் பண்ணினோம். என்னுடைய ஜீப்பைக் கொண்டு வந்து கொளத்தூரில் விட்டு தேர்தல் வேலையெல்லாம் பண்ணினேன். ஜி.கே.மணி யூனியன் சேர்மன் ஆன பிறகு, கத்திரிப்பட்டியில் ஒரு கல்குவாரியை விலைக்கு வாங்கினேன். அந்தக் குவாரியில் ஜி.கே.மணிக்குப் பிரியாவே ஒரு கூட்டு குடுங்கன்னு நமக்குத் தெரிஞ்ச கத்திரிப்பட்டி, காவேரிபுரம் ஆளுங்க எல்லாம் சொன்னாங்க. சரின்னு நானும் ஆளுக்குப் பாதியின்னு ஜி.கே.மணிக்கு ஒரு கூட்டுக் குடுத்தேன். கல்குவாரியைச் சுத்தியும் இருந்த நிலத்தை எல்லாம் சுத்தம் பண்ணி, மண்ணுக்குக் கீழே இருந்த கல்லைப் பார்த்ததும் மணிக்குப் புத்தி வேற மாதிரி போயிட்டுது.

அந்த எடத்துக்காரன் நான் கோவிந்தப்பாடி மணி வாத்தியாருக்குத்தான் குவாரிய வித்தேன். நீ வேலை செய்யக் கூடாதுன்னு என்கூட வம்புக்கு வந்துட்டான். இந்த விவகாரம் பாட்டாளி கட்சித் தலைமை வரைக்கும் போயிட்டுது. அங்கிருக்கும் யாராவது என்னப்பா பிரச்சனையின்னு ஜி.கே. மணிகிட்டே கேட்டா, “நானும், மாமனும் பேசிக்கிரோமுன்னு” சொல்லிட்டுப் போயிடுவார். ஆனா, என்கிட்டே எதுவுமே பேசமாட்டார். இப்படியே ஒரு வருஷம் போயிக்கிட்டு இருந்தது.

ஒரு நாள் நானே கொளத்தூர் யூனியன் ஆபீசுக்குப் போனேன். “ஒன்னு குவாரிய நீங்களே வெச்சுக்கோங்க, இல்லை எனக்கு குடுத்துடுங்க... ரெண்டு பேருக்கும் வேண்டான்னு சொன்னா ரெண்டு பேருமே சேர்ந்து ஆளுங்களைக் கூட்டிட்டு வருவோம். யார் அதிக விலைக்குக் கேக்கறாங்களோ அவங்களுக்கு வித்திடலாம். இதனாலே நமக்குள்ளே பிரச்சனை வேண்டாம்...”ன்னு சொன்னேன்.

“நீ வீதிக்கு ஒருத்தங்கிட்டே நியாயம் சொல்லிக்கிட்டு இருக்கே”ன்னு சொன்னார். “ஏதோ பிரச்சனை முடுஞ்சாப் போதுமுன்னுதான் நிறையா ஆளுங்ககிட்டே நியாயம் சொல்லிக்கிட்டு இருக்கேன். நீங்களே இந்த வேலையை முடிச்சுக் குடுத்தா நல்லது”ன்னு சொன்னேன்.

“என்ன வெங்காயம் செஞ்சி குடுக்கட்டுமா...?”ன்னு கேட்டார். “அதையுந்தான் செஞ்சு குடுங்க வாங்கிறேன்னு...” கொஞ்சம் வேகமாச் சொன்னேன்.

“என்ன சத்தம் போட்டுப் பேசறே...?”ன்னு சொன்னார்.

“இன்னிக்கு இந்த ஏரியாவுக்கு நீ சேர்மனா இருக்கலாம், உனக்கு இங்கே பவர் இருக்குது. எனக்கும் பவர் இருக்குது, அது என்னன்னு காட்ட முடியும். 1982 செங்கப்பாடிக்கு கர்நாடக முதல்வர் குண்டுராவ் வந்தப்போ, இவருதாங்க என் மச்சான்னு சொல்லி உங்க கையிலே மாலையைக் குடுத்து முதல்வருக்குப் போட வச்சேன். அதையும் நீங்க ஞாபகத்தில் வெச்சுக்கோங்க. இப்போவும்கூட நான் வம்புக்கு வரலே. எனக்குச் செய்யவேண்டியதை நீங்களே செஞ்சு குடுங்க...”ன்னு சொல்லிட்டு ஆபீசை விட்டு வெளியே வந்துட்டேன்.

நான் வெளியே வந்ததும், பைக்கை எடுத்துக்கிட்டு "நானே செஞ்சி தாரேன்"னு சொல்லிட்டுப் போனார். போனதும் ஏமனூர் காட்டிலிருந்த வீரப்பங்கிட்டே போயி என் மேலே புகார் சொல்லிட்டார்.

"மச்சான் மாதையன் நல்ல ஆளுதான். ரெண்டு மாநிலத்திலுமே மச்சானுக்குச் செல்வாக்கும் இருக்குது. ஆனா, பாட்டாளி மக்கள் கட்சியை அவருக்குப் புடிக்கறதில்லை. கட்சியைப் பற்றித் தாறுமாறாப் பேசறார். இது சரியா வராதுன்னு நானே அந்தக் குவாரியை மேட்டூர் இளங்கோவுக்கு ரெண்டு லட்சத்துக்கு வித்து ரெண்டாயிரம் முன்பணமும் வாங்கிட்டேன். இந்தப் பணத்திலே எனக்கு வருகிற பாதி பங்குக்கு மேலே உனக்கு 15 ஆயிரம் வாங்கித் தாறேன்னு மாதையங்கிட்டே சொல்லி எனக்குப் பிரச்சனையை முடிச்சு குடுங்கன்னு வீரப்பங்கிட்டே சொல்லியிருக்கார்.

வீரப்பனும் "சரி நான் பேசி முடிக்கிறேன்"னு சொல்லி ஜி.கே.மணியை அங்கிருந்து அனுப்பி விட்டுட்டார். அதுக்கு பிறகு, நாலு பசங்களை அனுப்பி, "கத்திரிப்பட்டி, காவேரிபுரம், கருங்கலூர் பக்கம் போங்க. ஜல்லிபாளையம் மாதையன் பாட்டாளி மக்கள் கட்சிக்கு எதிரா ஏதாவது செஞ்சுக்கிட்டு இருக்காரான்னு விசாரிங்க. அப்புறமா, கத்திரிப்பட்டி குவாரியில் என்ன பிரச்சனையின்னு விசாருச்சுக்கிட்டு வாங்க..."ன்னு சொல்லி அனுப்பியிருக்கார்.

ஊரிலே இருந்த மக்கள்கிட்டே வீரப்பன் ஆளுங்க வந்து விசாரித்ததில் ஜல்லிபாளையம் மாதையன் ஜீப் ஒரு மாசம் முழுக்க ஜி.கே.மணிக்காக இங்கே வேலை செஞ்சுது. அதுக்கு டீசல்கூட மாதையன்தான் அடுச்சுக் குடுத்தார். அந்த ஜீப் இல்லேன்னா மணி ஜெயிச்சிருக்க முடியாது. ஜி.கே.மணி இந்தக் குவாரியை ஆறு லட்சத்துக்குச் செட்டியார் பையன் இளங்கோவுக்கு வித்துட்டார். ஆனா ரெண்டு லட்சம் மதிப்பு காட்டிதான் பத்திரம் எழுதியிருக்கிறார். உள்ளூர் ஆளுங்களை வெச்சு மாதையனை மிரட்டி அனுப்பிட்டு நாலு லட்சம் ரூபாயை ஏமாற்ற ஜி.கே.மணி முடிவு செஞ்சுட்டாருன்னு புள்ளி விபரமாச் சொல்லீட்டாங்க. இதை விசாரிக்க வந்த பசங்களும் உண்மையை அப்படியே கொண்டுபோயி வீரப்பங்கிட்டேயும் சொல்லீட்டாங்க.

அப்போ நான் கோயிந்தபாடியிலே இருந்தேன், ஒருநாள் காலையிலே வீரப்பன் எனக்கு ஆள் விட்டார். இங்கதான் என்னை அஞ்சு வருஷத்துக்கு முன்னையே வீரப்பன் கொல்லப் போறதாச் சொல்லறான்னு சொல்லியிருந்தாங்களே. அதனால எனக்குப் பயம். மூனு தடவை லட்டர் குடுத்து விட்டும் நான் போகாமே தள்ளிப் போட்டுக்கிட்டே வந்தேன். கடைசியா சேத்துக்குழி கோவிந்தன் அண்ணன் கொளந்தைபையன்கிட்டே இன்றைக்குச் சாயங்காலம் ஆறு மணிக்கெல்லாம் மாதையன் வந்தே ஆகனுன்னு சொல்லி அனுப்பியிருந்தார். எனக்குத் தனியாகப் போக பயம். யாரைத் துணைக்குக் கூட்டிட்டு போலான்னு பார்த்தேன்.

எங்க ஊருக்குப் பக்கம் இருக்கும் நல்லூரில் சின்னாக்கவுண்டர்னு ஒருத்தர் இருந்தார். அவரு "நான் பல தடவை வீரப்பனைப் பார்த்திருக்கிறேன். நானும், வீரப்பனும் ஒன்னாவே டான்ஸ் ஆடியிருக்கோம். என்னைக் கேக்காமே வீரப்பன் வேட்டைக்கே போகமாட்டான், நான் செங்கப்பாடிக்குப் போனா, கடத்தி அடிச்சு கறி போடாமல் வீரப்பன் அனுப்பமாட்டான்" அப்படியின்னு எங்க ஊரில் நெறையா கதை சொல்லியிருக்கிறார். எப்பப் பார்த்தாலும், நேத்து செங்கப்பாடிக்குப் போனேன். வீரப்பன் சிங்காபுரம் காட்டிலே இருந்தான். உடனே ஆள் அனுப்பினான், நான் இன்றைக்கு காத்தாலேதான் போய்ப் பார்த்துட்டு வந்தேன்..."னு சொல்லிக்கிட்டே இருப்பார்.

அதனால், ஜீப்பை எடுத்துக்கிட்டுப் போயி சின்னாக் கவுண்டரைக் கூட்டிக்கிட்டு வந்தேன். எதுக்கு போறமுன்னு அவரும் கேக்கலே, நானும் சொல்லலே. கோவிந்தபாடியிலிருந்து நடந்து போகும்போதுதான் "வீரப்பன் என்னை வரச்சொல்லி மூனு முறை ஆள் அனுப்பிட்டார். எனக்குத் தனியாப் போகப் பயமா இருக்கு. அதுக்குத்தான் மாமா உங்களையும் கூட்டிக்கிட்டுப் போறேன்..."னு சொன்னேன். நான் இப்படிச் சொன்னதும் அவரு பார்த்த பார்வையிலேயே இந்த ஆள் இதுக்கு முன்னே வீரப்பனைப் பார்த்ததில்லையின்னு எனக்குத் தெருஞ்சு போச்சு.

அவருக்கு என்ன பயமுன்னா, வீரப்பனைப் பார்க்கும்போது "நான் இதுக்கு முன்னே உன்னைப் பார்த்ததில்லை..."ன்னு

சொல்லி விட்டாலும் சிக்கல்". நானும், வீரப்பனும் ஒன்னாத்தான் டான்ஸ் ஆடுவோமுன்னு பொய் சொல்லிக்கிட்டு இருக்கிறோம். இந்த உண்மை தெருஞ்சு, எதுக்கடா பொய் சொல்லிக்கிட்டுத் திரியறேயான்னு சுட்டுக் கொன்னுட்டா என்ன செய்யறதுன்னு பயந்துட்டார். செட்டிப்பட்டி பரிசல் துறையிலேயே "எனக்கு உடம்புக்குச் சரியில்லை..."ன்னு சொல்லிப் படுத்துக்கிட்டார். உண்மையிலேயே, அவருக்குக் கை, காலெல்லாம் நடுக்கம் வந்துட்டுது.

"இத பாருப்பா கொளந்தே, இந்த மனுஷனை நம்பிப் போலான்னு கூட்டிக்கிட்டு வந்தேன். இது ஒரு வெத்து வேட்டுன்னு இப்போத்தான் தெரிஞ்சுது. வீரப்பன் என் மேல பழைய பகையை மனசில வெச்சுக்கிட்டு இருக்கிறாரா...?ன்னு கேட்டேன். "ஒன்னும் ஆகாது வாண்ணா..."ன்னு சொன்னான்.

நானும், கொழந்தைப்பையனும் தனியாவே அக்கரைக்குப் போனோம், பரிசலை விட்டு நாங்க எறங்கும்போது, ரெண்டு ஆளுங்க இருந்தாங்க. கொழந்தைப்பயங்கிட்டே பேசுனாங்க. பின்னாலே, கொஞ்சதூரம் தள்ளி கரட்டு ஓரமா உட்கார்ந்துகிட்டு இருந்த வீரப்பங்கிட்டே கூட்டிட்டுப் போனாங்க. நல்லா இருட்டுக் கட்டிட்டுது. சுத்தியும், அங்கங்கே பளிச், பளிச்சுன்னு லைட் விட்டு விட்டு எரியுது. சுத்தியும், ஆளுங்க இருக்காங்க. இன்னைக்கு என்னை கொல்லப்போறாங்கன்னு நான் கணக்குப் போட்டுட்டேன். எல்லோர் கையிலும் துப்பாக்கி இருக்குது.

"நான் போகும்போதே வாங்க... வாங்கன்னு..." கையெடுத்துக் கும்புட்டார். நானும், "வணக்கம் தலைவரேன்னு..." சொல்லிட்டு கும்புட்டேன். ஆனாலும், கையெல்லாம் நடுங்குது. சிருச்சுக்கிட்டே "உக்காருங்கன்னு..." சொன்னார்.

நான் எதைப்பத்தியும் கேட்கவே இல்லை. அவரே, எங்க மாமனார், சின்ன மாமனார், மச்சினன்மாருங்களை எல்லாரையும் எதுக்காகக் கொன்னேன்னு விளக்கமாச் சொன்னார். சேவிக்கவுண்டர்கிட்டே யானைக் கொம்பு வியாபாரம் பண்ணினதைப் பத்தியும் பேசினார். நேரம் போகப் போகச் சுத்தியிலும் இருந்த ஆளுங்க எல்லாம் ஒவ்வொருத்தரா பக்கத்தில் வந்தாங்க. நாலு அடி உயரம்கூட இல்லாத

பையனெல்லாம். அவனைவிட நீளமா துப்பாக்கியைத் தூக்கிக்கிட்டு வந்தாங்க. சுமார் நாற்பது பேருக்கு மேலே இருக்கும்.

அப்போத்தான் எங்க மாமனாருங்களை ஏன் கொன்னேன்னு சொன்னார். "பல பேர் என்னைக் கொல்ல உங்க மாமனாரும், மச்சினன்மாருங்களும் துப்பாக்கியோடு சுத்தறாங்கன்னு சொன்னதையும்கூட நான் முதலில் நம்பவில்லை. ஒருநாள் சிங்காபுரம் காட்டிலிருந்தேன். அப்போ, எனக்குச் சூத்தாம்பட்டையில் செலந்தி வந்துட்டுத்து. அதைப் பழுக்க வைக்க தருணிக்கொட்டையும், மஞ்சளும் வச்சு அரைச்சுக் குடும்மான்னு சொல்லி ஆத்தோரம் வீட்டுல இருந்த ஒரு பொண்ணுகிட்டே கேட்டேன்.

அந்தப் பொண்ணு அம்மியில் வச்சி கொட்டையை அரைச்சுக்கிட்டு இருந்தது. நான் வாசலில் கெடந்த கட்டிலில் ஓரமா உட்கார்ந்துகிட்டு இருந்தேன். அப்போ, உங்க மாமனார் ஆளுங்க நெருப்பூர் பக்கம் இருந்து ஏழு பேரும் ஆளுக்கு ஒரு துப்பாக்கியோடு வந்தாங்க.

நான் எந்திருச்சு, அந்த வீட்டுக்குள்ளே போயிட்டேன். அந்த வீட்டுக்கார பொண்ணுகிட்டே தண்ணி கேட்டாங்க. தண்ணியைச் சொம்பிலே எடுத்துக்கிட்டுப் போயி எல்லோருக்கும் குடுத்துட்டு, "எங்கண்ணா வேட்டைக்கா போனீங்க....?"ன்னு கேட்டுச்சு.

ஆமாம்மா... ரெண்டு கால் கடத்தி ஒன்னு இருக்குதுன்னு தகவல் கெடச்சுது, அதைத் தேடிக்கிட்டுதான் போனோம். எப்படியே எங்ககிட்டே இருந்து அது தப்புச்சுக்கிட்டே இருக்குதுன்னு சொன்னாங்க. அவங்க என்னைக் கொல்லத் திட்டம் போட்டுட்டாங்கன்னு முழுசாத் தெருஞ்சுது. அதுக்குப் பின்னலேதான் என்னைக் காப்பத்திக்க வேண்டி நான் முந்தி அவங்களை இட்டுப்போட்டேன்.."ன்னு சொன்னார்.

இப்படிப் பல கதைகளைப் பேசிக்கிட்டே இருந்தோம். ரெண்டு மணி நேரத்துக்கும் மேலே போயிட்டுது. அப்போ பக்கத்திலிருந்த சேத்துக்குழி கோவிந்தன், "சரி நீங்க எதுக்கு வரச் சொன்னீங்களோ அதைப் பேசுங்கன்னு...." வீரப்பன்கிட்டே சொன்னார்.

ஜல்லிபாளையம் மாதையன்

அதுக்குப் பின்னாலேதான், "ஜி.கே.மணி சொல்லி நான் உனக்கு ஆள் அனுப்புனாதா நினைக்கவேண்டாம். நானும், விசாருச்சேன். நீங்க ரெண்டு பேரும் இந்தக் குவாரிப் பிரச்சனையிலிருந்து தப்பிக்க முடியாமே தடுமாறிக்கிட்டு இருக்கீங்கன்னு சொன்னாங்க. அதனாலேதான் ஏதாவது ஒரு வகையில் முடுச்சுடலான்னு ஆள் அனுப்பினேன். நாளா நாளைக்கு ஜி.கே.மணிக்கும் ஆள் அனுப்பறேன், ரெண்டு பேருமே வாங்க. பிரச்சனையை பேசி முடுச்சுக்கலாம்..."ன்னு சொல்லி அனுப்பினார்.

வீரப்பன் சொன்ன வாய்தா அன்னைக்கு நான் ரெடியா இருந்தேன். இந்தமுறை போகும்போது எனக்குப் பயமில்லை. நான் ஒருத்தன் மட்டுமே தனியாப் போனேன். காவிரி ஆத்துக்கு அந்தப் பக்கம் தோலன் வீட்டுக் கொட்டாயின்னு ஒரு எடம் இருக்குது. அந்த எடத்துக்குக் காலையிலே வரச் சொல்லியிருந்தாங்க. ஏழு மணிக்கெல்லாம் அந்த இடத்துக்குப் போயிட்டேன். ஆனா, சாயங்காலம் அஞ்சு மணி வரைக்கும் ஜி.கே.மணி வரவேயில்லை. அதுக்குப் பின்னாலே ஜி.கே. மணி , அவருடைய தம்பி முத்து, பெண்ணாகரத்திலிருந்து மேட்டூர் வரைக்கும் இருக்கிற ஐம்பது ஊரிலிருந்தும், ஊருக்கு ஒருத்தர்ன்னு ஊர் பெரிய மனுஷனுங்க ஒரு ஐம்பது பேரைக் கூட்டிக்கிட்டு வந்தார்.

எல்லோரையும் "வாங்க வாங்க..."ன்னு சொல்லி டீ போட்டுக் குடுத்தாங்க.... கொஞ்சநேரம் போனது, "நம்ம ஊருக்காரர் ஒருத்தர் மொத முறையா தேர்தலில் நின்னு

ஜெயிச்சு யூனியன் சேர்மன் ஆயிட்டார். அதே மாதிரி நம்ம ஊரைச் சேர்ந்த இன்னொருத்தர் கர்நாடகாவில் நல்ல செல்வாக்குள்ள மனுஷனா இருக்கார். இந்த இரண்டு பேருமே நல்லா இருக்கணுமா...? இல்லே ஒருத்தர் நல்லா இருந்தப் போதுமான்னு நீங்கதான் சொல்லணும்..."ன்னு வந்திருந்த பெரிய மனுஷங்ககிட்டே கேட்டார்.

எல்லோருமே "ரெண்டு பேருமே நல்லா இருக்கணும் தலைவரே..."ன்னு சொன்னாங்க.

"அப்போ, நான் யாருகிட்டேயும் என்ன நடந்ததுன்னு விளக்கம் கேட்க மாட்டேன். ரெண்டு பேருமே நல்லா இருக்கிற மாதிரி ஒரு வழி சொல்லறேன். அதை ஏத்துக்கிட்டுப் போறேன்னு ரெண்டு பேரும் சொன்னால் நான் பேசறேன். இல்லேன்னா நீங்களே விசாருச்சு நியாயம் பேசுங்க. நான் உட்கார்ந்து கேக்கறேன்"னு வந்திருந்த பெரிய மனுஷங்ககிட்டே சொல்லிட்டார்.

அங்கிருந்த எல்லோருமே "நீங்களே பேசி முடுச்சுடுங்க தலைவரே..."ன்னு சொல்லிட்டாங்க.

"சரி, இப்போ குவாரியை நான் ஏலம் விடப்போறேன். யார் வேணுமோ அவங்க ஏலத்தில் எடுத்துக்கலாம். ஏலம் ரெடி..."ன்னு சொன்னார்.

ஜி.கே.மணி ரண்டு லட்சத்துக்குத்தான் குவாரியை வித்திருக்கேன்னு பொய் சொல்லியிருந்தார். அதனாலே, நானும் முதல் ஏலமே "ரெண்டு லட்சம்..."ன்னு சொன்னேன். மணி சார்பா அவருடைய தம்பி முத்துதான் ஏலம் கேட்டார். பத்தாயிரம், ஐயாயிரமுன்னு ஏலம் ஏறிக்கிட்டே போச்சு. 3,85,000 வரை நானும் கேட்டேன். நாலு லட்சம் மணி வச்சார். "அவருக்கே விட்டுருங்க.."ன்னு சொல்லிட்டேன்.

"பணம் எப்போ குடுபீங்க...?"ன்னு ஜி.கே.மணிகிட்டே கேட்டார். "மூனு மாசம் போகட்டும்..."ன்னு ஜி.கே.மணி சொன்னார். "இது சரியா இருக்காது. அவ்வளவு நாள் போகக்கூடாது"ன்னு வீரப்பன் சொன்னார்.

எல்லோரும் அமைதியாவே இருந்தோம். வீரப்பனே பேசினார், "இன்னும் ஒரு வாரத்தில் ரெண்டு லட்சமும், அடுத்த ஒரு மாசத்தில் மீதி ரெண்டு லட்சமும் பஞ்சாயத்து

பேசினவங்க முன்னாலே வரணும். மாதையன் என்ன செலவு செஞ்சிருக்கார். மணி எவ்வளவு செலவு செஞ்சுருக்காருன்னு கணக்குப் பாருங்க. பொதுப்பணத்திலிருந்து அதைச் செலவு செஞ்சங்களுக்குக் குடுத்திடணும். மீதிப் பணத்தை ரெண்டாப் பிரிச்சு ஆளுக்குப் பாதியைக் குடுத்து அனுப்புங்க. இதைத் தாண்டி இந்தக் குவாரி நியாயம் என்கிட்டே வந்தால் அந்தக் குவாரி உங்ககிட்டே இருக்காது. குவாரியை நான் எடுத்துக்குவேன். உங்க ரெண்டு பேருக்குமே ஒன்னும் இல்லாமப் போயிரும். நான் போயிட்டு வாரேன்னு...:" சொல்லிட்டு கிளம்பிட்டார்.

ஜி.கே.மணிகூட வந்தவங்க செட்டிப்பட்டி பக்கம் போனாங்க. நான் அப்படியே அடிப்பாலாறு பக்கமா வந்து ஆத்தைத் தாட்டி வந்துட்டேன். ஒரு மாசத்தில வீரப்பன் சொன்ன மாதிரியே எனக்குச் செலவு செஞ்ச பணமும், மீதி லாபப் பணமும் வந்துட்டுது. எனக்குத் தெரிய இந்த மாதிரி பல பஞ்சாயத்து நடந்திருக்குது. பல தீர்க்க முடியாத கேஸை எல்லாம் அந்த மனுஷன் முடுச்சு வச்சிருக்கார். யார்கிட்டேயும் வீரப்பன் ஒரு பைசாகூட வாங்கினதில்லை" என்கிறார்.

*****

14

ஆடு பிடித்த கராத்தே கோபாலகிருஷ்ணன்

கராத்தே கோபாலகிருஷ்ணன் டீம்
(நன்றி : கிளைமென்ட்ஸ்)

மேட்டூருக்குக் கீழே உள்ள காவிரி ஆறானது தரை மட்டத்திலிருந்து பத்துமுதல் இருபது அடி ஆழத்தில் செல்கிறது. ஆற்றின் குறுக்கே பல இடங்களில் தடுப்பணைகள் கட்டப்பட்டுள்ளன. இதில் தேங்கும் தண்ணீர் வாய்க்கால் மூலம் பாசனத்துக்குக் கொண்டு செல்லப்படுகிறது. அதனால், ஆற்றின் இரு கரையிலும் உள்ள நிலங்களுக்கு நீர்ப்பாசன வசதியைக் கொடுக்கிறது. இங்குள்ள நிலங்களெல்லாம் நெல், கரும்பு, வாழை, மஞ்சள், தென்னை என எப்போதுமே பசுமையாகக் காட்சியளிக்கும்.

ஆனால், மேட்டூருக்கு மேலே உள்ள காவிரி ஆறு தரை மட்டத்திலிருந்து ஐம்பது முதல் நூறு அடி ஆழத்தில் செல்கிறது. பல ஆண்டுகளாக ஓடி வந்த வெள்ளத்தில் ஆற்றை ஒட்டியிருந்த மண் எல்லாம் தண்ணீரில் போய்விட்டது.

இப்போது கடுமையான பாறைகளுக்கு இடையில் தண்ணீர் வருகிறது. இங்குள்ள மக்கள் குடிப்பதற்குத் தேவையான தண்ணீரைக்கூட ஆற்றில் இறங்கிச் சிரமப்பட்டுத்தான் மேலே எடுத்துக்கொண்டு வரவேண்டும்.

கொள்ளேகாலில் இருந்து மேட்டூர் வரையிலான காவிரி ஆற்றின் இருகரைகளிலும் உள்ள நிலம் கற்களும், பாறைகளும் நிறைந்தது. உயர்ந்தும், தாழ்ந்தும் கரடுகளாகவே இருக்கின்றன. இந்தப் பகுதியில் விவசாயம் செய்ய முடியாது. அதனால், அங்குள்ள மக்கள் பெரும்பாலும், ஆடு, மாடுகளை வளர்ப்பது, மீன் பிடிப்பது, விறகு வெட்டுவது போன்ற வேலைகளைச் செய்து வாழ்கிறனர்.

மேட்டூர் அணையில் நீர் நிரம்பியிருக்கும் நேரத்தில், ஆற்றின் இரு கரைகளிலும் உள்ள பல்லாயிரம் ஏக்கர் நிலம் தண்ணீரில் மூழ்கியிருக்கும். அணையில் தண்ணீர் குறைய, குறைய நிலம் வெளியே தெரிய ஆரம்பிக்கும். இந்த நிலங்களில் பரம்பரை, பரம்பரையாகப் பல விவசாயிகள் பயிர் செய்து வருகின்றனர். தண்ணீர்ப் பற்றாக்குறை இருக்கும் நேரங்களில் ஆயில் எஞ்சின் மூலம் தண்ணீர் எடுக்கின்றனர். இந்த நிலத்திற்கு முழுவடைக் காடு என்று பெயர். இதில்,

மேட்டூர் அணை நீமட்டம் 85 அடி: முழுவடைக் காட்டில் மேயும் மாடுகள்

சோளம், இராகி, மிளகாய், வெங்காயம் போன்ற குறுகிய காலப் பயிர்களைப் பயிர் செய்கின்றனர்.

தருமபுரி மாவட்டம், பெண்ணாகரம் வட்டத்தில் காவிரி ஆற்றோரம் பெரிய காடு உள்ளது. இந்தக் காட்டுக்குள் ஊட்டமலை, ஒகேனக்கல், குளிப்பட்டி, கொங்குருப்பட்டி,

காவிரி ஆற்றோரம் மேயும் ஆடு, மாடுகள்.

சிங்காபுரம், ஏமனூர், நாகமரை என சிற்றூர்கள் பல உள்ளன. இங்குள்ள மக்கள் இன்று வரையிலும் காவிரியை ஒட்டியுள்ள காடுகளில் ஆடு, மாடுகளை வளர்த்தே வாழ்க்கையை ஓட்டி வருகின்றனர். ஆளுக்கு பத்து முதல் இருபது மாடுகள், இருபது முதல் ஐம்பது ஆடுகள் என்ற அளவில் சொந்தமாகக் கால்நடைகளை வைத்துள்ளனர்.

இப்படிக் குறைவான எண்ணிக்கையில் கால்நடைகளை வைத்துள்ள சிலர் ஒன்று சேர்ந்து கூட்டாக ஆட்டுப்பட்டி அமைக்கின்றனர். இப்படி அமைக்கும் பட்டிகளில் பலர் ஆடு மேய்க்கும் வேலைக்கும் வருகின்றனர். சில பட்டிகளில் சொந்த ஆள்களும் இருக்கின்றனர். இப்படி நூற்றுக்கணக்கில் ஒன்று சேர்ந்த வெள்ளாடுகளையும், மாடுகளையும் சேர்த்து மந்தை, மந்தையாக அடர்ந்த காடுகளின் உள்ளே ஓட்டிக் கொண்டு போவர். நல்ல மேய்ச்சல் தரை உள்ள இடங்களில் மேய்த்து, குடிப்பதற்குத் தண்ணீர் உள்ள இடங்களில் பட்டி அமைத்து ஆடுகளை வளர்க்கின்றனர். இது போல ஒவ்வோர் ஆட்டுப்பட்டியிலும் நான்கு, ஐந்து பேர்வரை காவல் ஆள்களும் இருப்பர். அடர்ந்த காடுகளுக்குள் இருக்கும் இந்த மாட்டுப்பட்டியில் உள்ளவர்கள் மாதக்கணக்கில் வெளியே வரமாட்டார்கள்.

வீரப்பனைப் பிடிப்பதற்காகத் தமிழக அரசால் அமைக்கப்பட்டிருந்த வனக்காவல் படையின் தலைவர் கராத்தே கோபாலகிருஷ்ணன் தன்னுடைய வீரர்களுடன் தருமபுரி மாவட்டக் காடுகளுக்குள் வீரப்பனைத் தேடிச்செல்வார். அப்படிப்போகும் நேரங்களில் சில நாள்கள் அந்தக் காட்டுக்குள்ளேயே கூடாரமிட்டுத் தங்குவார். அப்படித் தங்குமிடத்தில், ஆட்டுப்பட்டி போட்டுள்ள பட்டிக்காரர்கள் தங்கள் பட்டியில் வளர்க்கும் ஓர் ஆட்டுக் குட்டியைக் கராத்தே கோபாலகிருஷ்ணனுக்குக் கொடுக்கவேண்டும். இல்லை என்றால் வீரப்பனுக்கும் உனக்கும் தொடர்பு உள்ளது என போலீசாரால் மிரட்டப்படுவார், அந்தப் பட்டிக்காரருக்கு அடி விழும். பட்டியில் இருக்கும் ஆடுகளை எல்லாம் அப்படியே விட்டுவிட்டு உயிருக்குப் பயந்து ஊருக்கு ஓடிப்போக வேண்டிய சூழ்நிலை இருந்தது. இதற்குப் பயந்த ஆட்டுப்பட்டிக்காரர்கள் 'கராத்தே கோபாலகிருஷ்ணன்'

காட்டுக்குள் வரும்போதே ஒவ்வொரு பட்டியிலிருந்தும் ஒரு ஆட்டைப் பிடித்துக் கொண்டுவந்து போலீசாரிடம் கொடுத்து விட்டுச் சென்றனர்.

ஏமனூர், சிங்காபுரம் காடுகளில் வீரப்பனைத் தேடிச்சென்ற கோபாலகிருஷ்ணன், அங்குள்ள எல்லா ஆட்டுப்பட்டிக்காரர்களிடம் ஆட்டுக் குட்டிகளை வாங்கித் தின்றுள்ளார். நெருப்பூர், பெல்லூர், மூலப்பெல்லூர், காமராஜ்பேட்டை போன்ற பகுதியைச் சேர்ந்த பல ஆட்டுப்பட்டிக்காரர்கள் காட்டுக்குள் கோடுபாய் கிணறு என்ற இடத்தில் பட்டி போட்டிருந்தனர். அங்கிருந்த ஆட்டுப்பட்டிகளிலும் ஒன்பது ஆடுகளை கோபாலகிருஷ்ணன் தலைமையிலான அதிரடிப்படை வீரர்கள் ஓசியில் வாங்கித் தின்று விட்டனர்.

அங்கே பட்டி போட்டிருந்தவர்களில் பெரியவரான மூலபெல்லூரைச் சேர்ந்த சேவி என்பவர்தான் எந்தெந்தப் பட்டிக்காரர்கள் ஆடு கொடுத்துள்ளனர். இன்னும் எந்தெந்தப் பட்டியில் ஆடு கொடுக்கவில்லை என்ற கணக்கு வைத்திருப்பவர். கராத்தே கோபாலகிருஷ்ணன் வரும்போதெல்லாம், அவருக்குப் பிடித்த பக்குவமான ஆட்டுக்குட்டியை இவர்தான் பிடித்துக் கொடுப்பார். (இதன் காரணமாகவே கராத்தே கோபாலகிருஷ்ணனுக்கு) 'ஆடு திருடி' என வீரப்பன் பட்டப்பெயர் வைத்திருந்தார்)

நெருப்பூர் அருகிலுள்ள நாகமரை கிராமத்தில் உள்ள காட்டுக் கொட்டாய் என்ற இடத்தில் மனைவி பச்சியம்மாளுடன் வசிப்பவர் சின்னப்பொண்ணு. அப்பகுதிகளில் வீரப்பனின் நடவடிக்கைகள் பற்றியும், வீரப்பனுக்கு ஆதரவாக உள்ளவர்களைப் பற்றியும் கோபாலகிருஷ்ணனுக்கு உளவு சொல்லும் முக்கியத் தகவலாளியாக இருந்தார். (வீரப்பன் சொல் வழக்கில் ஆள்காட்டி)

1990 ஆம் ஆண்டு ஜனவரி மாதத்தில் ஒருநாள் இந்தச் சின்னப்பொண்ணு சொந்த வேலையாக மூலபெல்லூருக்குச் சென்றார். பிள்ளையார் கோயிலில் உட்கார்ந்திருந்த ஊர் பெரியவர்களில் சிலர் சின்னப்பொண்ணுவைப் பார்த்து, "என்னப்பா சின்னப்பொண்ணு, உங்க கராத்தே

கோபாலகிருஷ்ணன் இந்த வருசத்துக்குள்ளாவது வீரப்பனைப் புடிச்சிப் போடுவாரா..."? என்று கேட்டனர்.

அங்கிருந்த பெரியவர் சேவி, "கராத்தே கோபால கிருஷ்ணனுக்குப் பட்டிபட்டிக்கு ஆடு புடிக்கவே நேரமில்லை. அவரெங்க போயி வீரப்பனைப் புடிக்கப் போறாரு?" என்று சொல்கிறார். இதைக்கேட்ட ஊர் மக்களெல்லாம் கொல்லென்று சிரித்துள்ளனர்.

தன்னை ஊர் மக்கள் முன்பாக சேவி அவமானப்படுத்தி விட்டதாக நினைத்த சின்னப்பொண்ணு, அடுத்த நாளே கராத்தே கோபாலகிருஷ்ணனிடம் ஒன்றுக்கு இரண்டாகப் போட்டுக் கொடுக்கிறார். எளிதில் உணர்ச்சி வசப்படக் கூடிய கராத்தே கோபாலகிருஷ்ணன், உணர்ச்சி மிகுதியில் வீரப்பனைப் பிடிக்கப் போவதை விட்டுவிட்டு, தனது வீரர்களுடன் புறப்பட்டு கோடுபாய் கிணற்றுப் பகுதிக்குச் சென்றார்.

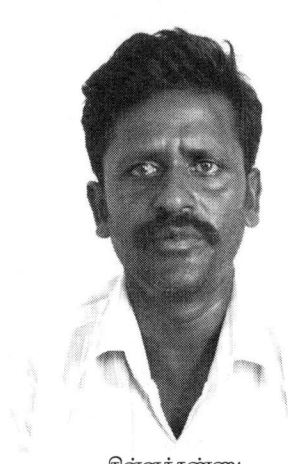

சின்னக்கண்ணு

ஆட்டுப்பட்டியில் சேவியைத் தேடியுள்ளார், அவர் வீட்டுக்குப் போய்விட்டார் என்று பக்கத்துப் பட்டியிலிருந்தவர்கள் சொல்கின்றனர். முரட்டுத்தனமான தோற்றமும், இறுக்கமான முகவமைப்பையும் கொண்டிருந்த கராத்தே கோபாலகிருஷ்ணனின் முகத்தில் வழக்கத்தை விடக் கோபம் அதிகமாக இருந்தது. இதைப் பார்த்துப் பயந்த மற்ற பட்டிக்காரர்கள், சேவியின் மகன்கள் இரண்டு பேர் அங்கே இருப்பதாகச் சொல்லியுள்ளனர்.

சேவியின் மூத்த மகன் இரத்தினத்தைப் பிணைக் கைதியாகப் பிடித்த கராத்தே கோபாலகிருஷ்ணன், கடைசி மகன் சின்னக்கண்ணுவைக் கூப்பிட்டு "சீக்கிரமா போயி உங்க அப்பனைக் கூட்டிட்டு வா..." என்று சொல்லி அனுப்புகிறார். மாலை ஐந்து மணிக்கு ஆட்டுப்பட்டியிலிருந்து கிளம்பிய சின்னக்கண்ணு காட்டு வழியாக ஓட்டமும் நடையுமாக

வருகிறார். மூலபெல்லூர் வந்து சேவியைப் பார்க்க இரவு ஏழு மணியாகி விட்டது.

சேவியின் மகள் முத்தம்மாள்

கராத்தே கோபாலகிருஷ்ணன் வரச்சொன்னார் என்று தெரிந்த உடனே, ஆட்டுப்பட்டிக்குப் புறப்படத் தயாரானார் சேவி. "யானைக் கூட்டங் கூட்டமாக சுத்திக்கிட்டிருக்கும் அலங்காட்டுக்குள் இந்த ராத்திரி நேரத்தில் போக வேண்டாம்." என்று அவருடைய மனைவி முனியம்மாளும், மூத்தமகள் முத்தம்மாளும் தடுத்தனர். ஊரிலிருந்த பெரியவர்கள் சிலரும், "கோபாலகிருஷ்ணன் உன் மேலே கோபமா இருப்பார். இந்த ராத்திரி நேரத்தில் நீ மட்டும் தனியாப் போகவேண்டாம். நாளைக்குக் காலையில் ஊரிலுள்ள பெரியவங்க நாலு பேரைக் கூட்டிக்கிட்டுப் போப்பா" என்று சேவியிடம் சொல்கின்றனர்.

"என் பையனை போலீஸ்காரங்க புடிச்சு வைத்திருக்கும்போது நான் எப்படி இங்கே நிம்மதியா இருக்க முடியும்?" என்று சேவி இரவெல்லாம் புலம்பிக் கொண்டே இருந்துள்ளார். விடியற் காலை ஐந்து மணிக்கே ஊரிலிருந்த யாரிடமும் சொல்லாமல், தன் மனைவி முனியம்மாளையும், மகன் சின்னக்கண்ணுவையும் கூட்டிக்கொண்டு நேராக ஆட்டுப் பட்டிக்குச் செல்கிறார். போகும் வழியில் பக்கத்துப் பட்டிக்காரரான கரியன் என்பவர் எதிரில் வந்து கொண்டிருந்தார். அவரையும் அழைத்துக் கொண்டுபோன சேவி, நேராக கராத்தே கோபாலகிருஷ்ணன் தங்கியிருந்த இடத்துக்குச் சென்றார்.

சுற்றிலும் போலீசார் காவலிருக்க நடுவிலிருந்த கூடாரத்தில் கராத்தே கோபாலகிருஷ்ணன் தங்கியிருந்தார். அந்தக் கூடாரத்துக்கு வெளியே உட்கார்ந்து கொண்டிருந்த மகன் ரத்தினத்தைப் பார்த்த பின்னர்தான் சேவிக்கு உயிர் வந்தது. சுற்றிலுமிருந்த அதிரடிப்படை வீரர்கள், சேவியின் மனைவி, மகன் இருவரையும் "நீங்க உங்க ஆட்டுப்பட்டிக்குப் போங்க,

ரத்தினம்

கொஞ்ச நேரத்தில் உங்க அப்பாவை வெசாரிச்சுட்டு அனுப்பி வைக்கிறோம்." என்று சொல்லி அனுப்பினர்.

"புருஷன் நல்லபடியாக வருவார்." என்ற நம்பிக்கை யுடன் தன்னுடைய ஆட்டுப் பட்டியில் முனியம்மாள் உட்கார்ந்திருந்தார். அடுத்த பத்து நிமிடங்களில் கராத்தே கோபாலகிருஷ்ணன் தங்கி யிருந்த இடத்திலிருந்து இரண்டு முறை துப்பாக்கி வெடிக்கும் சத்தம் மட்டும் கேட்டது. அதன் பிறகு, சேவிக்கு என்ன நடந்தது என்பது இன்றுவரை யாருக்கும் தெரியவில்லை.

இரண்டு மாதங்களுக்குப் பிறகு ஒரு நாள் இரவு ஊருக்கு வந்த கரியன், விடிவதற்குள் யாருக்கும் தெரியாமல் ஆந்திராவில் இருக்கும் ஒரு கருங்கல் குவாரிக்கு வேலைக்குச் சென்று விட்டார்.

"ரெண்டு வெடிச்சத்தம் கேட்டதுமே பக்கத்திலிருந்த மத்த ஆட்டுப்பட்டிக்காரங்க எல்லோரும், ஆடுகளை அங்கேயே விட்டுட்டு உயிர் தப்பினாப் போதுமுன்னு ஊருக்கு ஓடியாந்துட்டாங்க. நானும், எங்கம்மாவும், சாயங்கால வரைக்கும் அங்கேயே உக்கார்ந்துகிட்டு இருந்தோம். போலீசாரெல்லாம் வீட்டுக்குப் போங்கன்னு மெரட்டுனாங்க. அதனாலே, நாங்க பயந்துக்கிட்டு ஊருக்கு வந்துட்டோம். எங்க அப்பாவுக்கு என்ன நடந்ததுன்னே தெரியலை. ஒரு மாசத்துக்குப் பிறகு, நெருப்பூருக்குப் போயி சின்னப்பொண்ணுவைப் பாத்து "எங்கப்பா எங்கே..."ன்னு கேட்டோம்..."?

"உங்கப்பனுக்குச் செய்யவேண்டிய காரியத்தை செய்யுங்க. இனிமேல் சேவி வரமாட்டான்"னு சொல்லுச்சு.

"அடப்பாவி எங்கப்பா உங்க தோட்டத்திலேதான் வேலை செஞ்சிட்டு இருந்தார். அப்போ அவரு தாண்டா

செல்வம்

உன்னைத் தோளிலே தூக்கி வச்சி வளத்துனாரு. அந்த மனுஷன் மேலே பொய் சொல்லிப் புடிச்சுக் குடுத்துட்டியே. உனக்குக் கொஞ்சங்கூட இரக்கமே இல்லையா...?"ன்னு கேட்டுட்டு வந்துட்டோம். எங்கம்மாவைக் கூட்டிக்கிட்டுப் போய்க் கோடுபாய்க் கெணத்து மேட்டிலேயே வச்சு தாலியறுத்தோம். எங்க அப்பாவுக்கு செய்ய வேண்டிய கருமகாரியம் எல்லாத்தையும் செஞ்சுட்டோம்.

ஒரு மாசத்துக்குப் பிறகு தருமபுரி போனோம். வக்கீல் அப்புனு கவுண்டர்கிட்ட நடந்ததைச் சொன்னோம். அவரும், மேட்டூருக்குப் போன் பண்ணி, கராத்தே கோபாலகிருஷ்ணன்கிட்ட பேசினார். அப்புனுகவுண்டர் கிட்டேயும், கொஞ்சம்கூட மரியாதையில்லாம "நான் யார் தெரியுமா...? என்கிட்டே வச்சுக்கிட்டேன்னா தொலைச்சுப் போடுவேன்னு..." கராத்தே கோபாலகிருஷ்ணன் திமிராகத்தான் பேசினார். அதுக்குப் பிறகுதான், வக்கீலுக்கு கோவம் வந்துட்டுது. "நானா, இல்லே அவனான்னு ஒரு கை பார்க்கிறேன்னு..." சொல்லீட்டு கராத்தே கோபாலகிருஷ்ணன் மேலே கேஸ் போட்டார்...." என்றார் சேவியின் மூன்றாவது மகன் செல்வம்.

இந்த நிகழ்வுகள் நடந்து சரியாக இருபத்து நான்கு ஆண்டுகளுக்குப் பிறகு, தருமபுரியில் இருக்கும் மூத்த வழக்குரைஞரும் பெண்ணாகரம் தொகுதியின் முன்னாள் சட்ட மன்ற உறுப்பினருமான அப்புனு கவுண்டரைச் சந்தித்தேன். "நடந்து முடிந்ததை மீண்டும் பேசி என்ன பயன்..."? என்று கேட்டவர், சற்று நேர நினைவுகளுக்குப் பிறகு மனம் திறந்து பேசினார்.

"எஸ்.பி. கோபாலகிருஷ்ணனால் சேவி கொல்லப்படுகிறார், ஒரு மாதத்துக்குப் பிறகு, சேவியின் மனைவியும், மகளும் வந்து

என்னைப் பார்த்தாங்க. அவங்க சொன்னதை அப்படியே புகாராகத் தயாரித்து, பெண்ணாகரம் காவல் நிலையம், தருமபுரி மாவட்டக் காவல்துறைக் கண்காணிப்பாளர் அலுவலகத்துக்கும் அனுப்பினேன். அங்கெல்லாம் அந்த புகாரை யாருமே பதிவு செய்யவுமில்லை, விசாரிக்கவுமில்லை. எல்லா அதிகாரிகளுமே கராத்தே கோபாலகிருஷ்ணனுக்கு ஆதரவாகவே இருந்தாங்க. அதன் பிறகு, நானே நெருப்பூருக்குப் போனேன். சேவிக்கவுண்டரின் மனைவி, எஸ்.பி. கோபாலகிருஷ்ணன் சுட்டுக் கொன்றபோது பக்கத்தில் மாடு மேய்த்துக் கொண்டிருந்த மாட்டுக்காரர்கள் ரெண்டு பேரிடம் பேசினேன், அந்தப் பக்கத்திலிருந்த வேறு சிலரிடமும் விசாரித்தேன். போலீசார் நடந்து கொண்ட விதம் பற்றி முழுமையாகத் தெரிந்து கொண்டேன். சேவி கொடூரமாகக் கொலை செய்யப்பட்டது உண்மை என்று தெரிந்தது.

ஆனாலும், சேவியின் குடும்பத்தினருக்கு ஆதரவாகச் செயல்பட அங்கு யாருமே இல்லை. எல்லோருமே அதிரடிப்படை போலீசாரைப் பார்த்துப் பயப்பட்டனர். அப்பட்டமாக நடந்த இந்தக் கொலையை வெளியில் கொண்டுவர முடியாமல் பல நாள்கள் வேதனைப்பட்டேன். கடைசியாக, தருமபுரி மாவட்ட முதன்மைக் குற்றவியல் நடுவர் நீதிமன்றத்தில் வழக்குத் (பிரைவேட் கேஸ்) தொடர்ந்தேன். சேவியின் கொலையையும், அதற்குச் சாட்சியாக அவருடைய மனைவி, மாட்டுக்காரர்கள் இருவரையும் கொண்டு வந்து நீதிமன்றத்தில் வாக்குமூலம் கொடுக்க வைத்தேன். உயிரே இல்லாமல் கிடந்த வழக்கிற்குக் கொஞ்சம் உயிர் வந்தது. காவல்துறையின் தரப்பில் விசாரணையும் தொடங்கியது. அப்போது என் முதல் மகனின் திருமண ஏற்பாடுகள் நடந்து கொண்டிருந்தன. சென்னையிலிருந்த உளவுத்துறை ஐ.ஜி.பஞ்சாபிகேசனைப் பார்த்து அழைப்பிதழ் கொடுக்கப் போயிருந்தேன்.

அப்போது, "எஸ்.பி. கராத்தே கோபாலகிருஷ்ணன் உயிர் உங்க கையில்தான் இருக்குது. நீங்க மனசு வச்சாத்தான் அவனுக்கு வேலை, வாழ்க்கை எல்லாமே. இல்லையானால் உள்ளே போகவேண்டும்..." என்று சொன்னார். அப்போது அவர் சொன்னதை நான் பெரிதாக எடுத்துக் கொள்ளவில்லை.

வழக்கம் போலவே என்னுடைய வேலையைத் தொடர்ந்து செய்து வந்தேன். இந்த நிலையில், எந்தவித அடிப்படை வசதியும் இல்லாத சேவியின் குடும்பத்தினருக்கு வழக்கு நடத்த வசதியில்லை. ஒவ்வொரு முறையும் நீதிமன்றத்துக்கு வந்து போவதற்கும்கூட நானே பணம் கொடுத்து வந்தேன். அதே வேளையில், எஸ்.பி, கோபாலகிருஷ்ணனும் பல வழிகளில் என்னைச் சந்தித்துப் பேச முயற்சி செய்துள்ளார்.

ஆனால், என்னைப் பற்றித் தெரிந்த யாருமே என்னிடம் அவரைக் கூட்டிக்கொண்டு வரவில்லை. பலநாள்கள் என்னுடைய வீட்டுக்குப் பக்கமாக வந்து ஜீப்பை நிறுத்தி விட்டு உள்ளே வந்து பார்க்கலாமா, வேண்டாமா...? என்று நின்றுள்ளார். என்னுடைய அலுவலகத்தில் இருக்கும் நிலவரத்தைப் பார்ப்பது, பிறகு, அப்படியே திரும்பிப் போய்விடுவதுமாக இருந்துள்ளார். கடைசியாக ஒரு நாள் இரவு என்னிடம் வந்து ரெண்டு கையையும் புடிச்சுக்கிட்டு "எப்படியாவது என்னைக் காப்பாத்துங்க...." ன்னு கேட்டார்.

"நீ செய்தது சரியான்னு...? கேட்டேன்."

தலையைக் கீழே தொங்கப் போட்டுக்கிட்டு "இல்லை, தப்புத்தான்னு" சொன்னார். நானும் யோசித்தேன். இந்த வழக்கு நடந்துமுடிய இன்னும் எத்தனை ஆண்டுகள் ஆகும் என்று சொல்லமுடியாது. அவ்வளவு நாள் சேவியின்

வக்கீல் அப்புனுகவுண்டர்

மனைவி வழக்கு நடத்த இங்கே வந்துபோக முடியுமா...? கோபாலகிருஷ்ணனுக்குப் பின்னாலே, தமிழ்நாடு அரசே இருக்கிறது. ஆனால், சேவி குடும்பத்துக்குப் பின்னாலே என்னை விட்டால் வேறு யாருமே இல்லை. இதையெல்லாம் கணக்குப் போட்டுப் பார்த்துட்டு ஒருநாள் சேவியின் மனைவியையும், கோபாலகிருஷ்ணனையும் வரச்சொல்லி இரண்டு பேரையுமே நேருக்கு நேராப் பேசவிட்டேன்.

அந்த அம்மா கேட்ட எந்தக் கேள்விக்கும் கோபால கிருஷ்ணனால் பதில் சொல்ல முடியவில்லை. தலையைத் தொங்கப் போட்டபடியே உட்கார்ந்துக்கிட்டு இருந்தார். "சரி, போய்விட்டு அடுத்த வாரம் வாங்க"ன்னு இரண்டு தரப்பையும் திருப்பி அனுப்பி வைத்தேன். ஒரு வாரத்துக்குப் பிறகு வந்த அந்த அம்மாவை முன்னால வச்சுத்தான் பேசினேன். "என்னாலே பாதிக்கப்பட்ட அந்தக் குடும்பத்துக்கு நான் ஏதாவது கைமாறு செய்யறேன்னு" சொன்னார். இரண்டு இலட்சமோ எவ்வளவோ குடுக்கிறதாச் சொன்னார். ஆனால், கடைசியில், 80ஆயிரமோ என்னவோதான் கொடுத்தார். அதை வாங்கி, மனைவி மகன்கள், மகள் என ஐந்துபேருடைய பெயரில் வங்கியில் போட்டு அதற்கான பத்திரத்தை அவர்களிடம் கொடுத்து விட்டேன்..." என்றார்.

பெண்ணாகரம் அருகிலுள்ள ஏரியூரைச் சேர்ந்தவர் வழக்குரைஞர் அப்புனு கவுண்டர். இவர்மீது அந்தப்பகுதி மக்களுக்கு நல்ல மரியாதை உண்டு. முந்தைய ஜனதா கட்சியில், இவர் பெண்ணாகரம் தொகுதி சட்டமன்ற உறுப்பினராகவும் இருந்தவர்.

******

15

ஆள்காட்டி குடும்பத்துடன் கொலை

கராத்தே கோபாலகிருஷ்ணன் தலைமையிலான வனக் காவல்படை
(நன்றி : கிளைமெண்ட்ஸ்)

1990 ஆம் ஆண்டு செப்டம்பர் மாதம் போதமலையில் வீரப்பன் குழு முகாமிட்டிருந்தது. இந்த நேரத்தில் வீரப்பனுக்கு எதிராகக் கடுமையான தாக்குதல் நடவடிக்கைகளைப் போலீஸ் ஐ.ஜி. வால்டர் தேவாரம் தலைமையேற்று நடத்தினார். அந்த நேரத்தில் நிறைமாத கர்ப்பிணியாக இருந்த வீரப்பன் மனைவியைக் காட்டுக்குள் கூட்டிக்கொண்டு அலைய முடியாத நிலை ஏற்பட்டது. அதனால், தன்னுடைய மனைவியை மாமியார் மூலமாக தருமபுரி வழக்குரைஞர் அப்புனு கவுண்டரிடம் அனுப்பி வைக்கிறார். உயிருக்குப் பாதுகாப்புக் கேட்டு வந்த தன்னுடைய தொகுதியைச் சேர்ந்த பெண்ணைத் தன்னுடைய வீட்டின் கீழ்த் தளத்திலிருந்த அறையில் தங்கச் சொல்கிறார். உடனடியாக தமிழ்நாடு காவல்துறை அதிகாரிகளுக்குத் தகவல் கொடுக்கிறார். அப்போது, வீரப்பன் மனைவி மீது எந்த வழக்கும் இல்லை.

அதனால், போலீசாரால் அவரைக் கைது செய்ய முடியவில்லை. தேவைப்படும் போதெல்லாம் நேரில் வந்து விசாரித்து விட்டுச் சென்றுள்ளனர். அதே நேரத்தில், வீரப்பன் மனைவியை அவருடைய சொந்த ஊருக்குப் போகவும் போலீசார் அனுமதிக்கவில்லை. வேறு வழியே இல்லாத நிலையில், இரண்டு மாதம் தன்னுடைய வீட்டிலேயே தங்க வைத்துள்ளார் வக்கீல் அப்புனு கவுண்டர். வீரப்பன் மனைவிக்கு குழந்தை பிறக்கும் நேரத்தில் தன் வீட்டுக்கு அருகிலுள்ள மேரி மருத்துவமனையில் சிகிச்சைக்காகச் சேர்த்துள்ளார். அவருக்கு பெண் குழந்தை பிறந்த பிறகும் போலீசாரின் வேண்டுகோளுக்கு இணங்க, தன்னுடைய வீட்டிலேயே வைத்திருந்தார். அதன் பிறகு, கோபிசெட்டிபாளையம் ஏ.எஸ்.பி. சைலேந்திரபாபு தலைமையிலான போலீசார் அவரை நெருப்பூருக்கு அழைத்துச் சென்று அவருடைய தாய் வீட்டில் தங்க வைத்தனர். எப்படியும் மனைவியைப் பார்க்க வீரப்பன் வருவார் அப்போது அவரைப் பிடிக்கலாம் என போலீசார் வலை விரித்துக் காத்திருந்தனர். வழக்கம் போலவே ஒருநாள் இரவு நெருப்பூர் வந்த வீரப்பன் காவலிருந்த போலீசாருக்கு அல்வா கொடுத்து விட்டு, மனைவியை அழைத்துக் கொண்டு சென்று விட்டார்.

வீரப்பன் மனைவி அப்புனு கவுண்டர் வீட்டிலிருந்த நேரத்தில், கர்நாடக வனத்துறை டி.சி.எப்.பி. ஸ்ரீநிவாஸ் பலமுறை வந்து அவரைப் பார்த்துள்ளார். "வீரப்பனை நல்வழிப் படுத்தவேண்டும் என்றுதான் ஸ்ரீநிவாஸ் விரும்பினார். மற்ற அதிகாரிகளைப் போல் இல்லாமல் சற்று மாறுபட்டவராகவும் இருந்தார்" என்று கடந்த கால சம்பவங்களை நினைவு கூர்ந்தார் அப்புனு கவுண்டர்.

அதிரடிப்படைத் தலைவர் கராத்தே கோபாலகிருஷ்ணனால், சேவி கொலை செய்யப்பட்டது, பின்னர் சேவியின் மனைவி அப்புனு கவுண்டர் மூலமாக வழக்குப் போட்டது, கோபாலகிருஷ்ணன் வக்கீல் வீட்டுக்குச் சென்று அவரிடமும், சேவியின் மனைவியிடமும் மன்னிப்புக் கேட்டது, பிறகு, சேவியின் குடும்பத்துக்கு இழப்பீட்டுத் தொகை கொடுத்தது என எல்லா விவரமும் அப்போது அப்புனு கவுண்டர் வீட்டிலிருந்த வீரப்பனின் மனைவிக்குத் தெரிந்திருந்தது.

1991 ஆம் ஆண்டு ஜூலை மாத மத்தியில் தன்னுடைய குழந்தையைத் தாய் வீட்டில் விட்டு விட்டு, வீரப்பன் மனைவி காட்டுக்குள் சென்று விடுகிறார். இந்த நேரத்தில் சேவிக்கவுண்டர் கொலையானது பற்றியும், எஸ்.பி. கோபாலகிருஷ்ணன் மீது வக்கீல் அப்புனு கவுண்டர் வழக்குப் போட்டது பற்றிய செய்திகளைத் தனது கணவரிடம் சொல்கிறார். தனக்குக் கொஞ்சம் கூடத் தொடர்பே இல்லாதவர் மூலபெல்லூர் சேவிக்கவுண்டர். அவருடைய கொலைக்குக் காரணமாக இருந்த போலீஸ் உளவாளி நெருப்பூர் சின்னப்பொண்ணுக்கு வீரப்பன் நாள் குறித்தார்.

கராத்தே கோபாலகிருஷ்ணன்

கோபாலகிருஷ்ணன் எதற்காகச் சேவியைக் கொன்றார் என்பது குறித்து அப்போது அவருடன் பணியாற்றிய அதிகாரிகளிடம் பேசினேன். "சேவியைக் கூட்டிட்டு வந்து மணலில் முட்டிபோட்டு உட்காரச் சொன்னார். அவர் உட்கார்ந்திருக்கும்போது மிரட்டுவதற்காக தன் கைத் துப்பாக்கியில் வலதுபக்கம் நிலத்தைப் பார்த்துச் சுட்டார். வெடிச்சத்தம் கேட்டதும், கையெடுத்துக் கும்பிட்ட சேவி கோபாலகிருஷ்ணன் சார் காலைப் பிடிக்க வந்தார். அப்போ, தன் காலுக்குக் கீழே இருந்த மணலில் இரண்டாவது தோட்டாவை அடித்தார்.

அந்த இடத்தில் கீழே இலேசான மணலும், அதுக்குக் கீழ பாறையும் இருந்திருக்கு. அந்தப் பாறையில் பட்டுத் திரும்பிய தோட்டா நேராக சேவியின் அடிவயிற்றில் ஏறியது. தோட்டா போனதும் குழாயில் தண்ணீர் வருவதுபோல சேவியின் வயிற்றிலிருந்து ரத்தம் கொப்புளித்து வந்தது. வயிற்றைக் கையில் பிடித்துக்கொண்டே சேவி கீழே விழுந்து உயிரை விட்டார். நாங்க தங்கியிருந்த இடத்திலேயே குழியை வெட்டி சேவியை பொதச்சுட்டு, ஒரு மாசம் அங்கேயே ஒரு கேம்ப் போட்டுக் காவல் இருந்தோம். அடுத்து மழை பேஞ்ச பின்னாலேதான் கேம்ப்பை காலி செஞ்சுட்டு வந்தோம்" என்றனர்.

சேவியின் சாவிற்குக் காரணமான சின்னப்பொண்ணுவை போட்டுத்தள்ள முடிவெடுத்த வீரப்பன், **1993**ஆம் ஆண்டு தைப் பொங்கலுக்கு மறுநாள், இரவு தன்னுடைய கூட்டாளிகளுடன் சின்னப்பொண்ணுவைப் பிடித்துக் கொண்டுவரக் கிளம்பினார். சரளமாக கன்னடம் பேசத்தெரிந்த கோவிந்தன், அர்ஜுனன், ஒடக்காப்பள்ளம் துரைசாமி மூன்று பேரும் சின்னப்பொண்ணு வீட்டுக் கதவைத் தட்டினர். அப்போது, சின்னப்பொண்ணு வீட்டில் இல்லை. அவருடைய மனைவியிடம் "யார்ரா இங்கே சின்னப் பொன்னுங்கறவன். வீரப்பனுக்கு சப்போர்ட்டு பண்ணிக்கிட்டு இருக்கானாமாம்..."? என்று கெட்ட வார்த்தையில் வீரப்பனைத் திட்டிக்கொண்டே கன்னடத்தில் விசாரித்தனர்.

துப்பாக்கியுடன் காக்கிச் சீருடையில் நின்று கொண்டிருந்த கோவிந்தனையும், அர்ஜுனனையும் பார்த்து இவர்கள் கர்நாடகப் போலீசார் என நினைத்தார் சின்னப்பொண்ணுவின் மனைவி பச்சியம்மாள்.

தன் கணவருக்கும், தமிழ்நாடு போலீஸ் எஸ்.பி. கோபாலகிருஷ்ணனுக்கும் உள்ள தொடர்புகள் பற்றி விளக்கமாகச் சொல்கிறார். ஒருமணி நேரத்துக்குப் பிறகு அங்கு வந்த சின்னப்பொண்ணுவை வழியிலேயே மடக்கிப் பிடிக்கிறார் அர்ஜுனன். பிறகு, அவருடைய மனைவி பச்சியம்மாள், மகன்கள் முத்துசாமி, இராஜேந்திரன், சிவக்குமார் என ஐந்து பேரையும் அங்கிருந்து வேறு ஓர் இடத்துக்குக் கூட்டிக்கொண்டு செல்கின்றனர். அந்த இடத்திலிருந்த

பச்சியம்மாள், சின்னப்பொண்ணு

வீரப்பன், சின்னப்பொண்ணுவிடம் விசாரிக்கிறார். தான் தமிழக அதிரடிப்படையில் இன்பார்மராக இருப்பதாகவும், அதற்காகத் தமிழ்நாடு அதிரடிப்படையின் தலைவர் கராத்தே கோபாலகிருஷ்ணன் தனக்கு அடையாள அட்டை கொடுத்துள்ளதாகச் சொல்கிறார். அடையாள அட்டையை எடுத்துக் காட்டுகிறார்.

சின்னப்பொண்ணு, தமிழ்நாட்டு போலீஸ் எஸ்.பி. கோபாலகிருஷ்ணனின் ஆள்காட்டிதான் என்பதை உறுதி செய்துகொண்ட அர்ஜுனன், மூலபெல்லூர் சேவி குறித்தும் விசாரித்துள்ளார். "சேவியைக் கோபாலகிருஷ்ணன் சுட்டுக் கொலை செய்தது உண்மை. ஆனால், நான் அந்த இடத்தில் இல்லை" என்று சின்னப்பொண்ணு ஒத்துக்கொள்கிறார். சின்னப்பொண்ணு போலீஸ் இன்பார்மர் என்பது உறுதியானது. அவரது குடும்பத்தினர் நால்வரையும் கைகளைக் கட்டி காவிரி ஆறுவரை கூட்டிக்கொண்டு வந்துள்ளனர். பின்னர், பரிசலில் ஏற்றி ஆற்றைக் கடந்து கர்நாடக எல்லையிலுள்ள காட்டுப் பகுதியில் வைத்து நால்வரையும் கொலை செய்துள்ளனர்.

சின்னப்பொண்ணுவின் நான்காவது மகன் சாமிக்கண்ணுவைச் சந்தித்துப் பேசினேன். "எங்கப்பா சாகும்போது எனக்கு பதினாலு வயசு. எனக்கு அவ்வளவா விவரம் தெரியாது.

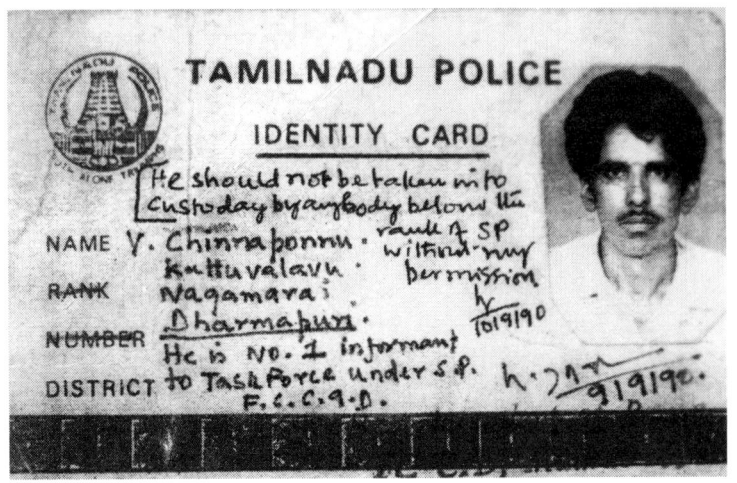

சின்னப்பொன்னுக்கு போலீசார் கொடுத்திருந்த அடையாள அட்டை.

எஸ்.பி.கோபாலகிருஷ்ணன் அடிக்கடி இங்கே வருவார். அப்பாவையும், அண்ணனையும் பார்த்துப் பேசுவாங்க. அப்பாவைக் கூட்டிட்டுபோயி மேட்டூரிலேயே வச்சிருந்தார். வீரப்பனைப் புடிச்சுக் குடுத்தா உங்களுக்கு அதைத் தாரோம், இதைத் தாரோன்னு சொல்லிக்கிட்டே இருப்பார். மாதத்திற்கு ஒரு முறை பத்து கிலோ அரிசியும், முந்நூறு ரூபா பணமும் கொண்டாந்து குடுத்துட்டுப் போயிருவாங்க.

பொங்கலுக்கு எங்க அப்பா வீட்டுக்கு வந்த தகவல் வீரப்பனுக்குத் தெரிஞ்சிருக்கு, அன்னைக்கு ராத்திரியே எங்க வீட்டுக்கு வந்துட்டான். நான் பாட்டி வீட்டிலிருந்தேன். எங்க அப்பா சின்னப்பொண்ணு, அம்மா பச்சியம்மாள், அண்ணன் முத்துசாமி, ராஜேந்திரன், தம்பி சிவக்குமார் என்று குடும்பத்திலிருந்த அஞ்சு பேரையும் வீரப்பன் புடிச்சுக் கூட்டிட்டுப் போயிட்டான். அமாவாசை இருட்டா இருந்த நேரத்தில், ஆற்றுக்கு இந்தப் பக்கமே முத்துசாமி மட்டும் எப்படியே தப்பிச்சு ஒடியாந்துட்டான். மீதி நாலு பேரையும் இன்டிகநத்தம் காட்டிலே வைத்துச் சுட்டுக் கொன்னுட்டதா சொல்லறாங்க. ஆனா, என்ன நடந்ததுன்னு எங்களுக்குத் தெரியலை. அதற்குப் பிறகு, உனக்கு வீரப்பனால் ஆபத்து வரும், எங்ககூடவே வந்துடுன்னு சொல்லி தமிழ்நாடு போலீசார் என்னையும் கூட்டிக்கிட்டுப் போயிட்டாங்க.

சின்னப்பொன்னு மகன்
சாமிக்கண்ணு

நானும் எட்டு வருசமா வீரப்பனைத் தேடி காடுகாடா போலீசாரோடவே சுத்திக்கிட்டுத்தான் இருந்தேன். வீரப்பன் செத்த பிறகு, முதலமைச்சர் நிவாரண நிதியிலிருந்து இரண்டு இலட்சம் ரூபாய் பணம் குடுத்தாங்க. "இது எதுக்குன்னு...?" கேட்டேன். "இது முதல் தவணை, அடுத்த தவணை சீக்கிரம் வரும், உனக்கு கவர்ன்மெண்டில் வேலை போட்டுக் கொடுக்கச் சொல்லி ரெக்கமென்ட் செஞ்சிருக்கோம்"ன்னு சொல்லிட்டுப் போனாங்க. நானும் விடாமல் முதலமைச்சருக்கும், கவர்னருக்கும் லெட்டர் போட்டுக்கிட்டே இருக்கேன். ஆனா, எந்தப் பயனும் இல்லை. எங்க அண்ணன் 1998 போலீசில் சேர்ந்துட்டான். நான் இப்போதும், கர்நாடகாவில் உள்ள குவாரியில் கூலி வேலை செய்து வருகிறேன்..." என்றார்.

வீரப்பனால் சுட்டுக்கொல்லப்பட்ட சின்னப்பொண்ணுவின் மகன் முத்துசாமி:- "1993 ஆம் வருசம், தைப் பொங்கல் முடிஞ்சுட்டுது. அன்னைக்கு கரிநாள். ஏரியூர் சினிமா தியேட்டரில் சேரன் பாண்டியன் படம் போட்டிருந்தாங்க. நானும், என்னுடைய தம்பிகள் ராஜேந்திரன், சிவக்குமார் மூனு பேரும் முதலாட்டம் சினிமாவுக்குப் போனோம். ராத்திரி பத்தரை மணிக்கு நாகமரைக்குப் போகும் கடைசி பஸ்ஸில் ஊருக்கு வந்தோம். பஸ்சிலிருந்து இறங்கி எங்க கொட்டாயிக்கு நடந்து போயிக்கிட்டு இருந்தோம். எங்க வீட்டுக்கு முன்னாலே கோட்டையூர் கருப்பணன், மாமரத்துக்காடு ஆறுமுகம், அர்ஜுனன், ஐயந்துரையோட அஞ்சு பேர் நின்னுக்கிட்டு இருந்தாங்க. எங்களைப் பார்த்ததும், "கோட்டையூர் பரிசல் துறையில் எஸ்.பி.கோபாலகிருஷ்ணன் வண்டியோட நின்னுக்கிட்டு இருக்காரு. உங்க ஊர்க்காரன் வெள்ளையன் சந்தனக்கட்டை கொண்டாந்து லோடு ஏத்தறதுக்குத்

தயாரா வச்சிருக்கான்னு இன்பெர்மேசன் வந்துருக்குது. நீ வெள்ளையனைப் பார்த்தியான்னு..." என்னைக் கேட்டாங்க.

அங்கே வந்திருந்த எல்லோருமே போலீசார் மாதிரியே காக்கிப் பேண்டு, சட்டை, துப்பாக்கி எல்லாம் வச்சிருந்தாங்க. அப்பவே எங்க அப்பாகூடப் போகவர போலீஸ்காரங்களை எல்லாம் பார்த்திருக்கிறேன். இவங்க வழக்கமான போலீஸ்காரங்களைப் போல காலில் ஷூ போடாமல் செருப்புப் போட்டிருந்தாங்க. அதனாலே அவங்க மேலே எனக்குச் சந்தேகம் வந்துட்டுது. ஒரே வார்த்தையில் "நான் வெள்ளையனைப் பார்க்கலையின்னு..." சொல்லிட்டு வெடுவெடுன்னு வீட்டுக்குப் போயிட்டேன்.

முத்துசாமி

எங்களுக்குப் பின்னாலே எங்க அப்பாவும் அந்த வழியாகவே வந்திருக்கார். அவரை அஞ்சு பேரும் வளைச்சிப் புடிச்சுக்கிட்டாங்க. அவங்களோட எங்க அப்பா சத்தம் போட்டுப் பேசின சத்தம் கேட்டது. நான், எங்க அம்மா, என் தம்பிகள் ரெண்டு பேரும் அங்கே போனோம். எங்க அப்பாவை புடிச்ச மாதிரியே எங்களையும் புடிச்சுக்கிட்டாங்க. பிறகு மேற்கே கூட்டிக்கிட்டுப் போனாங்க. பட்டா காட்டில் ரெண்டு கிலோமீட்டர் தூரம் போனோம், பாங்காட்டுக்குள்ளே ஒரு கிலோமீட்டர் தூரம் நடந்தோம். முத்தையன் கோயிலுக்கு மேலே ஒரு டேம் இருக்கும். அந்த டேம் கரை மேலே உட்காரச் சொன்னாங்க, எல்லோரும் வரிசையா உட்கார்ந்திருந்தோம். சுமார் ஒருமணி நேரம் போனதும், வீரப்பனும், அவங்க ஆளுங்க நாப்பது பேர் கூட்டமா வந்தாங்க. எல்லோர் கையிலும் துப்பாக்கி இருந்தது. அவங்களுக்குள்ளேயே என்னவோ பேசுனாங்க. என் பக்கத்தில் உட்கார்ந்து அழுதுக்கிட்டு இருந்த அம்மாகிட்டே "நான் எப்படியும் தப்பித்துப் போயிருவேன்"ன்னு சொன்னேன்.

உயிர் பயத்திலிருந்தவங்களுக்கு நான் என்ன சொன்னேன்னு புரியவில்லை. பக்கத்திலிருந்த என் சின்னத்தம்பி சிவக்குமாருக்கு 12 வயதிருக்கும், அடுத்தவன் ராஜேந்திரனுக்கு 16 வயசிருக்கும், எனக்கு 18 நடந்துக்கிட்டு இருந்தது. தம்பிங்களுக்கு என்ன நடக்குதுன்னு புரிஞ்சுக்கிற வயதில்லை. வீரப்பன்கூட வந்தவங்க, எங்களைப் புடிச்சுக்கிட்டு வந்த ஆளுங்களோட பேசுனாங்க, போலான்னு சொல்லி எங்களை எழுந்து நடக்கச் சொன்னாங்க. நாங்களும் எழுந்தோம். "சரி நடங்கன்னு சொல்லிட்டு", வீரப்பனும், அவன் ஆளுங்க எல்லோரும் டேம் கரை மேலிருந்து மேற்குப்பக்கம் போகும் தடத்தில் வேகமா கீழே இறங்கிப் போனாங்க.

நான் தென்பக்கம் இருந்த இருபதடி ஆழக் குழியில் எட்டிக் குதிச்சுட்டேன். முள் இருந்ததோ கல் இருந்ததோ தெரியாது. செருப்பில்லாத வெறுங்காலிலேயே அங்கிருந்த பொதாருக்குள்ளே புகுந்து ஒரே நெப்பா தெற்குப்பக்கம் ஓடினேன். உயிர் பயத்தில் மேடு, பள்ளம், குண்டு, குழி எதுவுமே தெரியலை. காவிரி ஆறு கண்ணுக்குத் தெரியும் வரைக்கும் ஓடினேன். முனியப்பன் கோயில் பக்கமாகப் போனப்போ பாதி டேமுக்கு மேலே தண்ணீர் தேங்கியிருந்த ஆறு தெரிஞ்சுது. இனி என்னை யாரும் புடிக்கமுடியாதுன்னு நம்பிக்கை வந்துட்டுது. தை மாசம், அமாவாசையாப் போனதாலே எந்தப் பக்கம் என்ன இருக்குதுன்னு தெரியலை ஒரே இருட்டு. ஆற்றிலே நாலு கை தண்ணியை அள்ளிக் குடிச்சிட்டு அப்படியே கிழக்குப் பக்கம் நடந்து போனேன்.

ஒட்டனூர் பரிசல் துறைக்கு மேற்கால இருந்த ஒரு வீடு தெரிஞ்சுது. அந்த வீட்டுக்கு வெளியிலேயே படுத்துக்கிட்டேன். காலையில் எந்திருச்சு எங்க வீட்டுக்குப் போனேன். அங்கே என்னுடைய கடைசித் தம்பி சாமிக்கண்ணு இருந்தான். முதல் நாள் நாகமரையில் கோயில் திருவிழாவில் வீடியோ டெக் எடுத்துக்கிட்டு வந்து டி.வியில் படம் ஓட்டியிருக்காங்க. அங்கே படம் பார்த்துட்டு வந்து வீட்டில் படுத்திருந்தான். அவனையும் கூட்டிக்கிட்டு எஸ்.பி. கோபாலகிருஷ்ணன் சாரைப் பார்க்கப் போனோம். உடனே அவரிடம் இருந்த ஆளுங்களை விட்டு விசாரிச்சார். எங்க அப்பாவை வீரப்பன் எங்கயோ கடத்திக்கிட்டுப் போயி வச்சிருக்கான்னு தான்

எல்லோரும் சொன்னாங்க.

கடைசியா பாலாறு குண்டுவெடிப்புக்குப் பிறகு சில வீரப்பன் கேங் ஆளுங்க சிலர் சிக்குனாங்க. அவங்ககிட்டே விசாரிச்சதில் எங்க அப்பா, அம்மா, தம்பிகள் இரண்டு பேரையும் இன்டிகநத்தம் காட்டிலே சுட்டுக் கொன்னுட்டான்னு சொன்னாங்க. கையெழுத்துக்கூடப் போடத்தெரியாத பொம்பளையையும், ஏழாம் வகுப்பு படிக்கும் சின்னப் பையனையும் சுட்டுக்கொல்லும் வீரப்பன் ஒரு வீரனில்லை. அவனை நான் ஒரு ஆம்பளையாவே ஏற்றுக்கொள்ள மாட்டேன்" என்கிறார்.

1998 இல் தமிழகக் காவல்துறையில் இரண்டாம் நிலைக் காவலராகப் பணியில் சேர்ந்த முத்துசாமி அடுத்த ஆண்டே தமிழ்நாடு சிறப்பு அதிரடிப்படையில் இணைகிறார். **2004** இல் வீரப்பனை அதிரடிப்படை போலீசார் சுட்டுக் கொல்லப்பட்டதாகச் சொல்லப்படும் பாப்பாரப்பட்டி அருகில் நடந்த தாக்குதலுக்குத் தலைமை ஏற்ற "போர்த் கோர்" டீமில் இந்த முத்துசாமியும் இருந்துள்ளார்.

மூலபெல்லூரில் இருந்த சேவியின் கடைசி மகன் சின்னக்கண்ணைச் சந்தித்தேன். "கோபாலகிருஷ்ணன் செத்த பொறவு ஒருநாள் ஒட்டனூர் முத்து என்பவரைப் பார்த்தேன். கராத்தே கோபாலகிருஷ்ணன் உங்க அப்பாவைச் சுட்டுப் போட்டுட்டார். மத்தியானத்துக்குப் பிறகு, நான்தான் குழி வெட்டி பொதைச்சேன். எனக்கு அந்த இடம் இன்னும் நல்லா நெப்புத் தெரியும். வேணுன்னா காட்டறேன்னு "ன்னு சொன்னார். "நான்தான் இனி அதைத் தோண்டி எடுத்து என்ன செய்யப் போகிறோமுன்னு அப்படியே விட்டுட்டேன்..." என்றார்.

அதிரடிப்படைத் தலைவராக இருந்த கோபால கிருஷ்ணனிடம், சேவியின் கொலை பற்றியும், வீரப்பன் தொடர்பான இன்னும் சில நிகழ்வுகள் பற்றிப் பேசுவதற்காக நான் **2015-16** ஆம் ஆண்டுகளில் பலமுறை முயற்சி செய்தேன். மேட்டூர் செய்தியாளர் அங்குராஜுடன் கோபாலகிருஷ்ணனின் வீட்டுக்கும் சென்றேன். ஆனால், அவர் என்னைச் சந்திப்பதைத் தவிர்த்தார். தொலைபேசியில் பேசினேன். நானும், என்னுடைய

குடும்பமும் நன்றாக வாழவேண்டும் என வாழ்த்தினார். தனக்கு உடல் நலமில்லாமல் இருப்பதாகவும், சரியானதும் நானே உன்னை அழைக்கிறேன் சிவா என்று பலமுறை கூறினார்.

ஆனால், என்னைச் சந்திக்காமலே 2016 ஜூன் மாதம் அவர் மரணமடைந்தார்.

******

கொடும்பு- நல்ல மழைப்பொழிவு உள்ள மலைகளின் கீழே உள்ள நிலப்பகுதி. இங்கே நீர்ப் பிடிப்பும், நீர்ச் சுரப்பும் அதிகமாக இருக்கும். ஆனால், தண்ணீர் வழிந்து ஓடாது. அதிகமான நீரைத் தன்னுள் கொண்டிருக்கும் நிலப்பகுதி. சிறிய அளவில் குழி தோண்டினால் நீர் கிடைக்கும். கடுமையான வறட்சிக் காலங்களில்கூட கொடும்பு என்று சொல்லப்படும் இடங்களில் மண்ணைத் தோண்டினால் நீர் கிடைக்கும். இந்தப் பகுதியில் உள்ள மரங்கள் எப்போதும் செழித்திருக்கும் குளிர்ச்சியான இடம்.

மடுவு- ஆறு, ஓடை, பள்ளம் எனத் தண்ணீர் ஓடும் நீர் நிலைகளின் நடுவில், அல்லது ஓரத்தில் தண்ணீர் தங்கி நிற்கும் குழியான பகுதி. இதன் ஆழம், அகலத்துக்கு ஏற்ப சில மாதங்கள் வரை தண்ணீர் தேங்கி நிற்கும். இதில் தண்ணீர் சுரக்காது.

16

பாலப்பன் கொலையும், பாலாறு குண்டு வெடிப்பும்

போதமலையில் வீரப்பனைத் தேடிப்போகும் கராத்தே கோபாலகிருஷ்ணன்
(நன்றி: கிளைமென்ட்ஸ்)

சிலுவைக்கல் காட்டில் வீரப்பன் மறைத்து வைத்திருந்த 80 டன் சந்தனக் கட்டைகளைப் போலீசார் கைப்பற்றுகின்றனர் என்பதை வீரப்பன் வாழ்ந்ததும் வீழ்ந்ததும் நூலின் முதல் தொகுதியில் படித்தோம். இதற்கு காரணமாக இருந்த கோவிந்தபாடி சடையன், அவருடைய மச்சினன் பாலப்பன் இருவரையும் போட்டுத்தள்ள வீரப்பன் பலமுறை முயற்சி செய்கிறார். ஒவ்வொரு முறையும் ஏதாவது ஒரு தடங்கலில் சடையன் தப்பி விடுகிறார்.

1992 ஜனவரி 12 ஆம் தேதி இரவு சடையன் வீட்டில் இருக்கிறார் என்ற உறுதியான செய்தி கிடைக்கிறது. பத்து மணிக்கு கோவிந்தன் தலைமையிலான வீரப்பன் ஆள்கள் கோவிந்தபாடிக்கு வந்தனர். சடையனின் வீட்டைச் சுற்றி ஆள்களை நிறுத்தி, அவரை உயிருடன் வளைத்துப் பிடிக்க

முயற்சி செய்தனர். காட்டிலிருந்து வரும் வழியில் இருந்த நாய்கள் குரைத்ததை வைத்து வீரப்பன் ஆளுங்க வந்துட்டாங்க என்பதைச் சடையன் தெரிந்து கொண்டார். வாசல் கதவு தட்டப்படும் போது, தன்னுடைய வீட்டுச் சுவருக்குப் பக்கமாகக் கட்டிலைச் சாய்த்து வைத்து, அதில் ஏறிப் பக்கத்து வீட்டுக்குள் எட்டிக் குதித்து, அங்கிருந்த சுரைச்செடிப் பந்தலுக்குள் புகுந்து தப்பித்து ஓடியுள்ளார்.

இதைத் தெரிந்த வீரப்பன் ஆள்களும் சடையனைத் துரத்தினர். ஊர் நடுவில் உள்ள மாரியம்மன் கோயிலுக்கு ஓடிய சடையன் கோயில் முன் பக்கமிருந்த பந்தல் மீது ஏறி, படுத்துக் கொண்டார். இது தெரியாத வீரப்பன் ஆள்கள் அந்த இரவு நேரத்தில் ஒவ்வொரு தெருவாக சடையனைத் தேடியுள்ளனர். ஆள் கிடைக்காமல் போனதால், ஏமாற்றத்துடன் காட்டுக்குத் திரும்பிச் சென்று விட்டனர். வீரப்பனைப் பிடிக்க அமைக்கப்பட்டிருந்த வனக்காவல் படை அப்போது கலைக்கப்பட்டு விட்டது. அதனால், வீரப்பன் தமிழக எல்லையில் சுதந்திரமாக நடமாடினார். போலீஸ் இல்லாத நிலையில் இனிமேல், ஊரில் உயிரோடு இருக்க முடியாது என்ற நிலையில் சடையன் உயிருக்குப் பயந்து வெளியூருக்குப் போய்விடுகிறார்.

1992 ஆகஸ்டு 14 ஆம் நாள் ஹரிகிருஷ்ணா கொல்லப் பட்டதைத் தொடர்ந்து மீண்டும் தமிழக வனக்காவல் படை அமைக்கப்படுகிறது. பழையபடியே கராத்தே கோபாலகிருஷ்ணன் அதன் தலைவராக வருகிறார். உடனே, பழைய உளவாளிகளை எல்லாம் ஒன்று சேர்க்கிறார். வீரப்பன் குறித்த தரவுகளைச் சேகரிக்கிறார். வெளியூருக்குப் போயிருந்த சடையன் மீண்டும் ஊருக்கு வருகிறார். மளிகைக் கடை வைத்திருந்த மைத்துனர் பாலப்பன் மூலமாக வீரப்பன் பற்றிய தரவுகளைச் சேகரித்து வந்துள்ளார். அந்தப் பகுதியிலிருந்து யார், யார் காட்டுக்குள் சென்று வருகின்றனர். அவர்கள் என்னென்ன பொருள்களைக் காட்டுக்குள் எடுத்துக் கொண்டு போகின்றனர், உள்ளே என்ன நடக்கிறது என்ற விவரங்களைப் பாலப்பன் கண்காணிக்கிறார்.

கோவிந்தபாடி, கத்திரிப்பட்டி, ஏமனூர், செட்டிப்பட்டி, காரைக்காடு, சத்தியா நகர் போன்ற ஊர்களில் வீரப்பனும்,

வீரப்பன் ஆள்களும் அடிக்கடி வந்து போகும் இடங்கள். இந்த ஊர்களில் வீரப்பனுக்கு நெருங்கிய ஆதரவாளர்கள் பலரும் இருந்தனர். அதனால், இப்பகுதியில் வீரப்பனின் நடவடிக்கைகளைக் கண்காணித்து உளவு பார்க்கும் முக்கிய நபராக பாலப்பன் என்கிற பண்டாரி இருந்தார்.

வழக்கம் போலவே, தனக்கு வேண்டாத அப்பாவி பொதுமக்களை இவங்களெல்லாம் வீரப்பனுக்கு சப்போர்ட் செய்யறாங்க எனக் கை காட்டுகிறார். இப்படி அப்பாவி மக்களையெல்லாம் பிடிக்கும் கராத்தே கோபாலகிருஷ்ணன் மேட்டூர் முகாமில் கொண்டுபோய் பலரை அடைத்து வைத்துக்கொள்கிறார். சடையன், பாலப்பன் இருவராலும் பல பொதுமக்கள் பதிப்புக்கு உள்ளாகின்றனர். பண்டாரி போலீஸ் உளவாளியாக இருப்பது பற்றிய தகவல் வீரப்பன் காதுக்குப் போனது. கராத்தே கோபாலகிருஷ்ணனின் தகவலாளி பண்டாரிக்கு வீரப்பன் குறி வைக்கிறார்.

07.04.1993 அன்று, மாலை மூன்று மணி. சேலம், ஈரோடு மாவட்ட எல்லையில் உள்ள தோனிமடுவு பள்ளத்திலிருந்து அர்ஜுனன், ஐயந்துரை, கொளந்தான், கோவிந்தன் உள்ளிட்ட ஆறு பேர் புறப்பட்டனர். இரவு எட்டு மணிக்குக் கோவிந்தபாடிக்கு வந்தனர். தங்களின் ஆதரவாளர் ஒருவரைப் பார்த்தனர். ஓர் இரட்டை மடிப்பு வெள்ளை வேட்டியை அவரிடம் கொடுக்கின்றனர். அதில், தமிழ்நாடு வனக்காவல் படையின் தலைவரான கோபாலகிருஷ்ணனை இழிவு செய்து எழுதப்பட்ட வாசகங்கள் இருந்தன. அந்த வேட்டியைக் கொண்டுபோய் கொளத்தூர் சந்தைக்கடை திடலில் உள்ள புளிய மரத்தில் கட்ட ஏற்பாடு செய்தனர்.

பிறகு, நாகேஸ்வரி அம்மன் கோயிலுக்குக் கிழக்கிலிருந்த பண்டாரி வீட்டுக்குச் சென்றனர். அவர் வீட்டில் இல்லை, கோட்டையூர் மாரியம்மன் கோயில் பண்டிகையில் நடந்த பாட்டுக் கச்சேரியைப் பார்க்கச் சென்றிருந்தார். பண்டாரி வரவை எதிர்பார்த்து கோவிந்தபாடிக்கும், காவேரிபுரத்துக்கும் இடையில் இருக்கும் வேவிடியார் கரடு என்ற சிறு குன்றின் அடிவாரத்தில் அர்ஜுனன் உள்ளிட்ட ஆறு பேரும் காத்திருந்தனர். பாட்டுக் கச்சேரி முடிந்த பின்னர், இரவு மூன்று மணிக்குப் பண்டாரி வீட்டுக்கு வந்தார். அவரைப் பின்

தொடர்ந்து போனது அர்ஜுனன் டீம்.

பண்டாரி வீடும், பக்கத்தில் அவரது மளிகைக் கடையும் இருந்தன. வீட்டுக்குள் போனவரை வெளியே இழுத்துப் போட்டனர். "சடையன் இப்போது எங்கே இருக்கிறார்? என்ன செய்து கொண்டிருக்கிறார்?" என விசாரித்தனர். அர்ஜுனன் கேட்ட கேள்விகளுக்குப் பதில் சொல்லும் நிலையில் பண்டாரி இல்லை. தன்னைக் காப்பாற்றும்படி சத்தம் போட்டுக் கத்தினார். பக்கத்திலிருந்த வீடுகளில் கதவுகள் திறக்கும் சத்தம் கேட்டது. இனிமேலும் காத்திருப்பது வீண் என்ற நிலை வந்தது.

பண்டாரி நெஞ்சில் துப்பாக்கியை வைத்தார் அர்ஜுனன். "சட்டீர்" என்ற சத்தம் விநாயகபுரம் எங்கும் எதிரொலித்தது. மெதுவாகத் திறந்த வீடுகளின் கதவுகள் எல்லாம் வேகமாக "டமார் டமார்..." என்று மூடப்பட்டன. பாலப்பன் உடலை வீட்டு வாசலிலேயே போட்டு விட்டு அர்ச்சுனனுடன் வந்த ஆறுபேரும் காட்டுக்குள் சென்றனர். *(கொளத்தூர் காவல் நிலைய வழக்கு எண்:-218/1993) (தேதி : 8/4/1993)*

தனது தகவலாளி கொல்லப்பட்டதைத் தெரிந்து கடுமையான கோபம் கொண்ட எஸ்.பி.கோபாலகிருஷ்ணன் கோவிந்தபாடிக்கு வந்தார். வீரப்பன் முகாமிட்டுத் தங்கியுள்ள இடம் பற்றித் தனது உளவாளிகளை அனுப்பி விசாரித்தார். தமிழக-கர்நாடக எல்லையிலுள்ள பாலாற்றிலிருக்கும் தோனிமடுவு என்ற இடத்திற்கும் இடைப்பட்ட பகுதியில் வீரப்பன் குழுவினர் தங்கியுள்ளதைத் தெரிந்து கொண்டார். கோவிந்தபாடியில் இருந்து தமிழக எல்லையிலுள்ள காடுகள் வழியாக வீரப்பனைத் தேடிச் சென்றார். அன்று மாலை வரை வீரப்பனைத் தேடியதில் எந்த விதமான முன்னேற்றமும் இல்லாமல் போனது. இரவு காட்டுக்குள்ளேயே தங்க முடிவு செய்யப்பட்டது.

கோபாலகிருஷ்ணனுடன் தகவலாளியாக இருந்த ஊஞ்சக்கொரை இருசார், "சார் பண்டாரி செத்துப்போன எழவு வீட்டிலே அவனுடைய மச்சினன் சடையனும் இருக்கிறான். நாமெல்லாம் இங்கே இருக்கிற நேரத்துலே வீரப்பன் அங்கே வந்து சடையனைப் போட்டுத் தள்ளிட்டா என்ன சார் செய்யறது....?" என்று சொல்கிறார்.

இதைத் தொடர்ந்து, "சரி வா... நாமெல்லாம் பண்டாரி வீட்டுக்குப் பக்கமாகவே ஒரு எடத்துலே தங்கலாம்" என்று சொன்ன கோபாலகிருஷ்ணன் தனது படையினருடன் காட்டிலிருந்து புறப்பட்டார். சத்யா நகரில் உள்ள வனத்துறைக்குச் சொந்தமான பழைய கட்டிடம் ஒன்றில் அன்று இரவு தங்கினர். அடுத்தநாள் காலை ஏழு மணிக்கே வீரப்பன் மீது தாக்குதல் தொடுக்க எந்த வழியாகப் போகலாம், எந்தப் பகுதியைச் சுற்றி வளைக்கலாம் என்று தனது படையினருடன் கலந்தாய்வு நடத்தினார்.

ஏப்ரல் 9 ஆம் தேதி காலை ஐந்து மணிக்கு கொளத்தூர் சந்தைக் கடைக்கு மக்கள் வரத் தொடங்கினார், தெற்குப் பக்கம் இருந்த ஒரு புளியமரத்தில் ஒரு வெள்ளை வேட்டி தொங்கியது. அதில், வனக்காவல் படைத்தலைவர் கோபாலகிருஷ்ணனை பற்றிப் பல வாசகங்கள் இழிவாக எழுதப்பட்டிருந்தன. நல்ல வெளிச்சம் வந்த பின்னரே மக்கள் அதைப் படித்துப் பார்த்தனர். "நீ சரியான ஆம்பளையாக இருந்தால் தோணி மடுவுக்கு வாடா...." என்று எழுதி கீழே வீரப்பன் என்றும் எழுதியிருந்தது. இதைப் பார்த்த பொதுமக்கள் கொளத்தூர் போலீசுக்குத் தகவல் கொடுத்தனர். சந்தையில் தொங்கிய வெள்ளை வேட்டியை அவிழ்த்து எடுத்துக் கொண்டுபோன போலீசார் மைக்கில் கோபாலகிருஷ்ணனைத் தொடர்பு கொண்டனர். வேட்டியிலிருந்த வாசகத்தைப் படித்துக் காட்டினார். அதை கேட்டதும், கோபாலகிருஷ்ணன் கொதித்தெழுந்தார்.

கராத்தே கோபாலகிருஷ்ணனுடன் இருந்த காவல் ஆய்வாளர் அசோக்குமார், வனத்துறை கார்டு அழகேசன் ஆகியோரைக் கொளத்தூருக்கு அனுப்பினார். கொளத்தூர் போலீசார் அவிழ்த்து வைத்திருந்த வேட்டியை எடுத்துக்கொண்டு வரச்சொல்கிறார். அதைப் பார்த்ததும் கோபாலகிருஷ்ணன் கோபம் எல்லை மீறியது. உடனே காட்டுக்குப் புறப்பட முடிவெடுக்கிறார். சாப்பாடு செய்து நேரத்தை வீணாக்க வேண்டாம். எல்லோருக்கும் அரிசிக் கஞ்சி மட்டுமே தயார் செய்யச் சொன்னார். சிலர், "காட்டுக்குள் போனால் திரும்பிவர நேரமாகும்..." கொஞ்சம் இழுத்தனர்.

“நேரா தோனி மடுவுக்குப் போறோம், வீரப்பனைப் புடிக்கறோம், மதியத்துக்குள்ளே திரும்பி வந்து எல்லோரும் பிரியாணியே சாப்பிடலாம்...” என்றார் கோபாலகிருஷ்ணன். காலை பத்து மணிக்கெல்லாம், ஆளுக்கு ஒரு குண்டா அரிசிக் கஞ்சியைக் குடித்து விட்டுப் புறப்பட்டனர். தன்னுடைய கைத் துப்பாக்கியை எடுத்து இடுப்பு உரையில் சொருகப் போனார். கை தவறிக் கீழே விழுந்தது. “சார் துப்பாக்கி தவறுது, கொஞ்சம் பொறுத்துப் போவோம்...” என்கிறார் கார்டு அழகேசன்.

“என்ன நடந்தாலும் முன் வைத்த காலைப் பின் வைத்துப் பழக்கமில்லை” என்றார் கராத்தே கோபாலகிருஷ்ணன். காலை 10.30 மணிக்கு “ஜங்கில் பட்ரோல்” எனப் பெயரிடப்பட்ட தமிழ்நாடு சிறப்புக் காவல்படை வண்டி கிளம்பியது. தோனி மடுவிலிருந்த வீரப்பனை “நேருக்கு நேர்” சந்திக்கச் சென்றார்.

அன்று புனிதவெள்ளி. தமிழக-கர்நாடக எல்லையிலுள்ள காரைக்காடு ஊருக்குப் பக்கமாகச் சென்றபோது கராத்தே கோபாலகிருஷ்ணன் சென்ற மாருதி ஜிப்சி ஜீப் எஞ்ஜின் பழுதானது. அந்த வண்டியை அங்கேயே விட்டுவிட்டு காவலர்கள் வந்திருந்த பேருந்தில் கராத்தே கோபாலகிருஷ்ணன் ஏறினார். சின்னக்காவல் திட்டு மாரியம்மன் கோயில் முன்பாக அந்த வண்டியும் கிளட்ச் பிடிக்காமல் நின்றது. வேறு வழியில்லாமல் அந்த வண்டியையும் அதே இடத்தில் நிறுத்திவிட்டு நடந்தார்.

தன்னுடன் இருந்த வன ஊழியர்கள் ஐந்து பேர், தகவலாளிகள் 15 பேர் மற்றும் 20 வனக்காவல் படை வீரர்களையும் கூட்டிக்கொண்டு பாலாறு நோக்கிச்சென்றார். பாலாற்றின் அக்கரையில் முகாமிட்டிருந்த கர்நாடக அதிரடிப்படை முகாமிற்குப் போனார். மாதேஸ்வரன் மலை ரேஞ்சர் உதயகுமார் அங்கிருந்தார். வெறும் வயிற்றோடு சென்ற தமிழக வீரர்களுக்குத் தங்கள் முகாமில் தயாரித்து வைத்திருந்த சித்தரண்ணா எனும் சிற்றுண்டியைப் பங்கிட்டுக் கொடுக்கிறார், கர்நாடகப் போலீசாரின் சிறியவகை பேருந்துகளில் இரண்டைத் தமிழக போலீசாருக்குக் கொடுத்தார். ஒன்றில் கராத்தே கோபாலகிருஷ்ணனும், தன்னுடைய வீரர்கள் சிலரையும் வழிகாட்ட ஒரு சில வனத்துறை வீரர்களையும் ஏற்றினார். அந்த வண்டியை அச்சுதானந்தா என்ற காவலர் எடுத்தார்.

உடன் வந்திருந்த ஆய்வாளர் அசோக்குமார் தலைமையிலான, அதிரடிப்படை வீரர்களையும் தகவலாளிகள் 15 பேரையும் மற்றொரு வண்டியில் ஏற்றினர். அந்த வண்டியை பெல்லட்

கர்நாடக வனத்துறை ரேஞ்சர் உதயகுமார், டிரைவர் அச்சுதானந்தா

என்ற டிரைவர் ஓட்டினார்.

பாலாற்றின் வலது பக்கம் இருந்த காட்டுப்பாதை வழியாக தோனிமடுவு காட்டுக்கு இரண்டு பேருந்துகளும் சென்றன. தேடுதல் வேட்டைக்குச் செல்லும் தமிழக வீரர்களைக் கொண்டுபோய் தோனிமடுவு காட்டில் விடுவது மட்டுமே கர்நாடக வீரர்களின் வேலை. அங்கிருந்து தங்களின் பேருந்துகளை எடுத்துக்கொண்டு திரும்பிவரும் நோக்கில் ஒவ்வொரு வண்டியிலும் ஐந்து வீரர்கள் என்ற அளவில் கே.எஸ். ஆர்.பி. ரிசர்வு போலீசாரும் ஏறிக்கொண்டனர். பாலாற்றில் இருந்து அரைக் கிலோமீட்டர் தொலைவுக்குப் போனதும் வண்டியை நிறுத்தச் சொன்னார் கராத்தே கோபாலகிருஷ்ணன். தன்னுடைய வண்டியிலிருந்த காவலர்கள் சிலரையும், கர்நாடகப் போலீசார் ஐந்து பேரையும் இறங்கி, பின்னால் இன்ஸ்பெக்டர் அசோக்குமார் வந்த வண்டியில் போய் ஏறச் சொன்னார்.

இன்ஸ்பெக்டர் அசோக்குமாருடன் இருந்த பேக்-அப்

பார்ட்டி காவலர்களையும், தகவலாளிகள் 15 பேரையும் தன்னுடைய வண்டியில் வந்து ஏறிக் கொள்ளும்படி சொன்னார். அங்கிருந்து, கராத்தே கோபாலகிருஷ்ணனின் வண்டி முதலில் சென்றது. அந்த வண்டியில், முன்பக்கக் கதவின் படிக்கட்டுகளில் கையில் பைனாகுலருடன் நின்றபடி காட்டைக் கண்காணித்துக் கொண்டே வந்தார். அப்போது, வண்டி ஓட்டுநரைத் தவிர மற்ற எல்லோருடைய கண்களுமே காடுகளில் எங்காவது வீரப்பன் ஆள்கள் மறைந்திருப்பார்களா...? என்று பார்த்துக் கொண்டே வந்துள்ளனர். நீண்ட நாள்களாக வண்டி, வாகனங்கள் போகாமல் புதர் மண்டிக்கிடந்த அந்த மண் சாலையில் இவர்கள் போன வண்டி அப்படியும், இப்படியும் ஆடி அசைந்து மெதுவாகச் சென்றது.

கோபாலகிருஷ்ணன் எந்த வண்டியில் போவார், அவருக்குப் பின்னால் எந்த வண்டி வரும், இரண்டு வண்டிக்குமான இடைவெளி எவ்வளவு தொலைவு இருக்கும் என்பதை எல்லாம் வீரப்பன் தெரிந்து வைத்திருந்தார். வழக்கமாக கராத்தே கோபாலகிருஷ்ணன் ஜிப்சி ஜீப்பில் போவார். அவருக்குப் பின்னால், ஐம்பதடி இடைவெளியில் அவருடைய வீரர்கள் வரும் வேன் வரும். இதைக் கணக்கிட்டு இரண்டு வண்டியையும் ஒரே நேரத்தில் தூக்குவது போல நிலத்தில் கண்ணிவெடி வைக்க முடிவு செய்கிறார். இதற்கு ஏற்ற இடமாக பாலாற்றின் வலது பக்கம் சுரைக்காய் மடுவிலிருந்து கர்கேகண்டி செல்லும் வனத்துறைக்குச் சொந்தமான சாலையைத் தேர்வு செய்கிறார். அந்த மண் பாதையில் குழி வெட்டி குண்டு வைக்கிறார்.

இதில், ஜெலட்டின் குச்சிகள், நைட்ரேட் உப்பு, விவசாயத்துக்குப் பயன்படும் யூரியா எனப் பல கலவைகள் சேர்க்கப்படுகின்றன. கராத்தே கோபாலகிருஷ்ணனும், அவருடன் செல்லும் வண்டியும் ஒன்றின் பின் ஒன்றாகப் போகும்போது குண்டு வெடிக்கும் வகையில் டீகார்ட் வயரை இணைக்கின்றனர். குண்டு வைத்துள்ள இடத்திலிருந்து இருநூறு மீட்டர் தூரத்தில், பாலாற்றின் மறுகரைக்கு அந்த வயர் கொண்டு செல்லப்படுகிறது. அங்கே வயரின் மறுமுனை வைக்கப்படுகிறது. அந்த இடத்தில் ஒரு முகாம் அமைகிறது. கருங்கல் குவாரிகளில் குண்டு வெடிக்க வைக்கும் பயிற்சி

பெற்ற சைமன் அங்கே பொறுப்பாளராக நியமிக்கப்படுகிறார்.

அங்கே நடந்ததை ஓய்வு பெற்ற காவல்துறைக் கண்காணிப்பாளர் அசோக்குமார் சொல்கிறார். "வீரப்பன் அந்த இடத்தில் 16 குழிகளில் குண்டு வைத்திருந்தான். ஜெலட்டினை வெடிக்க வைக்க கார்ட்லைட் என்ற கேபிள் பயன்படுத்தியுள்ளான். இந்தக் கேபிளின் ஒரு முனையில் நெருப்பு வைத்தால், 11,000 மைக்ரோ செகன்ட் / (பார்) செகன்ட் வேகத்தில் நெருப்புப் பரவி மறு முனையில் இருக்கும் ஜெலட்டினை வெடிக்க வைக்கும். வழக்கமாக நாங்க போகும் ரெண்டு வண்டியும் பக்கம் பக்கமாகத்தான் போகும். இதையெல்லாம் வீரப்பன் விசாரித்து தெரிந்து வைத்துள்ளான். அந்த நேரத்திலும் அதுபோலவேதான் போனோம், குண்டு வெடித்த இடத்துக்கு அரை கிலோ மீட்டர் முன்னாலே ஒரு இடத்தில் எஸ்.பி. சார் வண்டி திடீர்னு நின்றது. எங்க வண்டியை உடனே நிறுத்த முடியல. என்ன நெனச்சாரோ தெரியல. உடனே வண்டியை எடுத்திட்டுப் போயிட்டார். வழக்கமா எங்க வண்டிய ஓட்டும் ஓட்டுநருக்கு எப்படி போகவேண்டும் என்ற சிஸ்டம் தெரியும்.

இப்போது ரெண்டு வண்டியையும் கர்நாடகப் போலீஸ் தான் ஓட்டினாங்க. அதனாலே, "கொஞ்சம் டிஸ்டன்ஸ் விட்டே போப்பா..."ன்னு எங்க வண்டி டிரைவர்கிட்டே சொல்லிட்டேன். அதனாலே கொஞ்சம் இடைவெளி விட்டு எங்க வண்டி போய்கிட்டு இருந்தது. நாங்க எல்லோருமே காட்டைச் சுற்றி பார்த்துக்கிட்டே போனோம். திடீர்னு பூகம்பம் வந்த மாதிரி ஒரு அதிர்வும், வெடிச் சத்தமும் வந்துச்சு. வண்டி போய்கிட்டு இருக்கும்போதே எங்க வண்டியில் இருந்த கண்ணாடி எல்லாம் ஒடஞ்சு போச்சு. மண்ணும், கல்லுமா வந்து எங்க வண்டிக்கு உள்ளேயும், மேலயும் விழுந்தது. வண்டியை விட்டுக் கீழே இறங்கும்போதே எரிமலைக்குப் பக்கமாப் போனது மாதிரியான பீலிங் இருந்துச்சு.

கீழே நிலத்திலிருந்த மண் எல்லாம் நிலத்துக்கு மேலே இருநூறு அடி உயரத்துக்குப் போயிடுச்சு. ரெண்டு நிமிஷ நேரம் எங்க தலையெல்லாம் மண்ணும், கல்லுமா வந்து விழுந்துகிட்டே இருந்தது. கிட்டத்தட்ட ஐந்து நிமிடத்துக்குப் பிறகுதான் கொஞ்சம் புழுதி அடங்கியது. பிறகுதான் கொஞ்சம்

பாலாறு குண்டுவெடிப்பு காட்சிகள்

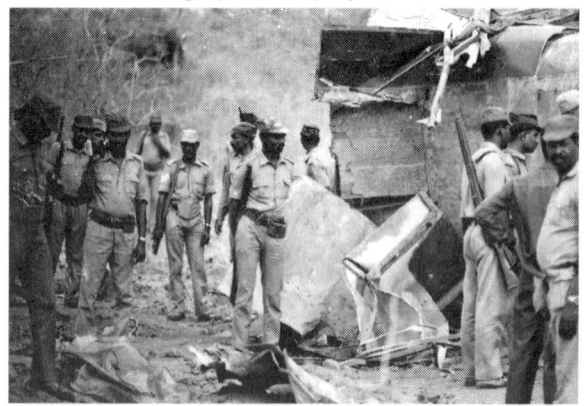

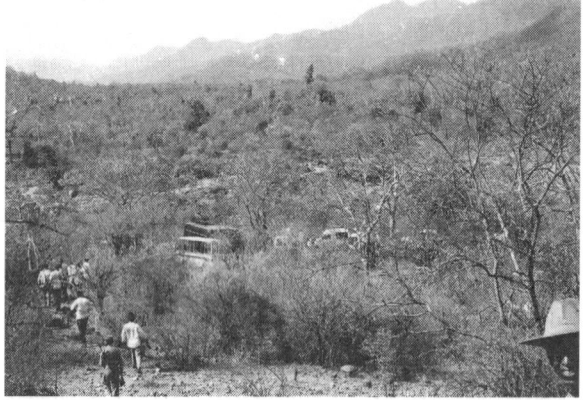

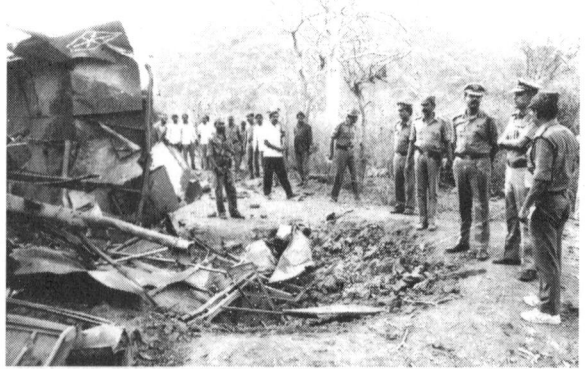

புகைப்படங்கள் : நேத்ராராஜூ, மைசூர்.

பாலாறு குண்டுவெடிப்புக் காட்சி

புகைக்குள்ளே ஐந்து அடி தொலைவுக்கு பார்க்க முடிஞ்சுது. நிலத்தில் எட்டி வைக்க முடியாத அளவுக்குப் பள்ளம் இருந்தது. கடுமையான வெப்பமும் இருந்துச்சு. கொஞ்சம் கொஞ்சமாக பாதை தெரிந்த பின்னர் புகைக்குள்ளே போனேன்.

"எஸ்.பி. ஐயாவுக்கு அடிபட்டுட்டுதுங்க ஐயான்னு..." சொல்லிக்கிட்டே கிளைமென்ட்ஸ் வந்தான். "என்னப்பா ஆச்சு? சார் எங்கே இருக்காருன்னு...?" கேட்டேன். எனக்குப் பதில் சொல்லாமலே திரும்பிப் போயிட்டான். அவன் பின்னாலேயே புழுதிக்குள் போகும்போது, எஸ்.பி.சாரை அடிபட்ட நிலையிலேயே கான்ஸ்டபிள் ரெண்டு பேர் கைதாங்கலாகக் கூட்டிக்கிட்டு வந்தாங்க. கொஞ்சம்கூடக் கலங்காமத்தான் இருந்தார். "அசோக்கு... பாம் வெடிச்சிருச்சப்பா... நம்ம பசங்க நெறையாப் பேர் செத்துட்டாங்கப்பா"ன்னு சொன்னார். உடனே அவரைக் கூட்டிட்டு வந்து நாங்க வந்த வண்டியில் ஏத்தினோம்.

இதற்குள்ளே நாலஞ்சு பேர் வீரப்பன் ஆளுங்க கிழக்குப் பக்கம் இருந்து பாலாற்றைக் கடந்து வர ஆரம்பிச்சுட்டாங்க. அவங்க எங்க பக்கமா வராம இருக்க பயரிங் ஆர்டர் குடுத்தேன். தேவையில்லாம ஒரு தோட்டாகூட போகக்கூடாதுன்னு சொல்லிட்டேன். ஆனா, எங்க வண்டியில் இருந்த கர்நாடகாப் பசங்க பத்துபேரும் கையிலிருந்த தோட்டா காலியாகும்வரை

சுட்டுக்கிட்டே இருந்தாங்க. நான் சொன்னதை எல்லாம் அவங்க கேட்கும் மன நிலையில் இல்லை. உடனே நான் வந்த வண்டியைத் திருப்பச் சொல்லி காயம்பட்டிருந்த எல்லோரையும் அந்த வண்டியில் ஏற்றி, மேட்டூருக்கு அனுப்ப ஏற்பாடு பண்ணினேன்.

"அடிபட்டவங்க எல்லோரும் வண்டியிலே ஏறுங்க, மத்தவங்க எல்லாம் இங்கேயே இருங்கப்பா..."ன்னு சொன்னேன். ஆனா, விஜயகுமார், ஏட்டு கிருஷ்ணசாமி ரெண்டு பேர் மட்டுந்தான் என்கூட இருந்தாங்க. மீதி எல்லோருமே காலில், காயம், கையில் காயமுன்னு சொல்லி அங்கிருந்து கிளம்பிப் போயிட்டாங்க. வலதுபக்கம் காட்டுக்குள் அடிபட்டுக் கிடந்த சாமிநாதன் என்ற கான்ஸ்டபிளை எடுத்துட்டுப் போகாமல் விட்டுட்டுப் போயிட்டாங்க.

சிதைந்து போய்க் கிடந்த அந்தத் தம்பி உடம்பிலிருந்து உயிரை விடுவதற்காகப் போராட்டம் நடத்திக்கிட்டு இருந்தான். அவனுக்குத் தண்ணீர் கொடுக்கக்கூட எங்ககிட்டே வசதியில்லை. உடம்பெல்லாம் துண்டு துண்டா ஒடஞ்சு போய் கெடந்தான். அவனை என்ன செய்யறதுன்னே எனக்குத் தெரியலே. என்னாலே அவனுக்கு எந்த உதவியும், செய்ய முடியாதுங்கிறதை அவனும் தெருஞ்சுக்கிட்டான். என் முகத்தைப் பார்க்காம கண்ணை இறுக மூடிக் கொண்டான். பல்லைக் கடித்துத் தன் வேதனைகளை அடக்கிக்கிட்டான், தலையில் கை வச்சு அவன் முன்னாலேயே உட்கார்ந்துகிட்டேன். சில நிமிடங்களில் அவன் உயிர் போயிட்டுது. உனக்கு உதவ முடியாததுக்கு என்னை மன்னுச்சுகப்பான்னு சொல்லிட்டு வந்தேன். அதற்குப் பிறகுதான்

அசோக்குமார்

முழுமையாக என்ன நடந்துன்னே தெரிஞ்சுக்க முடிஞ்சுது. இதற்குள்ளாக நாங்க இருந்த இடத்துக்கு வீரப்பன் ஆளுங்க வந்துட்டாங்க. அப்போதெல்லாம் வீரப்பன் ஆளுங்ககிட்டே நாட்டுத் துப்பாக்கிதான் இருக்கும். நம்மகிட்டே இருக்கும் ரைபிள், அதைவிடக் கில்லிங் ரேஞ்ச் அதிகம். அவங்க பக்கத்தில் வரவிடாமே கவுண்டர் பயர் மட்டும் பண்ணுங்கன்னு சொன்னேன்.

சில ஆளுங்க பாறை மறைவில் நகர்ந்துகிட்டே பக்கத்தில் வரப் பார்த்தாங்க. அவங்க பக்கமா வராமே நான் அடிச்சிக்கிட்டே இருக்க வேண்டியதாப் போயிடுச்சு. தோட்டா இல்லாமே *303* வச்சிருந்த கர்நாடகா பசங்களை அங்கங்கே நிற்கவைத்து. நிறையா போலீஸ் இருக்கிற மாதிரி ஒரு தோற்றத்தை ஏற்படுத்தினேன். மதியம் ஒரு மணிக்கு மாதேஸ்வரன் மலையிலிருந்து கர்நாடகா போர்ஸ் வந்தாங்க. அப்பாடா நமக்கு சப்போர்ட் ஆளுங்க வந்துட்டாங்கன்னு நெனச்சேன்.

ஆனா, பத்து நிமிஷத்தில் ஏற்கனவே இருந்த பத்து பசங்களையும் கூட்டிக்கிட்டு அவங்க திரும்பிப் போயிட்டாங்க...” என்றார்.

*****

17

வீரப்பனிடம் சிக்கிய போலீஸ் எஸ்.ஐ

அழகேசன்

"கோபாலகிருஷ்ணன் சாருக்குப் பின்னால சீட்டில் நான் இருந்தேன், அந்த வண்டியில் போனதிலே காய மில்லாமல் தப்பித்தது நான் ஒருத்தன் மட்டுந்தான். குண்டு வெடிச்சதுமே எல்லோரும் பஸ்ஸில் இருந்து வெளியே வந்து உழுந்துட்டோம். அடுத்த அஞ்சு நிமிஷத்துக்கு கண்ணுத் தெரியாத அளவுக்கு கரும் புகையும், செம்மண் புழுதியுமா இருந்தது. மூச்சுக் கூட விடமுடியலே. வெடிமருந்து நாற்றம், கண்ணைத் திறக்க முடியாத அளவுக்கு எரிச்சலா இருந்தது. கொஞ்சம் புகை கொறஞ்ச பின்னாலே கண்ணைக் கசக்கிக்கிட்டுப் பார்த்தா சுற்றிலும் இருந்த மரத்துக் கிளையிலெல்லாம் சதையாத் தொங்கிட்டு இருந்தது. எத்தனை பேர் செத்தாங்கன்னு கணக்குப் பார்க்கக்கூட முடியல.

கால் போயி, கை போயி காயம்பட்டுக் கெடந்தவங்களை எல்லாம் பின்னாலே வந்த வண்டியில் தூக்கிப்போட்டு கீழே எடுத்துட்டு வந்தேன். கொளத்தூர் செக்போஸ்ட்டில் இருந்த கார்டுகிட்டே குண்டு வெடிச்ச செய்தியைச் சொல்லி, டி.எப்.ஓ.வுக்குத் தகவல் கொடுக்கச் சொன்னேன். மேட்டூர் ஜி.ஹெச்சுக்கு போய் காயம்பட்டவங்களை இறக்கி விட்டு விட்டுத் திரும்பவும், பள்ளிக்கூடத்தில் இருந்த அதிரடிப்படை முகாமுக்குப் போனேன். அங்கிருந்த போலீஸ் ஸ்ட்ரெங்த்தை எடுத்துக்கிட்டு மீண்டும், சுரைக்காய் மடுவுக்குப் போகும்போது மதியம் இரண்டு மணி ஆயிட்டுது. அதுக்கு பின்னாலேதான்,

ஒவ்வொரு மரத்து மேலேயும் ஏறி அங்கங்கே சிக்கியிருந்த கை, காலையெல்லாம் எடுத்து பெட்சீட்டில் போட்டு மேட்டூருக்கு எடுத்துக்கிட்டு வந்தோம்.

சென்னிமலையைச் சேர்ந்த சாமிநாதன் என்ற ஒரு போலீஸ்காரத் தம்பியுடைய தலை மட்டும்தான் அடையாளம் தெரிஞ்சுது. அதைத் தவிர மீதி எல்லோருடைய உடம்பும், தலையும் ஒன்னுகூட உருப்படியில்லாமல் சிதைஞ்சு போய் பீஸ் பீஸாத்தான் எடுத்துக்கிட்டு வந்தோம். குண்டுவெடிப்பு நடந்து ஐந்தாறு வருஷத்துக்குப் பிறகும்கூட அந்த குண்டு வெடிப்புச் சத்தமும், அதுக்குப் பிறகு எழுந்த கரும் புகையும் என்னுடைய கண்ணிலிருந்து மறையவே இல்லை. கண்ணாடி முன்னாலே போய் நின்னு என் முகத்தைப் பார்த்தாலே எனக்கு அந்த ஞாபகம் வந்துக்கிட்டே இருந்தது. போகப் போகத்தான் அந்தத் தாக்கம் கொறஞ்சுது.

பாலாறு குண்டு வெடிப்புக்கு ரெண்டு மாசத்துக்கு முன்னாலேயே நான் பெரிய தண்டா பக்கத்திலிருந்த சில ஆளுங்களைப் புடிச்சு வெசாரிச்சேன். சில லம்பாடி ஆளுங்க மண் பானையைக் காட்டுக்குள்ளே கொண்டுகிட்டுப் போனாங்கன்னு இன்பெர்மேசன் கெடச்சுது. இதைக் கோபாலகிருஷ்ணன் சார்கிட்டேயும் சொன்னேன். "போடா சாராயம் காய்ச்சப் பானை எடுத்துக்கிட்டுப் போயிருப்பாங்க..."ன்னு சொல்லீட்டார்.

ஆனால், அந்த மண் பானையில் எல்லாம் கரி மருந்து கொண்டாந்து கலக்கியிருக்காங்க. ஜெலட்டின் குச்சிகளைப் பானைக்குள்ளே அடுக்கி சுரைக்காய் மடுவிலே வீரப்பன் பொதச்சு வச்சிருந்தான். ஒருவேளை கனமா மழை பேஞ்சா மருந்து நனையாமல் இருக்க வீரப்பன் மண் பானைக்குள்ளே குண்டுகளை வச்சிப் பொதச்சு வச்சிருக்கான்னு எங்களுக்குப் பின்னாலதான் தெரிஞ்சுது. நான் மொதலில் சொன்னப்பவே இதை கொஞ்சம் தீவிரமா விசாரிச்சி நடவடிக்கை எடுத்திருந்தா அந்தக் குண்டு வெடிப்பிலிருந்து எல்லோருமே தப்பியிருக்கலாம்" என்கிறார் அப்போது பாரஸ்ட் கார்டாக இருந்த *A.C.F.* அழகேசன்.

பனை மரத்தின் உயரத்துக்குப் பேருந்தைத் தூக்கியடித்த

இந்தக் கண்ணிவெடித் தாக்குதலில் தமிழ்நாடு வனக்காவல் படை காவலர் சுகுமாரன், தயாளன், சுவாமிநாதன், இரமேஷ், பஞ்சலிங்கம் ஆகிய ஐந்து பேரும், தமிழ்நாடு வனத்துறைக் காவலர்கள் சண்முகம், சிறீரங்கன் என இருவர். சங்கரன், இரமணன், சூரியகாந்தன், இரகு, சின்னக் குழந்தை, மேட்டூரான், ரங்கன், இரத்தினம், பழனியப்பன், குருநாதன், மணி, குழந்தையப்பன், சடையன், பழனி, அம்மாசி என 15 தகவலாளிகளுடன் என மொத்தம் 22 பேர் உடல் சிதறி இறந்தனர்.

சிதைந்து போன உடல்கள்

இந்தக் குண்டுவெடிப்பில், வீரப்பனின் சந்தனக்கட்டையைத் திருடி விற்றுவிட்டு பிறகு கோபாலகிருஷ்ணனுடன் சேர்ந்து உளவாளியாகச் செயல்பட்ட பாலப்பனின் மாமா சடையனும் கொல்லப்படுகிறார். முதல் நாள் அதிகாலை மூன்று மணிக்கு பாலப்பன் கொல்லப்படுகிறார். மறுநாள் காலை 11.30 மணியளவில் சடையனுடன் சேர்ந்து 22 பேர் கொல்லப்பட்டனர்.

நிலக்கண்ணித் தாக்குதலில் பலமான காயம்பட்ட கண்காணிப்பாளர் கராத்தே கோபாலகிருஷ்ணன் சேலம் கோகுலம் மருத்துவமனையில் சிகிச்சைக்காக அனுமதிக்கப்படுகிறார். மறுநாள் காலை முதல்வர் ஜெயலலிதா

சேலம் வருகிறார். அரசு மருத்துவமனையில் உயிரிழந்த காவலர்கள் உடலுக்கு அஞ்சலி செலுத்துகிறார். பின்னர், கோபாலகிருஷ்ணனைச் சந்தித்து ஆறுதல் கூறினார். அவர் உயர்சிகிச்சைக்காகச் சென்னை வடபழனியிலிருந்த "மியாட்" மருத்துவமனையில் நான்கு மாதம் தங்கி, சிகிச்சை எடுத்துக்கொண்டு ஊர் திரும்பினார்.

"வீரப்பனைப் பிடிக்காமல் திருமணம் செய்துகொள்ள மாட்டேன்..." என்று கராத்தே கோபாலகிருஷ்ணன் சபதம் போட்டிருந்தார். இந்தத் தாக்குதலுக்குப் பிறகு அமைக்கப்பட்ட சிறப்பு அதிரடிப்படையில் பணியாற்ற அவருக்கு வாய்ப்பு வழங்கப்படவில்லை. சேலம் மாநகரத் துணை ஆணையாளர், நெல்லை மண்டல காவல்துறைத் துணைத்தலைவர், பின்னர் சேலம் மாநகர ஆணையாளர் எனப் பல பொறுப்புகளிலிருந்த கோபாலகிருஷ்ணன், வீரப்பன் மறைந்த பின்னரும்கூட திருமணம் செய்யாமலே இருந்தார். தனது 67 வயதில், 11.09.2016 அன்று மறைந்தார்.

இந்த நிகழ்வு குறித்து அதிரடிப்படையின் உளவாளியாக இருந்த ஊஞ்சக்கொரை இருசாரிடம் பேசினேன். "வீரப்பனைப் பற்றி இவனுக்குத் தெரியுமுன்னு எவனாவது ஒருத்தனைப் பத்தி சொல்லிட்டா போதும். உடனே அவனைப் புடிச்சுக் கொண்டுவந்து சேலம் கேம்பில் உள்ள தன்னுடைய வீட்டில் அடச்சு வச்சுக்குவார். என்ன மாதிரி இருந்த 25 பேரை புடிச்சிட்டுப் போயி வச்சிருந்தார். தங்கமாபுரி பட்டணத்தில் ஒரு பொறம்போக்கு நெலத்தைப் புடிச்சு, காடு திருத்திக்கிட்டு இருந்தார். அந்த நெலத்திலே கெணறு வெட்டவும், காடு திருத்தவும் அந்த ஆளுங்களைக் கூட்டிட்டுப் போயிருவார். ஏதாவது ஒரு நேரத்தில், ஞாயிற்றுக்கிழமை அன்னிக்கு நூறு ரூபாய் பணம் குடுத்து ஊட்டுக்கு அனுப்புவார். போன மறுநாள் காலையில் கேம்புக்குப் போயாகணும். இல்லையின்னா அடி உழும். அடி ஒவ்வொன்னும் இடி மாதிரி இருக்கும்.

கோபாலகிருஷ்ணன் குண்டு வெடிப்பில் அடிபட்ட பிறகும், எங்களுக்கு விடுதலை கிடைக்கவில்லை. அதுக்குப் பிறகு வந்த தேவாரம் தலைமையிலான போலீசாரும், எங்களைச் சத்தி, தாளவாடி, பவானி சாகர், திம்பமுன்னு காடுகாடா கூட்டிக்கிட்டுப் போனாங்க. வீரப்பனைத் தேடி காட்டுக்குள்

போகணுமுன்னா எங்களைத்தான் முன்னாலே அனுப்புவாங்க, சாப்பாட்டுக்குத் தேவையான பத்தியம் (உணவுப்பொருள்கள்), துணி மணி, பண்ட பாத்திரம் எல்லாத்தையும் நாங்க தான் தூக்கிக்கிட்டுப் போவோம்.

வீரப்பன் இட்டாலும் நாங்கதான் முதலில் சாவோம், போலீசார் இட்டாலும் (சுட்டாலும்) நாங்க தான் முதலில் குண்டடிபட்டுச் சாவோம். மாசம் ஒரு தடவை ஊருக்கு வரும்போது ஆயிரம் ரூபாய் பணமும், போலீசாருக்கு வரும் ரேசன் அரிசியில் பத்து கிலோவும் குடுப்பாங்க. இப்படியேதான் வீரப்பன் சாகற வரைக்கும் நாங்களும் காட்டுலேதான் வாழ்ந்துகொண்டு இருந்தோம். வீரப்பன் செத்த பின்னாலே ஒரு பத்து நாள் கழித்து, அதிரடிப்படை எஸ்.ஐ ஒருத்தரும், ஏட்டு வெங்கடாசலமும் எங்க வீட்டுக்கு வந்தாங்க. நாங்க காட்டுக்குள்ளே போனபோது போலீசாரோடு சேர்ந்து எடுத்துக்கிட்ட போட்டோவை எல்லாம் கேட்டாங்க.

“எதுக்கு கேக்கறீங்கன்னு…” கேட்டோம். “இது உங்க கிட்டே இருந்தால் மீண்டும் உங்களுக்கு எதாவது பிரச்சனை வரும், அதனாலே இதையெல்லாம் விஜயகுமார் ஐயா வாங்கிட்டு வரச் சொல்லிட்டார்”ன்னு சொல்லி எல்லாப் போட்டோவையும் வாங்கிக்கிட்டுப் போயிட்டாங்க…”என்றார்.

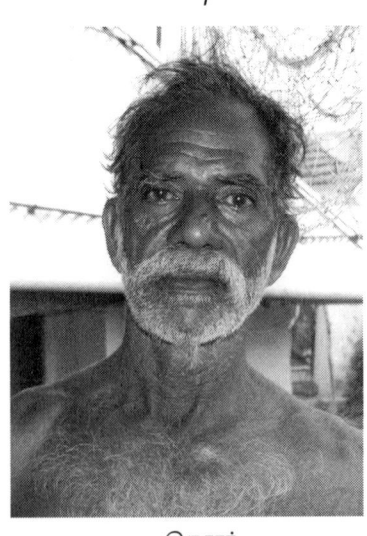

இருசார்

அதிரடிப்படையில் பணியாற்றிய வீரர்களெல்லாம், ஒருபடி பதவி உயர்வு, ஊதிய உயர்வு, மாநில, மாவட்டத் தலைநகரங்களில் இலவச வீட்டுமனை. மூன்று லட்சம் வெகுமதி என சில சலுகைகளைப் பெற்றனர். ஆனால், அதில் தங்களுக்கும் உரிமை உள்ளது என இருசாரைப் போல பல ஆண்டுகள் போலீசாரோடு துணையாக நின்று வேலை செய்த வேறு யாரும் போட்டிக்கு வந்து

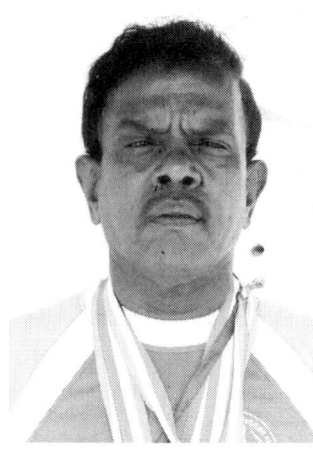

கிளைமெண்ட்ஸ்

விடக்கூடாது என்பதற்காக, அவர்கள் வைத்திருந்த புகைப் படங்களைக்கூட, இந்த அப்பாவிகளை ஏமாற்றிப் போலீசார் வாங்கிக்கொண்டு போய் விட்டனர்.

"**போ**லீசாருக்கு இருந்தது போலவே, எங்களுக்கும் துப்பாக்கி கொடுத்திருந்தாங்க. எனக்கு *A.K.47* கன் குடுத்திருந்தாங்க. இருசார் போன்றவர்களுக்கு நாட்டுத் துப்பாக்கி குடுத்திருந்தாங்க. நாங்க எல்லோருமே துப்பாக்கி யோடதான் வீரப்பனைத் தேடிக் கொண்டு இருந்தோம். போலீசாராவது, ஒரு சில ஆண்டுகளில் *STF* இல் இருந்து வெளியே போயிட்டாங்க. ஆனால், இருசார் போன்றவர்கள் கடைசிவரை அதிரடிப் படையுடனே இருந்தனர். குண்டுவெடிப்பில், செத்தவர்களுக்கு ஒரு லட்சமும், காயம் பட்டவர்களுக்கு 25 ஆயிரம் கொடுத்ததோடு சரி. போலீசார் எல்லோரும் பதவி உயர்வு வாங்கிக் கொண்டு போய்விட்டனர். நாங்களெல்லாம் இப்போ எந்த ஆதரவும் இல்லாமல், சரியான வேலையும் இல்லாமல் இருக்கிறோம்" என்று வேதனைப்படுகிறார் சேலம் கேம்ப் பகுதியைச் சேர்ந்த கிளைமெண்ட்ஸ்.

இவர் கராத்தே கோபாலகிருஷ்ணனின் மெய்ப் பாதுகாவலராக இருந்தவர். குண்டு வெடிப்பில் பலமான காயம்பட்டவர். இன்றுவரை அரசு தனக்கு ஏதாவது உதவி செய்யும் என்ற நம்பிக்கையில் போராடிக் கொண்டிருக்கிறார்.

வீரப்பன் கூட்டாளியான ஐயந்துரை மீது துப்பாக்கியால் சுட்டது, சத்தியமங்கலம் காடுகளிலிருந்து கொளத்தூர் காட்டுக்கு சந்தனக்கட்டை எடுத்துக்கொண்டு போவதைத் தடுத்தது என சில விவகாரங்களில் பர்கூர் போலீஸ் எஸ்.ஐ.கங்கப்பன் மீது வீரப்பன் ஆள்களுக்கு வன்மம் இருந்தது. போலீஸ் எஸ்.ஐ.கங்கப்பன் ஒரு நாள் வீரப்பனிடம் சிக்குகிறார். பிறகு எப்படித் தப்பிக்கிறார் என்பதைப் பார்ப்போம்.

கர்நாடக மாநிலம் ஜல்லிபாளையத்தைச் சேர்ந்தவர் மாதையன், கருங்கல் குவாரித் தொழிலதிபர். வீரப்பனுக்குத் தூரத்துச் சொந்தக்காரர். தனக்கு ஏற்பட்ட அனுபவத்தைச் சொல்கிறார். "எங்க ஊருக்குப் பக்கத்தில் பெத்தன பாளையமுன்னு ஒரு ஊர் இருக்குதுங்க. அந்த ஊருக்காரன் தங்கவேலு. எனக்கும் அவன் சொந்தக்காரந்தான். எங்க ஊருக்கே கொடூரம் வந்தது அவனாலேதான், அவனும் வீரப்பன் கூடத்தான் கொஞ்சநாள் இருந்தான். அப்போ நடந்த தேர்தலில் கை சின்னத்துக்கு ஓட்டுக் கேட்டு வீரப்பனை ஊருக்குள்ளே கூட்டியாந்து அக்கப்போர் எடுத்தது எல்லாம் அவன் வேலைதானுங்க.

1989 தேர்தலில் ஆனூர் தொகுதி காங்கிரஸ் வேட்பாளர் ராஜுகவுடருக்கு ஓட்டுப் போடச்சொல்லி வீரப்பன் வந்து ஓட்டுக் கேட்டுட்டுப்போன பத்து நாள்களுக்குப் பிறகு, இந்த தங்கவேல் கொஞ்சம் ஆளுங்களைக் கூட்டிக்கிட்டு மின்னியம் போயிருக்கான். அங்கே பாரஸ்ட் அலுவலகத்தில் கார்டு, வாச்சர் வச்சிருந்த ரெண்டு துப்பாக்கியைப் புடுங்கிக்கிட்டு வந்துட்டான், "எப்படியாவது அந்தத் துப்பாக்கியை வாங்கிக்குடுங்க..."ன்னு அந்த பசங்க வந்து அழுதாங்க. அப்போ வீரப்பன் ஆளுங்க எங்க ஊருக்குக் கெழக்கால பள்ளத்தில் கேம்ப் போட்டுத் தங்கியிருந்தாங்க, அந்தத் தாவுக்குப் போனேன். அங்கிருந்த மாரியப்பங்கிட்டே "அந்தப் பசங்க ரெண்டு பேரும் பாவமுங்க... துப்பாக்கி திரும்ப வரலேன்னா வேலை போயிரும். எந்தக் காலத்தும் அவங்களாலே போன வேலையைத் திருப்பி வாங்க முடியாது. தயவு செஞ்சி துப்பாக்கியைக் குடுத்துடுங்க..."ன்னு கேட்டேன்.

"நம்மாலே யாருக்கும் கேடு வரக்கூடாது" அந்த துப்பாக்கியைக் குடுத்துடுன்னு மாரியப்பன் சொல்லிட்டார். இது எங்க ஊர்க்காரங்க எல்லோருக்கும் தெரியும். இது நடந்து எட்டுநாள் போயிருக்கும். ஹூக்கியத்துலே வாலிபால் விளையாட்டுப் போட்டி நடந்தது. அதுக்கு என்னைத் தலைமை தாங்க ஊர்க்காரங்க கூப்புட்டாங்க. நான் போட்டியை ஆரம்பிச்சு வச்சுட்டு, கொஞ்சநேரம் பசங்களோடு விளையாண்டுக்கிட்டு இருந்தேன்.

என்னுடைய முதல் மகன் பொன்னுசாமியும், இந்தத்

தங்கவேலும் ஆளுக்கு ஒரு புல்லட் மோட்டார் பைக்கில் வந்திருக்காங்க. தங்கவேலு வந்த பைக்கில் போலீஸ்ன்னு எழுதியிருந்ததை அங்கிருந்த மக்கள் எல்லாம் பார்த்துட்டாங்க. போன வாரத்திலே கார்டு, வாட்சருங்ககிட்டே துப்பாக்கியைப் புடிங்கிட்டு வந்தான். இப்போ போலீசார்கிட்டே பைக் கைப் புடிங்கிட்டு வந்துட்டான்னு மக்களெல்லாம் கூட்டமா நின்னு அவனைப் பார்த்துப் பேசிக்கிட்டு இருந்தாங்க. எங்க பையன் வந்து என்னைக் கூப்பிட்டான். மொகமெல்லாம் வாடிப்போயிருந்தது. "என்னப்பான்னு...?" கேட்டேன்.

பர்கூரில் இருந்து போலீஸ் எஸ்.ஐ.கங்கப்பன் பைக்கிலே வந்துக்கிட்டு இருந்திருக்கார். வீரப்பன் ஆளுங்க வேலாம்பட்டி பிரிவுக்குப் பக்கமா குறுக்காட்டி நாலு ஈடு (துப்பாக்கிச் சூடு) இட்டுருக்காங்க. அவரு மேலே அடிபடுல. துப்பாக்கி ஈட்டுக்குத் தப்புச்சு வடக்கே கர்கேகண்டி பக்கம் போயிட்டார். சரி கர்கேகண்டி போயிட்டு இதுலே தான் திரும்பி வரன்னுன்னு சொல்லி அந்த எடத்துலேயே வீரப்பன் ஆளுங்களெல்லாம் இருந்திருக்காங்க. கர்கேகண்டிக்குப் போயிட்டு கங்கப்பன் திரும்பி வரும்போது அவரைப் புடிச்சுக்கிட்டாங்க.

ரோட்டுப் பக்கம் நாலு ஈடு எழும்பின சத்தம் காட்டுக்குள்ளே இருந்த வீரப்பனுக்கும் கேட்டிருக்கு. நம்ம ஆளுங்களுக்கும் போலீசுக்கும் சண்டை வந்துட்டுதுன்னு நெனச்சுக்கிட்டு அந்தப் பக்கம் ஒடியாந்து பார்த்திருக்கிறார். அப்போ அங்கிருந்த ஆளுங்க எஸ்.ஐ.கங்கப்பனைப் போட்டு அடிச்சிக்கிட்டு இருந்திருக்காங்க. "உடுங்கடா நாய்களே...."ன்னு சொல்லி அங்கிருந்த ஆளுங்களைத் திட்டி, வீரப்பன்தான் கங்கப்பனைக் காப்பாத்தி விட்டிருக்கிறார். அதுக்குப் பிறகு, "நீ இங்கே எதுக்கடா தனியா வந்தேன்னு..." கங்கப்பனையும் திட்டியிருக்கிறார்.

"தலைவரே நானும் வன்னியர்தான். எங்க சொந்த ஊர் சேலம். அந்தியூர் ஸ்டேஷனில் ரெண்டு வருஷம் வேலை பார்த்தேன். பர்கூருக்கு மாத்தி நாலுமாசம் ஆகுது. நாளைக்கு டி.எஸ்.பி, எஸ்.பி. யாராவது வந்து "நம்ம ஸ்டேட் எல்லை எதுவரைக்கும் இருக்குதுன்னு கேப்பாங்க." பர்கூர் ஸ்டேஷன் எல்லை எனக்குத் தெரியாதுன்னு சொல்ல முடியாது. அதனாலே கர்கேகண்டி பாலம் வரைக்கும் போயி ஓரெட்டு

பார்த்துட்டு வரலான்னு பைக்கில் வந்துக்கிட்டு இருந்தேன். உங்க ஆளுங்க புடிச்சுக்கிட்டாங்க..."ன்னு சொல்லியிருக்கிறார்.

அப்போ வீரப்பன்கூட இருந்த ஆளுங்க எல்லாம் "இல்லை மாமா, இவன் சரியான ஆளு. பொய் சொல்லறான். ஐயந்துரை மேலே துப்பாக்கியாலே சுட்டது இவன் வேலைதான். இவனை இ(சு)ட்டுப் போடுலான்னு...." சொல்லியிருக்காங்க. வீரப்பனுக்கும் கங்கப்பன் மேலே சந்தேகம் வந்துட்டுது. "சரி, நீ சொல்கிறதை நான் எப்படி நம்பறதுன்னு..." கேட்டிருக்கார்.

"எனக்கு ஜல்லிபாளையம் மாதையன் அண்ணனை நல்லாத் தெரியும். பர்கூர் மணியக்காரரர் செம்பான் எனக்கு குளோஸ் பிரண்டு. அவங்களை எல்லாம் விசாரிச்சுப் பாருங்க. நான் எப்படிப்பட்டவன்னு சொல்லுவாங்க" ன்னு எஸ்.ஐ.கங்கப்பன் சொல்லியிருக்கார்.

பர்கூர் காவல் நிலையம்

"அப்படியா, ஜல்லிபாளையம் மாதையன், மணியக்காரரர் செம்பான் இந்த ரெண்டு பேரில் ஒருத்தரிடம் உன்னைப் பத்தி விசாரிப்பேன். அவங்க உன்னை நல்லவன், விட்டுருங்கன்னு சொன்னா விட்டுருவோம். எனக்குத் தெரியாதுன்னு சொல்லிட்டா உன்னுடைய கையை இரண்டையும் கட்டி, தூக்கிட்டுப் போயி ஒகேனக்கல் ஆத்தில் வச்சு, துண்டு துண்டா வெட்டி மீனுக்குப் போட்டுருவோம்"ன்னு சொல்லியிருக்காங்க.

“அப்படியே செய்யுங்க தலைவரே...”ன்னு எஸ்.ஐ.கங்கப்பனும் சொல்லிட்டார்.

அப்போ வீரப்பன் பக்கத்திலே நின்னுகிட்டு இருந்த இந்த பையன் தங்கவேலு “அண்ணா நான் போயி ஜல்லிபாளையம் மாதையன் மாமாவைக் கூட்டிக்கிட்டு வாரேன்”னு சொல்லியிருக்கான். வீரப்பனும் யோசித்துப் பார்த்துட்டு “சரி...”ன்னு சொல்லியிருக்கார். அந்த சப்-இன்ஸ்பெக்டர் ஓட்டிக்கிட்டு வந்த புல்லட் பைக்கை எடுத்துக்கிட்டு வேலாம்பட்டி காட்டுத் தடத்துலேயே எங்க வீட்டுக்கு வந்துட்டான். அங்கிருந்துதான் எங்க பையனையும் கூட்டிக்கிட்டு ரெண்டுபேரும் ஹூக்கியத்துக்கு வந்து என்னைப் பார்த்தாங்க.

தங்கவேல்

இப்படின்னு சொன்னதும் எனக்கு ஒரே குழப்பம். போனாலும் சிக்கல், நாளைக்கு போலீஸ் அதிகாரிகள் எப்படி நினைப்பாங்களோ தெரியல. என்ன செய்வாங்கன்னும் தெரியாது. போகலேன்னாலும் சிக்கல், வீரப்பன் ஆளுங்க எஸ்.ஐ. கங்கப்பனை அடிச்சே கொன்னு போடுவாங்க. அதுக்குப் பிறகு “உன்னை வரச்சொல்லியும் நீ ஏன் போகல”ன்னு கேட்டு போலீஸ் தொல்லை பண்ணுவாங்க. என்ன செய்யலான்னு யோசுச்சுகிட்டு இருந்தேன்.

எங்க பையன்தான் “சீக்கிரம் போப்பா...”ன்னு அவசரப்பட்டான் “போலீசை நம்ப முடியாதடா...”ன்னு எங்க பையனிடம் சொன்னேன்.

“அப்பா அந்த எஸ்.ஐ.க்கு இரண்டு குழந்தைகள் இருக்குது. எனக்கும் தெரிஞ்சவர்தான். நீங்க போகலேன்னா அங்கிருக்கும் ஆளுங்க எல்லாம் சேர்ந்து அடிச்சே கொன்னு போடுவாங்க...”ன்னு சொன்னான். சரி நடக்கிறது நடக்கட்டும்,

வண்டிய எடுப்பான்னு எங்க பையனிடம் சொன்னேன்.

"தங்கவேலு உனக்கும் எங்களுக்கும் எந்த சம்பந்தமும் இருக்கக்கூடாது. நாங்க ஒரு கிலோமீட்டர் தூரம் முன்னாலே போவோம். நீ பத்து நிமிஷம் விட்டு எங்க பின்னாலேயே வந்துக்கிட்டு இரு..."ன்னு சொல்லிட்டு எங்க பையனோடு பைக்கில் முன்னாலே போனேன். தங்கவேலு பின்னாலேயே வந்துக்கிட்டு இருந்தான். நால்ரோட்டுக்குப் பக்கமா போனதும் எனக்கு கொஞ்சம் சந்தேகம் வந்துட்டுது. எதற்கும் அவனையே முன்னாலே விட்டு நாம பின்னாலே போகலான்னு முடிவு பண்ணினேன். அதே மாதிரியே தங்கவேலை முன்னாலே போகச் சொல்லிட்டு நான் பின்னாலேயே போனேன். நால்ரோட்டில் இருந்து போகும்போது கர்கேகண்டி பாலத்துக்குக் கொஞ்சம் முன்னாலே பாலாறு போறதுக்கு ஒரு மண் தடம் பிரியும். அந்த எடத்துலே போகும்போது காக்கி பேண்டு, சட்டையில் கையில் துப்பாக்கியோடு ஒரு அம்பது பேர் வட்டங்கட்டி ரோட்டுலே நின்னுக்கிட்டு இருந்தாங்க.

*****

18

வாரம் ரெண்டு ஆடு வாங்கிக் குடுப்பேன்

கர்கேகண்டி பாலம்

மாதையன் தொடர்ந்து பேசும்போது, "அப்பா, நீங்க சொன்னது சரியாப்போச்சு. எஸ்.ஐ.கங்கப்பா ரிசர்வு போலீசுக்குத் தகவல் குடுத்துட்டார். இங்க பாருங்க ரோடு பூராவும் போலீசா நின்னுக்கிட்டு இருக்காங்க..."ன்னு எங்க பையன் சொன்னான். கண்ணாடியைத் தூக்கி விட்டுப் பார்த்தேன். கர்கேகண்டி பாலமே தெரியாத அளவுக்குக் காக்கிச் சாட்டையோடு ரோடு பூராவும் தலையா தெரிஞ்சுது. எனக்குப் பக்குன்னு ஆயிட்டுது.

காக்கிச் சட்டையோட இருந்த ஆளுங்களைப் பக்கமாப் போயிப் பார்த்தேன். நடுவிலே வீரப்பனும், எஸ்.ஐ.கங்கப்பனும் இருந்தாங்க. சுத்தியும், போலீஸ் போடற மாதிரியே டிரஸ் போட்டுக்கிட்டு வீரப்பன் ஆளுங்கதான் நின்னாங்க. நான் பைக்கை விட்டு எறங்குனதும் "அண்ணா"ன்னு சொல்லிக்கிட்டே என் ரெண்டு காலையும் கங்கப்பன் புடிச்சுக்கிட்டார்.

நான் வீரப்பனுக்கு "வணக்கம்" சொன்னேன். உடனே வீரப்பன் "இங்கே நிற்கவேண்டாம். பைக்க தள்ளுங்க..."ன்னு சொன்னார்.

பாலாறு போற தடத்திலே ஒரு பர்லாங் தொலைவுக்குக் கூட்டிட்டுப் போனார். அங்கே ஒரு மறைவான எடத்துலே உக்கார்ந்துக்கிட்டு "எங்க அண்ணன் மாதையன், மாதையன்னு சொல்லி உன்னைத் தலையிலே தூக்கி வச்சுக்கிட்டுப் பேசறான்"ன்னு வீரப்பன் சொன்னாரு.

"ஆமாம் தலைவரே இந்த எஸ்.ஐ.கங்கப்பன் ரொம்ப நல்ல மனுஷன். அதனாலேதான் தகவல் தெரிஞ்சதுமே நானே புறப்பட்டு வந்தேன்னு சொன்னேன். உடனே வீரப்பன் "டேய் பசங்களா, இவங்களுக்குப் பிஸ்கட் குடுங்கடான்னு சொன்னார். பெரிய கம்பெனி கிரீம் பிஸ்கட். எனக்கும், கங்கப்பனுக்கும் ஆளுக்கு ஒரு பாக்கெட் குடுத்தாங்க. அப்போதே அது நாற்பது அம்பது ரூபாய் இருக்கும். அதையெல்லாம் நான் பெங்களூரில் கூடப் பார்த்ததில்லை.

கொஞ்ச நேரம் செங்கப்பாடியில் நடந்த பழைய கதையெல்லாம் பேசினார், பொழுது வேற சாஞ்சுக்கிட்டு வந்துட்டுது. "என்ன செய்யலாம் தலைவரே..."ன்னு கேட்டேன். கடைசியிலே, "நீயே கூட்டிக்கொண்டு போயி பர்கூர் போலீஸ் ஸ்டேஷனில் இந்த ஆளை விட்டுட்டுப் போ மாதையான்னு..." வீரப்பன் சொன்னார்.

"நல்லது தலைவரே..."ன்னு சொல்லிவிட்டு, எங்க பையனை அப்படியே பைக்கை எடுத்துக்கிட்டு நீ வீட்டுக்குப் போப்பான்னு சொன்னேன். பிஸ்கெட் பாக்கெட்டை எடுத்து எஸ்.ஐ.கங்கப்பா பைக் பெட்டிக்குள்ளே போட்டுட்டு வண்டியை எடுங்கன்னு சொல்லி பின்னாலே ஏறி உட்கார்ந்தேன். அப்போவே பொழுது சாஞ்சு இருட்டாயிருச்சு. அங்கிருந்து கிளம்பும் போதே பைக்கில் லைட் போட்டாச்சு. பாலாற்றுப் பாலத்தைத் தாண்டி ஒரு பர்லாங் தூரம் வந்ததும், ஒரு கொண்டை ஊசி வளைவு வரும். அந்த எடத்துலே வரும்போது ரெண்டு லாரியிலே சந்தனக்கட்டை லோடு வேலாம்பட்டி காட்டிலே இருந்து மேலே வந்துட்டுது.

லாரி மேலே கேபின்லே போலீஸ் மாதிரியே ட்ரஸ் போட்டுக்கிட்டுத் துப்பாக்கியோடு வீரப்பன் ஆளுங்க

வேலாம்பட்டி பிரிவு

நாலுபேர் இருக்காங்க. விசுக்குன்னு நாங்க அந்த இடத்தைக் கடந்து வந்துட்டோம். ஆனாலும், எஸ்.ஐ.கங்கப்பாவுக்கு கையெல்லாம் கிடுகிடுன்னு நடுங்குது. "அண்ணா நல்லவேளை என்னை வந்து காப்பாத்துனீங்க, இல்லேன்னா இந்தப் பசங்க என்னைத் தலையிலே அடிச்சே கொன்னுருப்பாங்க. இங்க பாருங்கண்ணா"ன்னு என் கையைப் புடிச்சு அவருடைய தலை மேலே வச்சாரு.

அப்படியே தலையைத் தடவிப் பார்த்தா மேடும், பள்ளமுமா இருக்குது. துப்பாக்கி பின்பக்க கட்டையிலே இந்தப் பசங்க எல்லாம் ஒன்னு சேர்ந்துக்கிட்டு மண்டையிலேயே குத்தியிருக்காங்க. மண்டை பூராவும் பொடச்சுப் போயிருந்தது. கை, காலெல்லாம் நடுங்கிக்கிட்டே கங்கப்பா பைக் ஓட்டினார். ஒரு கிலோமீட்டர் வந்ததும் பைக் பஞ்சராயிட்டுது, வண்டியை ஓரமா நிறுத்திட்டு ரோட்டு மேலேயே நின்னுக்கிட்டு இருந்தோம்.

எதிரில் இராமாபுரத்தைச் சேர்ந்த சிவாப்பானு எனக்கு தெரிஞ்சவர் லாரி வந்தது. அதிலே இருந்த டிரைவரும் எனக்குத் தெரிஞ்சவந்தான். லாரி பக்கமா வரும்போதே எஸ்.ஐ.கங்கப்பா ஓடி ஒரு பொதரில் ஒளிஞ்சுக்கிட்டார். நான் மட்டும் ரோட்டுலே நிற்கிறதை பார்த்துட்டு வண்டியை

வேலாம்பட்டி

நிறுத்திட்டு உள்ளே இருந்தவங்க எல்லாம் இறங்கி வந்தாங்க. அப்புறம் அந்த வண்டியிலேயே எஸ்.ஐ.கங்கப்பா பைக்கையும் ஏத்திக்கிட்டு, அவரையும் கூட்டிக்கிட்டுத் திரும்பிப் போயி பர்கூர் போலீஸ் ஸ்டேஷனில் விட்டுட்டு, நான் அந்த லாரியிலே திரும்பி ஊருக்கு வந்து சேர்ந்தேன்.

அடுத்த ரெண்டு நாளில் எல்லாத் தமிழ் பேப்பரிலும் வீரப்பங்கிட்டே சிக்கிய பர்கூர் எஸ்.ஐ. கங்கப்பனை ஜல்லிபாளையம் மாதையன்தான் போய் மீட்டுக்கிட்டு வந்தாருன்னு நியூஸ் வந்துட்டுது. வீரப்பன் கையிலே சிக்கின போலீஸ் எஸ்.ஐ ஒருத்தரை மீட்டுக்கிட்டுவர அளவுக்கு ஜல்லிபாளையம் மாதையனுக்குச் செல்வாக்கு இருக்குதுன்னு போலீஸ் அதிகாரிகள் எல்லாம் நெனச்சுட்டாங்க.

கோபியிலே ஏ.எஸ்.பி.யாக இருந்த சைலேந்திர பாபு அங்கிருந்து மாக்கம்பாளையம் வரைக்கும் வந்திருக்கார். அங்கே இருந்துக்கிட்டு ஜல்லிபாளையம் போயி மாதையனைக் கூட்டிட்டு வாங்கன்னு ஒரு இன்ஸ்பெக்டரையும், கொஞ்சம் போலீசையும் போட்டு ரெண்டு ஜீப்பை குடுத்து அனுப்பியிருக்கார். அந்த போலீசெல்லாம் எங்க வீட்டுக்கு வந்த நேரத்தில் நான் ஊரில் இல்லைங்க. வீட்டுலே இருந்த எங்க பெரிய பையனிடம் "எஸ்.பி. ஐயா உங்க அப்பாவை கூட்டிட்டு

வரச் சொன்னாங்க..."ன்னு போலீசார் சொல்லியிருக்காங்க.

அவன் கொஞ்சம் முரட்டுத்தனாமாத்தான் பேசுவான். "உங்க எஸ்.பி. ஐயா எங்க வூட்டுக்கு பொண்ணா குடுக்கப்போறார். போங்கையா போயி உங்க எஸ்.பி. ஐயாவையே இங்கே வரச்சொல்லுங்க. எங்க அப்பாவெல்லாம் அங்கே வரமாட்டாரு..."ன்னு சொல்லித் திருப்பி அனுப்பிட்டான்.

அடுத்த நாள் (24.2.1990) காலையிலே மூனு ஜீப்பில் தமிழ்நாடு போலீஸ் வந்திருந்தாங்க. அப்போ நான் பஸ் ஸ்டாண்டில் நின்னுக்கிட்டு இருந்தேன். எதுக்கப்பா இத்தனை பேர் வாராங்கன்னு யோசிச்சுகிட்டே நின்னேன். போலீஸ் வரும்போதே நடந்து வந்துகிட்டு இருந்த என் தம்பி ஒருத்தனையும் கையோட ஜீப்பில் ஏத்திக் கூட்டிக்கிட்டே வந்தாங்க. அவன் தூரத்தில் வரும்போதே என்னை அடையாளம் காட்டிட்டான். அவனை வண்டிக்குள்ளே உட்காரவச்சுட்டு எங்கிட்ட வந்தாங்க.

"உன் பேரு என்ன...?"ன்னு கேட்டாங்க. "மாதையன்"னு சொன்னேன்.

பக்கத்திலிருந்த ஒரு போலீஸ் "இவங்க மகன்தானுங்க ஐயா நேத்து நம்மகிட்டே பொண்ணுக் கேட்டது"ன்னு சொன்னார். அங்கிருந்துதானுங்க எனக்கு வில்லங்கமே வந்தது. "இன்னொரு அதிகாரி கையை காட்டுங்கன்னு சொன்னார். ரெண்டு கையையும் முன்னாலே நீட்டினேன். ஆளுக்கு ஒரு கையைப் புடிச்சாங்க. ஏ.எஸ்.பி. ஐயா மாக்கம்பாளையத்துலே இருக்காரு. உங்களைக் கொஞ்சம் பார்த்துப் பேசணுன்னு கையோடு கூட்டிட்டு வரச்சொன்னாருன்னு சொல்லி ஜீப்பில் ஏத்துனாங்க. மாக்கம்பாளையம் போகும் வரைக்கும் சாதாரணமாகத்தான் போனாங்க. அங்கே போனதும், சைலேந்திர பாபு இருந்தாரு.

நான் போயி "வணக்கம்" சொன்னேன்.

"உங்க பேரு என்ன...?"ன்னு அவர் கேட்டுக்கிட்டு இருக்கும்போதே பக்கத்திலிருந்து ஓர் அதிகாரி, "சார் சீக்கிரமா இங்கிருந்து கிளம்பறது நல்லது. ஜல்லிபாளையம் மாதையனைப் போலீஸ் கூட்டிட்டுப் போயிருக்காங்கன்னு இன்பெர்மேஷன் மட்டும் வீரப்பனுக்குக் கெடச்சா, பின்னாலேயே அட்டேக்

பண்ண வந்துருவான்னு..." ஒரு குண்டைப் போட்டான்.

அவ்வளவு தான், ஆறு போலீஸ் ஜீப்பும் தமிழ்நாட்டுக்குப் பறந்துக்கிட்டுப் போச்சு, அன்னைக்கு ஒரு நாள் மட்டும் பத்து போலீஸ் ஸ்டேஷனுக்குக் கூட்டிட்டுப் போனாங்க. எந்த எடத்துலயுமே பாதுகாப்பு இல்லேன்னு சொல்லி கடைசியா ராத்திரி பத்து மணிக்கு வரப்பாளையமுன்னு ஆளே இல்லாத ஒரு ஊரிலிருந்த போலீஸ் ஸ்டேஷனில் கொண்டு போய் வச்சாங்க.

"வீரப்பன் கடத்திட்டுப் போன ஒரு சப் இன்ஸ்பெக்டரை நீ காப்பாத்திக் கூட்டிட்டு வந்திருக்கே. உனக்குச் சன்மானம் கொடுக்கச்சொல்லி அரசாங்கத்துக்கு சிபார்ஸ் பண்ணியிருக்கோம்"ன்னு சொல்லுவாங்க.

இன்னொரு அதிகாரி வந்து "உங்க தலைவர் வீரப்பன்

வீரப்பன் வேட்டையில் சைலேந்திரபாபு (நன்றி:-கிளைமென்ட்ஸ்)

விடுதலை புலிங்ககிட்டே வாங்கிக்கிட்டு வந்த ஆயுதங்கள் எல்லாம் எங்கே இருக்குது"ன்னு கேப்பாங்க.

"உங்க தலைவர் வீரப்பனை, பெருந்தலைவர் ராமதாஸ் எப்போ வந்து பார்த்தாரு..."ன்னு கேப்பாங்க. "உனக்கும் வீரப்பனுக்கும் என்ன தொடர்பு.."ன்னு கேப்பாங்க. "நீ

சொன்னா வீரப்பன் கேட்டு நடக்கறான்னா அவனை விடவும் நீ தான் பெரிய ஆள், நீ வீரப்பனுக்கு என்ன உதவிகள் எல்லாம் செஞ்சிருக்கே..."ன்னு ஒவ்வொரு ஆளும் ஒவ்வொரு விதமா கேட்டாங்க.

"ஐயா, நீங்க நினைக்கிற மாதிரி நான் பெரிய ஆளெல்லாம் இல்லீங்க. எங்க சொந்த ஊரெல்லாம் மேட்டூர் பக்கம் இருந்திருக்கு. காவிரி ஆற்றிலே டேம் கட்டும்போது எங்க வீடு, காடு, தோட்டமெல்லாம் அணைக்குள்ளே மூழ்கிப் போயிட்டுது. எங்க அப்பா, தாத்தாவெல்லாம் அங்கிருந்து பொழைக்க வழியில்லாம பஞ்சம் பொழைக்க ஜல்லிபாளையம் வந்தவங்க. இங்கே இருந்து விவசாயம் செஞ்சு பொழச்சுக்கிட்டு இருக்கோம்.

எங்க சொந்தக்காரங்க ஊருக்குப் போக அந்தியூர், சேலம் பக்கம் போனப்போ செவுத்துலே ஒட்டியிருக்கும் போஸ்ட்டர்லேதான் ராமதாஸ் ஐயாவைப் பார்த்திருக்கிறேன். இதுவரைக்கும் அவரை நான் நேரில பார்த்ததே இல்லீங்க.

சின்னப்பையனா இருந்தப்போ செங்கப்பாடிக் காட்டில வரிப்புலி, சிறுத்தைப்புலி எல்லாம் பார்த்திருக்கிறேன். ஆனால், விடுதலைப்புலி எப்படியிருக்குன்னு தெரியாதுங்க. செங்கப்பாடியிலே நெறையா பேர் எங்க சொந்தக்காரங்க இருக்காங்க. எனக்குக் கல்யாணம் ஆனதும் அந்த ஊரிலதான். வீரப்பனைச் சின்னப் பையனா இருந்த காலத்தில் நானும் பார்த்திருக்கிறேன். என்னையும், அவருக்குத் தெரியும். எங்க மாமனார் வகையறாவுக்கும், வீரப்பன் குடும்பத்துக்கும் பிரச்சனை இருந்துச்சு. ரெண்டு பேருமே போட்டி போட்டுக்கிட்டு இருந்தாங்க. ஒரு கட்டத்தில் வீரப்பன், எங்க மாமனார் வகையறாவில் ஏழு பேரைக் கொலை பண்ணிட்டார்.

அதுக்குப் பிறகு நானும் அந்த ஊருக்குப் போறதை விட்டுட்டேன். இதுதான் எனக்குத் தெரியும். மற்றபடி எனக்கும், வீரப்பனுக்கும் எந்தத் தொடர்பும் இல்லேன்னு சொன்னேன். ஆனா, அதை யாருமே நம்பலைங்க. இதைவிட இன்னொரு வில்லங்கம் வந்தது. அதயும் கேளுங்க..." என்றவர் மற்றொரு சம்பவத்தைப் பற்றியும் சொன்னார்.

எங்க வீடு, தோட்டமெல்லாம் ஜல்லிபாளையத்தில் இருக்குது, அது மாதிரியே பக்கத்து ஊர் ஹூக்கியத்திலும் ஒரு தோட்டம் இருக்குது. உள்ளயே பெரிய கட்டிடம் ஒன்னும் இருக்குது. மைசூர் எஸ்.பி. பிபின் கோபாலகிருஷ்ணன் எனக்கு நல்லாத் தெரிஞ்சவர், ஒருநாள் ஹூக்கியம் வந்திருந்தார். "வீரப்பனைப் பிடிக்க ஸ்பெசல் போலீஸ் வந்திருக்காங்க. உங்க தோட்டத்தில் வண்டியை நிறுத்திக்கிறோம். இந்தக் கட்டிடத்தில் எங்க ஆளுங்க தங்கிக்கவா..."ன்னு கேட்டாங்க.

"நல்லது, உங்களுக்கு எத்தனை நாள் வேணுன்னாலும் தங்கிக்கோங்க ஐயா..."ன்னு சொல்லிட்டேன். அங்கிருந்த எல்லா அதிகாரிகளையும் எனக்குத் தெரியும். அவங்களுக்கு ஏதாவது வேணுன்னு கேட்டாலும் செஞ்சு குடுப்பேன். ஜல்லிபாளையத்தில் இருந்து என்னை தமிழ்நாடு போலீசார் கூட்டிட்டுப் போயிட்டாங்கன்னு தெரிஞ்சதும், என் மகனும், மனைவியும் நேரா ஹூக்கியம் போயிருக்காங்க. அங்கே கேம்பில் இருந்த அதிகாரிங்ககிட்டே என்னைத் தமிழ்நாடு போலீசார் கூட்டிட்டுப் போன சமாச்சாரத்தை சொல்லியிருக்காங்க.

அங்கிருந்த போலீஸ் அதிகாரிகள் இதை மைசூர் எஸ்.பி.கிட்டே சொல்லிட்டாங்க. உடனே மைசூர் எஸ்.பி. பிபின் கோபாலகிருஷ்ணன் சைலேந்திரபாபுவுக்கு போன் போட்டிருக்கார். "ஜல்லிபாளையம் மாதையன் நல்லவர். நமக்கு நிறையா சப்போர்ட் செய்கிறவர். அவரைத் தொல்லை செய்யாதீங்கன்னு..." சொல்லியிருக்கிறார். இந்த சமாச்சாரமெல்லாம் வரப்பாளையம் போலீஸ் ஸ்டேஷனில் இருந்த எனக்குத் தெரியாதுங்க.

ரெண்டு நாள் போனதும் சைலேந்திரபாபு என்னைக் கூப்பிட்டார். "என்ன மாதையன் உன்னைக் கூட்டிட்டு வந்ததுமே, கர்நாடக தரப்பிலிருந்து உடனே போன் வருது. உன்னை ஒன்னும் செய்யக்கூடாதுன்னு போலீஸ் எஸ்.பி.யே சொல்லறார். அப்போ வீரப்பனுடைய தொடர்பு கர்நாடகப் போலீஸ் டிபார்ட்மென்ட்டில் எந்த அளவுக்குப் பரவியிருக்குதுன்னு இப்பத்தான் வெளியே தெரியுது"ன்னு சொன்னார்.

வெளியே என்ன நடந்ததுன்னு தெரியாததாலே நானும் ஒன்னும் சொல்லாமல் இருந்துக்கிட்டேன். இதை வெச்சே என்ன பெரிய ஆளுன்னும் நெனச்சுட்டார். எனக்கும் வீரப்பனுக்கும் நெருங்கிய தொடர்பு இருக்குதுன்னு முடிவு பண்ணிட்டார். தமிழ்நாடு போலீசார் என்னைக் கூட்டிட்டு போயி அஞ்சுநாள் யாருக்கும் காட்டாமலே வச்சுக்கிட்டு விசாரிச்சாங்க. இங்கே (ஜல்லிபாளையம்) ஊரிலிருந்து எங்க சொந்தக்காரங்க, எனக்குத் தெரிஞ்ச வக்கீல் எல்லாம் புறப்பட்டுக் கோபிக்கு வந்துட்டாங்க. சைலேந்திரபாபு ஆபீஸ்க்குப் போயிருக்காங்க. "ஒன்னு எங்க மொதலாளியை காட்டுங்க. இல்ல நாங்க பெங்களூர் கோர்ட்டுக்கு போகப்போறோம்..."ன்னு சொல்லியிருக்காங்க. இது போலீசாருக்குக் கொஞ்சம் பயத்தை குடுத்துருச்சு.

1989இல் கடம்பூர் பக்கம் வீரப்பன் ஆளுங்களுக்கும், போலீசுக்கும் துப்பாக்கிச் சண்டை நடந்திருக்கு. அதுலே ஜல்லிபாளையம் மாதையனுக்கும் தொடர்பு இருந்ததா நாலு பொய் கேஸ் ரெடி பண்ணீட்டாங்க. அப்புறமா, கோபி அன்பு பவன் ஹோட்டல்லே நான் சாப்புட்டுக்கிட்டு இருக்கும்போது என்னை கைது செய்ததாகக் கணக்குக் காட்டி கோயமுத்தூர் ஜெயிலுக்கு அனுப்பிட்டாங்க. இருபது நாள்களில் நாலு கேசுக்கும் பெயில் வாங்கிட்டு வெளியே வந்தேன். தினமும் பவானி கோர்ட்டில் கையெழுத்துப் போடச்சொல்லி உத்தரவு போட்டுட்டாங்க. மூனு மாசம் போன பின்னாலே, வாரத்தில் ஒருநாள் பவானியில் கையெழுத்து போடணும். தினமும் காலையிலே இராமாபுரம் ஸ்டேஷனில் கையெழுத்து போடமுன்னு உத்தரவு போட்டாங்க.

இப்படி கையெழுத்து போட்டுக்கிட்டு இருக்கும் போதுதான் மேட்டூரிலிருந்து கராத்தே கோபாலகிருஷ்ணன் ஆள் அனுப்பி என்னை மேட்டூருக்கு வரச்சொல்லியிருந்தார். பெரிய அதிகாரி வரச் சொல்லறாரே போய் பார்த்துட்டு வரலான்னு சொல்லிட்டு போனவனைப் புடிச்சு அங்கே ரெண்டு மாசம் உட்கார வச்சுக்கிட்டார்.

ஒரு நாள் நான் மேட்டூரில் இருந்து ஊருக்கு வந்திருந்தேன், இராமாபுரம் ஸ்டேசனுக்கு எஸ்.பி.வரச் சொன்னாருன்னு ஒரு போலீஸ் வந்து சொல்லிட்டுப் போனார். அப்போ

மைசூர் எஸ்.பி.பிபின் கோபாலகிருஷ்ணன் வேற இடத்துக்கு போயிட்டார், புது எஸ்.பி. ஹரிகிருஷ்ணா வந்துட்டார். இந்தச் சமாச்சாரம் எனக்குத் தெரியாது.

பிபின் கோபாலகிருஷ்ணன்தான் கூப்பிடாருன்னு நெனச்சுக்கிட்டு அங்கே போனேன். அங்கிருந்த ஹரிகிருஷ்ணன்கிட்டே மாட்டிக்கிட்டேன். அவரு, என்னைக் கூட்டிட்டுப் போயி நாலு மாசம் உட்கார வச்சுக்கிட்டார். அப்பறமா நமக்குத் தெரிஞ்ச ஆளுங்க, வேற அதிகாரிங்க எல்லாம் வந்து மாதையன் அந்த மாதிரி ஆள் இல்லேன்னு சொன்ன பின்னாலே வெளியே விட்டாங்க. தப்பிப் பொழச்சு ஊருக்கு வந்ததும் கோயம்புத்தூர் போலீஸ் வந்துட்டாங்க. "எதுக்கய்யா வந்திருக்கீங்க..."ன்னு கேட்டேன்.

சத்தியமங்கலம் போலீசில் போட்ட நாலு கேசுக்கும் நீங்க கோர்ட்டு வாய்தாவுக்கு போகாம இருந்திருக்கீங்க. எல்லா கேஸ்க்கும் வாரண்டு ஆயிட்டுதுன்னு சொல்லிப் புடிச்சுக்கிட்டுப் போயிட்டாங்க. ஆறு மாசம் உள்ளே இருந்துட்டு பிறகுதான் பெயிலில் வந்தேன். கோயமுத்தூர் ஜெயிலில் இருந்து வெளியே வந்ததும் கோபாலகிருஷ்ணன் கூட்டிட்டுப் போயிட்டார். என்ன வெளியே எங்கயும் போகக்கூடாது. நீ மேட்டூரிலேயே இருக்கணுன்னு சொல்லிட்டார். என்னுடைய மாமனார் வீடு நங்கவள்ளி பக்கம் நடுப்பட்டியில் இருக்குது. காலையிலே மேட்டூர் வந்து கோபாலகிருஷ்ணன் சாரைப் பார்ப்பேன். மத்தியானம் வரைக்கும் அங்கேயே இருப்பேன். பிறகு, மாமனார் வீட்டுக்குப் போயித் தங்கிக்குவேன்.

பாலாறு குண்டுவெடிப்பு முடிஞ்ச பின்னாலேயும் என்னை ஊருக்கு விடவே இல்லை. ஒவ்வொரு வாரமும், சனிக்கிழமை ஓமலூர் சந்தைக்குப் போகணும். நல்ல கறியோடு இருக்கும் இரண்டு ஆட்டுக்குட்டி வாங்கிட்டு வந்து கராத்தே கோபாலகிருஷ்ணனுக்குக் குடுக்கணும். அதே மாதிரி பாலாறு கொண்டுவெடிப்பில் செத்துப்போன 15 ஆளுங்க குடும்பத்துக்கு வாரம் நூறு ரூபாய் பணம் குடுக்கணும். இப்படியே நாலு வருஷம் போயிட்டுது. இப்போ ஓமலூர் பஸ் ஸ்டாண்டு இருக்கும் இடத்திலதான் அப்போ ஆட்டுச் சந்தை நடக்கும். ஆட்டுக்கெடாய் கொஞ்சம் முத்தலா இருந்தாலும் சிக்கல்,

இளம்பாப் போனாலும் சிக்கல். கறி நல்ல பதமா இருக்கணும்.

குட்டிக்குத் தண்ணி ஊத்திச் சந்தைக்குக் கொண்டு வருவாங்க. தண்ணி ஊத்தாத குட்டியாப் பார்த்து வாங்கணும். அதுக்காகவே ஆட்டுச்சந்தையில் இரண்டு பேரைத் தரகுக்கு வச்சிருந்தேன். திண்டமங்கலம் பையன் ஒருத்தன், சந்தரம்மா கடை ஆளு ஒருத்தன். இவங்களை வச்சுத்தான் ஆடு வாங்குவேன். அங்கிருந்து ஜீப்பில் ஏத்தி சேலம் கேம்பில் இருந்த கராத்தே கோபாலகிருஷ்ணன் வீட்டுக்குக் கொண்டு வருவேன். அவருடைய வீட்டுக்கு முன்னாலே ஒரு வேப்பமரம் இருக்கும் அந்த மரத்திலேதான் குட்டியைக் கட்டி அறுப்பாங்க. சாமியப்பன்னு ஒரு போலீஸ் இருந்தார். அவர்தான் ஆட்டுக்குட்டியை அறுத்துக் கறி வெட்டிக் குடுப்பார்.

“வீரப்பனுக்கு லட்ச லட்சமாகக் கொண்டுபோய் குடுக்கறீங்க... எங்களுக்குக் குடுத்தா என்னடான்னு...” கேப்பார். அப்போ வீரப்பன் கேசுலே புடிச்சுக்கிட்டுப் போறவங்க எல்லோரையும் போலீசார் சுட்டுக் கொன்னுக்கிட்டு இருந்தாங்க. அந்தப் பயத்துலே என்ன உயிரோடு வெச்சிருக்காங்களேன்னு நானும் பேசாமலே ஆட்டுக்குட்டி வாங்கிக் குடுத்துக்கிட்டே இருந்தேன். என்னை ஒரு தடவை “ஊருக்குப் போயிட்டு வீரப்பன் எங்கே இருக்கான்னு பார்த்துட்டு வாடா...”ன்னு சொல்லி அனுப்பினார்.

நான் எங்க ஊருக்குப் போயிட்டுத் திரும்பி மேட்டூருக்கு வந்துகிட்டு இருந்தேன். அப்போ, ஒடக்காப்பள்ளத்தில் இருந்து மலையனூர் பக்கத்துக்காரர் ஒரு பெரிய மனுஷன் பஸ்ஸில் ஏறினார். அவரு எங்க சம்பந்திமார்களுக்குச் தூரத்துச் சொந்தக்காரர். என்கூடப் பேசிக்கிட்டு வரும்போது, “உங்க சம்பந்திமாருங்க குடும்பத்தில் ஏழு பேரையும் வீரப்பன் கொன்னு போட்டான். இப்போ போலீசும் உங்களுக்கு இப்படித் தொல்லை குடுத்தா என்னப்பா செய்யறது...?”ன்னு கேட்டுக்கிட்டு வந்தார்.

பேச்சு வாக்கிலே “நீ எஸ்.பி. கராத்தே கோபாலகிருஷ்ணன் கிட்டப் பேசுவியா...?”ன்னு கேட்டார். “இன்றைக்குக்கூட அவரைப் பார்க்கத்தான் போறேன்...”னு சொன்னேன்.

"கத்திரிபட்டியாண்ட இருளக்கிணறுன்னு ஒரு எடம் இருக்குது. அந்தப் பக்கத்திலேதான் வீரப்பன் இருக்கிறானாம். ஊர் ஜனங்க எல்லாம் கூட்டங் கூட்டமாப் போயிப் பார்த்துட்டு வந்தாங்களாம். "தாயோளி கராத்தே கோபாலகிருஷ்ணன் இங்கே வரட்டும். அவனா, நானான்னு ஒரு கை பார்த்துக்கிறேன். மொகத்துலே மீசை இருந்தா அவனை இங்கே வரச்சொல்லு.."ன்னு வீரப்பன் சொல்லிக்கிட்டு இருக்கானாம். முடிஞ்சா இதை அவர்கிட்டே சொல்லுன்னு..." சொன்னார்.

நான் கேம்புக்கு வந்ததுமே, "என்னடா... ஊருக்குப் போயிட்டு வந்துட்டியா...? வீரப்பன் எங்கே இருக்கான்"னு கேட்டார். "ஜல்லிபாளையம் பக்கமெல்லாம் வீரப்பன் இல்லீங்க ஐயா, எங்க தம்பியோடைய சொந்தக்காரப் பெரியவர் ஒருத்தரை பஸ்ஸிலே வரும்போது பார்த்தேன். அவருதான், கத்திரிபட்டி பக்கம் இருளக்கெணத்துலே வீரப்பன் இருக்கிறதா சொன்னாரு.."ன்னு சொன்னேன்.

"போடா தாயோளி. வர்றவன் போறவன் எல்லாம் வீரப்பன், அங்கே இருக்கான். இங்கே இருக்கான்னு சொல்லியே என்னைப் பயப்படுத்திக்கிட்டே இருக்கீங்களேடா. எங்கிட்டே நெறையா பாம் இருக்குது, ஒரு பாம் எடுத்து வீசுனேன்னே பஸ் ஸ்டாண்டே இருக்காது. எல்லாத்தையும் காலி பண்ணிப் போடுவேன்..." போடான்னு சொன்னார்.

கத்திரிமலைக் காடுகளில் கராத்தே கோபாலகிருஷ்ணன் டீம்
(நன்றி : கிளைமெண்ட்ஸ்)

“உத்தரவுங்க ஐயா...”ன்னு சொல்லிட்டு வந்துட்டேன். சொல்லிப் பத்து நாள் கூடக் போயிருக்காது. பாலாற்றில் குண்டு வெடிச்சுட்டுது. அந்தப் பெரியவர் சொன்ன சமாச்சாரம் உண்மையின்னு பிறகுதான் எனக்கும் தெரிஞ்சுது.

வீரப்பனுக்குத் துணையா வேலை செஞ்சுக்கிட்டு இருந்துட்டுப் பிறகு போலீசுக்கு சப்போர்ட்டா கொஞ்சம் ஆளுங்க வந்து இருந்தாங்க. அந்த ஆள் காட்டீங்களாலேதானுங்க ஊருலே நெறையாப் பிரச்சனை வந்துக்கிட்டே இருந்தது. குண்டுவெடிப்பில் 15 பேர் சாகாமப் போயிருந்தா இன்னும் பல பேரைக் காட்டிக்குடுத்தே கொன்னுருப்பானுங்க. அந்த ஆளுங்க இன்னும் கொஞ்சநாள் இருந்திருந்தா ஊரையே அழிச்சிருப்பாங்க.” என்று பெருமூச்சு விடுகிறார்.

“உங்க மேலே போட்ட வழக்குகள் என்ன ஆனது” என்றேன். அதுக்குப் பின்னாலே 18 வருஷம் கேஸ் நடந்து முடிஞ்சுது. இப்போ என்னமே கடவுள் புண்ணியத்தில் நல்லா இருக்கிறேன். “ஈரோட்டில் இருந்து வந்த போலீஸ்காரங்ககிட்டே என் மகன் “பொண்ணு குடுக்கவா விசாரிக்கறீங்க...”ன்னு கேட்காமே இருந்திருந்த இத்தனை வில்லங்கம் வந்திருக்காதுங்க“ என்கிறார்.

14.08.1992 அன்று கர்நாடக சிறப்பு அதிரடிப்படை போலீஸ் எஸ்.பி. ஹரிகிருஷ்ணா மின்னியம் காட்டில் வீரப்பனால் கொல்லப்படுகிறார். இதையடுத்து, கர்நாடக மாநிலக் காடுகளில் இருந்த கருங்கல் குவாரிகளை மூடவேண்டும் என்று அம்மாநில அரசு உத்தரவு போட்டது. அடுத்த ஆறு மாதத்தில், 09.04.1993 அன்று பாலாற்றில் தமிழக வனக்காவல்படைத் தலைவர் கராத்தே கோபாலகிருஷ்ணன் சென்ற வேன் நிலக்கண்ணித் தாக்குதலில் வெடித்துச் சிதறியது.

இந்த இரு நிகழ்வுகளிலுமே வீரப்பன் வெடிமருந்துகளைப் பயன்படுத்தினார். அதனால், ஒகேனக்கல் முதல் குண்டல் பேட்டை வரையிலான கிழக்குத் தொடர்ச்சி மலைக் காடுகளில் செயல்பட்டு வந்த நூற்றுக்கணக்கான கருங்கல் குவாரிகளை நிரந்தரமாக மூடத் தமிழக - கர்நாடக அரசுகள் உத்தர விட்டன. 24 மணி நேரத்தில் அங்கிருந்த வெடி பொருள்கள் அனைத்தையும் எடுத்துக்கொண்டு குவாரி உரிமையாளர்கள் மலையை விட்டுக் கீழே இறங்கவேண்டிய நிலை வந்தது.

இதனால், ஜல்லி உடைக்கப் பயன்படும் கல் குவாரிகள், வெளிநாடுகளுக்குக் கிரனைட் கற்களை ஏற்றுமதி செய்து வந்தவை என பல குவாரிகள் மூடப்பட்டன. இதன் மூலம், பழைய குவாரிகள் மூடப்பட்டதுடன், புதிய குவாரிகள் திறக்கவும் தடை ஏற்பட்டது. இதனால், காடு காப்பாற்றப்பட்டது. இல்லையெனில், இன்றுவரை இந்த மலைப்பகுதியில் புற்றீசல் போல பல குவாரிகள் காடுகளை ஆட்கொண்டிருக்கும்.

வீரப்பன் கொல்லப்பட்ட அடுத்த ஆண்டே கர்நாடக மாநிலத்தில் உள்ள காடுகளை எல்லாம் அந்த மாநில அரசு வன உயிரியல் பாதுகாப்பு மண்டலமாக மாற்றி விட்டது. அதனால், அந்தக் காடுகளில் எந்தவிதமான தொழில்களும் தொடங்க வாய்ப்பிலாமல் போனது. ஆனால், தமிழகத்தில் உள்ள சத்தியமங்கலம் புலிகள் காப்பகம் தவிர, மீதி அனைத்து வனக் கோட்டங்களுமே எந்தவிதப் பாதுகாப்பு நடவடிக்கைகளும் இல்லாமல் அப்படியே உள்ளன.

ஆயினும், பக்கத்தில் உள்ள கர்நாடக மாநிலக் காடுகள் வன உயிரியல் பாதுகாப்பு மண்டலமாக உள்ளதால், அதை ஒட்டியுள்ள நம்முடைய காடுகளிலும் தொழில் தொடங்க முடியாத நிலை நீடிக்கிறது. தமிழகக் காடுகளை கர்நாடக அரசும் கர்நாடக மாநில அரசு அதிகாரிகளுமே காப்பாற்றி வருகின்றனர். 1993இல் வீரப்பன் கண்ணிவெடித் தாக்குதல் நடத்தாமல் போயிருந்தால், இந்நேரம் இந்தக் காடுகளும், காட்டில் வாழும் பெரும்பான்மையான விலங்குகளும் அழிந்து போயிருக்கும்.

*****

19

எஸ்.பி.கோபால் ஹோசூர் மீது தாக்குதல்

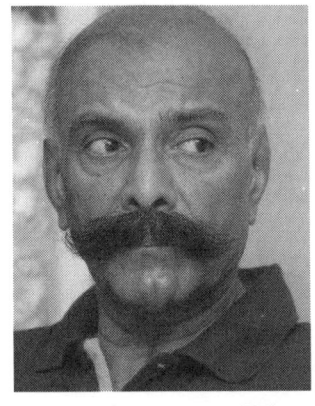

வால்டர் தேவாரம் *IPS*

1993 ஏப்ரல் 9 அன்று தமிழ்நாடு வனக் காவல் படையின் தலைவர் கராத்தே கோபாலகிருஷ்ணன் மீது வீரப்பன் கண்ணி வெடித் தாக்குதல் நடத்துகிறார். இதையடுத்து, ஏப்ரல் 11ஆம் தேதி தமிழ்நாடு சிறப்பு அதிரடிப்படை தொடங்கப்படுகிறது. இதற்கு, கூடுதல் டி.ஜி.பி. வால்டர் ஐசாக் தேவாரம் தலைமை ஏற்கிறார்.

இப்படையில் சேர தமிழகமெங்கும் காவல் நிலையங்களில் பணியாற்றும் காவலர்கள், உதவி ஆய்வாளர்கள் விருப்ப மனு கொடுக்க வேண்டுகோள் விடுக்கப்படுகிறது. தமிழகத்தின் பல பகுதிகளில் இருந்தும் 400 மனுக்கள் வருகின்றன. அதிரடிப்படைக்குத் தேர்வு செய்யப்பட்ட வீரர்களுக்குச் சென்னையில் ஒரு மாதம் பயிற்சி கொடுக்கப்படுகிறது. மே மாத இறுதியில் மேட்டூரைத் தலைமையிடமாகக் கொண்டு, தமிழ்நாடு கூர்நோக்குப் படை *(Special Task Force)* செயல்பாட்டுக்கு வந்தது. ஏற்கனவே வனக்காவல் படையில் இருந்த வீரர்கள் இத்துடன் இணைக்கப்படுகின்றனர்.

இந்தப் படையினர் காடுகளைப் பற்றி அறிந்து கொள்ளும் முன்பாகவே வீரப்பனின் அடுத்த அதிரடித் தாக்குதல் கர்நாடக போலீஸ்மீது நடந்தது. இதுவரை வாங்காத அடியை அன்று கர்நாடக போலீஸ் வாங்கியது.

மின்னியம் காட்டில் அதிரடிப்படை எஸ்.பி. ஹரி கிருஷ்ணாவை வீரப்பன் சுட்டுக்கொன்ற பின்னர், காவல் துறை அதிகாரிகளின் பாதுகாப்பு அதிகமானது. மாதேஸ்வரன்

மலையிலிருந்து கவுதள்ளி வரையிலான 26 கிலோ மீட்டர் தூரத்துக்கு அதிகாரிகள் யார் போனாலும் அவர்களுக்கு எட்டு ஜீப்களில் போலீசார் பாதுகாப்புக்காக சென்றனர். இந்த நேரத்தில் கர்நாடக அரசியலில் மாற்றம் ஏற்படுகிறது. கர்நாடக அரசியலில் புயல் வீசியது. முதல்வராக இருந்த பங்காரப்பா பதவி விலகுகிறார். அந்த நேரத்தில், சிறப்பு அதிரடிப்படைக்கு இருந்த முக்கியத்துவம் குறைகிறது. ஒவ்வொரு மாதமும் பாதுகாப்புக்குச் சென்ற வண்டிகள் ஒவ்வொன்றாகக் குறைந்து கொண்டே வந்தன. வீரப்பனைப் பிடிக்க அமைக்கப்பட்ட அதிரடிப்படை முடங்கும் நிலைக்கு வந்தது.

1992 நவம்பர் 19இல் வீரப்ப மொய்லி புதிய முதல்வராகிறார். தன்னுடைய நாற்காலியின் கால்களைப் பலப்படுத்திய பின்னரே அவர் வீரப்பன் பக்கம் திரும்புகிறார். அதுவரை *KSRP D.S.P.* சல்கார் என்ற ஓர் அதிகாரி மட்டுமே கர்நாடக *STF* அதிகாரியாக இருந்துள்ளார். திறமை மிக்க ஒருவரை இந்தப் பொறுப்புக்கு கொண்டுவர மாநில அரசு முடிவெடுக்கிறது. சங்கர் பிதிரி என்ற *DIG* கர்நாடக *STF* இன் தலைமை பொறுப்புக்கு வருகிறார்.

மாதேவா சங்கர் பிதிரியின் சொந்த ஊர் பாகல்கோட் ஆகும். கல்லூரிப் படிப்பை முடித்த இவர் தொலைத்தொடர்பு துறையில் பணியாற்றியுள்ளார். கர்நாடக மாநில நிர்வாக அலுவலர் *(KAS)* தேர்வு எழுதி வட்டாட்சியராகப் பணிக்கு வருகிறார். பிறகு, மத்திய அரசுப் பணிக்கான சிவில் சர்வீஸ் தேர்வு எழுதி *IPS* அதிகாரியாக வந்தவர்.

தார்வாட் மாவட்டத்தில் கண்காணிப்பாளராக இருந்த நேரத்தில் பல ஆண்டுகளாக அடங்காமலிருந்த சாதிக் கலவரத்தை அடக்கினார். உள்ளூர் ரவுடிகள் பலரை என்கவுன்டரில் போட்டுள்ளார். இவர் பெல்லாரி மாவட்ட கண்காணிப்பாளராக இருந்தபோது, அங்கு ஆந்திராவில் புகழ் பெற்ற ரவுடியான பிமலேநாயக் *(Bhemla Nayak)* என்பவரும் இருந்துள்ளார். ஆந்திராவில் பல குற்ற நடவடிக்கைகளில் ஈடுபட்ட இவனுடைய புகலிடம் கர்நாடக மாநிலம் பெல்லாரி. உள்ளூர் போலீசாரின் ஒத்துழைப்புடன் இருந்த பிமலே நாயக்கை ஆந்திரப் போலீசாரால் ஒன்றும் செய்ய முடியவில்லை. இதைப்பற்றி ஆந்திர மாநிலக் காவல்துறையில்

இருந்து சங்கர் பிதிரிக்கு புகார் வருகிறது.

பெல்லாரியின் புறநகர்ப் பகுதியில் இருந்த பிமலே நாயக் மறைவிடத்துக்குப் பிதிரி செல்கிறார், அவர் மீது வெடிகுண்டுத் தாக்குதல் நடந்தது. இதில் சங்கர் பிதிரியுடன் சென்ற காவலர் ஒருவர் கொல்லப்படுகிறார். இதையடுத்து பிதிரி தன் துப்பாக்கியாலேயே பிமலேநாயக்கை என்கவுன்டரில் சுட்டுக் கொன்றுள்ளார். இதற்காக ஆந்திர அரசின் சிறந்த காவல்துறை அதிகாரிக்கான விருதைப் பெறுகிறார். ஒரு மாநில அரசின் விருதைப்பெற்ற, அடுத்த மாநில காவல்துறை அதிகாரி என்ற சிறப்பு சங்கர் பிதிரிக்கு மட்டுமே உண்டு.

அடுத்து, ரயில்வே கண்காணிப்பாளராக இருந்தபோது பல ஆண்டுகளாக நடந்து வந்த வடமாநில இரயில் கொள்ளையர்களைக் கைது செய்கிறார், பலர் காணாமல் போகின்றனர். சங்கர் பிதிரி பொறுப்புக்கு வந்த பின்னரே, வட கர்நாடகாவில் நடந்துவந்த இரயில் கொள்ளைச் சம்பவங்கள் நின்றன. இரயில் தண்டவாளம், இரும்பு திருட்டு கும்பலையும் பிடித்து, திருட்டை ஒழித்துள்ளார். இவரைச் சிறப்பு அதிரடிப்படைக்குக் கொண்டுவர முதல்வர் வீரப்ப மொய்லி முடிவெடுக்கிறார். அதற்காகவே ஐ.ஜி. என்ற அளவிலிருந்த எஸ்.டி.எப். தலைவரின் அதிகார வரம்பை டி.ஐ.ஜி. அளவுக்குக் குறைத்து மாநில அரசு உத்தரவு பிறப்பித்தது.

18.02.1993 அன்று டி.ஐ.ஜி.சங்கர் மாதேவ் பிதிரி கர்நாடக சிறப்பு அதிரடிப்படையின் கமாண்டராக நியமிக்கப்படுகிறார். நிர்வாகத்திறன் மிக்க பிதிரி படையைக் கட்டமைக்கிறார். விருப்பம் இல்லாத சிலரை வெளியேற்றினார், விருப்பமுள்ள பலர் உள்ளே வந்தனர். சிறப்புப் படைக்கு வரும் காவலர்களுக்கு இரட்டை ஊதியம் வழங்கும் திட்டத்தையும் கொண்டு வருகிறார். ஏற்கனவே வீரப்பனால் பாதிக்கப்பட்ட பொதுமக்கள், காவல்துறையினரைச் சந்தித்துப் பேசினார். ஒவ்வொருவரிடம் இருந்து கிடைக்கும் தரவுகளையும், ஆவணப்படுத்தினார். வீரப்பனால் பாதிக்கப்பட்டவர்களுக்கு இழப்பீடு வழங்கினார்.

பெங்களூர் மாநகரக் காவல்துறையிலிருந்த பல காவல்துறை அதிகாரிகளை மாதேஸ்வரன் மலைக்குக் கொண்டு வருகிறார்.

சங்கர் பிதிரி *IPS*

(நன்றி : வெங்கிடுசாமி *AdSP Retd*)

பெஸ்ட் இன்ட்ராகேஷன் ஆபிசர்ஸ் எனப் பெயரெடுத்த மூடலையா, மதுக்கூர் முசலே, குமாரசாமி போன்றோர் வருகின்றனர். இவர்கள் வழக்கில் தொடர்புடைய ஒருவரைப் பிடித்து, கொடூரமாக சித்திரவதைகள் செய்து விசாரிப்பதில் சிறப்பு வாய்ந்தவர்கள். அதிலும், மூடலையாவுக்கு மெக்கர் பாக்ஸ் மூடலையா என்றே பட்டப்பெயர் உள்ளது. பெங்களூர் மாநகரக் காவல்துறையின் குற்றப்பிரிவில் பணியாற்றியவர்.

மின்சாரம் உற்பத்தி செய்யும் மெக்கர் பாக்ஸில் இருந்து மின்சாரம் வரவைத்து, அதை மனிதர்களின் நாக்கு, காது, கண் இமை, மூக்கும், கை, கால் விரல்கள், பிறப்புறுப்பு போன்ற இடங்களில் கிளிப் மாட்டி அதில் மின்சாரத்தைக் கொடுத்து சித்திரவதை செய்து விசாரிப்பவர். மெக்கர் பாக்ஸ் என்று சொல்லப்படும் அரை அடி உயரமும், ஓர் அடி நீளமும் கொண்ட ஒரு பெட்டியில், மின் உற்பத்தி செய்யும் சாதனங்கள் இருக்கும்.

இப்பெட்டியில் இருக்கும், ஒரு கைப் பிடியைப் பிடித்துச் சுற்றும்போது மின்சாரம் உற்பத்தியாகி அதிலிருக்கும் இரண்டு வயர்கள் வழியே வெளியே வரும். அந்த வயர்களின் மறு முனையில் சிறிய அளவிலான இரண்டு கிளிப் பொருத்தப் பட்டிருக்கும். அந்த இரண்டு கிளிப்புகளையும் பக்கம் பக்கமாக மனித உடலில் பொருத்தி அந்தப் பெட்டியைச் சுற்றினால், அதிலிருந்து வெளியேறும் மின்சாரம் உடலில் பாய்ந்து நரம்புகளைச் சுண்டி சுண்டி இழுக்கும். சிறிது கவனிக்காமல் விட்டால், ஜன்னி வந்ததுபோல உடல் வெட்டி, வெட்டி இழுத்து, நாக்கு வெளியே வந்து உயிர் போய்விடும்.

இன்னொரு விசாரணை அலுவலரான குமாரசாமி ஏரோபிளன் என்கொயரியில் கை தேர்ந்தவர். இந்த விசாரணை

முறை என்பது மிகக் கொடூரமானது. இதற்காக மாதேஸ்வரன் மலையில் உள்ள கோயிலுக்கு வடக்குப் பக்கம் இருந்த ஒரு பாழடைந்த கட்டடத்தை வாடகைக்கு எடுத்துள்ளனர். ஆரம்ப காலங்களில், மாதேஸ்வரன் மலை கோயில் நிர்வாகத்துக்குச் சொந்தமான பேருந்துகள் பழுது பார்க்கவும், பழைய உதிரிப் பாகங்கள் போட்டுவைக்கும் இடமாகவும் இந்தக் கட்டடம் இருந்துள்ளது. அதற்கு ஒர்க்ஷாப் செட் என்று பெயர். ஊருக்கு ஒதுக்குப் புறமாக உள்ள இந்தக் கட்டிடத்தில் என்ன நடந்தாலும், வெளியில் உள்ளவர்களுக்குத் தெரியாது.

இதன் நடுவில், இருபதடி உயரத்திலிருந்த தண்டவாளத்தில் ஓர் உருளையும், அதில் கயிறும் தொங்க விடப்பட்டிருக்கும். விசாரணைக்காகக் கொண்டுவரும் ஆள்களை சாதாரணமாக நாம் கைகளை நெஞ்சுக்கு நேராக நீட்டிக்கொண்டு இருப்பது போலவே, கையை பிடித்துத் திருகி முதுக்குக்குப் பின்பக்கம் கட்டிவிடுவர். அந்த நிலையிலேயே இரண்டு கையும் சேர்த்து உருளையில் தொங்கி கொண்டிருக்கும் கயிற்றில் கட்டுவர். அந்தக் கயிற்றின் மறு முனையைப் பிடித்து இழுக்கும்போது கைகள் பின்பக்கம் சேர்த்துக் கட்டப்பட்டிருக்கும் நபர் வௌவால் தொங்குவதுபோல அந்தரத்தில் தொங்குவார். வழக்கத்துக்கு மாறாக பின்பக்கம் கட்டப்பட்டிருக்கும் கைகள் இரண்டும் உடலின் எடையைத் தாங்க முடியாமல், தோள்பட்டைகள் இரண்டும் பிய்ந்து போகும். இந்த விசாரணைக்குப் பிறகு பெரும்பாலானவர்களின் கைகள் செயலிழந்து போகும். மாதக்கணக்கில் கைக்கு எண்ணெய் போட்டு நீவிக்கொடுத்து, சிகிச்சை செய்தால் மட்டுமே கை செயல்பாட்டுக்கு வரும். ஆனாலும், பழையபடி வேலை செய்ய இயலாது.

சங்கர் பிதிரி தாவன்கரே மாவட்ட காவல் கண்காணிப்பாளராக இருந்தபோது கோபால் ஹோசூர் என்பவர் உளவுத்துறை *DySP* யாக பணியாற்றினார், பிதிரி டி.ஐ.ஜி. பதவி உயர்வு பெற்று *STF*க்கு வருகிறார். அதேநேரத்தில், கோபால் ஹோசூர் பதவி உயர்வு பெற்று பெல்காம் இன்டெலிஜென்ட்ஸ் எஸ்.பி.யாகப் போகிறார். உளவுத்துறையில் சிறப்பாகப் பணியாற்றிய கோபால் ஹோசூரை சங்கர் பிதிரி கர்நாடக *STF*க்கு கொண்டு வருகிறார். திம்மப்ப மடியாள் ஐ.ஜி.யாக

இருக்கும்போதே DySPயாக இருந்த கோபால் ஹோசூர் கர்நாடக STFக்கு வருகிறார். மூன்றே மாதங்களில் அப்போது எஸ்.பி.யாக இருந்த ஹரிகிருஷ்ணாவுக்கும் இவருக்கும் ஒத்துவராமல் போனது. இதையடுத்து கோபால் ஹோசூர் மீண்டும் பெங்களூருக்கே திரும்பிச் செல்கிறார்.

எஸ்.பி.கோபால் ஹோசூரின் தங்கை ஒருவருக்குப் பெங்களூரில் திருமணம் நடக்க இருந்தது. அதற்காக 24.05.1993 அன்று, காலை 7.30 மணிக்கு மாதேஸ்வரன் மலையிலிருந்து கிளம்பினார். அவருடைய ஜீப்புக்கு முன்னும், பின்னும் இரண்டு ஜீப்களில் பாதுகாப்பு வீரர்களுடன் சென்றன. மாதேஸ்வரன் மலையிலிருந்து கொள்ளேகால் செல்லும் வழியில் இரண்டு கிலோமீட்டர் மலை மேல் ஏறவேண்டும். பிறகு, யானை திம்பம் என்ற இடத்திலிருந்து சாலை தெற்கு நோக்கிச் செல்கிறது. கொக்குவாரை மலையின் நடுப்பகுதியிலேயே ஐந்து கிலோமீட்டர் தொலைவுக்கு மேற்கு நோக்கிப் போகவேண்டும். அங்கிருந்து இரண்டு S வளைவுகளில் மேலே ஏறி அடுத்த மலைக்குப் போகலாம். அந்த மலையிலிருந்து கீழே இறங்கினால் தாளபெட்டா என்ற இடத்தில் தரைப்பகுதி வரும்.

இந்தப் பாதையில், மாதேஸ்வரன் மலையிலிருந்து ஒன்பதாவது கிலோமீட்டரில் சாலை ஓரத்தில் சனீஸ்வரன் கோவில் உள்ளது. இந்தக் கோவிலுக்கு அடுத்து ஆயிரம் மீட்டர் தொலைவில் 18/27, என்ற ஒரு S வளைவு உள்ளது. இந்த வளைவுக்கு முன்பாகவே இதில் பாதியளவு கொண்ட இன்னொரு S வளைவும், அந்த வளைவின் மேலே பெரிய ஆலமரம் ஒன்றும் உள்ளன. முதல் வளைவில் நுழைந்து S வளைவுக்குள் முதலில் சென்ற ஜீப் ஆலமரத்தைத் தாண்டியது. S வளைவின் நடுப்பகுதிக்கு மேலே வண்டி போக முடியாதபடி ஒரு மரம் கீழே விழுந்து கிடந்தது.

அதற்கு முன்பாகவே சாலையின் நடுவில் கற்கள் வைக்கப் பட்டிருந்தன, முதலில் போன ஜீப் ஓட்டுநர் நரசப்பா கீழே விழுந்து கிடந்த மரத்தைப் பார்த்ததும் வண்டியை நிறுத்தினார். அடுத்து வந்த இரண்டு வண்டிகளும் இருபதடி வித்தியாசத்தில் ஒன்றன் பின் ஒன்றாக நின்றன. இரண்டாவது வண்டி நிற்பதற்கு முன்பாகவே முதல் வண்டியிலிருந்த அதிரடிப்படை வீரர்கள்

மீது வீரப்பன் குழுவினர் தாக்குதல் தொடுத்தனர்.

மாதேஸ்வரன் மலைக்கு வரும் பக்தர்கள் இறைவனிடம் வேண்டுதல் வைப்பர். அந்த வேண்டுதல் நிறைவேற வேண்டும் என்பதற்காகச் சாலை ஓரங்களில், கல் திட்டைகளை அமைத்துச் செல்வது வழக்கம். *S* வளைவின் சாலை ஓரங்களில் மண் சரிவைத் தடுப்பதற்காகக் கருங்கல்லில் இரண்டு அடி உயரமுடைய சுவர் கட்டப்பட்டிருந்தது. இந்தச் சுவருக்கு மேலே பக்தர்கள் சிலர் இரண்டு முதல் மூன்றடி உயரமுள்ள கல் திட்டைகளை ஏற்படுத்தி வைத்திருந்தனர். அதை ஒட்டியே வீரப்பன் ஆள்களும், பாதுகாப்பாக நின்று தாக்குதல் நடத்த வசதியாக கல் மறைப்புகளை ஏற்படுத்தி வைத்திருந்தனர்.

இந்தக் கற்களின் மறைவில் இருந்தும், ஆலமரத்தின் விழுது, வேர் மறைவுகளிலும் வீரப்பன் ஆள்கள் பதுங்கியிருந்தனர். எந்தத் தடுப்பரணும் இல்லாமல் நடுரோட்டில் நின்ற ஜீப்பை நோக்கி மூன்று பக்கம் இருந்தும் தாக்குதல் நடந்தன. இரண்டு நிமிடங்களில் அந்த ஜீப்பிலிருந்த உதவி ஆய்வாளர் எம்.கே. உத்தப்பா, காவலர்கள் பிரபாகரன், பூவையா, மச்சையா, சுவாமி, ஓட்டுநர் நரசப்பா ஆகிய ஆறுபேரும் அவரவர் இருந்த இடத்திலேயே சுட்டுக்கொல்லப்பட்டனர்.

இரண்டாவதாக கோபால் ஹோசூர் சென்ற வண்டியின் மீதும் துப்பாக்கிக் குண்டுகள் வந்து தாக்கின. முன்னால் சென்ற ஜீப்பின் மூன்று பக்கம் இருந்தும் அடி விழுவதைப் பார்த்த கோபால் ஹோசூர் வண்டியின் ஓட்டுநர் ரவி வேகமாக வண்டியை ரிவர்சில் எடுத்தார். எதிரிலிருந்து வந்த தோட்டா அவருடைய வலது கை எலும்பை உடைத்தது. கை செயல்பட முடியாத நிலைக்குப் போனது. இருந்தாலும், வண்டியை எடுத்துக்கொண்டு பின்னோக்கி வருகிறார். ஆலமரத்தின் மேலே பதுங்கிருந்த வீரப்பன் ஆள்கள் சுற்றி வளைத்துத் கோபால் ஹோசூர் வண்டி மீதும் துப்பாக்கிச் சூடு நடத்தினர்.

அடுத்த இரண்டு வளைவுகளுக்கு ரிவர்ஸ் கியரில் வந்து. பிறகு வண்டியைத் திருப்பிக்கொண்டு மாதேஸ்வரன் மலைக்கு தப்பி வந்து விடுகிறார். அவருக்கு அடுத்த வந்த வண்டியில் வந்தவர்களும் இலேசான காயத்துடன் தப்பி வந்து விடுகின்றனர். கோபால் ஹோசூரின் கழுத்தில் துப்பாக்கிக் குண்டு ஏறியது,

மயங்கிய நிலையிலே அவர் சேலம் கொண்டு வரப்படுகிறார். கோகுலம் மருத்துவமனையில் சேர்க்கப்பட்டு அவர் உயிர் பிழைக்கிறார். நான்கு நிமிடங்களில் முடிந்த இந்தத் தாக்குதலில் கர்நாடக அதிரடிப்படையினர் கொண்டுபோன ஐந்து எஸ்.ஏல். ஆர். துப்பாக்கிகள், நானூறு தோட்டாக்களையும் வீரப்பன் கும்பல் கைப்பற்றினர். (மாதேவரன் மலை காவல் நிலைய வழக்கு எண்:-12/1993 24.5.1993).

வீரப்பன் தாக்குதலிலிருந்து கோபால் ஹோசூர் தப்பி வந்தபோது அனேஓலே என்ற இடத்தில் சாலையின் குறுக்கே வெட்டிப்போடப்பட்ட ஒரு மரம் கிடந்தது. அங்கிருந்து மாதேஸ்வரன் மலைக்கு வயர்லெஸ் மூலம் தகவல் சொல்லப்பட்டது. இன்ஸ்பெக்டர் டைகர் அசோக்குமார் தலைமையிலான போலீசார் அந்த இடத்துக்கு வந்தனர். அதற்கு முன்பாக அங்கிருந்த மக்கள் அந்த மரத்தை ஓரமாக இழுத்துப் போட்டு விட்டனர். அதன் பின்னரே கோபால் ஹோசூர் வண்டி அங்கிருந்து கிளம்பியது.

சனீஸ்வரன் கோயில்

அனேஓலே என்ற இடத்தில் மரம் வெட்டப்பட்ட நில உரிமையாளர் பாப்பன் என்பவர் கைது செய்யப்படுகிறார். இவர் பழங்குடி சமூகத்தைச் சேர்ந்தவர். அவரிடம்

மேற்கொள்ளப்பட்ட விசாரணையில், பாப்பனின் அண்ணன் புட்டா என்பவர் இண்டிகநத்தம் என்ற ஊரில் திருமணம் செய்துள்ளார் என்பது தெரிகிறது. இந்த ஊருக்குப் பக்கத்தில் உள்ள ஊர் பொரசல்நத்தம். அந்த ஊரைச் சேர்ந்த மீசை மாதேவப்பா என்பவர் வீரப்பனுடன் நெருக்கமாக இருந்தவர். மீசை மாதேவப்பாவுக்கும், புட்டாவுக்கும் பழக்கம் இருந்தது.

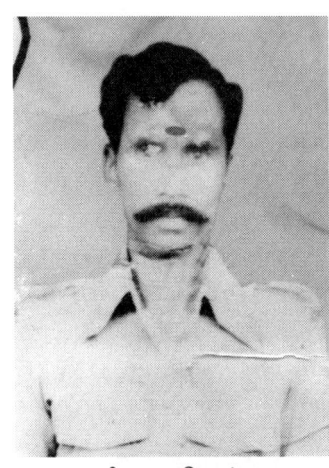

போதமலை தாக்குதலின்போது தப்பிவந்து டி.சி.எப். ஸ்ரீநிவாஸ் அவர்களிடம் சரணடைந்த வீரப்பன் கூட்டாளிகள் 21 பேரில் இந்த மீசை மாதேவப்பாவும் ஒருவர். இரண்டு மாதங்கள் முன்புதான் பிணையில் வெளியே வந்துள்ளார். தினமும் காலை 10.00 மணிக்கு மாதேஸ்வரன் மலை காவல் நிலையத்துக்கு வந்து கையெழுத்துப் போட்டுக்கொண்டு இருந்தவர். இந்த மீசை மாதேவப்பா போலீசாரின் நடவடிக்கைகளைத் தெரிந்து வீரப்பனுக்குச் சொல்லியுள்ளார். அவருடைய நண்பரான புட்டா யானை திம்பம் பகுதியிலிருந்து கோபால் ஹோசூர் வருவது பற்றி வீரப்பனுக்குச் சிக்னல் கொடுத்துள்ளார். மாதேஸ்வரன் மலையில் இருந்து வேறு வண்டிகள் மேலே வர முடியாதபடி புட்டா தன்னுடைய தம்பி பாப்பன் மூலமாக மரத்தை வெட்டி ரோட்டின் குறுக்கே போட்டுள்ளார் என போலீசார் சந்தேகப்பட்டனர். பெரும்பாலான அதிகாரிகள் இதை இன்றளவும் உண்மை என நம்பிக்கொண்டும் இருக்கின்றனர்.

மீசை மாதேவப்பா
(நன்றி: புட்மல் ஆச்சாரி)

பாப்பன், புட்டா, மீசை மாதேவப்பா என மூவரையும் பிடித்து வந்து ஒர்க்ஷாப் செட்டில் வைத்து உரித்து எடுத்தனர். பின்னர், புட்டா, மீசை மாதேவப்பா இருவரையும் சுட்டுக்கொண்டு விடுகின்றனர். 01.07.1993, அன்று பரங்கிப்பெட்டாவில் நடந்த என்கவுன்டரில் கொல்லப்பட்ட ஐந்து பேரில் மீசை மாதேவப்பாவும் ஒருவர். (மாதேஸ்வரன்

மலை காவல் நிலைய குற்ற எண்:- 14/1993). **18.08.1993** அன்று சங்கரனா மலையில் உள்ள நந்தி பிண்டுக்கல் அருகில் நடந்த என்கவுன்டரில் கொல்லப்பட்ட ஒன்பது பேரில் புட்டாவும் ஒருவர். *(மாதேஸ்வரன் மலை காவல் நிலைய குற்ற எண்:- 16/1993)* நல்ல வேளையாக பாப்பன் மீது தடா வழக்கு மட்டும் பதிவுசெய்து சிறைக்கு அனுப்பி விட்டனர்.

பாப்பன்

"அன்னைக்கு மொத நாள் ராத்திரியே நான் மலைக்குக் கீழே இருக்கும் எங்க மாமா மனைக்கு போயிட்டேன். ஹலேவூரில் இருக்கும் எனக்குத் தெரிஞ்ச பையன் காரே கவுடா, வீடு கட்ட ஒரு மரம் வேணுன்னு கேட்டான். எங்க ஜமீனில் பெஜில் மரம் இருக்கு. அதை வெட்டிக்கோன்னு சொல்லியிருந்தேன். அந்த பையன்தான் மரத்தை வெட்டிப் போட்டுட்டான். அந்தநேரம் பார்த்து போலீஸ் வண்டிமேலே வீரப்பன் சுட்டிருக்கான். போலீஸ் வந்து என்னைப் புடிச்சுட்டுப் போயிட்டாங்க. ஒர்க்ஷாப் செட்டில் என் கண்ணுக்கும், மூக்குக்கும் கரண்டு குடுத்து அடிச்சாங்க. அதிலே, காது மூக்கெல்லாம் கிழிஞ்சு போயிட்டுது. மூக்கில் கரண்டு வச்சு, வச்சு எடுத்ததில் தோல் எல்லாம் கருகிப்போயிட்டுது. எட்டு வருஷம் ஜெயிலில் இருந்திட்டு வரும்போது கண்கூட சரியாத் தெரியல..." என்கிறார் பாப்பன்.

இந்தியாவிலேயே முதன்முதலில் சிறப்புக் கூர் நோக்கு படை (Special Task Force) என்ற பிரிவைத் தொடங்கிய மாநிலங்கள் கர்நாடகமும் (18.4.1990) தமிழகமுமே (11.04.1993) ஆகும்.

*****

20

சங்கர் பிதிரியின் என்கவுன்டர் ஆரம்பம்

முதல் கார் உள்ள இடமே ஜீப் வரும்போது தாக்குதல் நடந்த இடம்

கோபால் ஹோசூரின் வண்டிக்குப் பின்னே சென்ற ஜீப்பில் பயணம் செய்தவர் பி.ஏ.சஞ்சீவா. அதிரடிப்படை வீரராக இருந்த இவர் தற்போது மைசூர் கே.எஸ்.ஆர்.பி. படைப்பிரிவில் ஏ.எஸ்.ஐ-யாக இருக்கிறார். அவரிடம் இந்தத் தாக்குதல் குறித்துப் பேசினேன்.

"காலை ஆறரை மணிக்கு எங்க டீமில் இருந்த 2 எஸ்.ஐ., 11 கான்ஸ்டபிள் எஸ்.பி. சாய்ப்ரு எல்லோரும் எழுந்து மாதேஸ்வரன் கோயிலுக்குப் போனோம். நடை திறந்ததும் எல்லோரும் சாமி தரிசனம் செய்தோம். வெளியே வந்ததும் வீரப்பன் கேங் தாளபெட்டா பக்கம் இருக்குன்னு மெசேஜ் வந்துச்சு. ஏழரை மணி இருக்கும் மூனு வண்டியையும் எடுத்துக்கிட்டு கிளம்பினோம். முதல் வண்டியில் ஒரு எஸ்.ஐ., ஒரு டிரைவர், நாலு கமண்டோ இருந்தாங்க. இரண்டாவது வண்டியில் எஸ்.பி. சாய்ப்ருவும், டிரைவர் மட்டும் இருந்தாங்க.

மூன்றாவது வண்டியில் என்னோடு சேர்ந்து ஆறு பேர் இருந்தோம். டைம் 7.50 இருக்கும்போது S பெண்டுக்கு போயிட்டோம், முதல் பெண்டு வளையும் போது ரோட்டிலே முன்னாலே கல் இருந்தது டிரைவருக்குத் தெரிஞ்சுது. என்ன செய்யலான்னு யோசிக்கும்போதே அந்த வண்டி மேலே மூன்று பக்கம் இருந்தும் பயர் ஆக ஆரம்பிச்சுது.

நெருப்பைப் பொருத்தி வீசி எரியும் கையெறி குண்டுகளையும் வீரப்பன் ஆளுங்க வீசினாங்க. அந்த இடம் முழுவதும் ஒரே புகை மூட்டமா இருந்தது. அதனாலே எந்தப் பக்கம் இருந்து பயர் ஆகுதுன்னு எங்களாலே தெரிஞ்சுக்க முடியலே. இரண்டாவது வண்டியிலிருந்த எஸ்.பி. சாய்ப்ரு கவுண்டர் பயர் செஞ்சுக்கிட்டே வண்டியை ரிவேர்சில் எடுக்கச் சொன்னார். வண்டி பின்னாலே வந்ததும், எங்க வண்டியையும் பின்னாலே எடுத்துக்கிட்டு வந்துட்டோம்.

எங்க வண்டிக்கு மேலே ஒரு பெரிய ஆலமரம் இருந்தது. அந்த மரத்து மேலே இருந்தும், எங்க ரெண்டு வண்டி மேலேயும் பயர் ஆக ஆரம்பிச்சுது. சேப்டியான இடத்துக்கு வந்து எஸ்.பி. சாய்ப்ரு வாக்கியில் இன்டியாவுக்கு (மாதேஸ்வரன் மலை கண்ட்ரோல் ரூம்) இன்பார்ம் பண்ணினார். அங்கிருந்த டைகர் அசோக்குமார் ஸாரை உடனே அந்த ஸ்பாட்டுக்கு வரச்சொன்னார். எங்களோட பயரிங் நடந்துக்கிட்டு இருக்கும் போதே டைகர் ஸாரும் அங்கே வந்துட்டார். ரெண்டு தரப்புக்கும் அடுத்த பத்து நிமிஷம் பயரிங் நடந்தது. கடைசியில் பார்க்கும்போது எங்க தரப்பில் ஆறு பேர் செத்துட்டாங்க. வீரப்பன் கேங்கில் எட்டு பேர் செத்துட்டாங்க...” என்றார்.

P.A. சஞ்சீவா

வீரப்பனைப் பிடிக்க கோபால் ஹோசூர் கடுமை யான நடவடிக்கைகளை மேற் கொண்டார். அவரைக் கொல்ல, வீரப்பன் திட்டமிட்டுத் தாக்குதல் நடத்தினார். அதிலிருந்து திறமை யாகத் தப்பிய கோபால் ஹோசூர்

அவசர நடவடிக்கை மேற்கொள்கிறார். கூடுதல் படைகளை வரவழைத்தார். நிகழ்விடத்தில் இருந்து பத்து கிலோமீட்டர் தொலைவில் இருந்த டைகர் அசோக்குமார் விரைந்து சென்று வீரப்பன் அணி மீது எதிர்த்துத் தாக்குதல் நடத்தினார். இதில், எட்டுப் பேர் கொல்லப்பட்டனர் என்று கதை கட்டினர். இந்தக் கதையில் நடித்த போலீசார் பலருக்கும் ஜனாதிபதி விருதும், வெகுமதியும் கிடைத்தன.

உண்மை என்ன என்பதை அப்போது கர்நாடக அதிரடிப்படையில் பணியாற்றிய அதிரடிப்படை வீரர் புட்மல் ஆச்சாரி சொல்கிறார். "கோபால் ஹோசூர் அவருடைய தங்கை திருமணத்துக்குப் பெங்களூர் போகும் செய்தி செங்கப்பாடி, பாலாறு, மாதேஸ்வரன்மலை என மூன்று முகாமிலும் இருந்த கமாண்டோஸ் எல்லோருக்கும் தெரியும். அவர் பெங்களூர் போவதற்கு முதல் நாள் இரவு ஓபன் மைக்கில் பேசினார்.

"என்னுடைய தங்கை திருமணத்துக்குப் போகிறேன். உங்கள் எல்லோரையும் விருந்துக்கு அழைக்கவேண்டும் என்றுதான் விரும்புகிறேன். ஆனால், நீங்கள் எல்லோரும் மிகமுக்கியமான வேலையில் இருக்கிறீர்கள். அதனால், உங்களைக் கூட்டிக்கொண்டு போகமுடியாத சூழ்நிலையில் நான் மட்டுமே பெங்களூர் போகிறேன். நாளை காலை இங்கிருந்து புறப்படுகிறேன். இரண்டே நாளில் திரும்பி வந்துவிடுவேன். வந்ததும் அந்த முக்கியமான வேலையில் உங்களோடு இணைந்து கொள்ளப்போகிறேன்" என்று சொன்னார். அப்போது மீசை மாதேவப்பாவும் மாதேஸ்வரன் மலையில்தான் இருந்துள்ளான். அவன்தான் வீரப்பனிடம் போய் இந்தத் தகவலைச் சொல்லியுள்ளான்.

அடுத்தநாள் காலை, கோபால் ஹோசூர் சாய்ப்ரு மேலே வீரப்பன் கேங் அட்டாக் பண்ணிட்டாங்கன்னு தகவல் கெடச்சுது. நாங்க மலையிலிருந்து கிளம்பிப் போனோம். அனேஓலே பக்கம் மரம் ரோட்டு மேலே கெடந்துச்சு. அந்த மரத்தை ஓரமாக ஒதுக்கிவிட்டு நாங்க திரும்பவும் ரங்கசாமி அட்டுக்குப் போனோம். போகும்போதே கோபால் ஹோசூர் ஜீப் எதிரில் வந்துச்சு. அப்போ நேரம் 8.15 இருக்கும். அடுத்த பத்து நிமிஷத்தில் நாங்களும் பயரிங் நடந்த ஸ்பாட்டுக்குப் போயிட்டோம். அங்கே ஒரு போலீஸ் ஜீப் நின்னுட்டு

இருந்தது. அதிலிருந்த ஆறு போலீசாரும் செத்துக் கிடந்தாங்க. ரோடெல்லாம் ஒரே ரத்தமா இருந்தது. அதைப் பார்த்ததும், எனக்கு பேஜாராயிட்டுது. மைசூரில் இருந்த பிதிரி சாய்ப்ருக்கு மெசேஜ் பண்ணினோம். "நான் வரும் வரைக்கும் யாரும் எங்கும் போகக்கூடாது. அங்கேயே இருங்க..."ன்னு மைக்கில் சொன்னார்.

தாளபெட்டா பக்கம் இருந்தும் வண்டிகள் எதுவும் வராமல் போனதால், இராமாபுரம் போலீசாருக்கு வயர்லஸ்சில் பேசினோம். ரங்கசாமி அட்டுக்கு அந்தப்பக்கமும் ஒரு மரம் ரோட்டுலே கெடக்குதுன்னு சொன்னாங்க. சங்கர் பிதிரி வருவதற்குள் மரத்தை அறுத்து எடுத்துட்டாங்க. பத்து மணிக்கெல்லாம் பிதிரி அங்கே வந்துட்டார். என்ன நடந்ததுன்னு பக்கத்தில் இருந்தவங்ககிட்டே விசாரிச்சார். என்கிட்டே ஒரு சீட்டுக் குடுத்தார். "ஒர்க் ஷாப் செட்டிலே இதைக் குடு..."ன்னு சொன்னார். நான் ஒர்க் ஷாப் செட்டுக்கு வந்து, அங்கிருந்த அதிகாரிங்ககிட்டே அந்தச் சீட்டைக் குடுத்தேன். அங்கிருந்த எட்டு பேரை வண்டியில் ஏத்துனாங்க.

"எதுக்கு சார்...?"ன்னு கேட்டேன்.

"வீரப்பன் அட்டேக் பண்ணின எடத்துக்கு இவங்களை கூட்டிப் போய் காட்டணும், வீரப்பன் அங்கிருந்து எந்தப் பக்கம் போயிருப்பான்னு தெரிஞ்சுக்கணும்" ன்னு சொன்னாங்க. 1) அம்மாசி, 2) மணி, 3)ஆண்டியப்பன், 4) அர்ஜுனன், 5) பெருமாள் (அர்ஜுனனின் மாமா), 6) ஐயந்துரை, 7) முருகேசன், 8) ராஜா (எ) மிஞ்சா இந்த எட்டுப் பேரையும் காக்கிச் சட்டை, போடவச்சி, கண்ணைக்கட்டி வண்டியில் ஏத்தினாங்க. கோபால் ஹோசூர் மேலே தாக்குதல் நடந்த இடத்துக்கு நான்தான் கூட்டிட்டுப் போனேன்.

புட்மல் ஆச்சாரி

ஐயந்துரை மாத்திரம் "எதுக்கு கூட்டிட்டுப் போறீங்க சார்..."ன்னு கேட்டான். "எனக்குத் தெரியலையப்பா அதிகாரிங்க உங்களைக்

கூட்டிட்டு வரச் சொல்லியிருக்காங்க..."ன்னு சொன்னேன். அவங்களைக் கூட்டிப்போய் சங்கர் பிதிரி சாய்ப்ருகிட்டே விட்டேன். மாதேஸ்வரன் மலையிலிருந்து சனீஸ்வரன் கோயில் போகும் வழியில் நந்தி சிலை இருக்கும். அதன் முகத்தைப் பார்த்தது போல எட்டு பேரையும், ஆளுக்கு ஒரு மரத்துக்குப் பக்கமாக நிறுத்தினார். அப்போத்தான் எனக்கு என்கவுன்டர் செய்யப் போறாங்கன்னு தெரிஞ்சுது.

"ஆண்டியப்பன் நல்ல ஆளு. அவன்கிட்டே நெறையா தகவல் கெடைக்குது. அவனை ஒன்னும் செய்யாதீங்க. அதுவுமில்லாமே இவங்களை எல்லாம் தமிழ்நாடு போலீஸ்தான் புடிச்சுட்டு வந்திருக்காங்க..."சார்ன்னு சங்கர் பிதிரிகிட்டே சொன்னேன்.

"போடா போலி மகனே..."ன்னு*(வேசி மகன்)* சொல்லி என்னை ஓரமா போகச் சொல்லிட்டார். சங்கர் பிதிரி சாதியில் லிங்காயத்தாக இருந்தாலும், அந்தி மாமிசம் தின்பார், மீன் தின்பார். அவருடைய வாயில் நல்ல வார்த்தைகளே வராது. கடைசியா எங்கிட்டேயும் ஒரு கன் கொடுத்து "நீயும் ஒருத்தனை அடி"ன்னு சொன்னார். "நான் இந்த வேலைக்கு வரல சார்..."ன்னு சொல்லிட்டேன்.

அதுக்குள்ளே ஆண்டியப்பனை டைகர் அசோக்குமார் சுட்டுட்டார். பக்கத்திலிருந்த ஆளுங்க, ஆளுக்கு ஒருத்தனைச் சுட்டுட்டாங்க. ஒரே நிமிஷத்தில் எட்டுப் பேரும் கீழே விழுந்துட்டாங்க. *(மாதேஸ்வரன் மலை காவல் நிலைய குற்ற எண்:- 12/1993).* பிறகு, அங்கிருந்து கொம்புதூக்கிப் பக்கம் வீரப்பன் ஆளுங்களைத் தேடிக்கிட்டுப் போற மாதிரி நாடகம் போட்டு காட்டுக்குள்ளே நடந்து போனாங்க. சாயங்காலமாத் திரும்பி மலைக்கு வந்தாங்க, எனக்கு மனசு ஒரு மாதிரி ஆயிட்டுது. இதெல்லாம் மதியம் ஒரு மணிக்கு முந்தியே நடந்து முடிஞ்சுட்டுது.

எனக்குத் தெரிய பவானிசாகர் காட்டிலே இருந்த N.S.மணி என்ற ஒரு வீரப்பன் கூட்டாளி மட்டுமே உண்மையான என்கவுன்டரில் கொல்லப்பட்டான். அதைத் தவிர மீதி எல்லாமே போலி என்கவுன்டர்களே." என்கிறார்.

கொளத்தூர் அருகிலுள்ள லக்கம்பட்டி என்ற ஊரைச்

போலி என்கவுன்டரில் கொல்லப்பட்டவர்கள் (நன்றி-நேத்ராராஜு, மைசூர்)

சேர்ந்த ஆண்டியப்பன், அவரது தம்பி மணி, அப்பா முத்துக்கவுண்டர் என மூவரையும் கூட்டு அதிரடிப்படை போலீசார் பிடித்துக் கொண்டு சென்றுள்ளனர். இவர்களுடன், போலீசாரால் பிடித்துச் செல்லப்பட்ட ஆண்டியப்பன் மகன் முருகேசன், "1993 மே 1 ஆம் தேதி சனிக்கிழமை காலையிலேயே போலீசார் வந்தாங்க. கூடவே நல்லூர் மாதையன், பாலவாடி பண்ணாடிகூட இன்னும் சில ஆள்காட்டிகளும் இருந்தாங்க. "இவங்களெல்லாம் வீரப்பனுக்கு சொந்தக்காரங்க"ன்னு ஆள்காட்டிங்க சொன்னதும் எங்களை வேனில் ஏத்திக்கிட்டுப் போனாங்க. கோவிந்தபாடி பக்கம் போகும்போது, செட்டிப்பட்டியில் இருந்து பால் கொண்டுட்டு வந்த பெருமாளையும் புடுச்சுத் தூக்கிப் போட்டுக்கிட்டுட்டாங்க.

மாதேஸ்வரன் மலை ஒர்க்ஷாப் செட்டில் 22 நாள்கள் நாங்க எல்லோரும் இருந்தோம். நானும், என் தங்கையும் சின்ன பசங்களா இருந்ததாலே எங்களை எதுவும் பண்ணலே. ஆனால், எங்கள் முன்னலேயே மற்றவங்களை எல்லாக் கொடுமைகளையும் பண்ணுனாங்க. நாங்க போன 22ஆம் நாள், காலையில் போலீசார் எல்லோருமே பரபரப்பா இருந்தாங்க. எங்க அப்பா, சித்தப்பாகூட இன்னும் ஆறுபேரைப் போலீசார் வெளியே கூட்டிக்கிட்டுப் போனாங்க. பிறகு, ராத்திரி எட்டு

மணிக்கு அப்பா காட்டியிருந்த லுங்கியைக் கொண்டாந்து போலீசார் என் மேலே போட்டுட்டுப் போனாங்க. எங்க அம்மாவுக்குக் கன்னடம் தெரியும், அங்கிருந்த போலீசார் பேசிக்கிட்டதை வெச்சே அப்பாவைக் கொன்னுடாங்கன்னு அம்மாவுக்குத் தெருஞ்சுபோச்சு. அடுத்தநாள், சாயங்காலம் எங்களை விட்டுட்டாங்க. என்னையும், தங்கச்சியையும் கூட்டிக்கிட்டு அம்மா(கமலா) ஊருக்கு வந்துட்டாங்க. அப்பவும் எங்க தாத்தாவை விடாமே அங்கேயே வச்சுக்கிட்டு இருந்தாங்க. இன்றைவரைக்கும் தாத்தா என்ன ஆனாருன்னே யாருக்கும் தெரியல.." என்கிறார் லக்கம்பட்டி முருகேசன்.

இந்த எட்டு பேரின் உடற்கூறு மருத்துவச் சான்றின் படி, மிகக் குறைவான தொலைவில் இருந்தே சுட்டுக் கொல்லப்பட்டிருக்கின்றனர் என்பதை நீதிபதி சதாசிவ ஆணையம் உறுதி செய்தது. அதனால், கொல்லப்பட்ட எட்டுப்பேரின் குடும்பத்துக்கும் ஐந்து இலட்சம் இழப்பீட்டுத் தொகை வழங்க அரசுக்கு உத்தரவிட்டது. போலீசார் மீதும் நடவடிக்கை எடுக்க அரசுக்குப் பரிந்துரை செய்துள்ளது. ஆணையம் சொன்னபடி கொல்லப்பட்டோர் குடும்பத்துக்கான இழப்பீட்டை மட்டுமே அரசுகள் கொடுத்துள்ளன.

அப்போது ஆனூர் காவல் ஆய்வாளர் பொறுப்பிலும், கர்நாடக அதிரடிப்படையிலும் இருந்த வெங்கிடுசாமி அவர்களிடம் பேசினேன். "எஸ்.பி.ஹரிகிருஷ்ணா கொல்லப் பட்ட பிறகு கர்நாடக *STF* க்கு வர உயர் அதிகாரிகள் எல்லோரும் பயப்பட்டாங்க. சல்ஹார் என்ற ஒரு *KSRP* டி.எஸ்.பி. மட்டுமே துணிந்து அந்தப் பொறுப்புக்கு வந்தார். அவர்தான் *STF* படையினருக்கு, ராணுவ வீரர்களைப்போல தோற்றம் கொண்ட ட்ரஸ் எல்லாம் கொண்டு வந்தவர். *STF* டீமை டெவலப் பண்ணுவதில் கொஞ்சம் தீவிரமாக இருந்தார். அவருக்குத் தேவையான அளவுக்குத் துப்பாக்கி, ஜீப் எல்லாம் குடுத்திருந்தாங்க. அவர்

லக்கம்பட்டி முருகேசன்

கொள்ளேகால் போனாலும், அங்கிருந்து மாதேஸ்வரன் மலைக்குப் போனாலும் அவருக்கு முன்பாக நான்கு வண்டிகள், பின்னால் நான்கு வண்டிகள் என எட்டு ஜீப்பில் போலீஸ் எஸ்கார்ட்டு வருவாங்க.

அப்போ STF டிரைவர் வேலைக்கு வரவே போலீசார் எல்லோரும் பயப்பட்டாங்க. அதனாலே, ஒவ்வொரு மாவட்டத்தில் இருந்து ஒரு டிரைவரை 15 நாள்கள் ஸ்பெஷல் டூட்டிக்காக STFக்கு அனுப்புவாங்க. அந்த டிரைவர் நேரா அனூர் ஸ்டேஷனுக்கு வந்திருவார். அங்கிருந்து மாதேஸ்வரன் மலைக்குப் போகணுன்னாலும் இந்த எட்டு ஜீப்பும் மலையிலிருந்து அனூருக்கு வரும். அந்த வண்டியில்தான் இந்த டிரைவர் போவார். போகப் போக ஒவ்வொரு மாதமும் ஒவ்வொரு ஜீப் கொறஞ்சுக்கிட்டே வந்து, கடைசியில் இரண்டு ஜீப் போனால் போதுன்னு முடிவு செஞ்சுட்டாங்க.

பிரகாஸ் பாளையத்து தமிழ் கிறிஸ்டியன் ஆள் ஒருத்தனை (பொன்னுசாமி) நானும், இன்ஸ்பெக்டர் மந்தப்பனும்தான் போயிப் புடிச்சுட்டு வந்தோம். மாதேஸ்வரன் மலையில் கொண்டாந்து விசாரிச்சுக்கிட்டு இருந்தோம். அப்போ மைசூர் டி.ஐ.ஜி. அஜய்குமார் சிங் வந்தார். அவரும் அந்த ஆளை விசாரிச்சார். "நான்தான் வீரப்பனுக்குச் சமையல் செஞ்சு குடுப்பேன். நானும், வீரப்பனும் தனியாவே வேட்டைக்கு எல்லாம் போவோம்"ன்னு சொன்னான்.

அவனுக்குக் கொஞ்சம் பணத்தைக் காட்டி, நாங்க ஒரு துப்பாக்கி குடுக்கறோம். நீ அந்தத் துப்பாக்கியை எடுத்துக்கிட்டுக் காட்டுக்குள்ளே போ, வீரப்பன் கூடவே கொஞ்சநாள் இருந்துக்கோ. சரியான நேரம் வரும்போது அவனைச் சுட்டுக்கொன்னுட்டுத் திரும்பி வந்திரணும். இந்த வேலையைச் செஞ்சிட்டு வந்துட்டா இந்தப் பணம் எல்லாம் உனக்குத்தான்னு சொல்லி ஒரு சூட்கேசில் இருந்த பணத்தைக் காட்டிட்டார். முதலில் போலீஸ்கிட்டே இருந்து தப்பிச்சாப் போதுன்னு அந்த ஆள் முடிவு பண்ணிட்டான். "நான் வீரப்பனைக் கொல்லாமே திரும்பமாட்டேன் சார்..."ன்னு சத்தியம் செஞ்சு சொல்லிட்டான்.

இந்த ஆலோசனைக் கூட்டம் அனூர் PWD விருந்தினர் மாளிகையில் நடந்தது. அப்போ மைசூர் டிஸ்டிக்ட் ஏ.டி.எஸ்.பி.

*T.*பசவராஜ் சார் வச்சிருந்த லைசென்ஸ்டு துப்பாக்கியை எடுத்த டி.ஐ.ஜி.அஜய்குமார் சிங் அந்த ஆள்கிட்டே குடுத்துட்டார். சொன்ன மாதிரியே பிரகாஸ்பாளையத்து ஆளும் காட்டுக்கும் போயிட்டான், வீரப்பனையும் பார்த்துட்டான். போலீசார் சொன்ன எல்லாத்தையும் வீரப்பன்கிட்டேயும் சொல்லிட்டான். போலீசார் கொடுத்த துப்பாக்கியையும் வீரப்பங்கிட்டே குடுத்துட்டான்.

அப்போத்தான் போலீசார் என்ன செய்யாறாங்க....? எப்படி விசாரிக்கிறாங்க...? எந்த வழியா போய், வந்துக்கிட்டு இருக்காங்க....? எத்தனை வண்டிகள் போகுது.? பெரிய போலீஸ் அதிகாரிகள் எல்லாம் எங்கே இருக்காங்க என்ற எல்லாத்தையும் விவரமா வீரப்பன் விசாரிச்சிருக்கான்.

ஒவ்வொரு ஆளையும் பிடிச்சதும் மாதேஸ்வரன் மலைக்குத்தான் விசாரணைக்கு கொண்டு போறாங்க. அங்கேதான் *S.P, D.S.P.* எல்லாம் இருக்காங்க. மாதேஸ்வரன் மலையிலிருந்து கொள்ளேகால் போகும் போதும், கொள்ளேகாலிலிருந்து மலைக்குப் போகும் போதும் ரெண்டு ஜீப் எஸ்கார்டு போகுது. ஒவ்வொரு வண்டிக்கும் நாலு போலீஸ் மட்டுந்தான் துப்பாக்கியோடு இருக்காங்க. பெரிய அதிகாரிகள் கிட்டத்தான் *AK 47* துப்பாக்கி இருக்குது. மத்த போலீசெல்லாம் *SLR, 303* துப்பாக்கிதான் வச்சிருக்காங்க என்ற விவரமெல்லாம் வீரப்பன் தெரிஞ்சுக்கிட்டான். இதற்குப் பிறகுதான் வீரப்பன் கோபால் ஹோசூர் வண்டி மீது தாக்குதல் நடத்தியிருக்கான். இது திட்டமிட்டு நடந்த தாக்குதல் அல்ல.

சம்பவம் நடந்த முதல் நாள் நானும், கொள்ளேகால் இன்ஸ்பெக்டர் மந்தப்பனும் ஈரோட்டுக்குப் பக்கத்திலிருந்த வெள்ளோடுக்குப் போனோம். அங்கிருந்த ஒரு தோட்டத்தில் கரும்பு போட்டு விவசாயம் செஞ்சுக்கிட்டு இருந்த பிலவேந்திரனைக் கைது செய்து மாதேஸ்வரன் மலைக்கு கூட்டிக்கிட்டு வந்தோம்.(1) இரவு ஒன்பது மணிக்கு டி.எஸ்.பி. மதுக்கூர் முசலேகிட்டே ஒப்படைச்சோம். தகவல் தெரிஞ்சு டி.ஐ.ஜி.சங்கர் பிதிரி சாரும், எஸ்.பி. கோபால் ஹோசூரும் வந்தாங்க. பிலவேந்திரனைப் புடிச்சுட்டு வந்ததில் இரண்டு பேருக்குமே பெரிய சந்தோசம். ரெண்டு பேரும் வந்து எங்களைப் பாராட்டினாங்க.

பிலவேந்திரன்
(நன்றி-அன்புராஜ், அந்தியூர்)

கோபால் ஹோசூர் "நாளைக்கு நான் பெங்களூருக்குப் போகிறேன்"ன்னு மந்தப்பா கிட்டே சொன்னார். "நல்லது சார், காலையிலே எங்க வீட்டிலே டிபன் சாப்பிட்டு விட்டுப் போகலா"ன்னு மந்தப்பா சொன்னார். "இல்லே மந்தப்பா, நான் மேட்டூர் வழியா பெங்களூர் போறேன். ரிட்டன் வரும்போது கட்டாயம் கொள்ளேகால் வழியாக வருகிறேன். உங்க வீட்டில் சாப்பிடறேன்"ன்னு எஸ்.பி.சார் சொன்னார். அடுத்து "நாங்க இரண்டுபேரும், கொள்ளேகால் போய்விட்டு காலையிலே வந்துடறோம் சார்..."ன்னு அவர்கிட்டே சொன்னோம்.

"எதுல போறீங்க...?"ன்னு கோபால் ஹோசூர் சார் கேட்டார்.

"என்னுடைய ஜீப்பில்தான் போகிறோம் சார்"ன்னு நான் சொன்னேன். "எஸ்கார்டு வேனை கவுதள்ளி வரைக்கும் எடுத்துக்கொண்டு போங்க..."ன்னு சங்கர் பிதிரி ஸார் சொன்னார். எஸ்கார்டு வண்டியில் தூங்கிட்டு இருந்த ஆள்களை நான் எழுப்பலான்னு போனேன். "எதுக்கு இந்த நேரத்தில் தூங்கிட்டு இருக்கிற பசங்களை எழுப்பறே. நாம ஆறு பேர் இருக்கோம். தனியாவே போயிடலாம். நமக்கு எதுக்குப்பா எஸ்கார்ட்..."ன்னு மந்தப்பா சொன்னார். சரின்னு என்னுடைய வண்டியை எடுத்தேன்.

இந்த வண்டியை எடுத்துட்டு நான் அடிக்கடி தமிழ்நாடு பக்கம் போயிட்டு வருவேன். அதனாலே ஜீப்புக்குத் தமிழ்நாடு பதிவு எண் எழுதியிருந்தேன். அந்த வண்டி போலீஸ் வண்டிபோல இருக்காது. தனியார் ஜீப் போலவே மாற்றம் செஞ்சி வச்சிருந்தேன். டிரைவர் சீட்டில் நான் உட்கார்ந்துட்டேன். முன்னாலே சீட்டில் மந்தப்பா ஏறிட்டார்.

பின்னாலே என்னோட கான்ஸ்டபிள்ஸ் ஜார்ஜ், மாதையன், சாமண்ணா, டிரைவர் பிரகாஸ் நாலு பேரும் இருந்தாங்க. எல்லோர்கிட்டேயும் ஏ.கே-47 கன் இருந்துச்சு. இரவு பத்து மணிக்குப் பக்கமா சனீஸ்வரன் கோயில்கிட்டே போயிட்டோம்.

அந்த நேரத்திலே நாலு பேர் கோயில்லே பூஜை பண்ணிட்டு இருந்திருக்காங்க. டிரைவிங் சீட்டிலிருந்ததாலே நான் அதைக் கவனிக்கலே. ஆனால், பக்கத்திலிருந்த மந்தப்பா இதைப் பார்த்துட்டார். "இந்த நேரத்திலே சனீஸ்வரன் கோயில்லே யாரு பூஜை செய்வாங்கன்னு...?"ன்னு என்கிட்டே கேட்டார்.

"ஆறு மணிக்கு மேலே இந்தப்பக்கம் யாரும் வரமாட்டாங்க. இனிமேல் பஸ்சும் இல்லே. மக்கள் யாரும் இருக்க மாட்டாங்களே...! சந்தேகமா இருந்தா வண்டியை நிறுத்தி விசாரிக்கலாமா...? சார்.."ன்னு கேட்டேன். இதற்குள்ளே ஆயிரம் மீட்டர் தாண்டிப் போயிட்டோம். "வேண்டாம், விடு போகலாம்..."ன்னு மந்தப்பா சொல்லிட்டார். அதனாலே, நாங்க நிற்காமே கீழே இறங்கி வந்துட்டோம்.

மறுநாள் காலையிலேதான் கோபால் ஹோசூர் மேலே வீரப்பன் தாக்குதல் நடத்திட்டான். முதல் நாள் இரவே வீரப்பன் ஆளுங்க ரங்கசாமி அட்டுக்கு வந்துட்டாங்க. பக்கத்திலிருந்த சனீஸ்வரன் கோயிலில் கொஞ்சம் ஆளுங்க இருந்திருக்காங்க. அங்கிருந்துதான் ரங்கசாமி அட்டுக்கு சிக்னல் குடுத்திருக்காங்க. கோபால் ஹோசூர் முதல்நாள் மேட்டூர் வழியாகத்தான் போறேன்னு சொன்னார். கடைசி நேரத்தில்தான் திட்டத்தை மாத்திக்கிட்டு இந்தப் பக்கம் வந்திருக்கார். ஒரு வேளை அவர் வராமல் போயிருந்தால், காலையிலே ஒன்பது மணிக்கு மேலே மாதேஸ்வரன் மலைக்குப்போகும் எங்க வண்டியை வீரப்பன் அட்டாக் பண்ணியிருப்பான்." என்றார் இன்ஸ்பெக்டர் வெங்கிடுசாமி.

உண்மை இப்படியிருக்க, வீரப்பன், கோபால் ஹோசூரைத் திட்டமிட்டுக் கொல்ல முயன்றார். அதற்கு, அனேஓலே பாப்பன், அவருடைய அண்ணன் புட்டா, பொரசல் நத்தம் மீசை மாதேவேப்பா எல்லோரும் உதவி செய்தனர் என்று போலீசார் தவறாக முடிவெடுத்துள்ளனர். அதனால் பத்துக்கும்

அதிகமான அப்பாவிகளைச் சுட்டுக் கொன்றுள்ளனர். இந்தத் தாக்குதலுக்கு உதவியதாக 92 பேரைக் கைது செய்தனர். அவர்கள் மீது "தடா" சட்டத்தின் கீழ் வழக்குப் போட்டனர். எட்டு ஆண்டு சிறை வைக்கப்பட்டனர். வழக்கு விசாரணை முடிவில் நான்கு பேருக்கு மட்டுமே ஐந்து ஆண்டு சிறைத் தண்டனை கிடைத்தது. அதுவும் மேல் முறையீட்டில் தள்ளுபடி செய்யப்பட்டது.

வீரப்பனைப் பிடிக்கவேண்டும் என்ற டி.ஐ.ஜி.சங்கர் பிதிரியின் நோக்கம் சரியானதாக இருக்கலாம். அவர் அப்பாவி மக்களிடம் நடந்துகொண்ட விதமே வீரப்பனை மிக மிக நல்லவராக மக்களிடம் காட்டிவிட்டது.

*****

(1) இந்த பிலவேந்திரன் வீரப்பன் கூட்டாளி, "பாலாறு குண்டுவெடிப்பின் போது காட்டுக்குள் இருந்த வீரப்பன் ஆள்கள் எங்களைத் கொல்லத் துப்பாக்கியுடன் வந்தனர். அதில், பிலவேந்திரன், சைமன், மீசை மாதையன், ஞானபிரகாசம் ஆகியோர் இருந்தனர். நான் இவர்களை எல்லாம் பார்த்தேன்" என்று தமிழ்நாடு போலீஸ் எஸ்.பி. கராத்தே கோபாலகிருஷ்ணன் அடையாளம் காட்டிச் சொன்ன பொய் சாட்சியத்தின் அடிப்படையில் அவருக்குத் தூக்கு தண்டனை விதிக்கப்பட்டது. சைமன் 15.4.2018 அன்றும், பிலவேந்திரன் 20.8.2020 அன்றும் சிறைக்குள்ளேயே உயிரிழந்தனர். மீசை மாதையன், ஞானப்பிரகாசம் இருவரும் 27 ஆண்டுகளாக மைசூர் சிறையில் இருக்கின்றனர்.

21

போலி என்கவுன்டர்கள்

கெத்தேசால் கிராமம்

ஏப்ரல் 9 பாலாறு குண்டு வெடிப்பில் ஐந்து போலீசார் உட்பட 22 பேர் பலி, மே 24 ரங்கசாமி அட்டு தாக்குதலில் ஆறு அதிரடிப்படை வீரர்கள் கொலை என வீரப்பன் கை ஓங்கிக்கொண்டே போனது. இதையடுத்து கர்நாடக அரசு, இந்திய எல்லைக் காவல் படையை உதவிக்கு அழைக்கிறது. 1400 வீரர்களைக் கொண்ட படைப்பிரிவு கர்நாடகாவுக்கு வருகிறது.

இந்திய ராணுவத்தின்மீது கை வைத்தால் நமக்கு நெருக்கடிகள் கூடுமென வீரப்பன் நினைக்கிறார். இதையடுத்து சில காலம் தலைமறைவாக இருக்கலாம் என்ற எண்ணத்தில் கேர்மாளம் காடுகளுக்குச் செல்கிறார். அங்குள்ள கெத்தேசால், பேடுகுழி என்ற இரு கிராமங்களுக்கும் இடையே நச்சுப்போளி என்ற பெரியகாடு உள்ளது.

தமிழக-கர்நாடக எல்லையில் மக்கள் நடமாட்டம் இல்லாத இந்தக்காட்டில் எந்தக் காலத்திலும் வற்றாத கோத்தலிக்கரை என்ற ஓடையும் இருக்கிறது. இங்கு யாருடைய கண்ணிலும் படாமல் மூன்று மாதங்களுக்கும் மேலாக வீரப்பன் ஆள்கள் தங்கியிருந்தனர். அப்போது வீரப்பன் கையிலிருந்த பணமெல்லாம் செலவாகி விட்டது. மேட்டூர் அருகிலுள்ள வாளங்குளிப் பள்ளத்தில் வீரப்பன் பணத்தைப் பதுக்கி வைத்திருந்தார். அதை எடுத்து வர வீரப்பன், கோவிந்தன், கொளந்தான் உள்ளிட்ட ஐந்து பேர் புறப்பட்டனர். ஆண்கள், பெண்கள், குழந்தைகள் என சுமார் 80 பேர் நச்சுப்போளிக் காட்டில் தங்கியிருந்தனர்.

இந்த இடத்திலிருந்து தெற்கே ஐந்து கிலோமீட்டர் தொலைவில் பழங்குடி மக்கள் வாழும் கெத்தேசால் என்ற ஊர் உள்ளது. இந்த இரண்டுக்கும் இடையே பசவன் பெட்டா என்ற மலை இருக்கிறது. கெத்தேசால் ஊரைச் சேர்ந்த மாடு மேய்ப்பவர்கள் சிலர் பசவன் பெட்டா மலை மீது ஏறியுள்ளனர். அங்கிருந்து பார்த்தால் நச்சுப்போளி காடுகள் ஓரளவுக்குத் தெரியும். செப்டம்பர் மாத இறுதியில் விடாமல் அடைமழை பெய்து கொண்டிருந்தது. அந்த நேரத்தில், மனித நடமாட்டமே இல்லாத அந்த காட்டுப்பகுதியில் ஒரு சில இடங்களிலிருந்து அடுப்பு எரியும்போது வெளியேறும் புகை தெரிந்தது. அந்த வழியாக வந்த கோயில் பூசாரி ஒருவரும் மாடு மேய்க்கும் சில ஆள்களும் புகை வருவதையும், காட்டுப்பகுதியில் சிலர் மலம் கழித்துள்ளதையும் பார்த்துள்ளனர். இந்தச் செய்தி மறுநாள் ஊர் கொத்தாலி குண்ணனுக்கும், பஞ்சாயத்துத் தலைவர் சடையனுக்கும் தெரிகிறது.

வனத்துறை, காவல் துறை அதிகாரிகளுக்கு நெருக்கமான தொடர்பிலிருந்தவர் ஜடையன். உள்ளூரைச் சேர்ந்த வேறு இரண்டு ஆள்களை அனுப்பி, அந்தக் காட்டுப்பகுதியை உளவு பார்த்துவிட்டு வரச்சொல்கிறார். பசவன் பெட்டா மலைகளுக்கு வடக்கே வீரப்பன் ஆள்கள் தங்கியிருந்த இடத்தை அவர்களுக்குத் தெரியாமல் கெத்தேசால் உளவாளிகள் நோட்டமிட்டனர். எத்தனை முகாம்கள் உள்ளன? தோராயமாக எத்தனை பேர் உள்ளனர்? என்ற விவரங்களை எல்லாம் தெரிந்து கொண்டுபோய் ஊர்த் தலைவரிடம் கூறியுள்ளனர்.

இந்தச் செய்தி அடுத்த நாளே ஆசனூரில் இருக்கும் தமிழ்நாடு அதிரடிப்படை உதவி ஆய்வாளர் மோகன்நவாஸுக்குத் தெரிகிறது. அதிரடியாகத் தாக்குதல் நடத்த இரு மாநில அதிரடிப்படையினரும் முடிவெடுத்தனர். கூடவே துணை இராணுவப்படையும் வந்தது. இதுதான் இருமாநில *STF* கூட்டு அணியின் முதல் கோம்பிங் ஆப்ரேஷன். நான்கு பக்கமும் இருந்து சரியான நேரத்தில், நச்சுப்போளி பகுதியைச் சுற்றி வளைக்கத் திட்டமிட்டனர். வடக்கே புளிஞ்சூரில் இருந்து அசோக்குமார் டீம். மேற்கே காரப்பள்ளத்தில் இருந்து மோகன்நவாஸ் டீம். தெற்கில் கெத்தேசால் பகுதியிலிருந்து கருப்புசாமி, செந்தில் இருவர் தலைமையிலான டீம் புறப்பட்டது. ஒவ்வொரு டீமிலும் இரு மாநில போலீஸும், துணை ராணுவமும் இருந்தன. ஒட்டுமொத்த நடவடிக்கையையும் எஸ்.பி. சஞ்சய் அரோரா கண்காணிக்கிறார்.

அரேப்பாளையம் பகுதியிலிருந்து தமிழ்நாடு அதிரடிப்படை கண்காணிப்பாளர் சஞ்சய் அரோரா, தமிழ்நாடு போலீஸ் *ADGP* பர்மன், கர்நாடக அதிரடிப்படை தலைவர் சங்கர் பிதிரி, *BSF DSP* ஒருவர் தலைமையில் இருபது *BSF* வீரர்கள் கொண்ட ஓர் அணி புறப்பட்டது. இந்த அணியை இன்ஸ்பெக்டர் சென்னமல்லன் வழி நடத்துகிறார்.

இதைப்பற்றி ஓய்வு பெற்ற *DSP* சென்னமல்லன் “கெத்தேசால் கோயில் பூசாரியிடம் விசாரித்ததில், மாரிநத்தம் பக்கம் யானைப்புல் காடு இருக்கும். அந்தக் காட்டுக்கு வடக்குப் பக்கம் ஒரு பெரிய மத்தி மரம் இருக்கும். அங்கிருந்து வடக்கே போனால், சுமார் 200 மீட்டர் தூரத்தில் இருந்து பார்த்தால் கீழே வீரப்பன் ஆளுங்க இருக்கும் இடம் தெரியுமுன்னு சொன்னான். அந்த இடத்துக்கு நாங்க போனோம். மத்தி மரத்துக்குப் பக்கமா நான் நின்னுக்கிட்டு, எங்க எஸ்.பி. சார்கிட்டே இங்கிருந்து 200 மீட்டர் போனால், கேங் இருக்கும் இடம் தெரியும் சார்ன்னு சொன்னேன். உடனே, எஸ்.பி. சார் அந்த இடத்துக்குப் போனார். அவருடன் முதல்வர் பாதுகாப்பு பிரிவில் பணியாற்றிய நான்கு எஸ்.எஸ்.ஜி காமண்டோக்கள் இருந்தாங்க. அவங்களையும் கூட்டிட்டுப் போனார்.

அங்கிருந்து பார்த்தப்போ கீழே வீரப்பன் கேங் இருந்தது தெரிந்தது. அங்கே ஆண்களைவிடவும் அதிகம்

பேர் பொம்பளைங்க இருந்திருக்காங்க, பெண்கள் மேலே துப்பாக்கிச் சூடு நடத்தலாமா...? வேண்டாமான்னு...? உயர் அதிகாரிகளுடன் பேசுவதற்காக அந்த நாலு காமன்டோக்களையும் அங்கேயே விட்டுட்டு சஞ்சய் அரோரா சார் நாங்க இருந்த இடத்துக்குத் திரும்பி வந்துட்டாங்க. அப்போ, "கீழே என்ன நடக்குதுன்னு மட்டும் பார்த்துக்கிட்டு இருங்கன்னு" நாலு பசங்ககிட்டேயும் சொல்லிவிட்டு வந்துட்டார்.

ADGP பர்மன் சார், DIG சங்கர் பிதிரி சார் எல்லோர்கிட்டேயும் இதைச் சொல்லிட்டு உடனே வால்டர் தேவாரம் சாருக்கு மெசேஜ் பண்ணினார். அவர் "எந்தக் காரணம் கொண்டும் பெண்களைக் கொல்லக்கூடாது. அவங்களை உயிரோடு பிடிக்கப் பாருங்க..."ன்னு சொன்னார் என்கிறார்.

கெத்தேசால் கிராமத்தின் மேற்குப் பக்கம் இருந்து சென்ற அணியினர் பசவன்பெட்டா மலையைக் கடந்து வீரப்பன் குழுவினர் இருந்த பகுதிக்கு முதலில் சென்று சேர்ந்தனர். இன்ஸ்பெக்டர் ஹுசைன் அணியைச் சேர்ந்த சுப்பையா என்பவரே இந்த அணியில் முதலில் போகிறார். ஹுசைன் அணியினர் எங்கே போனாலும், ஓர் ஆளுக்கும் இன்னோர் ஆளுக்கும் ஐம்பது அடி தொலைவு உள்ளது போலவே போவர். இரண்டாவதாகப் போகும் ஆளின் பார்வையில் மறையும் நிலையில் முதல் ஆள் நின்று கை காட்டுவார். அதற்குப் பிறகு, இரண்டாம் ஆள் தனக்குப் பின்னால் உள்ளவருக்கு கை காட்டிவிட்டு முன்னேறுவார். இரண்டாம் ஆள் முதல் ஆள் உள்ள இடத்துக்குப் போன பின்னரே முதல் ஆள் அடுத்த நகர்வுக்குப் போவார். பெரும்பாலும், சுப்பையா என்பவரே முதல் ஆளாக போவார், அன்றும் அவரே போகிறார்.

முதல் ஆளாகப்போன சுப்பையாவின் பார்வையில் வீரப்பன் கேங் படுகிறது. ஒரு பள்ளத்துக்கு அடுத்துள்ள மலையில் அர்ஜுனன் ஒரு பாறை மீது உட்கார்ந்து கொண்டு இருக்கிறார். சுப்பையாவின் துப்பாக்கிப் பார்வையில் அர்ஜுனன் வருகிறார். இரண்டாம் ஆளைப் பக்கத்தில் வரச் சொன்ன சுப்பையா, அர்ஜுனனைச் சுடுவதற்கு உயர் அதிகாரிகளிடம் அனுமதி கேட்டுள்ளார். வழக்கம் போலவே உயர் அதிகாரிகள் பக்கத்தில் வரவும், அவர்களிடம் இருந்து பயரிங் அனுமதி

வரத் தாமதமானது. சுப்பையா கேங்கை பார்த்து விட்டது குறித்தும், அவர் சுடுவதற்கு அனுமதி கேட்பது குறித்தும் தகவலறிந்த கர்நாடக எஸ்.டி.எப். அதிகாரிகள் வடக்குப் பக்கம் இருந்து அந்த இடத்தை நோக்கி ஜி.பி.எஸ். கருவியின் வழிகாட்டுதல் மூலம் முன்னேறி வந்துள்ளனர்.

புதரில் பதுங்கியிருந்த ஒரு கேளையாடு கெத்தேசால் பக்கம் இருந்து சென்ற வீரர்களைப் பார்த்து விட்டது. பயத்தில் எழுந்து எதிர்த் திசையில் வடக்கே ஓடியது. அந்தக் காட்டைச் சுற்றிலும் போலீசார் துப்பாக்கியோடு சூழ்ந்திருந்தனர். மனிதர்களைப் பார்த்த பயத்தில் அங்கும் இங்கும் ஓடிய கேளையாடு கடைசியாக காரப்பள்ளம் பக்கம் இருந்து வந்துகொண்டிருந்த வீரர்கள் இருந்த பகுதிக்குள் புகுந்தது. சாப்பாடு செய்யச் சமையல் பாத்திரத்துடன் வந்த ஒரு கர்நாடகப் படை சமையல் ஆள் மீது ஆடு மோதியது. அவர் கையிலிருந்த அலுமினியப் பாத்திரம் கீழே விழுந்து பாறையில் உருண்டோடியது.

இந்தச் சத்தத்தில், வீரப்பன் கேங் சுதாரித்து அந்த இடத்திலிருந்து தப்ப முயற்சி செய்கிறது. மேற்குப் பக்கம் இருந்த ஹுசைன் அணியினர் மீது அர்ஜுனன் துப்பாக்கியில் சுட்டுள்ளார். இதனால், ஆத்திரமடைந்த இரு மாநிலப் போலீசாரும் கண் மூடித்தனமாக துப்பாக்கிச் சூடு நடத்தினர். அங்கிருந்த ஆண்கள், பெண்கள் என எல்லோரும் சிதறி ஓடினர்.

சங்கர் பிதிரி, பர்மன் உள்ளிட்டவர்கள் நின்ற இடத்தில் துப்பாக்கிச் சூடு நடக்கும் சத்தம் கேட்கிறது. அவர்கள் ஓடிவந்து பள்ளத்தைப் பார்க்கும்போது பெண்கள் குழந்தைகள் எனப் பலரும் துப்பாக்கிச் சூடு நடந்த இடத்திலிருந்து கிழக்கு, வடக்குப் பக்கம் ஓடிக்கொண்டிருந்தனர். சஞ்சய் அரோரா காவலுக்கு வைத்துவிட்டு வந்த நான்கு பேர் என்ன செய்வது என்று தெரியாமல் நின்று கொண்டிருந்தனர். அதற்குப் பிறகு அங்குவந்த சென்னமல்லன் "என்ன ஆச்சு...?" என்று கேட்கிறார்.

மேற்குப் பக்கம் இருந்து துப்பாக்கிச்சூடு ஆரம்பித்தது குறித்து தெரிந்து கொள்கிறார். இந்தநேரத்தில் அவருக்குப்

பின்னால் இருந்த பி.எஸ்.எப். வீரர்கள் *LMG* மூலம் குறுகிய தொலைவுக்கான ராக்கெட் குண்டுகளை வீரப்பன் குழுவினர் இருந்த இடத்தை நோக்கி அடித்தனர். பாதுகாப்புக் கருவிகள் இல்லாமல் நின்று கொண்டிருந்த இன்ஸ்பெக்டர் சென்னமல்லன் காதுக்குப் பக்கத்தில் *LMG* வெடித்ததில் அவருடைய காது நிரந்தரமாகக் கேட்கும் திறனை இழந்தது.

இந்தத் தேடுதல் நடவடிக்கையில் ஈடுபட்ட ஓய்வுபெற்ற காவல்துறைக் கண்காணிப்பாளர் கருப்புசாமி அவர்களிடம் பேசினேன். "வீரப்பன் ஆளுங்க தங்கியிருந்த நச்சுப்போளி என்ற இடம் சுற்றிலும் மலைகள் சூழ்ந்து இருந்தது. எங்க டீம் வீரப்பன் ஆளுங்க இருந்த இடத்தைப் பல வழிகளில் சுற்றி வந்துட்டாங்க. ஆனா, ஒவ்வொரு மலைக்கும் இடையில் ஒரு டீம் இருந்ததாலே, எங்க கையிலிருந்த மைக் வேலை செய்யவில்லை. ஆல்பா *(Alfa)* டீம் டெல்டா *(Delta)* டீமைத் தொடர்பு கொள்ள முடியலே. அதனாலே, ஆல்பா டீம் நெஸ்ட் *(Nest)* டீமுக்குத் தகவல் கொடுத்து, நெஸ்ட் டீம் இன்னொரு டீமுக்குத் தகவல் கொடுக்கும். அந்த டீம் சம்மந்தமே இல்லாத ஒரு இடத்திலிருந்து டெல்டா டீமுக்கு மெசேஜ் பாஸ் செய்ய வேண்டியதாயிட்டுது. இதற்கான பதிலும், சுற்றிச் சுற்றித்தான் வந்துச்சு.

நச்சுப்போளி காட்டிலே ஆள் உயரத்துக்கு மேலே கெனாங்கு புல் வளர்ந்திருந்தது. எங்களால் உள்ளே நுழையவே முடியவில்லை. வீரப்பன் கேங் எல்லோரும் போன பின்னாலேதான் நாங்க அங்கே போனோம். அந்த இடத்தில் கெனாங்கு புல் அறுத்து மேய்ந்த நாற்பது குடிசைகள் இருந்தன. ராகி மாவு அரைக்கும் கல் இருந்தது, மூன்று இடங்களில் சமையல் செய்திருந்தனர். நாங்க போன நேரத்தில் போண்டா சுட்டுக்கொண்டு இருந்தனர். வயதானவர்கள், குழந்தைகள் எல்லோருமே இருந்திருக்காங்க. ஒரு சில குடிசைகளில் மூங்கில் கட்டில்களும் இருந்தன. வீரப்பன், அவனுடைய மனைவியும் இருந்த குடிசை, மற்றதைக் காட்டிலும் கொஞ்சம் வசதியாக இருந்தது. அங்கிருந்த புளூ கலர் பிளாஸ்டிக் சீட்டில் *M.*வீரப்பன் என்று எழுதியிருந்தது. குடில்கள், அங்கிருந்த உணவுப்பொருள்கள் அனைத்தையும் நெருப்பு வைத்து அழித்துவிட்டு வந்தோம். தமிழ்நாடு *STF* ஆரம்பிக்கப்பட்டு

ஆறுமாதமே ஆகியிருந்தது. ஒட்டு மொத்த அணியும் இந்த ஆபரேஷனில் ஈடுபட்டது. இது எங்களுக்கு மிகப்பெரிய அனுபவத்தைக் கொடுத்தது." என்கிறார்.

அடுத்து, வீரப்பன் அவரது கூட்டாளிகள் தங்கியிருந்த கூடாரங்கள், உணவுப் பொருள்கள் அனைத்தையும் நெருப்பு வைத்து அழித்துவிட்டு முப்படை வீரர்களும் அங்கிருந்து வெளியேறினர்.

நெருப்பு வைக்கும் கர்நாடக எஸ்.டி.எப். எல்லைக் காவல் படையினர்.
(நன்றி: புட்மல் ஆச்சாரி)

நச்சுப்போளி காட்டிலிருந்த பிரிந்தவர்கள் மீண்டும் ஒன்று கூட வழியில்லாத நிலை ஏற்பட்டது. ஏனெனில் குறைவான வழித் தடங்களுடன் காடு பெரியதாக இருந்தது. அதே நேரத்தில் தொடர்ந்து மழை பெய்து கொண்டிருந்த காரணத்தினால் வீரப்பன் ஆள்கள் பல குழுக்களாகப் பிரிந்து விடுகின்றனர். வீரப்பன் மனைவி முத்துலட்சுமி உள்ளிட்ட பல பெண்கள் அடுத்தநாள் அந்தப் பகுதியிலேயே கைது செய்யப்படுகின்றனர். சில பெண்கள் சத்தியமங்கலம்-சாம்ராஜ்நகர் சாலையில் பேருந்து போகும் சத்தத்தை கேட்டு அந்தப் பக்கம் போகின்றனர். வழியில் இருந்த அதிரடிப்படை போலீசாரால் கைது செய்யப்படுகின்றனர்.

வீரப்பன் குழு சிதைந்து விட்டது. வீரப்பன் குழுவிலிருந்த

ஒவ்வொருவரும் அவருடைய சொந்த ஊருக்குத்தான் வருவார்கள் என்பதை இருமாநில அதிரடிப்படையினர் கணித்தனர். அதிரடிப்படை தலைமை அந்தந்தப் பகுதியிலிருந்த தங்கள் உளவுப்பிரிவுக்குத் தகவல் அனுப்பினர். உளவாளிகள் மூலம் போலீசார் கண்காணிப்பைப் பலப்படுத்தினர்.

மாமரத்துக்காடு ஆறுமுகம், கருங்கல்லூர் ராமசாமி உள்ளிட்ட ஆண்கள் சிலர் ஓர் அணியாகப் பிரிந்து சேலம் மாவட்டம் கொளத்தூர் பகுதிக்குச் செல்கின்றனர். போதமலை, கத்திரிமலைச் சரிவுகளில் உள்ள பள்ளங்களில் தங்கி, தலைமறைவாக இருந்துள்ளனர். மீண்டும் வீரப்பனைச் சந்திக்கவும் முடியாமல், கையிலிருந்த பணமெல்லாம் செலவான நிலையில், செலவுக்குப் பணம் வேண்டுமெனத் தங்களுக்குத் தெரிந்தவர்களின் வீடுகளுக்குச் சென்று பண உதவி கேட்டுள்ளனர். ஒரு சிலர், போலீசில் சரணடையும் முடிவில், தங்களின் சொந்த ஊர்களுக்கு வந்துள்ளனர். இதில், மாமரத்துக்காடு ஆறுமுகமும் ஒருவர். இவர் உள்ளூர் பிரமுகரான பாலவாடி பண்ணாடி பொன்னுசாமிக்கு ஆள் அனுப்பியுள்ளார்.

அதற்கு பிறகு நடந்ததை பண்ணாடியே சொல்கிறார். “பாலாறு குண்டுவெடிப்புக்கு பின்னாலே, தேவாரமும், சங்கர் பிதிரியும், கையில சிக்குனவங்களை எல்லாம் கொண்டுட்டுப் போயி சுட்டுக் கொன்னுக்கிட்டு இருந்தாங்க. வீரப்பன் கும்பல் காட்டுக்குள்ளே பிரிஞ்சு போச்சுன்னு தெரிஞ் சதும், எனக்குத் தெரிஞ்ச வீரப்பங்கூட இருக்குற ஆளுங்க வீடுகளுக்கெல்லாம் நானே நேரிலே போனேன். “யாராவது வெளியில் வந்தா சத்தமில்லாம எங்கிட்டே வந்து சொல்லுங்க. சேலத்துக்குக் கூட்டிக்கிட்டுப் போயி வக்கீல் மூலமா கோர்டில் சரண்டர் செய்வோம். அப்பத்தான் உயிருக்குப் பாதுகாப்பு இருக்கும்”ன்னு சொல்லிவிட்டு வந்தேன்.

ஒருநாள் காலையிலே கத்திரிப்பட்டியில் ஒரு கல்யாணம், அதுக்குப் போயிட்டேன். இந்தப் பையன் மாமரத்துக்காடு ஆறுமுகம் வந்திருக்கான்னு வந்து எனக்குத் தகவல் வந்தது. காவேரிபுரத்திலிருந்து ஒரு டெம்போவை எடுத்துக்கிட்டு அவன் தங்கியிருந்த தாவிற்குப் போனேன். எனக்கு முன்னேமே ஆறுமுகத்தை சுத்திலும், ஒரு நூறுபேர் திரண்டு நிக்கறாங்க.

இன்னுமா போலீசுக்கு தகவல் போகாம இருக்கப் போகுதுன்னு சந்தேகம். இருந்தாலும், அவனை டெம்போவில் ஏத்தி சீக்கிரமா மேட்டூர் போலான்னு கூட்டிக்கிட்டுப் போனோம். கொளத்தூர் தாண்டி மூலக்காட்டுக்கு பக்கமா போகும்போது அதிரடிப்படை ஜீப் எதிரில் வந்தது.

பாலவாடி பண்ணாடி
பொன்னுசாமி

எஸ்.ஐ. ராமலிங்கம், எங்களை வளைச்சு வண்டியை நிறுத்திக்கிட்டார், கண் மூடித் தெறக்கறதுக்கு உள்ளே இருந்த ஆறுமுகத்தை அவங்க வண்டிக்கு தூக்கிக் கொண்டு போயிட்டாங்க. ஒரு மாசம் போன பின்னாலே, பவானிசாகர் பக்கம் நடந்த சண்டையில் ஆறுமுகத்தை நாங்க கொன்னுட்டோமுன்னு சொல்லி பேப்பரில் போட்டிருந்தாங்க. காட்டுக்குள்ளே போலீசார் ஒருத்தனைக்கூடச் சுட்டுக் கொல்லவில்லை. எல்லாமே இங்கிருந்து புடுச்சிக்கிட்டு போயித்தான் கொலை செஞ்சாங்க...” என்கிறார். *(சத்தியமங்கலம் காவல்நிலைய வழக்கு எண்:-650/93 இல் சுண்டா வெள்ளையன், மாமரத்துக்காடு ஆறுமுகம், அஞ்சிபாளையம் ஆறுமுகம், மேட்டுப்பளையூர் சம்பு ஆகிய நால்வரும் சுட்டுக் கொல்லப்பட்டதாக காவல்துறை பதிவுகளில் கூறப்பட்டுள்ளது).*

சேலம் மாவட்டம், காவேரிபுரம் பஞ்சாயத்து கருங்கல்லூரைச் சேர்ந்த சின்னக்குழந்தை மகன் இராமசாமி. இவர் கத்திரிமலை, போதமலை காடுகளுக்குச் சென்று கூடை செய்வதற்கு ஏற்ற கல் மூங்கில் வெட்டிக் கொண்டுவந்து கொளத்தூர் சந்தையில் விற்பனை செய்வார். அதில் கிடைக்கும் காசில் இரண்டு குழந்தைகள், மனைவி இராசம்மாவுடன் கருங்கல்லூரில் வாழ்ந்து வந்தார்.

1992-93ஆம் ஆண்டுகளில் கத்திரிமலை காடுகளில் தங்கியிருந்த வீரப்பனை மூங்கில் வெட்டப்போன இராமசாமியைச் சந்திக்கிறார். ஓரிரு நாள்கள் வீரப்பனுடன் தங்கியுள்ளார். இந்தச் செய்தி அதிரடிப்படையின் தலைவராக இருந்த கராத்தே கோபாலகிருஷ்ணனுக்குத் தெரிந்தது. இராமசாமியின் வீட்டுக்கு அவரைத் தேடிச்

சென்றது அதிரடிப்படை. கோபாலகிருஷ்ணனிடம் அடி வாங்கப் பயந்த இராமசாமி காட்டுக்குள்ளேயே தங்கினார். வீரப்பன் ஆள்களுக்குச் சாப்பாடு செய்து போட்டுக்கொண்டு இருந்துள்ளார். அதனால், இவருடைய பெயர் சாப்பாட்டு இராமசாமி. வெளியில் போலீசாரின் நெருக்கடிகள் அதிகமானதைத் தொடர்ந்து, இராமசாமி காட்டுக்குள்ளேயே தங்கினார். ஒருபோதும் இராமசாமி துப்பாக்கியைத் தூக்கிக் கொண்டு சண்டைக்கு போனதில்லை.

இவர் காட்டுக்குள் இருந்த நேரத்தில், வீரப்பன் இரு முக்கிய தாக்குதல்களை நடத்துகிறார். இதில், இராமசாமிக்கு எந்தத் தொடர்பும் இல்லை. இருந்தாலும், இரு வழக்கிலும் போலீசார் ராமசாமியைக் குற்றவாளியாகச் சேர்க்கின்றனர். பாலாறு குண்டுவெடிப்பு வழக்கில் (09/1993) 115-வது குற்றவாளியாகவும், கர்நாடக அதிரடிப்படைக் கண்காணிப்பாளர் கோபால் ஹோசூர் தாக்கப்பட்ட வழக்கில் (12/1993) 16-வது குற்றவாளியாகவும் சேர்க்கப்படுகிறார். இதனால், இராமசாமி தொடர்ந்து காட்டுக்குள்ளேயே இருக்கிறார். நச்சுப்போளி தாக்குதலில் தப்பி, கத்திரிமலைப் பக்கமாக வந்த இராமசாமி தனது வீட்டுக்கு ஆள் அனுப்பியுள்ளார். அவருடைய ஒன்று விட்ட தம்பியும், தற்போதைய பாட்டாளி மக்கள் கட்சியின் கொளத்தூர் ஒன்றிய செயலாளருமான மாரப்பன், மேலும் சிலர் சேர்ந்து இராமசாமியை அழைத்துக் கொண்டுபோய் மேட்டூர் நீதி மன்றத்தில் ஒப்படைத்துள்ளனர்.

சாப்பட்டு ராமசாமி

கொளத்தூர் போலீசாரிடம் விசாரணை செய்த நடுவரிடம், இவர் மீது எந்த வழக்கும் இல்லை என்று உதவி ஆய்வாளராக இருந்த இராமலிங்கமும், மேட்டூர் காவல் ஆய்வாளராக இருந்த சம்பத்குமாரும் சொல்லி விட்டனர். "வழக்கில் தொடர்பில்லாத உங்களை ரிமாண்ட் செய்ய முடியாது." என்று சொன்ன நடுவர், அன்று மாலையே இராம

சாமியை வெளியே அனுப்பி விட்டார்.

வெளியே வந்த இராமசாமியை உன் மீது தமிழ்நாட்டில் எந்த வழக்கும் இல்லை. ஆனால், கர்நாடகாவில் வழக்கு உள்ளதாக வயர்லஸ் செய்தி வந்துள்ளது என்று சொல்லி, அதிரடிப்படை ஆய்வாளர் அசோக்குமார் அவரைப் பிடித்துக்கொண்டு போகிறார். பலமுறை மேட்டூர் அதிரடிப்படை முகாமுக்கு போயும் கணவரைப் பார்க்க முடியவில்லை. இரண்டு மாதங்களுக்கு பின்னர், "இராமசாமியை கர்நாடக போலீசார் விசாரணைக்காகக் கூட்டிக்கொண்டு போயிருக்காங்க. அடுத்த வாரம் வா..." என்று சொல்கிறார் எஸ்.ஐ. இராமலிங்கம். அடுத்தவாரம் சென்றபோது "உன் வீட்டுக்காரனுக்கு உங்க சாதி வழக்கப்படி செய்ய வேண்டிய காரியங்களை செஞ்சுபோடு.. அவன் கதை முடிந்து விட்டது...." என்று கொளத்தூர் எஸ்.ஐ.ராமலிங்கம் சொல்லி விட்டார்.

"எங்கே கொன்னாங்க, எப்படிக் கொன்னாங்க எதுவுமே எங்களுக்குத் தெரியாது. இரண்டு கொளந்தைகளை வச்சுக்கிட்டு நானும் போகாத இடமெல்லாம் போய்ப் பார்த்துட்டேன். என் புருசனின் எலும்பைக்கூட போலீசார் என்கிட்டே குடுக்கலே. சதாசிவம் கமிசன் விசாரணைக்கு வந்தப்பா நானும் நேரில் போய்ப் புகார் கொடுத்தேன். உன்னுடைய புருஷனை என்ன

ராசம்மாள், குமார்.

செஞ்சாங்கன்னு தெரியாமே நாங்க என்ன நடவடிக்கை எடுக்கமுடியுமுன்னு...?ன்னு சொல்லிட்டாங்க...." என்றார் இராமசாமியின் மனைவி ராசம்மாள்.

இராமசாமி கொல்லப்பட்ட நேரத்தில் எட்டு வயது சிறுவனாக அவருடைய மகன் குமாரிடம், *சாம்ராஜ்நகர் கிழக்கு காவல் நிலைய குற்ற எண்:- 154/1993. Date:- 23.12.1993* என்ற வழக்கில், கோட்டையூர் மணி, சாப்பாட்டு இராமசாமி இருவரும் என்கவுன்டரில் கொல்லப்பட்டதாகப் பதிவு செய்யப்பட்டுள்ள வழக்கு விவரங்களைக் கொடுத்து விட்டு வந்தேன். தொட்டநல்ல பெட்டா காட்டுப்பகுதியில் உள்ள சின்னாற்றுப் பள்ளத்தில் பதுங்கியிருந்த வீரப்பன் குழுவினர் மீது கர்நாடக அதிரடிப்படையினர் தாக்குதல் நடத்தியதில் இந்த இருவரும் கொல்லப்பட்டதாக வழக்குப் பதிந்துள்ளனர்.

*****

பள்ளம் – மலைப்பகுதிகளில் தண்ணீர் சுரக்கும் சுனை, ஊற்று போன்ற ஏதாவது ஒரு நீர் ஆதாரத்தைக் கொண்டு தொடங்கும் நீர் வழித் தடத்தையே பள்ளம் என்று சொல்கின்றனர். மழைக்காலங்களிலும், அதன் பின்னர் சில மாதங்கள் வரை பாறை இடுக்குகளில் வழிந்து வரும். இதிலிருந்து, நீரை வெளியே கொண்டுசெல்லும் நீர்வழிப் பாதையே பள்ளம் எனப்படுகிறது.

22

சுட்டுக் கொன்றுவிட்டு வந்து சாமி கும்பிட்டனர்...

மேலும் ஒரு போலி என்கவுன்டர் பற்றி கர்நாடக அதிரடிப்படை காவலராக இருந்த புட்மல் ஆச்சாரி சொல்வதைக் கேட்போம் : "கோட்டையூர் மணி ஊர் பக்கம் வந்திருக்கான்னு எங்களுக்குத் தகவல் கெடச்சுது, உடனே கோட்டையூர் போனோம், பரிசல் மாதையன், குப்புசாமிக் கவுண்டர் இருவரையும் பார்த்து "மணி வந்தா எங்களுக்குத் தகவல் குடுங்கன்னு..." சொல்லிட்டு வந்தேன். இரண்டு நாள்களுக்குப் பின் என்னையும், கோபி என்ற கான்ஸ்டபிளையும் குப்புசாமிக் கவுண்டர் வரச்சொல்லியிருந்தார். நான் கங்காதரய்யா டி.எஸ்.பி. இடம் பேசி அனுமதி வாங்கினேன். கோட்டையூர் மணியிடம் துப்பாக்கி இருக்கு, எதாவது பிரச்சனை வருன்னு பயப்பட்டார். "ஒன்னும் ஆகாது நாங்க பார்த்துக்கிறோம்" ன்னு சொல்லிட்டுப் போனோம்.

நாங்க ஒரு மாத்திரையைக் கொடுத்து அதை தண்ணீரில் போட்டு மணிக்குக் குடுக்கச் சொன்னோம். அதே மாதிரி செய்தாங்க. தண்ணி குடுச்ச அரைமணி நேரத்தில் மலைமேலே இருந்த கோட்டையூர் மணி மயக்கத்தில் தள்ளாடினான். நாங்க அந்த சின்ன மலைமேல போனோம். தப்பிக்க முயற்சி செய்தான். அவன் வாயில் மண்ணை அள்ளிப்போட்டு மூடிக்கொண்டோம். "சத்தம் போட்டா, வயிற்றுக்குள்ளே மண் போயிடும். அப்புறம் உன்னை யாரும் காப்பாற்ற முடியாது" என்று சொல்லி அவனைப் பிடுச்சுக் கையைக் கட்டி, டி.வி.எஸ் மொபட்டில் வைத்து நள்ளிரவில் பாலாறு கூட்டிக்கொண்டு வந்தோம்.

பாலாற்றில் இருந்து இந்தியா *(M.M.Hills)*வுக்கு கோட்டையூர் மணி பிடித்துக்கொண்டு வந்தது குறித்து தகவல் கொடுத்தேன். டி.எஸ்.பி. மதுக்கர் முசலே, இன்ஸ்பெக்டர் மாரிசாமி இருவரும் உடனே இந்தியாவுக்குக் கொண்டுவரச் சொன்னார்கள். இதை கோடு வேர்டில் *King Mango* (கோட்டையூர் மணி) உடனே

கொண்டு வரச்சொல்லி உத்தரவு. இதற்குள் மணி வாயில் தண்ணீர் ஊற்றிச் சுத்தம் செய்து விசாரித்தோம்.

அப்போ, கோட்டையூர் மணியுடன், ஐயந்துரையும் கூடவே வந்துள்ளான் என்ற செய்தி கிடைத்தது. பாலாறு பக்கம் கத்தரி மலைக்குப் போகும் வழியில் ஒரு மண்டபம் உள்ளது. அங்கே ஐயந்துரை இருப்பதாகச் சொன்னான். நாங்க வரும் வழியில் மீன்காரன் போல ஒருவன் படுத்திருந்தான். அதைப் பார்த்து விட்டுத்தான் நானும் வந்தேன். பாலாற்றில் இருந்து அங்கே போவதற்குள் மீன் பொரித்து சாப்பிட்டுவிட்டு ஐயந்துரை தப்பிவிட்டான்.

பிறகு, பாலாற்றில் இருந்து மாதேஸ்வரன் மலைக்குக் கோட்டையூர் மணியைக் கொண்டுட்டுப் போனோம், அங்கே சங்கர் பிதிரியும் இருந்தார். கோட்டையூர் மணியைப் பிடித்துக்கொண்டு வந்ததற்காக எனக்கும், கோபிக்கும் ஆளுக்கு ஐந்நூறு ரூபாய் ரிவார்டு கொடுத்தார். அன்று இரவே கோட்டையூர் மணிக்கு ஒர்க் (சித்ரவதை) தொடங்கியது. பிறகு எப்போது கொன்றனர், எப்படிக் கொன்றனர் என்பது எனக்குத் தெரியாது என்கிறார் கோட்டையூர் மணியைக் கைது செய்த கர்நாடக அதிரடிப்படைக் காவலர் புட்மல் ஆச்சாரி.

மாரியப்பன், அவருடைய மனைவி சூடாமணி, சேத்துக்குழி கோவிந்தன் மனைவி பாப்பாத்தி உள்ளிட்ட சிலர் செங்கப்பாடிக் காட்டுப் பகுதிக்குப் போகின்றனர். இவர்கள் மூவரும் மாரியப்பன் மனைவியின் அண்ணன் அந்தோணி என்பவரால் காட்டிக் கொடுக்கப்பட்டனர். கைது செய்யப்பட்ட மாரியப்பன் இரண்டு நாள்களுக்கு பிறகு சுட்டுக் கொல்லப்படுகிறார். அவருடைய மனைவி சூடாமணி, சேத்துக்குழி கோவிந்தன் மனைவி பாப்பாத்தி இருவரும் போலீசுக்குச் சிக்காமல் தப்பி ஓடுகின்றனர். அவர்களைத் துரத்திப் பிடிக்க முடியாத வீரர்கள் கையெறி குண்டை பெண்கள் இருவர் மீதும் வீசியுள்ளனர். அதில், கை, கால் உடைந்த நிலையில் இருவரும் சிக்கியுள்ளனர். சில மணி நேர விசாரணைக்குப் பின்னர் ஏறக்கியம் காட்டில் கர்நாடக அதிரடிப்படை போலீசார் சுட்டுக்கொன்றுள்ளனர். *(மாதேஸ்வரன் மலை காவல் நிலைய குற்ற எண்:-23/1993).*

கோவிந்தன் மனைவி பாப்பாத்தி (நன்றி : டைகர் அசோக்குமார் *AdSP Retd*)

சுண்டா வெள்ளையன் மார்டல்லி அருகிலுள்ள கர்கேகண்டி காடுகளுக்குத் தப்பிச் செல்கிறார். அங்கே பதுங்கியவர், மனைவி ஸ்டெல்லாவின் அக்கா சகாயமேரி அவருடைய கணவர் கிளைமெண்ட்ஸ் இருவரையும் சந்திக்கிறார். அவர்களிடம் பணம் கொடுத்து உணவுப் பொருள்கள் வாங்கிவரச் சொல்கிறார். அவர்கள் கொடுத்த தகவலின் பேரில் தமிழக அதிரடிப்படை எஸ்.ஐ.கருப்புசாமி தலைமையில் ஒரு டீம் சென்றது. இதிலிருந்த 110 முருகன், திண்டுக்கல் முருகேசன் என்ற வீரர்கள் மூலம் சுண்டா வெள்ளையன் கைது செய்யப்படுகிறார், அங்கிருந்து *yezdi* மோட்டார் சைக்கிளில் வைத்து மேட்டூர் கொண்டு வந்துள்ளனர்.

கொளத்தூர் அருகிலுள்ள லக்கம்பட்டி பகுதிக்கு வந்த மல்லிகா என்பவர், அங்குள்ள ஆள்களிடம் உணவுப்பொருள்கள் வாங்கிக் கொடுக்கச் சொல்கிறார். இந்தச் செய்தி உளவுப்பிரிவு காவலர் 110 முருகனுக்குத் தெரிகிறது. திண்டுக்கல் முருகேசன், நாமக்கல் சந்திரன் உள்ளிட்ட மூவரும், காட்டை ஒட்டிய இடத்தில் காத்திருந்தனர். உணவுப்பொருள் வாங்க வந்த மல்லிகா கைது செய்யப்படுகிறார். மேட்டூர் கொண்டு வரப்பட்ட இருவரிடமும் ஒரு மாதம் விசாரணை நடந்தது. பின்னர், வால்டர் தேவாரம் உத்தரவுப்படி இருவரும் சுட்டுக்

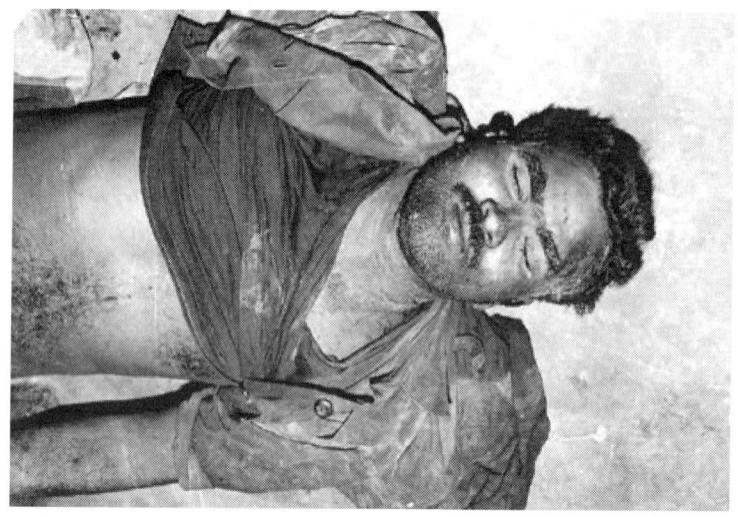

என்.எஸ்.மணி (நன்றி-நேத்ராராஜூ, மைசூர்)

கொல்லப்படுகின்றனர். *(சத்தியமங்கலம் காவல் நிலைய குற்ற எண்:-650/93).*

என்.எஸ்.மணி தனியாகத் தெங்கு மாராட்டா காடுகளுக்குச் செல்கிறார். அங்கிருந்த வீரப்பன் உள்ளிட்ட மற்ற ஆள்களைச் சந்திக்கிறார். அங்குள்ள மங்கலப்பட்டி காட்டுப்பகுதியில் தங்கியிருக்கிறார். அப்போது, கொளந்தானை ஒரு காட்டெருமை தாக்கி அவரது கையை ஒடித்து விடுகிறது. அதற்குச் சிகிச்சை கொடுக்கும் நோக்கில் மருத்துவரை ஏற்பாடு செய்ய வீரப்பன் உள்ளிட்ட சிலர் வெளியே சென்றுள்ளனர். அந்த நேரத்தில், உளவாளிகள் மூலம் தகவல் பெற்ற கர்நாடக அதிரடிப்படை அந்த இடத்தைச் சுற்றி வளைக்கிறது.

இதில், என்.எஸ்.மணி சுட்டுக்கொல்லப்படுகிறார். அங்கிருந்து தப்பிய கொளந்தான் செங்கப்பாடிக்குப் போகிறார். அங்கே போலீஸ் கண்காணிப்பு பலமாக இருந்தது. அதனால், தன்னுடைய தங்கை வீடுள்ள நாற்றாபாளையம் காட்டுக்குப் போகிறார். அங்கும் போலீஸ் நடவடிக்கை தீவிரமானது. இதனால், வெளியே போகப் பயந்த கொளந்தான் விஷம் குடித்து தற்கொலை செய்துகொள்கிறார்.

கோத்தாளிக்கரையில் இருந்து பிரிந்து சென்றவர்களில் அர்ஜுனன், ஐயந்துரை, சமையல்கார ரங்கசாமி, மேய்க்கான்

கொளந்தான். (நன்றி-டைகர் அசோக்குமார்)

ரங்கசாமி, பேபி வீரப்பன், மாதேஷ் உள்ளிட்ட எட்டுபேர் மீண்டும் வீரப்பனுடன் சேர்ந்து விட்டனர்.

தருமபுரி மாவட்டம், பெண்ணாகரம் வட்டத்தில் காவிரி ஆற்றோரம் உள்ளது ஏமனூர். இங்கிருந்து வெளியூருக்குப் போக சாலை வசதி இல்லை. சுற்றிலும் காடுகளே உள்ளன. அதனால், காவேரி ஆற்றைக் கடந்து பரிசலில் செட்டிப்பட்டி சென்று அங்கிருந்து கோவிந்தபாடி, காவேரிபுரம் வழியாக சேலம் மாவட்டம், கொளத்தூர் போனால் மட்டுமே வெளியுலகைத் தொடர்பு கொள்ள முடியும்.

இந்த ஊரில் இருந்த வெங்கிடு என்பவர் முழுநேரக் குடிகாரர், மனைவியை இழந்த இவருக்கு இரண்டு மகன்கள், முதல் மகன் பழனி என்கிற காந்தி. இவர் சிறுவயது முதலே மீன் வேட்டைக்குப் போவார். அதனால், கர்நாடக மாநிலம், சிமோகா, பத்ராவதி, மைசூர் போன்ற இடங்களுக்கு வேலைக்குச் சென்று விடுவார். இரண்டாம் மகனின் பெயர் அருண்குமார். கையில் கிடைக்கும் காசில் குடித்து விட்டுத் திரிந்த வெங்கிடு இரண்டாம் மகனைக் கவனிக்காமல் விட்டு விட்டார்.

அருண்குமாருக்கு 13-வயது இருந்த நிலையில், காட்டில் மாடுமேய்க்கும் பட்டிக்காரர்களுடன் கையாளாகப் போகிறான். சிறுவனாக இருந்ததால், பரிதாபப்பட்ட பட்டிக்காரர்களும் சில நேரங்களில் உறவினர்களும் சோறு போட்டுள்ளனர். மூன்று வேளைச் சோற்றுக்கு உத்தரவாதம் இல்லாத நிலையில் இருந்த அருண்குமாரிடம், வீரப்பனிடம் போனால் சோறு கிடைக்கும் என்று யாரோ சொல்லியுள்ளனர். இதையடுத்து, தோழன் வீட்டுக் கொட்டாய் என்ற இடத்தில் தங்கியிருந்த வீரப்பனைச் சென்று பார்க்கிறான் அருண்குமார்.

அருண்குமாருக்கு மூன்று வேளையும் சாப்பாடு போட்ட வீரப்பன், உடுத்தத் துணி மணியும் வாங்கிக் கொடுத்துள்ளார். சிறிய பையனாக இருந்ததால், ஒரு வேலையும் இல்லாமல் போனாலும் அவனுக்குத் தேவையான எல்லா உதவிகளையும் வீரப்பன் செய்து வந்துள்ளார். போகப் போக, அருண்குமாரும், அர்ஜுனன், கொளந்தான் போன்றவர்களுடன் வெளியில் சென்று வந்துள்ளான். இரண்டு, மூன்று ஆண்டுகள் வீரப்பனுடன் இருந்த அருண்குமார் மீதும் நான்கு வழக்குகள் பதிவாயின.

1992 இல் ஊருக்கு வந்த காந்தி, சிங்காபுரம் காட்டிலிருந்த வீரப்பனைச் சந்திக்கிறார். அருண்குமாரை நான் வீட்டுக்கு கூட்டிக்கொண்டு போகிறேன் என்று சொல்லியுள்ளார். காந்தியின், பூர்வீகம் முழுவதையும் விசாரித்து தெரிந்து கொண்ட வீரப்பன், "வந்தான்னா கூட்டிக்கிட்டுப் போ..." என்று சொல்லி விட்டார். ஆனால், அருண்குமார், அவனது அண்ணனுடன் போக மறுத்து விடுகிறார்.

1993 செப்டம்பரில் நடந்த நச்சுப்போளி தாக்குதலில் வீரப்பன் குழு சிதறியது. அங்கிருந்து தப்பி வந்த அருண்குமார், கர்நாடக மாநிலம், நல்லூர் பகுதியில் இருந்த வீரப்பன் ஆதரவாளர்களைச் சந்திக்கிறார். அப்போது, போலீஸ் கண்காணிப்பு தீவிரமாக இருந்ததால், எல்லோருமே ஏதாவது ஒரு வேலைக்கு என திருப்பூருக்குச் சென்றனர். அங்குள்ள ஒரு பனியன் நிறுவனத்தில் வேலைக்கு சேர்ந்து அங்கேயே வேலை செய்து வந்துள்ளனர்.

கர்நாடக அதிரடிப்படை ஆய்வாளர் பாவா தலைமையில் சென்ற போலீசார், திருப்பூரில் இருந்த ஐந்து பேரைக் கைது

செய்து மாதேஸ்வரன் மலைக்குக் கொண்டு வந்துள்ளனர். அப்போது, அருண்குமார் அங்கிருந்து தப்பி விட்டதாக அவருடைய அண்ணனுக்குச் செய்தி கிடைத்தது. அதன் பின்னர் அருண்குமார் என்னவானார் என்பது குறித்து இதுவரை தெரியவில்லை.

"நான், பத்ராவதியில் இருந்து ஊருக்கு வந்திருந்த நேரத்தில், வீரப்பனுடன் இருந்த சீலைக்கார ராமு என்பவரைக் கர்நாடக போலீசார் கைது செய்து, கண்ணைக் கட்டி கூட்டிக்கிட்டு வந்து ஊருக்குள் வச்சு விசாரிச்சாங்க. விசாரணையை முடுச்சுக்கிட்டு வரும்போது நான் பரிசல் துறையில் இருந்தேன். என்கிட்டே "அருண்குமார் அண்ணன் யாரு...?"ன்னு போலீசார் கேட்டாங்க. "எனக்குத் தெரியாது, நான் கர்நாடகாவில் வேலை செய்யறேன், என் பெயர் காந்தி"ன்னு சொல்லிட்டேன்.

எங்களைப் பரிசலில் ஏற்றி ஆற்றைத் தாட்டிவிடுன்னு கூப்பிட்டாங்க. போலீசாரையெல்லாம் பரிசலில் ஏற்றிக் கூட்டிக் கொண்டுவந்து இக்கரையில் இறக்கி விட்டேன். பரிசலைத் திருப்பும் நேரத்தில், சீலைக்கார ராமு கண்ணைக் கட்டியிருந்த துணியை போலீசார் அவுத்தாங்க. என்னைப் பார்த்ததும் "இவந்தான் அருண்குமாருடைய அண்ணன்..."ன்னு போலீஸ்காரர்களிடம் சொல்லிட்டான். வேகமா அக்கரைக்கு போகலாமுன்னு பரிசலை தண்ணிக்குள் ஒரு தள்ளு தள்ளும்போதே, போலீசார் துப்பாக்கியை என் நெஞ்சுக்கு நேராத் தூக்கிப் புடுச்சுட்டாங்க.

"ஒன்னும் செய்யாதீங்க நானே வாரேன்..."னு சொல்லிப் பரிசலைத் திருப்பிக்கிட்டு வந்து கீழே இறங்கி வந்தேன். பரிசலில் இருந்து இறங்கும்போதே துப்பாக்கிக் கட்டையில் முதுகில் ஓங்கி ஒரு குத்துக் குத்துனாங்க... என்னுடைய நடு முதுகில் ஓட்டையாகி ரத்தம் கொப்புளுச்சுக்கிட்டு வந்துது. அப்படியே குப்புற அடுச்சுக் கீழே விழுந்துட்டேன். அவங்க கூட இருந்த இன்னொரு போலீஸ்காரர் அந்தப் புண்ணுக்கு மருந்து போட்டுக் கட்டுப்போட்டார். அப்போ என்னைப் புடுச்சுக்கிட்டுப் போனவங்க ஆறு வருஷம் கழித்துதான் வெளியே விட்டாங்க.

அதுவரை மாதேஸ்வரன் மலையிலேயே இருந்தேன், மத்தவங்களை மாதிரி, எனக்கு கரண்டும் குடுக்கலே,

ரூமுக்குள்ளே போட்டு அடச்சும் வைக்கலே. சும்மாவே விட்டுட்டாங்க. ஆனா, அங்கிருந்து வெளியே எங்கயும் போகமுடியாது. மலைக்கு புடுச்சுக்கிட்டு வந்த பல பேரிடம் விசாரித்துப் பார்த்ததில், எனக்கும் என்னுடைய தம்பிக்கும் தொடர்பில்லை என்பதால் போலீசார் என் மீது கேஸ் எதுவும் போடாமலே வச்சிருந்தாங்க. ஒர்க்ஷாப் செட்டுக்குப் பக்கத்தில் நிறையா ரூம் இருந்துச்சு, அதிலேதான் என்ன மாதிரி பல பேர் படுத்திருப்போம்.

சனீஸ்வரன் கோயிலுக்குப் பக்கமா கோபால் ஹோசூர் எஸ்.பி.மேலே வீரப்பன் துப்பாக்கி சூடு நடத்தினுக்குப் பிறகு, ஒருநாள் ராத்திரி பன்னிரண்டு மணிக்கு டைகர் அசோக்குமார் தலைமையில் அங்க வந்த போலீசார், ஏற்கனவே புடுச்சு வச்சிருந்த பொரசல் நத்தம் மீசை மாதேவப்பா, சீலைக்கார ராமுகூட இன்னும் நாலு பேரைச் சேர்த்து வெளிய கூட்டிட்டு வந்தாங்க. கூட வந்த மத்த நாலுபேரும் தேவர்மலை ஆளுங்க, அவங்க பேரெல்லாம் எனக்குத் தெரியாது. எல்லோருக்கும் பழைய பச்சை பேண்டு, சட்டையெல்லாம் குடுத்து வேனில் ஏத்தினாங்க. என்னையும் "வாடா போலாம்"ன்னு கூட்டிக்கிட்டு போனாங்க.

தாளபெட்டா போகும் வழியில், சனீஸ்வரன் கோயிலுக்கு மேலே ஒரு இடத்தில், அவங்க ஆறு பேரையும் கை விலங்குடன் நிற்கவைத்து சுட்டுக் கொன்னாங்க. அங்கிருந்து, மாதேஸ்வரன் மலைக்கு ஒயர்லெஸ்சில் தகவல் சொன்னாங்க. பிறகு, அவங்க கையில் இருந்த "விலங்கை கழட்டிக்கிட்டு வா..."ன்னு சாவியை எங்கிட்டேத்தான் குடுத்தாங்க. நான்தான் ஆறு பொணத்தையும் திருப்பிப் போட்டு எல்லோர் கையிலும் இருந்த விலங்கைக் கழட்டினேன். (மாதேஸ்வரன் மலை காவல் நிலைய குற்ற எண்:-14/1993. 01.07.1993)

பிறகு, மாதேஸ்வரன் மலைக்கு வந்து கோயிலுக்கு மேற்காலே இருக்குற குளத்தில் எல்லோரும்

காந்தி என்கிற பழனி

குளிச்சாங்க. அதுக்குப் பின்னாலே, ஆறு பேரும் போட்டிருந்த கை விலங்கில் இருந்த ரத்தத்தை எல்லாம் அந்தக் குளத்து தண்ணீரில் கழுவி எடுத்துக்கிட்டு வந்தேன். அதிகாலை நாலரை மணிக்கு கோயில் நடை திறந்ததும், முதல் பூசைக்குப் போயி எல்லோரும் சாமி கும்பிட்டுவிட்டு கேம்புக்குப் போனோம். கொஞ்ச நாளுக்குப் பிறகு, என் தம்பிகூட திருப்பூரில் வேலை செஞ்சுக்கிட்டு இருந்த நல்லூர் ஆளுங்க நாலு பேரையும் ஒரு நாள் கொண்டுபோய் சுட்டுக்கொன்னுட்டாங்க. எங்கே சுட்டாங்கன்னு தெரியலை. அவங்களுடைய பேரும் எனக்குத் தெரியாது" என்கிறார் அருண்குமாரின் அண்ணன் காந்தி என்கிற பழனி.

கர்நாடக டி.ஐ.ஜி.சங்கர் பிதிரியின் நம்பிக்கைக்கு உரியவராக இருந்த டைகர் அசோக்குமார் இப்படிப் பலரைப் போலி என்கவுன்டரில் சுட்டுக் கொன்றுள்ளார். 80 ஆள்களுக்கும் மேலே இருந்த வீரப்பன் கூட்டத்தின் எண்ணிக்கை 8 ஆகக் குறைய இந்த நிகழ்வே காரணமாகிறது. கெத்தேசால் ஊர்த் தலைவர் காட்டிக் கொடுத்ததால்தான் தன்னுடைய கூட்டம் சிதறிப்போனது என்பதை வீரப்பன் தெரிந்து கொள்கிறார்.

இதையடுத்து கெத்தேசால் கிராமத்தில் இருக்கும் போலீஸ் உளவாளிகளைக் கொல்ல வீரப்பன் நாள் குறிக்கிறார்.

*****

ஓடை - மழை பொழியும் நேரங்களில் மட்டும் தண்ணீர் வழிந்தோடும். இதில், நீர் ஊற்றோ, சுனைகளோ இருக்காது. மலைப்பகுதி இல்லாத சமவெளிக் காடுகளில் தண்ணீர் போகும் வழித்தடமே ஓடையாகும்.

23

தேவர்மலைப் படுகொலைகள்

தேவர்மலை

பர்கூர் மலைப்பகுதியிலுள்ள 33 ஊர் மக்களுக்கும் அறிமுகமானவர் பெஜில்பாளையம் மாணிக்கம். தெருக்கூத்து வாத்தியாராக இருந்த இவருடைய மகன் கங்காதரன். பிழைப்பிற்காக சொந்த ஊரை விட்டு கர்நாடக மாநிலத்துக்குப் போகிறார். நல்லூரில் ஒரு தச்சுப் பட்டறையைத் தொடங்கி வேலை செய்து வந்துள்ளார்.

1992இல் இராமாபுரம் காவல் நிலையத் தாக்குதல், எஸ்.பி.ஹரிகிருஷ்ணா கொலையைத் தொடர்ந்து அங்கிருந்த தமிழர்கள் எல்லோரையும் போலீசார் பிடித்துக் கொண்டு சென்றனர். விசாரணை என்ற பெயரில் பல மாதங்கள் மாதேஸ்வரன் மலை ஒர்க் ஷாப் செட்டில் அடைத்து வைத்தனர். இதைக் கண்டு பயந்த கங்காதரன், அங்கிருந்து தனது மனைவியைக் கூட்டிக் கொண்டு திருப்பூர் சென்றவர், அங்கே ஒரு தச்சுப் பட்டறையில் வேலை செய்து கொண்டிருந்தார்.

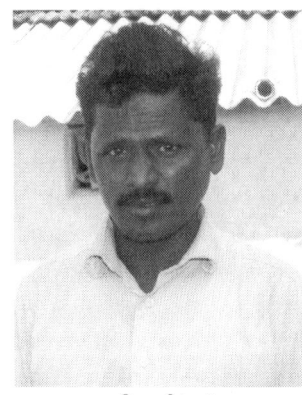

கோவிந்தன்

மாணிக்கம்மாள்

ஒரு நாள் திருப்பூர் சென்ற கர்நாடக அதிரடிப்படை போலீசார் அவரைக் கைது செய்து மாதேஸ்வரன் மலைக்குக் கொண்டு சென்றனர். ஒருமாத காலம் காவலில் வைத்திருந் தனர்.

18.08.1993 அன்று மாதேஸ் வரன் மலையின் கிழக்கில் போத மலைக்கு அருகில் வீரப்பன் கூட்டாளிகளுக்கும் போலீசுக்கும் இடையே மோதல் நடந்தது. இதில், வீரப்பன் கூட்டாளிகள் ஒன்பதுபேர் கொல்லப்பட்டனர். *(மாதேஸ்வரன் மலை காவல் நிலைய வழக்கு எண்:- 16/1993)* அதில் கங்காதரனும் ஒருவர் என வழக்கை முடித்து விட்டனர்.

கங்காதரனின் தம்பியான கோவிந்தன்:- "திருப்பூரில் எங்க அண்ணன் தங்கி வேலை செஞ் சுக்கிட்டு இருந்தான். எப்போ புடுச்சாங்க, எங்கே கொண்டு போனாங்க, என்ன செஞ்சாங்கன்னு எந்தத் தகவலும் எங்களுக்குத் தெரியாது. என்னையும் எங்க அப்பாவையும் கூடக் கொண்டுபோய் ஒர்க் ஷாப் செட்டில் அடச்சு வச்சு வெசாருச்சாங்க. பிறகு விட்டுட்டாங்க, அந்த நேரத்தில் நாங்க உயிர் வாழ்ந்ததே பெருசுங்க. எங்க அண்ணன் எங்கேன்னு போய் யாரைக் கேட்கிறது? இங்கிருந்த போலீஸ்காரங்களாப் பார்த்து "கங்காதரனை மாதேஸ்வரன்மலை போலீஸ் சுட்டுட்டாங்க..."ன்னு சொல்லியிருக்காங்க அந்தத் தகவல் மட்டுந்தான் எங்களுக்குத் தெரியும்." என்கிறார்.

கங்காதரனின் தாயார் மாணிக்கம்மாள்:- "போலீஸ் புடுச்சுக்கிட்டுப் போயி ஒரு மாசம் மாதேஸ்வரன் மலையில் வச்சிருந்தாங்க. பார்க்கப்போன என்கிட்டேகூடக் காட்டமாட்டீன்னு சொல்லிட்டாங்க. கடைசியா என்

மகனைச் சுட்டுக்கொன்னுட்டு அவன் பொணத்தைக் கூட போலீசார் எங்க கண்ணுல காட்டல சாமி...” என்கிறார்.

தேவர்மலையில் உள்ள டீக்கடை பீமன் மகன் முருகன் என்பவரைக் கர்நாடக அதிரடிப்படைப் போலீசார் பிடித்துக்கொண்டு சென்றுள்ளனர். அதன் பின்னர் இன்று வரை முருகன் என்ன ஆனார் என்பதே தெரியவில்லை. முருகனின் அப்பா பீமனிடம் பேசும்போது, “விடியக்காலை அஞ்சு மணியிருக்கும், கடைக்குள்ளே இந்த எடத்துலேதான் கட்டில் போட்டுப் படுத்திருந்தேன். கர்நாடகப் போலீஸ் இன்ஸ்பெக்டர் டைகர் அசோக்குமார் வந்து “யார்ரா பீமா மாதையன்னு...” கேட்டார்.

“நான்தான் சார்ன்னு...” சொல்லிக்கிட்டு இருக்கும்போதே கையை புடுச்சார். “நான் ஓடமாட்டேன் எதற்குக் கையை பிடிக்கறீங்கன்னு....” கேட்டேன். பேசிக்கிட்டு இருக்கும்போதே டக்குன்னு கையை மடக்கி, மேலே தூக்கி என் தாவாக்கட்டையில் ஒரு குத்து விட்டார். என் மேல் பகுட்டில் இருந்த மூனு பல்லும் அப்படியே கொட்டிப்போச்சு. அப்படியே கையைப் புடுச்சு ரோட்டுல கொண்டாந்து கீழே போட்டுட்டு ஓதைச்சு “உன் மகன் முருகன் எங்கே போயிட்டான்னு...” கேட்டாங்க. “அவன் எங்கேயும் போகலைங்க சார் எதிரில் இருந்த (பந்தேஸ்வரா) கோயில்ல படுத்துத் தூங்கிட்டு இருக்கான்...”னு சொன்னேன்.

நேரா கோயிலுக்குப் போனவங்க, வெளியில படுத்துத் தூங்கிக்கிட்டு இருந்த பையனைப் புடுச்சுக்கிட்டு வந்துட்டாங்க. காலையில் அஞ்சு மணியிலிருந்து ஒன்பது மணி வரைக்கும் கடைக்கு முன்னாலே நின்னுக்கிட்டு போறவங்க வாரவங்க எல்லோரையும் போட்டு அடியடியின்னு அடிச்சாங்க. நாற்பது போலீசார் இருந்தாங்க, அவங்க வச்சிருந்த ஒரு பேப்பரில் இருந்த பேரையெல்லாம் சொல்லி யார் யாருன்னு விசாரிச்சாங்க. அந்த லிஸ்ட்டில் என்னையும் என் பையனையும் தவிர வேறு ஆளுங்க யாரும் ஊரிலேயே இல்லை. எல்லோரும் பயந்து காட்டுப்பக்கம் ஓடிட்டாங்க. கடைசியில், நான் தோளிலே போட்டிருந்த சால்வையில் என் கண்ணைக் கட்டுனாங்க, என் மகன் வைத்திருந்த துண்டிலே அவன் கண்ணைக் கட்டுனாங்க. பிறகு, ரெண்டு பேரையும்

வண்டியில் ஏத்தி மாதேஸ்வரன் மலைக்குக் கொண்டு போனாங்க. மொத நாள் ரெண்டு பேருக்குமே மூக்கு, வாயெல்லாம் கரண்டு குடுத்தாங்க, "உனக்கு வீரப்பனைத் தெரியுமா...?"ன்னு கேட்டாங்க. "நான் ஊருக்குள்ளே கடை வச்சிருக்கேன். நான் பாங்காட்டுக்குப் போனதே இல்லை. வீரப்பன் எங்கே வந்தானோ, எங்கே போனானோ எனக்கு எதுவும் தெரியாது..."ன்னு சொல்லீட்டேன்.

என் மகன் முருகனுக்குத் தொடர்ந்து கரண்டு குடுத்து விசாரிச்சுக்கிட்டே இருந்தாங்க... 16 நாள்களுக்குப் பிறகு என்னை மைசூர் சென்ட்ரல் ஜெயிலில் கொண்டுபோய் அடச்சுட்டாங்க. முருகனை 1993 இல் இருந்து மலையிலேயே வச்சுகிட்டு போலீசார் காட்டுக்குள்ளே போகும்போது இவனையும் கூடவே கூட்டிக்கொண்டு போய்கிட்டே இருந்தாங்க. 1995 ஆம் வருஷம் ஆனி மாசத்தில் அங்கிருக்க முடியாம முருகன் எஸ்கேப் ஆயி ஓடி வந்துட்டான். நேரா எங்க வீட்டுக்கு வந்தவனுக்கு நாங்க சோறு தண்ணீர் குடுத்து வீட்டுக்குள்ளேயே வச்சுக்கிட்டு இருந்தோம்.

இங்கிருந்த ஆள்காட்டிங்ககிட்டே "முருகனைப் புடிச்சு குடுங்க..."ன்னு போலீசார் சொல்லியிருக்காங்க. என் கடைக்கு எதிரிலிருந்த கடைக்காரன், ஊர்ப் பொறுப்பாளி, எலச்சிபாளையம் மாதேவான்னு ஒருத்தன் மூனு பேரும் சேர்ந்து போலீசாரைக் கூட்டிக்கிட்டு வந்து என் மகனைப் புடிச்சுக்

பீமா மாதையன்

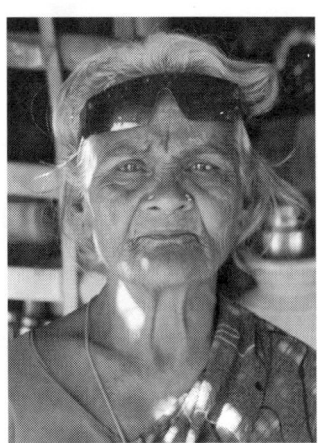

மாதி

முருகன்

குடுத்துட்டாங்க.. அன்னைக்கு முருகனைக் கூட்டிக்கிட்டுப் போனதோடு சரி. எங்கேயே கொண்டுபோய் பையனைக் குளோஸ் பண்ணீட்டாங்க..." என்கிறார்.

முருகனின் தாயார் மாதி, "ஊருக்குள்ளே இருக்கிற ஆளுங்கதான் முருகனைச் சுட்டுக் கொன்னுட்டாங்கன்னு பேசிக்கிறாங்க. சதாசிவம் கமிஷன் விசாரணைக்குப் போனோம். போலீசாரால் சுட்டுக்கொல்லப்பட்ட குடும்பங்களுக்கு ஐந்து லட்சம் ரூபாய் நஷ்ட ஈடு குடுத்தாங்க. எங்க மகன் முருகன் என்ன ஆனான்னே தெரியாததாலே ஒன்னே கால் லட்சம் மட்டும் குடுத்தாங்க. பையன் திரும்பி வருவானா...? இல்லையான்னு தெரியாம ஒவ்வொரு நாளும் செத்து செத்து வாழ்ந்துக்கிட்டு இருக்கோம் சாமி..."என்கிறார்.

கர்நாடக அதிரடிப்படையில், தலைமைக் காவலராக இருந்த புட்மல் ஆச்சாரி, "ரெண்டு வருஷத்துக்கும் மேலே முருகன் மாதேஸ்வரன் மலை கேம்பில் இருந்தான். அவனைப் பக்கத்தில் வைத்து போட்டோவெல்லாம் எடுத்துள்ளோம்.

கர்நாடக அதிரடிப்படை போலீசாருடன் முருகன் (நன்றி-புட்மல் ஆச்சாரி)

எங்களோடவே பல கேம்பிங் ஆபரேஷனுக்கும் முருகன் வந்திருக்கான். கடைசியில், எங்க ஆளுங்கதான் கொண்டுபோய் கொன்னுட்டாங்க..." என்கிறார். *(சாம்ராஜ் நகர் கிழக்கு காவல் நிலையக் குற்ற எண்:-107/1995 பதிவுப்படி, 26.5.1995 குரிமந்தி காட்டுப்பகுதியில் அடையாளம் தெரியாத ஒருவர் சுட்டுக் கொல்லப்பட்டதாக போலீசார் வழக்குப் பதிவு செய்துள்ளனர். அது முருகனாக இருக்கலாம்)*

பீமா மாதேவாவின் கடைக்கு முன்பாக நின்றுகொண்டிருந்த அவரது உறவினர் வீரபத்திர தம்பிடி என்பவரைப் போலீசார் அடித்ததில் அவருடைய வலது கால் தொடையின் முன்பக்க எலும்பு உடைந்து மேலே துருத்திக் கொண்டு வந்தது இன்னும் அப்படியே உள்ளது. அந்தக் காலத்தில் நல்ல உடல் கட்டுடன் இருந்த இவர் அதிரடிப்படைப் போலீசாரின் கடுமையான தாக்குதலுக்கு உள்ளாகிறார். இதனால், மன நலம் பாதித்தவர் தற்போது கோயிலில் மணி அடிக்கும் வேலை செய்கிறார். வெளியூரிலிருந்து கோயிலுக்கு வரும் இறையன்பர்கள் கொடுப்பதை உண்டு வாழ்ந்து வருகிறார்.

தேவர்மலையில் மளிகைக் கடை வைத்துக்கொண்டு டைலராகவும் இருந்த கிருஷ்ணபந்த தம்பிடி என்பவரை அவரது வீட்டிலிருந்து பிடித்துக்கொண்டு போன தமிழ்நாடு அதிரடிப்படைப் போலீசார், பண்ணாரி முகாமில் ஒரு மாத காலம் விசாரணையில் வைத்திருந்தனர். பின்னர், கர்நாடக மாநில எல்லையிலுள்ள வேலாம்பட்டிக் காட்டில் அதிரடிப்படையினருடன் நடந்த துப்பாக்கிச் சண்டையில் வீரப்பன் ஆள்கள் நான்கு பேரைச் சுட்டுக் கொன்றதாகவும், ஐந்து நாட்டுத் துப்பாக்கிகள் கைப்பற்றியதாகவும் ஒரு வழக்குப் பதிவு செய்துள்ளனர். (பர்கூர் காவல் நிலையக் குற்ற எண்:- 23/1993). இதில் இறந்துபோன வீரப்பன் ஆள்களில் கிருஷ்ண

வீரபத்திர தம்பிடி

பந்த தம்பிடியும் ஒருவர் என்று தங்களது உளவாளிகள் மூலம் அவரது வீட்டுக்குத் தகவல் மட்டும் சொல்லி அனுப்பியுள்ளனர்.

கொல்லப்பட்ட கிருஷ்ணபந்த தம்பிடியின் மகன் வீரபத்திரன் "எங்கப்பா 9.9.93 அன்னைக்கு வேலாம்பட்டிக் காட்டில் சுட்டுக் கொல்லப்பட்டதாகப் போலீசார் சொன்னாங்களே தவிர, அதற்கான சான்றுகள் எதையும் கொடுக்கவில்லை. அவருடன் சேர்த்துக் கொல்லப்பட்ட மற்ற மூன்று பேர் யார் என்பதும் தெரியவில்லை..." என்கிறார்.

இதே ஊரைச் சேர்ந்த ஜடேபந்த தம்பிடி:- "என்னையும் அதிரடிப்படை போலீசார் தேடிக்கிட்டு இருந்தாங்க, அதனாலே நான் ஊட்டியில் ஒரு எடத்துலே போய் வேலை செஞ்சிக்கிட்டு இருந்தேன். அங்கே வந்த போலீஸ் இன்ஸ்பெக்டர் சென்னமல்லன் என்னைப் புடுச்சு ஜீப்புலே ஏத்தி உக்கார வச்சிருந்தார். அப்போத்தான் வேலாம்பட்டிக் காட்டில் கிருஷ்ணபந்த தம்படி கூட இன்னும் நாலு பேரையும் சேர்த்து பயர் செஞ்சுட்டோம்னு போலீஸ் வயர்லெஸ்சில் பேசிக்கிட்டாங்க... அதிலிருந்து ஆறுமாசம் போலீசார் என்னையும் பண்ணாரி கேம்பில் கொண்டுபோய் வச்சிருந்தாங்க. பின்னாலே விட்டுட்டாங்க சார்" என்கிறார்.

தேவர் மலையிலுள்ள பந்தேஸ்வரா கோயிலின் தென்பக்க வீட்டிலிருந்த ஊர் தபேதார் மாதையக் கவுண்டர். இந்தப் பெரியவரைப் போலீசார் அடித்ததில் அவர் உயிரிழந்து விட்டதாகச் சொல்கின்றனர். பக்கத்து வீட்டிலிருந்த அவருடைய நண்பர் கௌத் தம்பிடி, "அன்னைக்குக் காலையிலே ஒன்பது மணிக்குப் பக்கமா கர்நாடகப் போலீசார் ஒரு வண்டியிலே வந்தாங்க. வீட்டிலே இருந்த பெரியவரைக் கூப்பிட்டு வீரப்பனைப் பத்திக் கேட்டாங்க. அவர் எனக்கு ஒன்னுந் தெரியாதுன்னு சொன்னார். உடனே போலீசார்

வீரபத்திரன்

துப்பாக்கிக் கட்டையைத் திருப்பி பெரியவர் வயித்து மேல குத்தி, அவரைக் கீழே தள்ளி அடுச்சுப் போட்டுட்டுப் போயிட்டாங்க. ஒரு பதினஞ்சு நாள்கள் போனதும் அவரால நடக்கக்கூட முடியாமப் போயிட்டுது. ஊர் ஆளுங்க எல்லாம் சேந்து தூளி கட்டி பாங்காட்டு வழியாகவே கொளத்தூருக்குத் தூக்கிட்டுப் போனோம். பாலாறு தாண்டும்போதே உயிர் போயிட்டுது. அன்னிக்கு நல்ல மழை, திரும்பவந்து பொணத்தைப்

ஈராஜ்

பொதைக்கக்கூட முடியாம நாங்க படாதபாடு பட்டோம்" என்றார்.

ஊர்ப் பட்டக்காரர் ஈராஜ்:- ஐயோ கர்நாடகப் போலீசார் அட்டகாசம் தாங்காது சாமி... ஒரு நாள் ஊருக்கு வந்த போலீசார் என்னையும் புடுச்சு கொண்டாந்து, கௌத் தம்பிடி, காட்டுக்குப் பக்கமா வச்சு வீரப்பனைப் பார்த்தியான்னு சொல்லி விசாரிச்சாங்க. "எனக்குத் தெரியாது..."ன்னு சொன்னேன். தலை முடியை ஒருத்தன் புடுச்சுக்கிட்டான். காலை ஒருத்தன் புடுச்சு, அப்படியே தூக்கி மேட்டுலே இருந்து பள்ளத்துக்கு வீசுனாங்க. கீழே விழுந்துக் கிடந்தவனை எழுந்து மேல வரச்சொல்லி, துப்பாக்கிக் கட்டையாலே திருப்பி முதுகில் அடுச்சாங்க. அடுத்த பத்து நாள்கள் ரத்தம் ரத்தமா வாந்தி எடுத்துக்கிட்டு இருந்தேன். அதுக்குப் பிறகு, கொளத்தூர் ராம் டாக்டர் ஆஸ்பத்திரிக்குப் போயித்தான் உடம்பைச் சரி பண்ணினேன். முதுகெலும்பு ஓடஞ்சு போனதால, இப்போவும் குனுஞ்சு, நிமுந்து எந்த வேலையும் செய்ய முடியாது" என்கிறார்.

*****

24

விசாரணையில் இறந்த இளைஞர்

மாதேஸ்வரன் மலை காவல் நிலையம்

கர்நாடக உள்துறை அமைச்சர் பி.ஜி.ஆர்.சிந்தியா சாம்ராஜ் நகரில் நடக்கும் அரசு விழாவுக்கு வருகிறார். அப்படியே, மாதேஸ்வரனைத் தரிசனம் செய்யவும் விரும்புகிறார். உள்துறை அமைச்சரின் பாதுகாப்புக்காக முதல்நாள் இரவே திம்பம் முகாமிலிருந்த கர்நாடக அதிரடிப்படை டி.ஐ.ஜி.சங்கர் பிதிரி மைசூர் வருகிறார்.

மறுநாள் காலை எட்டு மணிக்கு சிந்தியா மைசூரிலிருந்து காரில் புறப்பட்டுச் செல்வதாகத் திட்டமிடுகின்றனர். அவருக்குத் தேவையான பாதுகாப்பு ஏற்பாடுகளைப் பிதிரி மேற்கொள்கிறார். சாம்ராஜ்நகர் செல்லும் வழியில், நஞ்சன்கூடு ஸ்ரீகண்டேஸ்வரர் கோயிலைப் பார்த்ததும், உள்ளே சென்று சாமி கும்பிடவேண்டும் என சிந்தியா விரும்புகிறார். பிதிரியும் இறை நம்பிக்கை கொண்டவர். சிவபெருமானை வழிபடுபவரே. அதனால் அவரும் கோயிலுக்குள் செல்கிறார்.

அந்த நேரத்தில், மாதேஸ்வரன் மலையிலிருந்து அதிரடிப்படை டி.எஸ்.பி. மதுக்கூர் முசலே "டாங்கோவு (சங்கர் பிதிரி)டன் பேசவேண்டும். அவசரமாகப் பேசவேண்டும். மிக மிக அவசரம்.." என்று எஸ்கார்டு வண்டியிலிருந்த மைக்கில் அலறுகிறார். இதைக் கேட்ட சங்கர் பிதிரி, பக்கத்திலிருந்த இன்ஸ்பெக்டர் வெங்கிடுசாமியைப் பார்த்து "என்னன்னு கேள்..." என்று சொல்லிவிட்டு, அமைச்சருடன் சங்கர் பிதிரியும் கோயிலுக்குள் போகிறார்.

பக்கத்திலிருந்த ஒரு எஸ்.டி.டி. பூத்துக்குப் போன இன்ஸ்பெக்டர் வெங்கிடுசாமி இந்தியாவைத் (மாதேஸ்வரன் மலை) தொடர்பு கொள்கிறார்.

அங்கே பதற்றத்துடன் பேசிய டி.எஸ்.பி. மதுக்கூர் முசலே, "ஏரோப்பிளைன் விசாரணையிலிருந்த தமிழ்நாட்டு ஆள் ஒருத்தன் செத்துப் போயிட்டான். பாடி அப்படியே இருக்குது" என்று சொல்கிறார். இதைக் கேட்ட வெங்கிடுசாமி "பதற்றப் படவேண்டாம். டி.ஐ.ஜி. சார் வெளியே வந்ததும், அவர்கிட்டே நான் மேட்டரைச் சொல்லறேன். என்ன சொல்லறாருன்னு கேட்டு சாம்ராஜ்நகரம் போனதும் அங்கிருந்து உங்ககிட்டே பேசுகிறேன்" என்கிறார். "சீக்கிரம் டாங்கோகிட்ட பேசிட்டு சொல்லுப்பா, எனக்குப் பயமா இருக்கு" என்கிறார் மதுக்கூர் முசலே.

சாமி தரிசனம் முடிந்து உள்துறை அமைச்சரும், சங்கர் பிதிரியும் வெளியே வருகின்றனர். அமைச்சர் அவருடைய காருக்குப் போகிறார். அவரைக் காரில் ஏற்றிவிட்டு சங்கர் பிதிரி தன்னுடைய காருக்கு வருகிறார். பதற்றத்துடன் இருந்த வெங்கிடுசாமி பக்கம் திரும்பிய சங்கர் பிதிரி "என்ன..?" என்று ஒத்தை வார்த்தையில் கேட்கிறார்.

பிதிரியின் காதுக்குப் பக்கமாக வாயைக் கொண்டுபோன வெங்கிடுசாமி வாயின் மேல் கையை வைத்து மூடியபடி "ஏரோப்பிளைன் என்கொயரியில் ஒரு ஆள் செத்துட்டான் சார்..." என்கிறார்.

"செத்தாச் சாகிறான். அதுக்கா இப்படித் தலை முழுகிப்போன மாதிரி கத்தறான். நான் வரவரைக்கும் ரூமைப் பூட்டிட்டு எல்லோரையும் வெளியே போகச்சொல்" என்கிறார் பிதிரி. இருவரும் பேசிக்கொண்டிருக்கும்போதே

அமைச்சர் காரில் ஏறி விடுகிறார். வழியில் எங்கிருந்தும் மதுக்கூர் முசலேவைத் தொடர்புகொள்ள முடியவில்லை. சாம்ராஜ் நகரிலுள்ள சாம்ராஜீஸ்வரர் கோவிலில் அமைச்சர் சாமி கும்பிடப்போனார். அந்த நேரத்தில், சங்கர் பிதிரி சொன்ன செய்தியைத் தொலைப்பேசி வாயிலாக முசலேவுக்கு சொல்கிறார் வெங்கிடுசாமி.

பிறகு, அங்கு நடந்த அரசு விழாவை முடித்துக்கொண்டு, உள்துறை அமைச்சர் பி.ஜி.ஆர்.சிந்தியா மாதேஸ்வரன் மலைக்கு வருகிறார். அங்கே சாமி கும்பிட்டுவிட்டு மைசூர் திரும்புகிறார். அமைச்சரை அனூர் வரை பாதுகாப்பாகக் கொண்டுபோய் விட்டுவிட்டு டி.ஐ.ஜி.சங்கர் பிதிரி மீண்டும் மாதேஸ்வரன் மலைக்குத் திரும்புகிறார். உடை மாற்றுகிறார், சுடுதண்ணீரில் குளிக்கிறார், இரவு உணவை முடிக்கிறார். வெளியே கோம்பிங் ஆப்ரேஷன் சென்று வந்த அதிகாரிகளுடன் அன்றைய நடவடிக்கைகள் பற்றிப் பேசுகிறார். தன்னை எப்போது கூப்பிடுவார், என்ன நடந்தது என்று கேட்பார், தன்னை எப்படிக் காப்பாற்றப் போகிறார் என்ற பதைபதைப்பில் ஒற்றைக்காலில் நின்றபடி இருக்கிறார் டி.எஸ்.பி.மதுக்கூர் முசலே.

இரவு பத்து மணி ஆனது. ஏற்கனவே இந்தப் பகுதியில் வேலை பார்த்த அனுபவமுள்ள இன்ஸ்பெக்டர் வெங்கிடுசாமியைக் கூப்பிட்டார் பிதிரி. “இந்தப் பக்கம் யானை நடமாடும் பகுதி ஏதாவது இருக்குதா...?” என்று விசாரிக்கிறார். “பொன்னாச்சி ரோட்டில் புலிக்கரைன்னு ஒரு இடம் இருக்குதுங்க சார், அங்கே பெரிய பள்ளம் இருக்குதுங்க... அந்தப் பள்ளத்தில் எப்பவுமே தண்ணியும் இருக்கும். அந்த இடத்துக்குத் தினமும் யானைகள் கூட்டம் கூட்டமா வந்து தண்ணி குடுச்சிட்டுப்போகும் சார்...” என்று சொல்கிறார்.

“அப்போ நீ ஒரு வேலை செய்யறே... உன்கூட டி.எஸ்.பி. ஜோர்லேகரையும் கூட்டிக்கோ. என்கொயரி ரூமில் ஒரு டெட் பாடி கெடக்கும். அதைக் கொண்டுபோய் யானை நடமாடும் ஒரு ஜாகாவுளே போட்டுட்டு வந்திரு...” என்றார்.

அவசர அவசரமாக ஒரு ஜீப், ஒரு வேன் வரவழைக்கப் படுகின்றன. விசாரணை அறையில் இறந்து கிடந்த இளைஞருக்கு வயது 25லிருந்து 28க்குள் இருக்கும், அந்த இளைஞரின் உடல்

மாதேஸ்வரன் மலை

வேனில் ஏற்றப்படுகிறது. ஜீப்பில் ஆய்வாளர் வெங்கிடுசாமி செல்கிறார். அவர் வண்டியைப் பின் தொடர்ந்து இளைஞரின் உடலுடன் கருப்பு வேன் பயணிக்கிறது. யானை திம்பம், சனீஸ்வரன் கோயில், ரங்கசாமி அட்டு வழியாகச் சென்ற இரண்டு வண்டிகளும் பொன்னாச்சி செல்லும் வழியில் போகிறது. புலிக்கரை என்ற இடத்தில் யானை தண்ணீர் குடிக்க வரும் வழியிலுள்ள குட்டைக்குப் பக்கத்தில் அந்த இளைஞரின் உடல் போடப்படுகிறது. பிணத்தைக் கொண்டுபோய் போட்ட டீமில் இருந்து எல்லோரும் மலைக்குத் திரும்பி வருகின்றனர். அதுவரையிலும் தூங்காமலிருந்த பிதிரி, "என்ன ஆச்சு....?" என்று இன்ஸ்பெக்டர் வெங்கிடுசாமியிடம் கேட்கிறார்.

"வேலை முடிஞ்சுது சார்..." என்று வெங்கிடுசாமி பவ்யமாகச் சொல்கிறார். அதற்கு முன்னரே வெங்கிடுசாமி உள்ளிட்ட இருபது பேருக்கும் சுடு தண்ணீர் தயாராக வைத்திருக்கச் சொல்லியிருந்தார் பிதிரி. "எல்லோரும் போய் குளிச்சுட்டுத் தூங்குங்க..." என்று சொல்லிவிட்டுப் போகிறார்.

மறுநாள் காலை எட்டுமணிக்கு வழக்கம் போல பிதிரி அலுவலகம் வருகிறார். அப்போது, மாதேஸ்வரன் மலை ஆரம்பச் சுகாதார நிலைய டாக்டர் அம்மாவும் எஸ்.டி.எப். அலுவலகத்துக்கு வருகிறார்.

அதேநேரம் வனத்துறை அலுவலகத்தில் இருந்து ஒரு பாரஸ்டர் மாதேஸ்வரன் மலைக் காவல் நிலையத்துக்குப் போகிறார். புலிக்கரைப் பள்ளத்தில் ஒரு டெட் பாடி கிடப்பதாக உதவி ஆய்வாளரிடம் புகார் சொல்கிறார். இந்தச் செய்தியுடன் காவல் உதவி ஆய்வாளரும், வனத்துறை ஊழியரும் நேராக டி.ஐ.ஜி. சங்கர் பிதிரி அறைக்கு வருகின்றனர்.

மிகச் சாதாரணமாக உட்கார்ந்திருந்த பிதிரி, "என்னப்பா சமாச்சாரம்…?" என்று உதவி ஆய்வாளரைப் பார்த்துக் கேட்கிறார். அவர் எதையோ சொல்ல வாய் எடுப்பதற்குள் "பாரஸ்ட் டிபார்ட்மெண்ட் அதிகாரியும் உங்கூட வர்றாரே… என்ன விசேஷம்…?" என்கிறார்.

"அதாவுது சார்… பொன்னாச்சி ரோட்டுல…" என்று எஸ்.ஐ. சொல்லிக் கொண்டிருக்கும் போதே, கை காட்டி அவர் பேசுவதை நிறுத்தச் சொன்ன பிதிரி, வனத்துறை ஊழியரிடம் "என்ன…?" என்று கேட்கிறார். அதற்குப் பிறகு, உதவி ஆய்வாளர் பேசவேயில்லை.

"பொன்னாச்சி போகும் ரோட்டில், புலிக்கரை பக்கம் ஒரு டெட் பாடி கெடக்குதுன்னு எங்க கார்டு வந்து சொன்னார்" என்கிறார். இதற்கிடையில், டி.எஸ்.பி. முசலே, இன்ஸ்பெக்டர் வெங்கிடுசாமி ரெண்டு பேரையும் வரச் சொல் என்று ஒரு போலீசிடம் சொல்கிறார். பிறகு, வனத்துறை ஊழியர் பக்கம் திரும்பி, "என்னது டெட் பாடி கெடக்குதா…? எங்கே கெடக்குது. ஆள் யாருன்னு தெருஞ்சுதா…?" என்றார்.

"ஆள் யாருன்னு தெரியலே சுவாமி, இந்தப் பக்கத்து ஆள் இல்லைங்க… தமிழ்நாட்டு ஆள் மாதிரி தெரியுது" என்கிறார் வனத்துறை ஊழியர்.

"அது சரியான யானைக் காடாச்சே, வெளியூர் ஆள் அங்கே எதுக்கப்பா போனான். கோயிலுக்கு வந்தவனா இருப்பானோ…? இல்லே மைண்ட் சேன்ஜ் ஆனா ஆளா இருப்பானோ…? பாவம் யானைக் காலில் மிதிபட்டுச் செத்துப் போயிருப்பானோ…?" என்கிறார் பிதிரி.

இதைக் கேட்ட வனத்துறை ஊழியரால் "ஆமாம் சார்…" என்பதைத் தவிர வேறு வார்த்தையைச் சொல்ல முடியவில்லை. "சரி, ஒரு புகார் எழுதி எஸ்.ஐ.கிட்டே குடு…" என்கிறார்.

“இல்லே சார், எங்க ரேஞ்சு ஆப்பீசர்கிட்டே ஒரு வார்த்தை சொல்லிட்டு அவரையே கம்பளைன்ட் குடுக்கச் சொல்லறேன் சார்...” என்கிறார் பாரஸ்டர்.

“ரேஞ்சர் வரும் வரைக்கும் எங்களாலே காத்திருக்க முடியாது. இன்னும் பத்து நிமிஷத்தில் நாங்க ஒரு ஜாகாவுக்குப்* போறோம். அந்த ஏரியாவுக்கு யார் பாரஸ்டர் நீ தானே...?” “யெஸ் சார்...” என்கிறார் வனத்துறை ஊழியர்.

“நேத்து எங்க டூட்டி போயிருந்த...? யானை வரும் இடத்துக்கு நீ தினமும் டூட்டிக்குப் போவதில்லையா....? பக்கத்திலேயே வாட்ச் டவர் (கண்காணிப்புக் கோபுரம்) இருக்குது. அங்கிருந்து வெளியூர் ஆளுங்க அந்தப் பக்கம் வராம நீதானே பார்த்துக்கணும். பாரஸ்ட் டிபார்மெண்டு ஆளுங்க ஒழுங்கா வேலை செய்யாமப் போறதால எங்களுக்குத் தொல்லை மேலே தொல்லை வருது. வீரப்பனை நீங்க ஒழுங்கா கவனிச்சுப் பார்த்திருந்தா எங்களுக்கு வேலையே இருந்திருக்காது. நீங்க ஒழுங்கா வேலை செய்யாம எங்க உயிரை ஏன் வாங்கறீங்க...? கம்பளைண்டு குடுன்னா *RFO*வைக் கேட்கணும். *DFO*வைக் கேட்கணுன்னு சொல்லுவே, கேர்லெஸ் ஆக இருந்த இவங்க ரேஞ்சர் மேலேயும் சேர்த்து எப்.ஐ.ஆர். போடுங்க. அப்பத்தான் இனிமேல் ஒழுங்கா டியூட்டி பார்ப்பாங்க...” என்று கடுமையாகச் சொல்கிறார்.

ஒவ்வொரு வார்த்தைக்கும் “ஆவுது சார், ஆவுது சார்...” என்று சொல்லிக் கொண்டிருந்த பாரஸ்டர் உடனே புகார் எழுதிப் பக்கத்திலிருந்த உதவி ஆய்வாளரிடம் கொடுக்கிறார். பத்து நிமிஷத்தில் கேஸ் ரிஜிஸ்டர் செஞ்சுட்டு இங்கே வா....” என்கிறார். விறைப்பாக நின்று ஒரு சல்யூட் அடித்து உதவி ஆய்வாளர் விடைபெறுகிறார்.

இந்தப்பக்கம் திரும்பி டாக்டரைப் பார்த்தார் பிதிரி, “டாக்டர் மேடம் நீங்களும் கூடவே போங்க. யானை மிதித்துக் கொன்ற பாடியை இங்கே எடுத்துட்டு வந்து போஸ்ட் மார்டம் செய்ய வேண்டாம். கை, காலை எல்லாம் புடிச்சு இழுத்து டேமேஜ் செஞ்சி கொன்றிருக்கும். அங்கேயே முடுச்சுட்டு வந்துருங்க...” என்கிறார்.

பக்கத்தில் வந்த டி.எஸ்.பி மதுக்கூர் முசலே, “ஸார் இறந்து

* ஜாகை - வசிப்பிடம் (உருது)

போனது யாருன்னும் தெரியல, டெட் பாடியை பாதுகாப்பா வச்சிருக்க நம்ம ஊரு ஆஸ்பிட்டலில் வசதியில்லை. செத்தவன் வெளியூர் ஆளா இருந்தா பாடியை யாரும் கிளைம் செய்யப் போவதில்லை. அங்கேயே கட்டையைப் போட்டு எரிச்சுட்டு வந்திடலாம்" என்கிறார்.

"அப்படியா, அப்போ நீங்களும் டாக்டர் கூடவே போங்க. எல்லா வேலையும் முடுச்சுட்டு வந்துருங்க. வெங்கிடுசாமி நீங்களும், கூடப் போயிட்டு வாங்க. அது யானைக் காடு கவனம்..." என்கிறார். பக்கத்திலிருந்த அந்தப் பெண் மருத்துவரும் "எஸ் ஸார், எஸ் ஸார்..." என்று சொல்லிவிட்டுப் போகிறார்.

தமிழகத்திலிருந்து வீரப்பன் கூட்டாளி என்ற குற்றச்சாட்டின் பேரில் விசாரணைக்காக கொண்டு செல்லப்பட்ட ஒரு பெயர் தெரியாத அப்பாவி இளைஞர் சித்திரவதையால் கொல்லப்படுகிறார். பொன்னாச்சி போகும் வழியில் யானை மிதித்து உயிரிழந்ததாக வழக்கு முடிக்கப்பட்டது.

"அன்றைக்கு மட்டுமில்லை.... சங்கர் பிதிரி, மதுக்கூர் முசலே இருவரும் அதிரடிப்படையை விட்டு வெளியே போன பின்னரும்கூட "அந்தப் பையன் எப்படிச் செத்தான்...?" என்று சங்கர் பிதிரி ஒரு வார்த்தைகூட டி.எஸ்.பி. மதுக்கூர் முசலேவிடம் கேட்கவில்லை. இந்த இடத்தில், வேறு ஓர் அதிகாரியாக இருந்திருந்தால், முசலே வீட்டுக்குப் போயிருக்க வேண்டியிருக்கும். சங்கர் பிதிரி போல இன்னொரு அதிகாரியைப் பார்க்கவே முடியாது. எங்களுடைய பிரச்சனைகளை எல்லாம் அவரே பார்த்துக் கொள்வார், அதனால்தான் எங்களால் சுதந்திரமாக வேலை செய்ய முடிந்தது" என்கிறார் அப்போது இந்த நிகழ்வுகளை நேரில் பார்த்த கர்நாடகக் காவல்துறை அதிகாரி ஒருவர்.

எனக்குத் தெரிந்த ஒரு படுகொலையை மட்டுமே இந்த நூலில் பதிவு செய்துள்ளேன், டி.ஐ.ஜி. சங்கர் பிதிரியின் சித்திரவதையில் இன்னும் எத்தனை உயிர்கள் பலியாயினவோ...?

******

25

ஒடக்காப்பள்ளம் துரைசாமி

கர்நாடக மாநிலம், மார்டல்லி அருகிலிருந்த சுள்ளுவாடி என்ற ஊரைச் சேர்த்தவர் பால்ராஜ். பக்கத்திலுள்ள ஒடக்காப்பள்ளம் என்ற ஊரைச் சேர்ந்தவர் துரைசாமி. பால்ராஜும், துரைசாமியும் காட்டுக்குள் யானை வேட்டையாடி வாழ்ந்தவர்கள். தன் கூட்டாளிகள் மூலமாகவே இந்த பால்ராஜ் கொல்லப்படுகிறார்.

பிறகு, வீரப்பன் குழுவுடன் சேர்ந்த துரைசாமி அவருக்கு நம்பிக்கைக்குரிய கூட்டாளியாகவும் இருந்தார். வீரப்பனின் தம்பி அர்ஜுனன் சரணடைந்த நேரத்தில், துரைசாமியும் அவருடன் சேர்ந்தே சரணடைகிறார். 1991இல் அர்ஜுனன் மைசூர் சிறையில் இருந்து வெளியே வருகிறார். வீரப்பனுடன் சேர்கிறார். அடுத்து துரைசாமியும் வெளியே வருகிறார். அவரும் வீரப்பனுடன் இணைகிறார்.

ஒடக்காப்பள்ளம் அருகிலுள்ளது கொரட்டி ஒசூர். இந்த

ஊரைச் சேர்ந்தவர் ரங்கசெட்டி, அர்ஜுனனும், துரைசாமியும் சிறையிலிருந்த நேரத்தில் இவரும் அடிதடி வழக்கொன்றில் கைது செய்யப்பட்டு சில நாள்கள் மைசூர் சிறையிலிருந்தார். அப்போது மூவருக்கும் நட்பு ஏற்படுகிறது. நச்சுப்போளி தாக்குதலில் தப்பி ஓடிய துரைசாமியும், குள்ளனூர் சேகரும் ஒடக்காப்பள்ளம் பக்கத்திலிருந்த காட்டுக்குச் செல்கின்றனர். அங்கிருந்து கொண்டு உணவுப்பொருள்களை வாங்க முயற்சி செய்கின்றனர்.

இந்த நேரத்தில், வீரப்பன், அர்ஜுனன் உள்ளிட்டவர்களும் சிதறி ஓடிய தங்கள் ஆள்களைத் தேடிக்கொண்டு, ஒடக்காப்பள்ளம் காட்டுப்பகுதிக்குச் சென்றுள்ளனர். எல்லோரும் ஒன்று சேர்ந்தனர். யாரிடமும் தேவையான உணவுப்பொருள்கள் கையில் இல்லை. பழைய பழக்கத்தில் ரங்கசெட்டி வீட்டுக்கு துரைசாமி போகிறார். அவர் கூடவே அர்ஜுனன், கோவிந்தன், ஐயந்துரை உள்ளிட்ட ஏழு பேரும் சென்றுள்ளனர். பசியோடு போனவர்களுக்கு ரங்கசெட்டி சாப்பாடு செய்து கொடுத்துள்ளார். பிறகு, தங்களுக்குத் தேவையான மளிகைப்பொருள்களை மறுநாள் வாங்கி வரச்சொல்லி துரைசாமி பணம் கொடுத்துள்ளார். வீட்டிலிருந்த கொஞ்சம் ராகி மாவை வீரப்பன் அணியினர் வாங்கிக் கொண்டு போகின்றனர்.

அர்ஜுனன் சிறையிலிருந்த நேரத்தில் யார், யாருடன் பழக்கம் வைத்திருந்தான் என்ற விவரங்களை வாங்கிய கர்நாடக *STF* உளவுப்பிரிவு சந்தேகப் பட்டியலில் இருந்த எல்லோரையும் கொண்டு வந்து ஆள்காட்டியாக மாற்றியுள்ளனர். இதில் ரங்கசெட்டியும் ஒருவர். வீரப்பன் எழுதிக்கொடுத்த பொருள்களை வாங்க வந்த ரங்கசெட்டி நேராக மாதேஸ்வரன் மலைக்குப் போகிறார். அங்கிருந்த இன்ஸ்பெக்டர் டைகர் அசோக்குமாரைப் பார்த்து நடந்ததை எல்லாம் சொல்கிறார்.

கொரட்டி ஓசூர் நான்கு பக்கமும் காடுகளால் சூழ்ந்த பகுதி. இந்தப் பகுதியில் ஏதாவது ஒரு மலையின் மேலே வீரப்பன் ஆள்கள் இருப்பார்கள். மலைமேல் இருந்து பார்த்தால் ரங்கசெட்டி வீட்டுக்கு வெளி ஆள்கள் போவது தெரியும். போலீசார் தனியாகப் போவது சிரமம். அதனால் துரைசாமி

சொல்லியிருந்த பொருள்களை எல்லாம் போலீசாரே வாங்கி, அதற்குள்ளே துப்பாக்கியை வைத்து மூட்டை கட்டினர்.

16.01.1994 அன்று சாயங்காலம் நாலு மணி. ஆறு போலீசார் யாரும் சந்தேகப்படாத வகையில், கவுதள்ளியில் இருந்து அந்த மூட்டைகளைத் தூக்கிக்கொண்டு ரங்கசெட்டி வீட்டுக்குப் போகின்றனர். அதற்கு முன்பாகவே டைகர் அசோக்குமார் தலைமையில் நான்கு போலீசார் சிவில் ட்ரஸில் செங்கிடி காட்டுப்பகுதியில் இருந்து ரங்கசெட்டியின் வீடு உள்ள பகுதிக்கு நடந்து சென்றனர்.

இரவு ஏழு மணிக்கு மாதேஸ்வரன் மலையில் இருந்து சங்கர் பிதிரி தலைமையில் இன்ஸ்பெக்டர்கள் விஜயகுமார், வெங்கிடுசாமி, நாகராஜ், மந்தப்பா, பாவா, குமாரசாமி உள்ளிட்ட நாற்பது போலீசார் புறப்பட்டனர். தங்கள் வண்டிகளை கவுதள்ளி போகும் வழியில் உள்ள வனத்துறை நர்சரியில் போட்டு விட்டுக் காத்திருந்தனர். அதே நேரம், டைகர் அசோக்குமாரும், பத்து போலீசாரும், ரங்கசெட்டியின் வீட்டுக்குள் பதுங்கியிருந்தனர்.

போலீசாரின் திட்டப்படி வீட்டு வாசலில் ரங்கசெட்டி உட்கார்ந்திருக்க வேண்டும். துரைசாமி உள்ளிட்ட வீரப்பன் ஆள்கள் வருவர். வாசலில் போடப்பட்டிருக்கும் கட்டிலில் அவர்களை உட்கார வைக்கவேண்டும். அவர்களுக்குத் தண்ணீர் கொடுக்க சொம்பு எடுப்பதற்காக ரங்கசெட்டி வீட்டுக்குள் வந்து விடவேண்டும். அப்போது, போலீசார் கட்டிலில் உட்கார்ந்துள்ள வீரப்பன் ஆள்களைச் சுட்டுக் கொல்வதாகத் திட்டம் போட்டிருந்தனர்.

முதல்நாள், ரங்கசெட்டி வீட்டிலிருந்து ராகி மாவை வாங்கி வந்த வீரப்பன் அணியினர் கஞ்சி வைத்துக் குடித்துவிட்டு தண்டல்லி காட்டில் தங்கியிருந்தனர். மளிகைப்பொருள்கள் வாங்கிவரச் சென்ற ரங்கசெட்டி மீது வீரப்பனுக்கு நம்பிக்கை வரவில்லை. போலீஸைக் கூட்டிக்கொண்டு வருவான் என்று சந்தேகப்பட்டார். ஆனால் துரைசாமி மட்டும் ரங்க செட்டியை நம்பினார். "எனக்கு அவன் பக்கத்து ஊர்க்காரன் இருபது வருஷமாத் தெரியும்" என்றார். "நல்லதோ கெட்டதோ நீயே முடிவு பண்ணிக்கோ.." என்கிறார் வீரப்பன்.

செங்கிடிப் பிரிவு

இரவு ஏழு மணிக்குத் தண்டல்லி காட்டிலிருந்து எல்லோரும் கிளம்பினர். ரங்கசெட்டி வீட்டுக்குப்போகும் வழியில் ஓர் ஓடை இருக்கிறது. ஓடைக்குப் பக்கத்திலேயே வீரப்பன், கோவிந்தன் இருவரும் நின்று கொண்டனர். அர்ஜுனன், ஐயந்துரை, குள்ளனூர் சேகர், பேபி வீரப்பனுடன் துரைசாமியும் ரங்கசெட்டி வீட்டை நோக்கிச் சென்றனர். போகும் வழியில் இருந்த ஒரு பாறைக்குப் பக்கத்தில் போன அர்ஜுனன், ஐயந்துரை, பேபி மூவரும் நின்றனர். "நீ ரங்க செட்டி வீட்டுக்குப் போ. பத்தியம் எல்லாம் தயாரா இருந்தால் இங்கே வா. அப்பறமா நாங்களும் வாரோம்" என்றார் அர்ஜுனன்.

"சரி..." என்று சொன்ன ஓடக்காப்பள்ளம் துரைசாமியும், குள்ளனூர் சேகரும் ரங்கசெட்டி வீட்டை நோக்கி நடந்தனர். வாசலில் கிடந்த கட்டிலில், ரங்கசெட்டி உட்கார்ந்து கொண்டிருந்தார். துரைசாமியையும், சேகரையும் பார்த்தவர் மற்றவர்களும் வருவார்கள் என்ற எண்ணத்தில் கொஞ்சநேரம் வாசலிலேயே நின்றபடியே வந்தவர்களுடன் பேசிக்கொண்டு இருந்தார்.

வீட்டுக்குள் இருந்த டைகர் அசோக்குமார் தலைமை யிலான போலீசார் சுடலாமா...? வேண்டாமா... என்ற

குழப்பத்திலிருந்தனர். போலீசார் திட்டப்படி ரங்கசெட்டி தண்ணீர் எடுக்க வீட்டுக்குள் வருகிறார். அவருக்குப் பின்னாலேயே துரைசாமியும், சேகரும் வீட்டுக்குள் வந்து விடுகின்றனர். சூழ்நிலைக்குத் தக்கபடி முடிவெடுத்த டைகர் அசோக்குமார் இருவரையும் பிடித்து வாயைக் கட்ட முடிவு செய்கிறார். ஓர் ஆளுக்கு ஐந்து போலீசார் என்ற கணக்கில் துரைசாமி, சேகர் இருவரையும் போலீசார் பிடித்து அமுக்குகின்றனர். முதலில் வீட்டுக்கு உள்ளே வந்த சேகர் போலீசாரிடம் வசமாகச் சிக்கிக்கொள்கிறார். இரண்டாவதாக உள்ளே வந்த துரைசாமியைப் பிடித்து வாயைக்கட்டும் முயற்சியில் போலீசார் தோல்வியடைந்தனர்.

"அர்ஜுனா வூட்டுக்குள்ளே போலீஸ் இருக்கானுங்க, அடிடா... அடிடா..." என்று துரைசாமி கத்துகிறார். டைகர் அசோக்குமார் தனது *9.mm* பிஸ்டலை எடுத்து துரைசாமியின் வாயில் வைத்து "பேசாதே..." என்று மிரட்டுகிறார். ஆனால், துரைசாமி விடாமல் கத்தியுள்ளார். வேறு வழியே இல்லாத நிலையில் வாயிலிருந்த துப்பாக்கியின் விசையை இழுக்கிறார். மிகக் குறைவான சத்தத்துடன் துரைசாமியின் தலைக்குள் தோட்டா இறங்கியது. துரைசாமி மண்டையின் பின்பக்கத்தைத் தோட்டா உடைத்துக்கொண்டு வெளியேறியது. சரிந்து விழுந்த துரைசாமியை ஓரமாகப் போட்டார். குள்ளனூர் சேகரைப் பிடித்து வாய், கை, கால்களைக் கட்டிப் போடுகின்றனர்.

வீரப்பன் ஆள்கள் பக்கத்தில்தான் இருப்பார்கள், தங்கள் மீது தாக்குதல் நடத்துவர் என டைகர் அசோக்குமார் எதிர் பார்க்கிறார். ஐந்து நிமிடங்கள் போனது, யாரும் வீட்டுக்குப் பக்கமாக வருவதற்கான அறிகுறிகள் தெரியவில்லை. வீரப்பன் ஆள்கள் தொலைவில் இருக்கின்றனர். பிஸ்டல் வெடித்த சத்தம் கேட்டு ரங்கசெட்டியின் வீட்டுக்கு வருவார்கள், அதற்குள் நாமெல்லாம் வீட்டைவிட்டு வெளியே சென்றுவிட வேண்டும் என்று நினைக்கிறார். ரங்கசெட்டியின் வீட்டு வெளிவாசல் லைட்டை அணைக்கச் சொல்கிறார். இரண்டு போலீசாரை மட்டும் சேகருக்குத் துணையாக வீட்டுக்குள் இருக்கச் சொல்கிறார். மீதி எட்டுப்பேருடன் வெளியே வந்தவர், ரங்கசெட்டியின் வீட்டுக்கு வெளியே வயலிலிருந்த சோளக்காட்டுக்குள் அவர்களை உட்கார வைக்கிறார்.

"கேங் ஆள்கள் யார் வந்தாலும் சுட்டுவிடுங்கள்" என்று உத்தரவு போடுகிறார். வாக்கியை எடுத்து டாங்கோ (சங்கர் பிதிரி)வை தொடர்பு கொள்கிறார். மூன்று மலைகளுக்கு இடையில் அமைந்திருந்த அந்த இடத்திலிருந்து டைகரின் வாக்கி வேலை செய்யவில்லை. ரங்கசாமியின் வீட்டிலிருந்து செங்கிடிக்குப் போகும் வழியில் தனி ஆளாக அசோக்குமார் மட்டும் ஓடுகிறார். ஒரு கிலோமீட்டர் தொலைவுக்குப் போனதும் தொடர்பு கிடைக்கிறது. மெல்லிய சத்தத்தில் "ஆப்ரேஷன் சக்ஸஸ், பட் பேஷன்ட் அவுட்" என்ற வழக்கமான செய்தியைச் சொல்கிறார்.

டைகர் அசோக்குமார்

இருபது நிமிடங்களுக்குப் பிறகு, பிதிரி தலைமையிலான அணி ரங்கசெட்டி வீட்டுக்குப் போகிறது. சேகரிடம் விசாரிக்கின்றனர். வீரப்பன், அர்ஜுனன் உள்ளிட்டோர் கல்மாத்தூர் காட்டில் இருப்பதாகச் சொல்கிறார். தானும், ஒடக்காப்பள்ளம் துரைசாமியும் உணவுப்பொருள் வாங்க வந்தோம். ரங்கசெட்டி வீடு இருக்கும் இடத்திலிருந்து மூன்று கிலோமீட்டர் தொலைவில் ஓர் இடத்தில் தங்கியிருக்கிறோம். நாளைக்குத்தான் வேறு சில ஆள்கள் இந்த இடத்துக்கு வருவார்கள் என்கிறார். சேகர் சொல்வதை போலீசார் நம்பவில்லை. முறைப்படி விசாரித்தனர். நாங்க இரண்டுபேர் மட்டும்தான் வந்தோம் என்று உறுதியாகச் சொன்னார்.

நீங்கள் தங்கியிருந்த இடத்தை காட்டச் சொல்லி போலீசார் குள்ளனூர் சேகரை அழைத்துக்கொண்டு போயினர்.

ரங்கசெட்டியின் வீட்டிலிருந்து வடமேற்கு திசையில் இரண்டு கிலோமீட்டர் தொலைவுக்குச் சென்றனர். இடையில் ஓர் ஓடை வந்தது. அந்த இடத்திலேயே பிதிரி நின்று விடுகிறார். குள்ளனூர் சேகர் காட்டும் இடத்தைப் பார்வையிட சவுதாகர் என்ற ஆய்வாளர் தலைமையிலான அணியை மட்டும் சேகருடன் அனுப்புகிறார். கூடவே இன்ஸ்பெக்டர் விஜயகுமாரும் போகிறார்.

குள்ளனூர் சேகரும், துரைசாமியும் தங்கியிருந்ததாக ஓர் இடத்தை அடையாளம் காட்டுகிறார். அந்த இடத்தில், கோழி இறகுகள், முயல் தோல், காலி தேயிலைப் பொட்டலம், உள்ளிட்ட சில பொருள்களைக் குழியில் போட்டு மூடியிருந்தனர். சமையல் செய்த அடுப்பும் இருந்தது. இதையெல்லாம் பார்த்து சேகரும், துரைசாமியும் இங்கே தங்கியிருந்ததைப் போலீசார் உறுதிப்படுத்தினர். வேறு ஆள்கள் அந்த இடத்தில் தங்கியிருப்பதற்கான அடையாளங்கள் எதுவுமில்லை. சங்கர் பிதிரி இருந்த இடத்துக்கு திரும்பி நடந்து வந்தனர். சேகர் காட்டிய இடத்தில் பார்த்ததைச் சொல்கின்றனர். அங்கிருந்து ரங்கசெட்டியின் வீடு நோக்கி எல்லோரும் திரும்பினர்.

முதல் ஆளாகப் பொன்னப்பா என்ற தலைமைக் காவலர் நடந்தார். அடுத்து விஜயகுமார், மூன்றாவதாக சங்கர் பிதிரி இருந்தார். நாற்பது பேர் கொண்ட அந்த வரிசையின் கடைசி ஆள்களாக இன்ஸ்பெக்டர்கள் பாவா, குமாரசாமி, வெங்கிடுசாமியும் மூவரும் வந்து கொண்டிருந்தனர். அவர்களுடன் கையில் விலங்கு போடப்பட்ட நிலையில் குள்ளனூர் சேகர் இருந்தார். பாவா என்ன நினைத்தாரோ தெரியவில்லை. "பிதிரி சாருக்கு முன்னே சேகரை கூட்டிட்டுப் போனால் நல்லது" என்கிறார்.

இதைக் கேட்டதும் வெங்கிடுசாமி எல்லோரையும் முந்திக்கொண்டு ஓடினார். நாற்பது பேருக்கும் முன்பாக நடந்துகொண்டிருந்த பிதிரி பக்கம் போனார். "சேகரை முன்னே விட்டு நாமெல்லாம் பின்னாலே போகலான்னு பாவா சொல்லறார்" என்றார்.

இதைக் கேட்ட பிதிரி, முன்னால் நடந்து கொண்டிருந்த விஜயகுமாரை "ஏய்.. நில்றி" என்றார். விஜயகுமார் நின்று

விட்டார். விஜயகுமாருக்கு முன்பாக நடந்து கொண்டிருந்த பொன்னப்பா நிற்பதற்கு முன்பாகவே வடக்குப்பக்கக் காட்டுக்குள் இருந்து துப்பாக்கி வெடித்தது. பொன்னப்பா நெஞ்சில் துப்பாக்கிக் குண்டு இறங்கியது. நடந்து சென்ற பொன்னப்பா சிறிய முனகலுடன் அப்படியே சரிந்து விழுகிறார்.

தடால் தடாலெனே தரையில் படுத்த போலீசார் நான்கு திசைகளிலும் எதிர்த் தாக்குதல் தொடுக்கின்றனர். பாவா, வெங்கிடுசாமி இருவரும் குள்ளனூர் சேகரைக் கீழே தள்ளி அழுத்திப் பிடித்துக் கொண்டனர். சேகர் சத்தம் போடுவான் என எதிர்பார்த்த பாவா தன் இடுப்பிலிருந்த பிஸ்டலை எடுத்து சேகர் வாயில் வைத்துப் பிடித்துக் கொண்டார். ஐந்து நிமிட நேரத்தில் போலீசார் எழுநூறு ரவுண்டு சுட்டு முடித்தனர். வழக்கம் போலவே போலீசார் சுட்டதில் வீரப்பன் குழுவிலிருந்த யாருக்கும் அடி பிடிக்கவில்லை. யாருக்கும் காயம் இல்லாமலே அங்கிருந்து தப்பி விடுகின்றனர். *(இராமாபுரம் காவல் நிலைய குற்ற எண்:- 05/94).*

அர்ஸ் என்ற வயர்லஸ் எஸ்.ஐ. ஒருவர் தன்னுடைய கைத் துப்பாக்கியை எடுக்கும்போது அதன் விசையைத் தவறுதலாக இழுத்து விடுகிறார். கைத் துப்பாக்கியில் இருந்த தோட்டா அவருடைய தொடையைத் துளைத்துக் கொண்டு போனது. இது வீரப்பன் சுட்டதாக பிறகு கணக்கு காட்டப்படுகிறது. (அவருக்கு அரசின் அவார்டும், ரிவார்டும் கூட வழங்கப்பட்டிருக்கலாம்!)

கைது செய்யப்பட்ட குள்ளனூர் சேகர் மாதேஸ்வரன் மலைக்குக் கொண்டு வரப்படுகிறார். அங்கே விசாரணை நடக்கிறது. சேகர் சொன்ன தகவல்களை வைத்து வீரப்பனையோ, அர்ஜுனனையோ கைது செய்ய முடியவில்லை. இதையடுத்து **27.01.1994** அன்று கிண்டிக்காடு பகுதியில் போலீசாருடன் நடந்த மோதலில் குள்ளனூர் சேகரைப் போலீசார் சுட்டுக்கொன்றதாக அறிவித்தனர். *(மாதேஸ்வரன் மலை காவல் நிலைய குற்ற எண்:-02/94).*

போலி என்கவுன்டரில் மேலும் ஓர் எண்ணிக்கை கூடியது.

******

26

சொர்க்கம் தாக்குதல்

தலைமலைக் காடு

சத்தியமங்கலம் காட்டிலுள்ள திம்பத்தில் இருந்து நெயதாலபுரம் செல்லும்போது, பெஜிலட்டி பக்கம் வடக்கிலிருந்து ஓர் ஓடை வரும். இந்த ஓடை வடக்கிலுள்ள இரண்டு மலைகளுக்கு இடையில் இருந்து உருவாகி வருகிறது. இந்த மலையின் வடக்கு பக்கம் உள்ள காட்டுக்குப் பெயர் சொர்க்கம். அந்த மலையில் தணக்கு மரங்கள் நிறைந்திருக்கும், மற்ற காடுகளில் உள்ள முதிர்ந்த தணக்கு மரங்கள் வெள்ளை (வெள்ளி) நிறத்தில் இருக்கும்.

ஆனால், சொர்க்கம் காடுகளில் உள்ள தணக்கு மரங்கள் ரத்தம் போன்று சிவந்த நிறத்திலும், இலைகள் கரும்பச்சையாகவும் இருக்கும். இந்த மலையில் உள்ள பாறைகளும்கூட உருண்டையான குன்றுகளாக இல்லாமல், தட்டையானவையாக இருக்கும். தொலைவிலிருந்து பார்க்கும்போது மண்ணிலிருந்து குத்துக் குத்தாகக் காளான்

புடைத்துள்ளது போலவே தோற்றமளிக்கும். இந்தக் காளான் போன்ற பாறைக் குவியலுக்குள்ளும் மரங்கள் நிறைந்திருக்கும், இந்த மரங்களும்கூடக் காளான் போலவே குடையாகத்தான் இருக்கும். தட்டையான பாறைகளின் கீழே மலைத்தேன் கூடுகளும் தொங்கிக்கொண்டிருக்கும். இங்குள்ள மரத்தில் உள்ள கிளைகளை வெட்டினாலும்கூட அந்தக் கிளையில் உள்ள இலைகள் பத்து நாள்கள்வரை வாடாத நீர்த் தன்மை கொண்டவை.

மற்ற இடங்களைக் காட்டிலும் இங்கே மழைப்பொழிவும் அதிகமாக இருக்கும். அதனால், இங்குள்ள பார்றைகளுக்கு இடையில் பல சிற்றோடைகள் உருவாகின்றன. பாறைகளுக்கு இடையே ஓடிவரும் தண்ணீர் வெள்ளிக் கம்பி போல காட்சியளிக்கும். நீர்வளம் மிக்க இப்பகுதி நிலமெல்லாம், லெமன் கிராஸ் புற்கள் ஆள் உயரத்துக்கு வளர்ந்திருக்கும். இந்த காட்டுக்குப் பக்கத்தில் போகும்போதே ஆளை மயக்கும் அளவுக்கு எலுமிச்சை வாசம் வீசும். சிவப்பு, கரும்பச்சை, வெளிர் பசுமை எனப் பலவகையான நிறங்களில் உள்ள இந்த மலைப்பகுதியைப் பார்ப்பதற்கு சொர்க்கம் போலவே இருக்கும். அதனால்தான் கைலாசப்பள்ளம் என்ற ஓடை உருவாகும் இந்த மலையைச் சொர்க்கம் என்று உள்ளூர் மக்கள் அழைக்கின்றனர்.

தாளவாடி மலைப்பகுதியில் ஏராளமான சிற்றாறுகள் உற்பத்தியாகின்றன. தெற்கு, மேற்கு நோக்கிச் செல்லும் ஆறுகள் மாயாற்றில் கலந்து பவானிசாகர் அணைக்குப் போகின்றன. வடக்கு, கிழக்கில் போகும் ஆறுகள் எல்லாம் சிக்கோலா, சுவர்ணாவதி அணையில் சேர்கின்றன. செப்டம்பர் முதல் டிசம்பர் வரை இந்தக் காடுகளில் உள்ள சிற்றாறுகளில் நிறைய மீன்கள் இருக்கும். சுற்றுப்பகுதி பழங்குடி மக்கள் எல்லோருமே இந்த ஆறுகளில் தண்ணீர் தேங்கி நிற்கும் இடங்களில் மீன் பிடிக்கப் போவது வழக்கம்.

16.9.1994 அன்று காலை கோடம்பள்ளி என்ற ஊரைச் சேர்ந்த பழங்குடிகள் குன்னீரன், மாதன் இருவரும் கைலாசப் பள்ளத்தில் மீன் பிடிக்கக் கிளம்பினர். அந்தப் பள்ளத்தில் தண்ணீர் தேங்கிய இடங்களில் எல்லாம் மீன் பிடித்துக் கொண்டு போனவர்கள் மலையின் பாதி உயரத்துக்குச் சென்றனர். ஒரு

மடுவில் இருவரும் மீன் பிடித்துக் கொண்டிருந்த நேரம் பேபி வீரப்பன் அந்தப் பள்ளத்துக்குத் தண்ணீர் எடுக்க வருகிறார்.

மீன் பிடித்துக் கொண்டிருந்த இருவரையும் வீரப்பன் முகாமுக்கு அழைத்துக்கொண்டு போகிறார். அங்கே வீரப்பன் உள்ளிட்ட எட்டு பேர் இருந்தனர். சில மணி நேரங்களுக்கு முன்பாக ஒரு ஆண் கடமானை அடித்துக் கறி அரிந்து கொண்டிருந்தனர். "எந்த ஊரிலிருந்து வருகிறீர்கள்...? என்ன வேலை செய்கிறீர்கள்...?" என்று விசாரித்த வீரப்பன் இருவரையும் சாப்பிடச் சொல்கிறார். எல்லோருமே மான் கறியுடன் சோறு சாப்பிட்டுள்ளனர்.

குன்னீரன்

சாயங்காலம் வரை வீரப்பன் ஆள்களுக்கு உதவியாக சில வேலைகளும் செய்து கொடுத்துள்ளனர். மாலை ஐந்து மணிக்குப் பக்கமானதும் இருவரும் வீட்டுக்கு கிளம்பத் தயாராயினர். போகும் போது ஆளுக்கு ஐந்நூறு ரூபாய் பணம் கொடுக்கிறார் வீரப்பன். கடைசிவரை தாங்கள் பார்த்தது வீரப்பன் என்பது குன்னீரனுக்குத் தெரியாது. இராணுவ வீரர்கள் வைத்துள்ள *SLR* துப்பாக்கி போலவே வீரப்பன் ஆள்களும் துப்பாக்கி வைத்திருந்தனர். இதைப் பார்த்த குன்னீரன் இவர்களும் இராணுவத்துக்காரங்க என நினைத்துக் கொள்கிறார். மாலை ஐந்து மணிக்கு அங்கிருந்து கிளம்பிய குன்னீரனும், மாதனும் கோடம்பள்ளிக்கு வந்தனர்.

ஆசனூர் போலீஸ் சப் இன்ஸ்பெக்டராக இருந்தவர் மோகன்நவாஸ். மாலை நேரங்களில் இவர் தாளவாடி மலையிலுள்ள பெரும்பாலான ஊர்களுக்கு தன்னுடைய வீரர்களுடன் ஜீப்பில் ரோந்து போவார். காடுகளுக்குள் இருந்து வெளியே வரும் மக்களை இவர் வித்தியாசமாகச் சோதனை போடுவார். வேட்டியை அவிழ்த்து தலையில் கட்டி சுமை தூக்கிவரும் பழங்குடிகளின் ஜட்டி பாக்கெட்டில் கையை விட்டுத் தேடுவார். நூறு ரூபாய் நோட்டு இருந்தால், அந்த

ஆள் வீரப்பனைப் பார்த்துள்ளார். வீரப்பன் செலவுக்குப் பணம் கொடுத்துள்ளார் என்பது இவருடைய கணிப்பு. இது ஒருவகையில் உண்மையும் கூட.

குன்னீரன், மாதன் இருவரும் சொர்க்கம் மலையில் பிடித்த மீன்களைக் கையில் எடுத்துக்கொண்டு கோடம்பள்ளி நோக்கி நடந்து கொண்டிருந்தனர். அந்த வழியாக ஜீப்பில் சென்ற மோகன் நவாஸ் பழங்குடிகளை நேருக்கு நேராகச் சந்திக்கிறார். அதிரடிப்படை ஜீப்பைப் பார்த்துப் பயந்த இருவரும் தார் ரோட்டை விட்டு கீழே இறங்கி நின்றனர். வழக்கம் போலவே இருவரின் ஜட்டி பாக்கெட்டிலும் போலீசார் சோதனை போட்டனர். ஒவ்வொருவர் ஜட்டியிலும் ஐந்து நூறு ரூபாய் நோட்டுகள் இருந்தன. அடுத்த வினாடி நிலைமை தலைகீழாக மாறியது. இரண்டுபேரின் சூத்தாம் பட்டையும் அரை அங்குல உயரத்துக்கு வீங்கியது. "அடிக்காதீங்க சாமி..." என்று சொல்லிக் கையெடுத்துக் கும்பிட முடியாத அளவுக்கு கை காலெல்லாம் வீங்கிப்போயின.

ஆசனூர் காவல் நிலையத்திற்கு கொண்டுவரப்பட்ட இருவரிடமும் விடிய விடிய விசாரணை நடந்தது. "எங்களுக்கு இராணுவத்துக்காரங்கதான் பணம் குடுத்தாங்க சாமி..." என்று இருவரும் காலைப் பிடித்துக்கொண்டு கதறினர்.

இராணுவமும் சரி போலீசும் சரி ஏழை மக்களுக்கு பணம் கொடுத்து உதவுவார்கள் என்பது நடைமுறைக்குச் சாத்தியமில்லாதது. அமைதிப்படை என்ற பெயரில் இலங்கைக்குப் போன இந்திய ராணுவம் யாழ்ப்பாணத் தெருக்களில் வசித்த தமிழர்களின் வீடுகளில் கொள்ளையடித்தனர் என்பது வரலாறு. அன்றும் சரி, இன்றும் சரி, நாளையும் சரி எந்தக் காலத்திலும் தமிழக போலீஸ் ஏழை மக்களை உதைத்து பணம் வாங்குவார்களே தவிர, கொடுப்பது என்பது கனவிலும் நடக்காது. அதனால், பழங்குடிகளுக்குப் பணம் கொடுத்தது வீரப்பன்தான் என்பதை மோகன் நவாஸ் உறுதியாக நம்பினார். தகவல் எஸ்.பி. சஞ்சய் அரோராவுக்குப் போனது.

தமிழ்நாடு அதிரடிப்படை எஸ்.பி. சஞ்சய் அரோரா, டி.எஸ்.பி. முத்துசாமி, இன்ஸ்பெக்டர்கள் அசோக்குமார், ஹுசைன், கோபால்சாமி, சப்-இன்ஸ்பெக்டர்கள் கருப்புசாமி, கந்தசாமி, செந்தில்குமார், கோபால்சாமி உள்ளிட்ட அதிகாரிகள்

ஆசனூர் வந்தனர். கைலாசப்பள்ளம் காடு மிகப்பெரியது, ஆயிரம் பேருக்குக் குறைவில்லாமல் இருந்தால் மட்டுமே ஓரளவுக்குச் சுற்றிவளைத்துத் தாக்குதல் நடத்த முடியும்.

அதனால், கர்நாடக போலீஸும் எல்லைக் காவல் படையும் சேர்ந்து போனால் வசதியாக இருக்கும் என்று முடிவெடுக்கின்றனர். சொர்க்கம் மலையில் ஜாயின்ட் ஆபரேஷன் நடத்தலாம் என்று கர்நாடகத்துக்கும் செய்தி போனது. கர்நாடக STF டி.ஐ.ஜி. சங்கர் பிதிரி, இன்ஸ்பெக்டர்கள் வெங்கிடுசாமி, பாவா, ஜெயக்குமார், மாரிசாமி உள்ளிட்ட அதிகாரிகள் திம்பம் STF கேம்பில் ஆலோசனை மேற்கொண்டனர். இதில், எல்லைக்காவல் படையின் டி.ஐ.ஜி. பிந்தர்சிங்கும் கலந்து கொண்டார்.

கூட்டுப்படை தேடுதல் நடத்த முடிவெடுத்தது. காலை ஆறு மணிக்கு பண்ணாரி மாரியம்மன் கோயிலில் சிறப்புப் பூஜை நடந்தது. வழிபாடு முடிந்து திம்பம் வந்தது. அங்கிருந்த கர்நாடக STF, BSF அதிகாரிகளுடன் ஆலோசனை மேற்கொண்டனர். கூட்டுப்படை தயாரானது. யார் யார் எந்தப்பகுதிக்குப் போகவேண்டும், எங்கிருந்து எங்கே வரவேண்டும் என்று முடிவெடுத்தனர். குன்னீரன் வழிகாட்டியாகப் போகிறார். அவரைப் பின்தொடர்ந்து எஸ்.பி.சஞ்சய் அரோரா தலைமையில் இருமாநில அதிரடிப்படையுடன் இந்திய எல்லைக்காவல் படையும் சென்றது. நான்கு பக்கத்தில் இருந்தும் சொர்க்கம் மலையைப் போலீசார் சுற்றி வளைத்தனர்.

பெஜிலட்டி பக்கம் இருந்து கைலாசப்பள்ளம் மலைமேல் எஸ்.பி.சஞ்சய் அரோரா தலைமையிலான படையினர் ஏறினர். வீரப்பன் குழுவினர் முதல் நாள் தங்கியிருந்த இடத்தில் கறியை உப்புக் கண்டம் போட்டு அதைப் பாறை மீது காயப் போட்டிருந்தனர். மான்கறி காய்ந்த இடத்தில் வீரப்பன் ஆட்கள் இல்லை. திரும்பி பெஜிலட்டி பக்கம் வராமல் தண்ணீர் வரும் வழியிலேயே அந்த மலை மீது ஏறினர். அந்த மலைக்கு அடுத்து கோடம்பள்ளி உள்ளது. மலை மீது ஏறி கோடம்பள்ளிக்குப் போய்விடலாம் என்று முடிவு செய்தனர்.

மலைமேல் ஏறியவர்கள் அங்கிருந்து கீழே இறங்கிக் கொண்டிருந்தனர். ஆள்கள் நடக்கும் முக்கியமான வழியில் தண்ணீர் போகும் ஓடைக்குப் பக்கத்திலேயே இருந்தது.

அந்த வழியாக சஞ்சய் அரோரா நடந்து செல்கிறார். வலது பக்கம் உதவி ஆய்வாளர் செந்திலையும், இடது பக்கம் உதவி ஆய்வாளர் கந்தசாமியையும் அனுப்பினார். இதுபோல, காட்டுப்பன்றிகள் போகும் வழியிலெல்லாம் கீழ் நிலை அதிகாரிகளை அனுப்பிவிட்டு உயர் அதிகாரிகள் நல்ல பாதையில் நடப்பது வழக்கமானது.

செந்தில் ஒரு மலையின் விளிம்பில் கீழே வருகிறார். ஒரு மேடான இடத்தில், யாரோ ஒருவர் (மேய்க்கான் ரங்கசாமி) எழுந்து ஓடுவது போலத்தெரிந்தது. அந்த ஆள் உட்கார்ந்திருந்த இடத்துக்கு இடது பக்கம் தட்டையான பாறைகளுக்கு மேலே உயரத்தில் வீரப்பன் இருக்கிறார். இது செந்தில்குமார் அணியினருக்குத் தெரியவில்லை. தன்னைப் பார்த்துவிட்டு ஓடிய அந்த ஆளைப் பிடிக்கும் நோக்கில் எஸ்.ஐ.செந்தில்குமார் அவர் பின்னாலேயே ஓடுகிறார்.

போலீசார் வருவதைப் பார்த்துவிட்டு ரங்கசாமி தன் கையிலிருந்த *SLR* துப்பாக்கியை எடுத்துச் சுட முயற்சிக்கிறார். சேப்டி லாக் லிவரை ரிலீஸ் செய்யாமல், அவசரத்தில் டிரிக்கரை மட்டும் இழுத்துள்ளார். அதனால், துப்பாக்கி வேலை செய்யவில்லை. மேற்கொண்டு யோசிக்க நேரமில்லாத நிலை. அதனால், வீரப்பன் இருந்த மறைவிடத்தை நோக்கி ஓடுகிறார்.

கீழே இருந்து ரங்கசாமி ஓடி வந்த வேகத்தைப் பார்த்ததுமே போலீசார் வந்து விட்டனர் என்பதை வீரப்பன் தெரிந்து கொள்கிறார். *303* துப்பாக்கியைத் தூக்கிக்கொண்டு வந்தவர் கீழிருந்து மேலே வரும் வழியைப் பார்க்கிறார். தப்பியோடிய ஆளைத் தேடிக்கொண்டு போன எஸ்.ஐ.செந்தில்குமார் வீரப்பன் பார்வைக்குக் கிடைக்கிறார். மேலே பார்த்துக் கொண்டே நடந்து வந்த செந்தில்குமார் தலைக்கு வீரப்பன் குறிவைக்கிறார்.

வீரப்பன் துப்பாக்கியின் முதல் தோட்டா செந்தில்குமாரின் இடது கண்ணில் இறங்கி அவரது பின் மண்டையை துளைத்துக்கொண்டு வெளியே போனது. முதல் அடியிலேயே செந்தில்குமார் உயிரிழக்கிறார். அவருக்குப் பின்னால், ரமேஷ் என்ற தமிழக அதிரடிப்படை காவலர், அவருக்கு அடுத்து இந்திய எல்லைக் காவல் படை வீரர்கள் சிலர் நடந்து

சென்றனர். அவர்களுடன் போலீசுக்கு வழிகாட்டியாக குன்னீரன் என்பவர் நான்காவதாக வந்தார்.

செந்தில் தலையில் வீரப்பன் தோட்டா இறங்கியதுமே பின்னால் வந்த எல்லோரும் தரையில் படுத்து விட்டனர். இதற்கிடையில் செந்தில் வந்து கொண்டிருந்த வழியில் அவர்களுக்கு எதிரில் உள்ள ஒரு பாறை மறைவுக்கு அர்ஜுனன், கோவிந்தன் உள்ளிட்ட சிலர் ஓடிப்போய் ஒளிந்தனர். அங்கிருந்து நேருக்கு நேராக எதிர்த்தாக்குதல் நடத்த முயற்சிக்கின்றனர். இதைப் பார்த்த தமிழக அதிரடிப்படையினர் அந்தப் பகுதியைப் பார்த்து துப்பாக்கிச்சூடு நடத்தினர். ஆனால், இவர்களின் தலைக்கு மேலே இருந்த வீரப்பன் கீழே இருந்தவர்களை நேருக்கு நேராக எதிர்கொள்கிறார். அவர் அடித்த இரண்டாவது அடியில் ரமேஷ் தலையில் குண்டு ஏறியது. அந்த இடத்திலேயே அவரும் மரணமடைகிறார்.

இந்தப்பக்கம் இருந்துதான் குண்டு வருகிறது என்பதை பி.எஸ்.எப். வீரர் பூபேந்தர் சிங் கணித்து விடுகிறார். விநாடிக்கும் குறைவான நேரத்தில், வீரப்பன் துப்பாக்கியால் சுட்ட பகுதியைப் பார்த்து, தன்னுடைய *LMG* ட்ரைபேடை விரித்து வைத்து குண்டுவரும் இடத்தை நோக்கி எய்ம் பார்க்கிறார். இதைச் சரியாக கணக்கிட்ட வீரப்பன் மூன்றாவது தோட்டாவை அவர் மீது அடிக்கிறார். பூபேந்தர் சிங் நீட்டிய *LMG* துப்பாக்கி பைப்பின் டிப்பில் (துப்பாக்கி முனையில் இடத்தை குறி பார்த்துச் சுட வசதியாக வைக்கப்பட்டுள்ள இரும்புக் குமிழ்) பட்டு, அதன் ஓரத்தை உடைத்துக்கொண்டு போன **303** ரைபிள் தோட்டா அவருடைய மூக்கை உரசியபடி சென்று நெஞ்சைத் துளைக்கிறது. ஒருவேளை வீரப்பன் துப்பாக்கியிலிருந்து அந்த தோட்டா வராமல் போயிருந்தால், அடுத்த தோட்டாவை வீரப்பன் அடிக்க முடியாதபடி பூபேந்தர் சிங் கவுன்டர் பயரிங் ஆரம்பித்திருப்பார்.

இதைப் பார்த்த ரவிக்குமார் இந்த இடத்தில் இருந்து தன்னால் வீரப்பனைச் சுட முடியாது என்பதை உணர்கிறார், வீரப்பனின் துப்பாக்கிக் குண்டிலிருந்து தப்பிக்க முடிவெடுக்கிறார். தரையில் உருண்டு கொண்டே போகிறார். வீரப்பனின் முதல் தோட்டா அவருடைய நெஞ்சில் மாட்டியிருந்த *AK* **47** தோட்டாக்களை உரசிக்கொண்டு

போனது. அடுத்து ரோல் ஆகிறார். இரண்டாவதாக வந்த தோட்டா முதுகை உரசிக்கொண்டு செல்கிறது. மூன்றாவது முறை ரோல் ஆகிறார். அந்த தோட்டா ரவிக்குமாரின் கண் புருவத்தை உரசிக்கொண்டு நெற்றி வழியாகச் சென்றது. நான்காவது தோட்டா தலைமுடியைச் சுட்டுக் கருக்கிக் கொண்டுபோனது. வீரப்பனின் அடுத்த தோட்டா அவரை நோக்கி வருவதற்குள் கீழே இருந்த பள்ளத்தில் விழுந்து விடுகிறார். ரவிக்குமாருக்குப் பின்னால் சென்று கொண்டிருந்த குன்னீரன் புள்ளி மானைப்போல துள்ளிக்குதித்து ஓடுகிறார். குறிபார்த்த வீரப்பன் அவருக்கும் ஒரு அடி கொடுக்கிறார். அந்த தோட்டா குன்னீரன் முழங்கைக்கு மேலே கையைத் துளைக்கிறது.

17.09.1994 அன்று மதியம் நடந்த இந்தத் தாக்குதலில், தமிழ்நாடு அதிரடிப்படையின் உதவி ஆய்வாளர் செந்தில்குமார், காவலர் ரமேஷ், எல்லைப் பாதுகாப்புப் படைவீரர் பூபேந்தர்சிங் உள்ளிட்ட மூவர் கொலை செய்யப்பட்டனர். ஏழுபேர் படுகாயமடைகின்றனர். காயம்பட்டவர்களையும், உயிரிழந்த வீரர்களையும் எடுத்துக் கொண்டு வரவேண்டிய சூழ்நிலை. அதனால், தமிழக அதிரடிப்படையினர் மேற்கொண்டு வீரப்பனைப் பின்தொடர்ந்து போகாமல் திரும்பி விடுகின்றனர். (ஆசனூர் காவல் நிலையக் குற்ற எண்:- 21/1994 நாள் 17.09.1994).

"**வீ**ரப்பன் போல ஒரு குட் சூட்டரைப் பார்க்க முடியாது, அவன் எய்ம் பண்ணிவிட்டான் என்றால் அவனது பார்வையிலிருந்து தப்பிக்கவே முடியாது. மகாபாரதத்தில் உள்ள அர்ஜுனைப் போலவே வீரப்பன் குறி பார்ப்பதில் திறமையானவன். அவன் குறி வைத்து விட்டால் எதிரி தலை தப்பாது" என்கிறார் தாக்குதல் நடந்த நேரத்தில் அங்கிருந்த தமிழ்நாடு STF கண்காணிப்பாளர் கருப்புசாமி.

தாக்குதல் முடிந்த பிறகு, வீரப்பன் ஆள்கள் அந்த மலைக்குப் பின்பக்கம் உள்ள கோடிபுரம் என்ற ஊருக்குச் சென்றனர். அந்த ஊரைச் சேர்ந்த மல்லண்ணா:- "ஊருக்கு மேற்கே இருந்த காட்டில் கரும்பு வெட்டிட்டு இருந்தோம். அப்போ சாயங்காலம் மூனு மணி இருக்கும், அங்கே வீரப்பன் ஆளுங்க வந்தாங்க. எங்களைப் பக்கத்தில் கூப்பிட்டாங்க, நாங்க எல்லாம் பக்கத்திலே போயி

மல்லண்ணா

ஜெயராம் செட்டி

"சொல்லுங்க சார்"ன்னு கேட்டோம். "என்னைப் பார்த்து யாரும் சார்ன்னு சொல்லாதீங்க. நாமெல்லாம் அண்ணன் தம்பிங்க மாதிரி"தான்னு சொன்னார். அப்புறமா "கோடிபுரம் இன்னும் எவ்வளவு தூரம் போகணும்..."ன்னு கேட்டாங்க. நான் "இதே தாரியிலே(வழியில்) ஒரு கிலோமீட்டர் போனா ஊர் சிக்குது"ன்னு சொன்னேன். நேரா ஊருக்கு வந்திருக்காங்க. ஊருக்குள்ளே வந்ததும் தண்ணி கேட்டிருக்காங்க. ஓட்டல் கடை வச்சிருந்த எங்க அம்மாதான் தண்ணி குடுத்திருக்காங்க. அங்கிருந்து மளிகைக் கடைக்குப் போயி, அவங்களுக்கு வேண்டிய ஜாமானெல்லாம் வாங்கிட்டு, அதுக்குப் பணமும் குடுத்துட்டு போயிட்டாங்க" என்கிறார்.

"சாயங்காலம் மூனு மணிக்கு வீரப்பன் கோவிந்தன், அர்ஜுனன் மூன்று பேரும் வந்தாங்க. மளிகைக்கடையில் செருப்பு, மளிகை சாமான், ரேடியோ எல்லாம் வாங்கிட்டுப் போனாங்க. சிவன் கோயிலுக்கு வந்து கற்பூரம் ஏற்றி சாமி கும்பிட்டாங்க. நேரா இந்தப் பக்கம் காட்டுக்குள்ளே பூந்து போயிட்டாங்க. நாங்க எல்லாருமே பார்த்தோம். எங்ககிட்டேயெல்லாம் நல்லா பேசிட்டுத்தான் போனார்" என்கிறார் ஜெயராம் செட்டி.

கோடம்பள்ளி காட்டில் நடந்தது குறித்து வீரப்பன்:- "சமையல் நடந்து கொண்டிருந்தது, நான் துப்பாக்கியை ஒரு கல்லுமேலே சாத்தி வச்சிட்டு சும்மா நின்னுக்கிட்டு இருந்தேன். நம்ம ஆளு ரங்கசாமி கீழே காவல் இருந்தான்.

போலீஸ், மிலிடரி இரண்டும் சேர்ந்து வந்தாங்க. சென்ட்ரியில் இருந்த நம்ம ஆளும் போலீசைப் பார்த்துட்டான், எதிரில் வந்த போலீசும் நம்ம ஆளைப் பார்த்துட்டான். ஆனா, போலீசார் இவனைப் பார்த்து அடிச்சுட்டாங்க. அது ஈடாகிட்டது. “சட்டீர்....”ன்னு ரைபிள் சத்தம் கேட்டதுமே போலீஸ் வந்துட்டாங்க, ஒன்னு நம்ம ஆள் இட்டிருப்பான். இல்லே போலீஸ் இட்டிருப்பாங்கன்னு தெரிஞ்சு போச்சு. எட்டிக் குதித்து துப்பாக்கியை எடுத்துக்கிட்டு போனதும் அப்படியே கல்லு மறைப்பில் உட்கார்ந்து கீழே பார்த்தேன்.

ஒரு படையே தடார் தடார்ன்னு மேலே ஓடியாந்துகிட்டு இருந்தாங்க. அப்படியே கல்லு மறைப்பில் நின்னு துப்பாக்கிய எடுத்துப் புடிச்சேன். ஆனா, அடிக்கல. ஏன்னா எல்லாம் மேலே ஓடியாந்துக்கிட்டே இருக்காங்க. நிற்கட்டும் அப்புறமா அடிக்கலான்னு இருந்தேன். நான் இருந்ததை அவங்க பார்க்கல, ஒருத்தன் மட்டும் தலையை தூக்கிப் பார்த்துட்டு “ஓஹோ...”ன்னு சத்தம் போட்டான். பின்னாலே இருந்து இன்னும் இருபது பேர் ஓடியாந்தாங்க. முதலில் ஓஹோன்னு கத்தினவனை அடிச்சேன். அடுத்து ஓடியாந்து படுத்தவனை அடிச்சேன். இரண்டு ஆள முடிச்சுட்டேன். ரெண்டு ஆள் உளுந்ததுமே மேலே வர பயந்துக்கிட்டாங்க. அப்போ என் துப்பாக்கியில் மூனு தோட்டாதான் இருந்தது. மேகசினைக் கழட்டி, சட்டை ஜோப்பில் இருந்த தோட்டாவை எடுத்துப் போட்டுக்கிட்டேன். கீழே இருந்து “பாம் போடு.. பாம் போடுன்னு...” சத்தம் வந்தது.

அதுக்குள்ளே அர்ஜுனன் என்னைக் கூப்பிட்டு “அண்ணா பாம் போடறாங்க. சீக்கிரம் மேலே வந்துரு”ன்னு சத்தம் போட்டான். பாம் எடுத்ததுமே வீசுவாங்கன்னு நெனைச்சுக்கிட்டு பக்கத்துலே இருந்த கல்லுக்கு நானும், கோயிந்தனும் போனோம். “அண்ணா பின்னாலேயே வாரங்க...”ன்னு அர்ஜுனன் சொன்னான். “வரட்டும் வாடா”ன்னு சொல்லிக்கிட்டே ஓடினேன். இப்படி ஒரு கல்லு மறைப்பு. அதுலே உட்கார்ந்துக் கிட்டேன். பின்னாலே ஓடியாந்ததில் நாலு பேர் கவுந்து படுத்துக்கிட்டாங்க. யார் யாரை அடிக்கலான்னு பார்த்துக்கிட்டு இருந்தேன். சாரை சாரையா ட்ரஸ் போட்டுகிட்டு இருந்த ஒருத்தனை நடுத்தலையிலேயே

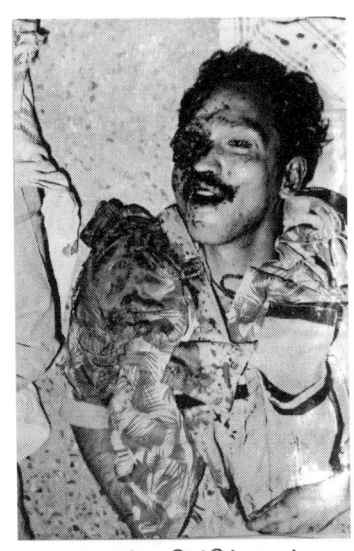

எஸ்.ஐ.செந்தில்குமார்

இ(சு)ட்டேன். அதுக்குள்ளே கோயிந்தன் ஒருத்தனைக் கீழே தள்ளீட்டான். தொடர்ந்து பாம் போட்டுக்கிட்டே இருந்தாங்க. நாங்க இருந்த பக்கம் யாரும் வரல. சரி, நாம இங்கிருந்து கௌம்புவோமுன்னு சொல் லிட்டு எல்லோரும் கிளம்பி போயிட்டோம்" என்றார்.

நானும், எட்டு போலீ சாரும் ஒரு தாவிலே நடந்து போனோம், மேலே இருந்து வீரப்பா சுட்டதில், இரண்டே நிமிசத்தில் எல்லோருக்கும் அடி விழுந்துட்டுது. பின்னாலே ஓடிவந்த போலீ சாரோட சேர்ந்து செத்துப் போனவங்களையும், காயம் பட்டவங்களையும் தூக்கிட்டுக் கீழே வந்துட்டோம். என்னுடைய கை முட்டியில் வீரப்பன் சுட்ட குண்டு இன்னும் உள்ளே இருக்கு, ஆஸ்பத்திரியில் இருந்து வீட்டுக்கு வந்த பின்னாலே போலீஸ் எனக்கு 25,000 பணம் குடுத்தாங்க..." என்றார் குன்னீரன்.

பூபேந்தர் சிங், ரமேஷ் உடன் செந்தில்குமார்.
(நன்றி : நேத்ராராஜூ, மைசூர்)

*****

27

கொத்தாலி உள்ளிட்ட நால்வர் கொலை

கெத்தேசால் கிராமம்

சொார்க்கம் தாக்குதலுக்குப் பிறகு வீரப்பன் கேர்மாளம் பகுதிக்கு வருகிறார். தன் மனைவி, கூட்டாளிகளைக் காட்டிக்கொடுத்த கெத்தேசால் ஊரிலுள்ள உளவாளிகளைப் பழி வாங்கவேண்டும் என்று முடிவு செய்கிறார். அந்தப் பகுதியில் தங்கியிருந்தவாறே போலீஸ் நடவடிக்கைகளைக் கண்காணிக்கிறார். மோகன் நவாஸ், இக்நேசியஸ் லயோலா என்ற இரண்டு அதிரடிப்படை உதவி ஆய்வாளர்கள் தலைமையில் 25 வீரர்கள் கெத்தேசால் கிராமத்தில் முகாமிட்டுள்ளனர்.

நீண்ட நாள்களாக வீரப்பன் நடமாட்டம் இந்தப்பகுதியில் இல்லை என்று அதிரடிப்படையின் உளவுப்பிரிவு கருதுகிறது. 6.10.1994 அன்று மோகன் நவாஸ் தன்னுடன் இருந்த வீரர்களை கூட்டிக்கொண்டு முகாமைக் காலி செய்துவிட்டு, ஆசனூர் கிளம்புகிறார். 7ஆம் தேதி இந்தச் செய்தி வீரப்பனுக்குத் தெரிகிறது.

கெத்தேசால் கிராமம்

08.10.1994 அன்று வீரப்பன் கெத்தேசால் ஊருக்கு வடக்கில் உள்ள பசவன்பெட்டா மலையை ஒட்டிய காடுகளுக்குச் செல்கிறார். கெத்தேசால் ஊர் மக்கள் வழக்கமாக மாடுகளை ஓட்டிக்கொண்டு வரும் வழியில் மூன்று பேரைக் காவல் வைக்கிறார். மீதமிருந்த ஐந்துபேரும் வேறு ஓர் இடத்தில் தங்கிச் சமையல் வேலைகளைக் கவனித்தனர்.

அன்று நடந்த நிகழ்வு குறித்து சிவண்ணா என்பவரிடம் பேசினேன். “காலையிலே 10.00 மணிக்கு மாட்டுக்குப் பின்னாலே நானு, வீரண்ணா, பொம்மன் பாட்டன் மூனு பேரும் போனோம். போலீஸ் மாதிரியே மூனு பேர் இருந்தாங்க. “நீங்க எந்த ஊர் ஆளுங்க...?”ன்னு விசாரிச்சாங்க. “நாங்க கெத்தேசால் ஆளுங்க...”ன்னு சொன்னோம்.

“நாங்க கர்நாடக போலீஸ், உங்களை டி.எஸ்.பி. வரச் சொன்னாரு...”ன்னு ஒரு தாவுக்குக் கூட்டிட்டுப் போனாங்க. அங்கே இன்னும் அஞ்சு பேர் இருந்தாங்க. அவங்க அடுப்பு, வெறகு எல்லாம் எடுத்து வச்சுக்கிட்டு இருந்தாங்க. குடிக்கத் தண்ணீர் எங்கே இருக்குன்னு எங்ககூட வந்த பாட்டனிடம் கேட்டாங்க. பெட்டாவுக்கு கீழே தண்ணீர் இருக்கும் பள்ளத்தைக் கூட்டிட்டுப் போய் காட்டினார். அங்கிருந்து தண்ணீர் எடுத்துட்டு வந்து சோறு செஞ்சாங்க. பிறகு, மான்

சிவண்ணாவிடம் விசாரணை செய்யும் கர்நாடக டி.ஐ.ஜி சங்கர் பிதிரி

கறி வத்தலை எடுத்து நெருப்பில் சுட்டுத் தட்டி, எண்ணெய் போட்டு வேகவச்சாங்க. அதைத் தொட்டுக்கிட்டு மத்தியானச் சோறு சாப்புட்டாங்க. எங்களுக்கும் சோறும், கறியும் குடுத்தாங்க, நாங்களும் சாப்பிட்டோம்.

சாயங்கால நேரம். பாட்டன் ரெண்டுக்கு வருதுன்னு சொன்னாரு, கூடவே ரெண்டு ஆளுங்க துப்பாக்கியோட போனாங்க. கொஞ்சதூரம் போனதும், கூடப் போனவங்ககிட்டே சொல்லாமே பாட்டன் அங்கிருந்து பாங்காட்டுக்குள்ளே பூந்து ஓடுனாரு. "டேய், ஓடாதேன்னு" சொல்லிக்கிட்டே பின்னாலே போன பேபி வீரப்பன் துப்பாக்கியை எடுத்து பொம்மன் பாட்டன் நடு முதுகிலேயே சுட்டுட்டார்.

ஓட, ஓட அப்படியே கீழே விழுந்து பாட்டன் செத்துப் போனார், அதுக்குப் பிறகு, எங்க ஊரிலிருந்து காட்டுக்கு யார் யார் மாடு ஓட்டிட்டு வருவாங்க? யாரையெல்லாம் போலீஸ் வந்து விசாரிப்பாங்க? காட்டுக்குள்ளே போலீசைக் கூட்டிட்டு வந்தது யாருன்னு..? எங்ககிட்டே வீரப்பன் விசாரிச்சாரு. எங்க ரெண்டு பேருக்கும் சின்ன வயசு. யாருகிட்டே எதைச் சொல்லணும், எதைச் சொல்லக்கூடாதுன்னு புரிஞ்சுகிற அளவுக்கு அப்போ பக்குவம் இல்லை. எங்களுக்குத் தெரிஞ்ச எல்லாத்தையும் சொல்லிட்டோம்.

சிவண்ணா (தற்போதைய புகைப்படம்)

"பொழுது சாய்ந்த நேரம் ஊருக்குப் பக்கமா காட்டுக்குள்ளே என்னையும், வீரண்ணாவையும் கூட்டிட்டு வந்து உட்கார வச்சுக்கிட்டாங்க..." என்கிறார் அப்போது பத்து வயதுச் சிறுவனாக இருந்த சிவண்ணா.

"பாங்காட்டுக்குப் போன பட்டி மாடுகள் சாயங்காலம் நாலு மணிக்கே திரும்பி வந்துரும். அன்னைக்கு ஆறு மணி வரைக்கும் வரல, எங்களுக்குச் சந்தேகம் வந்துடுச்சு. நானும், இன்னும் நாலஞ்சு பேரும் இந்த மலைக்குப் பக்கமா பாங்காட்டுக்குள்ளே மாட்டைத் தேடிட்டுப் போனோம். மாட்டுக்கார பெரியவர் வைத்திருந்த கத்தி, ஒரு மழைக்காகிதம், அவரு வச்சிருந்த போர்வை எல்லாம் ஒரு பாறை மேலே இருந்தது. அதையெல்லாம் எடுத்துக்கிட்டு நாங்க திரும்பிச் சத்தம் போட்டுக் கூப்புட்டுட்டே வந்தோம்.

அப்போ இந்த வேலி ஓரமா எங்க அண்ணா நின்னுக்கிட்டு எங்களைப் பக்கத்திலே கூப்பிட்டான். பக்கமாப் போயி "என்ன?"ன்னு கேட்டோம். "நான் பாங்காட்டுக்குள்ளே போயிட்டு வந்தேன். வரும்போது போலீஸ்காரங்க கொஞ்சம் பேர் நடந்து வந்த செருப்பு அடி தெரிஞ்சுது. இங்கே பாரு எல்லாம் நம்ம ஊருக்குத்தான் போயிருக்கு..."ன்னு ஆளுங்க நடந்து போன தடத்தைக் காட்டினான்.

அந்த வழியாவே நாங்களும் தடத்தைப் பார்த்திட்டே வந்திட்டிருந்தோம். எங்க பேச்சுச் சத்தம் கேட்டுப் பொதைக்குள்ளே இருந்து நாலு பேர் வெளிய வந்தாங்க. "நாங்க கர்நாடக போலீஸ் வந்திருக்கோம். இங்கே வாங்க..."ன்னு எங்களையும் கூப்புட்டாங்க. நாங்களும் பக்கமா போனோம். இதுக்குள்ளே ஊருக்குள்ளே இருந்த கொஞ்சம் ஜனங்களுக்கும் போலீஸ் வந்திருக்குன்னு தெரிஞ்சு போனது. எல்லோரும் நாங்க இருந்த எடத்துக்கே வந்துட்டாங்க.

எல்லோரையும் கூட்டிட்டு திரும்பவும் வீரப்பன் ஆளுங்க ஊருக்குள்ளே வந்தாங்க. வரும்போதே, “வீரப்பன் ஆளுங்க இங்கே வந்தாங்களா...? நீங்களெல்லாம் அவனுக்கு சப்போர்ட் செஞ்சுக்கிட்டு இருக்கீங்க, அதெல்லாம் யாரு....”ன்னு கேட்டாங்க. அப்போ எங்க ஊர் ஆளுங்க “நாங்க நல்லவர்களுக்குத்தான் உதவி செய்வோம். திருடங்களுக்கு உதவி செய்யமாட்டோம். இங்கே தமிழ்நாடு போலீஸ் வந்தாலும் சரி, கர்நாடக போலீஸ் வந்தாலும் சரி. நாங்கதான் காட்டுக்குள்ளே கூட்டிப்போய் அவங்களுக்கு வழி காட்டுவோமுன்னு ராமன், மாதன் இரண்டு பேரும் சொல்லிட்டாங்க.

சரின்னுட்டு அவங்க ரெண்டு பேரையும் புடிச்சி கையைக் கட்டிட்டாங்க, அப்பவும் வந்திருக்கிறது வீரப்பன்னு எங்களுக்குத் தெரியல. கொத்தாலி வீட்டக் காட்டுன்னு சொல்லிக் கூட்டிட்டுப் போனாங்க. வீட்டுல எங்க பெரியப்பா குன்னன் படுத்திட்டு இருந்தாரு. அவரையும் புடிச்சுக் கையைக் கட்டுனாங்க.

அப்போத்தான் “எதுக்கு சாமி கையைக் கட்டுறீங்க. எங்கே கூப்பிட்டாலும் நான் வாரேன். கையை எல்லாம் கட்ட வேண்டா”ன்னு பெரியப்பா சொன்னாரு. “டேய் நீட்றா கையே...”ன்னு சொல்லி அவரு கையைக் கட்டிட்டாங்க. அங்கிருந்து பசவன் வீடு எங்கேன்னு கேட்டுட்டு பசவன் வீட்டுக்கு எல்லோரையும் கூட்டிட்டு போனாங்க. பசவன் வீட்டிலேதான் இருந்தான், அவனையும் புடுச்சுக் கையைக் கட்டிட்டாங்க. பிறகு தாசன் வீட்டுக்கு போனாங்க, அவனையும் புடிச்சுக் கையைக் கட்டியாச்சு.

ராமன், மாதன், குன்னன், பசவன், தாசன் அஞ்சு பேரையும் தனித்தனியா கையைக் கட்டி, பிறகு எல்லோரையும் சேர்த்து ஒருத்தர் கையோடா ஒருத்தரைச் சேர்த்துக் கட்டி ஒரு இடத்திலே நிற்க வச்சுட்டாங்க. அப்போவும்கூட நாங்களெல்லாம் போலீஸ் விசாரிக்காங்கன்னு நெனச்சிட்டு இருக்கோம். அவங்க ஆளுங்க அஞ்சு பேரு மெஷின் கன் கையிலே வெச்சுட்டு பக்கத்திலேயே நிக்கிறாங்க.

இதுலே கொத்தாலி குன்னனுக்கு மட்டும் இது வீரப்பா ஆளுங்கன்னு தெரிஞ்சு போச்சு. “இவங்க என்னென்னமோ செய்யறாங்க. ஏன் ஊருக்காரங்க எல்லாம் வேடிக்கை

பார்க்கறீங்க...?ன்னு எங்களைப் பார்த்துக் கேட்டுட்டார். அதைக் கேட்டதுமே வீரப்பன் கையிலிருந்த துப்பாக்கியின் பின்பக்க கட்டையாலே ஓங்கிக் கொத்தாலி தலையில அடிச்சிட்டார். அடி விழுந்ததுமே "எதுக்கு எங்களைச் சித்ரவதை செய்யறீங்க? சுட்டுப்போடுங்கன்னு...." சொல்லி கொத்தாலி கேட்டார்.

உடனே "சுடுங்க..."ன்னு வீரப்பா சொல்லிட்டான், அவங்க ஆளுங்க டமால், டமால்ன்னு சுடத் தொடங்கிட்டாங்க. நீங்க எல்லாம் வூட்டுக்கு போங்க. இல்லேன்னா உங்களையும் சுட்டுப் போடுவேன்னு சொன்னாங்க. நாங்க என்ன செய்யறது. எல்லோரும் பாங்காட்டுப் பக்கம் ஓடிப்போயிட்டோம். அஞ்சு பேரையும் துப்பாக்கியில சுட்டுப்போட்டுட்ட பின்னால, கத்தியிலேயும் வெட்டியிருக்காங்க. ஒருத்தர் மேலே ஒருத்தர் விழுந்து கெடந்ததில் ராமன் எல்லோருக்கும் கீழே இருந்திருக்கான். அவனை வெட்டும்போது வாயோட சேர்ந்து முகத்திலே வெட்டு விழுந்துட்டுது. எல்லோரும் செத்துட்டாங்கன்னு நெனச்சுட்டு அங்கிருந்து கிழக்கு பக்கமாப் போயிருக்காங்க.

அங்கிருந்த வேலுகுட்டி மளிகைக் கடையிலே சாமானம் வாங்கிருக்காங்க, திரும்பி வரும்போது கொத்தாலி வீட்டுக்கு நெருப்பு வச்சுட்டுப் போயிட்டாங்க. நாங்களெல்லாம் பயந்துட்டு பாங்காட்டுகுள்ளேயே விடிய வரைக்கும் ஒளிஞ்சிருந்துட்டு, விடிஞ்ச பின்னாலதான் ஊருக்குள்ளே வந்தோம்." என்கிறார் கொல்லப்பட்ட கொத்தாலி குன்னனின் தம்பி மகன் ஜடையன்.

ஜடையன்

"**கெ**த்தேசாலுக்கு கிழக்கே மூனு மைல் போனா மாரிநத்தமுன்னு ஒரு இடம் இருக்கு, அங்கே எங்க ஊர் மாரியம்மன் கோயில் இருக்கு. அந்தக் கோயிலுக்கு வருஷத்துக்கு

ஒரு தடவைதான் நாங்க போவோம். மற்ற நாளில் யாரும் அந்தப்பக்கம் போகமட்டோம். கோயிலுக்குப் பக்கத்திலே ஒரு பள்ளம் இருக்கு, அங்கே இருநூறு வருஷ வேங்கை மரம் இருந்துச்சு. அந்தப் பள்ளத்தில் தண்ணீர் போகும்போது மண் அரிச்சு போனதிலே வேங்கை மரம் கீழே சாஞ்சிடுச்சு.

அந்த மரத்துக்குக் கீழே மழை, பனி பெய்யும் நேரத்திலே ஐம்பது பேர் படுத்துத் தூங்கலாம். அவ்வளவு இட வசதி இருந்துச்சு. அந்த எடத்திலேதான் வீரப்பன் ஆளுங்க இருந்திருக்காங்க, எங்க ஊர்க்காரங்க ரெண்டு பசங்க வேட்டைத் தடுப்பு வாட்சரா வேலை பண்ணினாங்க. அவங்க அந்த ஜாகாவுக்குப் போயிட்டு வீரப்பன் ஆளுங்களை பார்த்திட்டாங்க. இது போலீஸுக்கும் தெருஞ்சுபோச்சு, அதுக்குப் பின்னாலேதான் வீரப்பன் ஆளுங்க நச்சுப்போளி காட்டிலிருக்கும் கோத்தாளிக்கரைக்குப் போயிட்டாங்க.

அங்கே வீரப்பன் ஆளுங்க தங்கியிருந்ததை எங்க ஊர் ஆளுங்க பார்த்து போலீஸுக்குச் சொல்லிட்டாங்க. போலீஸ் அங்க போனப்போ ஒரு பொம்பளை ரெண்டு குழந்தைகளோட இருந்துருக்கா, ஒரு குழந்தை அப்பத்தான் பொறந்திருக்கு. அந்த பொம்பளையால நடக்கக்கூட முடியலே, ஆளுக்கரை பக்கமிருந்து வந்த போலீசார்தான் அந்தப் பொம்பளையைத் தூளி கட்டி தூக்கிட்டுப் போயிருக்காங்க.

சிக்கரக் கடவுக்கு மேலே தொட்டரக் கடவுங்கிற எடத்துலே ஒரு பெண்ணை போலீசாரே சுட்டுக் கொன்னுட்டாங்க. அதை வேண்டான்னு சொன்ன ஜெயபாலுங்கிற போலீசுக்குப் பெரிய ஆபீசருங்க அடி வச்சிட்டாங்க. வீரப்பன் மனைவி முத்துலட்சுமியைப் புடிச்சப்போ இன்னொரு சின்னப் பையனையும் போலீசார் புடிச்சிருக்காங்க. ரெண்டு பேரையும் பண்ணாரிக்குக் கூட்டிட்டுப் போயிட்டாங்க. இதெல்லாம்

மாதன்

நடந்து ஒரு வருஷம் போன பின்னாலேதான் வீரப்பன் எங்க ஊருக்கு வந்துட்டான்.

"உங்க ஊருக்கு வீரப்பன் வருவான், எச்சரிக்கையா இருங்க..."ன்னு ரேஞ்சர் வந்து சொல்லிட்டும் போனார். அடுத்த வாரத்திலேயே இப்படி நடந்து போச்சு. பொழுது விடிஞ்ச பின்னாலே நான்தான் ஆறரை மணிக்கு கோட்டமாளத்தில் இருந்து போகும் ஜீவா பஸ்சுலே ஆசனூர் போனேன். பெட்ரோல் பங்கிலிருந்து போலீசாருக்குத் தகவல் சொன்னேன். அதுக்குப் பின்னாலே காலையிலே ஏழு மணிக்குத்தான் போலீஸ் வந்து, உயிரோட இருந்த ராமனையும், செத்துப் போனவங்களையும் கீழே கொண்டுட்டுப் போனாங்க..." என்கிறார் மாதன்.

*****

சுனை :- மரங்கள் அடர்ந்த உயர்ந்த பாறை இடுக்குகளில் நீர் சுரந்து வழிந்து வெளியேறும் இடத்தில் உள்ள நீர்த் தேங்கும் இடம் சுனை என்று பழங்குடி மக்கள் அடையாளப்படுத்துகின்றனர். பாறைக் குழியாக இருக்கும் இந்த நீர் நிலையிலிருந்து நிரம்பிய நீர் தேவைக்கு ஏற்ப வெளியேறிச் செல்லும்.

28

அர்ஜுனன் காலில் கட்டி

சிறுமுகை காவல் நிலையம்

கோவை மாவட்டம், சிறுமுகைக்குப் பக்கத்தில் உள்ள ஊர் லிங்காபுரம். இந்த ஊரை ஒட்டிய காட்டுப்பகுதியில் இருந்து டி.எஸ்.பி. சிதம்பரநாதன் என்பவரை வீரப்பன் கடத்தினார். *(சிறுமுகை காவல் நிலைய குற்ற எண்;-430/1994).*

தூத்துக்குடி மாவட்ட ஊழல், கையூட்டு தடுப்புப் பிரிவு டி.எஸ்.பி.யாகப் பணியாற்றியவர் சிதம்பரநாதன். இவரது சொந்த ஊர் சிறுமுகை. பவானி ஆற்றுக்கு அந்தப் பக்கம் காந்தவயல் என்ற இடத்தில் இவருக்குத் தோட்டம் உள்ளது. தோட்டத்தை ஒட்டியே நீலகிரி மலைக்காடுகள் தொடங்குகின்றன. ஞாயிற்றுக்கிழமைகளில் தனது குடும்பத்தினருடன் சிதம்பரநாதன் தோட்டத்துக்குப் போவார். சிறுமுகையில் இருந்து லிங்காபுரம்வரை நல்ல சாலை வசதி உள்ளது. அதற்கடுத்து காந்தப்பள்ளம் என்ற காட்டாறு ஓடுகிறது. இதில் நடந்துபோகும் அளவுக்குத்தான்

தண்ணீர் இருக்கும். பவானிசாகர் அணையில் தண்ணீர் 80 அடிக்கு மேலே தேங்கும்போது இந்தக் காட்டாறு முழுவதும் தண்ணீரில் மூழ்கிவிடும்.

சுற்றி இருக்கும் விவசாய நிலங்களில் எல்லாம் தண்ணீர் சூழ்ந்திருக்கும். அப்படியிருக்கும் நேரங்களில், லிங்காபுரத்தில் இருந்து ஒரு கிலோமீட்டர் தொலைவில் உள்ள காந்தவயலுக்கு பரிசல் மூலமே போகமுடியும். ஜீப் அல்லது டிராக்டர் மூலம் போனால், காட்டு வழியாக ஐந்து கிலோ மீட்டர் தூரம் சுற்றிப் போகலாம். யானைகள் நடமாட்டம் அதிகமாக உள்ள இந்தக் காட்டு வழியாக மக்கள் நடந்து போக முடியாது.

நவம்பர்முதல் பிப்ரவரிவரை காடுகளில் கடுமையான பனிப்பொழிவும், குளிரும் இருக்கும். இந்த நேரத்தில், உயரமான இடங்களில் வீரப்பன் ஆள்கள் தங்குவது கடினம். அதனால், இந்த நான்கு மாதமும், ஏதாவது ஒரு மலைப் பகுதியை ஒட்டி அமைந்துள்ள தாழ்நிலப்பகுதியில் தங்குவர். குழுவினர் அப்போது காடுகளில் செடி, கொடிகளும், மரங்களும் பசுமையாக இருக்கும். குடிப்பதற்குத் தண்ணீரும் தடையில்லாமல் கிடைக்கும். எந்தப் பிரச்சனையும் இல்லாமல் காடுகளில் மறைந்திருக்க முடியும்.

இப்படிப் பனிக்காலத்தை ஓட்டுவதற்காக பில்லூர் மலையில் இருந்து, சத்தியமங்கலம் காட்டுக்கு வீரப்பன் வந்து கொண்டிருந்தார். அப்போது, அர்ஜுனனின் தொடைப்பகுதியில் நீர்க்கட்டி வந்தது. தொடைவாழை என்று சொல்லப்படும் இந்தக் கட்டி அர்ஜுனனுக்குச் சிறு வயதிலேயே இருமுறை வந்துள்ளது. முறையான வைத்தியம் செய்தால் கரைந்து போகும். இல்லை எனில் கட்டி, பழுத்து வெடிக்கவேண்டும். பிறகு உள்ளிருக்கும் நீரெல்லாம் வெளியேறி புண் ஆற மாதக்கணக்கில் ஆகும். தம்பியின் காலில் உள்ள கட்டி பெரிதாவதற்கு முன்பாகவே நல்ல பாதுகாப்பான இடத்துக்குச் சென்று விடவேண்டும். அதற்கு வசதியான இடத்தைத் தேடி, வீரப்பன் காந்தப்பள்ளம் காட்டுப்பகுதியில் நடந்து வருகிறார்.

இந்தப் பகுதியில் உளியூர், ஆளூர், காந்தையூர், காந்தவயல் என ஐந்தாறு பழங்குடி மக்கள் குடியிருப்புகள் உள்ளன.

இந்த மக்களுக்கு ஆடு, மாடுகள் மேய்ப்பது தவிர வேறு எந்த வேலையும் செய்யத் தெரியாது.

வெள்ளிக்கிழமை சிறுமுகையில் வாரச்சந்தை நடக்கும், அந்தச் சந்தையில்தான் இந்த மக்களெல்லாம் வீட்டுக்குத் தேவையான உணவுப்பொருள்களை வாங்குவர். ஒவ்வொரு வாரமும் சந்தைக்குச் சென்று பொருள் வாங்கும் அளவுக்கு இவர்களுக்கு வருமானமில்லை. அதனால், கொஞ்சம் திறமையுள்ள ஆண்கள் எல்லோரும் புதன், வியாழன் என இரண்டு நாள்களும் காட்டுக்குள் போவர். உள்காடுகளில் வளர்ந்திருக்கும் பச்சை மூங்கில்களை வெட்டி, தலைச்சுமையாகக் கட்டி எடுத்து வருவர்.

பவானி சாகர் அணைத் தண்ணீரில் போட்டு மூழ்க வைத்து, வெள்ளிக்கிழமை அதிகாலை நான்கு மணிக்கே பச்சை மூங்கிலைப் பரிசலில் ஏற்றி, பவானிசாகர் அணை நீர்த்தேக்கம் வழியாகவே விடிவதற்குள்ளாக சிறுமுகைக்கு கொண்டுபோய், கூடை பின்னும் மக்களிடம் மூங்கிலை விற்பர். அதில் கிடைக்கும் பணத்தில் சந்தைச் செலவுகளைச் செய்வது வழக்கம்.

குஞ்சான்

நவம்பர் மாதத்தில் ஒருநாள், காந்தப்பள்ளம் காட்டுப்பகுதியில் வீரப்பன், அர்ஜுனன் உள்ளிட்ட ஒன்பது பேர் நடந்து வந்தனர். காந்தவயலை சேர்ந்த கடம் பூரான், சின்னன், குஞ்சான், பாலன், புருமி உள்ளிட்ட 12 பேர் மூங்கில் சுமையுடன் எதிரில் வந்தனர். பச்சை நிறச் சீருடையில் வந்த வீரப்பன் ஆள்களைப் பார்த்ததும் வனத்துறை அதிகாரிகள் என நினைத்துப் பயந்தனர். மூங்கில் கட்டுகளைப் போட்டுவிட்டுக் காட்டுக்குள் தலைதெறிக்க ஓடினர்.

இதைப் பார்த்த வீரப்பன் ஆள்களுக்கு வேறு விதமான பயம். தப்பியோடும் இந்த ஆதிவாசிகள், காட்டைவிட்டு வெளியே போனதும் ஊர் மக்களிடம் வீரப்பன் ஆள்களைப் பார்த்தோம் என்று சொல்வர். இந்தத் தகவல் அதிரடிப்படைக்குப் போகும்

என்று பயந்தனர். அதனால், ஓடிக்கொண்டிருந்த மலைவாழ் மக்களைப் பார்த்து, "ஓடினால், சுடுவோம்..." என்று சொன்ன பிறகு, ஒவ்வொருவராகச் சரணடைந்தனர்.

எல்லோரையும் பிடித்துக் கொண்டுவந்து ஓரிடத்தில் உட்காரவைத்து "நீங்க யார்...?, எங்கிருந்து வாறீங்க...? என்று வீரப்பன் விசாரித்தார். அப்போதும்கூட இது வீரப்பன் என்று அந்த பழங்குடி மக்களுக்குத் தெரியவில்லை. வனத்துறை அதிகாரிகளிடம் சிக்கிக்கொண்டோம் என்ற பயத்தில், "சாமி எங்களை ஒன்றும் செஞ்சுடாதீங்க. நாங்களெல்லாம் டி.எஸ்.பி. அய்யா தோட்டத்தில் வேலை செய்யறவங்க சாமீ. எங்க ஊர் பகவதியம்மனுக்கு பொங்கல் சாட்டியிருக்கோம். கூரை மேயறத்துக்கு கொஞ்சம் மூங்கில் வெட்டிக்கிட்டுப் போறோம்" என்று கையெடுத்துக் கும்பிட்டு அழுதுள்ளனர்.

"டி.எஸ்.பி. ஐயா..." என்ற சொல்லைக் கேட்டதும் வீரப்பனுக்கு பொறி தட்டியது. அர்ஜுனன் காலுக்கு இங்கேயே வைத்தியம் செய்யலாம் என்று முடிவு செய்கிறார். மேற்கொண்டு பழங்குடி மக்களிடம் விசாரிக்கிறார். டி.எஸ்.பி. சிதம்பரநாதன் தோட்டம் காந்தவயலில் இருப்பது தெரிந்தது. அந்த மக்கள் மூலமாக, தனக்குத் தேவையான சில உணவுப் பொருள்களை வாங்கி வரச் சொல்கிறார். வெளியுலகத் தொடர்பில்லாத அம் மக்கள், இவர்கள் போலீசை விடவும் பெரிய அதிகாரிகள் என்று நம்பியே கேட்ட உதவிகள் அனைத்தையும் செய்து கொடுத்தனர்.

இந்த நேரத்தில், அர்ஜுனனின் காலில் வீக்கம் அதிகமானது. பெயருக்கு ஏற்றபடியே காலின் பின்பக்கம் தொடைப்பகுதியில் மொந்தன் வாழைப்பழம் அளவுக்கு வீக்கம் வந்தது. அர்ஜுனனால் நடக்க முடியாத நிலை ஏற்படுகிறது. கட்டியில், நீர் கோத்துக் கொண்டதால் காய்ச்சலும் வந்தது. பழங்குடி மக்களில் கொஞ்சம் விவரமான ஒருவரை வீரப்பன் தேடினார். காந்தையூரைச் சேர்ந்த புருமி என்பவரைப் பிடிக்கிறார். அவர் மூலமாக சில ஊசி மருந்துகளும், அறுவைச் சிகிச்சைக்குத் தேவையான கத்தியும் வாங்கிவரச் சொல்கிறார். மேட்டுப்பாளையத்துக்குப் போன புருமி வீரப்பன் எழுதிக்கொடுத்த பொருள்களை வாங்கிக்கொண்டு உளியூர் காட்டு வழியாகத் திரும்பி வந்தார்.

அப்போது அந்த வழியாக வனத்துறை ஊழியர் ராஜேந்திரன் என்பவர் வருகிறார். அவரைப் பார்த்ததும் புருமிக்கு கால் நடுங்கியது. தேவையே இல்லாமல் "வணக்கம் சாமி..." என்று கும்பிட்டார். புருமியின் முழங்கையில் துணிப் பை தொங்கியது. அந்தப் பையில் உள்ளே இருந்த மருத்துப் பொருள்கள் மாலை நேரச் சூரிய ஒளியில் மின்னியது. "என்னடா புருமி பையிலே கொண்டுபோறே..." என்று அதட்டலுடன் கேட்ட ராஜேந்திரன் அந்த பையைப் பிடுங்கிப் பார்க்கிறார். பை நிறைய இருந்த ஊசி மருந்து, துணி, பஞ்சுக் கட்டுகள், மாத்திரைகள் இருந்தன.

"இது யாருக்குடா...?" என்று விசாரிக்கிறார்.

"எங்க ஆளு (பழங்குடி) ஒருத்தனைக் கொரங்கு கடிச்சிருச்சுங்க சாமி. அவனுக்குக் கட்டுப் போடத்தான் இதையெல்லாம் வாங்கீட்டுப் போறேன்..." என்று பொய் சொல்கிறார்.

"உங்க ஊரிலே யாருடா ஊசிபோடற ஆளெல்லாம் இருக்காங்க....? உண்மையைச் சொல்லு," என்று ராஜேந்திரன் மிரட்டினார். முறையாகப் பொய் பேசிப்பழக்கம் இல்லாத பழங்குடி மகனால் உண்மையை மறைக்க முடியவில்லை. "வீரப்பன் சாமிதான் இதையெல்லாம் வாங்கிக்கிட்டு வரச் சொன்னார்..." என்று உண்மையை உடைக்கிறார்.

வனத்துறை ஊழியர் ராஜேந்திரன், புருமி வைத்திருந்த மருந்து மாத்திரைகளை வாங்கிக் கொண்டுபோய் சிறுமுகை போலீசாரிடம் கொடுக்கிறார். அதிரடிப்படைக்குத் தகவல் போனது. தமிழ்நாடு அதிரடிப்படையினர் சிறுமுகை வந்தனர். அந்த மருந்து மாத்திரையில் சில வேலைகளைச் செய்து திரும்பக் கொண்டுவந்து புருமியிடமே கொடுத்தனர்.

போலீசார் கொடுத்ததைக் கொண்டுபோய் வீரப்பனிடம் கொடுத்தால் வீரப்பன் நமக்குச் சங்கு ஊதி விடுவார், வீரப்பனிடம் கொண்டுபோய் கொடுக்காமல் போனால் போலீசார் லாடம் கட்டுவர் எனப் புருமி பயந்தார், இருதலைக் கொள்ளி போலத் தவித்தார். இப்போதைக்கு இரண்டு பேரிடமும் சிக்கக்கூடாது என்று முடிவெடுக்கிறார். யாருக்கும் தெரியாமல் சோலூர் மட்டத்தில் உள்ள தனது மாமியார் வீட்டுக்கு ஓடினார்.

இதன் மூலம், வீரப்பன் குழுவினர் உளியூர் காட்டிலிருக்கும் செய்தி தமிழ்நாடு அதிரடிப்படைக்குத் தெரிய வந்தது. கந்தசாமி என்ற உதவி ஆய்வாளர் தலைமையில் 25 பேர் கொண்ட படை காந்தையூருக்குச் சென்றது. அங்கிருந்த மலைவாழ் மக்களின் குழந்தைகள் படிக்கும் ஆரம்பப்பள்ளிக்கு விடுமுறை விடப்படுகிறது. அந்தப் பள்ளியில் அதிரடிப்படையினர் முகாமிட்டனர். வீரப்பனைத் தேடி இந்த வீரர்கள் காட்டுக்குள் போவர் என்று நீங்கள் நினைத்தால் தவறு.

இந்த ஊரிலிருந்து பழங்குடி மக்கள் ஆடு, மாடு மேய்க்க, விறகு, சுண்டைக்காய் எடுக்கக் காட்டுக்குப் போவர். காட்டு எல்லையில் நின்ற அதிரடிப்படை போலீசார், "இனி நீங்கள் காட்டுக்குள்ளே போகக்கூடாது." என்று தடுத்தனர். வழக்கமாகக் காட்டுக்கு மக்கள் யாருமே வரவில்லை. அர்ஜுனனின் காலிலிருந்த கட்டி பெரிதானது, கால் வீங்கியது. "வலி பொறுக்க முடியலண்ணா. ஏதாவது மருந்து இருந்தால் குடுண்ணா..., குடிச்சிட்டு நான் செத்துப் போகிறேன்..." என்று அர்ஜுனன் அழுதார். வீரப்பன் அதிரடியான ஒரு முடிவு எடுக்கவேண்டிய நிலை வந்தது. காட்டையே நம்பியுள்ள பழங்குடி மக்களால் காட்டுக்குள் போகாமல் வாழமுடியாது. கடுக்காய், சுண்டைக்காய் பறிக்க, தேன் எடுக்க எனச் சிலர் போலீசுக்குத் தெரியாமல் காட்டுக்குள் வந்தனர். அவர்களிடம் என்ன நடந்தது என வீரப்பன் விசாரிக்கிறார்.

மருந்து வாங்கப் போன புருமி வனத்துறை ஊழியரிடம் சிக்கியது. பிறகு, மாமியார் வீட்டுக்குப் போனது தெரிந்தது. வேறு ஓர் ஆளைத் தயார் செய்து சிறுமுகை மருந்துக் கடைக்கு அனுப்பினார். ஸ்பிரிட்டுடன் சில மாத்திரைகளை வாங்கிவரச் சொல்கிறார். ஏற்கனவே தான் வைத்திருந்த முகம் பார்க்கும் கண்ணாடியை உடைத்தார். கூரான கண்ணாடித் துண்டு மூலமாக அர்ஜுனனின் காலிலிருந்த கட்டியைக் கிழித்தார். பழுத்துப் போன கட்டியில் தேங்கியிருந்த இரத்தமும், நீரும் வெளியே வந்தன. புண் காய சில மருந்து மாத்திரைகளைக் கொடுக்கிறார். பெரிய காயமாக இருந்ததால் புண் ஆறாமல் மீண்டும் சீழ் பிடித்தது. வீரப்பன் செய்த கண்ணாடித்துண்டு அறுவைச் சிகிச்சையில் அர்ஜுன் காலிலிருந்த ஒரு நரம்புக்கும் பாதிப்பு ஏற்பட்டது.

இதனால், காலை நேராக நீட்ட முடியாமல் போனது. அர்ஜுனனை மருத்துவமனைக்குக் கூட்டிக்கொண்டு போய் சிகிச்சை கொடுக்க வேண்டிய அவசியம் ஏற்பட்டது. அதற்காக, தோட்டத்துக்கு வரும் டி.எஸ்.பி. சிதம்பரநாதனைக் கடத்த வீரப்பன் முடிவெடுக்கிறார். பழங்குடிகள் மூலமாகவே டி.எஸ்.பி. பற்றிய பல செய்திகளை வீரப்பன் தெரிந்து கொள்கிறார். டி.எஸ்.பி. சிதம்பரநாதனைக் கடத்தப்போகும் செய்தியை மட்டும் யாரிடமும் சொல்லவில்லை.

03.*12.1994* ஞாயிறு, சிதம்பரநாதன் தோட்டத்துக்கு வருவார் என வீரப்பன் எதிர்பார்க்கிறார். டி.எஸ்.பி. தோட்டத்துக்குப் போகும் வழியில் காவல் ஏற்பாடு செய்கிறார். பக்கத்திலிருந்த மொக்கை மேடு என்ற கரட்டின் மேலே இருந்தபடியே சிதம்பரநாதன் தோட்டத்தைக் கண்காணிக்கிறார். காலை பத்து மணிக்கு ஒரு ஜீப் வந்தது. டி.எஸ்.பி. தோட்டத்துக்கு சென்றது. வழக்கமாக காலையில் தோட்டத்துக்கு வரும் சிதம்பரநாதன், பொழுது சாயும்வரை அங்கேயே இருப்பார். இருட்டிய பின்னரே வீட்டுக்குத் திரும்புவார்.

ஒரு சில நாள்களில் சிதம்பரநாதன் மனைவி, குழந்தைகள் மட்டுமே வருவர். சிதம்பரநாதன் வராமலும் போகலாம். சிதம்பரநாதன் வந்துள்ளாரா...? என்பதை முதலில் தெரிந்து கொள்ளவேண்டும். தோட்டத்துக்குப் போகும் சிதம்பரநாதனின் வண்டியை உள்ளே விடவேண்டும். தோட்டத்திலிருந்து கிளம்பி வீட்டுக்குப் போகும் வழியில் அவரைக் கடத்த வேண்டும். வண்டியில் சிதம்பரநாதன் இருக்கிறார் என்பது உறுதியாகத் தெரிந்து கொண்ட பின்னரே இந்த வேலையைச் செய்யவேண்டும். பெண்கள் இருந்தால் வண்டியை விட்டுவிடலாம் எனத் திட்டமிட்டிருந்தார். ஆனால், சிதம்பரநாதன் எப்படி இருப்பார் என்பது வீரப்பனுடன் இருந்த யாருக்கும் தெரியாது. அதற்கும் ஒரு மாற்று ஏற்பாடும் செய்தார்.

நீலகிரி மலையிலிருந்து ஓடி வரும் காந்தப்பள்ளம் ஓடையில் ஆளூர் என்ற இடத்தில் ஒரு தடுப்பணை உள்ளது. அதில் இருபதடி உயரம் வரை தண்ணீரைத் தேக்கமுடியும்.

18 அடி உயரத்தில் அணையின் இடது பக்கம் ஒரு மதகு வைக்கப்பட்டுள்ளது. அதிலிருந்து ஒரு வாய்க்கால் மூலம் தண்ணீர் வெளியே எடுக்கப்பட்டு, வாய்க்கால் வழியாக இரண்டு கிலோமீட்டர் தொலைவுக்குத் வருகிறது. பின்னர், காட்டை ஒட்டியுள்ள சிதம்பரநாதன் உள்ளிட்ட பலருடைய விவசாய நிலங்களின் பாசனத்துக்குப் பயன்படுகிறது. மாலை நான்கு மணிக்கு மொக்கை மேட்டுக்குத் தெற்கில் காட்டுக்குள் தண்ணீர் சென்று கொண்டிருந்த வாய்க்காலை வீரப்பன் உடைத்து விடுகிறார்.

இப்போது, சிதம்பரநாதன் உள்ளிட்டவர்களின் தோட்டத்துக்கு தண்ணீர் போகாது. வாய்க்கால் உடைப்பைச்

காந்தப்பள்ளம் ஓடை

சரிசெய்ய சிதம்பரநாதன் தோட்டத்தில் வேலை செய்யும் ஆளோ அல்லது பக்கத்து தோட்டத்து ஆளோ காட்டுக்குள் வருவர். அவர்களைப் பிடித்து சிதம்பரநாதன் வந்துள்ளாரா...? என்பதை விசாரித்துத் தெரிந்து கொள்ளலாம் எனத் திட்டமிடுகிறார். வீரப்பன் கணித்தது போலவே அந்தத் திட்டம் வேலை செய்தது.

சிதம்பரநாதன் தோட்டத்துக்குப் பக்கத்துத் தோட்டத்துக்காரர் சண்முகம். இவர் சிறுமுகையில் ஒரு தனியார்

டியூட்டோரியல் கல்லூரி நடத்தி வருகிறார். இவருடைய கரும்புக் காட்டுக்கு வந்த தண்ணீர் திடீரென நின்றது. யானையோ அல்லது காட்டுப்பன்றியோ வாய்க்காலை மிதித்து, உடைத்து விட்டது என்று நினைக்கிறார். மண் வெட்டியைக் கையில் எடுத்துக்கொண்டு வாய்க்கால் உடைப்பை அடைக்கும் நோக்கில் காட்டுக்குள் சென்றார். பாதி வழியில் பதுங்கியிருந்த வீரப்பன் ஆள்கள் அவரைச் சுற்றி வளைத்துப் பிடித்தனர். அவர் மூலம் சிதம்பரநாதன் தோட்டத்துக்கு வந்துள்ளார் என்பது உறுதி செய்யப்படுகிறது. அவரையும் காட்டுக்குள்ளேயே சிறை வைக்கின்றனர்.

சிதம்பரநாதனின் தோட்டத்து வீட்டிலிருந்து மேற்கே ஆயிரம் அடி தூரத்தில் வனப்பகுதி உள்ளது. அங்கிருந்து தெற்கு நோக்கிச் செல்லும் வண்டிப் பாதையில்தான் சிதம்பரநாதனின் ஜீப் செல்லவேண்டும். பாதையின் கிழக்கில் ஆசிரியர் சண்முகத்தின் கரும்புத் தோட்டம் உள்ளது. காந்தப்பள்ளம் காட்டுக்குள்ளும், அதை ஒட்டியே இருந்த ஆசிரியர் சண்முகத்தின் கரும்புக் காட்டுக்குள்ளும், மாலை ஐந்து மணியிலிருந்து வீரப்பன், கோவிந்தன், ஐயந்துரை, பேபி வீரப்பன் உள்ளிட்ட ஆறு பேர் மறைந்திருந்தனர். உயரமாக வளர்ந்திருந்த ஒரு தேக்கு மரத்தின் மேலே ஒருவர் மறைந்து உட்கார்ந்திருந்தார். டி.எஸ்.பி. தோட்டத்திலிருந்து ஜீப் கிளம்பி விட்டதா...? என்பதை அவர் கவனித்துக் கொண்டிருந்தார்.

*****

பாழி - மலையிலும் இருக்கலாம், மலையை ஒட்டிய நிலத்திலும் இருக்கலாம். பாறையில் நீளமாகவும் அகலமாகவும், ஆழமாகவும் உள்ள குழி அல்லது துவாரத்தைப் பாழி என்கின்றனர். சில இடங்களில், இரண்டடி அகலம் மட்டுமே இருக்கும், ஒரு சில இடங்களில், பத்தடி சுற்றளவு கொண்ட பாறைக் குழியாகவும் இருக்கும். இதில் நீர் சுரப்பு இருக்காது. மழைக் காலங்களில் பாறைகளில் வழியும் நீர் பாழிக்குள் தேங்கியிருக்கும். எவ்வளவு வறட்சிக் காலமாக இருந்தாலும், இதில் நீர் இருக்கும். சில நேரங்களில் நம் கண்ணுக்குத் தெரியாத ஆழத்திற்கும் கூட நீர் கீழிறங்கிப் போகும். ஆனால் காய்ந்து போகாது.

29

சிக்கினார் டி.எஸ்.பி. சிதம்பரநாதன்

இருட்டிய நேரத்தில், சிதம்பரநாதனின் தோட்டத்திலிருந்து புறப்பட்ட ஜீப் மேற்கே சென்று பின் தெற்கே திரும்பியது. டி.எஸ்.பி. தோட்டத்தைக் கடந்து சண்முகம் வாத்தியாரின் கரும்பு தோட்டத்துக்கும், காட்டுக்கும் இடைப்பட்ட பகுதியில் வண்டி சென்றது. மழை நீர் தேங்கிய ஒரு பெரிய குழியில் ஜீப் இறங்கி ஏறவேண்டும். இந்தக் குழியில் தண்ணீர் தேங்கி நின்றதால் சேரும் சகதியுமாக இருந்தது. அதில் வண்டியின் சக்கரம் சிக்கிக்கொள்ள வாய்ப்புள்ளது. அதனால் வலது பக்கம் செடி, கொடிகளுக்குள் சென்று திரும்பி பழைய பாதையிலேயே வண்டி செல்ல ஏற்றபடி வளைவான மாற்றுப் பாதை ஒன்று இருந்தது. அந்த வழியில் போவதற்காக சிதம்பரநாதன் ஜீப்பின் வேகத்தை குறைத்து, வண்டியை வலது பக்கம் திருப்பினார்.

அதில் ஜீப் செல்ல முடியாதபடி பாதையின் குறுக்கே நான்கைந்து கற்கள் வைக்கப்பட்டிருந்தன. அப்போது நடந்த நிகழ்வு குறித்து டி.எஸ்.பி. சிதம்பரநாதனுடன் பயணம் செய்த வேட்டைக்காரரர் மூர்த்தி. "ஏற்கனவே ஒரு மாசமா வீரப்பன் உளியூர் காட்டிலே இருக்கான்னு அதிரடிப்படை போலீசார் சொல்லிக்கிட்டு இருந்தாங்க. அன்றைக்கு காலையிலே நானும், டி.எஸ்.பி. சாரும் ஆலங்கொம்பு பட்டறையில் ஜீப் வேலை செஞ்சுக்கிட்டு இருந்தோம். அப்போ அதிரடிப்படை டி.எஸ்.பி. குப்புசாமியும், இன்ஸ்பெக்டர் அசோக்குமாரும் அந்தப் பக்கமா ஜீப்பில் வந்தாங்க. "வீரப்பன் கேங் புளிஞ்சூர் காட்டுக்குப் போயிட்டதா இன்பெர்மேசன் வந்திருக்கு. நாங்க ஆசனூர் பக்கம் போறோமுன்னு..." சொல்லீட்டுப் போனாங்க.

அதனாலேதான் நாங்க தைரியமாத் தோட்டத்துக்குப் போனோம். கிணத்துல இருந்த மோட்டார் ஸ்டாட்டரில் கொஞ்சம் வேலை செய்ய வேண்டியிருந்தது. அதையெல்லாம் செஞ்சி முடிச்சிட்டு, ஆறு மணி சுமாருக்கு தோட்டத்திலிருந்து

திரும்பினோம். பழைய வில்லிஸ் ஜீப்பை டி.எஸ்.பி.சார்தான் ஓட்டினார். அவருக்குப் பக்கத்தில் வாத்தியார் சேகர் ராஜாவும் வலது பக்கம் ஏட்டு ராஜகோபாலும் இருந்தாங்க. டி.எஸ்.பி. சார் பின்னால இருந்த சீட்டில ஒத்தைக்குழல் துப்பாக்கியோடு நான் இருந்தேன். எனக்கு எதிரில் கோயமுத்தூரிலிருந்து வந்திருந்த எலக்ட்ரீசியன் நெல்சன், கண்ணன் ரெண்டு பேரும் இருந்தாங்க.

வேட்டைக்காரர் மூர்த்தி

ஜீப்புக்கு முன்னாலே ஒரு தேக்கு மரம் இருந்தது, மரத்தை ஒட்டியிருந்த உன்னிச்செடி பொதரிலிருந்து வீரப்பன் எஸ்.எல்.ஆர். துப்பாக்கியோடு வெளியே வந்தான். "எல்லோரும் அப்படியே கையைத் தூக்கிக்கிட்டு கீழே எறங்குங்கன்னு..." சொல்லிக்கிட்டே ஜீப் பக்கமா வந்தான். "மூர்த்தி எல்லோருமா சேர்ந்து வீரப்பங்கிட்டே மாட்டிக்கிட்டோம்." ன்னு சிதம்பரநாதன் சொன்னார். அதுக்குள்ளே ஜீப்பின் வலது பக்கம் இருந்த அவருடைய தம்பி ராஜகோபால் பக்கத்தில் ஐயந்துரை வந்துட்டான், ஐயந்துரையைத் துப்பாக்கியுடன் பிடித்து அவரை கீழே தள்ளி விட்டு தப்பிக்க அவர் முயற்சி பண்ணினார். டி.எஸ்.பி.க்கு பின்னாலே இருந்த நான் கையிலிருந்த துப்பாக்கியை எடுத்து வீரப்பனைக் குறி பார்த்து டிரிக்கரை இழுத்தேன். எனக்கு எதிரில் இருந்த வீரப்பன் "டேய் துப்பாக்கியைக் கீழே போடு இல்லேன்னா சுட்டுப் போடுவேன்..."ன்னு கத்தினான்.

டி.எஸ்.பி. துப்பாக்கியிலே போட்டிருந்த இங்கிலாந்து மேக் தோட்டா ரொம்ப பழசா இருந்தது. அதனால, சரியான இடத்தில் அடி விழுந்தும் வெடிக்காமப் போனது. பழைய தோட்டா வெடிக்கலைன்னு தெரிந்ததும் நான் வேற தோட்டாவைப் போட்டு அடிக்கலான்னு துப்பாக்கியைக் கீழே இறக்கி பைப்பை மடக்கினேன். அதுக்குள்ளே மேற்குப் பக்கம் இருந்து வந்த பேபி வீரப்பன் என் பின்னால் வந்து கழுத்துலே துப்பாக்கியை வெச்சுட்டான். வீரப்பனும் பக்கத்தில் வந்து

டி.எஸ்.பி. நெஞ்சில் துப்பாக்கியை வச்சுட்டான். அவரையும், வாத்தியாரையும் எறக்கித் தனியாக் கூட்டிக்கிட்டுப் போயிட்டாங்க. ரெண்டுபேர் ஏட்டு இராஜகோபால் கையைப் புடிச்சுக் கட்டிப்போட்டுட்டாங்க. என் கையிலிருந்த துப்பாக்கியை வாங்கிக்கிட்டு என்னையும், நெல்சன், கண்ணன் மூனுபேரையும் புடிச்சு எங்க கையைக் கட்டித் தனியாக கூட்டிட்டுப் போனாங்க.

"நீங்கெல்லாம் யாரு..."ன்னு ஒவ்வொருத்தரையும் தனித்தனியா விசாரிச்சாங்க. யாருமே பொய் சொல்வதற்கும் வழியில்லை. ஏற்கனவே, அவங்க புடிச்சு வச்சிருந்த சண்முகம் வாத்தியாரைக் கூட்டிட்டு வந்தாங்க. அவரை வச்சுத்தான், டி.எஸ்.பி. யார், அவருடைய தம்பி யார், மச்சினன் யாருன்னு விசாரிச்சுத் தெரிஞ்சுக்கிட்டாங்க. நாங்க மூனு பேரும் மோட்டார் ரிப்பேர் செய்ய வந்தவங்கன்னு சொன்னோம். சண்முகம் வாத்தியாரும் அப்படியே சொன்னார். அதனாலே எங்க மூனு பேரையும் வீரப்பன் விட்டுட்டார். நானும் ஒரு வேட்டைக்காரன். எனக்கும் துப்பாக்கியில் சுடத்தெரியும். வீரப்பனைக் கொல்லத்தான் நான் துப்பாக்கியைத் தூக்கினேன்னு தெரிஞ்சிருந்தா என் கதை அன்னைக்கே முடிஞ்சிருக்கும்." என்றார்.

பிறகு, ஆசிரியர் சண்முகத்தை வைத்து வீரப்பன் ஒரு கடிதம் எழுதுகிறார். அதில், "டி.எஸ்.பி.சிதம்பரநாதனை நான் கடத்தி வைத்துள்ளேன். எனக்குச் சில கோரிக்கைகள் இருக்குது. அதைப் பற்றி உங்களிடம் பேசவேண்டும். என்ன பேசப்போகிறேன். எப்போது பேசப்போகிறேன் என்ற விவரமெல்லாம் அடுத்து நானே உனக்குத் தகவல் அனுப்பறேன்" என்று எழுதச் சொல்கிறார்.

ஆசிரியர் சண்முகம், மூர்த்தி, நெல்சன், கண்ணன் நால்வரையும் வீரப்பன் பக்கத்தில் கூப்பிடுகிறார். "நீங்க நாலு பேருமே கோயமுத்தூர் போறீங்க. கலெக்டரைப் பார்க்கறீங்க. வீரப்பன் குடுத்தான்னு சொல்லி இந்தக் கடிதத்தைக் கலெக்டர்கிட்டே குடுங்க. அடுத்ததை நானே நேரில் பேசிக்கிறேன்." என்றார்.

ஜீப்பை அங்கேயே விட்டுவிட்டு நடந்தே வந்தனர். நால்வரும் சிறுமுகை வந்து சேரவே இரவு எட்டு மணியானது.

இந்த ராத்திரி நேரத்தில் கலெக்டர் அலுவலகம் போவதற்குச் சாத்தியமில்லை. அதனால், நேராக சிறுமுகை காவல் நிலையத்துக்குச் சென்றனர். வீரப்பன் கலெக்டருக்கு கொடுத்த கடிதத்தை அங்கிருந்த ஏட்டைய்யாவிடம் கொடுத்தனர். மேட்டுப்பாளையம் டி.எஸ்.பி. முருகேஸ்வரனைத் தொடர்பு கொண்ட ஏட்டைய்யா "ஐயா... வீரப்பன், நம்ம கலெக்டருக்கு ஒரு லெட்டர் குடுத்து விட்டுருக்கானுங்க. அதை நான் வாங்கிக்கவா...? வேண்டாங்களா...!" என்று கேட்டார்.

அடுத்த பத்து நிமிடங்களில் சிறுமுகை காவல் நிலையம் பரபரப்பானது. டி.எஸ்.பி., கூடுதல் எஸ்.பி., எஸ்.பி., டி.ஐ.ஜி., ஐ.ஜி. எனப் பல உயர்அதிகாரிகள் தொலைபேசி இணைப்புக்கு வந்தனர். "வீரப்பனிடம் இருந்து தப்பி வந்தவர்கள் எங்கே இருக்கின்றனர்...?" என்று கேட்டனர். டி.எஸ்.பி. கடத்தப்பட்டதை விடவும் முக்கியமான செய்தி கடத்தப்பட்டதை நான்கு பேர் நேரில் பார்த்துள்ளனர் என்பதே. அந்த நான்கு பேரையும் பத்திரிகையாளர்கள் சந்திக்கக் கூடாது. அவர்களைப் பாதுகாப்பாகக் கொண்டுபோய் வைப்பதுதான் முக்கியம் என உயர்அதிகாரிகள் முடிவெடுத்தனர். அதைச் செயல்படுத்தும் பொறுப்பு முருகேஸ்வரனுக்கு வந்தது. தனது ஜீப்பை எடுத்துக்கொண்டு சிறுமுகை வருகிறார். வீரப்பனிடம் இருந்து தப்பி வந்த நால்வரையும் விசாரிக்கிறார், அதை உயர்அதிகாரிகளிடம் சொல்கிறார், நால்வரையும் கூட்டிக்கொண்டு தனது அலுவலகத்துக்கு போகிறார். பண்ணாரி, கோவையிலிருந்து வந்த காவல்துறை உயரதிகாரிகள் விடிய, விடிய விசாரித்தனர். அடுத்த நாள் காலையில், சென்னையிலிருந்தும், மைசூரில் இருந்தும் பல அதிகாரிகள் வந்தனர்.

"என்ன நடந்துச்சுன்னா..." என்று ஒவ்வொருவரிடமும் சொல்லிச் சொல்லியே நால்வரும் சலித்து விட்டனர். மறுநாள் மதியம், "உங்களைப் பார்க்க வால்டர் தேவாரம் சார் வந்துக்கிட்டிருக்கார். போகலாம் வாங்க..." என்று அவர்களைக் கோவைக்கு அழைத்துச் சென்றனர். "மதியச் சாப்பாடு தயாராக இருக்கு. சாப்பிட்டுட்டு ஐயாவை பார்க்கலாம்..." என்று சர்க்கியூட் ஹவுஸுக்கு உள்ளே கூட்டிச் சென்றனர். ஒரு சாப்பாட்டுக் கேரியரையும், இந்த நால்வரையும் உள்ளே வைத்து வெளியே கதவை இழுத்து மூடினர். இந்தப்பக்கம்

வீரப்பனிடம் சிக்கியிருந்த டி.எஸ்.பி. உட்பட மூன்று பேரும் விடுதலையான பின்னரே அந்தப்பக்கம் போலீசாரிடம் சிக்கிய வேட்டைக்கார மூர்த்தி, ஆசிரியர் சண்முகம், மெக்கானிக் நெல்சன், கண்ணன் ஆகிய நால்வரையும் போலீசார் விடுதலை செய்தனர்.

இந்த நிகழ்வு குறித்து உடற்கல்வி ஆசிரியர் சேகர் ராஜாவிடம் பேசினேன். "எங்க மாமா தோட்டத்துக்கு பக்கத்திலேயே எனக்கும் ஏழு ஏக்கர் நிலம் இருந்தது. வழக்கமா ஞாயிற்றுக்கிழமை தோட்டத்துக்குப் போவேன். அன்னைக்கும் கரும்புக் காட்டுக்குத் தண்ணீர் பாய்ச்சப் போனேன். சாயங்காலம் அஞ்சு மணிக்கு. வேலையை முடிச்சிட்டு பரிசல் துறைக்குப் போகிறதுக்காக மாமா காட்டு வழியா நடந்தேன். அப்போ நான் சபாரி சூட் போட்டிருந்தேன். எங்க டி.எஸ்.பி, மாமா லுங்கி வேட்டியோடு, தலையில் துண்டை கட்டிக்கிட்டு கரும்புக் காட்டுக்கு யூரியா வச்சுக்கிட்டிருந்தார். அவருடைய காட்டுப் பக்கமாப் போயி நின்னுக்கிட்டு "மாமா நான் ஊருக்குப் போறேன்"னு சொன்னேன்.

"ஒரு பத்து நிமிஷம் இருங்க மாப்பளே நானும், தம்பியும்கூட சிறுமுகை வரைக்கும் வாரோம். ஜீப்பிலேயே போலான்னு"ன்னு சொன்னார். அங்கிருந்து பரிசல் துறைக்கு நடந்து போகணும். பரிசல் ஏறி அக்கரைக்குப் போகணும். அங்கிருந்து லிங்காபுரத்துக்கு நடக்கணும். அப்புறமா டவுன் பஸ்ஸை புடிச்சி சிறுமுகை போகணும். அதுக்கு, இது பெட்டர்னு மனசிலே பட்டுது. அதனாலே மாமா தோட்டத்திலே இருந்தவங்களோட கொஞ்சநேரம் பேசிக்கிட்டு இருந்தேன். ஆறு மணிக்குப் பக்கமா எல்லோரும் ஜீப்பில் கிளம்பினோம். கரும்புக் காட்டைத் தாண்டி பாரஸ்ட் பவுண்டரிக்கு வந்ததுமே வீரப்பன் எங்க எல்லோரையும் லாக் பண்ணிட்டார்.

இடுப்பில் லுங்கி, தலையில் துண்டு, கிழிந்துபோன சட்டை. எங்க மாமாவைப் பார்த்தா டிரைவர் மாதிரியே இருந்தார்.

பிரவுன் கலரில் சபாரி சூட், நீட்டான கட்டிங்-சேவிங், கையில் கோல்டு வாட்ச், மோதிரம், காலில் காஸ்ட்லி பாட்டா செப்பல். இப்படிப் படு பர்சனாலிட்டியில் இருந்த என்னைப் பார்த்தா டி.எஸ்.பி. மாதிரியே தெரிஞ்சிருக்கு.

சேகர் ராஜா

அவரை டி.எஸ்.பி.ன்னும், என்னை வாத்தியாருன்னும், எங்க மாமாவும், நானும் சத்தியம் பண்ணிச் சொல்லியும் வீரப்பன் நம்பவே இல்லை. கடைசியா ஏற்கனவே புடிச்சுக் காட்டுக்குள்ளே உட்கார வச்சிருந்த சண்முகம் வாத்தியாரைக் கூட்டிக்கிட்டு வந்தாங்க. அவர் சொன்ன பின்னாலேதான் என்னை வாத்தியாருன்னு நம்புனாங்க. எப்படியாவது நான் கெஞ்சிக் கூத்தாடிக்கூட அங்கிருந்து தப்பித்து வந்திருக்கலாம். ஆனால், அக்கா புருஷனை விட்டுட்டு நாம மட்டும் தப்பிச்சு வந்தா உலகம் என்ன சொல்லும்? என்ன நடந்தாலும் மூனு பேருக்குமே ஒன்னாவே நடக்கட்டும் என்ற முடிவில்தான் எங்க மாமா கூடவே போயிட்டேன்." என்கிறார்.

அடுத்த நாள் நடந்த நிகழ்வுகள் குறித்து டி.எஸ்.பி. சிதம்பரநாதனின் பக்கத்துத் தோட்டத்தில் இருக்கும் துரைசாமி கவுண்டர், "காலைல எட்டு மணியிருக்கும், வீரப்பன் குடுத்து விட்டதாச் சொல்லி கடம்பூரான் ஒரு லட்டரைக் கொண்டாந்து குடுத்தான். 'எனக்கு ரெண்டு பொட்டப் புள்ளைங்க இருக்குது. கொழந்தை குட்டியை விட்டுட்டு என்னாலே ஜெயிலுக்கெல்லாம் போகமுடியதப்பா...'ன்னு சொன்னேன்."

"உங்களை விட்டா வேற வழி தெரியலைங்க கவுண்டரேன்னு..." சொன்னான். பக்கத்திலிருந்த என் நடுத்தம்பி பொன்னுசாமி அந்த லட்டரை வாங்கிட்டுப் போயி சண்முகம் செட்டியார்கிட்டே குடுத்தான். பத்து மணிக்கெல்லாம் அந்த லட்டர், கோயமுத்தூர் கலெக்டர் கைக்குப் போய் சேர்ந்தது. அப்பவே காந்தையூரில் இருந்த போலீசெல்லாம் மூட்டை முடிச்சோட கெளம்பி லிங்காபுரம் போயிட்டாங்க.

கொஞ்ச நேரத்திலே கடம்பூரான், நாகராஜ் ரெண்டுபேரும் வந்தாங்க. "கவுண்டரே... கவுண்டரே... உங்களைப் பார்க்க வீரப்ப அண்ணன் வந்துருக்காருன்னு." சொன்னாங்க.

"என்னப்பா சொல்லறீங்கன்னு..." நான் கேட்டுக்கிட்டிருக்கும் போதே, பாரஸ்டு பவுண்டரியைத் தாண்டி வீரப்பன் எங்க தோட்டத்துக்குள்ளே வந்துட்டார். எனக்கு கையும் ஓடல, காலும் ஓடல. ஒடம்பெல்லாம் நடுங்குது. சொந்தக்காரன் வீட்டு விருந்துக்கு வந்த மாதிரியே வீரப்பன் நடந்து வந்தார். எங்க அம்மாவைப் பார்த்து "நல்லா இருக்கீங்களா அம்மா...?"ன்னு கேட்டார்.

அம்மாவும் "வாங்க. வாங்கன்னு..." கும்பிடு போட்டுக் கிட்டே, கயித்துக் கட்டலைத் தூக்கி வாசல்ல போட்டாங்க. வீரப்பன் வசதியா உக்காந்துக்கிட்டார். பத்து வருசமாப் பழகினவங்ககிட்டே பேசற மாதிரி அம்மாகிட்டே காடு, தோட்டத்தைப் பத்தியும், குடும்பத்தைப் பத்தியும் விசாரிச்சுக்கிட்டு இருந்தாரு. வீரப்பன் குடும்பத்தைப் பத்தி எங்கம்மா விசாரிச்சாங்க. பாலில்லாத டீ போட்டுக் குடுத்தாங்க. என்னைப் பக்கத்திலே வரச்சொன்னார். இடுப்பிலே இருந்த வேட்டியெல்லாம் அவுந்து போச்சு. அவுந்த வேட்டியை ரெண்டு கையிலேயும் தூக்கிப் புடிச்சுக்கிட்டே போனேன்.

"நானும் உங்களை மாதிரி மனுஷன்தான், என்னப் பாத்து பயப்படாதீங்க. உங்களையெல்லாம் நான் ஒன்னும் செய்யமாட்டேன். எங்களுக்குக் கொஞ்சம் அரிசி, பருப்பு, சக்கரையெல்லாம் வேண்டியதா இருக்குது. டி.எஸ்.பி. தான் தொரசாமி காட்டிலே கொண்டுபோய் இந்த லிஸ்ட்டை குடுங்க, நான் சொன்னேன்னு சொல்லி சண்முகம் செட்டியார் கூடப்போயி சாமானம் எல்லாம் வாங்கிக்கிட்டு வந்து குடுப்பாங்கன்னு சொன்னாரு..." அதனாலே தான் இங்கே வந்தோம். இந்தா பணமும், லிஸ்ட்டும் இருக்குதுன்னு சொல்லி 4,000 ரூபாய் பணமும் குடுத்தார்.

துரைசாமி கவுண்டர்

வேறவழியில்லை, என் தம்பியையும், சண்முகம் செட்டியாரையும் அனுப்பி ஒரு டேப் ரிக்கார்டர், மத்த மளிகைச் சாமானமெல்லாம் வாங்கிட்டு வந்தோம். மீதிப்பணம் 150 ரூபாயோட சேத்தி, வாங்கியாந்த பொருளை

எல்லாம் குடுத்தோம். அதுவரைக்கும் எங்க தோட்டத்தில் இருந்தவங்ககிட்ட வீரப்பன் பேசிக்கிட்டிருந்தார். மத்தியானம் எங்க வீட்டுலே சாப்புட்டுத்தான் போகணுமுன்னு சொல்லி அம்மா அரிசி எடுத்து ஒலை வச்சுட்டாங்க. ஆனா, வீரப்பன் அப்பப்ப டீ மட்டுந்தான் குடிச்சார். சாப்பாட்டு வேண்டான்னு சொல்லீட்டார். சாயங்காலமா டேப் ரிக்கார்டர் கொண்டாந்த பின்னால தன்னுடைய கோரிக்கைகளை எல்லாம் டேப்பில் பதிவு செஞ்சு குடுத்தார். நானும், சண்முகம் செட்டியாரும்தான் அதைக் கொண்டுபோயி கலெக்டர்கிட்ட குடுத்துட்டு வந்தோம்." என்கிறார்.

வீரப்பன் அனுப்பிய ஒலிநாடாவில், "என்னைப் பிடிப்பதற்காக அமைக்கப்பட்டுள்ள தமிழ்நாடு அதிரடிப் படையினர் காட்டைவிட்டு வெளியே போகவேண்டும். தன்னுடன் வருவாய்த்துறை அலுவலர்கள் பேச்சுவார்த்தை நடத்தவேண்டும். இதை உடனடியாக ரேடியோவில் அறிவிக்க வேண்டும். அதற்குப் பிறகு, என்னுடைய ஆள் உங்களைச் சந்திப்பான். என்னுடைய கோரிக்கைகள் என்ன என்பதை அந்த ஆளிடம் சொல்லி அனுப்புவேன். இதெல்லாம் நடக்கவில்லை என்றால் என்னிடம் உள்ள மூன்று பேரின் தலையும் ரோட்டுக்கு வரும்" என்று வீரப்பன் கூறியிருந்தார்.

வீரப்பன் கேட்டுக் கொண்டபடியே, காட்டுக்குள் தேடுதல் வேட்டை மேற்கொண்டிருந்த தமிழ்நாடு சிறப்பு அதிரடிப் படையினர் முகாமில் முடக்கப்பட்டனர். "பொதுமக்கள் தங்களுக்கு உள்ள பிரச்சனைகளை மாவட்ட ஆட்சியருடன் தொடர்பு கொண்டு பேசலாம்" என்று கோவை வானொலியில் தமிழக அரசு அறிவிப்பு கொடுத்தது. அதற்காக ஒரு தனித் தொலைபேசி எண்ணும் அறிவிக்கப்பட்டது.

அத்துடன் தன்னுடைய தோட்டத்துக்குச் சென்றிருந்த டி.எஸ்.பி. சிதம்பரநாதன் அடையாளம் தெரியாத ஆள்களால் கடத்தப்பட்டுள்ளார் என்றும்

சண்முகம் செட்டியார்

அறிவித்தனர். மேட்டுப்பாளையம் வட்டாட்சியர் கே.எஸ். இராமசாமி, மூடுதுறை வி.ஏ.ஓ. சுப்பிரமணியம், வெள்ளே பாளையம், வி.ஏ.ஓ. கே.எஸ். முத்துசாமி, சிக்கதாசம்பாளையம் வி.ஏ.ஓ. பழனிசாமி, சிறுமுகை வி.ஏ.ஓ. ஜெயராஜன், சிறுமுகை கிராமத் தண்டல் நடராசன் உள்ளிட்டோர் தலைமையில் ஒரு குழு அமைக்கப்பட்டது. அவர்கள் மூலம் அரசு வீரப்பனுடன் பேச்சுவார்த்தை மேற்கொண்டது.

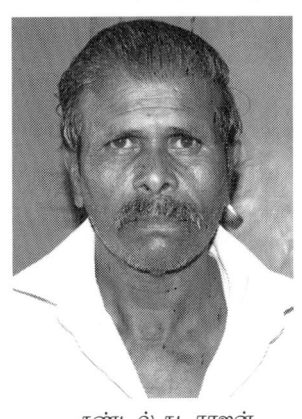

தண்டல் நடராஜன்

"ஒவ்வொரு முறை வீரப்பன் கேசட் அனுப்பும் போதும், நான் தானுங்க காட்டுக்குள்ளே போவேன். மேட்டுப்பாளையத்திலிருந்து நாங்க ஜீப்பில் கிளம்பும்போதே பத்திரிக்கை நிருபர்கள் தொரத்திக் கிட்டே வருவாங்க. எங்க வண்டி ஆலங்கொம்பு ஊரைத் தாண்டிப் போகும்போது பாங்காட்டுக்குள்ளே இருக்கும் வளைவில் நான் கீழே எட்டிக்குதிச்சு பொதருக்குள்ளே போயிடுவேன். பின்னாலே எங்களைத் தொரத்திக்கிட்டு வரும் பத்திரிக்கைக்காரங்க ஜீப் பின்னாலேயே போயிருவாங்க. நான் அங்கிருந்து ஏழு கிலோ மீட்டர் காட்டுக்குள்ளே நடந்து போயி வீரப்பனைச் சந்தித்துப் பேசுவேன். கலெக்டர் குடுத்து விடும் கேசட்டை வீரப்பங்கிட்டே குடுத்துட்டு, பதிலுக்கு வீரப்பன் குடுக்கும் கேசட்டையும் வாங்கிக்கிட்டு வருவேன். இது மாதிரி 13 முறை காட்டுக்குள்ளே போயி வீரப்பனைப் பார்த்துட்டு வந்தேன்." என்கிறார் சிறுமுகை தண்டல் நடராஜன்.

பேச்சுவார்த்தையின்போது "டி.எஸ்.பி. சிதம்பரநாதனை விடுதலை செய்ய வீரப்பன் முன்வைத்த கோரிக்கைகள்.

- தமிழக, கர்நாடக சிறையிலுள்ள தனது உறவினர்கள், கூட்டாளிகள் அனைவரையும் கட்டுப்பாடின்றி விடுதலை செய்யவேண்டும்.
- நச்சுப்போளி காட்டில் இருந்து பிடித்துக் கொண்டுபோன தன் மனைவி உள்ளிட்ட தன் கூட்டாளிகளின் மனைவிமார்களை உடனே விடுதலை செய்யவேண்டும்.

- *தன்னுடன் இருக்கும் கூட்டாளிகள் அனைவருக்கும் பொது மன்னிப்பு வழங்கவேண்டும்.*
- *நாட்டுக்கு வந்த பின்னரும் எனக்குப் பாதுகாப்புக்குத் துப்பாக்கி வைத்துக்கொள்ள அனுமதி வழங்கவேண்டும்.*
- *தான் வைத்துள்ள சில யானைத் தந்தங்களைக் கோயிலில் வைத்து வழிபடவும், காட்டுக்குள் உள்ள சில கோயில்களுக்குப் போக வரவும், சில இடங்களில் புதிதாகக் கோயில் அமைக்கவும் வனத்துறை அனுமதி கொடுக்கவேண்டும்.*
- *வீரப்பன் கூட்டாளிகள் என்ற பெயரில் பொதுமக்கள் பலரைப் போலீசார் சுட்டுக் கொன்றுள்ளனர். சிலரைச் சிறையில் வைத்துள்ளனர். அவர்களுக்கு நான் இழப்பீடு கொடுக்கவேண்டும். அதற்காக ஆயிரம் கோடி ரூபாய் பணத்தை அரசு கொடுக்கவேண்டும்"* என்பன உள்ளிட்ட பத்து கோரிக்கைகளை வீரப்பன் முன்வைத்தார்.

இந்தக் கோரிக்கைகளை எல்லாம் டி.எஸ்.பி. சிதம்பர நாதனுடன் கடத்தப்பட்டு, சிறை வைக்கப்பட்டிருந்த உடற்கல்வி ஆசிரியர் சேகர் ராஜாவே எழுதிக்கொடுத்துள்ளார். இதைப்பற்றி சேகர் ராஜா சொல்வதைக் கேட்போம். "எங்களைக் கடத்தின அன்றைக்கு நைட் மூனு பேரையும் ஒரு இடத்திலே கையைக் கட்டித்தான் படுக்க வைத்திருந்தாங்க. மறுநாள் சாயங்காலம் புறப்பட்டு காட்டுக்குள்ளே நடந்துக்கிட்டே இருந்தோம். போகும்போது வீரப்பன் எங்களோட பேசிக்கிட்டே வந்தார். ஐயந்துரை, பேபி வீரப்பன், கோவிந்தன் எல்லோருமே முரட்டுத்தனமான ஆளா இருந்தாங்க. சாயங்காலம் அஞ்சு மணிக்கு வேறு ஒரு இடத்துக்குப் போனோம்.

நாலு பக்கமிருந்து யார் வந்தாலும் ஒரு கிலோமீட்டர் தூரத்தில் வரும்போதே இங்கிருக்கும் ஆளுங்களுக்குத் தெரியும். அந்த மாதிரியான ஒரு இடத்தை தேர்வு செஞ்சு அதிலேதான் தங்கியிருந்தாங்க. அந்த இடத்திலே வீரப்பனின் தம்பி அர்ஜுனன் கூடவே சில மலையாளம் பேசும் ஆளுங்க இருந்தாங்க. அவங்களுக்குப் பக்கத்திலே பாறை மேலே ஏதோ கருகிக் கெடந்துச்சு. பக்கத்தில் போய் பார்த்தேன் சின்னப்பசங்க கை மாதிரி இருந்துச்சு. ஒன்னு இல்லே, ரெண்டு இல்லே... நாலு கை கெடந்துச்சு. தீயில் கருகி வெந்து, விரலெல்லாம் சுருண்டு போயிருந்தது. அதைப் பார்த்ததும்

எனக்கு கிறுகிறுன்னு வந்துட்டுது. அப்பத்தான் வீரப்பன் ஒரு கொலைகாரன் என்ற எண்ணமும், பயமும் வந்தது. எங்களுக்குப் பின்னாலே வந்த வீரப்பன் அர்ஜுனன் பக்கம் போனார்.

"தம்பி, டி.எஸ்.பி.யை புடிச்சாச்சுடான்னு..." சந்தோசமாகச் சொன்னார்.

அர்ஜுனன் கீழே தரையில் உட்கார்ந்து ஒரு காலை தூக்கி முன்னாலே இருந்த பாறை மேலே வச்சிக்கிட்டு இருந்தார். முதல் நாள் சாயங்காலம் வீரப்பன் எங்களைப் பிடிக்கும்போது எங்ககிட்டே இருந்து எடுத்த எங்களுடைய பர்ஸ், தூக்குப் பை, மூர்த்தி புடிச்சுக்கிட்டு வந்திருந்த மூனு கவுதாரி குருவி, ரைபிள் எல்லாம் அர்ஜுனன் முன்னாலே இருக்கு. அர்ஜுனனின் வலது கால் தொடையின் கீழ் பக்கம் பெரிய புண் இருந்தது. அங்கிருந்த ஒரு பெரியவர் மூலிகை எண்ணெயில் நனைத்த துணியைச் சுற்றி, அந்தப் புண்ணுக்குக் கட்டுப் போட்டுக்கிட்டு இருந்தார். போனதுமே நான் "வணக்கம் அண்ணா..." என்று அர்ஜுனனுக்கு வணக்கம் சொன்னேன்.

"நீ தான் டி.எஸ்.பி-யான்னு..." கேட்டார்.

"இல்லைங்க அண்ணா நான் வாத்தியாருங்க, எங்க மாமா தான் டி.எஸ்.பி..."ன்னுசொன்னேன்.

உடனே எனக்குப் பின்னாலே வந்த சின்ன மாமா ஏட்டு ராஜகோபாலைப் பார்த்து "என்னை அடையாளம் தெரியுதான்னு...?" அர்ஜுனன் கேட்டார்.

"தெரியலைன்னு..." மாமா ஒரே வார்த்தையில் சொன்னார். ஆனாலும், அவர் கண்ணில் ஒரு பயம் தெரிந்தது. மாமா இரண்டு பேருமே அங்கிருந்து கொஞ்சதூரம் தள்ளி இன்னொரு எடத்துக்குப் போயிட்டாங்க. நான் மட்டுமே கீழே உட்கார்ந்து அர்ஜுனன் காலிலிருந்த புண்ணைப் பார்த்தேன்.

"ஏண்ணா இந்தப் புண்ணுக்கு இப்படிக் கட்டுப்போட்டா எந்தக் காலத்திலே ஆறப்போகுதுன்னு" கேட்டேன். எல்லோரும், புரியாமப் பார்த்தாங்க.

கொஞ்சம் சுடு தண்ணி வச்சு, டெட்டால் போட்டு சுத்தம் பண்ணனும். பீட்டோலின் இல்லன்னா நியூஸ்போரின் ஆயின்மென்ட் போட்டாத்தான் இந்த

மாதிரியான புண்ணெல்லாம் ஆறும். கூடவே நாலுநாளைக்கு ஆன்டிபயாட்டிக் மாத்திரை மூனு வேளையும் சாப்பிடணுமுன்னு சொன்னேன். இதைக் கேட்டதும் அர்ஜுனன் நிமிர்ந்து உட்கார்ந்தார்.

"டேய் வாத்தியாருக்கு டீ போட்டுக் குடு, அந்த நோட்டையும், பேனாவையும் எடுத்துட்டுவான்னு..." ஒரு ஆளுகிட்டே சொன்னார். நானும், பக்கத்திலேயே உட்கார்ந்தேன். "உங்க மாமாகூட இருக்கும் இன்னொருத்தர் போலீஸ்தானே..?"ன்னு அர்ஜுனன் கேட்டார். "ஆமாங்கண்ணா அவர் போலீஸ் ஏட்டு தான்"ன்னுசொன்னேன்.

"நான் மைசூர் ஜெயிலில் இருந்து வந்த பிறகு வாரம் ஒருமுறை சேலம் சி.பி.சி.ஐ.டி. போலீசில் கையெழுத்து போடப்போவேன். அப்போ இவர் தான் எனக்கு நோட்டை எடுத்துக் குடுப்பார். இப்போ என்னைப் பார்த்துப் பயந்துட்டார் போல இருக்குது. அதனாலேதான் என்னைத் தெரியலேன்னு பொய் சொல்லறார்"ன்னு சொன்னார்.

அதுக்குப் பின்னாலே எனக்கு இன்னும் பயம் அதிகமாயிடுச்சு, பேபி வீரப்பன் தான் நோட்டை எடுத்துக்கிட்டு வந்தார். "பேனாவையும், நோட்டையும் வாத்தியார்கிட்டே குடுங்கப்பான்னு..." சொன்னார். நானே தேவையான மருந்து பெயரையெல்லாம் எழுதிக் குடுத்தேன். உடனே அங்கிருந்து ஒரு ஆளை அனுப்பி அதையெல்லாம் வாங்கிக்கிட்டு வரச் சொன்னாங்க.

முகம் கழுவிக்கிட்டு வந்த வீரப்பன் "சீக்கிரம் சாப்பாடு போடுங்கப்பா சாப்புட்டு ரெண்டு நாளாச்சுன்னு..." சொன்னார். முதல் நாள் மதியத்திலிருந்து சாப்பாடு இல்லாமல் வெறும் வயிற்றோடு இருந்த எனக்கும் சாப்பாடு கிடைக்கும் என்று சந்தோசமா இருந்தது. ஆனால், எங்களுக்குக் குடுப்பாங்களா இல்லையான்னு சந்தேகம்.

பக்கத்தில் வந்த வீரப்பன் எங்களைப் பார்த்து "முசுக்கொந்தி கறி சாப்புடுவீங்களா...?"ன்னு கேட்டார்.

******

துப்பாக்கியுடன் வந்த பேபி வீரப்பன்

பேபி வீரப்பன் (நன்றி: வெங்கிடுசாமி *AdSP Retd*)

“முசுக்கொந்தின்னா என்னான்னு எங்களுக்குத் தெரியலே. ஆளாளுக்குத் திருதிருன்னு முழூச்சுக்கிட்டு இருந்தோம். நிலைமையைப் புரிஞ்சுக்கிட்ட வீரப்பனே “கருங்குரங்குக்கு இன்னொரு பேருதான் முசுக்கொந்தி. அந்தக் கறியும் அணில் கறி, ஆட்டுக்கறி மாதிரியே அருமையா இருக்கும்...”ன்னு சொன்னார். அப்பத்தான் நான் பார்த்த நாலு கையும், கொரங்கு கையின்னு தெரிஞ்சது. பசி மயக்கம் கண்ணக் கட்டிக்கிட்டு வந்துட்டுது. என்ன ஏதுன்னு எங்களுக்கும் தெரியல. அந்தக் கறியோடு கொஞ்சம் சாப்பாட்டைச் சாப்பிட்டோம். திரும்பவும், எங்க கையைக் கட்டிக் கொண்டு போய்ப் படுக்க வச்சாங்க.

இதற்கு இடையில் எங்க சின்ன மாமா கண்ணடிச்சு என்னை பக்கத்தில வரச்சொல்லிச் சாடை காட்டிக்கிட்டே இருந்தார். எனக்கு ஒன்னுமே புரியலை, மாமா பக்கத்திலே

போனேன். அவருடைய வாயை என் காதுக்கிட்டே கொண்டாந்து "மாப்பளே அர்ஜுனன் என்னைப் பத்தி என்ன சொன்னான்..."னு கேட்டார்.

அர்ஜுனன் சொன்னதைச் சொன்னேன். "என்னை யாருன்னு தெரிஞ்சுக்கிட்டானா...?"ன்னு பயந்தார். "வீரப்பனைப் புடிக்க போட்டிருந்த பாரஸ்ட் செல் ஸ்பெஷல் ஸ்கோடில் நானும் வேலை செஞ்சேன். அப்போ வீரப்பனைப் பார்த்தா அடையாளம் தெரிஞ்சுக்க எல்லோருக்கும் ஒரு போட்டோ குடுத்தாங்க. அதுலே ஒரு போட்டோ என்னுடைய பர்சிலேயே வச்சிருந்தேன். அந்த பர்ஸ் இப்போ அர்ஜுனன் முன்னாலே இருக்குது. அதுலே இருக்கும் வீரப்பன் போட்டோவை யாராவது பார்த்திட்டா என் தலை போயிரும். பர்சுலே இருக்கும் அந்தப் போட்டோவை நீங்கதான் மாப்ளே வெளியே எடுக்கணும். என்னைக் காப்பாற்ற உன்ன விட்டால் வேற ஆளே இல்ல மாப்ளே..."ன்னு கண் கலங்கினார்.

சின்ன மாமாவும், நானும் ரகசியமாப் பேசிக்கிட்டு இருந்ததை ஐயந்துரை கவனுச்சுக்கிட்டே இருந்தார், துப்பாக்கியைத் தூக்கிட்டு எங்க பக்கம் வந்தார். "அந்த ஆள், நான் என்ன சொன்னேன்னு கேப்பான். நான் சொன்னதை அவங்கிட்டே சொல்லீறாதீங்க மாப்ளே..."ன்னு சொன்ன சின்ன மாமா கண் கலங்கி அழுதுட்டார். நல்லவேளை ஐயந்துரை என்னை எதுவும் கேட்கல. வீரப்பன் ஆளுங்க எங்களைப் பார்த்தா சின்ன மாமா தலையை திருப்பிக்குவார். அவங்க அந்தப் பக்கம் போனதும் என் காதுக்குள்ளே தலையைக் கொண்டாந்து வச்சுக்கிட்டு "எப்படியாவது போட்டோவ எடுத்துடுங்க மாப்ளே..."ன்னு அழுவார். இதைப் பார்த்த பெரிய மாமா கடுப்பாயிட்டார்.

"டேய் எதைப் பேசினாலும் எல்லோருக்கும் கேட்கிற மாதிரி வேகமாப் பேசுங்க, அவர்களுக்குச் சந்தேகம் வராது. இப்படிக் காதுக்குள்ளே வாயை வச்சுக்கிட்டுப் பேசாதீங்க. தப்பித்துப் போறதுக்கு திட்டம் போடறதா நினைக்கப் போறாங்க. அப்படிச் சந்தேகம் வந்துட்டா மூனு பேரையும் சுட்டுக் கொல்லுவாங்க. நீங்க ரெண்டுபேரும் சாகறது இல்லாம என்னையும் எதுக்கடா கொல்லப் பார்க்கறீங்கன்னு..." பயமுறுத்தினார்.

ஆனா, சின்ன மாமா பார்க்கும் போதெல்லாம் "பர்ஸ் மாப்ளே, என்னோட உயிரே அதுலேதான் இருக்குது மாப்ளே..."ன்னு சொல்லிக்கிட்டே இருந்தார். அடுத்த நாள் காலையில், அர்ஜுனன் காலிலிருந்த புண் எப்படி இருக்குதுன்னு பார்த்துட்டு வரலான்னு போனேன். அவருகிட்டே பேசிக்கிட்டே, யாருக்கும் தெரியாம பர்ஸை எடுத்துட்டேன். மெதுவா வீரப்பன்கிட்டே வந்து "அண்ணான்னு..." சொல்லி ரெண்டு விரலைக் காட்டினேன்.

"பேபி, வாத்தியாருக்கு ரெண்டுக்கு வருதாம் கூட்டிட்டுப் போன்னு" சொன்னார். வீரப்பனைப் பார்த்துக்கூட எனக்குப் பயமில்லை. நான் பயந்த ஒரே ஆள் பேபி வீரப்பன்தான். இடுப்பு வரைக்கும் வளர்ந்த ஜடா முடி, கட்டங்கருப்பாக இருந்த பேபியைப் பார்த்துப் பயப்படாதவர்களே இருக்க முடியாது. பேபியோட ஒடம்பிலே கண்ணும், பல்லும் தவிர மற்ற எல்லாமே கருப்பா இருக்கும். கொஞ்சம்கூட பேபியின் முகத்தில் சிரிப்பு தெரியாது, எப்போதும் இறுக்கமாகவே இருக்கும். பேபியைக் கூட்டிக்கிட்டுப் போகச் சொன்னதிலே எனக்கு வந்ததும் நின்னு போச்சு. எனக்கு இருந்த பயத்தை பேபியும் தெரிஞ்சுக்கிட்டான்.

"பயப்படாதீங்க சார்..."ன்னு சொல்லிக்கிட்டே கைக் கட்டை அவுத்து விட்டான். என் கையிலிருந்த கடிகாரத்தைக் கழட்டி, "பேபி அண்ணா இந்தக் கடிகாரத்தை கையிலே கட்டுங்க..."ன்னு கொடுத்தேன். வாங்கலாமா...? வேண்டாமா....?ன்னு சின்ன குழப்பம் பேபியின் முகத்தில் தெரிந்தது. பேபியின் கை பிடித்து அந்தக் கடிகாரத்தை நானே கட்டிவிட்டேன். பேபியின் கவனம் கடிகாரத்தின் பக்கம் போயிடுச்சு, அப்படியே பக்கத்திலிருந்த பாறைக்குப் பின்னாலே போனேன், கீழே உட்கார்ந்தேன். மாமா பர்சில் இருந்த வீரப்பனின் பாஸ்போர்ட் சைஸ் போட்டோவை எடுத்துப் பொடிப் பொடியா கிழிச்சுட்டேன். ஒரு குழியைத் தோண்டி உள்ளே போட்டு மூடிவிட்டு, சத்தமில்லாம பேபிகூடத் திரும்பிட்டேன்.

அரசாங்கத்திடம் தனக்கு வேண்டிய கோரிக்கையைப் பற்றிப் பேசும்போது வீரப்பன் நூறு கோடி ரூபாய் பணம் வேணுன்னுதான் சொன்னார். பக்கத்திலிருந்த அர்ஜுனன்

தான் "அந்தக் காசு எதுக்கண்ணா ஆகும். ஆயிரம் கோடிகேளுண்ணா..."ன்னு சொன்னார். எங்க மூனு பேர் பேர் தலைக்கும் ஆயிரம் கோடி கேட்டபோதே இது தேறாது. நம்ம கதை இங்கேயே முடியுதுன்னு முடிவு பண்ணீட்டேன்." என்றார் சேகர் ராஜா.

இவ்வாறு காட்டுக்குள் நடந்து கொண்டிருந்த நேரத்தில், வீரப்பன் கோரிக்கைகள் என்ன...? அரசுக்கு வீரப்பன் அனுப்பிய ஒலி நாடாவில் என்ன சொல்லியிருந்தார்...? அரசு என்ன முடிவு செய்துள்ளது என எந்த விவரங்களும் பத்திரிகையாளர்களுக்கும், பொதுமக்களுக்கும் தெரியவில்லை.

1991-96 காலத்தில் முதல்அமைச்சராக இருந்த ஜெயலலிதா செய்தியாளர்களைச் சந்திக்க மாட்டார். மக்களுக்குச் சொல்ல வேண்டிய செய்தி இருந்தால், தலைமைச் செயலாளர் மூலம் அறிக்கை வரும். தமிழ்நாடு அமைச்சர்கள், அதிகாரிகளும் கூட ஊடகத்துறையினரிடம் பேச மாட்டார்கள். பொதுமக்கள் என்ன நடக்கிறது என்பதைத் தெரிந்துகொள்ள முடியாத நிலையில் தமிழ்நாடு இருந்தது. தவிர, தஞ்சையில் எட்டாவது உலகத் தமிழ் மாநாடு ஏற்பாடு செய்யப்பட்டிருந்தது. அதற்கான ஏற்பாடுகளும் மும்முரமாக நடைபெற்று வந்தன. அதனால், வீரப்பன் காட்டுக்குள் என்ன நடக்கிறது என்பதை யாருமே தெரிந்து கொள்ளவே முடியவில்லை.

காந்தையூருக்கும், லிங்காபுரத்துக்கும் பரிசல் மூலமே மக்கள் சென்று வந்தனர். லிங்காபுரம் பரிசல் துறைக்கு நஞ் சப்பன் என்பவர் குத்தகைதாரராக இருந்தார். அங்கேயே ஒரு குடிசைப் போட்டுத்தங்கி, அவருக்கும், பரிசல் ஓட்டும் ஆள்களுக்கும் அந்த இடத்தில் உணவும் தயார் செய்து வந்தார். சில மீனவர்களும் அங்கே தங்கி மீன் பிடித்து வந்தனர்.

காந்தவயல் பரிசல் துறையில் பரிசல் ஓட்டுவோர் யாரும் இருக்க மாட்டார்கள். அங்கே நூறு வயதைக் கடந்த ஒரு மத்தி மரம் இருந்தது. அந்த மரத்துக்குக் கீழே உட்கார்ந்துகொள்ள வசதியாக சில கற்கள் கிடக்கும். அந்தப் பக்கம் மக்கள் வரும் நேரத்தில் பரிசல் இல்லாமல் போனால், வந்திருப்பவர் அங்கிருந்து (விசில்) சீக்கியடிப்பார்கள். அந்தச் சத்தத்தைக் கேட்டு இக்கரையிலிருந்து நஞ்சப்பன் ஒரு பரிசலை அக்கரைக்கு

அனுப்புவார். நஞ்சப்பனுக்கு அந்தப் பகுதி மக்களோடு அறிமுகம் இருந்தது. செய்தியாளர்களுக்குத் தேவையான செய்திகளை அவர்தான் சேகரித்துக் கொடுப்பார். இதனால், நஞ்சப்பனைச் சுற்றிலும் எப்போதுமே செய்தியாளர்கள் நிறைந்திருந்தனர்.

08.12.1994 அன்று மதியம் 12.00-மணிக்கு லிங்காபுரம் பரிசல் துறையில் நஞ்சப்பனோடு செய்தியாளர்கள் பலரும் இருந்தனர். அப்போது, நஞ்சப்பனின் இரு பரிசல்களும் இக்கரையில் இருந்தன. அக்கரையிலிருந்து சீக்கிச்சத்தம் வந்தது. உடனடியாக ஒரு பரிசலை அக்கரைக்கு அனுப்பினார். போன பரிசல் சீக்கிரமே திரும்பியது. ஒருவர் பரிசலில் துப்பாக்கியைப் பிடித்து நின்றபடி வந்து கொண்டிருந்தார். பச்சை வண்ணச் சீருடை, சடை விழுந்த தலைமுடி, சீக்கிய இராணுவ வீரர்களைப் போல முடியை ஒரு துணியால் சுருட்டிக் கட்டியிருந்தார். கண்ணும், பல்லும் தவிர மீதி உடலெல்லாம் கரிய தோற்றம். பார்க்கும்போதே பயம் ஏற்படும் வகையிலிருந்தார். மாறுபட்ட தோற்றத்திலிருந்த அவர் பரிசலில் வருவதைப் படம் எடுக்கச் செய்தியாளர்கள் கேமராவை உயர்த்தினர்.

"என்னை யாரும் போட்டோ எடுக்கக்கூடாது. மீறி எடுத்தா சுட்டுருவேன்..." என்று கூறிக்கொண்டே துப்பாக்கியை நீட்டியபடி வந்தார்.

நஞ்சப்பன்

பரிசல் சற்று அருகில் வந்ததும் "அண்ணா உங்க பேர் என்னங்க அண்ணா...? நீங்க எங்கே போறீங்க அண்ணா...?" என்று செய்தியாளர்கள் கேட்டனர். "என் பேரு பேபி வீரப்பன். இப்போ பேச்சு வார்த்தைக்காகக் கோயம்புத்தூர் கலெக்டரைச் சந்திக்கப் போகிறேன்..." என்று சொல்லிக்கொண்டே

பரிசலை விட்டு இறங்கினார். விடுவிடுவென நடந்தார். செய்தியாளர்களுக்குப் பின்பக்கம் சண்முகம் செட்டியார் "புல்லட்" மோட்டார் சைக்கிளுடன் நின்றார். அந்த வண்டியில் ஏறிய பேபி வீரப்பன் சிறுமுகை சென்றார்.

அங்கிருந்து ஜீப் மூலம் மேட்டுப்பாளையம் வட்டாட்சியர் அலுவலகம் போனவர், அங்கிருந்து வட்டாட்சியருடன் மாவட்ட ஆட்சியர் சங்கரைச் சந்திக்கிறார். வீரப்பன் கொடுத்து அனுப்பியிருந்த ஓர் ஒலி நாடாவைக் கொடுக்கிறார். அதில், "இப்போது நான் அனுப்பியிருக்கும் என்னுடைய ஆள் பேபி வீரப்பன் சில வேலைகளுக்காகப் பல இடங்களுக்குப் போகவேண்டியுள்ளது. அவன் எங்கெல்லாம் போகணுமுன்னு சொல்லறானோ அங்கெல்லாம் உங்களுடைய அதிகாரி ஒருவரைப் போட்டு, எங்க ஆளைக் கூட்டிக் கொண்டு போங்க. அவன், யார் யாரைப் பார்க்கணுமுன்னு சொல்லறானோ அவங்களை எல்லாம் காட்டவேண்டும். இந்த வேலை முடிஞ்சாத்தான் அடுத்தது என்னென்னு பேசமுடியும்" என்று சொல்லியிருந்தார்.

வீரப்பனின் வேண்டுகோளின்படி மாவட்ட ஆட்சியர் சங்கர் ரெவின்யூ இன்ஸ்பெக்டர் ஒருவரை பேபிக்கு உதவியாளராக நியமிக்கிறார். அவர் அதிரடிப்படை இன்ஸ்பெக்டர் கருப்புசாமி என்பது மாவட்ட ஆட்சியர் சங்கருக்கும் கூடத்தெரியாது. பேபியுடன் சென்றது குறித்து ஓய்வு பெற்ற காவல் கண்காணிப்பாளர் கருப்புசாமி அவர்கள் சொல்வதைக் கேட்போம்.

"பேபி வீரப்பன் வரும்போதே ஓர் ஆடியோ கேசட்டை எடுத்துக்கிட்டு வந்தான். அதைப் போட்டுக் காட்ட ஒரு டேப் ரிக்கார்டர் வேணுமுன்னு கேட்டான், வாங்கிக் குடுத்தேன். மாதேஸ்வரன் மலைக்குப் போகணும். பண்ணாரிக்குப் போகணும், போலீசார் புடிச்சி வைத்திருக்கும் எங்க பொம்பளைப் புள்ளைங்களை எல்லாம் பார்க்கணுன்னு சொன்னான். இதை M.M. ஹில்ஸுக்கு இன்பார்ம் பண்ணிட்டோம். அவர்களும் வீரப்பன் தொடர்புடைய பெண்களை எல்லாம் தனியா வச்சிருந்தாங்க. நானும், பேபி வீரப்பனும் வாடகைக் காருலேதான் போனோம். பேபி கையில் ஒரு 303 ரைபிள் வச்சிருந்தான். M.M.ஹில்ஸ் STF கேம்புக்கு

முன்னாலே கோயில் பூசாரி மாதிரியே நாலஞ்சு போலீசார் நின்னுக்கிட்டு இருந்தாங்க. அவங்களைப் பார்த்ததும் "தூரமாப் போங்க"ன்னு துப்பாக்கியைக் காட்டி வெரட்டுனான். அவங்க எல்லாம் பயந்து ஓடிட்டாங்க. அங்கிருந்த பொம்பளை புள்ளைகளைச் சந்தித்தோம்.

வீரப்பன் ஒரு ஆடியோ கேசட் குடுத்திருந்தான். அதில், "எல்லோரும் தைரியமாப் பேசணும், நீங்களெல்லாம் போலீஸ் கையிலே சிக்கினப் பின்னால உங்களுக்கு என்ன நடந்ததோ, அதையெல்லாம் அப்படியே எங்கிட்டே சொல்லுங்க, எதுக்கும் பயப்படாதீங்க. நான் இப்போ ஒரு முக்கியமான ஆளைக் கடத்தி வச்சிருக்கேன். ரெண்டு அரசாங்கத்தாலும் நம்மளை ஒன்னும் செய்யமுடியாது. இப்போ காட்டுக்குள்ள ஒரு போலீஸ்காரப் பயலுககூட இல்லை. எல்லோரையும் வெளியே தொரத்திட்டேன். உங்க எல்லோருடைய பிரச்சனையையும் தைரியமா வெளியே சொல்லுங்க. அப்போத்தான் நான் இதைப்பற்றி அரசாங்கத்தோடு பேசறதுக்கு வசதியா இருக்கும். நான் வாங்கப் போற ஆயிரம் கோடி ரூபாயில் உங்களுக்குத் தேவையான அளவு பணத்தையும் குடுக்க முடியும்" என்று சொல்லியிருந்தான். ஒர்க்ஷாப் செட்டில் இருந்த ஒவ்வொரு ஆளாப் பார்த்து பேபி பேசினான். "என்ன நடந்துன்னு சொல்லுங்க"ன்னு கேட்டான்.

அந்தப் பொம்பளைங்க எல்லோருமே "ஒன்னுமே நடக்கல, நாங்க நல்லாத்தான் இருக்கிறோம். யாரும் எந்த தொந்தரவும் குடுக்கல"ன்னு சொல்லிட்டாங்க. "உண்மையைச் சொல்ல மாட்டேங்கிறீங்க"ன்னு பேபி வீரப்பன் அவர்களைக் கெட்ட வார்த்தையால் திட்டினான்.

சரி, பண்ணாரியில் வந்து என்ன கேட்பான்னு எனக்குத் தெரிஞ்சு போயிடுச்சு. அதனாலே பண்ணாரியில் இருந்த பொம்பளைங்க, ஆம்பளைங்க எல்லோரையும் பவானிசாகருக்குக் கொண்டு வந்துட்டோம். இதற்கு ஒரு நாள் முன்னமே *STF* அதிரடிப்படை வீரர்கள் ரெண்டு பேரை அடிச்சு கை, காலெல்லாம் வீங்க வச்சு, ஜட்டியோடு கொண்டுபோய் வீரப்பன் ஆளுங்க கூடப் போட்டுட்டோம். "நாங்க சந்தனமரம் வெட்ட வந்தவங்க. எங்களைப் போலீஸ் புடுச்சுட்டாங்க"ன்னு அவர்களும் சொல்லிட்டாங்க.

வீரப்பன் வழக்கில் உள்ளே இருந்த ஒருத்தன் அயோடெக்ஸ் வச்சிருந்திருக்கான். அதைப்போட்டு எங்க ஆளுங்களுக்குத் தடவி விட்டுருக்கானுங்க. "எங்களையும் போலீசார் இப்படித்தான் வச்சிருந்தாங்க. போகப் போக எல்லாம் சரியாப்போகும்"ன்னு ஆறுதல் சொல்லியிருக்காங்க.

பேபி வீரப்பன் கேட்டபடி அவனைக் கூட்டிட்டுப் போய் பவானிசாகரில் விட்டோம். வீரப்பன் பேசி அனுப்பிய கேசட்டில், "போலீஸ்காரப் பசங்க உன் பக்கத்திலேயே இருப்பாங்க. அவங்களுக்கெல்லாம் நீ பயப்படாதே. அவர்களுக்கெல்லாம் பெரிய ஆளை இப்போ நான் புடிச்சுக் கொண்டாந்து வெச்சிருக்கேன். அவங்க வேலையெல்லாம் இனி பலிக்காது. நீ பயப்படாம நடந்தையெல்லாம் சொல்லு"ன்னு பேசியிருந்தான்.

அப்போ பேபி வீரப்பனுக்குப் பக்கத்தில் நான் இருந்தேன், தனக்குப் பக்கத்தில் இருப்பது போலீஸ் என்பது பேபி வீரப்பனுக்குத் தெரியாது. ஆனால், அதைக் காட்டுக்குள்ளே இருக்கும் வீரப்பன் மிகச் சரியாகப் புரிந்து சொல்லியிருந்தான். முத்துலட்சுமி கைது செய்யப்பட்டதிலிருந்து நடந்த எல்லா சம்பவத்தையும் சொன்னார். "கர்நாடகப் போலீஸ் என்னை விசாரணைக்குக் கேட்டாங்க... ஆனால், தமிழ்நாட்டு போலீஸ் குடுக்க மாட்டேன்னு சொல்லிட்டாங்க. ஒருவேளை அவங்ககிட்டே குடுத்திருந்தா நீ நினைக்கிற மாதிரி எல்லாமே நடந்திருக்குமுன்னு..." முத்துலட்சுமி சொல்லுச்சு. அதையெல்லாம் பேபி ஒரு கேசட்டில் பதிவு செய்து எடுத்துக் கொண்டான்" என்றார்.

கோவை வந்த பேபி மாவட்ட ஆட்சியர் சங்கரைச் சந்திக்கிறார். அடுத்து அர்ஜுனன் பேச்சுவார்த்தைக்கு வருவார் என்ற செய்தியைச் சொல்லி விட்டு, காட்டுக்குக் கிளம்புகிறார். போகும்போது, ஆப்பிள், ஆரஞ்சு பழங்களுடன் சப்போட்டா பழத்தையும் இன்ஸ்பெக்டர் கருப்புசாமி வாங்கிக் கொடுக்கிறார். அதை வியப்பாகப் பார்த்த பேபி வீரப்பன் "இது என்ன உருளைக்கிழங்கு மாதிரி இருக்கிறது" என்று கேட்கிறார். சப்போட்டா பழம் என்று சொன்ன கருப்புசாமி அதைச் சாப்பிடச் சொல்லியுள்ளார்.

அதன் சுவையில் மயங்கிய பேபி "இன்னும் கொஞ்சம் பழம் வேண்டும்" என்று சொல்கிறார். ஒரு கூடை நிறையச் சப்போட்டா பழத்தையும் வாங்கி, பேபியுடன் காட்டுக்கு அனுப்புகிறார். காட்டுக்குள் போனதும் அந்தப் பழத்தை எல்லோரும் விரும்பிச் சாப்பிட்டுள்ளனர். ஆனால், வீரப்பன் சாப்பிடாமலே இருந்துள்ளார். ஒரு மணி நேரத்துக்குப் பிறகு வீரப்பன் ஒரு பழத்தை எடுத்துச் சாப்பிடுகிறார். அதன் சுவையைப் பார்த்து மயங்கியவர், "டேய் பசங்களா எல்லாத்தையும், நீங்களே தின்னுடாதீங்க. எனக்கும் கொஞ்சம் வையுங்கடா.." என்று சொல்லியுள்ளார்.

"பேபி வீரப்பன் தண்ணீர் கேட்டால் அவனுக்கு நான் ஒரு லிட்டர் ஜூஸ்தான் வாங்கிக் கொடுப்பேன். பேபி காட்டுக்குள் போனபிறகு, அவன் வைத்திருந்த துப்பாக்கியை வீரப்பன் வாங்கிச் செக் பண்ணியுள்ளான். இதை எங்கேயாவது வச்சுட்டுப் போணியா...? என்று கேட்டுள்ளான். பயரிங் பின் கழட்டப்பட்டுள்ளதா...? பைப்பில் அடைப்பு உள்ளதா...? என்றெல்லாம் சோதனை போட்டுள்ளான். அடுத்து ஒரு கேசட் வந்தது. அதில் ஒரு தூதுவனை எப்படி நடத்தணுமோ அது மாதிரியே நடத்தியிருக்கீங்க. அதனாலேதான் என் தம்பியை உங்ககிட்டே அனுப்பறேன். அவனையும், பேபியை நடத்துன மாதிரியே நடத்துனாத்தான் நான் புடிச்சு வைத்திருக்கும் ஆளுங்களை உயிரோட விடுவேன்" என்று சொல்லியிருந்தான்" என்றார் கருப்புசாமி (S.P.Retd)

பாதுகாப்புக்காக பேபி வீரப்பன் கொண்டு வந்தது 303 ரைபிள் வகைத் துப்பாக்கி, இந்தியாவில் காவல் துறையினருக்காக மட்டுமே வழங்கப்படும் தனித்துவம் வாய்ந்த ஆயுதம். இந்தத் துப்பாக்கியைப் போலீசாரிடம் இருந்துதான் வீரப்பன் எடுத்துள்ளார். போலீசாரிடம் இருந்து களவாடிய துப்பாக்கியுடன், கொலைக் குற்றம் சுமத்தப்பட்ட ஒரு நபர் மாவட்ட ஆட்சியரைச் சந்தித்துப் பேசிய நிகழ்வு இதுவாகத்தான் இருக்க முடியும். தமிழக வரலாற்றில், இதற்கு முன்பும் நடந்ததில்லை. இனி மேலும் நடக்க வாய்ப்பில்லை.

பண்ணாரி முகாமில் ஓராண்டுக் காலத்துக்கும் மேலாகச் சட்ட விரோதக் காவலில் வைக்கப்பட்டிருந்த வீரப்பனின்

மனைவி முத்துலட்சுமி, கொளந்தான் மனைவி பொன்னரசி, ஐயந்துரை மனைவி லட்சுமி, மேய்க்கான் ரங்கசாமி மனைவி அம்மாசி, குள்ளனூர் சேகர் மனைவி செல்வி, வெள்ளையன் மனைவி ஸ்டெல்லா உள்ளிட்டவர்கள் பேசியதை வீரப்பன் கேட்டுள்ளார். இதன் மூலம், நச்சுப்போளியில் தங்கியிருந்த வீரப்பன் கூட்டாளிகளை யார் காட்டிக் கொடுத்தனர்? போலீசார் இவர்களை எங்கே கைது செய்தனர்? என்னென்ன தொல்லைகள் கொடுத்தனர்? இப்போது யார் யாரெல்லாம் சிறை வைக்கப்பட்டுள்ளனர்? யாரெல்லாம் உயிருடன் உள்ளனர்? யாரையெல்லாம் சுட்டுக் கொன்றுள்ளனர்? என்பனவற்றை வீரப்பன் தெரிந்து கொள்கிறார்.

தேக்கம்பட்டி கிராம நிர்வாக அலுவலர் பழனிசாமி

பேபி வீரப்பன் வந்து போன பின்னரும் அரசுத் தரப்பில் என்ன நடக்கிறது என்ற விவரமும் வெளியே தெரியப்படுத்தப்படவில்லை. அதிரடிப்படை தரப்பில் விசாரித்த போது, "எங்களுக்கும் இதற்கும் சம்பந்தமில்லை. எதுவாக இருந்தாலும் கோவை மாவட்ட ஆட்சியரைக் கேளுங்கள்..." என்று கை விரித்தனர். ஆனால், தமிழ்நாடு காவல் துறையிலிருந்த மலை வாழ் மக்கள் சமூகத்தைச் சேர்ந்த இளம் காவலர்களை அந்தப் பகுதிக்கு அனுப்பினர். பழங்குடி மக்களின் நடவடிக்கைகள் கண்காணிக்கப்பட்டன. அந்தப் பகுதியில் என்ன நடக்கிறது என்பதை அதிரடிப்படையின் உளவுப்பிரிவு கண்காணித்து வந்தது.

வீரப்பனுக்குத் தேவையான உணவுப்பொருள்கள், மருந்து மாத்திரைகள், பச்சை நிறச் சீருடைகள், போர்வைகள் மற்றும் சில அவசியமான பொருள்கள் அனைத்தும் வருவாய்த்துறை அதிகாரிகள் மூலமே காட்டுக்குள் கொண்டுபோய்க் கொடுக்கப்பட்டன. இதை அப்போது அரசு தரப்பில் பேச்சுவார்த்தை மேற்கொண்ட தேக்கம்பட்டி கிராம நிர்வாக அலுவலர் பழனிசாமியும் ஒத்துக்கொள்கிறார்.

*****

31

சட்டத்தில் இடமில்லை

பேபி வீரப்பன் காட்டை விட்டு வெளியில் சென்றபோது கோவை மாவட்ட வருவாய்த்துறை அதிகாரிகள் தன்னை வரவேற்றது, தனக்குச் சாப்பிட கோழி பிரியாணி, ஆப்பிள் ஜூஸ் வாங்கிக் கொடுத்தது, பண்ணாரி, மாதேஸ்வரன்மலை அதிரடிப்படை முகாமுக்குப் போனபோது போலீசாரை விரட்டியது, கோவையில் தான் பார்த்த திரையரங்குகள், உணவகங்கள், பேருந்துகள், வணிக நிறுவனங்களில் உள்ள வசதிகளையும், காட்டுக்கு வெளியில் உள்ள மக்கள் வாழும் வாழ்க்கையின் அழகையும் காட்டுக்குள் சென்ற பேபி வீரப்பன் கதை, கதையாகச் சொல்கிறார்.

நீண்ட காலமாக வெளியுலகைப் பார்க்காமல் காட்டுக்குள்ளேயே இருக்கும் வீரப்பன், அர்ஜுனன், ஐயந்துரை போன்றவர்கள் இதையெல்லாம் விடிய, விடியக் கேட்டுக் கொண்டிருந்தனர். அர்ஜுனனின் காலிலிருந்த புண்ணுக்கு காட்டுக்குள் வைத்து சிகிச்சை கொடுத்தால் விரைவில் ஆறாது. அர்ஜுனனை பேச்சுவார்த்தைக்கு அனுப்புவதாகக் கூறி வெளியில் அனுப்ப வேண்டும். அவனது காலுக்குச் சிகிச்சை கொடுக்கவேண்டும். அப்படியே, தன்னுடைய கோரிக்கைகள் குறித்து அரசுடன் பேச்சுவார்த்தை நடத்தி விட்டு காட்டுக்குள் திரும்பி வருவதற்கான ஒரு திட்டத்தை வீரப்பன் வகுத்தார்.

இதையடுத்து தன்னுடைய தம்பி உங்களுடன் பேச்சுவார்த்தை நடத்த வெளியே வருவான். அவன் காட்டு எல்லைவரை வந்து வெளியே அழைத்துப் போகவேண்டும். அதற்காக ஒரு ஜீப் அனுப்புமாறு சிறுமுகை கிராம தண்டல்காரரான நடராஜ் மூலமாக மாவட்ட ஆட்சியருக்கு ஒரு கேசட் அனுப்புகிறார் வீரப்பன். அவரது வேண்டுகோளின்படி, பேபி வீரப்பன் காட்டுக்குள்ளே போன இரண்டு நாள்களுக்குப் பின்னர் 12.12.1994 அன்று மாலை ஏழு மணிக்குக் காந்தப்பள்ளம் வனப்பகுதிக்குள் வருவாய்த்துறைக்குச் சொந்தமான ஒரு

வல்லுந்து சென்றது.

வருவாய்த்துறையினர் போகும்போதே ஏதோ முக்கியமான நிகழ்வு நடக்கவுள்ளது என்பது தெரிந்தது. செய்தியாளர்கள் அனைவரும் எதிரே வரும் வண்டியை மடக்கத் தயாராக இருந்தனர். குண்டும், குழியும், கல்லும், மணலும் நிறைந்த அந்தக் காட்டுப் பாதையில் தினமலர் செய்தியாளர் மதுரை பாலகிருஷ்ணன், புகைப்படக்கலைஞர் கடலூர் ரமேஷ்குமார் இருவரும் ஒரு M-80 மோட்டார் சைக்கிளில் ஜீப் போன பாதை வழியாகவே காட்டுக்குள் சென்றனர்.

உள்ளே போன இருபது மணித்துளிகளில் அந்த வண்டி வெளியே வந்தது. ஊரிலிருந்து அரை கிலோமீட்டர் தொலைவில் எதிரில் வந்த வண்டியை ரமேஷ்குமார் கை காட்டி நிறுத்தினார். ரமேஷ், பாலா இருவரையும் பார்த்து ஜீப்புக்குள் இருந்து ஒருவர் "சுட்டுக்கொல்லுங்க..." என்ற சத்தம் போட்டுள்ளார். இதைக்கேட்டதும், தங்களது வண்டியை விட்டு விட்டு எட்டிக்குதித்து பாறை மறைவில் ஓடி ஒளிந்தனர். ரமேஷ் கேமராவில் ஜீப்பையும், அதிலிருந்தவர்களையும் குருட்டாம் போக்கில் படம் எடுத்தார். ஆனாலும், அந்த ஜீப் நிற்காமல் தொடர்ந்து சென்றது. காட்டுக்குள் நான்கைந்து பிளாஷ் வெளிச்சம் வந்தது. அதைத் தொடர்ந்து ஜீப் வருவது தெரிகிறது. இவற்றையெல்லாம் லிங்காபுரத்திலுள்ள திம்மராயப் பெருமாள் கோயிலின் முன்பாக நின்று கொண்டிருந்த மற்ற செய்தியாளர்கள் பார்த்து விட்டனர். அந்த வழியாக வந்த ஜீப்பை மடக்கி நிறுத்தினர்.

அந்த வண்டியின் முன் இருக்கையில் துப்பாக்கியுடன் அர்ஜுனன் உட்கார்ந்திருந்தார். இந்தக் காட்சியை இதழியல் துறையினர் நூற்றுக்கணக்கில் படம் எடுத்தனர். இப்போது, "எங்கே போகிறீர்கள், எதற்காகப் போகிறீர்கள்...?" என்று செய்தியாளர்கள் கேட்டனர்.

"தற்போது மாவட்ட ஆட்சியருடன் பேச்சுவார்த்தை நடத்த கோவைக்குப் போவதாகக் கூறியவரிடம், "உங்கள் காலில் குண்டடிபட்ட காயம் உள்ளதா...?" என்று கேட்டனர். "அப்படி எதுவும் காயம் இல்லை." என்ற அர்ஜுனன் தனது இடதுபக்க காலை வெளியே நீட்டினார் ஆயிரம் கோடி

பணம் கேட்டது பற்றிப் பேசிய செய்தியாளர்களிடம் "பேச்சுவார்த்தை முடிந்து திரும்பி வரும்போது மீண்டும் உங்களைச் சந்திக்கிறேன்." என்று சொல்லிவிட்டுச் சென்றார்.

மேட்டுப்பாளையம் வட்டாட்சியர் அலுவலகத்துக்குச் சென்ற அர்ஜுனனைக் கிராம நிர்வாக அலுவலர்கள் ஜெயராஜ், பழனிசாமி இருவரும் கைத் தாங்கலாக முதல் மாடியிலுள்ள வட்டாட்சியர் அறைக்குக் கூட்டிச் சென்றனர். அங்கே இரவு உணவு முடித்துக்கொண்ட பின், அர்ஜுனனைக் கோவைக்கு அழைத்துச் சென்றனர். அங்கிருந்த பலரைக் கலெக்டரின் பி.ஏ, ஆர்.டி.ஓ, டி.ஆர்.ஓ. என அறிமுகம் செய்து வைத்தனர். அந்த அதிகாரிகள் நீங்கள் "முதலில் காலில் உள்ள காயத்துக்குச் சிகிச்சை எடுத்துக் கொள்ளுங்கள். நாளை காலை கோவை மாவட்ட ஆட்சியர் சங்கர் உங்களிடம் பேச்சு வார்த்தை நடத்த வருவார்.

நீங்கள் அரசு மருத்துவமனைக்குப் போனாலும், தனியார் மருத்துவமனைக்குப் போனாலும் போலீசாரும்,

அர்ஜுனனுடன் நிருபர் பாலகிருஷ்ணன் (நன்றி- ரமேஷ், கடலூர்)

பத்திரிகைக்காரரர்களும் உங்களைப் பார்ப்பதற்காக வந்து தொல்லை கொடுத்துக் கொண்டே இருப்பார்கள். அதனால், உங்களுக்காக நாங்கள் தனியாக ஒரு பெரிய மருத்துவரை ஏற்பாடு செய்துள்ளோம். அந்த மருத்துவரும், அவருடைய உதவியாளர்களும் உங்களுடனே தங்கியிருந்து பார்த்துக் கொள்வார்கள். நீங்கள் எங்கே இருக்கிறீர்கள் என்பது போலீசாருக்குத் தெரியாத வகையில் எங்களுடைய கட்டுப் பாட்டில் உள்ள சர்க்கியூட் ஹவுசில் வைத்து சிகிச்சை கொடுக்க ஏற்பாடு செய்துள்ளோம்." என்று கூறியுள்ளனர்.

பேபி வீரப்பன் சொன்னதைக் காட்டிலுமே கலெக்டர் நல்லபடியாகத் தன்னைக் கவனித்துக் கொள்வதாக நினைத்த அர்ஜுனன் அவர்களுடன் சர்கியூட் ஹவுஸுக்குச் சென்றார். அங்கே தொலைக்காட்சிப் பெட்டியுடன் ஒரு தனி அறையும், அதில் இன்னும் இருவர் தங்குவதற்குத் தேவையான வசதிகள் செய்யப்பட்டிருந்தன. அங்கிருந்த ஒரு கட்டிலில் அர்ஜுனன் படுக்க வைக்கப்படுகிறார். உடனே தொலைபேசி மூலம் இந்தச் செய்தி மாவட்ட ஆட்சியருக்குச் சென்றது. அடுத்த சில நிமிடங்களில் மருத்துவர் வருவார் எனத் தகவல் வருகிறது. டிசம்பர் மாதக் கடும் குளிரில், இரவு 12.00-மணிக்கு அர்ஜுனனின் அறைக்கு மருத்துவரும், அவருடைய உதவியாளரும் வந்தனர்.

அர்ஜுனனின் நடவடிக்கைகள் குறித்து அப்போது அதிரடிப்படையில் இருந்த ஆய்வாளர் கருப்புசாமி சொல்வதைக் கேட்போம். "கோவை சர்க்கியூட் ஹவுசில் அர்ஜுனனை வைத்திருந்தோம். நான்தான் ரெவின்யூ இன்ஸ்பெக்டர் என்ற பெயரில் அர்ஜுனனுக்குக் காவல் இருந்தேன். கலெக்டர் முன்னாலேயே அர்ஜுனன் கால்மேல் கால் போட்டு உட்கார்ந்து கொண்டுதான் பேசுவான். கலெக்டர் வந்ததுமே "யார் நீ...?" என்று கேட்டான். "என் பேரு சங்கர், இந்த மாவட்ட கலெக்டர்" என்றார். "நீ தான் கலெக்டரா...? உக்காரப்பா உக்காரு" என்று சொன்னான். அர்ஜுனனுக்கு முன்னால், கலெக்டரே சீட்டின் நுனியில் உட்கார்ந்து கொண்டுதான் பேசுவார். தூரத்தில், போலீசார் நடந்து போவார்கள். அப்போது, *SLR* ரைபிளை எடுத்து எய்ம் பண்ணுவான். அவர்களை வாய்க்கு வந்தபடி திட்டுவான். மற்ற

நேரங்களில், ரைபிள் அவன் நெஞ்சு மேலேதான் இருக்கும். அப்போது நான் சபரிமலைக்கு மாலை போட்டிருந்தேன். முதலில், வீரப்பன் பற்றிய எந்த விவரமும் தெரியாதவன் போலவே இருந்தேன். போகப் போக கொஞ்சம் கொஞ்சமாக விசாரிக்க ஆரம்பித்தேன். ஒருநாள் டி.சி.எப்.ஸ்ரீநிவாஸ் பற்றி விசாரித்தேன், அவரைப் பற்றி நல்ல விதமாகத்தான் சொன்னான்.

உங்களை நம்பி வந்த ஒரு அதிகாரியைக் கொல்லலாமா...? நீயும், உன் அண்ணனும் செய்தது நியாயமா...? இதற்கெல்லாம் உங்களுக்குத் தண்டனை இல்லாமல் போகுமா...?ன்னு கேட்டேன். அன்று என்மீது சந்தேகப்பட ஆரம்பித்து விட்டான். அந்த இரவு அர்ஜுனன் பக்கத்தில் கட்டிலில் படுத்திருந்தான், நான் தரையில் துண்டை விரித்து உட்கார்ந்திருந்தேன். இரவு பதினோரு மணிக்குமேல் லேசாகக் கண் சொக்கியது. என்னால் முடிந்த அளவு முயற்சி செய்து தூக்கத்தை விரட்டப் பார்த்தேன் முடியவில்லை. என்னையும் அறியாமல் கண் மூடிவிடுவேன்.

ஜன்னல் பக்கத்திலிருந்து கவுளி கிச்சுகிச்சுன்னு கத்தும். உடனே எழுந்து பார்ப்பேன். அர்ஜுனன் துப்பாக்கியைக் கையில் பிடித்தபடி தூங்காமல் படுத்திருப்பான். ஏதோ ஒரு திட்டத்தில் அவன் மனக் குழப்பத்தில் இருப்பது தெரிந்தது. இதுபோலவே பலமுறை எனக்குத் தூக்கம் வந்தது. இரண்டு மணிவரை போராடிப் பார்த்தேன். தூக்கத்தை விரட்டவே முடியவில்லை. உடனே எழுந்து உட்கார்ந்து தியானம் செய்தேன். அதற்குப் பிறகுதான், ஒரு தெளிவு கிடைத்தது. எதற்கு உள்ளே இருந்துக்கிட்டு போராடவேண்டும். வெளியில் போயிப் படுக்கலாமென்று தோனுச்சு. டக்குன்னு எழுந்து, அறையைப் பூட்டிட்டு வெளியே போயிட்டேன்.

மறுநாள் காலை கலெக்டர் சங்கர் சார் வந்தார். அவருடன் டவாலியாக நடித்த டி.எஸ்.பி.அசோக்குமார் சாரும் வந்தார். "அர்ஜுனன்கிட்டே துப்பாக்கி இருக்குது. இது நல்லதில்லைங்க சார்"ன்னு சொன்னேன். உள்ளே போனதும், கலெக்டர் அர்ஜுனன் கூடப் பேசிக்கிட்டு இருந்தார்.

கேசுவலாக துப்பாக்கியை வாங்கினார், "இதுலே எல்லாம் சரியா இருக்குதான்னு பாருங்க...? ஏதாவது

ரிப்பேர் இருந்துச்சுன்னா சர்வீஸ் பண்ணிக்கிட்டு வந்து குடுத்துடுங்க..."ன்னு சொல்லி அசோக்குமார் சார்கிட்டே கொடுத்துட்டார். "ஓகே சார்..."ன்னு சொல்லிட்டு அவரும் ரைபிளை வெளியே எடுத்துக்கிட்டுப் போயிட்டார். ஆயிரம் கோடி பணம் கொடுக்கவேண்டும் என்று வீரப்பன் கேசட் அனுப்புவான். அர்ஜுனனும் அதை நம்பி பேசிக் கொண்டிருப்பான். "பணம் கொடுக்கச் சட்டத்தில் இடமில்லை. இதை மட்டும் உன் அண்ணங்கிட்டே சொல்லு. அவன் என்ன சொல்லறாருன்னு பார்ப்போம்" என்று சங்கர் சார் சொல்லி விட்டார்.

அர்ஜுனனும், "அண்ணா உன்னுடைய கோரிக்கைகளைப் பற்றி தினமும் கலெக்டர் பேசிக்கிட்டுத்தான் இருக்கிறார். உன்மேல் அவருக்குப் பயம் இருக்குது. என்னை பார்க்கும்போதே கிடுகிடுன்னு நடுங்கிக் கொண்டுதான் பேசறார். ஆனால், பணம் கொடுக்கச் சட்டத்தில் இடமில்லேன்னு சொல்லறார் என்ன அண்ணா செய்யலான்னு..." கேசட் அனுப்புனான்.

உடனே வீரப்பனிடம் இருந்து பதில் வந்தது. "டேய் அர்ஜுனா... நீ பேசலடா. போலீஸ்காரப் பயலுக சொல்லி நீ பேசிருக்கேடா. நீ யாருடைய தம்பீங்கிறதை எல்லாம் மறந்துட்டையாடா...? உன்னைச் சுற்றிலும் போலீஸ் வந்துட்டாங்கடா. சீக்கிரமா இங்கே வந்துருடா..."ன்னு கேசட் அனுப்பிட்டான். "போலீசார் தனக்குப் பக்கத்தில் இருக்காங்கன்னு அர்ஜுனனுக்கே தெரியாது. ஆனால், வீரப்பன் அதைக் கண்டு புடிச்சுட்டான். அவன் மட்டும் சரியான வழியில் போயிருந்தால் மிகப்பெரிய பொறுப்புக்கு வந்திருப்பான்.

அர்ஜுனனின் காலிலிருந்த புண் ஒருநாள் பார்க்கும்போது ஆறின மாதிரி இருக்கும். அடுத்த நாள், ஆறாமல் இருக்கும். டாக்டர் கொடுக்கும் சிகிச்சையில் பிரச்சனையில்லை. அர்ஜுனனின் உணவுப் பழக்கம். அசைவ உணவுகளைத் தினமும் சாப்பிட்டு வந்ததால் புண் ஆறாமல் இழுத்துக் கொண்டே வந்தது. "என்னடா டாக்டர் இவன். தினமும் ஊசி போட்டுக்கிட்டே இருக்கான். ஆனா, புண் ஆறமாட்டேங்குது. அவன் வரட்டும் இன்னைக்கு ஒரே அடியிலே போடப்போறேன்"னு சொல்வான். டாக்டரைப்

பார்த்ததும் பேசமாட்டான். "சீக்கிரம் கால் புண் ஆறனுன்னா மீன், கோழி கறியெல்லாம் சாப்பிடக்கூடாது. வாயைக் கட்டுப்படுத்தவேண்டும் என்பதைச் சொன்னேன். அதற்குப் பிறகு, சைவ உணவுகளைச் சாப்பிட ஆரம்பித்தான். சிம்லா ஆப்பிள் வேண்டும் என்று சொல்லுவான். வாங்கிக் கொண்டுவந்து கொடுப்பேன். காட்டில் அலைந்து திரிந்தவன். எவ்வளவு சாப்பாடு இருந்தாலும் சாப்பிடுவான்.

ஒரு கட்டத்தில், அவனுடைய குற்ற நடவடிக்கைகளைப் பற்றி விசாரிக்காமல் குடும்பத்தைப்பற்றி விசாரிக்க ஆரம்பித்தேன். அவனுடைய மனைவி, குழந்தைகளைப் பார்க்கவேண்டும் என்ற எண்ணத்தை அவன் மனதில் விதைத்தேன். பேசிப் பேசியே புத்திர பாசத்தை ஏற்படுத்தினேன். பொண்டாட்டி, பிள்ளைகளைப் பற்றியே பேசுவேன். குடும்பத்தை விட்டுப் பிரிந்து காட்டுக்குள் போனதை நினைத்துக் கதறி அழுதான்.

அடுத்த நாள், அவனுடைய குடும்பத்தைப் பார்க்கவேண்டும் என்று சொன்னான். அதற்கும் ஏற்பாடு செய்து கொடுத்தோம். அர்ஜுனனின் மனைவி, மகன், மகள் எல்லோரையும் கார் வைத்து அழைத்து வந்தோம். நீண்ட நேரம் மனைவியுடன் பேசினான், மகன் பக்கத்தில் வரவே பயப்பட்டான். நானும், போராடிப் பார்த்தேன். அந்தப் பையன் அர்ஜுனன் பக்கத்தில் போகவே இல்லை. அன்று இரவுதான் "நான் தப்பு செஞ்சுட்டேன் சார்..." என்று அழுதான். இந்த நிலைப்பாடு கொஞ்சநேரம் மட்டுமே இருக்கும். ஜன்னல் வழியாகப் பார்க்கும்போது தொலைவில் போலீசார் போவது தெரியும். உடனே கோபப்படுவான். "வக்காலோலி இந்த நாய் இங்கே எதற்கு வந்தான். அவனை நான் சுட்டுப்போட்டு வந்தறேன்னு..." சொல்வான். டி.எஸ்.பி. கடத்தி வைத் திருந்தாலும் தங்களுக்குப்

கருப்புசாமி, காவல் கண்காணிப்பாளர்
(ஓய்வு)

பொது மன்னிப்பு கிடைக்காது, கொஞ்சம் செலவுக்குப் பணம் கிடைக்கும் என்று நினைத்தான். பணம் கிடைத்தாலே போதும், அதை வாங்கிக்கொண்டு காட்டுக்குள் போய்விடலாம். அதற்குப் பிறகு போலீசுக்கு எந்தத் தொல்லையும் கொடுக்காமல் அமைதியாக இருந்து விடலாம். போலீசாரும் நமக்கு எந்தத் தொல்லையும் கொடுக்க மாட்டார்கள் என்று நம்பினான். எந்தக் காலத்திலும் நாங்க வெளியே வந்து நிம்மதியாக வாழமுடியாது என்று சொன்னான். அவனுடைய சொந்த ஊரிலிருந்த போட்டியாளர்களையும், கர்நாடகப் போலீசாரையும் நினைத்து அதிகம் பயப்பட்டான்." என்கிறார் கருப்புசாமி *(S.P.Retd).*

"பேச்சுவார்த்தை நடந்து கொண்டு இருந்தப்போ, நான் தேவாரத்தைப் பயங்கரமாக திட்டி ஒரு கேசட் குடுத்திருந்தேன். பல நூறு பெண்களை போலீஸ்காரப் பசங்க கற்பழித்து போட்டாங்க. அதனாலே போலீஸ்காரப் பசங்களுக்கு எல்லாம் கழுதையை வாங்கிக் குடுன்னு சொல்லி கேசட் குடுத்தேன். அதைப் போட்டுக் கேட்டுட்டு தேவாரம் கடுப்பாயிட்டான். நானே வீரப்பனை புடிக்கப் போறேன்னு கிளம்பிட்டான்" என்கிறார் வீரப்பன்.

வீரப்பன் சொல்வது உண்மை. *A.D.G.P.* வால்டர் தேவாரம் களத்தில் இறங்கினார். காந்தப்பள்ளம், உளியூர், ஆளூர், ஓடந்துறை பகுதிகளில் போலீசாரின் கண்காணிப்பு தீவிரமானது. **29.12.1994** அன்று மாலை உளவுத்துறை விசாரணையில், வீரப்பன் ஆள்கள் சிதம்பரநாதனுடன் உளியூருக்குத் தெற்கிலுள்ள தட்டப்பள்ளத்தில் தங்கியிருப்பது தெரிகிறது. அன்று மாலை காட்டிலிருந்து வெளியே வந்த கடம்பூரான் என்பவரைப் போலீசார் பிடித்தனர், சிறுமுகைக்குக் கொண்டு வந்து விசாரணை செய்தனர். மறுநாள் காலை வீரப்பன் பத்திரிகையாளரைச் சந்திக்க காந்தப்பள்ளம் காட்டுக்கு வரத் திட்டமிட்டுள்ளது தெரிந்தது. அதிகாலை ஆறு மணிக்கே வால்டர் தேவாரம் தலைமையிலான அதிரடிப்படையினர் களத்தில் இறங்கினர்.

மேட்டுப்பாளையத்திலிருந்து கோத்தகிரி செல்லும் சாலையில் ஒட்டடந்துரை பகுதியில் இருந்து ஒரு படைப்பிரிவு கீழே இறங்கியது. இதற்கு வால்டர் தேவாரமே

தலைமையேற்றார். சோலூர் மட்டம் என்ற இடத்திலிருந்து தட்டப்பள்ளம் நோக்கி ஓர் அணியினர் முன்னேறினர். இந்த அணிக்கு சஞ்சய் அரோரா தலைமையேற்றார். கெங்கரை பக்கம் இருந்து இன்னொரு படைப் பிரிவு கீழே இறங்கியது. பவானிசாகர் பகுதியிலிருந்து முந்நூறு வீரர்கள் தெங்குமரட்டா காடு வழியாகத் தெற்கு நோக்கிப் படையெடுத்தனர். இந்த நான்கு அணியினருமே வீரப்பன் தங்கியிருப்பதாகக் கணிக்கப்பட்டிருக்கும் இடத்துக்குக் காலை பத்து மணிக்கு வந்து சேர்ந்தனர். இந்தச் செய்தி கிடைத்ததும், லிங்காபுரம் வழியாக இன்னொரு பிரிவு அதிரடிப்படை வீரர்கள், ஆளூர் காடுகள் வழியாகத் தட்டப்பள்ளம் நோக்கி முன்னேறினர். சிதம்பரநாதன் தோட்டத்துக்குச் செல்லும் வழியில் சென்ற ஒரு பிரிவினர் நேராக மேற்கு நோக்கிச் சென்று, காட்டின் வெளியே அணிவகுத்து நின்றனர்.

பரிசல் மூலமாக காந்தையூர் செல்லும் ஒரு படைப்பிரிவினர் உளியூர் செல்லும் பாதையின் தென்பகுதியில் தென்மேற்குத் திசையிலும் வீரப்பன் தங்கியிருப்பதாகச் சொல்லப்பட்ட இடத்தை நோக்கி முன்னேறினர். வேடர் காலனி பகுதியிலிருந்து ஒரு படைப்பிரிவு வடக்கு நோக்கி அணிவகுத்தது. எட்டுத் திக்கிலுமிருந்து முன்னேறி வந்த 1600 படை வீரர்கள் சிதம்பரநாதன் இருக்கும் இடத்தை நோக்கிச் சென்றனர்.

அப்போது, வீரப்பன், சேத்துக்குழி கோவிந்தன் இருவரும் அங்கிருந்து காந்தப்பள்ளம் காட்டுக்குப் பத்திரிகையாளர்களைச் சந்திக்கச் சென்று விட்டனர். சிதம்பரநாதன் அவரது தம்பி, ராஜகோபால், சேகர் ராஜா மூன்று பேருடன் ஐயந்துரை, சமையல்கார ரங்கசாமி, மேய்க்கான் ரங்கசாமி, மாதேஷ், பேபி வீரப்பன் என ஐவரும் காவலிருந்தனர்.

அப்போது எஸ்.ஐ. கோபால்சாமி தலைமையில் சென்ற வீரர்கள் வீரப்பன் குழுவினரை நேருக்கு நேராகச் சந்தித்தனர். "எனக்கு முன்னாலே போய்கிட்டிருந்த நெல்லை துரைசாமி பார்வையில் பேபி வீரப்பன் சிக்கினான், துரைசாமி வந்ததை பேபியும் பார்த்துட்டான். துரைசாமிக்கு முந்தியே பேபி துப்பாக்கியை எடுத்தான், அவன் அடிச்சதில், துரைசாமி கையில் தோட்டா இறங்கியது. ஆனாலும், துரைசாமி விடாமல் சுட்டுக்கொண்டே ஓடினார். ஆனாலும், பேபி வேறுபக்கம்

பாறைச் சந்தில் திரும்பிப் போய்விட்டான், இந்தச் சத்தம் கேட்டுத்தான் டி.எஸ்.பி.சிதம்பரநாதன் உள்ளிட்ட எல்லோரும் கிழக்குப்பக்கம் தப்பி விட்டனர். எங்களுக்கும், வீரப்பன் ஆள்கள் இருந்த இடத்துக்கும், இடையே பெரிய பள்ளம் இருந்தது, அதிலிருந்த பாறைகளைக் கடந்து போவதற்குள் எல்லோரும் அங்கிருந்து தப்பிவிட்டனர். வீரப்பன் வைத்திருந்த இரண்டு யானைக் கொம்பு உள்ளிட்ட பொருள்களைத்தான் பிடிக்க முடிந்தது," என்றார் அந்தப் படைப்பிரிவில் இருந்த *STF* கமாண்டோ காளிதாஸ்.

அங்கிருந்து தப்பியது குறித்து நம்மிடம் பேசிய சேகர் ராஜா, "காலை பத்து மணியிருக்கும். நான் ஓடையிலே குளித்தேன். போட்டிருந்த துணியை துவைச்சிக்கிட்டிருந்தேன். அப்போ குஞ்சான் ஒரு பாறை மேலிருந்து எட்டிக் குதித்து ஓடியாந்தவன் "வாத்தியாரய்யா நம்மள சுத்தியும் ராணுவம் வந்துருச்சு ஓடுங்கய்யா..."ன்னு சொன்னான். பக்கத்திலிருந்த ஐயந்துரையும், ரங்கசாமியும் எங்களைப் பத்திரமா கரட்டு மேலே கூட்டிக் கொண்டு வந்தாங்க. எதிர்ப்பக்கம் இருந்து மாதேஷும், மேய்க்கான் ரங்கசாமியும் ஓடிவந்து எங்களைக் கிழக்கே கூட்டிக்கிட்டு வந்தாங்க. அதிரடிப்படை போலீசார் கையில் ஆன்டெனாவோட ஒரு எக்கியூப்மெண்டை வைத்திருந்தார்கள். குறிப்பிட்ட தொலைவில் மனிதர்கள் இருப்பதை தெரிந்து பீப்..பீப்ன்னு சத்தம் குடுத்துச்சு.

இதன் மூலம் மனித நடமாட்டத்தைக் கண்காணித்து அந்த இடத்தை நோக்கிச் சுட்டுக்கிட்டே வந்தாங்க. அங்கிருந்து வடக்குப் பக்கம் பார்த்தோம், அங்கிருந்தும் போலீஸ் வந்தாங்க. அந்த ஓடையைக் கடந்து தென்பக்கம் போனோம். கொஞ்சம் கொஞ்சமா ஒளிஞ்சு, ஒளிஞ்சு, பயந்து, பயந்து காந்தப்பள்ளம் பகுதிக்கு வந்தோம். வழியில் அங்கங்கே போலீஸ் காட்டுக்குள்ளே போய்க்கொண்டு இருந்தாங்க. இராத்திரி எட்டு மணிக்கு வீரப்பன் எங்களைப் புடிச்ச எடத்துக்கே வந்துட்டோம். மேய்க்கான் ரங்கசாமியும், மாதேசும் அங்கிருந்து அப்படியே திரும்பிப் போயிட்டாங்க. காந்தப்பள்ளத்தில் இருந்த மக்களையெல்லாம் வெளியே போகச் சொல்லிவிட்டு நடு ஊரில் போலீசார் முகாம் போட்டிருந்தாங்க.

காட்டிலிருந்து வெளியே போகும் வழியிலெல்லாம் மின் விளக்குப் போட்டு, ஆள்கள் போவதைக் கண்காணிக்க வசதி செய்திருந்தாங்க. காட்டை ஒட்டிய பாதையில் மோப்ப நாயுடன் போலீசார் நடந்து கொண்டே இருந்தாங்க. நாங்க ஒவ்வொரு ஆளா காட்டுக்குள் இருந்து சண்முகம் வாத்தியார் கரும்புக் காட்டுக்குள் குதித்து உள்ளே வந்துட்டோம். கரும்பு காட்டுக்குள்ளேயே நடந்து காந்தப்பள்ளம் போனோம். அங்கே மூனு லாரியில் போலீசார் வந்து இறங்கிக்கிட்டு இருந்தாங்க அதனால் அங்கேயே கொஞ்சநேரம் உட்கார்ந்திருந்தோம். பிறகு, நானும், குஞ்சானும் போயி ஒரு பரிசலைத் தூக்கிக் கொண்டு வந்தோம். அந்தப் பரிசலில் ஏறி எல்லோருமாகச் சேர்ந்து பவானி ஆற்று வழியாகக் கையில் தண்ணியை இழுத்துக்கொண்டே போனோம். லிங்காபுரத்தைச் சுற்றி ரேணுகாராஜன் காட்டுக்குப் பக்கமாகப் போயி பரிசலை விட்டு இறங்கி இராத்திரி இரண்டு மணிக்கு அவருடைய வீட்டுக்குப் போனோம்.

ரேணுகாராஜன் வாழைத் தோட்டத்தின் வரப்பில் நின்ற ஐயந்துரை "அண்ணன் சொன்னபடியே உங்களை நல்லபடியா கொண்டாந்து வீட்டிலே விட்டுட்டேன். இப்போது

கோவை பத்திரிகையாளர்கள் சந்திப்பில் மாவட்ட ஆட்சியர் சங்கர், வால்டர் தேவாரம், சஞ்சய் அரோரா.

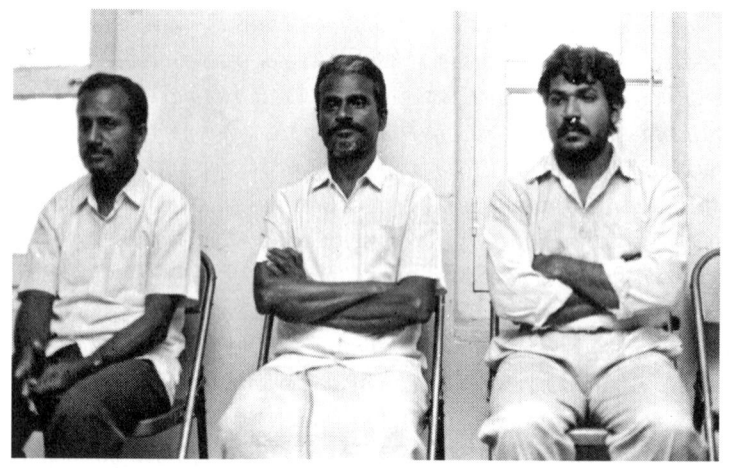

DSP சிதம்பரநாதன், ராஜகோபால், சேகர் ராஜா

கிளம்பினாலும், நாளைக்கு மத்தியானத்துக்குள்ளே நான் எங்க ஆளுங்களோட போய் சேர்ந்துக்குவேன். நீங்க நல்லபடியா ஊருக்கு போங்கண்ணா. நான் போயிட்டு வாறேன்னு..." சொன்னார்.

ஆனால் நான்தான் "உங்க அண்ணன் காட்டுக்குள்ளே எப்படி ராஜாவோ அதே மாதிரிதான் இங்கே எங்க மாமாவும் ராஜா மாதிரி இருக்கிறார். அவர் சொல்லறது எல்லாம் நடக்கும். கலெக்டர்கிட்டே நீங்க சரணடையுங்கள். சட்டப்படி நீங்க பாதுகாப்பான முறையில் வாழமுடியும். பயப்படாதீங்க, தைரியமா வாங்கன்னு..." சொல்லி ஐயந்துரையையும் ரங்கசாமியையும் ரேணுகாராஜன் வீட்டுக்குள்ளே கூட்டிட்டு வந்தேன். கலெக்டர் சங்கருக்குப் போன்போட்டு விவரத்தைச் சொன்னோம். உடனே "மேட்டுப்பாளையம் தாசில்தாரையும், டி.எஸ்.பி. முருகேஸ்வரனையும் அனுப்பறேன். நீங்க அவங்களோட கோயமுத்தூர் வாங்க"ன்னு சொன்னார்.

சொன்ன மாதிரியே நாலு வண்டி வந்தது. ஐயந்துரையும், ரங்கசாமியும் துப்பாக்கிகளைத் தாசில்தார்கிட்டே குடுத்தாங்க, எங்க பெரிய மாமா, சின்ன மாமா, நான் மூனு பேரும் ஒரு வண்டியில் ஏறினோம். அடுத்த வண்டியில் எங்களோடு காட்டிலிருந்து வந்திருந்த கேரளா பசங்க நாலு பேர், காந்தப்பள்ளத்தைச் சேர்ந்த ஆதிவாசிப் பசங்க பத்துபேர்

வீரப்பன் விட்டுச் சென்ற பொருள்கள் (படங்கள் - நேத்ராராஜு)

ஏறினர். மூன்றாவதாக இருந்த வண்டியில் ஐயந்துரையையும், ரங்கசாமியையும் ஏத்தினதும், அவங்களைச் சுற்றிலும் துப்பாக்கியோடு இருபது போலீசார் வந்து நின்னுக்கிட்டாங்க. நாங்க மூனு பேரும் வீரப்பன் காட்டில் இருந்த வரைக்கும் எல்லாமே நல்லபடியாகவே நடந்தது. ஆனால், வெளியில் நான் நினைத்தது போல எதுவும் நடக்கவில்லை. நல்லபடியாக வாழலாம் என்ற ஆசையில் வெளியில் வந்தவர்களுக்கு அதற்கான வாய்ப்பு வழங்கப்படவில்லை. அர்ஜுனன், ஐயந்துரை, ரங்கசாமி மூன்று பேரும் தற்கொலை செஞ்சுக் கிட்டதா கர்நாடக போலீசார் சொல்லீட்டாங்க. இது நல்ல வீரனுக்கு அழகில்லை." என்றார் வேதனையுடன்.

*****

32

ஐந்து பேர் வெட்டிக்கொலை, ஐந்து பேர் சுட்டுக்கொலை

கர்நாடக STF மற்றும் BSF உடன் வால்டர் தேவாரம்
(நன்றி: டைகர் அசோக்குமார் AdSP Retd)

தமிழ்நாடு அதிரடிப்படை போலீசாரின் மிகப் பெரிய சுற்றிவளைப்பு நடவடிக்கையில் இருந்து தப்பிய வீரப்பன் நீலகிரி மலை மேலே ஏறினார், மறுநாள் காலை குஞ்சப்பனை என்ற ஊருக்குப் போகிறார். இரண்டு அணிகளாகப் பிரிந்திருந்த எல்லோரும் ஒன்று சேர்ந்தனர். அங்குள்ள பழங்குடி மக்களிடம் உணவுப்பொருள்கள் வாங்குகின்றனர். சின்னன், பாலன் என்ற இரு இளைஞர்கள் வீரப்பனுடன் வர விரும்புகின்றனர். அவர்களை அழைத்துக் கொண்டு வீரப்பன் கொங்கரை, நந்திபுரம் வழியாக மாயாறு காட்டுக்குப் போகிறார். அங்கு சிலநாள்கள் தங்கியிருந்தவர் தன் மனைவி உள்ளிட்ட பல பெண்களைப் பிடித்துக் கொடுத்த கிராம மக்களைப் பழி வாங்கத் திட்டமிட்டார்.

நச்சுபோளி காட்டில் தங்கியிருந்த வீரப்பன் கூட்டாளி களைக் கெத்தேசால் உளவாளிகள் சிலர் காட்டிக் கொடுத்தனர். இரு மாநில அதிரடிப்படை போலீசார் நடத்திய தாக்குதலில் வீரப்பன் அணி சிதறியது. அதிலிருந்து வடக்குப் பக்கம் கர்நாடக மாநில சப்பேஹல்லா என்ற காடு உள்ளது. அடர்ந்த காடான இந்தப் பகுதியில் மக்கள் நடமாட்டம் இருக்காது. வீரப்பன் மனைவி முத்துலட்சுமி உள்ளிட்ட சில பெண்கள் இந்தப் பகுதிக்குத் தப்பி ஓடினர். அங்கும் போலீசார் தொடர்ந்து வந்ததால் மறுபடியும் ஆளுக்கு ஒரு பக்கம் தப்பியோடியுள்ளனர். பல பெண்கள் கைது செய்யப்படுகின்றனர். வீரப்பன் மனைவி அங்கிருந்து தப்பி, துட்டப்பன் காடு பகுதியில் இருந்த ஒரு மாட்டுப் பட்டிக்குச் செல்கிறார். அங்கிருந்த மக்கள் முத்துலட்சுமியைப் போலீசாரிடம் பிடித்துக் கொடுக்கின்றனர். கைது செய்யப்பட்ட அவர் பண்ணாரி எஸ்.டி.எப். முகாமில் சிறை வைக்கப்படுகிறார். இவரைப் போலவே கைதான இருபதுக்கும் அதிகமான பெண்களைச் சட்டவிரோதக் காவலில் வைத்து போலீசார் சித்திரவதை செய்தனர்.

1993 இல் கைது செய்யப்பட்ட இந்தப் பெண்களைப் போலீசார் நீதிமன்றத்துக்கும் அனுப்பவில்லை. விடுதலை செய்யவும் இல்லை. **1994** டிசம்பரில் டி.எஸ்.பி.சிதம்பரநாதனைப் பிடித்தபோது, பேபி வீரப்பன் தூதுவராக வருகிறார். முத்துலட்சுமியைச் சந்தித்துப் பேசுகிறார். அப்போதுதான் புளிஞ்சூர் கிராம மக்களால் முத்துலட்சுமி பிடிபட்ட செய்தி வீரப்பனுக்குத் தெரிகிறது. இதையடுத்து அம்மக்களைப் பழிவாங்கக் கிளம்பினார்.

வீரப்பன், கோவிந்தன், பேபிவீரப்பன், ரங்கசாமி, மாதேஷ் உள்ளிட்ட எட்டுப்பேர் *08.08.1995* அன்று காட்டு வழியாக புளிஞ்சூர் நோக்கி வந்தனர். வரும் வழியில் மொண்டுகை நத்தம் காட்டுப்பகுதியில் ஆறுபேர் கற்பாசி எடுத்துக் கொண்டிருந்தனர். கர்நாடக மாநிலம் பேடுகுளி பக்கமுள்ள துண்டாபுரத்தைச் சேர்ந்த அந்த ஆறு பேரையும் வீரப்பன் சந்திக்கிறார். "ஏப்பா நீங்க எந்த ஊர்க்காரர்கள்...?" என்று விசாரிக்கிறார். அப்போது, வீரப்பன் ஆள்கள் பச்சை, காக்கிச் சீருடையிலிருந்தனர். இதைப் பார்த்த அந்தப் பழங்குடி மக்கள்

அவர்களைத் தமிழ்நாடு அதிரடிப்படை போலீசார் என்று நினைத்துக் கொண்டனர். "நாங்க துண்டாபுரத்துல இருந்து வர்றோங்க சாமி" என்றனர்.

புளிஞ்சூர் காட்டுப்பகுதியில் மாட்டுப்பட்டி போட்டுள்ள ஆள்களைப் பற்றி வீரப்பன் விசாரிகிறார், கூடவே "வீரப்பன் ஆளுங்க யாராவது இந்தப் பக்கம் வந்தாங்களா...?" என்றும் கேட்கிறார். "என்ன சாமி இப்படிக் கேட்டுட்டீங்க. ஒரு வருஷம் முன்னே இந்தப் பள்ளத்திலிருந்த வீரப்பன் ஆளுங்களை நாங்கதான் போலீசுக்குப் புடிச்சுக் குடுத்தோம். இப்பக்கூட வீரப்பன் ஆளுங்க யாராவது இங்கே வந்தாங்கன்னா அவங்க தலையை வெட்டி உங்ககிட்டே கொண்டாந்து குடுத்துடுவோம்..." என்று உற்சாகமாகக் கூறினர்.

அவர்கள் தன்னுடைய கூட்டாளிகள் யார் யாரைப் போலீசில் பிடித்துக் கொடுத்தனர், எந்தெந்தப் பகுதியில் போலீசார், யார் யாரைப் பிடித்தனர் என்பதை விசாரிக்கின்றனர். அந்த ஐவரும் போலீஸ் உளவாளிகள் என்பது தெரிகிறது. அதில் பத்து வயதுடைய ஒரு பையனை மட்டும் வீரப்பன் தனியாக நிற்கச் சொல்கிறார். மீதி ஐந்து பேரையும் பிடித்து ஒருவர் கையை இன்னொருவர் கையோடு சேர்த்துக் கட்டச்சொல்கிறார். எல்லோரது கைகளையும் கட்டி முடிந்தது. "ஏப்பா நீங்க தலையை வெட்டி எடுத்துக்கிட்டு வந்து உங்ககிட்டே கொடுக்கறேன்னு சொன்னீங்க இல்லையா...? அந்த வீரப்பன் நானேதான். நான் உங்களுக்கு என்ன துரோகம் பண்ணினேன்? உங்களை முன்னே பின்னே பார்த்தது கூடக் கிடையாது. பாங்காட்டுக்குள்ளே இருந்த பொம்பளை, புள்ளைங்களை எதுக்கப்பா போலீசுக்குக் காட்டிக் குடுத்தீங்க? நீங்க காட்டிக் குடுத்த ஆம்பளைங்க எல்லோரையும் போலீசார் கொண்டுபோயி சுட்டுக் கொன்னுட்டாங்க. பொம்பளைங்களை எல்லாம் பண்ணக்கூடாத சித்தரவதைகளை எல்லாம் பண்ணிக் கேம்பில் வச்சு கற்பழிச்சுக்கிட்டு இருக்காங்க. எங்க ஆளுங்க எல்லோருக்கும் இந்த நிலை வர்றதுக்கு நீங்கதான் காரணம். அதனால நான் உங்க எல்லோரையும் கொல்லப்போறேன்" என்றார்.

வீரப்பன் பேசிக்கொண்டிருக்கும் போதே கொடுவாளைக் கையில் எடுத்த மாதேஷ், முதலாவதாக உட்கார்ந்திருந்த

சடையன் என்பவரின் தலையை வெட்டி வீசினான். அடுத்து, கோச்சடையா, அவருடைய தம்பி கோமாதன், கோனூரான், இன்னொரு மாதன் என ஐந்து பேரின் தலைகளும் உடலிலிருந்து துண்டித்து எடுக்கப்பட்டன. ஒருவரின் கை இன்னொருவரின் கையோடு சேர்ந்து பிணைக்கப்பட்ட நிலையிலேயே ஐந்து பேரின் பிணங்களையும் அங்கே போட்டுவிட்டுக் கிளம்பினர். *(ஆசனூர் காவல் நிலைய வழக்கு எண்:-75/1995)*

பத்ரன் என்ற சிறுவனை மட்டும் கொல்லாமல் பிடித்துக் கொண்டனர். அந்தப் பையனை வழி காட்டச் சொல்லி புளிஞ் சூர் கிராம மக்கள் மாட்டுப்பட்டி போட்டிருக்கும் பகுதிக்கு வீரப்பன் வருகிறார். மாட்டுப்பட்டியிலிருந்த துண்டப்பா என்பவரையும் பிடித்து விசாரிக்கிறார். பின்னர் புளிஞ்சூர் கிராமத்துக்கு வீரப்பன் தன்னுடைய ஆள்களுடன் வருகிறார்.

புளிஞ்சூர்

09.08.1995 அன்று, இரவு 8.45 மணிக்கு புளிஞ்சூர் கிராமத்தின் தென்பகுதிக்கு வீரப்பன் குழுவினர் வந்தனர். மாட்டுப்பட்டி உரிமையாளர் முத்தேகவுடர் (வயது-62), மகாலிங்கா (வயது-34), நாகராஜன் (வயது-45), பத்தரே கவுடா (வயது-60) துண்டப்பா (வயது-55), ரத்னா (வயது-8) ஆகிய ஆறுபேரை வீரப்பன் கொலை செய்ததாக வழக்குப் பதிவு செய்யப்பட்டுள்ளது. *(சாம்ராஜ் நகர் கிழக்கு காவல்நிலைய வழக்கு எண்:-136/1995).*

இதைப்பற்றி வீரப்பன் சொல்வதைக் கேட்போம். "மாட்டுப் பட்டியிலிருந்த பசங்களுக்குக் காதல் வந்துட்டுது, பொம்பளைங்க கையைப் புடிச்சு பட்டிக்குள்ளே இழுத்துக் கலாட்டா பண்ணியிருக்காங்க. அதுக்குள்ளே போலீஸ் வந்துட்டாங்க போலத்தெரியுது. சாலை மறைப்புல பூந்து அந்தப் பசங்க ஓடிப்போயிட்டாங்க. அன்னைக்கு ராத்திரி பக்கத்திலே இருந்த ஒரு மரத்தடியில் என் வீட்டுக்காரி படுத்துக்கிட்டா. வெடியவெடிய நிற்காம மழை பேஞ்சிருக்கு. வெடியக் காலை எட்டு மணிக்குச் சூரியன் மேலே வந்த பிறகு வேற யாராவது அந்தப்பட்டிக்கு வந்திருப்பாங்களான்னு பார்க்கப் போயிருக்கா. அந்தப்பட்டிக்கு முதல் நாள் சாயங்காலம் வந்திருந்த பசங்களுடைய அப்பாமாருங்க அஞ்சுபேர் வந்திருக்காங்க. அவங்ககிட்டேயும், "நான் வீரப்பன் மனைவி முத்துலட்சுமி. என்னுடைய வீட்டுக்காரர் மாமரத்துபள்ளம்னு சொல்லற இடத்துக்கு வரச்சொல்லியிட்டு போயிருக்கார். நாங்க இருந்த இடத்தில் போலீஸ் வந்து துப்பாக்கியில் சுட ஆரம்பிச்சுட்டாங்க.. அதனாலே நான் தப்பி ஓடியாந்துட்டேன். என்னை அந்த இடத்திலே கொண்டுபோய் விடுங்க"ன்னு சொல்லியிருக்கா.

"எங்களுக்கு அந்த இடமெல்லாம் தெரியாது"ன்னு சொல்லிட்டு அந்த பெரிய மனுஷங்க எருமைப் பாலை எடுத்துக்கிட்டுப் போயிருக்காங்க. "இந்த அலங்காட்டில் நான் போகவேண்டிய இடத்துக்குப்போக வழி தெரியலை. சாப்பிட்டு இரண்டு நாளாச்சு. பசி கண்ணைக் கட்டுது. உங்க பின்னாலேயே நானும் வாரேன். உங்க ஊருக்குள்ளே கொண்டுபோய் விட்டுருங்க. அங்கிருந்து நான் பஸ் ஏறி எங்க ஊருக்குப் போயி சேர்ந்துக்கிறேன். அதற்குப் பிறகு என்ன நடக்குமோ நடக்கட்டும்..."ன்னு கேட்டுக்கிட்டே அவங்க பின்னாலேயே போயிருக்கா. அங்கிருந்து கொஞ்சதூரம் போனதும் மலை மெதுவுலேயே (உச்சி)மூனு பேர் மாடு மேச்சுக்கிட்டு நின்னுக்கிட்டாங்க. மீதி ரெண்டு பேர் மட்டும் "நீ இங்கேயே இரும்மா சாயங்காலம் இருட்டான பின்னாலே உன்னை எங்க ஊருக்குக் கூட்டிக்கிட்டுப் போறோம்..."ன்னு சொல்லீட்டுப் பால் எடுத்துட்டுப் போயிட்டாங்க.

என் வீட்டுக்காரியும் அங்கேயே இருந்திருக்கா. இந்த

சையத் கபூர்

ஆளுங்க இரண்டுபேரும் ஊருக்குப் போனதும், நேரா போலீசுக்குத் தகவல் சொல்லீட்டாங்க. போலீஸ்காரங்க 25 பேர் வந்திருக்காங்க. மாடு மேச்சுக்கிட்டு இருந்த ஆளுங்க இந்தாம்மா அந்தப் பாறை மேலே போயி உட்காருன்னு சொல்லியிருக்காங்க. இவளுக்கும் அவங்க சொல்கிறதைக் கேட்டு நடப்பதைத் தவிர வேற வழியில்லை. பாறை மேலே போயி உட்கார்ந்ததுமே சுத்திலும் இருந்து போலீஸ் துப்பாக்கியை நீட்டிக்கிட்டு எந்திருச்சு வந்திருக் காங்க. இவளே சோறு தண்ணி இல்லாம நடை செத்துப் போயிக் கெடந்திருக்கா. அப்புறம் எங்கே ஓடிப் போகப் போறா. போலீசார் புடிச்சுக்கிட்டுப் போயி பண்ணாத சித்திரவதை எல்லாம் பண்ணிக்கிட்டு இருக்காங்க. இதையெல்லாம் நான் டி.எஸ்.பி.யைக் கடத்தி வச்சுக்கிட்டு பேச்சு வார்த்தை நடத்தினப்போ நம்ம ஆளு ஒருத்தன் போயி என் மனைவி உள்பட பல பெண்களை எல்லாம் பார்த்துப் பேசி, அவங்க சொன்னதை எல்லாம் பதிவு பண்ணிக்கிட்டு வந்தான். அதுக்குப் பிறகுதான் நான் புளிஞ் சூருக்குப் போனேன்" என்கிறார்.

புளிஞ்சூர் கிராமத்துக்கு வந்த வீரப்பன் என்ன செய்தார் என்பது பற்றி சையத் கபூர் சொல்வதைக் கேட்போம். "என்னுடைய காடு முத்தே கவுடர் வீட்டுக்குப் பின்னாலே இருக்குது. அன்றைக்கு ராத்திரி எட்டு மணியிருக்கும். வீட்டில சாப்பிட்ட பின்னால காட்டுக்குப் போய்க்கிட்டு இருந்தேன். அப்போ மகாலிங்கான்னு ஒரு பையன் ஓடிவந்தான்.

"எங்கப்பா போறே"ன்னு கேட்டேன். "முத்தே கவுடர் வீட்டுக்கு போலீஸ் வந்திருக்குன்னு..." சொல்லிட்டுப் போனான். முத்தே கவுடர் ஊர் பெரிய மனுஷன், எனக்குத் தெரிந்தவர். அதனாலே, நானும் என்ன பிரச்சனையோ தெரியலேன்னுட்டு அந்த பையன் பின்னாலேயே போனேன். முத்தே கவுடர் வீட்டுக்கு முன்னாலே தெரு முனையில் ஒரு மூங்கில் பட்டி

இருந்தது. அதுக்குப் பக்கத்திலே போலீஸ் மாதிரியே ரெண்டு பேரு துப்பாக்கியோடு நின்னுட்டு இருந்தாங்க. முன்னாலே போன பையன் அவங்களைத் தாண்டி உள்ளே போயிட்டான்.

நான் அவங்களைப் பார்த்து "வணக்கம் சார்"ன்னு சொன்னேன். "நீ எந்த ஊருன்னு...?" கேட்டாங்க. "நான் இதே ஊர்தான் சார்"ன்னு சொன்னேன். "உள்ளே போ"ன்னு சொன்னாங்க. கேட்டைத் தாண்டி உள்ளே போனேன். ஊர் ஜனங்கள் இருபதுபேர் உட்கார்ந்துக்கிட்டு இருந்தாங்க. வீரப்பன் அவங்களுக்கு முன்னாலே நின்னுக்கிட்டு இருந்தார். அப்பத்தான் எனக்கு இது போலீஸ் இல்லே வீரப்பன் கேங் ஆளுங்கன்னு தெரிஞ்சுது. என்னையும் போயி அந்த ஆளுங்களோட உட்காரச் சொன்னாங்க. உட்கார்ந்துக்கிட்டு இருந்த ஆளுங்ககிட்டே "என் வீட்டுக்காரியை உங்க ஊர் ஆளுங்கதான் போலீசில் புடிச்சுக் குடுத்திருக்காங்க. அது யாருன்னு எனக்கும் தெரியும். நீங்களா உண்மையைச் சொல்லிட்டா நான் ஒண்ணும் செய்யமாட்டேன்னு" அவர் பேசிக்கிட்டு இருந்தார்.

ஜோகி கவுடா

பக்கத்திலிருந்த வேற சில ஆளுங்களும் எங்க ஊர் ஆளுங்களை விசாரிச்சுட்டு இருந்தாங்க. அப்போ திடீர்னு எங்க ஊருக்கு எட்டரை மணிக்கு வரும் எஸ்.பி.எஸ். பஸ் பள்ளத்திலிருந்து வேகமா மேலே ஏறி வந்துருச்சு. அந்தப் பக்கம் காவலுக்கு இருந்த ஒரு ஆள் "அண்ணா போலீஸ் வந்துட்டாங்க போல இருக்குன்னு..." சொல்லீட்டான். எங்க பக்கத்திலிருந்த வீரப்பன் ஆளுங்க என்ன நெனச்சாங்களோ தெரியலே. திடீர்னு எங்க மேலே துப்பாக்கியாலே சுட ஆரம்பிச்சுட்டாங்க. அஞ்சு பேர் அந்த ஜாகாவுலேயே செத்துப் போயிட்டாங்க. எனக்கு ஒரு கையில் குண்டு ஏறிடுச்சு. அந்த இடத்திலேயே மயங்கி விழுந்துட்டேன். பிறகு ராத்திரியே கர்நாடகப் போலீஸ்காரங்க வந்து என்னை மைசூர் கூட்டிக்கிட்டுப் போனாங்க. அங்கே வச்சு கையை ஆப்ரேஷன் செஞ்சு எடுத்துட்டாங்க. ஒரு வருஷம் போன

பின்னாலே கர்நாடக கவர்ண்மென்ட் சார்பா ஒரு லட்சம் துட்டு குடுத்தாங்க." என்றார்.

முத்தே கவுடா மகன் ஜோகி கவுடா:- "முத்துலட்சுமி கெத்தேசால் காட்டிலிருந்து தப்பி எங்க மாட்டுப்பட்டிக்கு வந்திருக்கு. அங்கிருந்த பசங்ககிட்டே அந்தம்மா சாப்பாடு கேட்டிருக்கு. ராகி களியும், பாலும் குடுத்திருக்காங்க. ராத்திரி அந்தப்பட்டிக்கு வெளியிலேயே அந்தம்மா ஒரு எடத்துலே போய் ஒளிஞ்சு இருந்திருக்கு. மீண்டும் காலையிலே பால் எடுத்துக்கிட்டு இங்கே ஊருக்கு வந்த ஆளுங்ககூடவே நானும் உங்களோடவே ஊருக்கு வரேன். என்னைப் பஸ் ஏத்திவுடுங்கன்னு கேட்டுட்டு இந்தப் பொண்ணு பின்னாலே வந்திருக்கு. எங்க பட்டியில் இருந்த பசங்க, "நேத்து சாயங்காலமே போலீசார் இங்கே வந்து வீரப்பன் ஆளுங்க வந்தால் எங்களுக்குத் துப்பு சொல்லுங்கன்னு சொல்லிட்டுப் போயிருக்காங்க. நீங்க எங்க பின்னாலே வந்தா எங்களுக்குப் பிரச்சனை வரும். நீ வேறுபக்கம் போ"ன்னு சொல்லிவிட்டு வந்துட்டாங்க. அன்னிக்கு மத்தியானமே போலீஸ் அந்தம்மாவ புடிச்சுட்டாங்க.

அடுத்தநாள் காலையிலே முத்தே கவுடர் பட்டிக்கு வந்த வீரப்பன் மனைவி கைது ஆயிட்டான்னு கன்னடப் பேப்பரில் நியூஸ் வந்தது. இது வீரப்பனுக்கும் தெரிஞ்சு போச்சு. ஒரு வருசத்துக்குப் பிறகு வீரப்பன் இங்கே வந்துட்டார். அன்றைக்கு அப்பாவுக்கு உடம்புக்கு சரியில்லாம மைசூர் ஆஸ்பத்திரிக்குப் போய்விட்டு கொஞ்சநேரம் முன்னேதான் ஊருக்கு வந்தார். எட்டு மணிக்கெல்லாம் வீரப்பனும் வந்துட்டார். எங்க அப்பாவை விசாரிச்சுக்கிட்டு இருக்கும் போதே பஸ் வந்ததாலே எல்லாம் தலை கீழா நடந்து போயிட்டுது" என்கிறார்.

ஆறுமுகம்

கொலையான மகாலிங்கம்

தம்பி ஆறுமுகம்:- "ஊருக்கு மேலே இருக்கும் மலை மேலே எருமைப்பட்டி போட்டிருந் தோம். அங்கே வந்த முத்துலட்சுமி அவங்க ஊருக்குப் போக வழி கேட்டிருக்கு. அப்போ எங்க பட்டியிலே பத்திரி என்கிற மகாலிங்கான்னு ஒருத்தன் வேலே செஞ்சிட்டு இருந்தான். அவன்தான் வீரப்பன் மனைவி வந்த அன்னைக்குப் பட்டிக்குப் போயிட்டு வந்தது. ஆனால், இந்த விவரம் வீரப்பாவுக்குத் தெரியல. நேரா எங்க அண்ணன் மகாலிங்கத்தைக் கூட்டிட்டுப் போயி விசாரிச்சிருக்காங்க. திடீர்னு பஸ் வந்ததாலே எல்லாமே தப்புத் தப்பா போயிட்டுது. எங்க அண்ணன் பலி ஆயிட்டார்" என்றார்.

ஊருக்குள் மளிகைக் கடை வைத்திருக்கும் ஆல்மல்லு:- "வீரப்பன் ஆளுங்க வந்து எங்க வீட்டுக்கு மேலே இருந்த பீ(வீ)தியிலே கொலை செஞ்சிட்டு இருந்தாங்க. அப்போ எங்க ஊருக்கு வழக்கமாக வரும் பஸ் வந்துட்டுது. என் கடைக்கு முன்னாலே இருக்கும் சர்க்கிளில் (நான்கு தெருக்கள் சந்திப்பு) திரும்பிட்டிருந்துச்சு. அந்த பஸ்ஸில் ஏறி தப்பிச்சுப் போறதுக்காக ஊர் ஜனங்க எல்லாம் ஓடியாந்து ஏறினாங்க. நானும், என் மனைவியும் மூனு கொழந்தைகளையும் தூக்கிட்டுப் போயி பஸ்ஸில் ஏறினோம். அப்போ எட்டு வருஷப் பிள்ளை ரத்னம்மா என் கையிலிருந்து கீழே விழுந்திருச்சு. பின்னால வந்த ஜனங்க எல்லாம் மேலே ஏறி மிதிச்சதிலே அந்தப் பிள்ளையும் செத்துப் போச்சு." என்றார்.

ஆல் மல்லு

புளிஞ்சூர் பஞ்சாயத்துத் தலைவர் சாம்ராஜ்:- "பத்ரன் (பத்தரே கவுடா)தான் காட்டுக்குள்ளே கற்பாசி வாங்கப் போவான். அவனைத்தான் வீரப்பா புடிச்சு எங்க ஊருக்குக் கூட்டிட்டு வந்திருக்கிறார். எஸ்.பி.எஸ் பஸ் வந்த காப்ரியிலே (பதற்றத்தில்) அந்தப் பத்திரனையும் கொன்னுட்டாங்க. வீரப்பன் ஊருக்குள்ளே வந்துட்டுப் போன பிறகு ஊரில் ஒரு ஆளுகூட இல்லை. எல்லாம் உயிருக்குப் பயந்து இங்கே செக்

சாம்ராஜ்

போஸ்ட்டுக்கு ஓடியாந்துட்டாங்க. நான் கடையிலிருந்து கொஞ்சம் பேரைக் கூட்டிக்கிட்டு ஊருக்குள்ளே போனேன்.

அப்போ, துப்பாக்கிக் குண்டு அடிபட்டு மகாலிங்கம் ஊருக்குள்ளே இருக்கும் அரளி (அரச)மரம் பக்கம் வந்து செத்துக் கிடந்தார். துண்டப்பா ஊருக்குள்ளே இருக்கும் சர்க்கிள் பக்கம் செத்துக் கிடந்தார். மீதி மூனு ஜனங்களும் வீரப்பா பயர் செஞ்ச ஜாகாவுலேயே செத்துக் கெடந்தாங்க. பஸ் ஏறும்போது ஒரு கொளந்தையும் ஜனங்க மிதிச்சே கொன்னுட்டாங்க. நாங்க எல்லாத்தையும் ஒரு ஜாகாவுக்குக் கொண்டுட்டு வந்து போட்டோம். பின்னாலேதான் போலீஸ் வந்தாங்க. வீரப்பன் தேடிக்கிட்டு வந்த ஆளுங்களே வேற. செத்துப்போன ஆளுங்களே வேற." என்றார்.

வீரப்பன் ஐந்து பேரைக் கொலை செய்துவிட்டுச் சென்ற பின்னாலே பேருந்தில் ஏறும்போது மிதிபட்டு இறந்த ரத்தனம்மாவையும் வீரப்பன் கொலை செய்ததாகவே சாம்ராஜ் நகர் கிழக்கு போலீசார் வழக்குப் பதிவு செய்துள்ளனர்.

*****

அர்ஜுனன் (தற்)கொலை

03.12.1994 அன்று கடத்தப்பட்ட டி.எஸ்.பி.சிதம்பரநாதனை மீட்கத் தமிழ்நாடு அதிரடிப்படை காட்டுக்குள் புகுந்தது, சிதம்பரநாதன் தப்பி வருகிறார். வரும்போது, வீரப்பன் கூட்டாளிகள் ஐயந்துரை, சமையல்கார ரங்கசாமி இருவரைச் சரணடைய வைக்கிறார். இந்த நேரத்தில் சிகிச்சைக்காக வெளியே வந்திருந்த அர்ஜுனனும் கைது செய்யப்படுகிறார்.

நல்லரசன்

பாதுகாப்புக் காரணங்களுக்காக வீரப்பன் கூட்டாளிகள் மூவரும் சென்னை நடுவண் சிறைக்குக் கொண்டு செல்லப்பட்டனர். ஏற்கனவே சென்னையிலிருந்த சைமனுடன் சேர்த்து நால்வரும் சிறையில் வைக்கப்பட்டனர். சிதம்பரநாதன் கடத்தல் வழக்கு விசாரணைக்கு வந்தது. எட்டு மாதங்களுக்குப் பிறகு, சென்னை சிறையிலிருந்த மூவரும் கோவை சிறைக்குக் கொண்டு வரப்பட்டனர். இதைப்பற்றி அப்போது சென்னை நடுவண் சிறையிலிருந்த தமிழ்நாடு விடுதலைப் படையைச் சேர்ந்த கடலூர் நல்லரசன்.

"சென்னைச் சிறையில் உங்களுக்குப் பாதுகாப்பு அதிகம், போலீசால் ஒன்னும் செய்யமுடியாது, நீங்க கோவை சிறைக்குப் போகவேண்டாம். அங்கே போலீஸ் நினைத்ததை செய்யமுடியும்" என்று சொன்னோம். ஆனால், அர்ஜுனன் அதைக் கேட்கவில்லை. "எங்க அண்ணன் என்னை எப்படியும், சிறையிலிருந்து வெளியே கொண்டு வந்துருவார். நான் கோவை சிறைக்குப் போனால், சீக்கிரமே வெளியில் போயிருவேன்" என்று சொன்னார்.

"தமிழகத்தில் உள்ள எந்தச் சிறையிலிருந்தும் சிறைவாசிகள் தப்பிச் செல்லச் சாத்தியமே இல்லை. உங்களை சிறையிலிருந்து விடுவிக்க உங்க அண்ணனாலும் முடியாது, நீங்க இங்கேயே இருங்க..."ன்னு சொன்னோம். ஆனால், அர்ஜுனன் கேட்கவில்லை. அவருடன், ரங்கசாமி, ஐயந்துரை இருவரும் கோவை சிறைக்குப் போயிட்டாங்க. நாங்கள் சொன்னதைக் கேட்ட சைமன் மட்டும் "நான் வரமாட்டேன்னு" சொல்லிவிட்டார். அதனாலே, அவர் மட்டும் தப்பிச்சுக்கிட்டார்" என்றார்.

அர்ஜுனன் மீது டி.சி.எப். ஸ்ரீநிவாஸ் கொலை வழக்கு, இராமாபுரம் காவல் நிலையத் தாக்குதல், எஸ்.பி.கோபால் ஹோசூர் தாக்குதல் எனப் பல வழக்குகள் கர்நாடக மாநிலத்தில் இருந்தன. அந்த வழக்குகளில் அர்ஜுனனைக் காவலில் எடுக்கப் போலீசார் முயற்சி செய்தனர்.

19.8.1995 அன்று அர்ஜுனன் உள்ளிட்ட மூவரையும் கோவை மத்திய சிறையில் வைத்து மாதேஸ்வரன் மலை போலீசார் கைது செய்வதாகக் கூறிய ஒரு பி.டி.வாரண்டைக் கொடுக்கின்றனர். 26.09.1995 அன்று அர்ஜுனன் தொடர்பான "தடா" வழக்குகளை விசாரித்த மைசூர் மாவட்ட முதன்மை நீதிமன்றத்தில் மூவரையும் ஆஜர்படுத்த போலீசார் அழைத்துச் சென்றனர். அர்ஜுனன், ஐயந்துரை, ரங்கசாமி மூவரும் நீதிமன்றத்துக்குப் போனபோது உள்ளூர் செய்தியாளர்கள், பொதுமக்கள் கூட்டம் அதிகமாக இருந்தது.

மாதேஸ்வரன் மலை போலீசார் அர்ஜுனன் உள்ளிட்ட மூவரையும் போலீஸ் விசாரணைக்கு அனுமதி கேட்டு மனுத் தாக்கல் செய்தனர். அர்ஜுனன் உள்ளிட்ட மூவரையும், விசாரணைக்குக் கொடுக்க வேண்டும் என அரசு வழக்குரைஞரும், கொடுக்கக்கூடாது என அர்ஜுனன் தரப்புக்காக வழக்குரைஞர் வேணுகோபாலும் வாதிட்டனர்.

"இந்த மனுவின் மீது நாளை தீர்ப்பு வழங்கப்படும் அதுவரை அர்ஜுனனை மைசூர் நடுவண் சிறையில் வைக்கவும்" என நீதிபதி உத்தரவிட்டார். நீதிமன்றத்திலிருந்து வெளியில் வந்த அர்ஜுனனைக் காண நூற்றுக்கணக்கான மக்கள் திரண்டிருந்தனர். அங்கிருந்த வழக்குரைஞர்கள்,

செய்தியாளர்களிடம் பேசிய அர்ஜுனன், "நானும் என்னுடைய அண்ணன் வீரப்பனும் தலைமறைவாகக் காட்டிலிருந்த நேரத்தில் பல அதிகாரிகள், அரசியல்வாதிகள் எங்க மூலமாகப் பலன்களை அனுபவித்தனர். இப்போது, நான் சிறையிலும், எங்க அண்ணன் வீரப்பன் காட்டிலும் இருக்கிறோம். ஆனால், எங்களால் பலன் பெற்றவர்கள், எங்களைத் திரும்பிக்கூடப் பார்க்கவில்லை. இப்போது எங்களுக்கு எதிராகவும் வேலை செய்து வருகின்றனர். இவர்களை நான் சும்மா விடமாட்டேன். அடுத்த வாய்தாவுக்கு வரும்போது, எங்களால் பயன்பெற்ற அதிகாரிகள், அரசியல்வாதிகள் யார், யாரென்பதை நான் நீதிபதியிடம் வாக்குமூலமாகக் கொடுக்கப் போகிறேன். ஏன் எங்களை மட்டும் கைது செய்து வழக்குப்போட்டு உள்ளே தள்ளியுள்ளீர்கள். நான் சொல்லுகின்றவர்களையும் கைது செய்யுங்கள் என்று கேட்கப் போகிறேன்..." எனப் பேசியுள்ளார்.

வாசுதேவமூர்த்தி

அன்னைக்கு நான் வேறு ஒரு வழக்கு விவகாரமாக மைசூர் கோர்ட்டுக்குப் போயிருந்தேன். போலீஸ் வேனில் இருந்த அர்ஜுனன் என்னைப் பக்கத்தில் கூப்பிட்டான். பக்கமா போன நான் "எப்படி இருக்கே...?"ன்னு கேட்டுட்டு, "சீக்கிரமா கேசை முடுச்சுட்டு வெளியே வந்து நல்லபடியா வாழப்பாரு..."ன்னு சொன்னேன், அவன் கேட்ட மாதிரியில்ல. முன்னே மாதிரியே திமிராகவே பேசினான். "உன்னால எங்க ஊருக்குப் போக முடியுமா...? போனா, உயிரோட வரமாட்டே..."ன்னு என்கிட்டே சவால் விட்டான். அப்போவே அர்ஜுனனைப் பார்க்க ஆயிரம் பேருக்கு மேலே ஜனங்க கூட்டம் சேர்ந்துட்டாங்க. அர்ஜுனன் பேச்சைக் கேட்டு எல்லோரும் கை தட்டுனாங்க. நான் அங்கிருந்து கிளம்பிப் போயிட்டேன்" என்றார் அப்போது பாரஸ்ட் ரேஞ்சராக இருந்த வாசுதேவமூர்த்தி.

மாலை மைசூர் சிறைக்கு அழைத்துவரப்பட்ட அர்ஜுனன், ஐயந்துரை, ரங்கசாமி என மூவரையும் *J.B.* (ஜுனைல் பிளாக்) பகுதியில் அடைத்து வைத்துள்ளனர். மறுநாள் காலை எட்டு மணிக்குக் கர்நாடக அதிரடிப்படையின் தலைவர் சங்கர் பிதிரி சிறைக்கு வருகிறார், இதையடுத்து அர்ஜுனனைக் கண்காணிப்பாளர் அறைக்கு வருமாறு ஆள் அனுப்பியுள்ளனர். அங்கே, சங்கர் பிதிரிக்கும், அர்ஜுனனுக்கும் வாக்குவாதம் நடந்துள்ளது. பத்து மணிக்கு நீதிமன்றத்துக்குச் செல்லும் முன்பாக வீரப்பன் வழக்கில் டி.சி.எப்.ஸ்ரீநிவாஸிடம் சரணடைந்து சிறையிலிருந்த காமராஜ்பேட்டை கோவிந்தனைச் சந்திக்கிறார். அவரிடம் அர்ஜுனன் தேநீர்க் கேட்டுள்ளார். கேண்டினில் இருந்து வாங்கிவந்த தேநீரைக் குடித்துள்ளார். அப்போது, சங்கர் பிதிரி அங்கு வந்த தகவலையும் இருவருக்கும் வாக்குவாதம் ஏற்பட்டதைப் பற்றியும் அர்ஜுனன் அவரிடம் சொல்லியுள்ளார்.

பிறகு, காலை 11.00 மணிக்கு அர்ஜுனன் உள்ளிட்ட மூவரையும், மைசூர் நகர *A.R.*போலீசார் நீதிமன்றத்துக்கு அழைத்துச் சென்றனர். காலை நேரம் நீதிமன்றத்தில் மக்கள் கூட்டம் அதிகமாக இருந்தது, நீதிபதியும் வேறு வழக்கு விசாரணையில் தீவிரமாக இருந்தார். அதனால், மாலை மூன்று மணிக்கு மேல் கூட்டிக் கொண்டு வரச்சொல்லித் திருப்பி அனுப்பியுள்ளனர். அர்ஜுனன் உள்ளிட்ட மூவரையும் மீண்டும் சிறைக்கு அழைத்து வந்துள்ளார். மாலை 2.30 மணிக்கு மீண்டும் தேநீர்க் கேட்க, காமராஜ்பேட்டை கோவிந்தனே கொண்டுபோய் கொடுக்கிறார். மூன்று மணிக்குக் கோர்ட்டுக்குப் போன அர்ஜுனன் மாலை ஐந்தரை மணிக்குத் திரும்பி வருகிறார். தன்னை ஒருவாரம் போலீஸ் விசாரணைக்குக் கொடுத்துள்ளதாக காமராஜ்பேட்டை கோவிந்தனிடம் சொல்கிறார். ஆறு மணிக்குச் சிறை கதவடைப்பு முடிந்தது. சிறைவாசிகள் எல்லோரும் அவரவர் இடங்களுக்குச் சென்றனர்.

அர்ஜுனன் காவலில் வைக்கப்பட்டிருந்த *J.B.* பிளாக் சிறையின் தென்பகுதியில் தனியாக உள்ளது. இளவயது குற்றவாளிகளைப் பழங்குற்றவாளிகள் பகுதிக்குள் விடக் கூடாது. சிறுவர்கள் அதிகாரிகள் கண்காணிப்பிலேயே இருக்கவேண்டும் என்ற நல்ல நோக்கில் ஆங்கிலேயர்கள் சிறை

அலுவலகத்துக்குப் பக்கமாகவே *J.B.* பகுதியை வைத்திருந்தனர். இந்த இடத்தில் வைக்கப்பட்டுள்ள கைதிகளுக்கு என்ன நடந்தாலும் சிறையில் உள்ள மற்றவர்களுக்குத் தெரியாது.

இரவு பத்து மணிக்குக் கர்நாடக அதிரடிப்படை டி.எஸ்.பி. மதுக்கூர் முசலே தலைமையிலான போலீசார் அர்ஜுனனைக் காவலில் எடுத்துக் கொண்டு போக வருகின்றனர். இந்தச் செய்தியை சிறை அதிகாரிகள் அர்ஜுனனிடம் சொல்கின்றனர். இரவு நேரத்தில் போலீசாருடன் வெளியே போக அர்ஜுனன் எதிர்ப்புத் தெரிவிக்கிறார். இதைத்தான் போலீசார் எதிர்பார்த்திருந்தனர். வெளியில் இருந்த மதுக்கூர் முசலே தலைமையிலான போலீஸ் படை சிறைக் கூடத்துக்குள் வந்தது.

அர்ஜுனனைக் கூட்டிக் கொண்டு போக வந்திருந்த காவலர்களுக்கு எஸ்.ஐ.தினேஷ், எஸ்.ஐ.ராமலிங்கம், எஸ்.ஐ.ஜெகநாதன், டி.சி.எப். ஸ்ரீநிவாஸ் கொலைகள், இராமாபுரம் காவல் நிலையத் தாக்குதல், பாலாறு குண்டுவெடிப்பு, எஸ்.பி.ஹரிகிருஷ்ணா கொலை எனப் பல இடங்களில் வீரப்பனும், அர்ஜுனனும் எப்படிப் போலீசாரைச் சுட்டுக் கொன்றனர் என்பது பற்றி விரிவாக வகுப்பு எடுத்திருந்தனர். தன்னுடன் பணியாற்றிய வீரர்களைச் சுட்டுக் கொன்ற அர்ஜுனன் கையில் கிடைத்தால் போதும் என்ற வெறியில் அந்த வீரர்கள் இருந்தனர். அர்ஜுனன், ஐயந்துரை, ரங்கசாமி என மூன்று பேரும் அடைக்கப்பட்டிருந்த சிறைக் கொட்டடியில் இருந்த மூவரையும் வெளியே கொண்டுவந்து பிரித்து மேய்ந்துள்ளனர்.

அங்கிருந்து 1200 அடி தொலைவிலிருந்த கேட் ஆபீஸ் பகுதிக்குப் போகும் முன்பாகவே சமையல்கார ரங்கசாமி நடக்க முடியாமல் மயங்கி விழுந்து விடுகிறார் அல்லது உயிரிழந்து விட்டார். அவரைப் போலீசார் தூக்கிக் கொண்டுபோய் வண்டியில் போட்டனர். முறுக்கேறிய உடலுடன் இருந்த ஐயந்துரைக்கு சிறப்புக் கவனிப்பு கொடுத்தனர். சிறையின் கேட் ஆபீஸ் சுவரில் அர்ஜுனன் தலையை பிடித்து மோதவிட்டு அவரை மயக்க நிலைக்கு கொண்டு சென்றனர்.

மைசூர் சிறையிலிருந்து இரவு பதினோரு மணிக்கு போலீஸ் வேன் புறப்பட்டது. திருமுக்கூடல் நரசிபுரம் அருகில் உள்ள மூக்கூர் என்ற இடத்திற்கு ஊர் அடங்கிப் போயிருந்த நடுநிசி

நேரத்தில் போலீஸ் வண்டி வந்து சேர்ந்தது. அதுவரை அர்ஜுனன், ஐயந்துரை இருவரையும் போலீசார் வெறி தீர அடித்துள்ளனர். அடித்தார்கள் என்பதை விடவும், உடலில் காயம் தெரியாத அளவுக்கு உதைத்துள்ளனர். பின்னர் அந்த இடத்தில் வைத்து மூவரின் வாயிலும் "சயனைடு" பொடியைப்

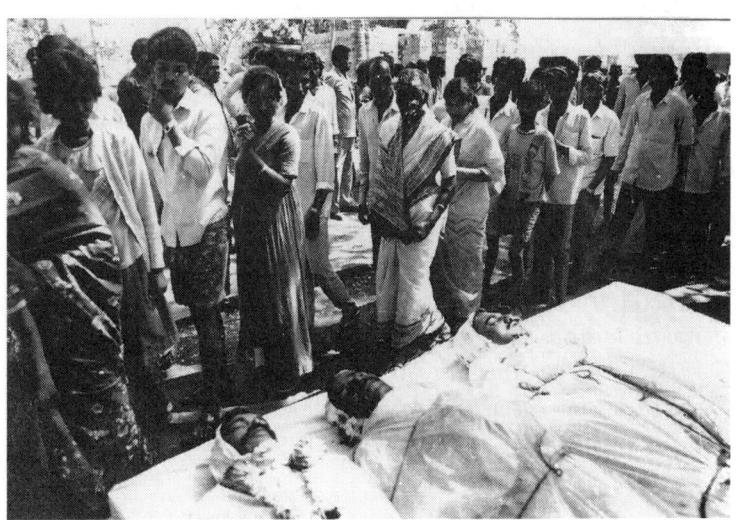

அர்ஜுனன், ஐயந்துரை, ரங்கசாமி. (நன்றி-நேத்ராராஜூ, மைசூர்)

போட்டு கணக்கை முடித்து விட்டனர். *(திருமுக்கூடல் நரசிபுரம் காவல் நிலையக் குற்ற எண்:-37/1995. Date-27.09.1995).*

அப்போது சிறை கண்காணிப்பாளராக இருந்தவர் ஜெயராமையா, வீரப்பன் வழக்கில் உள்ளே இருந்த சிறைவாசிகளைச் சந்திக்கும் போதெல்லாம், அர்ஜுனனுக்கு நடந்த கொடுமைகளைப் பற்றிக் கூறியுள்ளார். "உனக்கும் அந்த நிலை வரக்கூடாது. பார்த்து ஒழுங்காக நடந்துக்கோங்க...." என்று பலருக்கும் எச்சரிக்கை செய்துவந்துள்ளார்.

1991-1996 கால கட்டத்தில் கர்நாடக சிறப்பு அதிரடிப் படையில் பணியாற்றிய ஓர் அதிகாரியை நான் பிற்காலத்தில் சந்தித்தேன். போலீசாரின் இந்த அத்துமீறல் நடவடிக்கைகள் குறித்துப் பேசும்போது, "வீரப்பன் போலீசார் மேலே தொடர்ந்து தாக்குதல் நடத்திக் கொலை செஞ்சுக்கிட்டே இருந்தான். தமிழ் ஆளான வீரப்பன் கன்னட மக்களைக் கொலை செய்வதை இங்குள்ள யாராலுமே பொறுத்துக்கொள்ள முடியவில்லை. அதனாலே, பெரும்பாலான அதிகாரிகள் எல்லோருமே எங்களுக்கு ஆதரவாகத்தான் இருந்தாங்க. வீரப்பன் ஆளுங்களை என்கவுன்டர் செய்யும்போது டாக்டர்ஸ் போஸ்ட்மார்ட்டம் செய்யணும், எக்ஸிகூட்டிவ் மேஜிஸ்திரேட் விசாரணை செய்யணும். இதுதான் நடைமுறை.

ஆனால், வீரப்பன் தொடர்பான வழக்குகளில் இது எதுவும் நடக்காது. நாங்க போனாப்போதும், டேட், டைம் மட்டும் கேட்டு டைரியில் எழுதிக்குவாங்க. எந்தக் கேள்வியும் கேட்காமல் நாங்க குடுக்கும் பேப்பரில் கையெழுத்துப் போட்டுக் குடுத்துடுவாங்க. நாங்க என்கவுன்டரில் கொன்ற ஓர் ஆள் பாடியைக்கூட எடுத்திட்டு வந்ததும் இல்லை. சொந்தக்காரர்களுக்கு குடுத்ததும் இல்லை. நாங்களே நெருப்பு போட்டு எரித்துவிட்டு வந்திடுவோம். இந்த வேலைகளை எல்லாம் சங்கர் பிதிரியைத் தவிர வேறுயாராக இருந்தாலும் செய்திருக்கவே முடியாது. எந்த வேலையா இருந்தாலும் கொஞ்சம்கூட அலட்டிக்காமச் செய்வார்" என்றார்.

*****

34

தமிழக வனத்துறை ஊழியர்கள் கடத்தல்

செலம்பூர் அம்மன் கோயில்

பண்ணாரி அதிரடிப்படை முகாமில் சிறை வைக்கப்பட்டிருந்த வீரப்பன் கூட்டாளிகள் பலருடைய மனைவிமார்களை போலீசார் விடுதலை செய்யாமலே வைத்திருந்தனர். பேச்சுவார்த்தைக்குப் போன தம்பி அர்ஜுனன், டி.எஸ்.பி.சிதம்பரநாதனுடன் சரணடைந்த ஐயந்துரை, ரங்கசாமி என மூவரையும் விசாரணைக்குக் கொண்டு சென்ற வழியில் சயனைடு உண்டு தற்கொலை செய்து கொண்டதாகக் கணக்கை முடித்து விட்டனர். இவற்றையெல்லாம் மக்கள் கவனத்துக்குக் கொண்டுவர வீரப்பன் நினைக்கிறார். அதற்காக இன்னொரு கடத்தலுக்கு தயாரானார்.

ஈரோடு மாவட்டம், அந்தியூர் வட்டம், எண்ணமங்கலம் அருகிலுள்ள செலம்பூர் அம்மன் கோவிலிலிருந்து பர்கூர் வனப்பகுதி ஆரம்பிக்கிறது, இதன் கிழக்கே வால்கரடு உள்ளது. அதன் கீழே அம்மா பாழி என்ற இடம் மரங்கள்

எதுவும் இல்லாமல் மொட்டைக் காடாக இருந்தது. அந்த இடத்தில், தமிழக வனத்துறை சார்பில் புளியங்கன்றுகள் நடவு செய்திருந்தனர். அந்தச் செடிகளை யாரோ இரவோடு இரவாக வெட்டிப் போட்டு விட்டனர். இதைத் தொடர்ந்து, முரளி வனப்பகுதி பாரஸ்டர் அப்துல்லா, கார்டுகள் ராஜராஜன், சுப்பிரமணியம், வாட்சர்கள் மாணிக்கம், உடையார் ஆகியோர் *30.10.1995* அன்று மாலை அந்த இடத்துக்குச் சென்றனர்.

ஏராளமான புளியங்கன்றுகள் வெட்டுப்பட்டுக் கிடந்தன. யார், என்ன காரணத்துக்காக இந்தக் கன்றுகளை வெட்டினர் என்பதை அவர்களால் கணிக்க முடியவில்லை. "இந்தப் பக்கத்தில் முயலுக்குக் கண்ணி கட்டும் ஆளுங்க நாலஞ்சு பேர் இருக்காங்க. அந்த ஆளுங்க பெரும்பாலும் காட்டுக்குள்ளேயே சுத்திக்கிட்டு இருப்பாங்க. அவங்களைப் புடிச்சு வெசாரிச்சா யார் இந்த வேலையைச் செஞ்சதுன்னு தெரிஞ்சுக்கலாம்." என்று கார்டு சுப்பிரமணியம் சொன்னார். இதை எல்லோரும் ஏற்றுக்கொண்டு நாளை காலையில் இங்கே வந்து முயல் வேட்டைக்காரர்களைப் பிடித்து விசாரிக்கலாம் என்று முடிவு செய்தனர். இரவு ஏழு மணிக்கு அந்தியூர் அலுவலகத்துக்குப் போனதும், ரேஞ்சர் சுப்பிரமணியத்திடம் நடந்ததைக் கூறியுள்ளனர்.

01.11.1995 அன்று, காலை ஐந்து மணிக்கு ரேஞ்சர் சுப்பிரமணியம் அலுவலகத்துக்கு வந்தார். பாரஸ்டர் அப்துல்லா, கார்டுகள் ராஜராஜன், முருகேசன், லிங்கப்பன், ராஜேந்திரன், சுப்பிரமணியம், வாட்சர்கள் மாணிக்கம், உடையார் ஆகியோரைக் கூப்பிட்டார். "எல்லோரும் புளியங்கன்றுகள் நட்டுள்ள இடத்துக்குப் போங்க. முயல் வேட்டைக்காரர்கள் இருந்தால் அவர்களைப் புடிச்சுக்கிட்டு வாங்க..." என்று ஜீப் ஓட்டுநராக இருந்த கார்டு சுப்பராயனிடம் சொன்னார். "நான் ரெண்டு நாளா நைட் டியூட்டி பார்த்துக்கிட்டு இருக்கிறேன். கண்ணெலாம் எரியுது சார் என்னாலே ரெய்டுக்கு போகமுடியாது வேற ஆளுங்களை அனுப்புங்க சார்..." என்று சொன்ன கார்டு ராமராஜன் வனச்சரக அலுவலகத்துக்கு எதிரில் உள்ள டீக் கடைக்குப் போனார். "மொச வேட்டை ஆளுங்கள பிடிக்க முப்பது பேர் எதுக்கு...? ரெண்டுபேர் போனாலே புடிச்சுகிட்டு வந்திரலாம். இந்த நாலுபேரும் போனாலே

போதும் சார்...” என்று ரேஞ்சரிடம் சொன்ன பாரஸ்டர் அப்துல்லா, ராமராஜனுடன் சேர்ந்து டீக் கடைக்குப் போனார்.

“அப்போ வீரப்பன் நடமாட்டம் உள்ள காட்டுப்பகுதிக்கு நம்ம ஆளுங்க யாரும் போகவேண்டாம். அப்படியே போகணும்னு அவசியம் ஏற்பட்டால் ஏழு, எட்டுபேர் கொஞ்சம் ஸ்ட்ரெங்த்தோட போங்கன்னு எங்க உயர்அதிகாரிகள் வாய் மொழியாக ஒரு உத்தரவு போட்டிருந்தாங்க. இருந்தாலும் எங்க பகுதியில் வீரப்பன் நடமாட்டம் இல்லை. அதனாலே, பவுண்டரியில் இருந்து நாலு கிலோமீட்டர் தொலைவு வரை காட்டுக்குள்ளே போவோம். சொட்டைக் காடாக இருந்த இடங்களில் எல்லாம் செடி நடவு வேலைகளைச் செஞ்சுக்கிட்டே இருந்தோம். அன்னைக்குக் காலை ஐந்தரை மணிக்கே நாங்க ஜீப்பில் கிளம்பினோம். கோயிலுக்கு முன்னாலே கிழக்கே போகும் தடத்திலே கார்டுகள் சுப்பிரமணியம், ராஜேந்திரன், வாட்சர்கள் உடையார், மாணிக்கம் நாலுபேரும் போனாங்க. முருகேசன், லிங்கப்பன் நான் மூனு பேருமே நேரா வடக்குப்பக்கம் போனோம். ரோடு முடியும் இடத்தில் கொண்டுபோய் வண்டியை நிறுத்திட்டு நான் வண்டியிலேயே உட்கார்ந்துக்கிட்டேன்.

உள்ளே போன முருகேசன், லிங்கப்பன் ரெண்டுபேரும் அரை மணி நேரத்துக்குப் பின்னாலே வந்தாங்க. லிங்கப்பன் கார்டு வரும்போதே “டேய் சுப்பராயா, ஏதோ அசம்பாவிதம் நடக்குது. சீக்கிரமா வண்டியை எடுன்னு...” சொல்லிக்கொண்டே ஜீப்பில் ஏறினார். வண்டி கிளம்பும்போது முருகேசனும் வந்துட்டார். நான் வண்டியை எடுத்துக்கிட்டு மெதுவாகவே கிழக்குப்பக்கம் பார்த்துக்கிட்டே வரும்போது கரும்பு காட்டுக்குள் இருந்து ஒடியாந்த மாணிக்கம் வண்டியில் ஏறினார். “என்ன அண்ணா நடந்துதுன்னு...?” கேட்டதுக்கு, “யாரோ தெரியலே நாலுபேர் துப்பாக்கியோடு காட்டுக்குள்ளிருந்து வந்தாங்க. “ஓடாதீங்க சுட்டுருவேன்னு சொல்லிக்கிட்டே தொரத்துனாங்க.” “நான் கரும்புக் காட்டுக்குள்ளே பூந்து ஓடியாந்துட்டேன். நம்ம ஆளுங்க மூனுபேரையும் புடிச்சுக்கிட்டாங்க போலத் தெரியுது”ன்னு சொன்னார். மாணிக்கம் தப்பி ஓடியாந்த மாதிரியே அவங்க வந்தாலும் வரலாம். அதனாலே, கொஞ்ச நேரம் அந்த இடத்திலேயே ஜீப்போட நின்னுக்கிட்டு

சுப்பராயன்

இருந்தோம். அரை மணி நேரத்துக்குப் பிறகு அங்கிருந்து வண்டியை எடுத்துக்கிட்டு அந்தியூர் ரேஞ்சு ஆபீஸுக்குப் போய் தகவல் சொன்னோம்." என்கிறார் அப்போது கார்டாக இருந்து தற்போது ரேஞ்சராக இருக்கும் சுப்பராயன்.

"அக்டோபர் 23 அன்றைக்குத் தீபாவளி, அதனாலே நான் சிவகங்கை பக்கம் உள்ள என்னுடைய சொந்த ஊருக்குப் போயிட்டேன். 30-ஆம் தேதி மதியமாத்தான் வேலைக்கு வந்தேன். நவம்பர் 1 ஆம் தேதி காலை 5.30மணிக்கு ரெய்டுக்குப் போகணுன்னு அதிகாரிங்க சொன்னாங்க. நான், கார்டு சுப்பிரமணி, வாட்சர் மாணிக்கம் உட்பட ஏழு பேர் போனோம். நாங்க நாலு பேர் அம்மன் கோயிலிலிருந்து கிழக்குப் பக்கம் போகும் பாதையில் நடந்து போனோம். போகும் வழியெல்லாம் முயலுக்குக் கண்ணி கட்டும் ஆளுங்க இருக்காங்களான்னு பார்த்தோம். யாருமே இல்லை.

வழுக்குப்பாறை என்ற எடத்துலே ரெண்டு டீமும் ஒன்னா சந்திச்சுக்கிட்டோம். முயலுக்குக் கண்ணி கட்டும் ஆளுங்க இன்றைக்கு யாரும் வரல போலத் தெரியுதுன்னு முடிவு பண்ணினோம். அந்தப் பாழியிலிருந்த தண்ணி நாலு கை அள்ளிக் குடிச்சோம். அடுத்து என்ன செய்யலான்னு கலந்து பேசிக்கிட்டோம். கோயிலுக்கு கிழக்குப் பக்கம் பிரசிடெண்ட் கிருஷ்ணன் என்பவர் காடு இருக்குது. அவர் காட்டு ஓரமா மாரியப்பன்னு ஒரு ஆள் முயலுக்கு கண்ணி வச்சுக்கிட்டு இருக்கான். அவனைப் போய் பார்த்து விசாரிக்கலான்னு கார்டு ராஜேந்திரன் சொன்னார். நானும், சுப்பிரமணியம், வாட்சர் மாணிக்கம் இவங்களோட சேர்ந்துக்கிட்டு மாரியப்பன் குடிசைக்குப் போனோம்.

பஞ்சாயத்துத் தலைவர் கிருஷ்ணன் வீட்டுக்குப் பக்கமாப் போகும்போது அந்தப் பக்கத்து வீட்டுப்பசங்க

இரண்டுபேர் காட்டுப்பக்கம் போவதற்காக வந்தாங்க. அந்தப் பசங்களோட ராஜேந்திரன், சுப்பிரமணியம் ரெண்டுபேரும் நின்னு பேசிக்கிட்டு இருந்தாங்க. மாணிக்கம் முன்னாலே போனார் அவருக்குப் பின்னாலே நானும் நடந்து மாரியப்பன் வீட்டுக்குப் போயிக்கிட்டு இருந்தேன். திடீர்னு கிழக்கே வால் கரட்டிலிருந்து நாலுபேர் ஓடியாந்தாங்க. முன்னாலே ரங்கசாமிதான் துப்பாக்கியைத் தூக்கியபடி ஓடியாந்தான். அவனுக்குப் பின்னாலே பேபி வீரப்பன் வந்தான். என்ன நடக்குதுன்னு நான் யூகிக்கும் முன்னவே ரங்கசாமி என் நெஞ்சிலே துப்பாக்கியை வச்சுட்டான். நான் கையை தலைக்கு மேலே தூக்கி நின்னுக்கிட்டேன். பேபி வீரப்பன் எனக்கு முன்னாலே போன மாணிக்கத்தைத் துரத்திக்கிட்டு போனான். ஆனால், மாணிக்கம் வலது பக்கம் இருந்த கரும்பு காட்டிலே ஓடித் தப்பிச்சுட்டார்.

என் கையை முதுகுக்குப் பின்னாலே புடிச்சுக் கட்டினான், அங்கிருந்து வடக்குப் பக்கமா கூட்டிக்கிட்டுப் போனாங்க. எனக்கு முன்னமே சுப்பிரமணியம், ராஜேந்திரன் ரெண்டு பேரையும் வீரப்பனும், கோவிந்தனும் சேர்ந்து புடிச்சுக் கையைக் கட்டிக்கிட்டு இருந்தாங்க. பேப்பரிலும், புத்தகத்திலும் பார்த்துக்கிட்டிருந்த வீரப்பனை நேரில் பார்த்ததுமே எனக்கு நம்ம வாழ்க்கை இன்னிக்கோட முடிஞ்சுட்டுதுன்னு நெனச்சுகிட்டே பக்கத்தில் போனேன்.

"நீ யார்...? உன் பேரு என்ன...? என்ன வேலை செய்யறேன்னு...?" கேட்டார். "எம் பேரு உடையார். வாட்சர் வேலை செய்யறேன்"னு சொன்னேன். எந்த ஊருன்னு கேட்டார். மதுரை பக்கமுன்னு சொல்லிக்கிட்டேருக்கும் போதே, "இவங்க பேரு என்ன..."?ன்னு கேட்டார். "ராஜேந்திரன், இன்னொருத்தர் சுப்பிரமணின்னு சொன்னேன்." "என்ன வேலை பார்க்கறாங்கன்னு கேட்டார்." "இரண்டு பேருமே கார்டுகள்தான்"ன்னு சொன்னேன். "ஜீப்பில் வந்தது யாரு...?"ன்னு கேட்டாங்க. "அவங்களும் கார்டு" தான்னு சொன்னேன். "ரேஞ்சர், டி.எப்.ஓ யாரும் இல்லையா...?"ன்னு கேட்டார். "அந்த மாதிரி பெரிய அதிகாரிகள் யாரும் இந்தப் பக்கம் வரமாட்டாங்க"ன்னு சொன்னேன்.

என்னைப் பத்தியும் அவங்ககிட்டே விசாரிச்சாங்க.

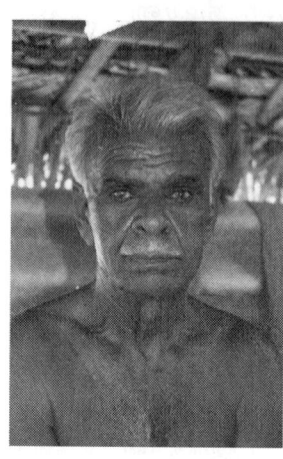

எல்லாமே ஒரே மாதிரி சொன்னோம். கூடவே அந்த காட்டுக்காரப் பசங்க ரெண்டு பேரையும் யாருன்னு கேட்டார். இவங்க பக்கத்துக் காட்டுக்காரங்கன்னு எல்லோருமே சொன்னோம். அதுக்குப் பிறகு, எங்க கைகளைப் கயிற்றிலே கட்டிப் பின்னால பிடுச்சபடியே அந்த பாழி வரைக்கும் கூட்டிக்கிட்டுப் போனாங்க. அங்கிருந்த உள்ளூர் ஆள் ஒருத்தனைக் கூப்பிட்டு இதெல்லாம் யார் யாருன்னு விசாரிச்சு தெரிஞ்சுக் கிட்டார். தலைவர் வீட்டிலிருந்து கூட்டிக்கிட்டு வந்த பசங்களைக் கொண்டுபோய் விட்டு விட்டு பக்கத் திலிருந்த ஒரு வீட்டில் கலெக்டருக்கு கேசட் குடுத்துட்டு வந்தாங்க." என்கிறார் வீரப்பனால் கடத்தப்பட்டு 18 நாள்கள் பிணைக் கைதியாக இருந்து உயிர் தப்பிப் பிழைத்து வந்த வாட்சர் உடையார்.

காளியப்ப கவுண்டர்

காட்டை ஒட்டிக் குடியிருக்கும் காளியப்ப கவுண்டர் மூலமாக ஈரோடு மாவட்ட ஆட்சியர் பழனியப்பனுக்கு ஒரு ஆடியோ கேசட்டை வீரப்பன் கொடுத்து அனுப்பினார். அதில், "வனத்துறை ஊழியர்கள் மூவரையும் விடுதலை செய்யவேண்டும் என்றால் என்னுடைய கோரிக்கைகளை அரசு நிறைவேற்ற வேண்டும். பேச்சுவார்த்தை நடத்த ஒரு தூதரை அனுப்ப வேண்டும். அந்தத் தூதர் அடுத்த வாரம் இதே நாள் சாயங்காலம் மூன்று மணிக்கு அந்தியூரில் இருந்து சிவப்பு நிற புல்லட் மோட்டார் சைக்கிளில், ஒரு வெள்ளை நிறக் கொடியைக் கட்டிக்கிட்டு வர வேண்டும். அந்தியூர் செக்போஸ்ட்டில் இருந்து கர்கேகண்டி வரைக்கும் ரோட்டுல நேரா பைக் வந்துக்கிட்டே இருக்கணும். இந்த மாதிரி அடையாளத்துடன் வரும் உங்க ஆளை, என்னுடைய ஆள் ஒருத்தன் வழியில் நிறுத்திப் பேசுவான். அதுக்குப் பிறகு, நானும் உங்க ஆளைக் கூப்பிட்டு என்னுடைய கோரிக்கைகள் என்னென்னே இருக்குங்கிறது எல்லாத்தையும் பேசுவேன். அதையெல்லாம் எப்படி நிறைவேற்றுவது, எத்தனை நாளுக்குள்

நிறைவேற்றுவது அப்படீங்கிற வழி முறைகளையும் உங்களுக்குச் சொல்லி அனுப்புவேன்.

அதையெல்லாம் நீங்க செஞ்சு குடுத்தா நான் புடிச்சு வைத்திருக்கும் வனத்துறை ஆளுங்களை நல்லபடியா விடுதலை செய்வேன். இல்லையானால் ஒவ்வொருத்தன் தலையும் ரோட்டுக்கு அனுப்பி வைப்பேன். இந்தப் பேச்சுவார்த்தை முடியும் வரையில் அதிரடிப்படை போலீசார் காட்டுக்குள் வரக்கூடாது." என்று கூறியிருந்தார்.

வீரப்பன் அனுப்பிய ஆடியோ கேசட்டில் என்ன சொல்லப்பட்டிருக்கின்றன? வீரப்பனின் கோரிக்கைகள் என்ன...? அரசு வீரப்பனுடன் பேச்சுவார்த்தை நடத்தப் போகிறதா...? இல்லை அதிரடிப்படை போலீசாரைக் கொண்டு தாக்குதல் நடத்தப் போகிறதா...? என்ற விவரம் எதுவும் மாவட்ட ஆட்சியர் சார்பாகவும் சரி, அரசின் சார்பாகவும் வெளியிடப்படவே இல்லை. ஆனால், ஈரோடு மாவட்டத்தில் உள்ள பொதுமக்கள் உங்களுடைய கோரிக்கைகள் தொடர்பாக மாவட்ட ஆட்சியரை நேரில் சந்திக்கலாம் அல்லது அவருடைய தொலைபேசி எண்ணுக்குத் தொடர்புகொண்டு உங்களின் கோரிக்கைகளைத் தெரிவிக்கலாம் என்று ஒரு தரை வழித் தொலைபேசி எண்ணை அறிவித்தனர். வானொலி செய்திக்கு முன்பும், பின்பும் வெளியான சிறப்பு அறிவிப்புகளில் இந்த எண் அறிவிக்கப்பட்டது.

இந்த நிலையில், வீரப்பன் வைத்த காலக்கெடு முடியும் அன்று, மதியத்துக்கு மேல் அந்தியூரிலிருந்து தாமரைக்கரை வழியாக பர்கூர், தேவர்மலை, தட்டக்கரை, மணியாச்சி போன்ற ஊர்களுக்குச் செல்லும் பேருந்துகள் நிறுத்தப்பட்டன. இதை வைத்து இன்று வீரப்பனைச் சந்திக்க அரசின் தூதுவர் செல்வார் என்பது தெரிந்தது. மாலை மூன்று மணிக்கு வரட்டுப்பள்ளம் அணைக்கு முன்பாக இருக்கும் வனத்துறை சோதனைச் சாவடியில் செய்தியாளர்கள் திரண்டனர். அரசின் தூதரை எதிர்பார்த்துக் காத்திருந்தனர். சில உளவுப்பிரிவு போலீசாரும், சீருடையில்லாத அதிரடிப்படை போலீசாரும் அங்கே இருந்தனர்.

அப்போது வீரப்பன் கேட்டிருந்தபடியே ஒரு சிவப்பு நிற புல்லட் மோட்டார் சைக்கிள் வந்தது. வீரப்பன் கேட்டிருந்த

வெள்ளைக் கொடி, சிவப்புச் சட்டை, கருப்புக் கண்ணாடி அணிந்த ஒருவர் மோட்டார் சைக்கிளில் வந்தார். வேகமாக வந்த மோட்டார் சைக்கிள் பர்கூர் மலைப்பாதையில் சென்றது. அதன் பின்னர் எந்த வண்டியும் மேலே செல்ல போலீசார் அனுமதிக்கவில்லை. மாலை நான்கரை மணிக்கு ஓர் அரசுப் பேருந்து கீழே வந்தது. அதை நிறுத்தி அதன் ஓட்டுநரிடம் செய்தியாளர்கள் “மேலே பைக் வந்ததா...” என்று விசாரித்தனர். “சிவப்பு நிற மோட்டார் சைக்கிள் ஒன்று ஒந்தனை போகும் பிரிவில் நிற்குது. அங்கே ஆளுங்க யாரும் இல்லை...” என்று சொல்லிவிட்டுச் சென்றார்.

இதையடுத்து செய்தியாளர்கள் அனைவரும் மேலே போக வேண்டும் என்று போலீசாரிடம் அனுமதி கேட்டனர். அவர்களும் உயர் அதிகாரிகளுடன் பேசிவிட்டு மேலே செல்ல அனுமதி கொடுத்தனர். பேருந்து ஓட்டுநர் குறிப்பிட்டுச் சொன்ன இடத்திற்குச் சென்று பார்த்தோம். வீரப்பனுடன் பேச்சுவார்த்தைக்குச் சென்ற தூதர் பயத்தின் காரணமாகப் பாதி வழியிலேயே வண்டியை விட்டுவிட்டு கீழே வந்த அரசு பேருந்தில் ஏறித் தப்பி வந்து விட்டார் என்பது தெரிந்தது. பேச்சுவார்த்தைக்கு அரசு தூதர் வருவார் என வீரப்பன் காத்திருந்தார். தூதர் பாதி வழியிலேயே திரும்பிவிட்ட செய்தியைப் பின்னர் தெரிந்து கொண்டார்.

மறுநாள் காலை மீண்டும் காளியப்பக்கவுண்டர் வீட்டுக்கு வந்தார், “என்னுடன் பேச்சுவார்த்தை நடத்த நீங்கள் அனுப்பிய தூதுவர் பாதி வழியிலேயே திரும்பி வந்து விட்டார். என்னைப் பார்த்து பேச்சுவார்த்தைக்கு வரும் யாரும் பயப்பட வேண்டாம். தைரியமா வாங்க, உங்களையெல்லாம் ஒன்னும் செய்யமாட்டேன். என்று சொன்னதுடன், இன்னும் எட்டு நாளில் வேறொரு தூதர் என்னுடன் பேச்சு வார்த்தைக்கு அனுப்பவேண்டும்...” என்ற கோரிக்கையுடன் வேறு ஒரு ஆடியோ கேசட்டைக் கொடுத்து விட்டுச் சென்று விட்டார். (காளியப்பக்கவுண்டர் தோட்டத்துக்கு வரும் வழியில் நான் வீரப்பனைச் சந்தித்தேன். நான் வைத்திருந்த மைக்ரோ டேப் ரிக்கர்டரில் வீரப்பன் தன்னுடைய கோரிக்கையைப் பதிவுசெய்து கொடுத்தார்.)

அதன்படியே அடுத்த எட்டாவது நாள் பேச்சுவார்த்தைக்கு

யாரை அனுப்புவது என்று தெரியாமல் வருவாய்த்துறை அதிகாரிகள் தடுமாறிக் கொண்டிருந்தனர். அப்போது அதிரடிப்படை போலீசார் களத்தில் இறங்கினர். கோவை மாவட்டம், மேட்டுப்பாளையம் அருகிலுள்ள பில்லூர் அணைப் பகுதியில் உள்ள செங்கல் கோம்பை என்ற ஊர் உள்ளது. இங்கே தோட்டம் வைத்துள்ள செல்வராஜ் என்பவரைப் பிடித்துக் கொண்டு வந்தனர். இவர் மூலம் மூன்று லட்சம் ரூபாய் பணத்தைக் கொடுத்தனர். "வீரப்பனுக்கு இப்போதைக்கு இதுதான் தேவை. இதை மட்டும் கொடு, உன்னுடைய கோரிக்கைகள் எதைப் பற்றியும் அரசாங்கம் கண்டுகொள்ளவில்லை என்று கலெக்டர் சொன்னதாகச் சொல்லிவிட்டு வா..." எனச் சொல்லி அனுப்பினர்.

செல்வராஜ் பணம் கொண்டுபோன ரெக்ஸின் பேக்கில் கீழே ரோலிங் வீல் இருந்த பகுதியில் ஒரு ட்ரான்ஸ் மீட்டரையும் போலீசார் பொருத்தியிருந்தனர். இந்த ட்ரான்ஸ் மீட்டரை துக்ளக் ஆசிரியர் 'சோ'வின் மகன் வெளிநாட்டிலிருந்து வாங்கிக் கொண்டுவந்து கொடுத்துள்ளார். இன்ஸ்பெக்டர் ஹுசைன் இந்த ட்ரான்ஸ் மீட்டரைப் பேக்கில் பொருத்தியுள்ளார்.

16.11.1995 அன்று மாலை மூன்று மணிக்கு அந்தியூர் வனத்துறை அலுவலகத்தில் இருந்து சிவப்பு மோட்டார் சைக்கிளில் செல்வராஜ் புறப்பட்டார். வரட்டுப்பள்ளம் அணையைக் கடந்து மோட்டார் சைக்கிள் மலைமீது ஏறியது. *S* பெண்டுக்குப் பக்கத்தில் வீரப்பனின் ஆள் பாலன் என்பவர் ரோட்டில் நிற்கிறார், செல்வராஜை கை காட்டி நிறுத்தினார். ரோட்டிலிருந்து கொஞ்சம் தூரம் தள்ளிக் காட்டுக்குள்ளிருந்த வீரப்பனைச் சந்திக்கிறார். "அரசாங்கம் உன்கூட பேச்சுவார்த்தை நடத்தத் தயாராக இல்லைன்னு அதிகாரிகள் சொல்லிட்டாங்க. இந்தப் பணத்தை வாங்கிட்டு நீ பிடித்து வைத்துள்ள மூன்று ஆளை வெளியே அனுப்பினால், அனுப்பு. இல்ல அவங்களை நீயே வச்சுக்கண்ணா..." என்று சொல்லி போலீசார் கொடுத்த ரெக்ஸின் பேக்கைக் கொடுத்தார்.

வீரப்பன் அந்த பையைத் திறப்பதற்கு முன்பாகவே செல்வராஜே வாங்கி ஜிப்பை பிடித்துத் திறந்து, எனக்கும் செலவுக்குப் பணம் வேண்டும் என்று முப்பதாயிரம் ரூபாயை எடுத்துக் கொண்டு திரும்பி விடுகிறார். மீதி பையிலிருந்த

2,70,000 ஆயிரம் ரூபாயை எடுத்து பெட்சீட்டில் சுற்றிய வீரப்பன், போலீசார் கொடுத்தனுப்பிய ரெக்ஸின் பையைப் பாறைச் சந்தில் தூக்கி வீசிவிட்டுக் கிளம்பினார்.

ட்ரான்ஸ் மீட்டாரைக் கண்காணித்துக் கொண்டிருந்த போலீசார் நான்கு நாள்களுக்குப் பிறகு செல்வராஜ் வீரப்பனைச் சந்தித்த இடத்திலேயே கிடந்த ரெக்ஸின் பையில் இருந்து ட்ரான்ஸ் மீட்டரை எடுத்துக் கொண்டு வந்து விட்டனர். அதன் பின்னரும், தன்னுடைய தம்பி அர்ஜுனன் மரணம் குறித்து நீதி விசாரணை வேண்டும். வீரப்பன் கூட்டாளிகள் என்ற பெயரில் தடா சட்டத்தின்கீழ் கைது செய்து மைசூர் சிறையில் அடைத்து வைக்கப்பட்டுள்ள 149 பேரையும் உடனே விடுதலை செய்யவேண்டும். அவர்கள் மீதான வழக்குகளை ரத்து செய்யவேண்டும். தன்னுடைய மனைவி முத்துலட்சுமி உள்ளிட்ட சிலர் தமிழ்நாடு அதிரடிப்படையினரால் கைது செய்யப்பட்டு பண்ணாரி முகாமில் வைக்கப்பட்டுள்ளனர். இன்னும் சில பெண்கள் மாதேஸ்வரன் மலையில் உள்ள கர்நாடக அதிரடிப்படை முகாமில் வைக்கப்பட்டுள்ளனர். இவர்களை எல்லாம் உடனடியாக விடுதலை செய்யவேண்டும்." என்பன உள்ளிட்ட பல கோரிக்கைகளை அரசின்முன் வைத்து பேச்சுவார்த்தை நடத்தவேண்டும் எனக் கோரிக்கை வைத்தார்.

ஆனால், இவற்றையெல்லாம் பொருட்படுத்தாமல் அதிரடிப் படைப் போலீசார் வேறு குறுக்கு வேலைகளில் இறங்கினர். வரட்டுப்பள்ளம் அணையின் வடக்குப் பக்கம் உள்ள காட்டில் கடத்தப்பட்ட மூன்று பேரையும் வீரப்பன் சிறை வைத்துள்ளார். அங்கிருந்து ஒவ்வொரு முறை பேச்சுவார்த்தைக்கும் கர்கேகண்டி செல்லும் சாலையைக் கடந்தே செலம்பூர் அம்மன் கோயில் காட்டுக்கு வீரப்பன் வந்து செல்கிறார். இதை வனத்துறையில் பணியாற்றிவரும் உளவுத்துறை காவலர்களான மாதப்பன், அழகேசன் போன்றவர்கள் கண்டுபிடித்தனர்.

*****

35

தமிழக அரசு கொடுத்த மூன்று லட்சம்

மூன்று லட்சம் ரூபாய் பணத்தைக் கொடுத்து அனுப்பிய அதிரடிப்படையினர், இன்னொரு பக்கம் வீரப்பன் இருக்கும் இடத்தைக் கண்காணிக்க முடிவெடுத்தனர். அதிரடிப்படை வீரர்கள் 110 முருகன், திண்டுக்கல் முருகேசன், நாமக்கல் சந்திரன், கார்டு அழகேசன், வீரப்பன் உள்ளிட்ட ஆறு வீரர்கள் சீருடையில்லாமல் காட்டுக்குள் புகுந்தனர். வீரப்பன் வருவார் என அனுமானிக்கப்பட்ட காட்டுப் பாதைகளின் இரு பக்கமும், ஆள்கள் பதுங்குவதற்கு ஏற்ற வகையில் செடிகள், புதர்களால் அமைக்கப்பட்ட ஒளிகூடுகளை அமைத்தனர். மாவட்ட ஆட்சியரின் தூதுவருடனான பேச்சுவார்த்தைக்கு வீரப்பன் வந்து விட்டுப்போகும்போதோ அல்லது வரும்போதோ அந்த இடங்களில் மறைந்திருந்து வீரப்பனைச் சுட்டுக் கொல்லத் தங்களைத் தயார்படுத்தினர்.

110 முருகன்

அதேநேரத்தில் இன்ஸ்பெக்டர் ஹுசைன் மலையின் உயரமான பகுதிகளில் போலீசார் பதுங்குவதற்கான இடங்களைத் தேர்வு செய்தார். வரட்டுப்பள்ளத்தில் உள்ள வழித்தடங்களில் வீரப்பன் வரும்போது ஸ்னைப்பர் ஷாட் துப்பாக்கியின் மூலம் தொலைவிலிருந்தே சுட்டுக்கொல்லவும் வியூகம் அமைத்தார். இதையறிந்த வீரப்பன், கடைநிலை ஊழியர்களான இந்த மூன்று பேருக்கும் அரசு கொடுத்துள்ள மூன்று லட்சம் ரூபாயே

பெரிய தொகை. இனிமேல் இவர்களை வைத்துக் கொண்டு பேச்சுவார்த்தை நடத்துவதில் பயனில்லை. தேவையில்லாமல் போலீசார் வைக்கும் கண்ணியில் வலியப்போய் சிக்கிக் கொள்ளக்கூடாது என்ற முடிவுக்கு வருகிறார்.

சுப்பிரமணியம், ராஜேந்திரன், உடையார் மூவரும் கடத்தப்பட்ட 18ஆவது நாள் மதியம் இரண்டு மணிக்கு மூவரையும் விடுதலை செய்ய வீரப்பன் முடிவு செய்கிறார். தன்னுடைய கூட்டத்திலிருந்தவர்களிடம் முகாமிலிருந்த பொருள்களை எல்லாம் பொதி கட்டச் சொல்கிறார். சமைத்த உணவுகளை சாப்பிட்ட பின்னர், மூட்டைகளை எடுத்துக்கொண்டு கிளம்புங்க. வரட்டுப்பள்ளம் காட்டின் மேற்கில் உள்ள ஓர் இடத்தை அடையாளம் சொல்லி அந்த இடத்திற்குப் போகுமாறு சொல்கிறார்.

வனத்துறை ஊழியர்கள் மூவரையும் அழைத்துக் கொண்டு வரட்டுப்பள்ளம் அணைக்குத் தண்ணீர் வரும் ஓடை வழியாக இரண்டு கிலோமீட்டர் தூரம் கூட்டிக்கொண்டு வந்தார். அந்த இடத்திலிருந்து "பள்ளத்தைத் தாண்டி கரட்டில் மேலே ஏறினால் தார் ரோடு வரும். அந்த ரோட்டிலேயே மூன்று பேரும் நேர் தெற்குப் பக்கம் கவனமாப் போங்க. மூனு கிலோ மீட்டர் போனால் செக்போஸ்ட் வரும். அங்கிருந்து உங்க ஆளுங்களோட சேர்ந்து வீட்டுக்குப் போய்ச் சேருங்க. நீங்க போட்டிருக்கும் காக்கி பேண்ட், சட்டையோடு காட்டுக்குள்ளே போகாதீங்க. வழியிலே போலீஸ்காரங்க ஒளிகூடு வச்சுக் காத்துக்கிட்டு இருக்காங்க. காக்கிச் சட்டையோடு நீங்க போவதைத் தூரத்தில் இருந்து பார்த்துட்டு, என்னுடைய ஆளுங்கன்னு நெனச்சு உங்களைச் சுட்டுக் கொன்றாலும் கொன்று போடுவாங்க..." என்று எச்சரிக்கையுடன் மூவரையும் விடுதலை செய்கிறார்.

தங்களின் விடுதலையை நம்ப முடியாத வனத்துறை ஊழியர்கள் மூன்று பேரும் மகிழ்ச்சியில் வீரப்பனின் காலில் விழுந்து எழுந்தனர். வீரப்பன் சொன்னபடியே பேண்ட், சட்டையைக் கழற்றி, சுருட்டி கக்கத்தில் வைத்தனர். குடும்பத்தை விட்டுப் பிரிந்த அவர்களின் உடலும், மனமும் சோர்ந்து போயிருந்தது. வேகமாக நடக்க முடியவில்லை. செருப்பு இல்லாத கால்கள், 18 நாள்களாகக் குளிக்காமலும்,

உடைகளை மாற்றாமலும் இருந்ததால் தலைமுடியெல்லாம் சிக்குப் பிடித்துப் போயிருந்தது. அளவுக்கு மேல் வளர்ந்த தாடி மீசை, தளர்ந்த நடையுடன் வனத்துறை சோதனைச் சாவடிக்குப் பக்கமாக வந்தனர், கக்கத்தில் வைத்திருந்த பேண்ட், சட்டையைப் போட்டுக் கொண்டனர்.

மூலக்கடைக்கு அடுத்துள்ள வனத்துறை சோதனைச் சாவடியில் இருந்து அடர்ந்த காடுகள் ஆரம்பிக்கின்றன. அந்த இடத்தில், தமிழ்நாடு, கர்நாடக அதிரடிப்படையின் உளவுப்பிரிவு போலீசார், தமிழ்நாடு வனத்துறை ஊழியர்கள், வருவாய்த்துறை அலுவலர்கள், செய்தியாளர்கள் எனப் பலரும் நின்று கொண்டிருந்தனர். சோதனைச்சாவடிக்கு சற்று வடக்கில் வனத்துறைக்குச் சொந்தமான நாற்றுப் பண்ணை உள்ளது. இதில் பிளாட் வாட்சராக பழனியப்பன் என்பவர் வேலை செய்து வந்தார். காட்டுக்குள் இருந்து நடந்து வந்த மூன்று பேரையும் அவர் பார்க்கிறார். ஓடிப்போய் அவர்களைக் கட்டிப் பிடித்துக்கொண்டு உற்சாகத்தில் சத்தம் போட்டார்.

இதன் மூலம் சோதனைச் சாவடியிலிருந்த எல்லா அதிகாரிகளுக்கும் வீரப்பனால் கடத்தப்பட்ட மூன்று பேரையும் வீரப்பன் விடுதலை செய்து விட்டார் என்ற செய்தி தெரிந்தது. ஒவ்வொரு துறை அதிகாரிகளும் தங்களின்

வரட்டுப்பள்ளம் சோதனைச் சாவடி

உயர் அதிகாரிகளுக்குச் செய்தியைச் சொல்ல தொலைபேசி இணைப்பு வசதிகள் உள்ள மூலக்கடைக்குத் தங்களுடைய இருசக்கர வண்டிகளில் பறந்தடித்துச் சென்றனர்.

கர்நாடக அதிரடிப்படை இன்ஸ்பெக்டர்கள் வெங்கிடுசாமி, முத்துராயா இருவரும் அங்கே இருந்தனர். மூன்று பேரை வீரப்பன் விடுதலை செய்த செய்தியைக் கர்நாடக அதிரடிப்படை கட்டளை அலுவலர் சங்கர் பிதிரிக்கு வாக்கியில் சொல்கின்றனர். தட்டக்கரை முகாமில் தங்கியிருந்த சங்கர் பிதிரி வீரப்பன் விடுதலை செய்த மூவரையும் அங்கிருந்து ஜீப்பில் ஏற்றி மலை மேலே கொண்டு வருமாறு உத்தரவிடுகிறார்.

வீரப்பன் விடுதலை செய்து அனுப்பிய மூன்று பேரையும் பிடித்து கர்நாடகாவுக்குக் கொண்டுபோவது. பிறகு, காட்டுக்குள் போய் வீரப்பனிடம் இருந்த மூவரையும் தாங்கள் மீட்டுக் கொண்டு வந்தது போன்ற தோற்றத்தை ஏற்படுத்த முடிவு செய்தனர். களைத்துப்போய்க் கிடந்த மூவரையும் பிடித்த இன்ஸ்பெக்டர் வெங்கிடுசாமி ஜீப்பில் ஏற்றினார். அந்த நேரம் ஈரோடு மாவட்டச் செய்தியாளர்கள் சிலர் ஒரு காரில் வந்தனர். வீரப்பன் விடுதலை செய்த மூன்று பேரையும் கர்நாடக போலீசார் பிடித்துக்கொண்டு போவதைப் படம் எடுத்தனர். அவர்களைப் பார்த்த வனத்துறை ஊழியர்கள் காப்பாற்றும்படி கதறினர். செய்தியாளர்கள் வந்த காரை குறுக்கே போட்டு ஜீப் மேலே போக வழி விடாமல் தடுத்தனர். இதைப் பார்த்த பிறகுதான் அங்கிருந்த வனத்துறை, வருவாய்த்துறை அதிகாரிகள் எல்லோரும் சேர்ந்து கர்நாடகா அதிரடிப்படை வண்டியைத் தடுத்து நிறுத்தினர்.

இதற்குள் கடத்தப்பட்ட வனத்துறை ஊழியர்களை வீரப்பன் விடுதலை செய்து விட்டார் என்ற செய்தி, ஈரோடு மாவட்ட வன அலுவலர் கண்ணன், மாவட்ட ஆட்சியர் பழனியப்பன், மாவட்ட காவல்துறைக் கண்காணிப்பாளர் ராமகிருஷ்ணன் உள்ளிட்ட முக்கிய அதிகாரிகளுக்குத் தெரிந்தது. "வீரப்பனால் விடுதலை செய்யப்பட்ட மூவரையும் உடனடியாக கோபிச்செட்டிபாளையம் கோட்டாட்சியர் முன்பாக ஆஜர் செய்யவும். அவருடைய விசாரணைக்குப் பின்னர்தான் மேற்கொண்டு என்ன செய்யலாம் என முடிவெடுக்கலாம். முதலில் கோபிக்கு அழைத்துச் செல்லுங்கள்." என்று ஆட்சியர்

பழனியப்பன் உத்தரவிட்டார்.

இந்தச் செய்தியைச் சங்கர் பிதிரிக்கு வயர்லஸ் மூலம் தெரிவித்தார் வெங்கிடுசாமி. "கோபி ஆர்.டி.ஓ. விடம் கர்நாடக அதிரடிப்படையினர்தான் மூன்று பேரையும் கொண்டுவந்து தன்னிடம் ஒப்படைத்ததாக அக்னாலெஜ்மென்ட் வாங்க வேண்டும். நீங்க முன்னாலே போ.... நான் பின்னாலேயே வருகிறேன்." என்றார் பிதிரி. இதையடுத்து, கர்நாடக காவல்துறை தங்களுடைய ஜீப்பிலேயே வீரப்பன் விடுதலை செய்த மூவரையும் கோபிச்செட்டிபாளையம் கோட்டாட்சியர் அலுவலகத்துக்குக் கொண்டு சென்றனர். அங்கே நடந்ததை விடுதலையான உடையாரே கூறுகிறார்.

"நாங்க போன கொஞ்ச நேரத்துக்குப் பிறகு சங்கர் பிதிரியும் அங்கே வந்தார். அவங்க அதிகாரிகள் எல்லோரும் ஏதோ பேசுனாங்க. பிறகு ஒரு லட்டர் எழுதி கலெக்டர் பழனியப்பன் ஐயாவிடம் குடுத்தாங்க. அவரு அதை வாங்கிப் படிச்சுப் பார்த்துட்டு கிழித்துப் போட்டுட்டு ஆர்.டி.ஓ.கிட்டே என்னமோ சொல்லீட்டு இன்னொரு அறைக்குள் போயிட்டார். பின்னாலேயே ஆர்.டி.ஓவும் எழுந்து உள்ளே போயிட்டார். தமிழ்நாடு போலீசார் எல்லோருமே என்ன செய்யறதுன்னு தெரியாம கையைப் பெசஞ்சுக்கிட்டு நின்னாங்க. தீடீர்னு கர்நாடகப் போலீசார் எங்க மூனுபேரையும் வெளியிலே கூட்டிக்கிட்டு வந்து தங்களுடைய வண்டியில் ஏறச் சொன்னாங்க. "எங்கே கூட்டிட்டுப் போறீங்க...?"ன்னு கேட்டோம். மாதேஸ்வரன் மலைக்குக் கொண்டு போறதாச் சொன்னாங்க. வீரப்பங்கிட்டே இருந்து தப்பித்ததுகூட எங்களுக்குப் பெருசாத் தெரியலை. இந்தக் கர்நாடக போலீசார்கிட்டே இருந்து எங்களாலே தப்பிக்க முடியலை." என்கிறார்.

விடுதலை செய்யப்பட்ட உடையார்

இதையடுத்து, கோபிச்செட்டிபாளையம் கோட்டாட்சியர் அலுவலக வாயிற்கதவை இழுத்து மூடிய வனத்துறை அதிகாரிகள், "உடல் நலம் குன்றியுள்ள எங்களுடைய சக ஊழியர்களை நாங்கள் கர்நாடகாவுக்குக் கொண்டு செல்ல அனுமதிக்க மாட்டோம்." என்று போராட்டம் நடத்தினர். அப்போது செலம்பூர் அம்மன் கோயில் பகுதி வனக்காப்பாளராக இருந்தவர். பின்னாளில் வனச்சரக அலுவலராகப் பணியாற்றி ஓய்வு பெற்றவர் ரேஞ்சர் ராமராஜன்:- "கோபி ஆர்.டி.ஓ. அலுவலகத்தில் கொண்டுபோய் மூனுபேரையும் காட்டியதும், கர்நாடக காவல்துறை அவர்களை ஜீப்பில் ஏத்தி மாதேஸ்வரன் மலைக்குக் கொண்டு போறோம். நீங்க அங்கே வாங்கன்னு எங்ககிட்டே சொன்னாங்க. எங்க ஆளுங்க மூனுபேரும் நிற்கக்கூட தெம்பில்லாமல் இருந்தாங்க. வீரப்பனா பார்த்து விடுதலை செய்த எங்க ஆளுங்களைக் கூட்டிக்கிட்டுப் போயி இவங்க ரிவார்டும், அவார்டும் வாங்கறதுக்கு முயற்சி பண்றாங்கன்னு தெரிஞ்சு போச்சு. அதனாலே, நான் எங்க டிபார்ட்மெண்ட் வாட்சர் துரை, பாரஸ்டர் ராஜமாணிக்கம், ரேஞ்சர் முருகேசன் சார் எல்லோரும் சேர்ந்து வண்டியை விடமாட்டோமுன்னு சொல்லித் தடுத்துட்டோம்.

கர்நாடக போலீஸ் டி.ஐ.ஜி. சங்கர் பிதிரியின் பிடியில் ராஜேந்திரன் உள்ளிட்ட மூவர்.

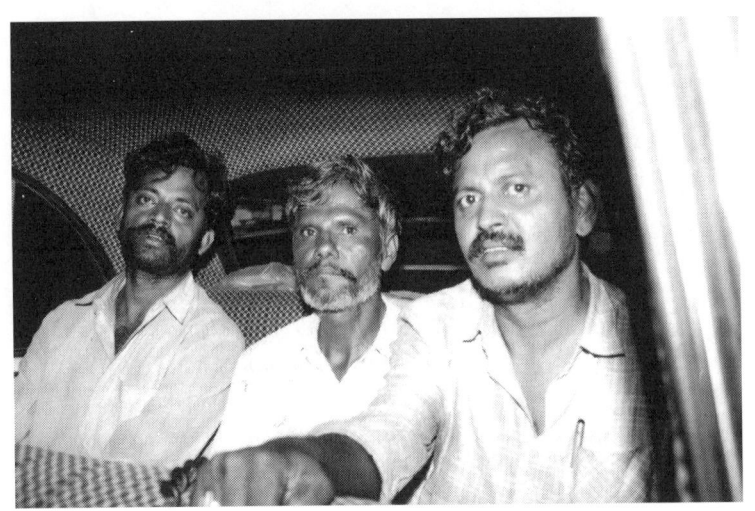

கர்நாடக காவல்துறையிடம் இருந்து மீட்கப்பட்ட உடையார்,
சுப்பிரமணியம், ராஜேந்திரன் (இடமிருந்து வலமாக)
(நன்றி: நேத்ரா ராஜூ, மைசூர்)

சங்கர் பிதிரிகூட இருந்த போலீசார் எங்களைத் தள்ளிவிட்டு அவங்க மூனு பேரையும் கொண்டுபோக முயற்சி செஞ்சுகிட்டே இருந்தாங்க. இதற்குள்ளாக பத்திரிக்கை நிருபர்கள் நிறைய பேர் அங்கே வந்துட்டாங்க. அவர்களை மீறி கர்நாடக போலீசாரால் வெளியேபோக முடியவில்லை. நான் ஏற்கனவே கோபிச்செட்டிபாளையம் கோட்டாட்சியர் அலுவலகத்தில் தற்காலிகப் பணியாளராக வேலை செய்தவன். அதனால், அங்குள்ள ஊழியர்கள் எல்லோரையும் எனக்குத் தெரியும். உடனே எனக்குத் தெரிந்த நண்பர்கள் மூலமா ஆர்.டி.ஓ.வைச் சந்தித்துப்பேசினேன். "எங்க ஆளுங்க மூனுபேரும் கீழே விழுந்தாக்கூட எழுந்திரிக்க முடியாத நிலையில் இருக்காங்க. இவங்க உடல் நிலையை பார்த்துட்டுத்தான் வீரப்பன் இவங்களை விடுதலை செஞ்சு செக்போஸ்ட்டுக்கு அனுப்பியுள்ளான். அங்கிருந்த கர்நாடகப் போலீஸ் இவங்களை ஜீப்பில் ஏத்திக்கிட்டு நாங்கதான் மீட்டுக்கிட்டு வந்தோமென்று பொய் சொல்லறாங்க சார். மூனு பேர் பொண்டாட்டி பிள்ளைகளும் அவர்களைப் பார்க்க வந்திருக்காங்க, அதனாலே அவர்களை முதலில் எங்க கூட ஆஸ்பத்திரிக்கு அனுப்பி வையுங்க சார்னு." கேட்டேன்.

ராமராஜன் வனச்சரக அலுவலர் (ஓய்வு)

உடனே "அவர்களைக் கூட்டிட்டு வாங்க நான் விசாரிக்கிறேன்"ன்னு சொன்னார். அவங்ககிட்டே "என்ன நடந்துன்னு..?" விசாரிச்சார். "யார் கூடப் போறீங்க...?"ன்னு கேட்டார். "வீட்டுக்குப் போறோம் சார்"ன்னு அவங்க சொன்னாங்க. அதுக்குப் பிறகுதான், கர்நாடக போலீசாருக்குத் தெரியாமல் மூன்று பேரையும் பின்பக்க வாசல் வழியா எங்ககூட அனுப்பி வச்சார்.

முதலில், கோபி ஜி.எச்.சில் அட்மிஷன் போட்டு ஒரு மணிநேரம் தங்கவைத்து எல்லோருக்கும் குளுக்கோஸ் ஏத்தினோம். அதுக்குப் பின்னாலே, அங்கிருந்து அந்தியூர் கூட்டிக்கிட்டு வந்து நடராஜ் டாக்டர் ஆஸ்பத்திரியில் சேர்த்தோம். வீரப்பன்கிட்டே இருந்து மீண்டு வந்தவர்களைக் கர்நாடக போலீசார்கிட்டே இருந்து காப்பாத்தறதுக்குள்ளே எங்களுக்குப் போதும் போதுமுன்னு ஆயிடுச்சு..." என்றார்.

******

திம்பம் என்பதின் பொருள்:- யானையின் தலையில் நெற்றிக்கு மேலே இருபக்கமும் புடைத்துள்ள பகுதியை திம்பம் என கன்னடத்தில் அழைக்கின்றனர். மலைகளில் இருபக்கமும், உயர்ந்து நடுவில் தாழ்ந்துள்ள நிலப்பகுதியை இப்பகுதி பழங்குடிகள் திம்பம் என்கின்றனர். மாதேஸ்வரன் மலையில் யானை திம்பம் என்ற இடம் உள்ளது.

36

சோளகர் தொட்டி

சோளகர் தொட்டி

மோகன் நவாஸ் *1987* இல் தமிழகக் காவல்துறையில் உதவி ஆய்வாளராக பணியில் சேர்கிறார். ஈரோடு, வெள்ளக்கோவில், சத்தியமங்கலம் போன்ற ஊர்களில் பணியாற்றியவர். கணவன், மனைவியை அடித்து விட்டான் என்று புகார் வந்தால், முதலில் கணவனுக்கு நாலு அடி கொடுப்பார். மனைவிக்கு ஏற்பட்ட வலியைக் கணவன் உணரவேண்டும், அதன் பின்னரே அடுத்து எப்படி வழக்குப் போடலாம் என்பதைப் பற்றி முடிவெடுப்பார். இன்றுவரை அதிலிருந்து மாறாமல் இருப்பவர்.

09.04.1992 அன்று பாலாறு குண்டுவெடிப்பில் அடிபட்ட எஸ்.பி. கோபாலகிருஷ்ணன் சிகிச்சைக்காக சேலம் கோகுலம் மருத்துவமனைக்குக் கொண்டு வரப்பட்டார், அன்றே மோகன் நவாஸும் சேலம் வருகிறார். மறுநாள் வால்டர் தேவாரம் தலைமையில் தமிழகக் காவல்துறை அதிகாரிகள்

கூட்டம் துவாரகா ஹோட்டலில் நடந்தது. அதில், சிறப்பு அதிரடிப்படை அமைக்க முடிவானது. அதில், முதல் ஆளாகச் சேர்கிறார் மோகன் நவாஸ்.

உடனடியாக, எஸ்.பி.கே.விஜயகுமார் தலைமையில் கொளத்தூர் அருகிலுள்ள தோணி மடுவு காட்டை நோக்கி ஒரு படை கிளம்பியது. இதில் மோகன் நவாஸும் பங்கேற்கிறார். பிறகு, ஈரோடு மாவட்டம், ஆசனூர் காவல் நிலைய உதவி ஆய்வாளர் என்ற பொறுப்புடன், வீரப்பனைப் பிடிக்க அமைக்கப்பட்ட சிறப்பு அதிரடிப்படைப் பணிகளையும் செய்கிறார். "வீரப்பனைப் பிடிக்காமல் திருமணம் செய்துகொள்ள மாட்டேன்" எனச் சபதமும் போட்டார்.

வீரப்பன் தாளவாடி காட்டிலிருந்தபோது வனத்துறை செயல்பாடுகள் முற்றிலுமாக முடங்கிக் கிடந்தன. அப்போது, காட்டுக்குள் சில வேட்டைக்காரர்கள் பகிரங்கமாக வேட்டையாடினர். கல்மண்டிபுரம் (சோளகர்) தொட்டி, அல்லபுரம் தொட்டி, பாலபடுகு போன்ற ஊர்களில் சில சோளக சமூக மக்கள் வேட்டைக்குச் சென்று கொண்டிருந்தனர். அவர்களைப் பிடித்துக் கொண்டுவரும் வனத்துறையினர், ஆசனூர் சப்-இன்ஸ்பெக்டர் மோகன் நவாஸிடம் விட்டு விட்டுப் போய்விடுவர். அவர்களிடம் காடுகளில் வீரப்பன் நடமாட்டம் பற்றி மோகன் நவாஸ் விசாரணை செய்வார். இந்த விசாரணையின் போது வீரப்பனைப் பார்த்தவன் பார்க்காதவன் என வேறுபாடு இல்லாமல் எல்லோரையும் கடுமையாக அடித்து உதைத்தார்.

பிடிபட்ட எல்லோரையும் பல நாள்கள் தன் பொறுப்பில் வைத்துக்கொள்வார். விறகு பொறுக்குதல், தண்ணீர் எடுத்து வருதல், வீரர்களின் உடைகளைத் துவைத்துப் போடுதல், முகாமைச் சுத்தம் செய்தல் என அவர்களிடம் வேலை வாங்குவார். அவர்களுக்குச் சாப்பாடும் போடுவார். அதில் சிலரைத் தனக்கு உளவாளிகளாகவும் மாற்றுவார். சிலரைத் தேடுதல் வேட்டைக்குப் போகும்போது காட்டுக்குள் வழிகாட்டியாகவும் கூட்டிக்கொண்டு போவார். இப்படி, எந்த நேரமும் பத்துக்கும் குறைவில்லாத மலைவாழ் மக்கள் ஆசனூர் காவல் நிலையத்திலிருந்தனர்.

சொல்லப்போனால், வெள்ளைக்காரர்களிடம் விற்கப்பட்ட ஆப்பிரிக்கப் பழங்குடி மக்களைப் போன்ற நிலையில் தாளவாடிப் பழங்குடிகள் இருந்தனர். இவர்கள் ஊருக்குப் போக அனுமதி கேட்கப் பயந்து கொண்டே பலர் கிடைத்ததைத் தின்று வாழ்ந்தனர். ஒரு வாரம் பத்துநாள்கள் என ஆசனூர் காவல் நிலையத்திலேயே இருக்கும் இந்த மக்களில் சிலர் நேரம் வரும்போது போலீசாரிடம் சொல்லாமல் கொள்ளாமல் அங்கிருந்து தப்பித்து ஓடிவிடுவர். இப்படித் தப்பித்து ஓடியவர்களைத் தேடிக்கொண்டு மோகன் நவாஸ் போவார். மீண்டும் மோகன் நவாஸிடம் சிக்கினால் மரண அடி கிடைக்கும்.

கல்மண்டிபுரம் தொட்டியைச் சேர்ந்த துப்பாக்கி சித்தன் நல்ல வேட்டைக்காரர். மான், எருமை, யானை என எல்லா விலங்குகளையும் வேட்டையாடுவார். காட்டில் துப்பாக்கியுடன் திரிந்த சித்தனைப் பிடித்த வனத்துறையினர் அவரைக் கொண்டுவந்து, ஆசனூர் காவல் நிலையத்தில் விட்டுள்ளனர். துப்பாக்கி சித்தனின் மனைவி பெயர் கும்பி. இவருக்குச் சொந்த ஊர் பாலபடுகு. இவருடைய அக்கா ஈரம்மா. இவருடைய கணவர் மாதையனும் வேட்டைக்காரர். அடுத்த சில நாள்களில், துப்பாக்கி சித்தனின் சகலை மாதையன் உள்ளிட்ட இன்னும் நான்கு பேரை வனத்துறையினர் பிடித்துக்கொண்டு வந்து மோகன் நவாஸிடம் கொடுத்துள்ளனர்.

எல்லோரையுமே முகாமில் அடைத்து வைத்த மோகன்நவாஸ் அவர்களை வெளியே விடாமல் சித்திரவதை செய்து வந்துள்ளார். ஒரு மாதத்துக்குப் பிறகு, மாதையன் ஆசனூர் காவல் நிலையத்தில் இருந்து தப்பியோடி விடுகிறார். அதன் பலனாக துப்பாக்கி சித்தனுக்கு அடியும், உதையும் கிடைத்தது. ஒரு வாரத்துக்குப் பிறகு அவரும் ஆசனூர் முகாமில்

மாதையன்

இருந்து தப்பி விடுகிறார். அங்கிருந்து சித்தனின் மனைவி ஊரான பாலபடுகுக்குப் போனவர் அங்குள்ள காட்டில் தங்குகிறார். மோகன் நவாஸின் அடிக்குப் பயந்த பாலபடுகு மக்களில் சிலர் மாதையனுடன் சேர்ந்து ஊரை ஒட்டியுள்ள காட்டுப் பகுதியில் தங்கியிருந்தனர். இவர்களுடன் துப்பாக்கி சித்தனும் சேர்ந்து கொள்கிறார்.

பாலபடுகு காட்டிலிருந்து எட்டு கிலோ மீட்டர் தொலைவில் உள்ளது கல்மண்டிபுரம் தொட்டி. பாலபடுகு காட்டில் நான்கு நாள்கள், கல்மண்டிபுரம் காட்டில்

துப்பாக்கி சித்தன் அன்றும், இன்றும். முதல் படம்:- 1997 இல் அரசு தூதராக சென்றபோது நான் எடுத்த படம். இரண்டாம் படம் 2018.

நான்கு நாள்கள் என சித்தன் குழுவினர் மறைந்து வாழ்ந்து கொண்டிருந்தனர். அடுத்தடுத்த நாள்களில் ஆசனூர் காவல் நிலையத்தில் இருந்து தப்பி வந்த கல்மண்டிபுரம் தொட்டியைச் சேர்ந்த பழங்குடிகள் சிலரும் துப்பாக்கி சித்தனுடன் சேர்ந்து கொண்டனர். ஆசனூர் போலீஸ் ஸ்டேஷனில் இருந்து தப்பியோடிய ஆண்கள், பெண்கள் என இருபது பேர் இப்படிக் காட்டில் வாழ்ந்துள்ளனர். இவர்களுக்குத் துப்பாக்கிச்

சித்தனே தலைவராகிறார். இவர்களுடன் பலருடைய மனைவி, குழந்தைகளும் காட்டிலேயே தங்கினர். தினமும், பன்றி, மான் போன்றவற்றை வேட்டையாடி, அதை உண்டு வாழ்ந்தனர்.

கல்மண்டிபுரம் தொட்டி வழியாக ஒருநாள் வீரப்பன் குழுவினர், சிக்கள்ளி காட்டுக்குச் சென்றனர். வீரப்பனைப் பார்த்த துப்பாக்கிச் சித்தன் குழு போலீசார் வந்து விட்டனர் என்ற பயத்தில் தலை தெறிக்க ஓடியது. ஆம்பளை, பொம்பளை எல்லாம் எதற்காக இப்படி ஓடுகின்றனர் என்பது தெரியாத வீரப்பன் குழுவினர் சிலரைத் துரத்திப் பிடித்தனர். இந்தக் கும்பலில் சித்தன், அவருடைய மனைவி கும்பி, கும்பியின் அக்கா ஈரம்மா, அவருடைய கணவன் மாதையனும் அடக்கம்.

காட்டுக்குள் சமைத்துச் சாப்பிட்டுக் கொண்டிருந்த அவர்களைப் பார்த்து, "நீங்க யாரப்பா...?" என்று வீரப்பன் கேட்கும் முன்பாகவே, "ஐயா சாமி எங்களுக்கு ஈரப்பனைத் தெரியாது. நாங்க ஈரப்பனை பார்த்ததே இல்லை" என்று கை எடுத்துக் கும்பிட்டுக் கண்ணீர் விட்டனர். அதற்குப் பிறகே, "நீங்கலெல்லாம் யார்...? எந்த ஊரைச் சேந்தவர்கள், உங்களுக்கு என்ன பிரச்சனை...?" என வீரப்பன் விசாரிக்கிறார். எல்லோரும் அவரவர் ஊர்ப் பெயரைச் சொல்கின்றனர். ஆசனூர் காவல் நிலையத்தில் வைத்து மோகன் நவாஸ் என்ன செய்கிறார், எப்படி விசாரிக்கிறார், என்ன கேள்வி கேட்கிறார் என்பதை எல்லாம் வீரப்பன் விசாரித்துத் தெரிந்து கொள்கிறார்.

பிறகு, பொறுமையாக "நீங்க உண்மையிலேயே வீரப்பனைப் பார்திருக்கீங்களா...?" என்று கேட்கிறார். "இல்லைங்க ஐயா..." என்று எல்லோரும் சொல்கின்றனர். "அப்ப நான் யார்...?" என்று கேள்வி கேட்டுள்ளார். நீங்க கர்நாடக போலீஸ் என்றும் மிலிட்டரி போலீஸ் என்றும் அந்த மக்கள் சொல்லியுள்ளனர். போலீஸ் எப்படியெல்லாம் இருப்பார்கள். அவர்களிடம் என்னென்ன பொருள்கள் இருக்கும், அவர்கள் எப்படி நடந்து கொள்வர். தனக்கும், போலீசுக்கும் உள்ள வித்தியாசங்களை எல்லாம் அவர்கள் வாய் வழியாகவே சொல்ல வைக்கிறார். கடைசியாக "போலீசார், ஷூ போட்டிருப்பாங்க. ஆனா, நீங்கள் ஷூ போடாமல் செருப்பு போட்டிருக்கீங்க... அதனால நீங்கதான் வீரப்பன்" என்று அந்த மக்கள் புரிந்து கொள்கின்றனர்.

“அய்யா சாமி... எங்களை நீங்கதான் காப்பாத்தணும்” என்று சொல்லிக் கொண்டே வீரப்பன் காலில் விழுந்த சித்தன் உள்ளிட்டவர்கள் “நாங்க ஊருக்குள் போகவும் வழியில்லை, காட்டிலயே இருந்து சாப்பிடவும் எங்களுக்கு வழியில்லை,” என்று சொல்கின்றனர். இதையடுத்து, அந்த மக்களைத் தன்னுடன் காட்டிலேயே தங்க வைத்துக் கொள்கிறார். அவர்கள் மூலமாக உணவுப் பொருள்களை வாங்குகிறார். மோகன் நவாஸின் நடவடிக்கைகளைக் கண்காணிக்கிறார். “உங்களை அடித்து உதைத்த மோகன் நவாஸை நாம் எல்லோரும் சேர்ந்து போட்டுத் தள்ளலாமா...?” என்றும் கேட்டுள்ளார். பின் விளைவுகளைப் பற்றித் தெரியாத பழங்குடிகள் “சரிங்க சாமி...” என்றனர்.

துப்பாக்கியைப் பிடித்துச் சுடத் தெரியாமல் இருந்த சித்தனுடன் இருந்தவர்களுக்கு வீரப்பன் பயிற்சியும் கொடுக்கிறார். கிட்டத்தட்ட ஒரு மாத காலம், ஆசனூருக்கு வடக்கில், காரப்பள்ளத்துக்கு மேற்கில் உள்ள ஆலுமலை மாதப்பன் கோயில் பக்கம் இருந்த ஒரு பெரிய மைதானத்தில் துப்பாக்கிச் சுடும் பயிற்சி நடந்தது. அங்கேயே ஒரு கிணறு வெட்டித் தண்ணீர் எடுத்துச் சமையல் செய்துள்ளனர். அப்போது, வீரப்பனுடன் ஆள்பலம் இருந்த அளவுக்குத் துப்பாக்கிகள் கைவசமில்லை. அதனால், துப்பாக்கியைத் தேடிக் கிளம்பினர்.

தலைமலை, நெய்தாலபுரம், கோடிபுரம் போன்ற ஊர்களை ஒட்டியுள்ள காட்டுப் பகுதிகளில் யார் யாரெல்லாம் துப்பாக்கி வைத்துள்ளனர்? அந்தத் துப்பாக்கிகளை எங்கே மறைத்து வைத்துள்ளனர் என்ற விவரங்களைப் பழங்குடி மக்கள் மூலமே வீரப்பன் திரட்டுகிறார்.

இரவு எட்டு மணிக்குப் பிறகு, நேராக அந்த வீட்டுக்குப் போகும் வீரப்பன் ஆள்கள் கர்நாடகப் போலீசார் பாணியில் விசாரித்துள்ளனர். “துப்பாக்கி வச்சுக்கிட்டு எல்லோரும், வீரப்பனுக்கு சப்போர்ட் பண்றீங்களா...? உங்களையெல்லாம் கொண்டுபோய் வீரப்பன் கேசில் உள்ளே தள்ளப் போறோம்” என்று மிரட்டியுள்ளனர்.

“எங்க மேலே கேசெல்லாம் போடாதீங்க சாமி...” என்று சொல்லும் அந்த மக்கள் அவர்களிடம் உள்ள துப்பாக்கிகளை

வீரப்பன் ஆள்களிடம் கொடுத்துள்ளனர். ஒரு வாரத்தில் வீரப்பனிடம் இருபது நாட்டுத் துப்பாக்கிகள் சேர்ந்தன.

இதையடுத்து, ஆசனூர் காவல் நிலையத்தில் இருக்கும் மோகன் நவாஸை அங்கு வைத்தே போட்டுத் தள்ள முடிவு செய்தனர். இரவு பத்து மணிக்கு ஆசனூர் காவல் நிலையத்தின் பின்பக்கம் இருந்த அதிரடிப்படை முகாமை நோக்கி வீரப்பனும், துப்பாக்கிச் சித்தன் குழுவினரும் கிளம்பினர். மோகன் நவாஸ் நான்கு நாய்களை வளர்த்து வந்துள்ளார். வழக்கமான நாய்களைக் காட்டிலும் தலை பெரிதாக இருந்த அந்த நாய்களுக்கு, டைகர், ராக்கி, விக்டர், ஜான் எனப் பெயர் வைத்து கூப்பிட்டுப் பழக்கியுள்ளார். காவல் நிலையத்துக்குப் பின்பக்கம் சுற்றித் திரிந்த இந்த நான்கு நாய்களும், புது ஆள்களை அந்தப் பக்கம் போகவிடாது. வழக்கமாகப் போய்வருவோர்கூட கீழே குனிந்து எதையாவது எடுத்தால் அவர்களைக் கடித்துக் குதறிவிடும்.

ஆசனூர் வனத்துறை அலுவலகம்

ஒரு முறை அந்தப் பக்கம் வந்த சிறுத்தையை இந்த நான்கு நாய்களும் சேர்ந்து கடித்துள்ளன. நாய்களிடம் இருந்து தப்பிக்கச் சிறுத்தை அடித்ததில், இரண்டு நாய்களுக்குப் பலமான காயமும் ஏற்பட்டது. சிறுத்தையிடம் அடி வாங்கிய

நாய்கள் இரண்டும் அதிரடிப்படை முகாமுக்குச் சென்று, தூங்கிக்கொண்டிருந்த வீரர்களைக் குரைத்துக் கூப்பிட்டுள்ளன. அப்போது அங்கிருந்த இன்ஸ்பெக்டர் கருப்புசாமி அந்த நாய்களின் உடலிலிருந்த காயங்களைப் பார்த்துவிட்டு, அவருடன் இருந்த மருத்துவக் குழுவைக் கொண்டு இரண்டு நாய்களுக்கும் தையல் போட்டுள்ளார். "அப்போது, எந்தவித எதிர்ப்பும் காட்டாமல் அந்த நாய்கள், தையல் போட எங்களுக்கு ஒத்துழைப்புக் கொடுத்தன..." என்றார் கருப்புசாமி.

காவல் நிலையத்தின் பின்பக்கமாக வந்த வீரப்பன் குழுவினரை இந்த நாய்கள் பக்கத்தில் வர விடாமல் துரத்தின. அதுவுமில்லாமல், பக்கத்திலேயே வனத்துறை ஊழியர்கள், காவலர்கள் குடியிருப்புகளும் இருந்தன. பெண்கள், குழந்தைகள் உள்ள இடத்தில் தாக்குதல் நடத்துவது சரியாக இருக்காது என வீரப்பன் குழுவினர் முடிவு செய்து அங்கிருந்து கிளம்பினர்.

ஆசனூர் காவல் நிலையம்

அடுத்த கட்ட விசாரணையில், நீளமான மகேந்திரா ட்ரக்ஸ் ஜீப்பில் மோகன் நவாஸ் பயணம் செய்கிறார். வழக்கமாகச் சாயங்காலம் ஐந்து மணிக்கு ஆசனூரில் இருந்து கிளம்பி, திம்பம், அரேப்பாளையம், கேர்மாளம் போன்ற

இடங்களுக்குப் போவார். அங்குள்ள உளவாளிகளைச் சந்தித்து விட்டு இரவு எட்டு மணிக்குத்தான் ஆசனூர் வருவார் என்பது தெரிகிறது. இதையடுத்து, மோகன் நவாஸ் போகும் வழியிலேயே அவரை அடிக்க வீரப்பன் திட்டம் போடுகிறார். அரேப்பாளையத்தில் இருந்து இரண்டு கிலோ மீட்டர் தொலைவில் உப்பு மலையின் கீழே ஓர் இடத்தைத் தேர்வு செய்கிறார். இந்த உப்புமலையில் இருந்து பார்த்தால் ஆசனூர் காவல் நிலையம் நன்றாகத் தெரியும். அங்கிருந்து ஜீப் புறப்படுவதையும் பார்க்க முடியும்.

சத்தியமங்கலத்தில் இருந்து கொள்ளேகால் செல்லும் இந்தப் பாதை பயலூர் மலையின் இடது பக்கத்தில் அமைந்துள்ளது. மலையை வெட்டி எடுத்து, பாதை அமைத்துள்ளதால் நாம் போகும்போது இடது பக்கம் வெட்ட வெளியாகவும், கீழே இறங்கினால் முந்நூறு அடி ஆழம் வரை சரிவாகச் செல்லும். வலது பக்கத்தில் பத்து முதல் முப்பது அடி உயரம் வரை பாறைத் திட்டுகளுடன் மலை உயர்ந்திருக்கும். ஒரு மாதத்துக்கு முன்பாகவே வீரப்பன் அந்த இடத்துக்கு வந்து முகாம் அமைக்கிறார். யாருக்கும் சந்தேகம் வராத வகையில், சாலையின் இடது பக்கம் இருந்த ஒரு பாறையை ஒட்டி ஒரு கல் திட்டை உருவாக்கினார்.

இதன் மறைப்பில் வீரப்பனே உட்கார்ந்து எதிரில் வரும் வண்டியை அடிக்கத் திட்டமிட்டார். ஜீப் நின்ற பிறகு, வலது பக்கம் மேலே உள்ள பாறை மறைப்பிலிருந்து கோவிந்தன் சுடுவதற்கு ஏற்ற இடத்தையும், இன்னொரு பக்கம் பேபி வீரப்பன், மாதேஷ், ரங்கசாமி உள்ளிட்டோர் ஜீப்பில் இருப்பவர்களைத் தலைக்கு மேலே இருந்து அடிக்க ஏதுவான இடத்தையும் தேர்வு செய்தனர். "ஜீப் சரியான இடத்துக்கு வந்ததும், நான் முதலில் அடிப்பேன். அதற்குப் பிறகே, மற்றவர்கள் சுடவேண்டும்" என்று வீரப்பன் சொல்லியிருந்தார்.

வீரப்பன் ஜீப் ஓட்டிக்கொண்டு வரும் டிரைவரை முதலில் அடிப்பார், அந்த இடத்திலிருந்து நூறு அடி தொலைவுக்குள் வண்டி நின்று விடும். அதற்குப் பிறகு, வண்டிக்குள் உள்ளவர்களை எதிரில் இருந்து நானே அடிக்கிறேன். வண்டியின் இடதுபக்கம் யாராவது இறங்கினாலும், நான் பார்த்துக் கொள்கிறேன். வலது பக்கம் இறங்கும் ஆள்களை

அடிக்க கோவிந்தன், பேபி வீரப்பன், ரங்கசாமி, மாதேஷ் போன்றவர்கள் பார்த்துக் கொள்வார்கள். நின்ற ஜீப்பிலிருந்து பின்பக்கமாக இறங்கித் தப்பிப் போனால், அவர்களை அடிக்க வசதியாகத் துப்பாக்கிச் சித்தன், அவரது சகலை மாதையன் உள்ளிட்ட ஆறு பேரைச் சாலை ஓரம் இருந்த பாறைக் குழிகளில் உட்கார வைத்திருந்தார்.

சிறு வயதிருந்தே பழங்குடி மக்களுடன் வீரப்பன் பழகியிருந்தாலும், அவர்களின் இயல்பான குணம் என்ன என்பதை இந்த இடத்தில் கவனிக்கத் தவறினார்.

*****

செங்கப்பாடி சுற்றுப்பகுதில் ஒரு கைப் பாழி, ரெண்டுகைப் பாழி எனப் பல பாழிகள் உள்ளன. இவற்றிலுள்ள தண்ணீரைக் கையில் அள்ளிக் குடிக்க முடியாது. கை உள்ளே போக முடியாத அளவுக்குச் சிறிதாக இருக்கும், சில பாழிகள் கைக்கு எட்டாத அளவுக்கு மிக ஆழமாகவும் இருக்கும். இதுபோன்ற பாழிகளுக்குப் பக்கத்திலேயே கும்லாங்குச்சி என்ற ஒருவகை நீண்ட குச்சிகளைக் கொண்ட மரமும் வளர்ந்திருக்கும். இதன் குச்சிகள் ஐந்து, ஆறு அடி நீளம் நேராக இருக்கும். இந்தக் குச்சியை வெட்டி அதன் மூலம் தண்ணீர் குடிக்க முடியும். கும்லாங்குச்சியின் உள்ளே பப்பாளித்தண்டில் உள்ளது போல பல சிறிய துவாரங்கள் இருக்கும். இந்தத் துவாரங்கள் வழியாக பாழிக்குள் இருக்கும் தண்ணீரை உறிஞ்சிக் குடிக்க முடியும். கும்லாங்குச்சி நனைந்து போனாலும்கூட எளிதில் தீப்பிடித்து எரியும் தன்மை கொண்டது.

37

மோகன் நவாஸ் மீது தாக்குதல்

இன்ஸ்பெக்டர் மோகன் நவாஸ்

மோகன் நவாஸ் வரும் ஜீப் ஆசனூர் காவல் நிலையத்தில் இருந்து கிளம்பியதும், உப்புமலை மேல் இருக்கும் ஆள் கீழே வந்து வீரப்பனுக்குத் தகவல் சொல்லுவார். உடனே அங்கிருந்து ஓர் ஆள் அரேப்பாளையம் போகும் வழியில் நடந்து போய் சாலையில் வரும் வண்டிகளைக் கண்காணிப்பார். வீரப்பன் தாக்குதல் நடத்தத் திட்டமிட்டுள்ள இடத்தில் இருந்து ஒரு கிலோ மீட்டர் தொலைவில் இருக்கும் அந்த ஆள் போலீஸ் ஜீப் அந்த இடத்தைக் கடந்ததும் தன் கையிலுள்ள மருந்து குறைவாக லோடு செய்யப்பட்ட துப்பாக்கியால் வானத்தை நோக்கிச் சுட்டு சிக்னல் கொடுப்பார். இதையடுத்து வீரப்பன் ஆள்கள் தாக்குதலுக்குத் தயாராக வேண்டியது எனத் திட்டம் போட்டிருந்தனர்.

சராசரி மக்களுக்கு உள்ளதைப்போல நினைவாற்றலும், சிந்திக்கும் திறனும் இந்தப் பழங்குடி மக்களுக்கு இருக்காது. ஒரு சில நேரங்களில் சொல்லிக் கொடுக்கும் வேலைகளை ஒழுங்காகச் செய்வார்கள். நான்கைந்து வேலையை ஒரே நேரத்தில் சொன்னால் எல்லாத்தையும் சேர்த்து சொதப்பி விடுவர். நாம் சொல்வதை எல்லாம் வரிசையாக மனதில் வைத்து அதன்படி நடக்கத் தெரியாது. எந்த வேலையையுமே அவர்கள் விருப்பம் போலத்தான் செய்வர். இது தவிர இம்மக்கள் பெரும்பாலான நேரம் கஞ்சா புகைப்பது வழக்கம். 'தம்' இழுத்துக் கொண்டிருக்கும்போது, இருக்கும் துணிச்சல் புகையை ஊதி விட்ட பின்னர் இருக்காது.

பள்ளத்தில் பதுங்கிக் கொண்டிருந்த பழங்குடிகளுக்கு வீரப்பன் சொல்லிக் கொடுத்ததெல்லாம் மறந்து போனது. மோகன் நவாஸ் வரும் ஜீப் வீரப்பன் துப்பாக்கிக் குண்டுத் தாக்குதலுக்கு ஏற்ற இடத்துக்கு வருவதற்கு முன்பாகவே சித்தனின் சகலை மாதையன் கையிலிருந்த நாட்டுத் துப்பாக்கியின் விசையை இழுத்து விடுகிறார். துப்பாக்கியிலிருந்து வந்த சத்தத்தையும், புகையும் பார்த்த ஜீப் ஓட்டுநர் இளங்கோவன், சட்டென வண்டியை நிறுத்தி ரிவர்சில் எடுத்துக்கொண்டு போய் கோவிந்தன் உள்ளிட்டோர் பதுங்கியிருந்த பாறை அட்டுக்குக் கீழே நிறுத்தி விடுகிறார்.

வீரப்பன் இருந்த இடத்துக்கு நானூறு அடித் தொலைவுக்கு முன்பாகவே ஜீப் நின்று விட்டது. வீரப்பன் பார்வைக்கு ஜீப்பின் எஞ்சின் மட்டுமே தெரிகிறது. உடனடியாக வண்டி நின்ற இடத்துக்கு வந்த கோவிந்தன், ஜீப்பின் மேலே இருந்து சுட்டுள்ளார். கல்திட்டு மறைப்பை விட்டு வெளியே வந்தால், போலீசாரின் துப்பாக்கித் தாக்குதலுக்கு வீரப்பன் பலியாக வேண்டிய நிலை வந்தது. அதனால், வீரப்பனால் அவர் இருந்த இடத்தை விட்டு வெளியே வர வாய்ப்பில்லாமல் போனது. உடனடியாக அவர் கீழே இருந்த பள்ளத்தில் இறங்கி ஜீப் நின்ற இடத்துக்குப் பக்கமாக வர முயற்சி செய்கிறார். ஜீப்புக்குள் இருந்து போலீசார் நான்கு பக்கமும் எதிர்த் தாக்குதல் தொடங்கினர். இதையடுத்து, மாதையன், துப்பாக்கிச் சித்தன், அவருடன் இருந்த பழங்குடிகள் எல்லோரும் கீழே பள்ளத்தை நோக்கி ஓடி விட்டனர். இந்தத் தாக்குதலில் வீரப்பன் தரப்பினர் சுட்டதில், தலைமைக் காவலர் செல்வராஜ் உயிரிழக்கிறார்.

இந்தச் சம்பவத்தின்போது உதவி ஆய்வாளராக இருந்து தற்போது கூடுதல் கண்காணிப்பாளராக இருக்கும் லயோலா இக்நேஷியஸிடம் பேசினேன். "ஆசனூர் காவல் நிலைய எல்லை பெரியது. 1994-96 காலகட்டத்தில் வீரப்பன் நடமாட்டம் இந்தப் பகுதியில் அதிகமாக இருந்துச்சு. முக்கியத்துவம் வாய்ந்த அந்தப் பகுதிக்கு நானும், மோகன் நவாஸ் என இரண்டு பேருமே பொறுப்பாளர்களாக இருந்தோம். அன்னைக்கு மதியம் சத்தியமங்கலத்திலிருந்து எஸ்.பி.தமிழ்ச்செல்வன் சார் கேர்மாளம் போறதுக்காக வந்து கொண்டு இருக்கார்ன்னு மெசேஜ் வந்திடுச்சு. அவரை ரிசீவ் பண்ணுவதற்காக நானும்,

லயோலா இக்நேஷியஸ்

நவாஷும் திம்பத்தில் காத்திருந் தோம்.

அப்போ, பண்ணாரியில் இருந்து மலை மேலே வரும் வழியில் 14ஆவது ஹேர்பின் பெண்டில் ஒரு லாரி கவிழ்ந்துடுச்சு. அதுக்கு மேலே எந்த வண்டியும் வர வழியில்லாமல் போய்விட்டது. எங்களை வாக்கியில் தொடர்பு கொண்ட தமிழ்ச்செல்வன் சார் இந்தத் தகவலைச் சொன்னார். உடனே நானும், நவாஸும் 28 ஆவது பெண்டில் இருந்து கீழே 14ஆவது பெண்டுக்குப் போனோம். எஸ்.பி சார் மேலே வந்த ஜிப்ஸி வண்டியின் டிரைவரை அப்படியே கீழே போகச் சொல்லிவிட்டார். கொஞ்சம் தூரம் நடந்து வந்து நாங்க கொண்டு போயிருந்த ட்ராக்ஸ் ஜீப்பில் ஏறினார். எஸ்.பி. சாரைப் பிக்கப் செய்து கொண்டு மேலே வரும்போது, "வீரப்பன் டீம் கேர்மாளம் பக்கம் தங்கியிருக்கிறதா ஒரு இன்பெர்மேஷன் வந்திருக்கு, அங்கே போய்விட்டு வரலாம் வாங்கன்னு..." சொன்னார்.

முன்னாலே இருந்த சீட்டில் எஸ்.பி. சார் உட்கார்ந்திருந்தார். அவருக்கு நேர் பின்பக்கம் நான், எனக்கு பக்கத்தில் கான்ஸ்டபிள் செல்வராஜ், எனக்கு எதிரில் மோகன் நவாஸ், அவருக்குப் பக்கத்தில் ரகுபதி என்கிற இன்னொரு கான்ஸ்டபிள். மொத்தமே அந்த வண்டியில் ஆறு பேர் மட்டுமே போனோம். வீரப்பன் ஆப்ரேஷனில் மோகன் நவாஸ் ரொம்பவும் தீவிரமா இருந்தான். வீரப்பன் சப்போர்டர்ஸ்கிட்டே எல்லாம் கடுமையா நடந்துக்குவான். அதனால நவாஸ் மேல வீரப்பனுக்கு வெறி அதிகமா இருந்தது. இது அங்கிருந்த எல்லோருக்கும் தெரியும். ரெகுலரா அந்த வழியா இந்த ட்ராக்ஸ் வண்டியில் நவாஸ் போயிட்டு இருக்கான். அந்த வண்டியில் எந்த சீட்டில் உட்கார்ந்து கொண்டு போவான் என்ற எல்லா இன்பெர்மேஷனையும் வீரப்பன் கலெக்ட் பண்ணி வச்சிருக்கான்.

கேர்மாளம் போகும் வழியில் அரேப்பாளையம் கடந்ததும்

இரண்டு கிலோ மீட்டரில் ஒரு பெரிய பெண்டு வரும். அதுக்கு மேல ஒரு பெரிய பாறை இருக்கும். அந்த இடத்தில் எங்க வண்டி ரோட்டின் லெப்ட் சைடில் போய்க்கிட்டிருந்தது. எங்களுக்கு எதிர்ப் பக்கம் இருந்து பயரிங் ஆரம்பிச்சுது. இதைப் பார்த்ததும் டிரைவர் இளங்கோ, அப்படியே ரைட் சைடில் இருந்த மலை ஓரமா வண்டியை நிறுத்தி, ரிவர்சில் எடுத்து ஒரு சேப்டியான இடத்தில் நிறுத்திட்டான். பின்பக்கம் இருந்தும் பயரிங் ஆரம்பிச்சிருச்சு. வீரப்பன் தூரத்தில் இருந்து மோகன் நவாஸ் வழக்கமா உட்காரும் சீட்டைப் பார்த்து பயர் பண்ணினான். இதில், எஸ்.பி. தமிழ்ச்செல்வன் சாருக்கு இடது கையில் பலமான அடி. இரண்டு விரல் துண்டாயிட்டுது. நிற்கமுடியாமல் அவர் கீழே படுத்துட்டார். 303 ரைபிள் தோட்டா ஒன்னு ஜீப்பின் மேல் பாடியிலிருந்த மெட்டல் பிளேட்டில் பட்டு, அதைத் துளைத்துக்கொண்டு வேகம் குறைந்த நிலையில் உள்ளே வந்து என் நடுத்தலையில் இறங்கிட்டுது.

எனக்குப் பக்கத்தில் உட்கார்ந்திருந்த செல்வராஜுக்கு நாட்டுத் துப்பாக்கியிலிருந்து வந்த சிறு சிறு அலுமினியக் குண்டுகள் முகம், கழுத்து, நெஞ்சு என உடம்பெல்லாம் ஏறி உள்ளே போயிட்டுது. அடுத்து, நவாஸின் மூக்கு மேலே ஒரு குண்டு ஏறிட்டது. எங்களாலே ஜீப்பிலிருந்த நிலையில் எங்க கையிலிருந்த ஏ.கே.47 துப்பாக்கியை எடுத்துச் சுடுவதற்கு ஏற்ற பொசிஷன் கிடைக்கவில்லை. முதலில் எஸ்.பி. சார் கீழே இறங்கி ஜீப்புக்கு அடியில் படுத்து ஆப்போசிட் சைடை நோக்கி கவுண்டர் பயர் பண்ணினார்.

அதுக்குப் பிறகுதான், எங்களை நோக்கி வந்த பயரிங் போர்ஸ் குறைவாச்சு. உடனே, நவாஸும் கீழே இறங்கினார். மூக்கில் குண்டடிபட்ட தடுமாற்றத்தில், வண்டியின் இடது பக்கம் இருந்த பெரிய பள்ளத்தில் இறங்கி விட்டான். சில நிமிடங்களுக்குப் பிறகு நவாஸ் அங்கிருந்து ஆப்போசிட் பொசிஷனின் இருக்கும் ஆள்களை நோக்கி கவுண்டர் பயரிங் கொடுக்க ஆரம்பிச்சான். அதன் பிறகே, என்னாலே கீழே இறங்க முடிஞ்சுது. அப்பவே எனக்கு முன்னாலே இருந்த எல்லாமே சுத்திக்கிட்டு வருவது மாதிரித் தெரிஞ்சுது. அங்கே என்ன நடக்குதுன்னு தெரியுது. ஆனா, என்னுடைய மூளை

தமிழ்ச்செல்வன் ஐ.பி.எஸ்.

சொல்லும் வேலையை உடல் உறுப்புகள் செய்ய மறுத்து விட்டன.

என்னையும் அறியாமலே வண்டிக்கு வலது பக்கம் கீழே விழுந்துட்டேன். ஏ.கே.47 ரைபிள் கையில் இருந்தாலும், பயர் பண்ண முடியல. இதைப் பார்த்த எஸ்.பி.சார் அவருடைய காலில் உந்தி, உந்தி என்னை ஜீப்புக்கு அடியில் தள்ளிவிட்டார். திரும்பிப் பார்த்து "என்னா ஆச்சுன்னு...?" கேட்கிறார். அது எனக்குத் தெரியுது. ஆனா, என்னாலே பதில் சொல்ல முடியவில்லை. இந்த நேரத்தில், ரகுபதியும், டிரைவர் இளங்கோவும் ஆளுக்கு ஒரு பொசிஷனில் படுத்துக் கொண்டு கவுன்டர் பயரிங் குடுக்க ஆரம்பிச்சுட்டாங்க. எஸ்.பி.சாரும் ஒரு கையிலேயே துப்பாக்கியை பயரிங் பொசிஷனில்தான் வச்சிருந்தார். ஆனா, இன்னொரு கையில் தூக்கிச் சுட முடியாது. அவருடைய கையில் ஏராளமான நாட்டுத்துப்பாக்கி குண்டுகள் உள்ளே போனதால் முழங்கைக்குக் கீழே எல்லா இடத்திலும் காயம் ஆகியிருந்தது. இந்தத் தாக்குதல் எல்லாமே மூன்று முதல் நான்கு நிமிடத்தில் முடிந்து விட்டது.

ரத்தம் அதிகமா வெளியேறியதால் நாங்க எல்லோருமே மயக்க நிலைக்குப் போயிருந்தோம், இதைத் தெரிஞ்சுக்கிட்ட கான்ஸ்டபிள் ரகுபதி டைமிங் குடுத்து ஆப்போசிட் பார்ட்டி மீது விட்டு விட்டுச் சுட்டுக்கிட்டே இருந்தான். அப்பவே எனக்கு மயக்கம் வந்துட்டுது" என்றார். *(ஆசனூர் காவல் நிலைய குற்ற எண்:-3/1996, நாள்-17.02.1996).*

கர்நாடக அதிரடிப்படை வீரர்கள் விடுமுறையில் ஊருக்குப் போகவேண்டும் என்றாலும், விடுமுறை முடிந்து டியூட்டிக்கு

மோகன் நவாஸ் மீது தாக்குதல் நடந்த இடம்

வரவேண்டும் என்றாலும் ஒவ்வொரு சனிக்கிழமையும் ஒரு வேன் கிளம்பும். மாதேஸ்வரன் மலையிலிருந்து கிளம்பும் இந்த வேன் அங்கிருந்து, கவுதள்ளி, நால்ரோடு, இராமாபுரம், அனூர் என ஒவ்வொரு முகாமிலும் இருந்து ஊருக்குப் போகும் வீரர்களை ஏற்றிக் கொண்டும், விடுமுறை முடிந்து வேலைக்குத் திரும்பும் வீரர்களை இறக்கி விட்டுக்கொண்டும் வரும்.

உப்புமலை பள்ளத்தில் வீரப்பன் தமிழகப் போலீசார்மீது தாக்குதல் நடத்திக் கொண்டிருந்த நேரத்தில், விடுமுறை முடிந்து டியூட்டிக்குத் திரும்பிய உதவி ஆய்வாளர்கள் ஜெயமாருதி, எம்.பி.விஜயகுமார் உள்ளிட்ட வீரர்களை திம்மம் முகாமில் இறக்கி விடுவதற்காக ஒரு போலீஸ் வேன் வந்து கொண்டிருந்தது. வழியில் தமிழ்நாடு போலீசார் அடிபட்டுக் கிடப்பதைப் பார்த்த கர்நாடக போலீசார் வண்டியை நிறுத்தி, அவர்களைத் தங்களின் வண்டியில் ஏற்றிக்கொண்டு திம்பம் முகாமுக்கு வருகின்றனர்.

இதைப்பற்றி அப்போது தமிழ்நாடு அதிரடிப்படையில் டி.எஸ்.பி. ஆக இருந்த சென்னமல்லன் சொல்வதைக் கேட்போம். "இந்தச் சம்பவம் நடப்பதற்கு முன்பு மூன்று மாசமாகவே வீரப்பன் தமிழ்நாடு, கர்நாடக எல்லையில் எங்கேயுமே நடமாட்டம் இல்லாமல் இருந்தது. என்னுடைய

டீம் பசங்களை வெச்சு எல்லாப் பக்கமும் தேடிப் பார்த்துட்டேன். ஒகேனக்கல்லில் இருந்து கேரளா பார்டர் வரைக்கும் எங்கேயுமே வீரப்பன் நடமாட்டம் இல்லை.

நான் ஆசனூர் பக்கம் மட்டும் போகவில்லை. அந்தப் பக்கம் விசாரிக்கலான்னு என்னுடைய பசங்க நான்கு பேரையும், அப்போ எஸ்.ஐ.யாக இருந்த பிராப்பர் பழனிசாமி, ராஜப்பா, தமிழ்நாடு ஸ்பெஷல் போலீஸ் டீம் பசங்க முப்பது பேரையும் கூட்டிக் கொண்டு போனேன். தலமலை, தாளவாடி பக்கமெல்லாம் கொஞ்சம் தூரம் சுற்றிவிட்டு டீசல் அடிக்க ஆசனூர் பெட்ரோல் பங்குக்குப் போனேன். அந்த பங்குக்கு வெளியே ஒரு கயிற்றுக் கட்டில் கிடந்தது. அதில், காலை கட்டிலுக்கு வெளியே தொங்கப் போட்டபடி ஒருத்தர் படுத்திருந்தார். கட்டில் பிடிக்காத அளவுக்கு நீளமான உருவம்.

வண்டியை விட்டு இறங்கிய நான் யூரின் போவதற்காக டாய்லெட்டுக்குப் போனேன். நான் நடந்து போகும் சத்தம் கேட்டு படுத்திருந்த அந்த ஊருவம் எழுந்தது. நல்ல உயரமாக இருந்த அந்த நபர் எனக்குத் தெரிந்தவர். அது, ஈரோடு கைலாச கவுண்டரின் மகன் சின்னதம்பி, அவருடைய பெயர்தான் சின்னதம்பி ஆனால், ஆள் பெரியதம்பியாக இருப்பார். நான் வீரப்பன் சத்திரம் எஸ்.ஐ.யாக இருந்தபோது கைலாச கவுண்டர் குடும்பத்துக்கு நல்ல பழக்கம். சின்னதம்பியும் எனக்கு அறிமுகமானவர். அவர்தான் அந்த பெட்ரோல் பங்கை நடத்திகிட்டு இருந்தார். அவருடன் அந்தப் பகுதியைச் சேர்ந்த ஒரு பாய் பையனும் கூட்டாளியாக இருந்தார்.

“எங்கே சார் இவ்வளவு தூரம்...?”ன்னு சின்னதம்பி கேட்டார், “வீரப்பனைப் பற்றி ஒரு தகவலும் இல்லை. அதுதான் ஒரு விசிட் இந்தப் பக்கம் பார்த்துட்டுப் போகலான்னு வந்தேன்”னு சொன்னேன்.

“போங்க சார், வீரப்பன் இப்போ ரெண்டு மாசமா இந்தப் பக்கம்தான் இருக்கான். எங்க பார்ட்னர் ஒருத்தருடைய சொந்தக்கார பாய்தான் ரேஷன் பொருளெல்லாம் சப்ளை செஞ்சுட்டு இருக்கான்”னு சொன்னார். “உடனே உங்க பார்ட்னரைக் கூப்பிடுங்க...”ன்னு சொன்னேன்.

நேரம் சாயங்காலம் ஆயிட்டுது, அதுக்குள்ளே என்கூட

DSP சென்னமல்லன்

வந்திருந்த 30 பசங்களைத் தங்க வைக்க ஒரு இடம் வேணுன்னு சின்ன தம்பிகிட்டே கேட்டேன்.

"என்னுடைய பார்ட்னர் தோட்டம் அரேப்பாளையம் பக்கம் இருக்குது. அங்கே வீடும் இருக்கு அதிலே போய் தங்கச் சொல்லுங்க சார்..."ன்னு சொன்னார். அங்கேபோன பசங்ககிட்டே, "டேய் தம்பிகளா விறகு பொறுக்கவெல்லாம் காட்டுக்குள்ளே போகாதீங்க. வீரப்பன் கேங் இந்தப்பக்கம் இருக்குன்னு தகவல் வந்திருக்கு. நான் மெசேஜ் கலெக்ட் செய்யப்போறேன். நீங்க காட்டு ஓரமாகவே விறகு எடுங்க. உள்ளே போகாதீங்கன்னு சொல்லிட்டு வந்து ஆசனூர் ஸ்டேஷனுக்குப் போனேன்.

எங்க ஆளுங்க போயி அந்தத் தோட்டத்தை ஒட்டியிருந்த காட்டுக்குள்ளே விறகு எடுத்திருக்காங்க. அந்த வழியா கொள்ளேகாலில் இருந்து ரிப்போர்ட்டர் பிரபாகர் வந்திருக்கார். அவர் எங்க ஆளுங்க விறகு எடுத்திட்டு இருந்ததைப் பார்த்திருக்கார். அவங்ககிட்டே விசாரித்ததில், நான் ஆசனூரில் இருக்கிறதா சொல்லியிருக்காங்க. என்னை வந்து பார்த்த பிரபாகர், "என்ன சார் உங்க ஆளுங்க வீரப்பங்கிட்டே போயி விறகு வாங்கிக்கிட்டு இருக்காங்க..."ன்னு சொன்னார். அப்போ அதை நான் பெரிசா எடுத்துக்காமே விட்டுட்டேன். அப்பப்போ எங்ககிட்டே பிரபாகர் தமாஷ் பண்ணுவார். அப்படித்தான் சொல்லறார்ன்னு நெனச்சிட்டேன்.

அப்புறமா சின்னதம்பியோட பார்ட்னர்கிட்டே பேசினேன். தாளவாடியில் இருக்கும் குள்ளபாஷாகிட்டே வீரப்பன் தொடர்பில் இருக்கான்னு தெருஞ்சுது. உடனே, மோகன் நாவாஸைக் கூப்பிட்டு "குள்ள பாஷாவைத் தூக்கிட்டு வா..."ன்னு சொன்னேன். ஆறுமணிக்கெல்லாம் ஆளைத் தூக்கிட்டு வந்துட்டான். பாரஸ்ட் பங்களாவில் வச்சு விசாரித்தேன். ஒன்பது மணி வரையிலும் ஒன்னுமே

சொல்லவில்லை. அதுக்குப் பிறகுதான் நானும் கொஞ்சம் விளையாட வேண்டியதாப் போச்சு.

கடைசியாத்தான் "வீரப்பனைப் பிடிக்கணுன்னா அறுபது பேர் வேணும் சார்..."ன்னு சொன்னான். என்னடான்னு விசாரிக்கும்போதுதான் கல்மண்டிபுரம் தொட்டி, பாலபடுகு, ராமரணை பக்கத்து ஆளுங்க இருபது பேர் வீரப்பன் கூட இருக்காங்கன்னு தெருஞ்சுது. வீரப்பன்கூட அஞ்சு ஆளுங்கதான் இருக்கான்னு நாங்க தேடிக்கிட்டு இருக்கிறோம்.

"வீரப்பன் எங்கேடா இருக்கான்னு கேட்டேன். "இன்னைக்கு இங்கே இருப்பான், நாளைக்கு அங்கே இருப்பான்"னு வித்தியாசமாச் சொன்னான். சரி ரெண்டு இடத்தையும் சொல்லுன்னு சொன்னேன்.

"ஆசனூருக்கு மேற்கில் இருக்கும் ஆலுமலை மாதப்பன் கோயிலில் இருப்பான், இல்லையின்னா கேர்மாளம் காட்டில் ஒரு இடத்தில் இருப்பான்..."னு சொன்னான். மோகன்நவாஸை அடிக்கிறதுக்காகவே வீரப்பன் அங்கே இருந்திருக்கான். ஆனால், இது மோகன்நவாஸுக்குத் தெரியவில்லை.

சரி.. இந்த பாயை இங்கேயே வச்சிருங்க... காலையிலே ரெண்டு இடத்திலும் போய்ப் பார்த்திட்டு வரலான்னு சொல்லிட்டு, அடுத்த நாள் ஆபரேஷன் போவதற்குத் தேவையான ஆளுங்களை எல்லாம் தயார் செஞ்சு வைக்க அரேப்பாளையத்தில் இருந்த எங்க டீமைப் பார்க்கப் போயிட்டேன். நான் எப்போவுமே ஆப்ரேஷன் போனால், எனக்குத் தகவல் கொடுத்த ஆளைக் கூட்டிட்டுப் போகமாட்டேன். அந்த இடத்துக்குப் போனால், வீரப்பன் நம்மை சுடுவான்னு அந்த ஆளுக்கும் தெரியும். அதனாலே, அவன் நேர்வழியில் கூட்டிட்டுப் போகமாட்டான். அதனாலே, நான் எப்போவுமே ஒரு குறிப்பிட்ட இடம் வரைக்கும் மட்டுமே அந்த ஆளைக் கூட்டிட்டுப் போவேன். அங்கிருந்து, அவன் சொல்லும் அடையாளத்தை வச்சுத்தான் வீரப்பன் இருக்கும் இடத்துக்குப் போவேன்.

அரேப்பாளையம் போயிட்டு வந்து அன்னைக்கு ராத்திரி ஆசனூர் வனத்துறை அலுவலகத்தில் தங்கிட்டேன். காலையில், ஆறு மணிக்கு மோகன் நவாஸ் வந்து கதவைத் தட்டினான்.

“என்னப்பா...?”ன்னு கேட்டேன். “சாரி சார், குள்ளபாஷா தப்பிச்சுப் போயிட்டான்...”னு சொன்னான்.

“எப்படித் தப்பிச்சுப் போவான், நீ இருக்கே... லோக்கல் போலீஸ் இருக்காங்க. டி.எஸ்.பி. போலீஸ் இருக்காங்க, எஸ்.டி.எப். போர்ஸ் இருக்கு. இந்த நாலு கட்டப் பாதுகாப்பை மீறி எப்படித் தப்பிப் போகமுடியும்...?”னு கேட்டேன். ஒன்னும் பதில் சொல்லாமல் தலையை நட்டுக்கிட்டான். அங்கே வெங்கடேஷ்னு ஒரு தம்பி இருந்தான், அவனைக் கூப்பிட்டு விசாரித்தேன். ஐயா நைட் ஒரு தவறு நடந்து போச்சு. கல்மண்டிபுரத்தில் நாலுபேர் இருக்காங்கன்னு சொன்னான். அவனையும் புடிக்கலான்னு அங்க போனோம். அங்கிருந்து குள்ளபாஷா தப்பிச்சுப் போயிட்டான் சார்...”ன்னு சொன்னான்.

சரி குள்ளபாஷா என்ன தொழில் செய்யறான்...? அவன்கிட்டே யாராரெல்லாம் தொடர்பில் இருக்காங்க...? ஏதாவது சிக்கல் வந்தால் அவன் எங்கே போவான்னு விசாரித்தோம். மோகன்நவாஸை ஒரு ஏரியாவில் இருந்து கண்காணிக்கச் சொல்லிட்டு நான் வேற ஏரியாவுக்குப் போயிட்டேன். அதுக்கு முன்னேயே எஸ்.பி.தமிழ்ச்செல்வன் சார்கிட்டே இந்தச் செய்தியை எல்லாம் சொல்லிட்டு, “நான் வீரப்பன் கேங் இருக்கும் இடத்தை சரியா கன்பார்ம் பண்ணிட்டு வந்திருவேன். அதுக்கான ஆளைத் தேடிப்போய்கிட்டு இருக்கேன். இடம் கன்பார்ம் ஆனதும் ஆப்ரேஷன் ஆரம்பிக்கலாம் சார். நீங்க பண்ணாரியில் ரெடியா இருங்க...”ன்னு சொல்லிட்டு போனேன்.

தாளவாடியில் இருந்த எனக்குத் தெருஞ்சவங்ககிட்டே எல்லாம் விசாரிச்சப்போ, சாம்ராஜ்நகர், மைசூரில் சில சந்தனக்கட்டை விற்கும் ஆளுங்களுடன் குள்ளபாஷாவுக்கு தொடர்பு இருக்கு, அங்க போனாலும் போயிருப்பான்னு சொன்னாங்க. சாம்ராஜ்நகர் பக்கம் சொன்ன இடங்களில் எல்லாம் போய் தேடிப் பார்த்திட்டு திரும்பித் தாளவாடி பக்கம் வந்துக்கிட்டு இருந்தேன். சாம்ராஜ்நகர் பக்கம் நான் இருந்தப்போ எனக்கு ஒரு மணிநேரம் மைக் கிடைக்கவில்லை.

நான் தாளவடிக்குப் பக்கமா வந்துகிட்டு இருக்கும்போது மைக் லைன் கெடச்சிருச்சு. அப்போ தாளவாடி

அரேப்பாளையம்

இன்ஸ்பெக்டராக இருந்த சுப்ரமணியம் என் லைனுக்கு வந்தார். "தம்பி... தம்பி உங்க எஸ்.டி.எப். வண்டி ஆக்சிடெண்ட் ஆயிட்டுதாம், வண்டியில் போன எஸ்.பி. தமிழ்ச்செல்வன் சாருக்குக் காயமாயிட்டுது. "அடிபட்டவங்களைத் தாளவாடி ஹாஸ்பிடலுக்கு கொண்டுட்டு வரோம்..."ன்னு சொன்னாங்க. நான் ஹாஸ்பிடலில் போய் பாத்தேன், இங்கே டாக்டர் யாருமில்லை. இங்கே வந்துகிட்டு இருக்கும் கர்நாடக போலீசை அப்படியே சாம்ராஜ்நகருக்குப் போகச் சொல்லுங்க..."ன்னு சொன்னார்.

நான் உடனே மைக்கை எடுத்து திம்பம் கேம்பைத் தொடர்புகொண்டு கன்னடத்தில் "ஏனப்பா சம்மாச்சாரம்..."னு கேட்டேன். அங்கிருந்தவங்க கன்னடத்தில் என்கிட்டே நடந்ததைச் சொன்னாங்க. அதுக்குப் பிறகுதான், நான் புளிஞ் சூர் வந்து கர்நாடகப் போரீசார் வண்டியை புடுச்சேன். நானும், கூடவே சாம்ராஜ் நகருக்குப் போனேன். எஸ்.பி. தமிழ்ச்செல்வன் சார் கையிலிருந்து வந்த ரத்தம் நிற்கவேயில்லை. பிறகுதான் அங்கிருந்து, மைசூர் கூட்டிக் கொண்டு போனோம். பிறகுதான் என்ன நடந்ததுன்னு விசாரிச்சிட்டு ஆறு பேர் போனதில் ஒரு ஆள் குறையுதுன்னு தெருஞ்சுது. அப்போ மோகன்நவாஸ் மிஸ் ஆயிட்டான். உடனே, என்னுடைய டீமில் இருந்த பிராப்பர்

பழனிசாமியும், ராஜப்பனையும் போயி அந்த இடத்தைப் பார்க்கச் சொன்னேன்.

அங்கே போய் தேடிட்டு "மோகன்நவாஸைக் காணவில்லை.."ன்னு சொன்னாங்க. கீழே இருந்த பள்ளத்தில் எல்லாம் இறங்கித் தேடுங்கன்னு சொன்னேன். முப்பது பசங்களும் நல்ல தேடியிருக்காங்க... அப்போ மூக்கெல்லாம் ரத்தத்தோட நவாஸ் ஒரு மரத்துக்குப் பக்கமா உட்கார்ந்த நிலையிலேயே மயக்கத்தில் இருந்திருக்கான். அவன் கையிலிருந்த ஏ.கே-47 ரைபிளில் ஒரே நேரத்தில் ரெண்டு தோட்டா போய் ஏறி நின்னுக்கிட்டுது. பதற்றத்தில், அதை ரிலீஸ் பண்ண முடியாமல் போயிட்டுது. வீரப்பன் சுட்ட நாட்டுத் துப்பாக்கி குண்டு ஒன்னு ஜீப் பாடியில் பட்டுத் தெறித்து நவாஷ் மூக்குக்கு உள்ளே போயிட்டுது. அதனாலே அவனுக்கு கான்சியஸ் போயி இருந்திருக்கான். அன்னைக்கு கர்நாடக எஸ்.டி.எப்., எஸ்.ஐ. ஜெயமாருதி மட்டும் வராமல் போயிருந்தால், தமிழ்நாடு எஸ்.டி.எப். டீம் எல்லோரையும் வீரப்பன் காலி பண்ணியிருப்பான்" என்றார்.

இந்தத் தாக்குதலில் உயிரிழந்த செல்வராஜ் மிகச் சிறந்த நீச்சல் வீரர். தேசிய அளவிலான பல நீச்சல் போட்டிகளில் கலந்துகொண்டு பதக்கம் பெற்றவர்.

*****

*போலீசார் பயன்படுத்தும், ரைபிள், தோட்டா துப்பாக்கிகளில் அலுமினியக் குண்டுகள் போடப்பட்டிருக்கும். இந்தக் குண்டுகள் துப்பாக்கியில் இருந்து நெருப்புக் குழம்பாக வெளியே போகும்போது எதிரில் இருக்கும் ஆள் அல்லது விலங்கின் உடலுக்குள் புகுந்து காயத்தை ஏற்படுத்தி ஆளைக் கொல்லும். பாறை, மரம், இரும்பு போன்ற எதிலாவது பட்டால், கூழ் நிலையில் இருக்கும் அலுமினியம் அதில் ஒட்டிக்கொள்ளும். வேறு விதமான பாதிப்பு இருக்காது.

ஆனால், நாட்டுத் துப்பாக்கியில் இரும்புக் குண்டுகள் போட்டிருந்தால், அந்தக் குண்டுகள் பாறை அல்லது கனமான இரும்பில் பட்டால் குண்டு போகும் வேகத்துக்கு ஏற்ப வேறு திசைகளில் திரும்பிப் பயணிக்கும். இப்படிப் பயணிக்கும் குண்டுகள் சில நேரங்களில் சுட்டவரையே திருப்பி வந்தும் தாக்கும். வீரப்பன் குழுவினர் சுட்ட நாட்டுத்துப்பாக்கியில் இருந்த குண்டுகள் ஜீப்பின் பாடியில் பட்டுத் தெரித்துள்ளன. அதில் ஒரு குண்டு மோகன்நவாஸின் மூக்குக்குள் சென்றுள்ளது.

38

வனத்துறை ஊழியர்கள் ஒன்பது பேர் கடத்தல்

வீரப்பனுடன் அன்புராஜ்
1997 இல் கர்நாடக வனத்துறை ஊழியர்களை வீரப்பன் கடத்தி வைத்திருந்தபோது அரசு தூதராக சென்ற நான் எடுத்த படம்.

மோகன் நவாஸ் மீதான தாக்குதல் நடந்து கொண்டிருந்த போதே சித்தன் தலைமையிலான சோளகர் அணி வீரப்பனை விட்டுப் பிரிந்து ஓடிவிட்டது. அதற்குப் பிறகு, திகுநாரை காட்டுக்குப் போன வீரப்பன் அங்கிருந்து என்னைச் சந்திக்க ஆள் அனுப்பினார். வீரப்பனின் நடவடிக்கைகளை வீடியோவில் பதிவு செய்யும் வாய்ப்புக் கிடைத்தது. 1996 மார்ச் மாதம் நான் வீரப்பனைச் சந்தித்தேன்.

திகிநாரை காட்டுப்பகுதியிலிருந்து கொங்கல்லி காட்டுக்கு நாங்கள் நடந்து கொண்டிருந்த நேரத்தில் கல்மண்டிபுரம் காட்டுப்பக்கம் போனோம். அந்த இடத்தில், ஒரு யானைக் கூட்டம் எதிரில் வந்தது. வீரப்பன் அதை வேறு பக்கம் விரட்டி விட்டார். வீரப்பனைப் பார்த்து அந்த யானைகள்

ஓடியதைத் துப்பாக்கிச் சித்தனும் பார்க்கிறார். இதை வைத்தே அந்தப்பகுதிக்கு வீரப்பன் வருகிறார் என்பதைத் தெரிந்து கொண்டார்.

கல்மண்டிபுரம் சோளகர் தொட்டிக் காட்டிலிருந்த சித்தன், அவருடைய மனைவி கும்பி, அவருடைய அக்கா ஈரம்மா, அவரது கணவர் மாதையன் நால்வரும் நாங்கள் நடந்து போன வழியில் மேற்குப் பக்கமிருந்த ஒரு பாறை மீது ஏறி நின்று பார்த்துள்ளனர். நாங்கள் தெற்கு நோக்கி நடந்துபோய்க் கொண்டிருப்பதைப் பார்த்துவிட்டு, குறுக்கு வழியில் ஓடி வந்து எங்களைப் பிடித்துக்கொண்டார். பிறகு, எங்களோடு நால்வரும் வந்தனர். ஏழு நாள்கள் காட்டில் தங்கியிருந்த நான் வெளியே வந்த பிறகு, அடுத்த இரண்டு ஆண்டுகள் சித்தன் குழுவினர் வீரப்பனுடன் தங்கி விடுகின்றனர்.

நான் வீரப்பனைச் சந்தித்த நேரத்தில், அவருடைய வாழ்க்கை வரலாறுகளைப் பற்றிய தரவுகளைச் சொல்லிக் கொண்டிருந்தார். அந்த நேரத்தில், தேர்தல் அறிவிப்பு வெளியானது. வீரப்பனின் பேச்சும், தன்னுடைய வாழ்க்கையை விட்டு விலகி அரசியல் பக்கம் வந்தது. அப்போது முதல்வராக இருந்த ஜெயலலிதாவைக் கடுமையாக விமர்சனம் செய்தார். நான் எடுத்து வந்த வீரப்பனின் நேர்காணல் சன் தொலைக்காட்சியில் எட்டுப் பகுதிகளாக ஒளிபரப்பானது. தமிழகத்தின் பட்டி, தொட்டிகளில் இருந்த மக்கள் எல்லாம் இதைப் பார்த்தனர். புதிதாக பல இடங்களில் டிஷ் ஆண்டனா வாங்கி இந்த நிகழ்ச்சியைப் பார்த்தனர். மலைப்பகுதிகளில் எட்டு மணிக்குப் போகும் பேருந்துகளை நிறுத்திவிட்டு, ஓட்டுநர், நடத்துநர் உள்ளிட்ட மக்கள் இந்த அரை மணிநேர நிகழ்ச்சியைப் பார்த்துவிட்டுச் சென்றனர்.

1991-96 காலகட்டத்தில் முதல்வராக இருந்த ஜெயலலிதா காவல்துறைக்கு அளவுக்கு மீறிய அதிகாரம் கொடுத்திருந்தார். அவரும், தனக்கான அதிகாரத்தைத் தவறாகப் பயன்படுத்தினார். இதனால், பொதுமக்கள் எல்லோரும் பாதிக்கப்பட்டனர். இவற்றையெல்லாம் வீரப்பன் இதைக் கடுமையாகக் கண்டித்தார். அதுபோலவே, ஜெயலிதாவுக்கு எதிராக சூப்பர் ஸ்டார் ரஜினிகாந்தும் வாய்ஸ் கொடுத்தார். ஒட்டுமொத்த மக்களும் அ.தி.மு.க.வை எதிர்த்து தி.மு.க.வை ஆதரித்தனர்.

பொதுத் தேர்தலில் ஜெயலலிதா உள்ளிட்ட அ.தி.மு.க.வின் அனைத்து நிர்வாகிகளும் படுதோல்வி அடைந்தனர்.

அடுத்து பதவிக்கு வந்த முதல்வர் கலைஞர் காவல்துறையின் அதிகாரங்களைக் குறைத்தார். அதிரடிப்படையின் அத்துமீறல் குறித்து விசாரணை மேற்கொண்டார். இந்திய கம்யூனிஸ்ட் கட்சி, பழங்குடி மக்கள் சங்கம், சோக்கோ அறக்கட்டளை, பிப்பிள்ஸ் வாட்ச் எனப் பல அமைப்புகள் பழங்குடி மக்களுக்காகக் களம் இறங்கின. கொடூரமாக நடந்து வந்த அதிரடிப்படையின் அதிகாரிகள் மாற்றப்பட்டனர். நீண்ட நாள்களாகச் சிறை வைக்கப்பட்டிருந்த வீரப்பன் மனைவியை விடுதலை செய்யச் சொல்லி ஆனந்தவிகடன் ஆசிரியர் பாலசுப்ரமணியம், வழக்குரைஞர் சந்துரு மூலம் சென்னை உயர்நீதி மன்றத்தில் வழக்கு தொடுத்தார். இதையடுத்து, வீரப்பன் கூட்டாளிகள் பலருடைய மனைவிமார்களும் விடுதலை செய்யப்பட்டனர்.

ஆட்சி மாற்றம் ஏற்பட்டதைத் தொடர்ந்து, வீரப்பனின் மனநிலையிலும் கொஞ்சம் மாற்றம் வருகிறது. தனக்கு வாய்ப்பளித்தால் சரணடையத் தயாராக இருப்பதாக அரசுக்குக் கோரிக்கை வைக்கிறார். ஆனால், அதைக் கவனிக்க அரசுகளுக்கு நேரமில்லை. அரசின் கவனத்தைத் தன் பக்கம் திருப்ப மீண்டும் ஆள் கடத்தலில் இறங்கினார்.

ஈரோடு மாவட்டம், அந்தியூர் அருகிலுள்ள வறட்டுப்பள்ளம் அணைக்குப் பக்கத்திலுள்ளது காக்கையனூர். இங்குள்ள காந்திநகர் பகுதியைச் சேர்ந்த அன்புராஜ், அப்பர்சாமி, தங்கராஜ். மூவரும் பெரியப்பா, சித்தப்பா மக்கள். 1996ஆம் ஆண்டு ஜூன் மாதத்தில் ஒருநாள் ஆடு மேய்ப்பதற்காக அணையை ஒட்டிய காட்டுப் பகுதிக்குச் செல்கின்றனர். காலை 11.00-மணியளவில், தண்ணீர் குடிப்பதற்காகக் குறவன் பாழி என்ற இடத்துக்குப் போயினர். அங்கிருந்த சேத்துக்குழி கோவிந்தன், மேய்க்கான் ரங்கசாமி இருவரும் இவர்களைப் பார்த்துவிட்டனர். சின்னப்பசங்களாக இருந்த இவர்களைப் பிடித்துக் கொண்டனர். நீங்கள் யார்...? எதற்காகக் காட்டுக்கு வந்தீர்கள்...? என்று விசாரித்துள்ளனர். இவர்கள் மூவரும் ஆடு மேய்ப்பவர்கள்தான் என்பதை உறுதிப்படுத்திக்கொண்டனர். பிறகு, குறவன் பாழிக்குப் பக்கத்தில் கூடாரமிட்டுத் தங்கியிருந்த

வீரப்பனிடம் கொண்டுபோய் நிறுத்தியுள்ளனர்.

சிறுவர்கள் மூவரின் குடும்பத்தைப் பற்றி வீரப்பன் விசாரித்துள்ளார். அப்படியே, அவர்களின் ஊர் நிலவரம், பக்கத்தில் உள்ள அதிரடிப்படைப் போலீசாரின் நடவடிக்கைகள் பற்றியும் விசாரிக்கிறார். மூவருக்கும், மதிய உணவு கொடுத்துள்ளனர். தின்பதற்குத் தீனியும் கிடைத்தது. அவர்களுடன் பேசும்போது தன்னுடைய முப்பதாண்டுக்கால காட்டு வாழ்க்கையைப் பற்றியும், அதில், தன்னைப் பிடிக்க வந்த போலீசாரைச் சுட்டு வீழ்த்திய சாதனைகளைப் பற்றியும் வீரப்பன் சுவை குறையாமல் பேசியுள்ளார். அவரது பேச்சைக்கேட்டு மயங்கிய இளைஞர்கள் மூவரும் அடுத்த நாளும் வீரப்பன் இருந்த பகுதிக்குச் சென்றனர்.

இந்த இளைஞர்கள் மூவரும் வன்னியர் சமூகத்தைச் சேர்ந்தவர்கள். அதனால், வீரப்பன் இவர்களைப் பார்த்து, "மாப்பளே..." என்றும், இவர்கள் வீரப்பனை "மாமா..." என்றும் கூப்பிட்டுள்ளனர். அடுத்த சிலநாள்கள் மூவரும் காட்டுக்குள்ளேயே தங்கியுள்ளனர். சிறுவர்கள் மூவரும் வீரப்பனுடன் காட்டுக்குள்ளே தங்கிவிட்ட செய்தி ஊருக்குத் தெரிந்தது. பின்னர் அதிரடிப்படைக்கும் தெரிந்தது. அதன்பின் உளவுப்பிரிவுப் போலீசார் ஊருக்குள் வந்து மூவரைப் பற்றியும் விசாரித்து வீட்டுச் சென்றனர். "போலீசார் வந்து விசாரித்து விட்டுப் போனார்கள்" என்ற செய்தியைக் கேட்டதும் மூவருக்கும் பயம் வந்தது. ஊருக்குள் போக அச்சம் ஏற்பட்டுள்ளது. வெளியே போனால் போலீசார் பிடித்துக் கொண்டு போய்விடுவார்கள் என்ற நிலை வந்தது. மூவரும் வேறு வழியில்லாமல் வீரப்பனுடன் காட்டுக்குள்ளே தங்கிவிட்டனர்.

1997 ஜூன் மாதம் வீரப்பன் குண்டால் வனப்பகுதிக்குச் செல்கிறார். உயர் பாதுகாப்பு கொண்ட அந்தக் காட்டுப்பகுதியில் குண்டால் அணை, புருடே என்ற இடங்களில் மிகப்பெரிய வனத்துறை ஆய்வு மாளிகைகள் உள்ளன. இந்த இடத்துக்கு அடிக்கடி உயர்அதிகாரிகள் வருவர் என்பதால் அந்தக் காட்டில் வீரப்பன் காத்திருந்தார். அதற்கு ஏற்றாற்போல ஒருநாள் பெய்த கன மழையால் அணைக்குச் சற்று மேலே இருந்த ஒரு பழைய மரப்பாலம் உடைந்தது. இந்த மரப்பாலத்தைச் சரி செய்யாமல்

வனத்துறை வண்டிகள் புருடே காட்டுக்குள் போக முடியாது. இந்தப் பாலத்தை ஆய்வு செய்ய உயர்அதிகாரிகள் வருவார்கள். அவர்களைப் பிடித்து வைத்துக்கொண்டு தனக்கு பொது மன்னிப்பு குறித்து பேச்சுவார்த்தை நடத்தலாம் என வீரப்பன் நினைக்கிறார்.

இந்த இடத்திலிருந்து மூன்று கிலோ மீட்டர் தொலைவில் தனக்கான முகாமை அமைத்துக் கொண்டார். இரவு தூங்குவதற்கு மட்டும் முகாமுக்குச் செல்வது, விடிந்ததும் இந்த மரப்பாலம் பக்கமாக வந்து உட்கார்ந்து கொண்டு கடத்தலுக்குத் தயாராக இருந்தனர். ஒருவர் அல்லது இரண்டு பேர் என்ற அளவிலேயே வனத்துறை ஊழியர்கள் தினமும் அந்த வழியாக வந்து போயினர். ஆனால், ஜீப் அல்லது காரில் வரும் உயர்அதிகாரிகள் யாரும் வரவில்லை. ஒரு மாதம் காத்திருந்த பிறகு, ஒரு நாள் ஒரு ஜீப் மட்டும் வந்தது. அதிலிருந்து இறங்கிய ஒருவர் அந்த பாலத்தைப் பார்த்துவிட்டுத் திரும்பி விடுகிறார். அந்த ஜீப் போன பின்னரே அதில் வந்தவர் ரேஞ் சர் என்று வீரப்பனுக்கு வழக்கமாகத் தகவல் சொல்லும் ஆள் வந்து சொல்கிறார்.

இன்றைக்கு ரேஞ்சர் வந்திருக்கிறார், நாளை அல்லது நாளை மறுநாள் ஏ.சி.எப். அல்லது டி.எப்.ஓ. போன்ற அதிகாரிகள் வருவர் என வீரப்பன் நினைத்தார். மறுநாள் பாலத்திற்கு முன்பாகச் சாலையின் ஓரத்தில் கல்லை வைத்துக் காத்திருந்த போது காவல்துறை உயர்அதிகாரி தனது மனைவி, இரண்டு குழந்தைகளுடன் வந்துள்ளார். குடும்பத்துடன் இருக்கும் சூழ்நிலையில் அவரைக் கடத்துவது சரியில்லை என்று அந்த வண்டியை விட்டு விட்டனர். வழக்கம் போலவே மறுநாள் காலை முகாமிலிருந்து கிளம்பினர். அந்த நேரத்தில், தங்களுக்கு வழக்கமாக உணவுப் பொருள்கள் வாங்கி வரும் சிலர் அரிசி, பாயாசம் செய்யத் தேவையான சேமியா, சர்க்கரை, மாம்பழம் போன்றவற்றை வாங்கிக்கொண்டு வந்துள்ளனர். அவற்றை வாங்கி ஓர் இடத்தில் வைத்து விட்டு சீக்கிரமே அவர்களைக் காட்டைவிட்டு வெளியே போகச் சொன்னார் வீரப்பன்.

உயர்ந்த மரங்களும், அதன் கீழே நெருங்கி வளர்ந்த புதர்களையும் கொண்டிருந்த குண்டால் காட்டில் அப்போது லேசாகச் சூரிய ஒளி மரங்களுக்குக் கீழே விழுந்தது.

மலைப்பாம்புகள் நிறைந்துள்ள அந்தக் காடுகளில் சூரியஒளி கீழே விழுவதற்கு முன்னே தடத்தில் நடந்து போவது சரியல்ல என நினைத்தார் வீரப்பன். நன்றாக வெளிச்சம் வந்த பின்னர், அங்கே போயினர். மரப்பாலம் இருந்த இடத்தை சுற்றிலும் இருந்த ஒளிகூடுகளில் வீரப்பன், கோவிந்தன், மாதேஷ், அன்புராஜ், தங்கராஜ், அப்பர்சாமி என ஆறுபேரும் பதுங்கினர். பாலத்தை ஆய்வு செய்ய வரும் வனத்துறை அதிகாரிகளைப் பிடிக்க வியூகம் அமைத்துக் காத்திருந்தனர்.

எதிர்பார்த்தது போலவே 12.07.1997 அன்று காலை ஒன்பது மணிக்கு ஒரு வேன் மெதுவாகப் பாலத்தை நோக்கி வந்து நின்றது. முதலில் துப்பாக்கியை எடுத்துக்கொண்டு ஒருவர் மட்டுமே இறங்கினார். காடுகளை ஒரு முறைச் சுற்றிலும் பார்த்தார். தன் கையிலிருந்த துப்பாக்கியை எடுத்து மாதேஷ், தங்கராஜ் இருவரும் பதுங்கியிருந்த புதரை நோக்கிக் குறி பார்த்தார். பின்னர் இரட்டைக்குழல் துப்பாக்கியின் பேரல் பகுதியை மடக்கி பைப் வழியாகச் சுற்றிலும் உள்ள மரங்களைப் பார்த்தார். அப்போது வேனிலிருந்து ஒவ்வொருவராகக் கீழே இறங்கினர், தன் பேண்ட் பாக்கெட்டில் இருந்து தோட்டாவை எடுத்து துப்பாக்கியில் போட்டார். துப்பாக்கியை மடக்கி பயர் பொசிசனுக்குக் கொண்டுவந்தவர் அதைத் தோளில் மாட்டினார். உள்ளே இருந்தவர்களை வேகமாகக் கீழே இறங்கி வரச் சொன்னார். ஒன்று இரண்டு என மொத்தம் ஏழு பேர் வேனிலிருந்து இறங்கினர். வண்டியின் ஓட்டுநர் இருக்கையில் உட்கார்ந்திருந்த ஒருவர் வெளியே தலையை நீட்டி, பாலத்தின் எந்தப் பகுதி எல்லாம் சேதமடைந்துள்ளது, அதை எப்படி மாற்றவேண்டும், அதற்குத் தேவையான மரங்களை எங்கிருந்து வெட்டவேண்டும் எனக் கன்னடத்தில் சொல்லிக் கொண்டிருந்தார். அதைக் கேட்ட பின்னர் இரண்டு பேர் மட்டும் அந்தப் பாலத்தின் மேலே வந்து நின்று உடைந்து போன பாலத்தைப் பார்த்துக் கொண்டிருந்தனர்.

மற்றவர்கள் பாலத்தைக் கடந்து மேலே போகும் பாதையில் சென்றனர். வீரப்பன், கோவிந்தன், அன்புராஜ் எல்லோருமே வேன் இருந்த இடத்துக்குப் பின்பக்கமாக இருக்கின்றனர். மேலே போகும் வழியின் வலது பக்கம் மாதேஷ், தங்கராஜ் இருவர் மட்டுமே இருந்துள்ளனர். அதற்கு மேலே இருக்கவேண்டிய

ரங்கசாமி, சித்தன் இருவரும் அப்போது அந்த இடத்துக்கு வந்து சேரவில்லை. அதனால், அந்த இடம் ஆளில்லாமல் காலியாக இருந்தது.

"நான் வெளியே வராமல் வேறு யாரும் வரக்கூடாது." என்ற வீரப்பனின் கட்டளைப்படி அவர் வெளியே வருவதற்காகக் காத்திருந்தனர். வந்திருந்த எட்டு பேரும் ஆளுக்கு ஒரு பக்கமாகச் சென்று கொண்டிருந்தனர். இப்போது வீரப்பன் பக்கத்தில் ஆறு பேரே இருக்கின்றனர். வீரப்பன் என்ன செய்யப் போகிறார் எனத் தெரியாமல் எல்லோரும் குழப்பத்திலிருந்தனர். புதர் மறைவிலிருந்து ஓடிவந்த வீரப்பன் வேனுக்குள் ஏறினார். ஓட்டுநர் இருக்கையில் உட்கார்ந்திருந்த டிரைவர் பசவராஜ் தலையில் துப்பாக்கியை வைத்து அழுத்திப் பிடித்தார். வந்ததிலிருந்தே எல்லோருக்கும் என்ன வேலை செய்யவேண்டும் என உத்தரவு போடுவது போலப் பேசிக்கொண்டிருந்த டிரைவர்தான் இந்தக் கூடத்திலேயே பெரிய அதிகாரி என வீரப்பன் நினைத்து விட்டார்.

இந்த நேரத்தில் பதுங்கும் இடத்திலிருந்து வெளியே வந்த மாதேஷ், அன்புராஜ், தங்கராஜ், அப்பர்சாமி உள்ளிட்டவர்கள், அங்கிருந்த மற்ற வனத்துறை ஊழியர்கள் ஒவ்வொருவரை நோக்கியும் ஓடினர். துப்பாக்கி வைத்திருந்த விஷகண்டாவை முதலில் பிடித்து அவர் துப்பாக்கியைப் பிடுங்கும் நோக்கில் போன மாதேஷ் துப்பாக்கியின் நடுப்பகுதியைக் கையில் பிடித்துக் கொள்கிறார். வந்திருப்பது வீரப்பன் ஆள்கள் என்பது தெரியாத விஷகண்டா "நானு டிபார்ட்மெண்ட் ஆளு, நீவு டிபார்ட்மெண்ட் ஆளு. நன் கன் மேலே ஏன்றி நீவு கை ஆக்குதீரே..." என்று கேட்டார்.

அதற்குள்ளாக ஆய் காட்டுக்குப் போயிருந்த மேய்க்கான் ரங்கசாமியும், துப்பாக்கிச் சித்தனும் அந்த இடத்துக்கு வந்து சேர்ந்தனர். பிறகு, வனத்துறை ஊழியர்கள் எட்டுபேரையும் வீரப்பன் ஆள்கள் ஒவ்வொருவராகப் பிடித்து பின் பக்கம் கையைக் கட்டினர். எட்டு பேரும் வரிசையாக உட்கார வைக்கப்பட்டனர். பிடிபட்டவர்களிடம் விசாரித்ததில், பாரஸ்டர் வேலாயுதம் என்பவர்தான் அந்த எட்டுப்பேரில் உயர் அதிகாரி, விஷகண்டா, அந்தானி இருவரும் கார்டுகள். கும்பன், ஜடையன், ராஜு, மாதேவன் நால்வரும் வாட்சர்கள்

என்பது தெரிந்தது. (இந்த அந்தானி என்பவரே 1972 இல் கார்டு சீரங்கன் வீரப்பனைப் பிடிக்கும்போது உடனிருந்தவர்)

டி.எப்.ஓ. போன்ற உயர்அதிகாரிகளைக் கடத்தலாம் என்று வீரப்பன் போட்ட திட்டத்தில் கடைசியில் பாரஸ்டர் மட்டுமே சிக்கினார். சாதாரண ஊழியர்கள் உள்ள இந்தக் கூட்டத்தைக் கடத்திக்கொண்டு போவதால் தனக்கு எந்தப் பயனும் கிடைக்காது என்பது அப்போதே வீரப்பனுக்குத் தெரியும். ஆனாலும், வேறு வழியில்லை. இவர்களை விடுதலை செய்தாலும், வீரப்பன் இங்கே இருக்கும் செய்தி போலீசுக்கும், வனத்துறைக்கும் போகும். போலீஸ் உடனே வருவார்கள். பக்கத்திலேயே பேடுகுளி எஸ்டேட்டில் ஹெலிகாப்டர் இறங்கும் வசதி உள்ளது. அங்கே ரிசர்வ் போலீசாரைக் கொண்டு, காடுகளுக்குள் இறக்குவர். நான்கு பக்கம் இருந்தும் தாக்குதல் அதிகமானால், வீரப்பன் தன்னிடம் உள்ள பொருள்களை எல்லாம் விட்டு விட்டுத் தப்பி ஓடவேண்டிய நிலை வரும். அதனால், கடத்திய ஆள்களைக் கூட்டிக்கொண்டு போகலாம். கிடைத்ததை வாங்கலாம் என்ற முடிவுக்கு வருகிறார்.

ஏற்கனவே வாங்கி வைத்த பொருள்களை எடுத்துக் கொண்டு வருவதற்காக வனத்துறையினர் வந்த வேனை

கடத்தப்பட்ட வனத்துறை ஊழியர்கள்
1997 இல் அரசு தூதராக சென்றபோது நான் எடுத்த படம்.

எடுத்துக் கொண்டு அன்பு, கோவிந்தன், ரங்கசாமி, மாதேஷ், தங்கராஜ் எல்லோரும் கீழே, வீரப்பன் முகாம் இருந்த இடத்துக்குச் சென்றனர். வண்டியை அப்பர்சாமி ஓட்டியுள்ளார். அரை, குறை பழக்கத்தில் ஓட்டிய வண்டி ஒரு பள்ளத்தில் சிக்கிக்கொண்டது. அதன்பின், மீண்டும் நடந்தே வந்து வனத்துறை ஓட்டுநரான பசவராஜுவையே கூட்டிக் கொண்டுபோய் வண்டியை எடுத்து, பொருள்களை ஏற்றச் சென்று கொண்டிருந்தனர்.

அப்போது வழியில், தாசன், நஞ்சன் என்ற இரண்டு வாட்சர்கள் எதிரில் வந்தனர். காலையில் அவர்கள் வீட்டுக்குச் சாப்பிடப் போயிருந்த நேரத்தில், அவர்களை விட்டுவிட்டு மற்ற எட்டுபேரும் வேனில் ஏறி வந்து விட்டனர். இந்தக் கடுப்பில் இருந்த இருவரும், வேனில் இருந்தவர்களைத் திட்டிக் கொண்டே நடந்து வந்து கொண்டிருந்தனர். அப்பர்சாமி அவர்களுக்குப் பக்கத்தில் வண்டியை நிறுத்தச் சொன்னார், பசவராஜைப் பார்த்து கன்னடத்தில் கெட்ட வார்த்தைகளால் திட்டிக்கொண்டே வலிய வந்து இரண்டு பேரும் வண்டியில் ஏறினர். தானாக வந்து சிக்கிய அந்த இருவரையும் பிடித்து வண்டியில் ஏற்றிக் கொண்டுபோய் வாங்கி வைத்திருந்த பொருள்களை எல்லாம் எடுத்துக்கொண்டு மீண்டும் ஏழு பேர் இருந்த இடத்துக்கு வந்து சேர மதியம் இரண்டு மணியானது.

குண்டால் பகுதியில் சிறுத்தை, புலி, செந்நாய், போன்ற விலங்குகளும், பாம்புகளும் மிகுதியாக இருக்கும். இந்தக் காட்டில் வீரப்பன் குழுவினர் இரண்டு மாதங்கள் மிகுந்த நெருக்கடிகளுக்கிடையே தங்கியிருந்தனர். மேலே இருக்கும் புருடே பங்களாவில் இரண்டு துப்பாக்கிகள் இருப்பதாகக் கிடைத்த தகவலை அடுத்து அந்தத் துப்பாக்கியை எடுக்கவும், தமிழகக் காட்டுக்குப் பக்கமாகப் போகவும் வசதியாக எல்லோரும் அந்த வேனிலேயே போகலாம் என முடிவு செய்தனர். இரண்டு மணிக்குப் பிறகு, மரப்பாலம் அருகிலிருந்து கிளம்பி பதினான்கு கிலோ மீட்டர் தொலைவிலிருந்த புருடே பங்களாவுக்கு சாயங்காலம் நான்கு மணிக்குப் போய்ச் சேர்ந்தனர். அந்த அளவுக்கு வண்டி மோசமானதாக இருந்தது.

அங்கே இருந்த ஒரு துப்பாக்கி, பத்து தோட்டாக்கள், கடத்தப்பட்ட வனத்துறை ஊழியர்களுக்குத் தேவையான

பெட்ஷீட் போன்றவற்றை எடுத்துக்கொண்டு, கொஞ்சம் பிஸ்கட் சாப்பிட்டு, தேநீர் போட்டுக் குடித்தனர். கடத்தப்பட்ட எல்லோருக்கும் மாம்பழம் கொடுத்துள்ளனர். எல்லோரும் சாப்பிட்ட பின்னர், வண்டியிலிருந்த பொருள்களை எல்லாம் எடுத்து ஒவ்வோர் ஆளுக்கும் பத்து கிலோ எடை இருக்கும் அளவுக்குப் பிரித்து மூட்டை கட்டினர். இந்த மாம்பழ அடையாளத்தை வைத்தே தமிழக அதிரடிப்படை போலீசார் அடுத்த சில மாதங்களில் வீரப்பன் தொடர்பாளர்களைத் தேடிக் கண்டுபிடித்து கைது செய்துள்ளனர்.

அடுத்து ஓர் ஆடியோ கேசட்டில், தான் வனத்துறை ஊழியர்கள் ஒன்பது பேரைக் கடத்திக்கொண்டு போவது பற்றிப் பேசுகிறார். இந்த ஊழியர்கள் ஒன்பது பேரையும் உயிருடன் விடுதலை செய்யவேண்டும் என்றால் தன்னுடைய கோரிக்கைகள் குறித்து பேச்சுவார்த்தை நடத்த அரசு சார்பில் தூதுவரை அனுப்பவேண்டும். இதை தினமும் ரேடியோவில் அறிவிக்க வேண்டும். அதுவரை போலீசார் காட்டுக்குள் வரக்கூடாது என்று சில நிபந்தனைகளை விதித்தார். இந்த கேசட்டைக் கொண்டுபோய் கொள்ளேகால் டி.எப்.ஓ. விடம் கொடுத்து அவர் மூலம் கர்நாடக முதல்வருக்கு அனுப்புமாறு சொல்லி, ஓட்டுநர் பசவராஜை விடுதலை செய்து அனுப்பினர். அதன் பின்னர் அங்கிருந்து விடிவதற்குள் தமிழக எல்லைக்குப் பக்கமாகப் போய்விடவேண்டும் என்ற திட்டத்தில் இரவு ஏழு மணிக்கு எல்லோரையும் கூட்டிக் கொண்டு, அந்த இடத்தை விட்டுக் கிளம்பினர். முதலில் வீரப்பன் ஆள் ஒருவர், அதன் பின்னே ஒரு வனத்துறை ஊழியர் அதற்குப் பிறகு ஒரு வீரப்பன் ஆள் என்ற கணக்கில் எல்லோரும் வரிசையாக நடந்தனர்.

*****

39

ஐந்து இலட்சம் கொடுத்தனுப்பிய முதல்வர்

அன்புராஜ், தங்கராஜ், அப்பார்சாமி

இரவு எட்டரை மணிக்கு கொள்ளேகால் வந்த ஓட்டுநர் பசவராஜ், டி.சி.எப். விஜயகுமார் கோடாவிடம் வீரப்பன் கொடுத்த ஆடியோ கேசட்டை ஒப்படைக்கிறார். கேசட்டை வாங்கிய அவர் நேராகப் பெங்களூரில் இருந்த பி.சி.சி.எப்-க்கு தொலைபேசி செய்தார். உடனடியாக கேசட்டை பெங்களூர் கொண்டு வருமாறு அவர் சொல்கிறார். வீரப்பன் பேசி அனுப்பிய ஆடியோ கேசட் இரவு ஒன்பது மணிக்கு கொள்ளேகாலிலிருந்து பெங்களூர் கிளம்பியது. அதற்குள்ளாக செய்தி முதல்வர், கர்நாடக அரசின் முக்கிய அதிகாரிகள் கவனத்துக்குப் போனது. வீரப்பன் அனுப்பிய ஆடியோ கேசட் நள்ளிரவு ஒரு மணிக்கு வனத்துறை அமைச்சர் குருபாதப்பா நாகமரப்பள்ளியிடம் சேர்க்கப்படுகிறது. அடுத்து, முதல்வர் ஜெ.எச்.பட்டீல் வீட்டுக்குப்போனது. மறுநாள் காலை பத்து மணிக்குச் செய்தி ஊடகங்கள் அனைத்துக்கும் ஒன்பது வனத்துறை ஊழியர்கள் வீரப்பனால் கடத்தப்பட்டச் செய்தி தெரிகிறது.

வீரப்பன் எதிர்பார்த்தபடி எல்லோராலும் நடக்க முடியவில்லை, விடியற்காலை நான்கு மணிவரை நடந்து ஓர் அடர்ந்த காட்டுப்பகுதிக்கு வந்து தங்கி விடுகின்றனர். சிறிது நேரத் தூக்கத்துக்குப் பின்னர் காலை உணவு தயார் செய்தனர். அந்த நேரத்தில் சிலர் சத்தமாகப் பேசிக்கொண்டு அந்த வழியாக வந்துள்ளனர். இதன் மூலம், போலீஸ் உளவாளிகளை அனுப்பியுள்ளனர் என்பது தெரிகிறது. எவ்வளவு சீக்கிரமாக இந்தக் காட்டைவிட்டுப் போகிறோமே அவ்வளவு நல்லது என்று வீரப்பன் சொல்கிறார். செய்த உணவைச் சாப்பிட்டு முடித்ததும், காலை ஏழரை மணிக்கு அங்கிருந்து கிளம்புகின்றனர். அப்போது, சடையன் என்பவர் பாரஸ்டர் வேலாயுதம் ஹார்ட் பேசண்ட் அவருக்கு வெயிட் கொடுக்க வேண்டாம் என்று கோவிந்தனிடம் சொல்கிறார். இதையடுத்து வேலாயுதம் வைத்திருந்த பொருள்களை வீரப்பனே எடுத்துக்கொள்கிறார். மாலை நான்கு மணிவரை தொடர் நடைப் பயணத்தின் முடிவில் தமிழக எல்லைக்குள் வந்து சேர்கின்றனர். ஓர் இடத்தில் தங்கி, இரவு உணவு தயார் செய்து சாப்பிட்டனர்.

அன்று இரவுதான் வீரப்பனால் கர்நாடக வனத்துறை ஊழியர்கள் கடத்தப்பட்டது பற்றிய அறிவிப்பு வருகிறது. நான்கு மாதங்களுக்கு முன் வீரப்பன் எழுதிய கடிதம் லண்டன் பி.பி.சி.யில் வாசிக்கப்படுகிறது. "வீரப்பனின் கோரிக்கைகள் நியாயமானதாக இருக்கலாம். ஆனால், அதைக் கடைபிடிக்கும் வழி தவறானது" என ஆனந்தி அக்கா பி.பி.சி.யில் அறிவிக்கிறார்.

இந்த இடத்துக்கு வந்த பிறகே வனத்துறை ஊழியர்கள் ஒவ்வொருவரிடமும் பேச ஏற்ற சூழல் அமைந்தது. அவர்களிடம் பேசிய வீரப்பன் "உங்களுக்கும் எனக்கும் எந்தப் பகையும் இல்லை. எந்தக் காரணம் கொண்டும் எனக்குப் பகையில்லாத ஒருவனை நான் கொல்லமாட்டேன். உங்களைக் கடத்திக் கொண்டு வந்து வைத்துக்கொண்டு அரசாங்கத்திடம் சில கோரிக்கைகள் குறித்துப் பேசுகிறேன். நான் கேட்டது எனக்குக் கிடைத்தாலும் சரி. கிடைக்காமல் போனாலும் சரி, என்னுடைய பாவ புண்ணியம். அதுக்காக நான் உங்களைக் கொலை செய்யமாட்டேன். எப்படி உங்களை இங்கே

கூட்டிக்கொண்டு வந்தேனோ அதே மாதிரி எல்லோரையும் வெளியில் அனுப்பி வச்சிருவேன். அதுவரைக்கும் நீங்க எல்லோரும் என்னுடன் இருக்கவேண்டும். அதுக்கு முன்னே யாராவது இங்கிருந்து தப்பி ஓடிப்போலாமுன்னு நெனச்சா ஒருத்தங்கூட இங்கிருந்து உயிரோடு போகமுடியாது" என்றார்.

வனத்துறை ஊழியர்களும் கலந்து பேசினர், "நாம எல்லோரும் எப்படி ஒரே இடத்தில் வேலை பார்த்தோமோ. அதேபோல ஒற்றுமையா இங்கேயும் இருக்கவேண்டும். யாரும் யாரையும் ஏமாற்றிவிட்டுத் தப்பிப் போகக்கூடாது" என முடிவு செய்தனர். கடைசிவரை இந்த ஒற்றுமையைக் கடைப்பிடித்தனர். ஒருவர் சிறுநீர் கழிக்கப் போனாலும், அவரைத் தனியாக விடாமல், இன்னொருவர் பாதுகாப்புக்காக உடன் சென்று வந்துள்ளனர்.

கர்நாடக வனத்துறை ஊழியர்கள் ஒன்பதுபேர் கடத்தப்பட்ட செய்தி ஜூலை 14ஆம் தேதி இந்திய அளவில் அனைத்து ஊடகங்களிலும் வெளியானது, நிலைமை சிக்கலானதை அடுத்து, அதிரடிப்படையின் நடவடிக்கைகளை நிறுத்திவைக்க முதல்வர் ஜெ.எச்.பட்டீல் உத்தரவிடுகிறார். ஜூலை 16 அன்று கர்நாடக டி.ஜி.பி., உள்துறைச் செயலர் இருவரும் சென்னை வருகின்றனர். தமிழ்நாடு டி.ஜி.பி. ராஜசேகரன் நாயர், தலைமைச் செயலர் நம்பியார் ஆகியோரைச் சந்தித்தனர். பின்னர் முதல்அமைச்சர் கலைஞரையும் சந்தித்து, கடத்தப்பட்ட ஊழியர்களை மீட்கத் தமிழ்நாடு அரசு உதவி செய்யவேண்டும் என்று கேட்டனர். இதையடுத்து, தமிழக முதல்அமைச்சர் அரசு அதிகாரிகளுடன் ஆலோசனை நடத்தினார்.

1993 முதல் நான் ஆறு முறை வீரப்பனைச் சந்தித்து வந்துள்ளேன். இந்தச் செய்திகள் நக்கீரன் இதழில் வெளியாகி இருந்தன. என்னுடன் ஆசிரியர் ஆர்.ஆர்.கோபாலும் இருமுறை காட்டுக்கு வந்து வீரப்பனைச் சந்தித்துள்ளார். அதனால், வீரப்பனுக்கு அறிமுகமானோர் என்ற வகையில் நக்கீரன் இதழின் இணை ஆசிரியர் காமராஜிடம் முதல்வர் கலைஞர் பேசுகிறார்.

நக்கீரன் இணை ஆசிரியரான காமராஜ், முதல்அமைச்சர் கலைஞரின் நம்பிக்கைக்கு உரியவர். 1991 அ.தி.மு.க அசுர

பலத்துடன் ஆட்சிக்கு வந்தவுடன் தி.மு.க.வின் செல்வாக்கு முற்றிலும் முடக்கப்பட்டது. ராஜீவ் கொலைக் குற்றமும், விடுதலைப்புலிகளுக்கு ஆதரவாக திமுக இருந்தது என்ற குற்றச்சாட்டும் அந்தக் கட்சியை வெகுவாகப் பாதித்தன. பெரும்பாலான திமுக தலைவர்கள்கூட கட்சி நடவடிக்கைகளை நிறுத்தி வைத்திருந்தனர். அந்த நேரத்தில் இணையாசிரியர் காமராஜ், அன்றாடம் கலைஞரைச் சந்திப்பதை வழக்கமாக வைத்திருந்தார்.

1995இல் கலைஞர் தலைமையில் திருமணமும் முடித்தார். பெரம்பலூரில் நடைபெற்ற அவரது திருமண நிகழ்வில், அ.இ.அ.தி.மு.க தவிர மற்ற அனைத்துக் கட்சித் தலைவர்களும் கலந்து கொண்டனர். இந்தக் கூட்டணி வரும் தேர்தலிலும் தொடரும் என்று கலைஞர் பேசினார். அதுபோலவே, கூட்டணியும் தொடர்ந்தது, திமுக ஆட்சிக்கும் வந்தது. அன்றிலிருந்து கலைஞர் மறையும்வரை அவரிடம் காமராஜ் தனக்கென ஒரு தனி இடத்தைப் பெற்றிருந்தார்.

இந்த உரிமையில் பேச்சுவார்த்தைக்கு நக்கீரன் ஆசிரியர் ஆர்.ஆர்.கோபாலைக் காட்டுக்கு அனுப்பலாமா...? என்று கேட்கிறார். உடனடியாக காமராஜ் என்னைத் தொடர்பு கொண்டார்.

“நக்கீரன் ஆரம்பிக்கப்பட்டு ஒன்பது ஆண்டுகளே முடிந்திருந்த ஒரு சிறிய பத்திரிகை. தமிழ்நாட்டில் உள்ள ஊடகத் துறையில், நமக்கு ஆதரவாளர்களாக இருப்பவர்களை விடவும் எதிரானவர்களே அதிகம் இருக்கின்றனர். இந்த விவகாரத்தில், நாம் தலையிட்டால் வெற்றிகரமாக முடிக்கவேண்டும். இல்லையானால், தலையிடாமலே இருக்கலாம். வெளிநாட்டு ஊடகங்களில் இதுபோன்ற பணிகளுக்கு எனப் பல ஏஜென்சிகள் உள்ளன. அவர்கள், இதற்கெல்லாம் சரியான முறையில் வழிகாட்டி பயிற்சியும் கொடுப்பார்கள். ஆனால், இங்கே அதுபோன்ற அமைப்புகள் இல்லை. நீயும், ஆசிரியரும் போனால் வீரப்பனிடம் பேசி இந்த விவகாரத்தை முடிக்க வாய்ப்புள்ளதா...?” என்று என்னைக் கேட்டார்.

“வீரப்பன் என்ற மனிதனைப் பொறுத்தவரையில் மனிதத்தன்மை உடையவர், பேச்சு மாறாதவர். ஆனால்,

இந்த விவகாரத்தில், அரசும், ஊடகங்களும், மக்களும் இதை எப்படிப் புரிந்து கொள்வார்கள் என்பது எனக்குத் தெரியாது. நீங்களும், ஆசிரியரும் விரும்பினால், நான் எதற்கும் தயார்" என்று சொன்னேன்.

"வீரப்பனோடு எப்படித் தொடர்பு எடுப்பது...?" என்று கேட்டார்.

"வீரப்பனுக்கான செய்தித் தொடர்பு என்பது வானொலி மட்டுமே. அதில், இந்தச் செய்தி அறிவிக்கப்பட்டால் உடனடியாக வீரப்பன் என்னைச் சந்திக்க ஆள் அனுப்புவார்" என்று சொன்னேன். இதையடுத்து, தமிழ்நாடு முதலமைச்சரிடம் காமராஜ் பேசுகிறார். வீரப்பனுடன் பேச்சுவார்த்தை நடத்த நக்கீரன் சார்பில் சம்மதம் தெரிவிக்கப்படுகிறது.

ஜூலை 17ஆம் தேதி தமிழக அரசு சார்பில் நக்கீரன் குழுவுக்கு உள்துறைச் செயலாளர் பூர்ணலிங்கம் அழைப்பு விடுத்தார். 18ஆம் தேதி நக்கீரன் சார்பில் ஆசிரியர் ஆர்.ஆர்.கோபால், இணை ஆசிரியர் காமராஜ், நான் என மூவரும் கலந்து கொண்டோம். "இந்தியாவிலேயே தமிழகத்துக்கு அடுத்ததாகத் தமிழர்கள் அதிகமாக வாழும் மாநிலம் கர்நாடகம். இதைக் கருத்தில் கொண்டு வீரப்பனிடம் பேசுங்கள். நல்லமுறையில் கடத்தப்பட்டவர்களை மீட்டு வாருங்கள்" என்று முதலமைச்சர் எங்களை வாழ்த்தி அனுப்பினார்.

19ஆம் தேதி, நான், ஆசிரியர் ஆர்.ஆர்.கோபால், நிருபர்கள் பாலமுருகன், சுப்பு எல்லோரும் ஈரோடு வந்து சேர்ந்தோம். முதல்கட்டச் சந்திப்பு 21ஆம் தேதி தாளவாடி அருகிலுள்ள திகிநாரைக் காட்டில் நடந்தது. எனக்கும், என்னுடன் உள்ள அனைவருக்கும் பொது மன்னிப்பு வழங்கவேண்டும். என் மீதுள்ள வழக்குகளில் சிக்கிச் சிறையில் உள்ள அனைவரையும் விடுதலை செய்யவேண்டும். வீரப்பன் கூட்டாளிகள் என்ற பெயரில், பல அப்பாவிகள் சுட்டுக் கொல்லப்பட்டுள்ளனர்.

நீதிமன்றக் காவலில் இருந்த என்னுடைய தம்பியுடன் போன இரு கூட்டாளிகளை கர்நாடகப் போலீசார் சயனைடு விஷம் கொடுத்துக் கொலை செய்துள்ளனர். இதற்கு நீதி விசாரணை நடத்தவேண்டும். அதற்குக் காரணமான அதிகாரிகள்மீது

தமிழ்நாடு முதலமைச்சர் கலைஞர் மு.கருணாநிதி (1997) அவர்களுடன் ஆர்.ஆர்.கோபால், நான், இணை ஆசிரியர் காமராஜ்.

நடவடிக்கை எடுக்கவேண்டும். தன்னுடைய கூட்டாளிகளுக்கு எதிர்கால புனர்வாழ்வுக்கு நிதி உதவி செய்யவேண்டும்" என பத்து கோரிக்கைகளை முன் வைத்தார்.

இந்தக் கோரிக்கைகளுடன், 23ஆம் தேதி சென்னை தலைமைச் செயலகத்தில் முதல்அமைச்சரைச் சந்தித்து வீரப்பன் தரப்பில் வைக்கப்பட்டக் கோரிக்கைகளைக் கொடுத்தோம்.

ஜூலை 25ஆம் தேதி கர்நாடக முதல்அமைச்சர் ஜெ.ஹச்.பட்டீல் சென்னை வந்தார், தமிழ்நாடு முதல் அமைச்சருடன் ஆலோசனை மேற்கொண்டார். வீரப்பன் கோரிக்கைகள் குறித்து விவாதிக்கப்பட்டது. இரண்டாம் கட்டப் பேச்சுவார்த்தைக்குப் போகும் நேரத்தில், தமிழக அரசுத் தரப்பில், பொது மன்னிப்பு என்பதற்குச் சாத்தியமில்லை. வீரப்பன் மீதான வழக்குகளைத் தனி நீதிமன்றம் அமைத்து விசாரிக்கலாம். அதுவரை, தனிச் சிறை ஏற்படுத்தி அதில் அவரைச் சிறை வைக்கலாம். அந்தச் சிறையில் அரசின் விதிகளுக்கு உட்பட்ட சலுகைகளை அவருக்குக் கொடுக்கலாம். நீதிமன்றமும், சிறையும் பக்கம் பக்கமாக இருக்க ஏற்பாடு செய்யலாம். இவற்றையெல்லாம் குறிப்பிட்ட காலக் கெடுவுக்குள் வழக்குகளை விசாரித்துத் தீர்ப்பு வழங்க

நீதிபதியை நியமிக்கலாம். கர்நாடக அரசு ஒப்புதலுடன், அம்மாநிலத்தில் உள்ள வழக்குகளைத் தமிழகத்துக்கு மாற்றலாம் என்ற அளவில் சொல்லப்பட்டது. இதற்குக் கர்நாடக அரசும் சம்மதம் தெரிவித்தது.

வீரப்பனுடனான இரண்டாம் கட்டப் பேச்சுவார்த்தை, ஆகஸ்டு 5ஆம் தேதி நடந்தது. அப்போது, உடல்நலம் சரியில்லாமல் இருந்த ராஜூ என்பவரை நல்லெண்ண அடிப்படையில் வீரப்பன் விடுதலை செய்தார். அவரை அழைத்து வந்து ஆகஸ்டு 7ஆம் தேதி தமிழக முதலமைச்சரிடம் ஒப்படைத்தோம். அப்போது, என்னால் ஒரு நாள்கூட சிறையில் இருக்க முடியாது. அசாம், காஷ்மீர் போன்ற மாநிலங்களில் உள்ள தீவிரவாதிகளுக்கு ஜனாதிபதி பொது மன்னிப்புக் கொடுக்கிறார். மத்திய அரசு அவர்களுடன் பேச்சுவார்த்தை நடத்துகிறது. அதுபோலவே மாநில அரசுகள் முடிவெடுத்து, மத்திய அரசுக்கு அனுப்பவேண்டும் என்று கேட்டார். அதற்கு வாய்ப்பில்லை என்றால், எனக்கு ஐந்து கோடி ரூபாய் பணம் வேண்டுமென்ற கோரிக்கையை வைத்தார்.

இந்த நேரத்தில், பேச்சு வார்த்தையில் பங்கெடுத்த ஒருவருக்கு மூல வியாதி தொல்லை கொடுத்தது. தரையில் உட்கார வழியில்லாமல் தவித்த அவருக்கு வீரப்பன் எளிய மருத்துவமுறை ஒன்றைச் சொன்னார். அதைச் செய்தும் கொடுத்தார்.

நம் ஊர்களில் தொட்டாச் சிணுங்கி என்ற ஒருவகை செடியைப் பார்த்திருப்போம். இந்தச் செடிகள் நீர் நிலைகளில் புதைபோல வளர்ந்திருக்கும். இதில், மனிதர்கள் கை பட்டாலும், மனிதக் காற்றின் வாசம் பட்டாலும் தன் இலைகளை தானாகவே மூடிக்கொள்ளும்.

இந்தச் செடிகளிலும், இரண்டு வகைகள் உள்ளன. ஒன்று இலைகளை மேல் பக்கமாக மூடி இலையின் வெண்மையான அடிப்பக்கத்தை நமக்குக் காட்டும். மற்றொருவகை செடி, மனிதனின் காற்றுப் பட்டதும், விரிந்திருக்கும் இலைகளை உள் பக்கமாக மூடி வெண்மையாக இருக்கும் இலையின் அடிப்பாகத்தை மறைத்துக் கொள்ளும். “இந்த இரண்டு வகைச் செடிகளுமே மூலவியாதிக்கான நல்ல மருந்து, உங்களுக்கு இப்போது வந்துள்ளது உள் மூலமா..? வெளி மூலமா...?” என்று

வீரப்பன் கேட்டார்.

"உள் மூலமாக இருந்தால், தொட்டச் சிணுங்கிச் செடியில் இலையின் பசுமையான மேல் பகுதியை மூடிக்கொள்ளும் ஒரு செடியைப் பிடுங்கிக்கொண்டு வரவேண்டும். அதன், வேருடன் சேர்த்து அம்மியில் வைத்து நன்றாக அரைத்து அதன் சாறு எடுத்து ஆமைக் கறியுடன் சேர்த்து சாப்பிட்டால் ஒரே வாரத்தில் உள் மூலம் காணாமல் போகும். இரண்டு ஆண்டுக்கு ஒரு முறையாவது இந்தக் கறியை சாப்பிட்டால் போதும் உனக்கு உள் மூலம் திரும்ப வராது" என்றவர். காட்டிலிருந்து ஆமை பிடித்துக் கறியும் செய்து கொடுத்தார்.

"சரி, வெளி மூலமாக இருந்தால் அதற்கு என்ன செய்வது...?" என்று வீரப்பனிடம் கேட்டேன்.

"அதற்கும் இந்த ஆமைக் கறியைச் சாப்பிடலாம். அதைவிடவும் எளிய வழி ஒன்றும் உள்ளது. தொட்டாச் சிணுங்கிச் செடி இலையின் வெண்மையான கீழ் பகுதியை மூடிக்கொள்ளும் செடியைப் பிடிங்கிக் கொண்டுவந்து இதைப் போலவே அரைத்து, அதை மூன்று லிட்டர் தண்ணீரில் சேர்த்துக் கலக்கி, அடுப்பில் வைத்து காயவைக்க வேண்டும். மூன்றில் இரண்டு பங்கு தண்ணீர் சுண்டிய பிறகு, மீதியுள்ள தண்ணீரை எடுத்து ஆற வைத்து, அந்தத் தண்ணீரில் கால் கழுவினால் போதும். வெளி மூலம் நாலே நாளில் காணாமல் போய்விடும்.

மழைக் காலத்தில் நன்றாக வளர்ந்திருக்கும் தொட்டாச் சிணுங்கி செடியை வேருடன் பிடுங்கி, பொடிப்பொடியாக நறுக்கிக் காய வைத்துக் கொண்டால் போதும். மூலப் பிரச்சனை வரும்போது தண்ணீரில் போட்டு மூன்றில் இரண்டு பங்கு சுண்டவைத்து கால் கழுவிக் கொள்ளலாம். தொட்டச்சிணுங்கி இலையைப் பார்த்தால் மூலம் சுருங்கிவிடும்" என்றார். இதை நான் பலரிடம் சொல்லி, அவர்களும் செய்த பார்த்து மூலத்தில் இருந்து விடுதலை பெற்றுள்ளனர்.

இதற்கிடையில், முன்னாள் தமிழ்நாடு காவல்துறை இயக்குநர் வால்டர் தேவாரம், முன்னாள் முதலமைச்சர் ஜெயலலிதா, நாடாளுமன்ற உறுப்பினர் சுப்பிரமணியம் சுவாமி போன்றோர்கள் வீரப்பன் சரணடைவதற்கு எதிரான

கருத்துகளைக் திட்டமிட்டுப் பரப்பினர். "வீரப்பன் கிரிமினல் குற்றவாளி, அவனைச் சுட்டுக் கொல்லவேண்டும்" என்றார் ஜெயலலிதா.

"வீரப்பன் சரணடையும் நிகழ்ச்சிக்கு நானும் போவேன். நேருக்கு நேராக நின்று அவனை சுட்டுக் கொல்வேன்" என்றார் வால்டர் தேவாரம். "தமிழக-கர்நாடக அரசுகள் வேண்டுமானால், வழக்குகளை வாபஸ் வாங்கலாம். வீரப்பனுக்காக விட்டுக் கொடுக்கலாம். வீரப்பன் ஒரு எல்லைப் பாதுகாப்புப் படை வீரரைச் சுட்டுக் கொன்றுள்ளான். அந்த வழக்கை நான் இராணுவ நீதிமன்றத்தில் நடத்துவேன். அவனுக்குத் தூக்கு தண்டனை வாங்கிக் கொடுப்பேன்" என்றார் சு.சாமி.

கர்நாடக அரசு அதிகாரிகள், அங்கிருந்த அரசியல்வாதிகள் எல்லோருமே வீரப்பன் சரணடைவதற்கு எதிரான மன நிலையில் இருந்தனர். இந்த நேரத்தில், வீரப்பனிடம் பணப் பற்றாக்குறையும் இருந்தது. இதைத் தமிழ்நாடு சிறப்பு அதிரடிப்படையின் உளவுத்துறை அரசுக்கு அறிக்கையாகக் கொடுத்திருந்தது. இதை முதல்அமைச்சர் கலைஞரும் உணர்ந்திருந்தார்.

மூன்றாம் கட்டப் பேச்சு வார்த்தைக்கு நாங்கள் கிளம்பும் முன்பாக ஆகஸ்ட் 20 அன்று முதல்அமைச்சரைச் சந்திக்க கோபாலபுரம் வீட்டுக்குச் சென்றோம். இதுபோன்ற பல அரசியல் நிகழ்வுகளை தன் அனுபவத்தில் பார்த்த கலைஞர், "இதை வீரப்பனுக்கு குடுத்துடுங்க, இதை உங்கள் செலவுக்கு வச்சுக்கங்க கோபால். சீக்கிரமா எட்டுப் பேரையும் கூட்டிக்கிட்டு வாங்க..." என்று சொல்லி இரண்டு ஐந்து இலட்சம் ரூபாய் நோட்டுக்கட்டுகளை ஆர்.ஆர்.கோபாலிடம் கொடுத்தார். நக்கீரன் புகைப்படக்காரர் சம்பத்தின் கேமரா பைக்குள் அந்தப் பணத்தை மறைத்து எடுத்துக்கொண்டு நாங்கள் முதல்வர் வீட்டிலிருந்து வெளியே வந்தோம்.

ஆகஸ்டு 23ஆம் தேதி, வீரப்பனைச் சந்தித்துப் பேசினோம். இந்தப் பேச்சு வார்த்தையில் எந்தப் பயனும் இல்லை. "நான் வெளியே வந்தால் ஒரே மாதத்தில் என்னைச் சுட்டுக் கொன்னுடுவாங்க... அதனால், நான் காட்டிலேயே இருந்து

விடுகிறேன்" என்று வீரப்பன் சொல்லி விட்டார். முதல்வர் கொடுத்துவிட்ட பணத்தை வீரப்பனிடம், ஆர்.ஆர்.கோபால் கொடுத்தார்.

அடுத்த நாள் மாலை நான்கு மணிக்கு 47 நாள்கள் பிணைக் கைதிகளாக இருந்த எட்டுப் போரையும் வீரப்பன் விடுதலை செய்தார். எட்டு பேரும் வீரப்பனிடம் இருந்து கண்ணீருடன் விடைபெற்றுக் கொண்டு கிளம்பினர். 25ஆம் தேதி ஈரோட்டில் உள்ள நக்கீரன் முகவர் பெரியசாமி அண்ணன் வீட்டில் இருந்துவிட்டு, இரவு சென்னை கிளம்பினோம். ஆகஸ்ட் 26ஆம் தேதி வீரப்பன் விடுவித்த எட்டு பேரையும் சென்னை தலைமைச் செயலகத்தில் முதல்அமைச்சரிடம்

வீரப்பனால் விடுவிக்கப்பட்ட எட்டு பேருடன் கலைஞரைச் சந்தித்தபோது.

ஒப்படைத்தோம்.

இந்தச் சம்பவத்தின் போது, கடத்தப்பட்ட வன ஊழியர்கள் ஒன்பது பேரையும் பாதுகாப்பாக வைத்திருக்க வீரப்பன் படாதபாடுபட்டுள்ளார். இந்த 47 நாள்களும் வீரப்பன் பயந்துகொண்டே இருந்த ஒரே நபர் துப்பாக்கிச் சித்தனின் மச்சினன் கும்பன்.

சற்று மனநலம் குன்றிய இவர் கடத்தப்பட்ட வன

ஊழியர்களைச் ஒருமுறை சிறுநீர் கழிக்கக் கூட்டிக்கொண்டு சென்றுள்ளார். குளிர்காலமாக இருந்ததால், அவர்கள் அடிக்கடிச் சிறுநீர் கழிக்கச் சென்றுள்ளனர். சிலருக்கு சிறுநீர் வரவும் கொஞ்சம் நேரமாகியுள்ளது. இதைப்பார்த்த கும்பன், "ஒண்ணுக்குப் போவதை அறுத்து எறிந்து விட்டால் அடிக்கடி ஒண்ணுக்குப் போக மாட்டாங்க அண்ணா..." என்று வீரப்பனிடம் சொல்லியுள்ளார். அதற்காகக் கத்தி ஒன்றையும் தயாராக எடுத்து வைத்திருந்தார்.

"டேய் இந்த ஒரு கேஸ் மட்டும் தாண்டா என் மேல வராம இருக்குது. அதையும் போலீஸ்காரங்களை என்மேலே போட வச்சுடாதாப்பா..." என்றவர், கடத்தப்பட்டவர்களிடம், "கும்பன் இருக்கும்போது நீங்க ஒண்ணுக்குப் போகாதீங்கப்பா..." என்றும் சொல்லியுள்ளார்.

"கும்பனிடம் இருந்து கடத்தப்பட்டவர்களைப் பாதுகாப்பாக வைத்திருப்பதற்கு நாங்கள் பெரிய அளவில் காவல் இருக்க வேண்டியிருந்தது" என்றார் அப்போது வீரப்பனுடன் இருந்த அன்புராஜ்.

*****

> ஆறு:- பல ஓடைகள், பள்ளங்கள் எல்லாம் ஒன்று சேர்ந்து வருவது ஆறு ஆகும். இந்த நீர் வழிப்பாதையில் குறைந்தது ஆறு மாதங்களுக்காவது தண்ணீர் செல்லவேண்டும். அதை விடவும் முக்கியம் இந்த நீர் வழிப்பாதையில் செல்லும் தண்ணீரை மக்கள் நிலத்தில், பாய்த்து வேளாண்மைக்குப் பயன்படுத்த வேண்டும். அப்படி இருந்தால் அதை ஆறு என்று அழைக்கின்றனர்.

40

தாலி செய்யச் சொன்ன வீரப்பன்

பாஷா பாய்

ஈரோடு மாவட்டம், சத்தியமங்கலம் வட்டம், தாளவாடியிலுள்ள காயத்திரி மில் தெருவில் குடியிருந்து வருபவர் காசிம் ஷெரிப் என்கிற பாஷா பாய். இவருக்கு சத்தியமங்கலம் செல்லும் வழியிலுள்ள ஈஸ்வரன் கோயிலுக்குப் பக்கத்தில் மூன்று ஏக்கர் நிலம் உள்ளது. நிலம்தான் மூன்று ஏக்கர் உள்ளதே தவிரப் பிள்ளை குட்டிகளுக்குப் பஞ்சமில்லை. ஆண்கள் மூன்று, பெண்கள் ஆறு என்று மொத்தம் ஒன்பது குழந்தைகள்.

வானம் பார்த்த பூமியில் போதுமான வருமானமில்லாத காரணத்தால், அவ்வப்போது, காட்டுக்குச் சென்று மான், முயல் போன்ற விலங்குகளை வேட்டையாடுவார். காட்டுக்குள் சுற்றித் திரியும் பழங்குடி மக்கள் ஒடிந்து கிடக்கும் யானைத்தந்தம், மான் கொம்பு, காய்ந்து கிடக்கும் சந்தனக்கட்டை, செத்துப் போன புலி, பூனை, நரி போன்ற விலங்குகளின் நகம், தோல் போன்றவற்றைச் சேகரித்து வைத்திருப்பர். அவற்றை எல்லாம் கொஞ்சம், கொஞ்சமாக வாங்கி வரும் பாஷாபாய் பெங்களூர் கொண்டுபோய் விற்பனை செய்து வந்துள்ளார்.

1995 ஆம் ஆண்டு அக்டோபர் மாதத்தில் ஒரு சனிக்கிழமை நாளன்று கடத்தி மான் வேட்டைக்காக பாஷா பாய் தலைமையில் 12 பேர் கிளம்பினர். கோடிபுரம் காட்டுப்பகுதிக்குச் சென்ற பாஷா பாய் ஒரு கடத்தி மானைச் சுட்டுக்கொல்கிறார். அவருடன் வந்த 11 பேரும் கறியை வெட்டிக் கூறு போட்டுக் கொண்டிருந்தனர்.

மக்கள் நடமாட்டமே இல்லாத காட்டுக்குள் துப்பாக்கி வெடித்த சத்தம் கேட்டது. பக்கத்தில் முகாமிட்டிருந்த வீரப்பன் குழுவினர், கோவிந்தன், பேபி வீரப்பன் இருவரும் பாஷா பாய் கறி வெட்டிக் கொண்டிருந்த இடத்துக்கு வந்தனர். போலீசார் போன்ற சீருடையுடன் இருந்த கோவிந்தன், பேபி இருவரையும் பார்த்த பாஷா பாய் தலைமையில் சென்றவர்கள் தப்பியோடப் பார்க்கின்றனர்.

"யாராவது ஓடினால் சுட்டுவிடுவேன்..." என்று கோவிந்தன் சொன்னதும் எல்லோருமே நின்று கொண்டனர். பிறகு, வீரப்பன் இருந்த இடத்துக்கு எல்லோரையும் அழைத்துச் செல்கின்றனர்.

பார்ப்பதற்கு இராணுவ வீரர் போன்ற தோற்றமுள்ள, உடற்கட்டுகொண்ட பாஷா பாயும் காக்கி நிறத்தில் பேண்ட் போட்டிருந்தார். அவரைப் பார்த்து போலீஸ் என வீரப்பன் நினைக்கிறார். அதனால், பாஷா பாயிடம் துருவி, துருவி விசாரணை மேற்கொண்டார். "நான் போலீசும் இல்லை மிலிட்டரிக்காரனும் இல்லை. சாதாரண வேட்டைக்காரன்" என்று பாஷாபாய் அல்லா மீது ஆணையிட்டுச் சொல்லியும் வீரப்பன் நம்பவில்லை.

பாஷா பாய் கூட வந்தவர்களும், "ஐயா நாங்க ஏழை மக்கள். இந்த கடத்திக் கறியை கொண்டு போயி பக்கத்து வீடுகளில் நூறு, ஐம்பதுக்கு விற்றாத்தான் எங்க புள்ளைக் குட்டிக்கு ஒரு வேளை சோறு கிடைக்கும் சாமி. இப்போ நாங்க சுட்ட ஒரு மான் கறியை நாங்க கொண்டுபோகாம விட்டால் இந்தக் கறியெல்லாம் வீணாப்போயிரும்" என்று எல்லோரும் கெஞ்சிப் பார்த்து விட்டனர்.

"நீங்க அடிச்ச மானை இப்போ நாம எல்லோருமே சேர்ந்து சமைத்துச் சாப்பிடலாம். அந்தக் கறிக்குப் பதிலா நாளைக்கு நீங்க வீட்டுக்குப் போகும்போது உங்களுக்கு நானே வேற கறி அடிச்சுத்தாரேன்" என்று வீரப்பன் சொல்லி விடுகிறார். மறுநாள் காலை மாடு மேய்க்க வந்த கோடிபுரத்தைச் சேர்ந்த மாட்டுக்காரர்களிடம் பாஷா பாயைப் பற்றி விசாரித்துள்ளார். அவர்களும் "இந்த பாயை எங்களுக்கு நல்லாத் தெரியும். இவங்க அக்காவை எங்க ஊரில்தான் கலியாணம் செஞ்சி குடுத்திருக்காங்க. இந்த பாய் பத்து வருசமா சந்தனக்கட்டை

வியாபாரம் செஞ்சுக்கிட்டிருக்கார்" என்று கூறினர்.

அப்போதும் பாய் மீது நம்பிக்கை வராமல், அங்கிருந்து நெய்தாலபுரம் வரைக்கும் காட்டு வழியாகவே பாஷாபாய் உடன் 12 பேரையும் கூட்டிக்கொண்டு வந்துள்ளார் வீரப்பன். அங்கே ஆடு மேய்த்துக் கொண்டிருந்த வயதான சோளக சமூகத்தைச் சேர்ந்த ஒரு பாட்டியிடம் "இந்த ஆளை உனக்குத் தெரியுமா..."? என்று வீரப்பன் விசாரித்தார்.

அந்தப் பாட்டியும் "இந்த பாயை எனக்கு இருபது வருஷமாத் தெரியும்" என்று சொல்கிறார். அப்போது, மாடு ஓட்டிக்கொண்டு இரண்டுபேர் அந்த வழியாக வருகின்றனர். அவர்களிடம் விசாரித்ததில் "பாஷா பாய் நல்ல மனுஷன். காசு, பணம் வேணுமுன்னு கேட்டாலும் கடனா குடுத்துட்டுப் போவார். தாளவாடிக்குப் போய் கைமாத்துக் கேட்டாலும் குடுப்பார். நல்ல மனுஷனுங்க..."என்றனர் (கடன் என்பது நீண்ட நாள்கள் கழித்துத் திருப்பிக் கொடுப்பது. இதற்கு வட்டி வாங்குவது வழக்கம். கை மாத்து என்பது வாங்கிய சில நாள்களிலேயே திருப்பிக் கொடுப்பது. இந்தப் பணத்துக்கு வட்டி வாங்கும் வழக்கமில்லை)

மாடு மேய்க்க வந்த இருவருக்கும் ஆளுக்கு ஐந்நூறு ரூபாயும், ஆடு மேய்த்த பாட்டிக்கு ஆயிரம் ரூபாய் பணத்தையும் வீரப்பன் கொடுத்துள்ளார். பாஷா பாயுடன் வந்த 12 பேருக்கும் ஆளுக்கு 1,000 ரூபாய் வீதம் பணத்தைக் கொடுத்து எல்லோரையும் விடுதலை செய்துள்ளார் வீரப்பன்.

தலை தப்பியது என்று எல்லோருமே வீரப்பனுக்குக் கை கூப்பி நன்றி தெரிவித்து விட்டு அந்த இடத்தை விட்டுக் கிளம்பினர். அங்கிருந்து ஆயிரம் அடித் தொலைவுக்குப் போன பாஷாபாயை வீரப்பன் நிற்கச்சொன்னார்.

"பாய் உன்னை எல்லோருமே நல்லவன்னு சொல்றாங்க. அதனாலே நான் உன்னை நம்பறேன். நீ எனக்கு ஒரு உதவி செய்ய முடியுமா...?" என்று கேட்டுள்ளார்.

வீரப்பன் மனதிலும் ஈரம் இருப்பதை உணர்ந்த பாஷா பாய் "சொல்லுங்க வீரப்பண்ணா, என்னாலே முடிஞ்சதா இருந்தா கட்டாயம் செஞ்சி குடுக்கிறேன்..."என்கிறார். "எங்க கையிலிருந்த பத்தியமெல்லாம் தீர்ந்து போச்சு. அதனாலே எனக்குக் கொஞ்சம் அரிசி, பருப்பு, சர்க்கரை எல்லாம் வாங்கிக்

குடுக்கணுமே." என்றார் வீரப்பன்.

"அரசி, பருப்பு வாங்கறதுலே ஒன்றும் தொந்தரவில்லேண்ணா. ஆனா தாளவாடியிலிருந்து இவ்வளவு தூரம் காட்டுக்குள்ளே எப்படியண்ணா எடுத்திட்டு வர்றது?" என்று பாய் கொஞ்சம் இழுத்தார்.

"நீங்க எப்படி காட்டுக்குள்ளே வேட்டையாடிக்கிட்டே இவ்வளவு தூரம் வந்தீர்களோ, அதே மாதிரிதான் பத்தியத்தையும் நாலஞ்சு ஆளை வச்சு எடுத்துக்கிட்டு வாங்க. அவங்களுக்கு உண்டான கூலியைக் குடுத்திடறேன்." என்றார்.

"ஆவுது உடுங்கண்ணா...." என்று பாஷாபாய் சொன்னதும், வீரப்பன் தமக்குத் தேவையான சாமான் லிஸ்ட்டை எழுதச் சொன்னார். கோவிந்தன் தங்களுக்குத் தேவையான மளிகைச் சாமான்களின் பட்டியலை எழுதினார். கிட்டத்தட்ட ஒரு மணி நேரம் எழுதி முடித்ததும், ஒன்றரைப் பக்க நீளமுள்ள அந்தப் பட்டியல் பாஷா பாய் கைக்கு வந்தது.

நான்கு மூட்டை அரிசி, 25 கிலோ சர்க்கரை, ஆயிரம் ரூபாய்க்கு கற்பூரம், என நீண்ட அந்த பட்டியலிலிருந்தப் பொருளை வாங்க முன் பணமாகப் பத்தாயிரம் ரூபாயை கொடுத்தார் வீரப்பன். கற்பூரம் வாங்கும் போது "யாராவது எதுக்கு இவ்வளவு கற்பூரம்"னு கேட்டா "இது கோயிலில் வியாபாரம் செய்யறதுக்கு ஒரு ஆள் கேட்டான்னு சொல்லிடு பாய்." என்ற வீரப்பன், "நாளைக்கு ஒரு நாள் விட்டு மறுநாள், சாயங்காலம் நான்கு மணிக்கு இந்த இடத்துக்கு வாங்க பாய் சொல்லி அனுப்பினார்.

வீரப்பன் கொடுத்த லிஸ்ட்டைக் கடைக்காரரிடம் கொடுத்து மளிகைப் பொருள்களை வாங்கிச் சுமை கட்டியபோது ஆளுக்கு 25 கிலோ வீதம் 17 பேர் தலைச்சுமையாகத் தூக்கிக்கொண்டு போகும் அளவுக்குச் சுமை சேர்ந்தது. அதற்கான பணமும் 17 ஆயிரம் ஆனது. 17 மூட்டைகளை எடுத்துக்கொண்டு மாலை நான்கு மணிக்குத் தலமலை காட்டுக்குச் சென்றார் பாஷாபாய். அந்த இடத்திலிருந்து பாஷாபாய்க்கும் வீரப்பனுக்கும் நட்பு தொடங்கியது. பிறகு தன் கைவசம் இருந்த 130 கிலோ யானைத் தந்தத்தைப் பாஷாபாயிடம் கொடுத்து விற்கச் சொல்லியுள்ளார். பெங்களூரில் கிலோ 5000 ரூபாய்க்கு விற்பனையாகும் அந்தத் தந்தத்தை வீரப்பன் 1,500 விலையில்

பாய்க்குக் கொடுத்துள்ளார். "இந்தத் தந்தத்துக்கு முன் பணமாக கொடுக்கவேண்டிய அளவுக்கு என்னிடம் பணமில்லை வீரப்பண்ணா…" என்று சொல்லி விட்டார்.

"பரவாயில்லை பாய், நான் உன்னை நம்பறேன். இந்த தந்தத்தை வித்திட்டு எனக்கு சேரவேண்டிய பணத்தை கொண்டாந்து குடுத்தாப் போதும்" என்கிறார் வீரப்பன். தந்தம் விற்ற பணம் கொண்டுவரும் போது, கோவிந்தன் விரலுக்கு அரை பவுன் தங்கத்தில் ஒரு மோதிரமும், அரை பவுனில் இரண்டு தங்கத் தாலியும் வாங்கிக்கொண்டு வரச்சொல்கிறார்.

"கல்யாணம் யாருக்குங்க அண்ணா…?" என்று கேட்ட பாஷாபாயிடம், "எங்களுக்குத் தெரிந்த இரு குடும்பத்தைச் சேர்ந்த பழங்குடி பெண்களுக்குக் கல்யாணம் நடக்குது. அவர்களுக்கு நான்தான் தாலி வாங்கிக் குடுக்கணும்" என்று சொல்லி தந்தம் விற்கும் பணத்தில் இரண்டு தங்கத் தாலியும் செய்து கொண்டுவந்து கொடுக்குமாறு சொல்லி அனுப்பியுள்ளார்.

"ஒருவேளை யானைத் தந்தத்தை வித்திட்டு பணம் குடுக்காமே ஏமாத்தலாமுன்னு நெனச்சேன்னு வை. உன் வீட்டிலேயே வந்து உன்னையும், உன் குடும்பத்தையும் சுட்டுப் போட்டுட்டு வந்துருவேன்." என்று வழக்கம் போலவே எச்சரித்தார். வீரப்பன் சொன்னபடியே பாய் அந்த வேலையைச் சரியாகச் செய்து கொடுத்துள்ளார். அடுத்தடுத்து வீரப்பனுக்குத் தோட்டா, துணி, மணி போன்றவை எல்லாம் வாங்கிக் கொடுக்கிறார். காட்டுக்குள் போன பாஷாபாய் பலநாள்கள் இரவு வீரப்பன் கூட்டத்துடனே தங்கியுள்ளார். அப்போதெல்லாம், வீரப்பனும் பாஷாபாயும் பக்கம் பக்கமாகவே படுத்துள்ளனர். இரவு நேரத்தில் வீரப்பன் தூங்கும்போது கும்பகர்ணன் போலத்தான் தூங்குவார். அதையெல்லாம் பாய் நன்றாகக் கவனித்து வந்துள்ளார். வீரப்பன் உள்ளிட்ட அவருடைய குழுவில் இருந்த எல்லோருமே பாஷாபாயை மாமா என்றே கூப்பிட்டுள்ளனர்.

1995 ஆம் ஆண்டின் இறுதியில் ஒருநாள் பாஷாபாய் காட்டில் வீரப்பனுடன் இருந்த நேரம் துப்பாக்கி சித்தனின் உறவினரான ஈரம்மா என்ற பழங்குடி இனப்பெண் காட்டுப்பக்கம் வந்துள்ளார். அவர் வீரப்பனைச் சந்திக்கிறார். ஒருவர் குடும்பத்தைப் பற்றி ஒருவர் விசாரித்துக் கொண்டனர்.

நீண்ட நாள்களாக தன் மகளுக்குத் திருமணம் செய்ய முடியாமல் இருப்பதாகச் சொல்கிறார். இதைக் கேட்ட வீரப்பன் அந்தப் பெண்ணின் திருமணச் செலவுக்கு 15 ஆயிரம் ரூபாய் பணத்தைக் கொடுத்துள்ளார். பணத்தை வாங்கி மடியில் வைத்துக்கொண்டு காட்டு வழியில் ஈரம்மா நடந்து வருகிறார்.

ஆசனூர் போலீஸ் எஸ்.ஐ.மோகன் நவாஸ், தன்னுடன் இருந்த அதிரடிப்படை வீரர்களுடன் அந்தப் பகுதிக்கு ரோந்து சென்றனர். எதிரில் வந்த போலீஸ் வண்டியை பார்த்ததும் ஈரம்மா காட்டுக்குள் திரும்பி ஓடினார். மோகன்நவாஸுடன் சென்ற போலீசார் காட்டுக்குள் ஓடிய அந்தப் பெண்ணைத் துரத்திப் பிடித்தனர். ரோட்டுக்கு கொண்டுவந்து சோதனை போட்டபோது, சேலைத் தலைப்பில் சொருகி வைத்திருந்த 15 ஆயிரம் ரூபாய் பணம் சிக்கியது. ஈரம்மாவை ஆசனூர் முகாமுக்குக் கொண்டுவந்து விசாரித்தனர். “ஈரப்பன் சாமி தான் அந்தப் பணத்தைக் கொடுத்தார்...” என அந்தப்பெண் ஒத்துக்கொள்கிறார். ஆனாலும், “உன் மக கல்யாணத்துக்கு 15 ஆயிரம் பணம் கொடுக்க உனக்கு என்ன அவன் தாய் மாமனா...?” என்று கேட்டு ஈரம்மாயை தாங்க முடியாத சித்திரவதைகளுக்கு உள்ளாக்கினர்.

ஒரு கட்டத்தில், “ஈரப்பன் (பழங்குடி மக்களின் உச்சரிப்பு) சாமி பத்தி எனக்கொண்ணும் தெரியாது. நீங்க பாசாப்பாவை கேளுங்க அவருக்குத்தான் எல்லாம் தெரியும்.“ என்று சொல்லி விடுகிறார் ஈரம்மா. பின்னர் பாசாப்பா என்று ஈரம்மா சொன்ன ஆள் யாரென்று மோகன்நவாஸால் கண்டு பிடிக்கவே முடியவில்லை.

ஈரம்மா

அடுத்த சில நாள்களுக்குப் பிறகுதான் இன்ஸ்பெக்டர் சென்னமல்லன் “தாளவாடியில் இருக்கும் குள்ளபாஷாவை புடுச்சுக்கிட்டு வா...” என்று

மோகன்நவாஸிடம் சொல்கிறார். தாளவாடி காவல் நிலையம் முன்பாக நின்று கொண்டிருந்தவரைப் பிடித்து ஆசனூர் முகாமுக்குக் கொண்டு சென்றுள்ளனர். அங்கே இன்ஸ்பெக்டர் சென்னமல்லன் பாஷா பாயை விசாரிக்கிறார். வீரப்பன் ஆலுமலை மாதப்பன் கோயில் பக்கமுள்ள காட்டிலும் இருப்பார். சிலநாள் கேர்மாளம் போகும் வழியிலும் இருப்பார் எனச் சொல்கிறார். அப்போதுதான், ஈரம்மா சொன்ன பாசாப்பாவும், சென்னமல்லன் சொன்ன குள்ளபாஷாவும் ஒருவர்தான் என்று மோகன்நவாஸுக்குத் தெரிகிறது.

இன்ஸ்பெக்டர் சென்னமல்லன் விசாரித்து முடித்துவிட்டுச் சென்ற பிறகு, கல்மண்டிபுரம் தொட்டியில் இருக்கும் துப்பாக்கி சித்தனின் வீட்டைக் காட்டு என்று மோகன் நவாஸ் கேட்டுள்ளார். இரவு பத்து மணிக்கு பாஷா பாயைப் போலீசார் ஜீப்பில் ஏற்றித் தாளவாடிக்குக் கூட்டிக்கொண்டு போகின்றனர்.

வழியில், கோழிப்பாளையத்தில் இருந்த மளிகைக் கடையிலிருந்து ஐந்து சுற்றுக் கயிறுகளை மோகன் நவாஸ் வாங்கியுள்ளார். அப்போது பக்கத்திலிருந்த ஒரு காவலர் “கயிறு எதுக்கு சார்..?” என்று கேட்டுள்ளார். “போகும்போது சொல்லறேன் வா...” என்று நவாஸ் சொல்கிறார். மீண்டும் ஜீப்பில் போகும்போது “சித்தன் பொண்டாட்டி, அவன் தம்பி மாதேவா பொண்டாட்டி, சிவன்னா பொண்டாட்டி, சித்தன் தங்கச்சி மாதி நாலுபேரையும் பிடித்துக் கையைக் கட்டிக்கொண்டு வந்து இவன் முன்னாலே அம்மணமா கட்டிவெச்சு அடிக்கனும்” என்று கயிறு எதற்கு சார் என்று கேட்ட காவலரிடம் மோகன் நவாஸ் சொல்கிறார்.

“துப்பாக்கி சித்தன்தான் எனக்கு வேட்டை பழக்கி விட்டது. அவன் குடும்பமும், என்னுடைய குடும்பமும் ஒன்னுக்குள்ளே ஒன்னா இருந்தவங்க. சித்தன் மனைவி கும்பியும், நானும் அண்ணன், தங்கச்சி மாதிரி பழகிட்டு இருக்கோம். சித்தன் குடும்பத்தில் உள்ள எல்லோருமே என்னை அவங்களில் ஒருத்தனாத்தான் பார்த்தாங்க. இன்னைக்கு அடிக்குப் பயந்துக் கிட்டுப்போயி அந்த புள்ளைங்க தங்கியிருக்கும் வீட்டைக் காட்டுனா, இந்தப் போலீசார் செய்யக்கூடாத கொடுமை எல்லாம் அந்தப் பெண்களுக்கு செய்வாங்க. அந்தப்

புள்ளைகளின் வீட்டைக் காட்டிக்கொடுக்கும் கொடுமையை நான் செய்யமாட்டேன்" என்று பாஷா பாய் முடிவெடுத்தார்.

கல்மண்டிபுரம் தொட்டிக்கு மோகன் நவாஸைக் கூட்டிக்கொண்டு போன பாஷா பாய், சித்தன் வீட்டுக்கு மூன்று வீடுகள் தள்ளியிருந்த ஒரு வீட்டை இதுதான் சித்தன் வீடு என்று அடையாளம் காட்டியுள்ளார். அந்த வீட்டுக் கதவை போலீசார் தட்டும்போது உள்ளே இருந்தவர்கள் திறக்கவில்லை.

"யார் இந்த நேரத்தில் வந்து கதவை தட்டறது. காலையில் வாங்க..." என்று அந்த வீட்டிலிருந்த பெண் சொல்கிறார். ஆனால், போலீசார் தாங்கள் யார் என்பதைச் சொல்லாமலே இரண்டு மூன்று முறைகள் தட்டியும் திறக்காமல் போனதால் மோகன் நவாஸ் அந்த வீட்டின் கதவை சினிமா ஹீரோ போல உடைத்துக்கொண்டு உள்ளே போகிறார். வீட்டுக்குள் இருந்தவர்களும், கதவை உடைத்துக்கொண்டு உள்ளே போனவரும் கட்டிப் புரண்டு சண்டை போட்டுள்ளனர்.

இந்தநேரத்தில், வெளியில் பாஷா பாய்க்குப் பக்கத்திலிருந்த காவலர்களிடம், சார் "இந்த சோளகர் ஆளுங்க வீட்டுக்குள்ளே குத்தீட்டி, அருவா எல்லாம் வச்சுப்பாங்க. உள்ளே போன ஐயாவை ஏதாவது செஞ்சிடப் போறாங்க..." என்று சொல்லியே ஒருவர் பின் ஒருவராகக் காவல் இருந்த மூன்று போலீசாரை வீட்டுக்குள் அனுப்பி விடுகிறார். நான்காவதாக இருந்த காவலரை ஒரே உதையில் கீழே தள்ளிய பாஷா பாய், அந்த தெருவில் தெற்குப் பக்கம் பாய்ந்து ஓடினார்.

நான்கு வீடுகள் தாண்டி கிழக்கே செல்லும் ஒரு தெருவில் புகுந்து, பக்கத்திலிருந்த சோளக்காட்டு முள் வேலியை எட்டிக் குதித்துத் தப்பியோடி விடுகிறார். இரவோடு இரவாகக் காட்டு வழியாக தாளவாடிக்கு வந்தவர், அங்கிருந்து மைசூர், பெங்களூர், ராம் நகரம், ஊட்டி, புளியம்பட்டி எனப் பல ஊர்க்ளில் ஒரு வருடம் தலைமறைவாக இருந்துள்ளார். ஒவ்வோர் இடமாக பாஷா பாய் போகும் போதெல்லாம் போலீசாரும் நெருங்கி வந்துகொண்டே இருந்தனர்.

இறுதியாக உள்ளூர் ஜமாத் பெரியவர்கள் மூலமாகத் தமிழ்நாடு *S.T.F.* ஐ.ஜி.காளிமுத்துவிடம் பாஷா பாய்

சரணடைகிறார். இனிமேல் இந்த ஆளை இங்கே வைத்து எதுவும் செய்ய முடியாது என்ற நிலையில் பாஷா பாயைக் கர்நாடக போலீசாரிடம் கொடுத்து விடுகின்றனர். பாஷா பாய்க்கு மாதேஸ்வரன் மலை சித்திரவதை முகாமில் வைத்து அடி, உதை, மின்சாரத் தாக்குதல் என 21 நாள்கள் சித்திரவதை நடந்தது. தொடர்ந்து மின் தாக்குதலில் சிக்கிய பாஷா எழுந்து நிற்க முடியாத நிலையில் பலமிழந்து போகிறார். இந்த நேரத்தில், பாஷாபாய் பற்றி தமிழக போலீசார் தயாரித்து வைத்திருந்த கோப்புகளை கர்நாடக அதிரடிப்படை உளவுப்பிரிவு போலீசார் வாங்கிக் கொண்டு போகின்றனர்.

கர்நாடக அதிரடிப்படையின் தலைவர் பொறுப்பில் இருந்த சங்கர் பிதிரிக்குப் பதிலாக Dr.எம்.கே. ஸ்ரீவத்சவா நியமிக்கப்படுகிறார். "தாளவாடி பகுதியில் வீரப்பனுக்கு எல்லா வகையிலும் உதவியாக இருப்பவர் பாஷா பாய். இந்த ஆள் நினைத்தால் வீரப்பனை எளிதாகப் போட்டுத்தள்ள முடியும்" என்று தமிழக உளவுத்துறை அறிக்கையும் அதிலிருந்தது. இதைப் பார்த்த ஸ்ரீவத்சவா தன்னுடைய நடவடிக்கையை மாற்றுகிறார். உடல்நிலை பாதிக்கப்பட்டு மோசமான நிலையிலிருந்த பாஷாபாயை மைசூர் கே.ஆர்.எஸ். மருத்துவமனைக்கு கொண்டுபோய் சிகிச்சை கொடுக்க ஏற்பாடு செய்கிறார். பாஷாபாயைக் கவனித்துக்கொள்ள ஒரு டி.எஸ்.பி. தலைமையில் பாதுகாப்பு ஏற்பாடு செய்யப்படுகிறது. நான்கு நாள்களுக்குப் பின் மைசூர் மருத்துவமனைக்குச் சென்ற அவர், பாஷாபாயைப் பார்த்துப் பேசுகிறார். கைகுலுக்கும் நோக்கில் தன்னுடைய கையைக் கொடுத்து என் கையை "நசுக்குடா பாஷா," என்று அவருடைய உடல் நிலை முன்னேற்றம் குறித்து அறிகிறார்.

டி.எஸ்.பி. ஒருவரின் மனைவி அந்த மருத்துவமனையின் மருத்துவராக இருந்துள்ளார். அவர் மூலமாக பாஷா பாய்க்கு சிறந்த சிகிச்சை கொடுக்க ஏற்பாடு செய்யப்படுகிறது. பாஷாவின் குடும்பத்தினரை மைசூருக்கு வர வைக்கிறார். பாஷாவின் மனைவியைப் பக்கத்திலிருந்து பார்த்துக்கொள்ள அனுமதிக்கப்படுகிறார். பாஷா பாய்க்கும், அவருடைய மனைவிக்கும் கர்நாடக போலீசார் நல்லவர்கள் என்ற எண்ணம் வருகிறது. படிப்படியாக கர்நாடக எஸ்.டி.எப்.

போலீசாரின் மூளைச் சலவை நடக்கிறது. மீண்டும் ஸ்ரீவத்சவா வருகிறார். "இதுவரை உனக்கு நல்லது கெட்டது தெரியல. நீ ஒரு கொள்ளையனுக்கு உதவி செய்துகொண்டு இருக்கே. இனிமேல் நல்லவனுக்கு உதவி செய்யவேண்டும். வீரப்பனைப் பிடிப்பதற்காக எங்களுக்கு ஒரு நாளுக்கு 15 லட்ச ரூபாய் செலவாகுது. நாலு நாளுக்கு ஆகும் செலவை உனக்குக் குடுக்கிறது எங்களுக்கு ஒன்றும் பெரிய வேலையில்லை. படித்திருக்கும் உன்னுடைய பசங்களுக்குப் போலீசில் வேலை போட்டுத்தருகிறோம். படிக்காத பசங்களுக்கு பாரஸ்ட் டிப்பார்ட்மென்டில் வேலையும், ரொக்கமாக ஐம்பது லட்சம் பணமும் கொடுக்கிறோம். உங்களுக்கு என்ன வேணுமோ அதை நீ வாங்கிக்கலாம்" என்று சொல்கிறார். மறுப்பேதும் பேசாமல் அவர் சொன்னதை எல்லாம் பாஷா பாய் உள்வாங்கிக் கொள்கிறார்.

"நாங்க ஒரு துப்பாக்கி கொடுக்கிறோம், அதை எடுத்துக் கிட்டுப் போய் வீரப்பனைச் சுட்டு விட்டு வரமுடியுமா?" எனக் கேட்டனர்.

"நீங்க குடுக்கிற துப்பாக்கியோடு காட்டுக்குள்ளே போனா வீரப்பனுக்கு என் மேலே சந்தேகம் வரும். நான் அவனை சுடறதுக்கு முந்தி அவன் என்னைச் சுட்டுக் கொன்னுருவான். அதனாலே எனக்கு ஒரு நாட்டுத் துப்பாக்கி குடுங்க. அதுக்குக் கொஞ்சம் மருந்தும், குண்டும் இருந்தாலே போதும். நான் பாங்காட்டுக்குள்ளே தேடி வீரப்பனைக் கண்டு புடிச்சுருவேன். வீரப்பனும், நானும் பக்கத்திலேதான் படுத்துக்குவோம். ஒன்னாவே வேட்டைக்கும் போவோம். ஏதோ ஒரு எடத்துலே வீரப்பனை சுட்டுக் கொன்னுருவேன். அதுலே ஒன்னும் பிரச்சனையில்லை. ஆனால், துப்பாக்கி வெடிக்கும் சத்தம் கேட்டாலே எல்லோரும் உஷாராயிருவாங்க. வீரப்பனைச் சுட்டுக்கொன்னுட்டு நான் அங்கிருந்து உயிரோடு வரமுடியாது. கோவிந்தனோ இல்ல யாரோ ஒருத்தன் என்னைக் காட்டுக்குள்ளேயே சுட்டுக்கொன்னு போட்டுருவாங்க. நான் வந்து உங்களுக்கு எப்படித் தகவல் சொல்லமுடியும்.." என்று கேட்டுள்ளார்.

இதனால் குழப்பமடைந்த போலீசார், பாஷா பாய், அவருடைய மனைவி இருவரையும் அன்று இரவு

பெங்களூரிலேயே தங்க வைத்தனர். வீரப்பனைப் போட்டுத் தள்ள வேறு திட்டம் தீட்டும் நோக்கில், அன்று இரவு காவல்துறையினர் அவசர ஆலோசனை மேற்கொண்டனர்.

மறுநாள் காலையில் கர்நாடக காவல்துறை அமைச்சர் ரோஷன் பெய்க் முன்பாக பாஷாபாயைக் கொண்டுபோய் நிறுத்தினர். வீரப்பனுக்கும் பாஷா பாய்க்கும் உள்ள நெருக்கம் பற்றி எம்.கே.ஸ்ரீவத்சவா விவரிக்கிறார். இஸ்லாம் கோட்பாடுகள் பற்றிப் பேசிய ரோஷன் பெய்க், "நீ ஒரு முஸல்மான் என்பதால் உனக்கு நான் உதவி செய்கிறேன். நீ அரசுக்கு உதவி செய்யவேண்டும்" என்று சொல்கிறார்.

"பாஷா நீ கேட்டபடியே நாட்டுத் துப்பாக்கி ஒன்றையும், கூடவே கோடரி ஒன்றையும் போலீசார் கொடுத்து உன்னே காட்டுக்குள்ளே அனுப்புவாங்க. நீ வீரப்பனைச் சந்தித்தும், அவனுக்கு நம்பிக்கை ஏற்படும் வகையில் துப்பாக்கியை அவனிடத்தில் கொடுத்திடலாம். கோடரியை மட்டும் பாதுகாப்பாக நீயே வச்சிக்கோ. ஒரு மாதமோ, இரண்டு மாதமோ காட்டுக்குள்ளேயே நீ தங்கியிருக்கணும். வீரப்பனும், நீயும் பக்கம் பக்கமாகப் படுத்துத் தூங்கும்போது நீ மட்டும் எழுந்து கோடரியை எடுத்து வீரப்பனின் கழுத்தில் வெட்டி அவனைக் கொலை செய்யவேண்டும். வீரப்பன் தலையைத் தனியே எடுத்து தலையை பெட்சீட் அல்லது துண்டில் சுற்றி வீட்டுக்கு எடுத்துட்டு வந்திரு. பிறகு உடனே எனக்குத் தகவல் குடு" என்று திட்டத்தை விவரித்துள்ளார்.

"இந்த வேலையை மட்டும் நீ செஞ்சிட்டா, நானே பெங்களூரிலிருந்து தாளவாடிக்கு வந்து உனக்கு மாலை அணிவித்து மரியாதையைச் செய்து வழி நெடுக வரவேற்பு கொடுத்து ஊர்வலமாக உன்னைப் பெங்களூர் விதான் சவுதாவுக்கு கூட்டிக்கொண்டு வருவேன்" என்றார் ரோஷன் பெய்க்.

"வீரப்பன் கொஞ்சம் அசந்து தூங்கற ஆள்தான். நீங்கச் சொன்ன மாதிரியுங்கூடச் செய்ய சான்ஸ் இருக்கு. ஆனால், கோவிந்தன் சரக்குன்னு சத்தம் கேட்டாலே எந்திருச்சுக்குவான். அவனை நான் ஏமாத்திட்டு தப்பி வர்றதுங்கிறது ரொம்பக் கஷ்டம். ஆனாலும் பார்க்கலாம் சார்" என்கிறார் பாஷாபாய். வீரப்பனைக் கொன்றுவிட்டு பாஷா பாய் தப்பிவருவது

கஷ்டம் என்ற உண்மை ஸ்ரீவத்சவாவுக்கும் தெரிகிறது.

அவசர அவசரமாக மாற்றுத் திட்டம் ஒன்றும் தயாராகிறது. அந்தத் திட்டத்தின்படி பாஷா பாயின் வலது கெண்டைக்காலில் ஓர் அறுவைச் சிகிச்சை மேற்கொள்ளப்படுகிறது. காலின் மேல் தோலுக்குக் கீழே நரம்பு ஓட்டம் இருக்கும் சவ்வு பகுதி பாதிக்காமல் தோல் கிழிக்கப்படுகிறது. உள்ளே ஒரு சிறிய நெகிழிப் பையில் இரண்டு பொட்டலம் சயனைடு போன்ற ஒரு வகையான கொடிய விஷம் உள்ளே வைத்துத் தைக்கப்படுகிறது. பாஷா பாயின் காலின் உள்ளே வைத்துத் தைக்கப்பட்டுள்ள விஷம் ஆறு மாதம்வரை அவருடைய காலில் இருக்கலாம். தேவைப்படும் போது, தையல் போட்டுள்ள இடத்தில் இரண்டு பக்கமும் கை பெரு விரலை வைத்து அழுத்த வேண்டும். அப்படிச் செய்யும்போது தைத்துள்ள மேல் தோல் மீண்டும் கிழிந்து விடும். உள்ளே இருக்கும் நெகிழி உறையை எடுத்துக்கொண்டு இரண்டு நிமிடம் வெளிவரும் இரத்தத்தைத் துடைத்து விட்டு, மருத்துவர்கள் கொடுத்துள்ள ஒரு பிளாஸ்டரில் ஒட்டிவிட்டால் போதும் அந்தக் காயம் விரைவில் ஆறிவிடும்.

"இதனால், உனக்கு எந்த விதமான பாதிப்பும் வராது. அதற்குள்ளாகச் சந்தர்ப்பம் வரும்போது, வீரப்பன் சாப்பிடும் சாப்பாடு, சாம்பார் அல்லது டீ. இதில் ஏதாவது ஒன்றில் குப்பியில் இருக்கும் பொடியைப் போட்டுவிட வேண்டும். இந்த பொடியைப் போட்டால், நிறமும், சுவையும் மாறாது. அதனால், வீரப்பனுக்கு விஷம் கலந்துள்ளது கொஞ்சம் கூடத்தெரியாது. அதைச் சாப்பிடும்போது வீரப்பனுடன் இருக்கும் ஆளுங்க எல்லோருமே சேர்ந்து செத்துருவாங்க. அதுக்கும்கூட வாய்ப்பு அமையலையின்னா கொஞ்சமா தண்ணீர் இருக்கும் தாவில் இந்த இரண்டு பொட்டலம் மருந்தையும் அதுலே கொட்டிக் கலந்து விட்டுவிட்டு நீ தண்ணியைக் குடிக்காமல் இருந்துக்கோ. அந்தத் தண்ணியைக் குடிச்ச அரை மணி நேரத்தில் எல்லோரும் கீழே விழுந்து செத்திருவாங்க. நீ தப்பித்து வெளியிலே வந்து எங்களுக்குத் தகவல் சொன்னா போதும்." என்று மற்று வழி ஒன்றுக்கும் ஏற்பாடு செய்துள்ளார் ஸ்ரீவத்சவா.

******

41

காலில் விஷம் வைத்து அனுப்பிய போலீஸ்

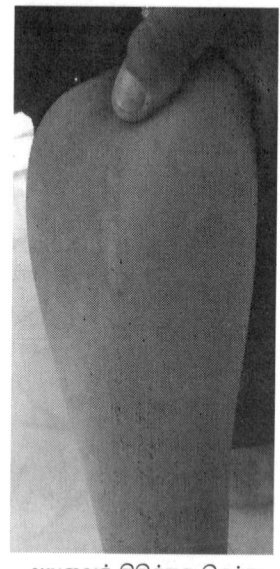

அறுவைச் சிகிச்சை செய்து விஷம் வைக்கப்பட்ட இடம்

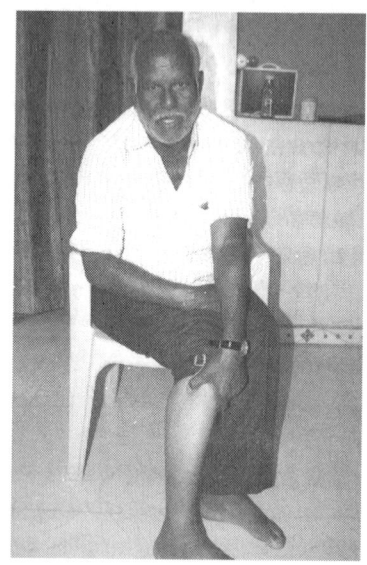

பாஷா பாய்

நீண்ட நேரம் பாஷா பாயுடன் பேசிய ரோஷன் பெய்க் "விஷம் வைத்துக் கொல்வதைவிட கோடாரியால் வெட்டிக்கொல்லும் முயற்சிதான் சிறந்தது. அப்போதுதான் வீரப்பனின் தலை நமக்குக் கிடைக்கும். அதற்குச் சாத்தியம் இல்லை என்ற நிலை வந்தாலும், அதை விட இன்னொரு நல்ல சந்தர்ப்பம் வந்தால் நீ இரண்டாவது வேலையைச் செய்யலாம். ஏதோ ஒரு வகையில் நீ வீரப்பன் தலையைச் சாய்ச்சிட்டுத்தான் வரவேண்டும்" என்று பாஷாபாயை வாழ்த்தினார்.

பாஷா பாய் செலவுக்காக லட்சம் ரூபாய் பணத்தைக் கொடுக்கிறார் பெய்க். "இப்போது பணம் எனக்கு வேண்டாம் சார்.. நான் வேலையை முடித்த பிறகு பணத்தை வாங்கிக் கொள் கிறேன்" என்று சொன்ன பாஷா பாய் இப்போது செலவுக்கு

மட்டும் பத்தாயிரம் ரூபாய் போதும் என்கிறார். கூடுதலாக ஒரு பத்தாயிரம் சேர்த்து இருபது ஆயிரம் ரூபாய் பணத்தைக் கொடுத்து பாஷா பாயை பெங்களூரிலிருந்து பேருந்தில் ஏற்றி அனுப்பினார் ரோஷன் பெய்க். தாளவாடி வந்த பாஷா பாய், காலின் உள்ளே விஷம் வைத்துத் தைக்கப்பட்டிருந்த புண் ஆறுவதற்காக மருந்து போட்டுக் கொண்டிருந்தார்.

பாஷா பாய் வீட்டிற்கு வந்த மூன்றாம் நாள் சாயங்காலம் கோடிபுரம் பக்கம் மாட்டுப்பட்டி போட்டிருக்கும் ஒரு சோளகர் சமூக ஆள் அவரைச் சந்திக்க வந்தார்.

“நேற்று சாயங்காலம் நான் மாடு மேய்க்கும் காட்டுக்கு சித்தனும், கும்பியும் வந்தாங்க. தாளவாடி போயி பாஷாப்பா இருக்காரான்னு பார்த்துட்டு வா. பாய் இருந்தாருன்னா சந்தனக்கட்டை கொஞ்சம் இருக்குதுன்னு அவரைக் கையோட கூட்டிக்கிட்டு வா...”ன்னு சொன்னாங்க என்று சொல்கிறார்.

கர்நாடக போலீசார்தான் தன்னை நோட்டம் பார்க்கின்றனர் என்று நினைத்த பாஷா பாய், “சித்தன் கூட யார் யாரெல்லாம் இருக்கிறாங்க...? எந்த இடத்தில் இருந்தாங்க...? எத்தனைப்பேர் இருந்தாங்க....? என்று விசாரிக்கிறார்.

மாட்டுப்பட்டிக்காரரர் சொன்ன பதிலிலிருந்து வந்துள்ளது வீரப்பன் கேங் என்பது தெரிந்தது. தன்னை வீரப்பன் வரச்சொன்னது உண்மைதானா...? என்பதைத் தெரிந்துகொள்ள “சரியப்பா வேற என்ன வாங்கிட்டு வரச்சொன்னாங்க...? என்று கேட்டார் பாஷா பாய்.

“நீங்க பாங்காட்டுக்கு வரும்போது ரெண்டு கிலோ வெல்லமும், டீ தூளும் வாங்கிட்டு வரச் சொன்னாங்க.” என்றார். இதன்மூலம், இந்த ஆளை அனுப்பியுள்ளது வீரப்பன் என்பது பாஷா பாய்க்குத் தெரிந்தது. மறுநாள் காலை காட்டுக்குக் கிளம்பத் தயாரானார். போலீசாரின் சித்திரவதையால் சரியாக நடக்க முடியாத நிலையில் இருந்தார். தன்னுடைய மகன் அக்பரின் மோட்டார் சைக்கிளில் திகிநாரை காட்டுப்பகுதிக்குச் செல்கிறார். சொன்னபடியே கரியசாமி என்ற அந்த மாட்டுக்காரரர் சரியான நேரத்தில் மாடுகளை ஓட்டிக்கொண்டு காட்டுப்பக்கம் வந்தார். அவருடன் மெதுவாக நடந்து மலை மேலே ஏறினார் பாஷா பாய்.

அங்கே பேபி வீரப்பன், கோவிந்தன், சித்தன் மூவரும் இருந்தனர், நடக்க முடியாத நிலையிலிருந்த பாஷா பாயைச் சித்தனும், கோவிந்தனும் வீரப்பன் இருந்த இடத்துக்குத் தூக்கிக்கொண்டு போய் சேர்த்தனர். பாஷா பாயைப் பார்த்ததுமே "எப்படியிருக்கீங்க மாமா...?" என்று கேட்டுக்கொண்டு எழுந்து ஓடிவந்தவர், பாஷா பாய் இருந்த நிலையைப் பார்த்த வீரப்பன் பதறிப்போய் விடுகிறார்.

பாஷா பாய் நிலையைப் பார்த்த கோவிந்தன், வீரப்பன் இருவருக்கும் கண்கள் கலங்கின. உடனே மயில் எண்ணெய், உடும்பு எண்ணெய் எல்லாம் தயார் செய்தனர். பாஷா பாயை ஒரு வாரம் அங்கேயே தங்க வைத்து அவருடைய உடலுக்கு மூலிகை எண்ணெய் போட்டுத் தேய்த்து கை, கால் வீக்கம் எல்லாத்தையும் சரி செய்யும் வேலையில் ஈடுபட்டனர்.

வீரப்பன் மீதிருந்த அபிமானத்தினால் போலீசார் சொல்லி அனுப்பிய எந்த வேலையையும் செய்ய பாஷா பாயின் மனம் இடம் கொடுக்கவில்லை. குறிப்பிட்ட காலம்வரை வீரப்பனைத் தேடிக்கொண்டிருப்பதாக போலீசாரிடம் சொல்லிக் கொண்டிருக்கிறார். பிறகு மைசூர் சென்று தன் காலிலிருந்த சயனைடு பொட்டலத்தை அறுவைச் சிகிச்சை மூலம் வெளியே எடுத்து விடுகிறார். பிறகு வீரப்பனைச் சந்தித்து விட்டாலும், தான் செய்யவேண்டிய வேலையைச் செய்யச் சரியான நேரம் அமையவில்லை." என்று போலீசாரிடம் சொல்லி விடுகிறார்.

இந்த நேரத்தில், கர்நாடக அதிரடிப்படையின் தலைவர் பொறுப்பிலிருந்த ஸ்ரீவத்சவா மாறி விடுகிறார். அதனால், பாஷா பாய் தமிழக அதிரடிப்படையின் பக்கம் திரும்பி விடுகிறார். வேட்டைக்கு ஒரு துப்பாக்கியும், ஒவ்வொரு மாதமும் செலவுக்குக் கொஞ்சம் பணமும், அரிசியும் பாஷா பாய் குடும்பத்துக்கு போலீசார் கொடுத்து வந்துள்ளனர். பாஷா பாயும் காட்டுக்குள் போய் வீரப்பனைத் தேடுவதாகச் சொல்லிவிட்டு வேட்டையாடி விட்டு, திரும்பி வந்து விடுவார்.

தமிழகம், கர்நாடகா என இரண்டு மாநிலப் போலீசாரிடமும் பாஷா பாய் செல்வாக்குடன் இருப்பது வீரப்பனுக்கும் தெரியும். எந்தச் சூழ்நிலையிலும் பாஷா பாய் மீது பொய்வழக்கு

போடவும் மாட்டார்கள். வழக்குப் போட்டாலும் கூடப் போடலாம், அடிக்க மாட்டார்கள். அதனால், இந்த பாஷாபாயை வைத்தே இன்னும் கொஞ்சம் வேலைகளை முடித்துக் கொள்ள வீரப்பன் திட்டம் போடுகிறார்.

ஈரோடு மாவட்டம், அந்தியூர் அருகிலுள்ள பர்கூர் மலைப்பகுதியிலுள்ள ஈரட்டி என்ற ஊரில் டீக்கடை வைத்திருந்தவர் கந்தவேல். வீரப்பனின் கூட்டாளியான ஐயந்துரைக்குப் பங்காளி உறவு. இருவருமே மலை அடிவாரத்தில் உள்ள ஐரத்தல் என்ற ஊரைச் சேர்ந்தவர்கள். கந்தவேலுக்கு நான்கு ஆண், ஐந்து பெண் என மொத்தம் ஒன்பது குழந்தைகள். ஒற்றைப் பெட்டிக்கடையை வைத்துக் கொண்டு, ஒன்பது குழந்தைகளுடன் வாழ்க்கைப் போராட்டம் நடத்திக் கொண்டிருந்த கந்தவேலு, வன்னியர் சமூகத்தைச் சேந்தவர்.

*1993*ஆம் ஆண்டில் ஒருமுறை தனக்கு மளிகைப் பொருள் வேண்டுமென்று கந்தவேலு வீட்டுக்கு வீரப்பன் வந்துள்ளார். அப்போது, இருவருக்கும் ஏற்பட்ட நட்பு வீரப்பனுக்கு நாட்டுத் துப்பாக்கி வாங்கிக் கொடுக்குமளவுக்கு நெருக்கம் வளர்ந்துள்ளது. ஒரு கட்டத்தில், கந்தவேலுவுக்கும், வீரப்பனுக்கும் உள்ள தொடர்பு பற்றி தமிழக அதிரடிப்படைக்குத் தெரியவந்தது. கந்தவேலைத் தூக்கிக்கொண்டுவந்து, பண்ணாரி முகாமில் வைத்து 'முறைப்படி' விசாரித்துள்ளனர்.

"உன்னை உள்ளே தள்ளிவிட்டால், வெளியே வர பத்து வருசமாகும். உன்னை நம்பியிருக்கும் குடும்பமே சின்னா பின்னமாகி விடும்" என்று அதிரடிப்படையினர் மிரட்டினர். அப்போது அதிரடிப்படையில் ஆய்வாளராக இருந்த கருப்புசாமி என்பவர் கடவுள் பக்தியும், மனிதாபிமானமும் உள்ளவர். கந்தவேலுவிடம் கொஞ்சம், கொஞ்சமாகப் பேசி அவருக்கு மூளைச்சலவை செய்தார். தன்னை நம்பியிருக்கும் குடும்பத்தை நினைத்துப் பார்த்த கந்தவேலு வீரப்பனுக்கும், தனக்கும் தொடர்புள்ளது என்பதை ஒத்துக் கொண்டார். அன்று முதல், வீரப்பனைப் பற்றி அதிரடிப்படைக்குத் தகவல் சொல்லும் தகவலாளியாக மாறி விட்டார். இந்தச் செய்தி வீரப்பனுக்குத் தெரியாது.

1997 ஆண்டு தைப் பொங்கலின்போது ஈரட்டியில் டீக் கடை வைத்திருக்கும் கந்தவேலைக் கூட்டிக்கொண்டு வரும்படி பாஷா பாயிடம் சொல்கிறார். அப்போது, பக்தவத்சலம் என்ற ஓர் இளைஞரையும் கந்தவேல் கூட்டிக் கொண்டு சென்றுள்ளனர். வழிக்காவலில் இருந்த அன்புராஜ் பக்தவத்சலத்தைச் சோதனை போடப் பார்க்கிறார்.

"டேய் அன்பு விடப்பா, இவர் பி.பி.சி. நிருபர். இவரையெல்லாம் சோதனை போடத் தேவையில்லை..." என்றவர், "இந்தத் தம்பி பேரு. பக்தவத்சலம், பி.பி.சி. நிருபர்" என்று வீரப்பனிடம் அறிமுகப்படுத்தியுள்ளார்.

"அண்ணா நீங்க உள்ளூர் பத்திரிக்கைகளுக்குப் பேட்டி கொடுக்கவேண்டாம். எனக்குப் பேட்டி கொடுங்க. உங்களின் பேரையும், புகழையும் உலகறியச் செய்வேன்..." என்று பக்தவத்சலம் சொல்கிறார். செய்தியாளர் ஒருவருக்கு உண்டான எந்தவிதமான அடையாளமும், அதற்கான பக்குவமும் இல்லாமல் இருந்த பக்தவத்சலம் மீது வீரப்பனுக்குச் சந்தேகம் ஏற்படுகிறது.

"இவன் யார்...? நிருபர்தானா..."? என்று பாஷா பாயை தனியாகக் கூப்பிட்டு விசாரிக்கிறார். "இல்லைங்க..., இந்த ஆளு யாருன்னு எனக்கும் தெரியாது, கந்தவேலுவுக்கும் தெரியாது. தாளவாடியிலிருந்த அதிரடிப்படை போலீஸ்காரங்க நிருபருன்னு சொல்லி எங்களைக் கூட்டிக்கொண்டு போய் உங்ககிட்டே அறிமுகம் செய்து வைக்கச் சொன்னாங்க..." என உண்மையைச் சொல்கிறார்.

சாயங்காலம்வரை வேறு விவகாரங்களைப் பேசிய வீரப்பன், கிளம்பும்போது, "இப்போ நான் பத்திரிக்கைக்கு பேட்டி கொடுக்கும் நிலையில் இல்லை. ஒரு முக்கியமான வேலையிருக்கிறது. அந்த வேலை முடிந்ததும் நானே உன்னைக் கூப்பிட்டுப் பேட்டி கொடுக்கிறேன் தம்பி. நான் சொன்னதுக்குப் பிறகு வாங்க..." என்று மூவரையும் காட்டை விட்டு வெளியே அனுப்புகிறார். கல்மண்டிபுரம் என்ற ஊருக்கு தெற்கிலுள்ள ஒரு கரட்டுப்பகுதியிலிருந்து மூவரும் மாலை ஐந்து மணிக்கு வெளியேறினர்.

"இந்தப் பையன் நிருபர் போலத் தெரியல, வந்ததிலிருந்தே போலீஸ்காரன் மாதிரியே திருட்டுப் பார்வையே

பார்த்துக்கிட்டு இருந்தான். இங்கிருந்த உங்க யார்கிட்டேயும் எதுவும் பேசவில்லை. என்கிட்டயும், அண்ணன்கிட்டயும் பேசும்போதும் கூட எங்க கண்ணைப் பார்த்துப் பேசவில்லை. வெளியில் காவல் இருக்கும் ஆளுங்களையும், நாம் இருக்கும் எடத்தில் இருந்து போற வழி, வார வழி, இதையெல்லாந்தான் பார்த்துகிட்டே இருந்தான். நாம புதுசா ஒரு இடத்தில் போயி வீடியம் போட்டா எப்படி இடத்தைப் பார்ப்போமே அது போலவே இவனும் பார்க்கிறான். இவன் நல்ல ஆள் இல்லை" என்று சேத்துக்குழி கோவிந்தன் சொல்கிறார்.

"அடப் போப்பா கோவிந்தா, உனக்கு யார் யாரைச் சந்தேகப் படறதுன்னே தெரியாதா.... நம்ம தொட்டண்ணன் கூட்டிக்கிட்டு வரும் ஆளு மேல நாம சந்தேகப் படலாமா...?" என்று வீரப்பன் சொல்லியுள்ளார். தொட்டண்ணன் என்பது கன்னடத்தில் பெரியண்ணன் என்று பொருள். வீரப்பனுடன் இருந்த துப்பாக்கி சித்தனின் மனைவி கும்பி கந்தவேலைப் பார்த்து தொட்டண்ணன் என்று கூப்பிட்டுள்ளார். காலப்போக்கில் இந்த பெயரிலேயே எல்லோரும் கந்தவேலை கூப்பிட்டனர்.

"தொட்டண்ணன் கூட்டிக்கொண்டு வந்த ஆள் மீது சந்தேகப்படக் கூடாது" என்று வீரப்பன் சொன்னாலும், "இன்றைக்குக் காலையிலிருந்தே கெட்ட சகுனம் நடந்துக்கிட்டே இருக்குது. இந்த மலையை விட்டு வேற இடத்துக்குப் போகலாம்..." என்று கோவிந்தனும், அன்புராஜும் கூறினர். வானம் இருட்டிக் கொண்டுவந்தது. திடீரென இடியுடன் கூடிய மழை பெய்யத் தொடங்கியது. வீரப்பன் கூடாரம் போட்டிருந்த இடத்திலிருந்து சுமார் ஐம்பது அடி தொலைவிலிருந்த ஒரு தணக்கு மரத்தில் பலமான இடி இறங்கியது. இந்தத் தாக்குதலில் அன்புராஜ், அப்பர்சாமி இருவரும் வைத்திருந்த நாட்டுத் துப்பாக்கிகள் இரண்டும் தானாகவே வெடித்தன.

அதற்குப் பிறகு, கொஞ்சம் மனம் மாறிய வீரப்பன் இடம் மாறச் சம்மதிக்கிறார். ஆனால், மழை கனமாகப் பெய்தது, அதுவுமில்லாமல் ஒரு பெரிய கடத்தி கிடாய் ஒன்றை அடித்துப் போட்டிருந்தனர். இதன் கறியை வெட்டி எடுத்து கொஞ்சம் காயவைத்து எடுத்துக்கொண்டு போகலாம்

என்று வீரப்பன் சொன்னார். வேறு வழியில்லாமல் அந்த இடத்திலேயே தங்கிய கோவிந்தன் அதிகாலை நாலு மணிக்கு வெளிச்சம் வரும்போதே எழுந்து இடம் மாறும் வேலையை ஆரம்பித்தார்.

பொழுது விடிவதற்குள் எல்லோரும் மலையின் அடிவாரத்திலிருந்து ஒன்றரை கிலோமீட்டர் தொலைவில் மலையின் பாதி உயரத்தில் ஓர் இடத்தைத் தேர்வு செய்தனர். அந்த இடத்தில் ஒரு பாறை மீது டெண்ட் போட்டனர். அதில் மான்கறியைக் காயப்போட்டனர். ஏற்கனவே நாம் தங்கியிருந்த இடத்திலிருந்து பார்த்தால் இந்த இடத்தில் டெண்டு போட்டிருப்பது தெரியும். அதனால், இந்த இடத்தில் இருக்கக்கூடாது என்று சொன்ன கோவிந்தன் மலையின் உச்சிக்குச் சென்று ஓர் இடத்தில் எல்லோரையும் தங்கச் சொல்கிறார். அப்போதும் விடிவதற்கு சற்று நேரம் இருந்தது, எல்லோருமே மீண்டும் படுத்துத் தூங்கினர்.

காலை ஆறு மணிக்கு எழுந்த கோவிந்தன் மலையின் கீழே பார்க்கிறார். கந்தவேல், பக்தவத்சலம் இருவரும் வீரப்பனைச் சந்தித்து விட்டுப்போன இடம் முழுவதும் துப்பாக்கி ஏந்திய போலீசாரும். எல்லைப் பாதுகாப்புப் படை வீரர்களும் நிறைந்திருந்தனர். இளம் பச்சை நிறத்தில் அவர்கள் அணிந்திருந்த சீருடை காட்டில் மறைந்து கொள்ள வசதியாக இருந்தது. ஆனால், அவர்களின் கைகளிலிருந்த துப்பாக்கிகள் இளம் வெய்யிலில் மின்னி கோவிந்தனுக்குப் போலீசார் வந்துள்ளதைக் காட்டிக் கொடுத்தது. இன்னொரு பிரிவினர் மேலே கூடாரம் அமைத்துக் கடத்தி மான்கறியைக் காயப் போட்டிருந்த இடத்தை நோக்கி வடக்குப் பக்கமிருந்து சுற்றி வளைத்து முன்னேறிக் கொண்டிருந்தனர்.

கீழே போலீசார் சூழ்ந்திருக்கும் காட்சிகளைப் பார்த்த கோவிந்தன் படுத்திருந்த வீரப்பனை எழுப்பினார். இந்த நேரத்தில் எல்லைப் பாதுக்காப்புப்படை வீரர்கள் நீல நிறக் கூடாரத்தை நோக்கிச் ஷெல் தாக்குதலைத் தொடங்கினர். குண்டு விழுந்த இடத்தில் நெருப்புப் பற்றி எரிந்தது. அந்தப் பகுதி காடு முழுவதும் நெருப்புக் கோளமாக மாறியது.

முதலில் கீழே தங்கியிருந்த இடத்துக்கு வந்த போலீசார்,

அங்கிருந்து மலையின் பாதி உயரத்திலிருந்த டெண்ட்டைப் பார்த்தனர். அடுத்து மலை மேலே வருவார்கள். நாம் இந்த இடத்தில் போலீசாரை எதிர்த்து அடித்தே ஆகவேண்டும் என முடிவெடுத்த வீரப்பன் எல்லோரையும் ஆளுக்கு ஓர் இடத்தில் படுக்கச் சொன்னார். அந்த இடத்திலிருந்து பொசிஷன் எடுத்து மேலே வரும் போலீசாரைச் சுடச் சொல்கிறார்.

ஆனால், கோவிந்தன் வேறு விதமாக யோசிக்கிறார். "முதல் நாள் காட்டிலிருந்து வெளியே போன கந்தவேலும், பக்தவதசலமும் போலீசாரின் உளவாளிகள். அவர்களில் யாரோ ஒருவர் கொடுத்த தகவலின் பேரில்தான் போலீசார் இந்த இடத்துக்கு வந்துள்ளனர். அநேகமாக நாம் இருக்கும் இந்தக் காட்டைச் சுற்றிலுமே போலீசார் சுற்றி வளைத்து இருப்பார்கள். அந்தச் சந்தேகத்தை இப்போதே தீர்த்துக் கொள்வோம்" என்கிறார்.

பக்கத்திலிருந்த அன்புராஜின் கையைப் பிடித்து இழுத்துக்கொண்டு அந்த மலையில் உச்சிக்குப் போகிறார். அங்கிருந்து மலையின் கிழக்குப் பக்கம் இருவரும் பார்க்கின்றனர். இளஞ்சூரியன் வீசிய செங்கதிர் வெளிச்சத்தில் காட்டில் இருந்த பசுமையைத் தவிர ஒன்றும் தெரியவில்லை. பாறை ஒன்றின் நிழலில் உட்கார்ந்த அன்புராஜ், தனது உடலைச் சூரிய ஒளியில் இருந்து மறைத்துக்கொண்டு கீழே தெரிந்த காட்டைப் பார்க்கிறார். அங்கிருந்தும் நிறையப் போலீசார் வந்து கொண்டிருந்தனர். அவர்களின் கையிலிருந்த துப்பாக்கிகள் மின்னின .

"மாமா நீங்க சொன்னது சரிதான். கெழக்கால இருந்தும் போலீஸ் வந்துக்கிட்டு இருக்காங்க..." என்கிறார் அன்புராஜ், அவரது கையைப் பிடித்துக் கூட்டிக்கொண்டு வந்த கோவிந்தன் வீரப்பன் முன் நின்றார். "இந்த நேரத்தில் நாம் துப்பாக்கிச் சூடு நடத்தினால் இந்த இடத்தில்தான் இருக்கிறோம் என்பது உறுதியாகி விடும். நான்கு பக்கமும் இருக்கும் போலீசாரால் நாம் சுற்றி வளைக்கப்படுவோம். அடுத்த அரை மணி நேரத்தில் கோவையிலிருந்து ஹெலிகாப்டர் வரும். தலைக்கு மேலே இருந்தும் தாக்குதல் நடக்கும். தேவையில்லாமல் நாமே நெருக்கடியை ஏற்படுத்திக் கொள்ளக்கூடாது" என்று வீரப்பனிடம் சொல்கிறார்.

வீரப்பனும் அதை ஏற்றுக்கொண்டார். கையிலிருந்த பொருள்கள் எல்லாம் பாதுகாப்பான ஓர் இடத்தில் ஒளித்து வைக்கப்படுகின்றன. நாலு பக்கம் இருந்தும் போலீசார் வந்தாலும் தங்களுக்குப் பாதிப்பு இல்லாத இடத்தை வீரப்பன் தேர்வு செய்தார். அந்த இடத்தில் வீரப்பன், கோவிந்தன், பேபி வீரப்பன், மேய்க்கான் ரங்கசாமி, மாதேஷ், அன்புராஜ், தங்கராஜ், அப்பாசாமி என எட்டுப் பேரும் பதுங்கினர். காலை ஒன்பது மணியளவில் ஒரு படைப்பிரிவு வீரப்பன் தங்கியிருந்த மலையின் உச்சிக்கு வந்து சேர்ந்தது.

ஒவ்வொரு புதரையும் அலசித் தேடினர், மாலை ஆறு மணிவரை தேடுதல் வேட்டை நடந்தது. அதன்பிறகே, வீரப்பன் ஆள்கள் நடமாட்டம் இருப்பதற்கான அடையாளம் எதுவும் இல்லை என்று மற்ற பிரிவினருக்கு வயர்லஸ் மூலம் செய்தி அனுப்பினர். ஆனாலும் அந்த அணி திரும்பிப் போகவில்லை, மலை மேலேயே தங்கியது.

மறுநாள் காலை, மலையின் கிழக்குப் பக்கம் கொங்கல்லியில் இருந்து வரும் ஓடை வழியாக வந்த இன்னொரு படைப்பிரிவு ஒவ்வொரு நூறு அடி தொலைவுக்கும் ஒரு போலீசார் என்ற கணக்கில் நின்று கொண்டு மலையின் பின் பக்கம் வீரப்பன் அணியினர் வெளியேறி செல்லமுடியாத வகையில் மலையைச் சுற்றி வளைத்தனர். காலை பத்து மணிக்கெல்லாம் கோவையில் இருந்து ஹெலிகாப்டர் ஒன்று அந்த மலையைச் சுற்றித் தேடுதல் நடவடிக்கையில் ஈடுபட்டது. வீரப்பன் ஆள்கள் இந்த இடத்தில் இல்லை என்பதை போலீசார் உறுதி செய்துகொண்டு அந்தப் பகுதியிலிருந்து புறப்பட்டுச் செல்ல மூன்று நாள்கள் ஆயின.

அந்த மூன்று நாள்களும் வீரப்பன் ஆள்கள் சோறு, தண்ணீர் இல்லாமல் பதுங்கிய புதைக்குள்ளேயே இருந்தனர். மூன்றாம் நாள் மாலையில் வீரப்பன் அந்தக் காட்டைவிட்டு முன்கூட்டியே வெளியேறி விட்டதாக போலீசார் முடிவு செய்தனர். தங்களின் 60 மணி நேர முற்றுகையை கைவிட்டு காட்டிலிருந்து புறப்பட்டுச் செல்கின்றனர். அதன் பின்னர் இரவு எட்டு மணிக்கு வீரப்பன் அணியினர் வெளியே வந்தனர். எட்டு வேளைச் சாப்பாடு இல்லாமல் மயக்கம் போட்டு கீழே விழும் நிலையிலிருந்தனர்.

வயிற்றுப் பசிக்கு எந்த வழியும் இல்லாத நிலையில் பதினோரு மணிக்கு நெய்தாலபுரம் பக்கத்திலிருந்த ஒரு வாழைத் தோட்டத்துக்குச் சென்றுள்ளனர். அங்கிருந்த ஒரு பெரியவரைச் சந்திக்கின்றனர். தன்னுடைய வீடு இங்கிருந்து ஐந்து கிலோமீட்டர் தொலைவில் உள்ளதாகவும். இரவு காவலுக்குத்தான் வந்துள்ளதாகவும் கூறினார்.

"கடைசியாக அவரிடம் இருந்த கொஞ்சம் பழைய ராகி மாவையும், பட்டியில் உள்ள நாய்க் குட்டிக்குச் சாப்பாடு கொண்டுவரும் ஒரு தூக்குப் போசியையும் வாங்கிக் கொண்டுவந்தோம். அதைக் கழுவிவிட்டு, ராகி மாவைப் போட்டுக் கஞ்சி காச்சிக் குடித்துவிட்டு அங்கிருந்து வேறு இடத்துக்குப் போனோம்" என்றார் அன்புராஜ்.

பாஷா பாய், கந்தவேல், பக்தவத்சலம் ஆகிய மூவருமே போலீஸ் ஆள்காட்டிகள் என்பது வீரப்பனுக்குத் தெரியும். ஆனால், இப்போது அதிரடிப்படையினருக்குத் தகவல் கொடுத்தது யார்...? என்ற குழப்பம் வீரப்பனுக்கு வந்தது.

அடுத்த மூன்று மாதங்களுக்குப் பிறகு, அந்தியூர் காட்டுக்கு வந்த வீரப்பன், கந்தவேலுவைச் சந்தித்து "உனக்கு அந்த நிருபரை எப்படித் தெரியும்"? என்று கேட்கிறார். "ஒரு வருஷம் முன்னே அதிரடிப்படை போலீசார் என்னைப் புடிச்சுக்கிட்டுப் போயி உனக்கு உதவி செய்வதாகச் சொல்லி கேஸ் போட்டு கோயமுத்தூர் ஜெயில்லே போட்டுட்டாங்க. அப்போ இந்த நிருபரையும் பிராந்திக் கடையில் நடந்த ஒரு அடிதடி கேசில் புடிச்சுக் கொண்டாந்து ஜெயிலில் விட்டுருந்தாங்க. அப்பத்தான் நானும், பக்தவத்சலமும் பார்த்துப் பேசிக்கிட்டோம். உங்க அண்ணன் மாதையனும்கூட இந்தப்பையன் நிருபர்தான்னு சொன்னாங்க..." என்று சொன்னார் கந்தவேல்.

மாதையன் என்ற பெயரைச் சொன்னதுமே வீரப்பனுக்குக் கொஞ்ச நஞ்சமிருந்த நம்பிக்கையும் போனது. வீரப்பனின் உடன் பிறந்த அண்ணன் மாதையன். அப்போதைய கணக்குப்படி கிட்டத்தட்ட பதிமூன்று ஆண்டுகளாக சிறையிலிருந்தார். எப்படியாவது சிறையிலிருந்து விடுதலை ஆகவேண்டும் என்ற எண்ணத்தில் இருப்பவர். யாராவது நீ வெளியே போக ஏற்பாடு செய்கிறோம் என்று சொன்னால் போதும் அவர்களுக்கு தேவையான எல்லா உதவிகளையும் செய்ய மாதையன்

தயாராக இருந்தார். இதைப் பயன்படுத்தி போலீசார்தான் இந்த நபரை நிருபர் என்று பொய் சொல்லிச் சிறைக்கு அனுப்பியுள்ளனர் என்பதை வீரப்பன் தெரிந்து கொண்டார்.

அடுத்த சில நாள்கள் அந்தியூர் பக்கமுள்ள வரட்டுப்பள்ளம் அணையை ஒட்டியிருந்த காட்டுப்பகுதியில் வீரப்பன் தங்கியிருந்தார். இந்த நேரத்தில், வீரப்பனுடன் இருந்த கரியன் (என்கிற) பேபி வீரப்பனுக்கும், கோவிந்தன், மேய்க்கான் ரங்கசாமி, மாதேஷ் ஆகியோருக்கு இடையே கருத்து வேறுபாடு ஏற்பட்டது. இந்த "கசமுசா" பெரிதாகி பேபி வீரப்பன் மற்றவர்களுடன் சண்டை போட்டுக் கொண்டு, "இனிமேல் நான் உங்களோட இருக்க மாட்டேன்" என்று வீரப்பன் குழுவை விட்டுப் பிரிந்து செல்ல முடிவெடுக்கிறார்.

இந்த நேரத்தில், அங்கிருந்த கந்தவேல் இரு தரப்பையும் சமரசம் செய்து வைக்கும் வேலையைச் செய்கிறார், வீரப்பன் இருந்த இடத்தை விட்டு பேபி வீரப்பன் வேறு இடத்துக்குப் போகிறார். பேபியைச் சமாதானம் செய்யப்போன கந்தவேலு நெடுநேரம் தனியாகப் பேசினார். ஆனால் பேபி இதற்கெல்லாம் உடன்படாமல் அங்கிருந்து கிளம்பி விடுகிறார்.

அப்போது பேபியிடம், "நீ கல்மண்டிபுரம் தொட்டிக்குப் பக்கத்துக் காட்டில் தங்கிட்டு அங்கிருந்து எனக்கு ஆள் அனுப்பு மாப்ளே, அதுக்குள்ளே நான் மாமனின் (வீரப்பனின்) கோவத்தை ஆத்திட்டு அங்க வந்து உன்னைப் பார்க்கிறேன்." என்று சொல்லி அனுப்புகிறார் கந்தவேல்.

தன்னைக் கொல்லத்தான் கந்தவேலு அங்கே அனுப்புகிறார் என்பது பேபி வீரப்பனுக்கு அப்போது தெரிய வாய்ப்பில்லை.

*****

42

பேபி வீரப்பன் கொலை

பேபி வீரப்பன் (நன்றி : வெங்கிடுசாமி *AdSP Retd*)

வரட்டுப்பள்ளம் அணைக் காட்டிலிருந்து புறப்பட்ட பேபி வீரப்பன் கல்மண்டிபுரம் சென்றடைய பத்து நாள்களுக்கு மேலானது. அதற்கு முன்னதாகவே, வீரப்பனுக்கும், பேபி வீரப்பனுக்கும் மோதல் ஏற்பட்ட செய்தியை அதிரடிப்படை அதிகாரிகளிடம் கந்தவேலு சொல்கிறார். அவர்களின் ஆலோசனைப்படி, தாளவாடிக்கு சென்று பாஷாபாயைச் சந்திக்கிறார். "வீரப்பனுக்கும், பேபி வீரப்பனுக்கும் சண்டை வந்துட்டுது. வீரப்பனுடன் சண்டை போட்டுக்கிட்டு தனியாகப்போன பேபி வீரப்பன் அடுத்து தாளவாடிக்குத்தான் வருவான். அவங்கிட்டே செலவுக்குப் பணமில்லை. ஏதாவது பத்தியம் (மளிகைப் பொருள்) வேணுன்னாலும் வாங்கிக்குடுங்க பாய்" என்று சொல்லி பாஷாபாயிடம் கைச் செலவுக்குக் கொஞ்சம் பணமும் கொடுத்துவிட்டுத் திரும்புகிறார்.

கந்தவேலு சொல்லியது போலவே, அடுத்த சில நாள்களில் பேபி வீரப்பன் கல்மண்டிபுரம் காட்டுக்கு வந்துசேர்கிறார். தனக்கு உடனடியாக அரிசியும், சமையல் செய்யத் தேவையான மளிகைப் பொருள்களும் வேண்டுமென பாஷாபாய்க்கு ஆள் அனுப்பினார். பேபிக்குத் தேவையான பொருள்களை எல்லாம் வாங்கிக் கொண்டுபோய் கொடுத்துவிட்டு "வேறு என்ன வேண்டும்...?" என்று கேட்டுள்ளார் பாஷாபாய். "நான் உடனே, கந்தவேலு மாமனைப் பார்க்கணும்..." என்று பேபி வீரப்பன் சொல்கிறார்.

இந்த நேரத்தில் கந்தவேலு ஈரட்டியில் வைத்திருந்த தேநீர்க் கடையை எடுத்து விடுகிறார். குருநாதசாமி கோவில் பக்கமுள்ள கிருஷ்ணாபுரம் என்ற இடத்திற்குக் குடிவந்து விட்டார். இதையடுத்து கிருஷ்ணாபுரம் போன பாஷாபாய் அங்கிருந்த கந்தவேலுவைப் பார்த்துப் பேசுகிறார். பேபி வீரப்பன் கல்மண்டிபுரம் வந்து சேர்ந்த தகவலைச் சொல்கிறார். உடனே அங்கிருந்து கிளம்பிய கந்தவேலு, பாஷாபாயுடன் புறப்பட்டுத் தாளவாடி வருகிறார். அங்கிருந்து கல்மண்டிபுரம் காட்டுப்பகுதியில் தங்கியிருந்த பேபியைப் பார்க்க கந்தவேலு மட்டும் தனியாகச் செல்கிறார். போகும்போது, பேபி சொல்லி அனுப்பிய சில மளிகைப் பொருள்களை வாங்கிக்கொண்டு போகிறார். அடுத்த இரண்டு நாள்கள் கல்மண்டிபுரம் தொட்டிக்கு தென்புறமுள்ள ஒரு சிறிய கரட்டுக்கு மேலே பேபி வீரப்பனுடன் கந்தவேல் தங்குகிறார்.

இதற்குப் பிறகு என்ன நடந்தது என்பது தெரியவில்லை. சாம்ராஜ் நகர் கிழக்குக் காவல்நிலைய எல்லையில் உள்ள ஹர்க்கே ஹல்லா என்ற இடத்தில் பேபி வீரப்பன் கொலை செய்யப்பட்டுக் கிடந்ததாகப் போலீசார் அறிவித்தனர். பேபியின் உடலை அங்கிருந்து எடுத்துக் கொண்டுபோய் அவர்களே அடக்கம் செய்து விட்டனர். *(சாம்ராஜ்நகர் காவல் நிலைய குற்ற எண்:-67/1997)*

கல்மண்டிபுரம் காட்டில் பேபி வீரப்பனுடன் தங்கியிருந்த கந்தவேல் சமயம் பார்த்துப் பேபியைப் போட்டுத் தள்ளிவிட்டு அங்கிருந்து கிளம்பத் தயாராகிறார். மூன்றாம் நாள் காலையில் தூங்கி எழுந்ததும் பேபி வீரப்பனும், கந்தவேலுவும் தேநீர் வைத்துக் குடித்தனர். காலை உணவுக்கு உப்புமா செய்வதற்காக

வெங்காயம் வெட்டி, எண்ணெய் விட்டுத் தாளிப்பு போடுகிறார் பேபிவீரப்பன்.

பிறகு, ஒரு பாத்திரத்தில் தண்ணீர் ஊற்றி அடுப்பில் வைத்தார், தண்ணீர் கொதித்து வந்ததும், கோதுமை ரவையைக் கொட்டி, கட்டியாகப் பிடிக்காமலிருக்க ஊஞ்சக்குச்சி துடுப்பால் கிளறி விட்டுக் கொண்டிருந்தார். மைசூர் எஸ்.பி.ஹரிகிருஷ்ணாவை வீரப்பன் ஆள்கள் சுட்டுக் கொன்று விட்டு எடுத்துக்கொண்டு வந்திருந்த 303-ரைபிள் பேபி வீரப்பனுக்கு வலது பக்கத்திலிருந்தது. பேபிக்கு உதவியாகச் சின்ன சின்ன வேலைகளைச் செய்து கொண்டிருந்த கந்தவேலு திடீரென துப்பாக்கியை எடுத்து, பேபி வீரப்பனின் பின்னந் தலையில் வைத்து அதன் விசையை அழுத்தினார்.

சேத்துகுழி கோவிந்தன், மாதேஷ், வீரப்பன், மேய்கான் ரங்கசாமி.
1997 இல் அரசு தூதராக சென்றபோது நான் எடுத்த படம்.

பேபியின் பின்னந்தலையில் கடலைக்கொட்டை அளவுக்கு ஓட்டை போட்டுக் கொண்டு தோட்டா உள்ளே போனது. அது வெளியேறிய பகுதியில் யாருடைய முகம் என்று அடையாளம் காணமுடியாத அளவுக்கு முகத்தை சிதைத்து விட்டிருந்தது. அடுத்து என்ன செய்வது என்று யோசிக்கக் கூட நேரமில்லை. பேபி வீரப்பன் வைத்திருந்த 303 துப்பாக்கி,

ஒரு பிலிப்ஸ் ரேடியோ, ஒரு கோனிக்கா ஆட்டோ போகஸ் கேமரா, பேருந்து நடத்துநர்கள் வைத்திருக்கும் தோலினால் செய்யப்பட்ட ஒரு தோள் பை, இவற்றையெல்லாம் எடுத்துக் கொண்டு அங்கிருந்து கந்தவேலு கிளம்பினார்.

இதைப்பற்றி மைசூர் மித்ரா கன்னட நாளிதழின் செய்தி ஆசிரியராக இருக்கும் ஏ.சி.பிரபாகர் கூறுவதைக் கேட்போம். "பேபி வீரப்பனைச் சுட்டுக்கொன்னுட்டு கந்தவேல் தமிழ்நாட்டு போலீஸ் அதிகாரிகளைப் பார்த்திருக்கிறான். அவங்க பேபி வீரப்பன் வைத்திருந்த 303 ரைபிளை வாங்கிட்டாங்க. செலவுக்கு ஆயிரம் ரூபாய் பணம் குடுத்திட்டு. "நீ வீட்டுக்கு போ மற்றதை நாங்க பாத்துக்கிறோம்"னு சொல்லி அனுப்பிட்டாங்க. அப்போ பேபி வீரப்பனின் தலைக்கு பத்து இலட்சம் ரூபாய் ரிவார்டு டிக்ளேர் செஞ்சிருந்தாங்க. தமிழ்நாடு போலீஸ் தன்னை ஏமாத்தறாங்கன்னு கந்தவேல் தெரிஞ்சுக்கிட்டான். ரெண்டு நாளா திம்பம் கர்நாடக S.T.F. கேம்ப் முன்னாலே நின்னுட்டிருந்தான். நான் அந்த வழியா மருதமலை கோயிலுக்குப் போவதற்காக என்னுடைய நண்பர்களோடு போனேன். வழக்கமாகவே நான் அந்தப் பக்கம் போனா கர்நாடகா STF கேம்ப் உள்ளே போவேன். இல்லேன்னாலும், கேம்புக்கு முன்னாலே ஒரு டீக் கடை இருக்கும். அந்தக் கடையிலே டீ சாப்பிடுவேன். அப்படி டீ சாப்பிட அந்தக்கடைக்குப் போனேன். அப்போ கந்தவேல் அங்கே இருந்தான்.

கந்தவேல் ஒரு காலத்தில் வீரப்பனுடன் நெருக்கமாக இருந்தவன். ஸ்ரீவத்சவா பீரியடில் போலீஸ் இன்பார்மரா இருந்தான். இதுவும் எனக்குத் தெரியும். நான் கந்தவேலைப் பார்த்து "ஏன் இங்கே நின்னுகிட்டு இருக்கே..?"ன்னு கேட்டேன். "சும்மாதான் சார் வந்தேன்..." ன்னு சொன்னான். அவன் பொய் சொல்றான்னு எனக்குத் தெரிஞ்சுபோச்சு.

ஏதாவது முக்கியமான செய்தியுடன் கந்தவேலு வந்திருப்பான்னு நெனச்சேன். ரெண்டு பேரும் டீக் குடுச்சோம். அரைமணி நேரம் அங்கேயே நிற்க வைத்து மடக்கி மடக்கி விசாரித்தேன். பிறகுதான் "பேபி வீரப்பனைச் சுட்டுக் கொன்றுவிட்டு வந்துட்டேன்"னு சொன்னான். உடனே நான் கர்நாடக கமாண்டர் இன் சீப் ஸ்ரீவத்சவா எங்கே

இருக்காருன்னு விசாருச்சேன். இப்போ அவர் பெங்களூர் போயிட்டார், எஸ்.பி. இரவீந்தர பிரசாத் புளிஞ்சூரில் இருக்கிறதாச் சொன்னாங்க. கந்தவேலை அங்கே கூட்டிட்டு போனேன். இரவீந்தர பிரசாத் சாரைப் பார்த்தேன். கந்தவேல் சொன்ன செய்தியைச் சொல்லி அவரிடம் ஒப்படைத்தேன்.

"மொதல்லே இந்த இன்பர்மேஷனைக் கன்பார்ம் செஞ் சுக்கோங்க... பல இடங்களில் வீரப்பன் இந்த மாதிரியான ஆளுங்களை அனுப்பித்தான் அதிகாரிகளைக் காட்டுக்குள்ளே வர வைத்து சுட்டுக் கொன்னிருக்கிறான். நீங்களும் அவசரப்பட்டுப் போயிடாதீங்கன்னும் சொல்லிவிட்டு வந்தேன்" என்கிறார்.

ஏ.சி.பிரபாகர்

அதன்பிறகு, கந்தவேலுவிடம் விசாரணை மேற்கொண்ட கர்நாடக அதிரடிப்படையினர் அவர் சொல்வது உண்மை என்பதைத் தெரிந்து கொண்டனர். பேபி வீரப்பன் சுட்டுக் கொலை செய்யப்பட்ட நான்கு நாள்களுக்குப் பிறகு, 21.04.1997, அன்று கல்மண்டிபுரம் தொட்டிக்கு தென்பக்கம் உள்ள மிஞ்சு குட்டே காட்டுக்குச் சென்றுள்ளனர். அங்கே உருக்குலைந்து கிடந்த பேபியின் உடலை எடுத்துக் கொண்டுபோய் தங்களது காட்டுப் பகுதியில் கைப்பற்றப்பட்டதாகக் காட்டி அடக்கம் செய்துவிட்டனர். (சாம்ராஜ்நகர் கிழக்கு காவல் நிலைய குற்ற எண்:- 67/1997. *Date- 21.04.1997.*)

கந்தவேலுவைப் புளிஞ்சூர் அதிரடிப்படை முகாமில் கொண்டுபோய் சேர்த்தவர் என்ற வகையில் ஏ.சி.பிரபாகரின் பெயரைப் பதிவுசெய்து வைத்துள்ளனர். அந்தப் பதிவுகளின் அடிப்படையில், வீரப்பன் கொல்லப்பட்டபின் அதிரடிப்படைக்கு உதவியவர் என்ற வகையில் ஏ.சி.பிரபாகருக்கு இரண்டு இலட்சம் ரூபாய் வெகுமதி வழங்கியுள்ளது கர்நாடக அரசு.

இது குறித்து கர்நாடகக் காவல் துறையில் பணியாற்றி

ஓய்வு பெற்ற காவல் ஆய்வாளர் காதலவாடி சிவசாமி கூறும்போது, "கந்தவேல் என்னுடைய சோர்ஸ். தாளவாடி, புளிஞ்சூர், பி.ஆர்.ஹில்ஸ் எல்லா ஏரியாவிலேயும் நான் வேலை செஞ்சுகிட்டே இருப்பேன். அதனாலே, சரியான நேரத்தில் கந்தவேலு என்னைச் சந்திக்க முடியாமப் போயிட்டுது. அதனாலே லேட்டாத்தான் பேபி வீரப்பன் பாடி கிடந்த இடத்துக்குப் போனோம். மாவு கிளறும்போது கந்தவேல் அவனைச் சுட்டிருக்கான். பேபி வீரப்பன் இடுப்பில் லுங்கி வேட்டி மட்டும்தான் இருந்தது. பின் தலையில் குண்டு பட்டு உயிர்போன நிலையில் கிடந்தான். பாடி டீ கம்போஸ் ஆகியிருந்தது. அங்கிருந்து பாடி எடுத்திட்டு வந்து, போஸ்ட் மார்டம் செஞ்சி புதைக்கும்வரைக்கும் நான் கூடவே இருந்தேன்" என்றார்.

இது நடந்து முடிந்த ஓராண்டுக்குப் பிறகு வீரப்பன் அந்தப் பகுதிக்குச் செல்கிறார். கல்மண்டிபுரம் தொட்டியிலிருந்த ஆடு, மாடு மேய்ப்போர், ஈச்சம் புல் அறுப்போர், சுண்டக்காய் பறிக்கப் போவோர், மாட்டுப்பட்டி போட்டுள்ளவர்கள், சிகாரி வேட்டையாட வரும் வேட்டைக்காரர்கள், தேனெடுக்கப் போவோர் எனப் பலரையும் சந்திக்கிறார். ஒவ்வொருவரிடமும் பேபி வீரப்பன் சுட்டுக்கொல்லப்பட்ட நிகழ்வு குறித்து விசாரிக்கிறார்.

காதலவாடி சிவசாமி

பேபி அங்கு வந்து தங்கியது. இரண்டு நாள்கள் கழித்து பாஷா பாயைப் பார்க்க கல்மண்டிபுரம் தொட்டியில் இருக்கும் ஒரு பழங்குடி சமூகத்தைச் சேர்ந்தவரை அனுப்பியது. பிறகு பாஷா பாய் வந்து பேபியைச் சந்தித்தது. அவர் சென்ற பின், கந்தவேலு அங்கு வந்து மூன்று நாள்கள் பேபி வீரப்பனோடு தங்கியிருந்தது. பிறகு ஒருநாள், காலை எட்டு மணிக்கு "ரைபிள்" துப்பாக்கி வெடித்த சத்தம் கேட்டது. (போலீசார் பயன்படுத்தும் 303 "ரைபிள்", SLR,

(Self Loding Riffle), வேட்டைக்காரர்கள் பயன்படுத்தும் நாட்டுத் துப்பாக்கி, தோட்டாத் துப்பாக்கி என ஒவ்வொரு துப்பாக்கியும் வெடிக்கும்போது வெளியாகும் சத்தம் வேறுபடும்).

பிறகு சிறிதுநேரம் கழித்து ஊருக்குத் தெற்குப் பக்கத்திலுள்ள கரட்டின் மேற்குப் பக்கமாகத் துப்பாக்கியைத் தூக்கியபடி கந்தவேலு அங்கிருந்து போனது. சமையல் செய்து கொண்டிருந்த அடுப்புக்குப் பக்கத்திலேயே தலை கவிழ்ந்த நிலையில் பேபி இறந்து கிடந்தது. ஐந்தாம் நாள் கர்நாடக போலீசார் வந்து அவனது உடலை எடுத்துக் கொண்டு போனது என அங்கே நடந்த நிகழ்வுகளை ஒன்று விடாமல் விசாரித்துத் தெரிந்து கொண்டார்.

உடனே, தாளவாடிக்கு ஆள் அனுப்பி பாஷாபாயை வரச்சொன்ன வீரப்பன் அவரிடமும் விசாரித்தார். பழங்குடி மக்கள் சொன்னதும், பாஷாபாய் சொன்னதும் சரியாக இருந்தது. தன் கூட்டாளியைத் திட்டம் போட்டு கொலை செய்தது கந்தவேல் என்பது தெரிகிறது. கந்தவேலைத் தன் கையாலேயே கொல்லத் துடித்தார் வீரப்பன்.

"மாமா நீங்க அந்தியூருக்குப் போறீங்க. அவசரமா ஒரு வேலை இருக்குது. உடனே நான் வரச்சொன்னாங்கன்னு சொல்லி தொட்டண்ணனை (கந்தவேலின் பட்டப்பெயர்) கூட்டிட்டு வாங்க..." என்று பாஷாபாயை அந்தியூருக்கு அனுப்பினார். இரண்டு நாள்களுக்குப்பின் தனியாக வந்த பாஷாபாய். "இப்போ எனக்கு உடம்புக்குச் சரியில்லை. ஒரு எட்டுக் கூட நடக்க முடியாது. ஒரு நாலு நாள் போய் நானே தாளவாடிக்கு வாரேன். அதுவரைக்கும் மாமனை அந்தத் தாவிலேயே இருக்கச்சொல்லு..." என்று கந்தவேலு சொன்னதாகக் கூறியுள்ளார்.

கந்தவேலு வருவான் என்ற நம்பிக்கையில், அந்த நான்கு நாள்களும் வீரப்பன் திகிநாரைக் காட்டில் தங்கியிருந்தார். அப்போது, வழக்கத்துக்கு மாறாக அதிரடிப்படையினர் நடமாட்டம் அதிகமிருப்பதைப் பார்த்துள்ளார். பாஷாபாய் காட்டுக்குள் வரும்போதும், போகும்போதும் போலீசார் பின் தொடருகின்றனர் என்பதை உறுதிப்படுத்திக் கொண்டார் வீரப்பன். இனிமேல் அங்கிருப்பது சரியில்லை என்ற முடிவில், கர்நாடக மாநிலத்திலுள்ள வேறு ஒரு பகுதிக்குச் செல்கிறார்.

அங்கிருந்து வேறு ஓர் ஆளை அனுப்பி கந்தவேலுவை வரச்சொல்கிறார். அப்போதும், கந்தவேலு வீரப்பனைச் சந்திக்க வராமல் அல்வா கொடுத்துள்ளார்.

வீரப்பன் குறி வைப்பதில் மட்டும் திறமைசாலியில்லை. திட்டம் போடுவதிலும் திறமையானவர் என்பதைக் கந்தவேல் மறந்து விட்டார்.

*****

43

கிருபாகர், சேனானி கடத்தல்

தேடுதல் நடவடிக்கைக்குத் தயாராகும் காவல்துறையினர்

குண்டால் வனத்துறை ஊழியர்களை விடுதலை செய்த வீரப்பன் குழுவினர் நேராக சாம்ராஜ்நகர் மாவட்டம், குண்டல்பேட்டை அருகிலுள்ள பந்திப்பூர் காட்டுக்குச் செல்கின்றனர். அங்கே இரண்டு மாதங்கள் வீரப்பன் குழுவினர் முகாமிட்டுத் தங்கினர். பந்திப்பூர் புலிகள் காப்பக எல்லையில் காட்டுயிர் ஆய்வாளர்களான சேனானி, கிருபாகர் இருவருக்கும் சொந்தமாக வீடும், அதைச் சுற்றிக் கொஞ்சம் நிலமும் உள்ளன.

இவர்களின் வீட்டுக்கு அரசியல் செல்வாக்கு மிக்கவர்கள், காவல்துறை, வனத்துறை உயர் அதிகாரிகள் சில நேரங்களில் ஐரோப்பா, அமெரிக்க நாடுகளைச் சேர்ந்த ஆங்கிலேயச் சுற்றுலாப் பயணிகளும் வருவர். இந்தச் செய்திகளை எல்லாம் வீரப்பன் உள்ளூரிலிருந்த மலைவாழ் மக்கள் மூலமாகத் தெரிந்து கொள்கிறார்.

இந்த வீட்டுக்கு வருவோர் எல்லோருமே பெரிய ஆள்களாக இருப்பதால், இந்த வீட்டில் உள்ளவர்களும் பெரிய ஆள்களாகத்தான் இருக்கவேண்டும் என முடிவு செய்கிறார். சரியான நேரத்தில் இந்த வீட்டுக்கு வரும் பெரிய மனிதர்களைக் கடத்தவும் முடிவு செய்திருந்தார். இந்த வீட்டையும், அந்த வீட்டுக்கு வருவோரைக் கண்காணித்துக் கொண்டிருந்த நேரத்தில், வீரப்பனுடன் இருந்த துப்பாக்கிச் சித்தன் ஒரு காட்டு யானையைச் சுட்டுக் கொன்று விட்டார்.

இதனால், கோபம் கொண்ட வீரப்பன், சித்தனையும், அவருடைய மனைவி கும்பி இருவரையும் அங்கிருந்து விரட்டி விடுகிறார். யானை கொல்லப்பட்டுக் கிடக்கும் செய்தி வனத்துறைக்குத் தெரிந்தால், உடனே அது அதிரடிப்படையின் கவனத்துக்கும் போகும். உடனடியாக அந்தப் பகுதி காடுகளில் தேடுதல் வேட்டை நடக்கும். உடனடியாகத் தானும் இடத்தை மாற்றிக்கொண்டு போக வேண்டியிருக்கும். அதற்கு முன்பாகவே தனது கடத்தல் வேலையை முடிக்க வீரப்பன் திட்டமிட்டார்.

சேனானி, கிருபாகர் வீட்டுக்கு முன்பாக மான்கள், புலிகள் தண்ணீர் குடிப்பதற்கு ஏற்ற ஒரு தொட்டி கட்டி வைத்துள்ளனர். பறவைகள், குருவிகளுக்கும் வீட்டைச் சுற்றிலும் சிறிய மண் சட்டிகளில் தண்ணீர் வைத்திருந்தனர். அதனால், அவர்களின் வீட்டுக்குப் பறவைகள் இயல்பாக வந்து சென்றன. இருவரும் ஒருமுறை வெளியூர் சென்று திரும்பிய நேரத்தில், வீட்டின் முன் வாசல் கைப்பிடியில், ஒரு காட்டுக்குருவி கூடு கட்டி விட்டது. அதனால், அந்த கதவைத் திறக்காமல் வீட்டின் பின்பக்க சுவரை உடைத்து அந்த வழியாக வீட்டுக்குள் சென்றுள்ளனர். பிறகு அந்த வழியில் இன்னொரு கதவையும் வைத்துக்கொண்டனர். அந்தக் காட்டுக்குருவி அந்தக் கூட்டிலேயே நிரந்தரமாகத் தங்கிவிட்டது. அதனால், கிருபாகர் வீடு பூட்டப்பட்டே இருக்கும். ஆனால், பின்பக்க வாசல் வழியாக அவர்கள் வீட்டுக்குள் சென்று வந்துள்ளனர்.

மைசூரைச் சேர்ந்த கிருபாகர் வணிகவியல் பட்டதாரி, அவரது நெருங்கிய நண்பரான சேனானி பொறியியல் பட்டம் பெற்றவர். இருவரும் தாங்கள் படித்த படிப்புக்கு ஏற்ற வேலையைத் தேடாமல் வன உயிரியல் ஆர்வலர்களாகவும்,

ஆய்வாளர்களாகவும் இருந்தனர். சேனானியின் தாத்தா கூவம்பு என்பவர், கர்நாடகாவின் தேசியக் கவி ஆவார். குப்பள்ளி வெங்கட்டப்பன மாக புட்டப்பா என்பது இவருடைய முழுப்பெயர். அப்போது கிருபாகர், சேனானி இருவரும் கன்னடத்தில் “ஜீவா ஜாலா” என்ற அறிவியல் கட்டுரைகளை எழுதி வந்தனர். இத்தொகுப்பு 1999ஆம் ஆண்டுக்கான சாகித்திய அகாடமியின் பரிசு பெற்றது. 2010ஆம் ஆண்டில் இவர்கள் எடுத்த செந்நாய்கள் பற்றிய ஆவணப்படம் “பசுமை ஆஸ்கர்” விருதினை இவர்களுக்குப் பெற்றுக் கொடுத்தது. இந்த விருதைப் பெறும் முதல் ஆசிய நாட்டவர்களும் இவர்களே.

வீரப்பன் ஆள்கள் போன அன்று வீட்டில் சேனானி, கிருபாகர் இருவர் மட்டுமே இருந்தனர். இருவரையும் கடத்திக்கொண்டு வந்த வீரப்பன் குழுவினர், இரவெல்லாம் ஓர் இடத்தில் படுத்துத் தூங்கினர். ஒவ்வொரு நாளும் சுற்றுலாப் பயணிகளை ஏற்றிக்கொண்டு வனத்துறை வேன்கள் இந்த வழியாக வரும். அதில், வெளிநாட்டவர், அரசு உயர் அதிகாரிகள் யாராவது வருவர், அவர்களையும் சேர்த்துக் கடத்தலாம் எனத் திட்டமிட்டனர்.

அதிகாலையிலிருந்து புலிக்கரை என்ற இடத்தில் காத்திருந்தனர். சாலை வளைவில் ஒரு பெரிய பள்ளம் இருந்தது. அந்த இடத்தில் ஒரு குட்டையும் உள்ளது. குட்டையில் விலங்குகள் தண்ணீர் குடிக்கும். இதைப் பார்க்க வசதியாக பயணிகளை ஏற்றிவரும் வண்டிகள் குறைவான வேகத்தில் வரும். அப்போது வண்டியை நிறுத்த வசதியாகச் சாலையில் பெரிய கற்களைப் போட்டுத் தடை ஏற்படுத்தியிருந்தனர்.

1997 அக்டோபர் ஒன்பதாம் நாள் காலை எட்டு மணிக்கு 24 சுற்றுலாப் பயணிகளுடன் முதல் சபாரி வண்டி செபஸ்டியன் என்பவர் ஓட்டிக்கொண்டு வந்தார். குட்டையைப் பார்த்துக் கொண்டு வந்த செபஸ்டியன், சாலையில் கல் இருப்பதைக் கவனிக்காமல் பக்கமாக வந்து விடுகிறார். உள்ளே இருந்த பயணிகள் கத்திய பின்னரே வண்டியை நிறுத்தியுள்ளார். கர்நாடக வனத்துறைக்கு சொந்தமான அந்த வேனை மடக்கி அதிலிருந்த பெங்களூர் வேளாண்மை ஆய்வு மையத்தில் ஆய்வு மேற்கொண்டிருக்கும் முனைவர் சத்யவிரத மைத்தி என்பவரைப் பிணைக் கைதியாகப் பிடித்து வைத்துக் கொள்கின்றனர்.

அந்த வண்டியிலிருந்தவர்களில் யாருமே தேறவில்லை. ஓட்டுநரிடம் விசாரித்ததில், இந்த ஆள்தான்(மைதி) டி.எப்.ஓ.விடம் பேசிக்கொண்டிருந்தார் என்று தகவல் சொல்லியுள்ளனர். அவரைத் தனியாகப் பிடித்துக்கொண்டு வந்து விட்டனர். இன்னொருவர் ரேடோ வாட்ச், காதில் ஹெட்போன் எல்லாம் மாட்டிக்கொண்டு இருந்துள்ளார். அவர் வசதியான ஆள் என நினைத்த வீரப்பன் அவரைக் கீழே இறங்கச் சொல்கிறார். கீழே இறங்கியவர் நாலு எட்டி வைப்பதற்குள் பயத்தில், கார்பன்டை ஆக்சைடு நிற்காமல் வெளியேற்றியுள்ளார். இதைப் பார்த்த வீரப்பன் "அந்த ஆளை அப்படியே வண்டியில் ஏத்துங்கப்பா..." என்று சொல்லி விடுகிறார்.

குறிப்பிட்ட நேரத்துக்குள் இந்தப் பயணிகள் வேன் திரும்பிப் போகாத காரணத்தால் அந்த வண்டியை தேடிக்கொண்டு வந்த மற்றொரு ஜீப்பில் வந்த கர்நாடக வனத்துறை ஓட்டுநர்களான கிருஷ்ணப்பா, ராஜு, பாஷா என மூவரும் வந்தனர். அவர்களுடன் சேர்த்து மொத்தம் ஆறு பேரை மட்டும் பிடித்துக் கொண்ட வீரப்பன் தன்னுடன் பேச்சு வார்த்தை நடத்த, கர்நாடக அரசின் சார்பாக ஒரு தூதுவரை அனுப்புமாறு கோரிக்கை வைத்த ஆடியோ கேசட் ஒன்றை மற்றொரு வேன் ஓட்டுநரான செபஸ்தியன் மூலம் கொடுத்து அனுப்பினார்.

சேனானி, கிருபாகர் இருவருக்குமே தமிழ் ஓரளவுக்குப் பேசத்தெரியும், வீரப்பனோடு நடந்து வந்த சேனானி, "வீரப்பாண்ணா எனக்குக் கல்யாணம் ஆயிருச்சு. குழந்தை எல்லாம் இருக்குது. மனிதனா பிறந்ததுக்காக கொஞ்சம் வாழ்ந்துட்டேன். ஆனால், கிருபாகருக்கு இன்னும் கல்யாணம் ஆகல. அவன் வாழ்க்கையில் எதையும் அனுபவிக்கவில்லை. நீங்க கொல்லறதுன்னு முடிவு பண்ணினா, முதலில் என்னைக் கொன்னுடுங்க. கிருபாகரை விட்டுடுங்க பிளீஸ்..." என்று கேட்டுள்ளார்.

அடுத்த சில மணி நேரங்களுக்குப் பிறகு, வீரப்பன் பக்கம் வந்த கிருபாகர், "வீரப்பண்ணா, நீங்க நினைக்கிற மாதிரி அரசாங்கம் உங்களுக்கு எந்த கோரிக்கையையும் செய்யப் போறதில்லை. அதனாலே, எங்களில் ஒருத்தரை

நீ கொல்லப்போறே. அப்படிச் செய்யும்போது என்னை கொன்னு போட்டிரு. ஏன்னா, சேனானி கல்யாணம் ஆனவன். அவனுக்குப் பொண்டாட்டி, புள்ளைங்க எல்லாம் இருக்குது. அவன் செத்துட்டா அவன் குடும்பம் என்ன பாடுபடும். நான், இன்னும் கல்யாணம் ஆகாதவன். எனக்காக யாரும் கவலைப்படப் போவதில்லை. நான் சாகிறதால யாரும் பாதிக்கப்பட மாட்டாங்க... அதனால, என்னைக் கொன்னு போட்டுப் போங்க..." என்று சொல்லியுள்ளார்.

இரண்டு பேரின், நட்பைப் பார்த்துப் பிரமித்துப் போன வீரப்பன், "என்னடா இவனுக ரெண்டுபேரும் இப்படி இருக்காங்க..." என்று தன் கூட்டாளிகளிடம் சொல்லியுள்ளார். 11 நாள்கள் வரையிலும் கடத்தப்பட்டவர்களை வீரப்பன் காட்டில் பிணைக் கைதியாக வைத்துக் கொண்டு இருந்தும், ஜே.ஹச். பட்டீல் தலைமையிலான அரசு வீரப்பன் கோரிக்கைக்குச் செவி சாய்க்கவில்லை. இறுதியில், 21.10.97 அன்று அவர்களைக் கடத்திய 12 நாள்களுக்குப் பிறகு வீரப்பன் விடுதலை செய்கிறார். "வீரப்பனுடன் நீங்கள் வாழ்ந்த நாள்கள் எப்படியிருந்தன?" என்று கிருபாகரிடம் கேட்டேன்.

சேனானி கிருபாகர்

"வீரப்பன் எங்களைக் கடத்தியதன் நோக்கம் என்னவாக இருக்கவேண்டும் என்று பார்த்தால், எங்களின் வீட்டுக்குக் கர்நாடக அமைச்சர்கள், ஐ.ஏ.எஸ், ஐ.பி.எஸ், அதிகாரிகள், வெளிநாட்டு நண்பர்கள் எனப் பலர் அடிக்கடி வந்து போவார்கள். வீரப்பன் என்னுடைய வீட்டுக்கு வருவதற்கு ஒரு மாதம் முன்பாக இலங்கையில் பாதுகாப்புத்துறை அமைச்சர் வந்திருந்தார்.

அவருக்கான பாதுகாப்பு எதுவும் இல்லாமல் சாதாரண டாக்சியில் எங்கள் வீட்டுக்கு வந்தார். இரண்டு நாள்கள் முன்பாக பி.பி.சி. தொலைக்காட்சியின் நிகழ்ச்சி அமைப்பாளர்கள் சிலர் இங்கிலாந்திலிருந்து வந்து எங்களுடைய வீட்டில் தங்கியிருந்தனர். இது போன்ற பெரிய ஆள்களைக் கடத்தும் நோக்கில்தான் அன்றும் வீரப்பன் வந்திருக்கலாம் என்று நினைக்கிறேன்.

எங்களை வீரப்பன் கடத்திக் கொண்டு போன முதல்நாள் பேசுவதற்கும், பழகுவதற்கும் கொஞ்சம் தடுமாற்றம் இருந்தது. ஓரளவுக்கு மனிதர்களின் உளவியல் குணம் பற்றி எங்களுக்குத் தெரிந்துள்ளதால், மறுநாளே நானும், சேனானியும் வீரப்பனுடன் இயல்பாகப் பேசத்தொடங்கினோம். வீரப்பனுடன் இருந்த அன்புராஜ், தங்கராஜ், அப்பர்சாமி, மாதேஷ், ரங்கசாமி போன்றவர்கள் மிகவும் இளவயதுடன் இருந்தனர். வீரப்பன், கோவிந்தன் தவிர மற்ற எல்லோருமே அந்தக் காட்டை விட்டு வெளியில் போனால் போதும் என்ற மன நிலையிலிருந்தனர். ரங்கசாமி, மாதேஷ் என்ற வீரப்பன் கூட்டாளிகளுக்கும் காட்டைவிட்டு வெளியே போகவேண்டுமே என்ற ஆசை இருந்தாலும், அவர்களால் வீரப்பனை விட்டுவிட்டுத் தனியாக நின்று வாழ வழியில்லை என்பதால் வீரப்பனையே சார்ந்திருந்தனர். அதே நேரத்தில், அதிரடிப்படை போலீசாரை நம்பி வெளியே வந்தால் அவர்கள் நம்மைச் சுட்டுக் கொன்று விடுவர் என்ற பயம் வீரப்பன் உள்பட எல்லோரிடமும் மேலோங்கியிருந்தது.

இதைத் தெரிந்து கொண்ட நான், நீங்க காட்டைவிட்டு வெளியே வந்தால், உங்கள் உயிருக்கு ஆபத்து வராமலும், வழக்கமான போலீஸ் விசாரணை போல அடி, உதை இல்லாமல் விசாரிக்கவும், உங்களை மூன்றாம் தரக் குற்றவாளியைப் போல இல்லாமல் மரியாதையாக நடத்தவும் என்னால் உத்தரவாதம் கொடுக்கமுடியும் என்று அவர்களிடம் உறுதி கூறினேன். அதேபோல, வீரப்பனை விட்டு வெளியில் வந்து சென்னை நகரக் காவல் ஆணையாளராக இருந்த காளிமுத்துவிடம் சரணடைந்த அன்புராஜ், தங்கராஜ், அப்பர்சாமி ஆகிய மூவருக்கும் கர்நாடகப் போலீசார் தரப்பில் இருந்து எந்த விதமான தொந்தரவும் கொடுக்காமல் இருக்கவும் ஏற்பாடு செய்தேன்.

வீரப்பனுக்கும் கூட வெளியில் போனால் கொன்று விடுவர் என்ற பயமே அதிகமாக இருந்தது. அப்போது துணை முதல்வராக இருந்த சித்தராமையா எனக்கு நன்றாகத் தெரிந்தவர். அவர் மூலமாக உங்களைப் பாதுகாப்பாகக் கொண்டுபோய் நீதிமன்றத்தில் சேர்த்து விடுகிறேன் உயிருக்கு எந்த ஆபத்தும் வராது என்று நான் உத்தரவாதம் கொடுத்தேன். ஆனால், அரசியல் சட்டப்படி மக்களாட்சி நடந்து கொண்டிருக்கும் நம் நாட்டில், யாருக்குமே வானளவிலான அதிகாரம் இல்லை. இங்குள்ள ஒவ்வொரு மனிதருக்குமே சமமான அதிகாரம்தான் உள்ளது. அதனால், நீதிமன்றத்தில் உங்கள் மீதுள்ள வழக்குகள் எப்படிப் போகும், எப்படி முடியும் என்று நான் உறுதி கூற முடியாது என்று வீரப்பனிடம் சொன்னேன். "தனக்கான தண்டனை இரண்டு ஆண்டுகள் அல்லது ஐந்து ஆண்டுகள் என்ற அளவில் இருக்கவேண்டும்" என்று வீரப்பன் கேட்டார். "எனக்குத் தெரிய, அது சாத்தியமில்லை..." என்று சொன்னேன்.

வீரப்பன் நல்லவனா, கெட்டவனா என்பது பற்றி நான் யாருடனும் விவாதம் செய்யத் தயாராக இல்லை. ஒருமுறை தவறான பாதையில் சென்ற ஒருவன் திரும்பவும் சரியான பாதைக்கு வருவதற்கு வாய்ப்புகள் மிக மிகக் குறைவு. வீரப்பன் தேர்வு செய்த பாதை தவறானதாகப் போனதால், அவரால் திரும்பவும் நல்ல பாதைக்கு வரும் வாய்ப்புகளே இல்லாமல் தொடந்து குற்றங்களில் ஈடுபட்டுக் கொண்டே இருந்துள்ளார். அந்தக் காட்டில் வீரப்பன் சிரமமில்லாமல் வாழச் சிலரது உதவி அவசியம் தேவைப்படும். இதற்காக மலைப்பகுதியில் உள்ள படிப்பறிவு இல்லாத அப்பாவி இளைஞர்களைத் தனது கவர்ச்சியான பேச்சின் மூலமும், அவர்களின் ஆழ் மனதில் உள்ள சில ஆசைகளைத் தூண்டிவிட்டு, அவர்களைக் காடுகளிலேயே நிரந்தரமாகத் தங்க வைத்துக் கொண்டார்.

கிருபாகர்

காட்டுக்குள்ளேயே இருப்பது அல்லது வெளியில் வந்து அப்பா, அம்மா போன்ற

உறவினர்களுடன் சேர்ந்து வாழ்வது என அன்புராஜ், தங்கராஜ், அப்பர்சாமி போன்றவர்களுக்கு இரண்டு வழிகள் இருந்தன. ஆனால், மாதேஷ், ரங்கசாமி, சேத்துக்குழி கோவிந்தன் போன்றவர்களின் உறவினர்கள் எல்லோருமே கொல்லப்பட்டு விட்டனர் அல்லது அவர்கள் நீண்ட நாள்களாகச் சிறையில் இருந்து வருகின்றனர். இப்படிப் பட்ட நிலையில், அவர்களுக்கு வெளியே போய் தனித்து வாழ வழியில்லை. அதனால், அவர்கள் எல்லோருமே வீரப்பனையே சார்ந்திருந்தனர்.

எங்களைக் கடத்தியபோதும், அதன் பின்னர் பிணைக் கைதியாக வைத்திருந்தபோதும் பலமுறை உங்களைச் சுட்டுக் கொல்லப் போகிறோம் என்று எங்கள் மீது துப்பாக்கியை வைத்தவர்கள், இறுதியில் எங்களை விடுதலை செய்யும்போது குழந்தையைப் போலக் கட்டிப் பிடித்துக்கொண்டு தேம்பியழத் தொடங்கினர். ஆனால், சேத்துக்குழி கோவிந்தன் மட்டும் தன்னுடைய வழக்கமான நடவடிக்கையிலிருந்து மாறவில்லை. இலேசானப் புன்னகையுடன் எங்களுடன் கைகுலுக்கி விடை பெற்றுக் கொண்டார்.

சேனானியின் தம்பி முறை உறவினருக்குக் கர்நாடக முன்னாள் முதல்அமைச்சர் எஸ்.எம்.கிருஷ்ணாவின் மகளைத் திருமணம் செய்துள்ளனர். ராஜ்குமார் கடத்தப்பட்ட அன்று இரவே முதல்அமைச்சர் எஸ்.எம்.கிருஷ்ணா என்னிடம் பேசினார். "நீ காட்டுக்குள் சென்று வீரப்பனைச் சந்தித்துப் பேச்சுவார்த்தை மேற்கொள்ள முடியுமா...?" என்று கேட்டார்.

இந்த விவகாரத்தில் தலையிட்டால் என்னால் மனசாட்சியின் படி செயல்பட முடியாது. இரண்டாவதாகப் பல உண்மைகளை மறைத்துப் பொய் பேசவேண்டிய நிலை வரும். இதில் எனக்கு உடன்பாடு இல்லை என்பதால் "சாரி..." என்று சொல்லி விட்டேன்" என்றார்.

******

44

சரணடைந்த கூட்டாளிகள்

1997ஆம் ஆண்டு குண்டால் காட்டில் வனத்துறை ஊழியர்கள் கடத்தல், பந்திப்பூரில் சேனானி, கிருபாகர் கடத்தல் நடந்த பிறகு, வீரப்பனுடன் இருந்த அன்புராஜ், அப்பர்சாமி, தங்கராஜ் ஆகிய மூவரின் மனநிலையில் மாற்றம் ஏற்படுகிறது. குறிப்பாக தங்கராஜ், அப்பர்சாமி இருவருக்கும் வீட்டு நினைவுகள் வருகின்றன. காட்டை விட்டு வெளியேற நினைக்கின்றனர்.

இவர்களை வைத்தே தானும் சரணடைய வாய்ப்பு உள்ளதா...? என்பதை வெள்ளோட்டம் பார்க்க வீரப்பன் முடிவு செய்கிறார். தங்கராஜ், அப்பர்சாமி, இருவருடன் அன்புராஜையும் சேர்த்து வெளியே அனுப்ப நினைக்கிறார். வக்கீல் அல்லது பத்திரிகையாளர் மூலமாகச் சரணடைந்தால் உயிருக்குப் பாதுகாப்பு கிடைக்கும். அடி, உதை, சித்திரவதைகளும் இருக்கமாட்டா.

அதனால், மூவரையும் போலீசில் சரணடைய வைக்க என்னுடைய வீட்டுக்கு ஆள் அனுப்புகிறார். அந்த நேரத்தில், மைசூர் மாவட்ட அமர்வு நீதிமன்றத்தில் எஸ்.ஐ.தினேஷ் கொலை வழக்கு விசாரணை நடைபெற்று வந்தது. அதில், போலீசார் என்னையும் ஒரு சாட்சியாகப் போட்டிருந்தனர். அதற்காக நான் அடிக்கடி மைசூர் சென்று விட்டேன். வீரப்பன் அனுப்பிய ஆள்கள் இரண்டுமுறை என்னைச் சந்திக்க வந்த நேரத்தில், நான் மைசூர் சென்று விட்டேன். ஆள் இல்லை என்று தகவல் வீரப்பனுக்குப் போனது.

இந்த நேரத்தில், முத்துக்குமார் தலைமையிலான தமிழ்நாடு மீட்புப் படை வீரப்பனுடன் இணைகிறது. ஜெயப்பிரகாஷ், மணிகண்டன், சத்தியமூர்த்தி, சரவணன், கிருஷ்ணமூர்த்தி எனப் பலர் காட்டுக்குள் செல்கின்றனர்.

அதில், கிருஷ்ணமூர்த்தி மூலம் வெளியுலகத் தொடர்புகளை வைத்திருந்த வீரப்பன், "நிருபர் சிவசுப்ரமணியம் இல்லாமல் போனால் பரவாயில்லை. உனக்குத் தெரிந்த வக்கீல் யாராவது இருந்தா அவங்களைக் கூட்டிக்கொண்டு வா... அவங்க மூலமாகவே இந்த மூனு பேரையும் சரண்டர் செய்யலாம். ஒருவேளை, அரசாங்கம் சொன்ன மாதிரியே இந்த மூனு பேரையும் நல்லபடியா நடத்தி, கேசை எல்லாம் சீக்கிரமா முடிச்சா, அதுக்குப் பிறகு நானும்கூட இந்த மாதிரியே சரணடையலாமான்னு யோசிக்கிறேன்..." என்றவர், கிருஷ்ணமூர்த்தி மூலமாகவே அன்புராஜ் உள்ளிட்ட மூவரையும் சரணடைய ஏற்பாடு செய்யுமாறு சொல்கிறார்.

கிருஷ்ணமூர்த்தி

சத்தியமங்கலம் காட்டிலிருந்து, சென்னைக்குச் சென்ற கிருஷ்ணமூர்த்தி, நல்ல வழக்குரைஞர் அல்லது வேறு ஏதாவது பத்திரிக்கையாளர் மூலமாக மூவரையும் சரணடைய வைக்கும் திட்டத்தை அவருடைய நண்பர்களிடம் விசாரிக்கிறார். நெற்றிக்கண் வார இதழின் ஆசிரியர் மணி என்பவரைப் பற்றியும், அவருடன் சட்ட ஆலோசகராக இருக்கும் வழக்குரைஞர் கிருஷ்ணசாமி என்பவரைப் பற்றியும் அவரது நண்பர்கள் சொல்லியுள்ளனர்.

கிருஷ்ணமூர்த்தி, மதி, ராமசாமி என ஏகப்பட்ட பெயர்களுடன், வீரப்பனின் காட்டிலிருந்து வெளியே வந்த அவர் நெற்றிக்கண் ஆசிரியர் மணியை நேரில் சந்தித்துப் பேசுகிறார். அப்போதைய சென்னை மாநகரக் காவல்துறை ஆணையாளராக இருந்த காளிமுத்துவே வீரப்பனைப் பிடிப்பதற்காக அமைக்கப்பட்ட சிறப்பு அதிரடிப்படையின் தலைவர் பொறுப்பையும் கூடுதலாகக் கவனித்து வந்தார். மறைமுக வேலைகள் அனைத்துக்கும் காளிமுத்துவுக்கு நெருக்கமாக இருந்தவர் நெற்றிக்கண் மணி.

காட்டிலிருந்து போன கிருஷ்ணமூர்த்தி, வீரப்பனைப் பற்றியும், அவருடைய ஆள்கள் மூன்று பேர் போலீசில்

சரணடைய இருப்பது பற்றியும் மணியிடம் கூறியுள்ளார். அதற்கு எல்லா வகையிலும் தான் உதவி செய்வதாகக் கூறிய மணி, வீரப்பன் ஆள்களைத் தன்னுடைய செய்தியாளர்கள் மூலம் வெளியில் அனுப்பி வைத்தால், அதற்குக் கைமாறாக பத்து இலட்சம் ரூபாய் பணம் தருவதாகவும் சொல்கிறார்.

இந்த உடன்படிக்கை முடிந்தபின், தன்னுடைய நிருபர் மார்டன் முத்து என்கிற பாயும் புலி, கோவையைச் சேர்ந்த போட்டோகிராபர் ரிச்சர்டு மோகன் என்ற இருவரையும் காட்டுக்குள் அனுப்புகிறார். அன்புராஜ், அப்பர்சாமி, தங்கராஜ் மூவரையும் அழைத்து வந்து சென்னை மாநகரக் காவல் ஆணையாளர் காளிமுத்து முன்பாகச் சரணடைய வைத்தார்.

உடனே இரண்டு இலட்சம் ரூபாயை கிருஷ்ணமூர்த்தியிடம் கொடுத்த நெற்றிக்கண் மணி, இப்போது கையில் பணமில்லை. மீதித்தொகை எட்டு இலட்சத்தைக் குறிப்பிட்ட சில நாள்கள் இடைவெளியில் கொடுப்பதாகச் சொல்கிறார். பத்து நாள்களுக்குப் பிறகு, தவணைத் தொகை எட்டு இலட்சத்தை வாங்க கிருஷ்ணமூர்த்தி நெற்றிக்கண் அலுவலகத்துக்குச் செல்கிறார்.

இரவு எட்டுமணிக்கு தன்னுடைய வீட்டிற்கு வரும்படியும், பணம் தயாராக இருப்பதாகவும் மணி சொல்கிறார். அதன்படி மணி வீட்டிற்குச் சென்றபோது, வீடு பூட்டியிருந்தது. அருகிலிருந்த ஒரு எஸ்.டி.டி. பூத்துக்குப் போன கிருஷ்ணமூர்த்தி, நெற்றிக்கண் மணியின் செல்பேசி எண்ணுக்குத் தொடர்பு கொள்கிறார். இணைப்பு கிடைக்கவில்லை. பலமுறை அந்த எண்ணுக்கு முயற்சி செய்கிறார். தொடர்பே கிடைக்கவில்லை. குழப்பத்துடன் வெளியே வந்த கிருஷ்ணமூர்த்தியை சீருடை இல்லாமல் இருந்த சென்னை மாநகரப் போலீசார் கொத்தாகப் பிடித்துக்கொண்டு போயினர்.

மூன்று நாள்கள் விசாரித்தும் சென்னை மாநகரப் போலீசாரால் கிருஷ்ணமூர்த்தி யார் என்பதைத் தெரிந்துகொள்ள முடியவில்லை. அதற்கு பிறகே தான் யார் என்ற உண்மையைச் சொல்கிறார். கிருஷ்ணமூர்த்தி 1991இல் தமிழீழக் காட்டுக்குப் போனதில் இருந்து, தமிழ்நாடு மீட்புப் படையில் இணைந்து செயல்படுவதுவரை அனைத்தும் தெரிகிறது. அதற்குப் பின் கிருஷ்ணமூர்த்தியைக் கைது செய்ததற்கான உண்மையான

காரணத்தைச் சொல்லாமல், ஒரு பொய் வழக்கைப் போட்டு அவரைச் சென்னை நடுவண் சிறைக்கு அனுப்பியுள்ளனர்.

இது ஒரு பக்கம் நடந்து கொண்டிருக்கும்போதே, பணம் வாங்க வந்த கிருஷ்ணமூர்த்தியைப் போலீசில் பிடித்துக் கொடுத்த செய்தி வீரப்பனுக்குத் தெரிந்திருக்க வாய்ப்பில்லை என்று நினைத்த நெற்றிக்கண் மணி, பேராசிரியர் கிருஷ்ணசாமி இருவரும் வீரப்பனையும் போலீசில் பிடித்துக் கொடுக்கும் திட்டத்துக்குத் தயாராயினர். அன்புராஜ் உள்ளிட்ட மூவரிடமும், கிருஷ்ணமூர்த்தியிடம் விசாரித்ததில் வீரப்பன் சத்தியமங்கலம் அருகிலுள்ள இராம்பயலூர் காட்டுப்பகுதியில் இருக்கிறார் என்பதைத் தெரிந்து கொண்டனர்.

வழக்கமாக அந்த வழியாக காட்டுக்குள் சென்றுவரும் மக்கள் நடமாட்டத்தை அதிரடிப்படையின் உளவுப்பிரிவினர் கண்காணித்தனர். சமீப காலமாக சிக்கரசம்பாளையம் சந்திரன் (சந்திர கவுடா என்று பின்னாளில் அழைக்கப்பட்டவர்) வீரப்பனுடன் தொடர்பிலிருப்பது தெரிந்தது. அவர் மூலமாக, அதிரடிப்படைத் தலைவர் காளிமுத்து ஓர் ஆடியோ கேசட்டை வீரப்பனுக்கு அனுப்பியுள்ளார்.

அந்தக் கேசட்டில், “மூன்று பேரை சரணடைய வைக்க நீங்கள் எடுத்த முடிவு மிகவும் சரியானது என்றும் நீங்களும், உங்களுடன் இருக்கும் எல்லோரும் சரணடைந்து நாட்டிலுள்ள மற்ற மக்களைப் போலவே திருந்தி வாழவேண்டும். அதற்கு நான் எல்லாவகையிலும் உங்களுக்கு உதவியாக இருப்பேன்...”. என்று காளிமுத்து பேசியிருந்தார்.

என்னடா இது, புது விவகாரமாக இருக்குது..., பணம் வாங்கிக்கிட்டு வரேன்னு சொல்லிட்டுப் போனவனை இன்னும் காணோம். அதுக்குள்ளே போலீசாரிடமிருந்து சரணடையச்சொல்லி தூது வந்திருக்குது. எங்கேயோ கிருஷ்ணமூர்த்தி மாட்டிக்கிட்டான் என்பதை வீரப்பன் தெரிந்து கொண்டார். உடனே, அடுத்த திட்டத்துக்குத் தயாரானார். *(வீரப்பனைப் பற்றி காளிமுத்துக்கு முழுமையாகத் தெரியவில்லை, ஆனால், காளிமுத்துவைப் பற்றியும் போலீசைப்பற்றியும் வீரப்பன் நன்றாகத் தெரிந்து வைத்துள்ளார்).*

ஓர் ஆடியோக் கேசட்டில் "போலீஸ் கமிசனர் காளிமுத்து அய்யாவுக்கு வணக்கம், நான் சந்தனமர வீரப்பன் பேசறேன்... நான் சரணடையறதுக்காக உங்ககிட்டே அனுப்பிவச்ச பசங்க மூனு பேரையும் நல்லபடியா கோர்ட்டுலே கொண்டுபோய் ஒப்படச்சுட்டீங்கன்னு ரேடியோவுலேயும், பேப்பரிலேயும் செய்தி வந்துச்சு... நானும் பார்த்தேன். போலீஸ்காரங்க எல்லோருமே பேசறது மட்டும்தான். ஆனா, சொன்னதைச் செய்யமாட்டாங்கன்னு நெனச்சுக்கிட்டு இருந்தேன்.

ஆனால், நீங்க அப்படியில்லை. சொன்ன மாதிரியே செஞ்சிருக்கீங்க... ரொம்பவும் நன்றிங்க... அப்புறம் இன்னொரு சமாச்சாரம். அதாவது, நம்ம பையன் ஒருத்தன் நெற்றிக்கண் பத்திரிகை ஆசிரியர் மணி குடுக்கவேண்டிய எட்டு இலட்சம் ரூபாய் பணத்தை வாங்கிட்டு வாறேன்னு சொல்லி பத்து நாளைக்கு முன்னாலே இங்கிருந்து கிளம்பிப் போனான். போன பையனை இன்னும் காணாமுங்க... ஒரு வேளை மணிகிட்டே பணத்தை வாங்கிக்கிட்டு எங்கேயாவது ஓடிப்போயிட்டானா...? என்னமோ தெரியலைங்க. அந்த பையன் உள்ளே வந்தான்னா சில சின்னச் சின்ன வேலைகள் இருக்குது எல்லாத்தையும் ஒரே மூச்சுலே செஞ்சு முடிச்சுட்டு நானும், என்கூட இருக்கற பசங்களையும் கூட்டிக்கிட்டு சீக்கிரமா வெளியிலே வந்து உங்க முன்னாலே சரணடஞ்சிருவேன்.

அதுக்குள்ளே, எனது எதிர்காலத்தை எப்படிக் கொண்டுபோகணும் என்பதில் கொஞ்சம் சந்தேகம் இருக்குது. அதுக்குக் கொஞ்சம் வக்கீலுங்ககிட்டே சில யோசனை கேக்கவேண்டியுள்ளது. கொஞ்சம் நெற்றிக்கண் மணிகிட்டே சொல்லி அந்தப் பையன் இராமசாமியைப் பத்தி விசாரிங்க. சீக்கிரமா அவனை உள்ளே அனுப்பி வையுங்க.... நன்றி வணக்கம்" என்று பேசிமுடித்த கேசட்டை சந்திரனிடம் கொடுத்தார். "இதை ஈரோட்டிலிருக்கும் நெற்றிக்கண் நிருபர் பாயும்புலிகிட்டே குடுத்துட்டு வாப்பா..." என்று சொல்கிறார்.

பாயும்புலியிடம் கொடுக்கப்பட்ட அந்தக் கேசட், நெற்றிக்கண் ஆசிரியர் மணி வழியாக போலீஸ் ஐ.ஜி. காளிமுத்துவின் கைக்குப் போனது. இதெல்லாம் 1998-மே மாதம் முதல் வாரத்தில் நடந்துள்ளது.

ஆக... தன்னுடைய ஆள் போலீசில் மாட்டிய விவகாரம் இன்னும் வீரப்பனுக்குத் தெரியவில்லை என நினைத்த காளிமுத்து, உடனடியாக நெற்றிக்கண் ஆசிரியர் மணி, கிருஷ்ணசாமி இருவரையும் காட்டுக்குள் போகச்சொல்லி கொஞ்சம் கரன்சியைக் கொடுத்து அனுப்புகிறார்.

23.5.1998 அன்று, நெற்றிக்கண் மணி, கிருஷ்ணசாமி, நிருபர் பாயும் புலி, போட்டோகிராபர் ரிச்சர்டு மோகன் என நால்வரும் ஓய்வு பெற்ற டி.எஸ்.பி. நடராஜன் என்பவரின் காரில் சத்தியமங்கலம் அருகிலுள்ள புளியங்கோம்பை வனப்பகுதிக்குச் சென்றனர். காட்டையொட்டிய ஒரு முனியப்பன் கோவிலில் தங்கிக்கொண்டு அங்கிருந்த உளவுப்பிரிவுப் போலீசார் மூலமாக வீரப்பனுடன் இப்போது யார்... யார்.... தொடர்பு வைத்துள்ளனர் என விசாரித்தனர். இவர்களுக்குப் பாதுகாப்பாகவும் வழிகாட்டியாகவும் அதிரடிப்படையின் இன்ஸ்பெக்டர் ஹுசைன் என்பவரையும் காளிமுத்து அனுப்பியிருந்தார்.

அப்போது, காட்டுக்குள் போய்விட்டு வந்த, புளியங் கோம்பையைச் சேர்ந்த பெரியசாமி, என்பவரைப் பிடித்த உளவுப்பிரிவுப் போலீசார் வீரப்பன் எந்த இடத்தில் இருக்கிறார் என்று கேட்டுள்ளனர். அச்சரப்பாறை என்ற இடத்தில், வீரப்பன் ஆள்கள் தங்கியிருப்பதாகத் தங்கள் ஊர்க்காரரர்கள் சிலர் பார்த்துவிட்டு வந்து சொன்னதாகப் பெரியசாமி சொல்கிறார். அவரையும் தங்களுடன் பிடித்து வைத்துக் கொண்ட நெற்றிக்கண் மணி அன் கோ அவருக்கும் முட்ட...முட்டச் சரக்கை ஊற்றி தங்களுடனே படுக்க வைத்துக் கொண்டனர்.

மூர்த்தி

மறுநாள், சந்திரனுக்கு அறிமுக மான சிக்கரசம்பாளையம் மோட்டார் மெக்கானிக் சென்னியப்பன் என்கிற மூர்த்தியைப் பிடித்துக் கொண்டு வந்த அதிரடிப் படைப் புலனாய்வுப் பிரிவினர், "இவருக்குச் சந்திரன் குளோஸ் பிரண்டு இவரையும்

கூட்டிக்கிட்டுப் போங்க..." என்று நெற்றிக்கண் மணியிடம் ஒப்படைத்தனர். தாங்கள் வீரப்பனைச் சந்திக்க வந்துள்ள விவரத்தை விளக்கி ஒரு கடிதம் எழுதி அதை மூர்த்தி மூலமாகக் காட்டுக்குள் அனுப்பியுள்ளனர்.

நெற்றிக்கண் மணி கொடுத்தக் கடிதத்தை எடுத்துக்கொண்டு மூர்த்தி காட்டுக்குள் போனதும், அந்த இடத்திலிருந்து பெரியசாமியின் வழிகாட்டுதலோடு முன்னேறிச்சென்ற இந்த நால்வர் அணியினர் வட்டப்பாறை என்ற இடத்தில் முகாமிட்டுத் தங்கினர். 25.5.98 அன்று மாலைவரை வீரப்பனிடமிருந்து தொடர்பு வரவில்லை.

சாப்பாடு, தண்ணீர் இல்லாமல் காத்து கொண்டிருந்த நெற்றிக்கண் மணி அன் கோ, அந்த வழியாக ஈச்சம் புல் அறுத்துக்கொண்டு வந்த வீரபத்திரன், அவனது மனைவி இருவரையும் பார்த்தனர். அவர்களை, அங்கேயே மடக்கி தங்களுடனிருந்த பெரியசாமி மூலமாகப் பேசி, சத்தியமங்கலத்துக்குச் சென்று இட்லியும், புரோட்டாவும் வாங்கி வரச்சொல்லியுள்ளனர். வீரபத்திரன் தன் மனைவியை கொண்டுபோய் வீட்டில் விட்ட பிறகு, சத்தியமங்கலம் சென்று கிருஷ்ணசாமி, நெற்றிக்கண் மணி உள்ளிட்ட எல்லோருக்கும் சாப்பிட டிபன் வாங்கிக் கொண்டு வந்துள்ளார்.

இதற்குள்ளாக, சென்னைக்குப் பணம் வாங்கப்போன கிருஷ்ணமூர்த்தி சென்னை மத்தியச் சிறைக்குப் போகிறார். சிறையில் அடைக்கப்பட்டிருந்த ஒருவரை மனு பார்க்கப் புதுக்கோட்டை பாவாணன் வந்திருக்கிறார். அவரைச் சந்தித்த கிருஷ்ணமூர்த்தி, நெற்றிக்கண் மணி தன்னைப் போலீசில் பிடித்துக் கொடுத்தது பற்றிச் சொல்லியுள்ளார். உடனடியாக இந்தத் தகவல் சத்தியமங்கலத்திலிருந்த சந்திர கவுடாவின் நண்பரான சரவணன் என்பவருக்குப் போகிறது. அடுத்த நாளே, சந்திர கவுடா மூலம் கிருஷ்ணமூர்த்தி கைதான செய்தி வீரப்பனுக்குப் போனது.

அடுத்த நாள் காலை நெற்றிக்கண் மணி இருந்த இடத்துக்கு வந்த மூர்த்தியும், சந்திர கவுடாவும் "வீரப்பன் உங்களைக் கூட்டிக்கிட்டு வரச்சொன்னார்" என்று நெற்றிக்கண் மணி உள்ளிட்ட நால்வரையும் ராசி மலைக்குக் கூட்டிச்சென்றார்.

இந்த நிலையில், வீரப்பனைச் சந்திக்க வந்த நெற்றிக்கண் மணி, கிருஷ்ணசாமி, பாயும் புலி, ரிச்சர்டு மோகன் ஆகிய நான்கு பேரையும் அவர் பிணைக் கைதிகளாகப் பிடித்து வைத்துக்கொண்டார். இறுதியில், "சென்னைக்குப் போய் நீ போலீசில் பிடித்துக் கொடுத்த என்னுடைய ஆளையும், எனக்குக் கொடுக்கவேண்டிய மீதிப் பணம் எட்டு இலட்சத்தையும் கொண்டுவந்து கொடுத்துவிட்டு இவர்களைக் கூட்டிக்கொண்டு போ..." என்று நாலு போடுபோட்டு மணியை மட்டும் வெளியே அனுப்பியுள்ளார். *(சத்தியமங்கலம் காவல் நிலையக் குற்ற எண்-226/1998).*

வீரப்பனிடமிருந்து தலை தப்பி வந்த நெற்றிக்கண் மணி போலீஸ் ஐ.ஜி.காளிமுத்துவிடம் சென்று தனக்கு ஏற்பட்ட சிக்கலைச் சொல்லி அழுகிறார். வீரப்பன் இருக்கும் இடத்தைக் கண்காணிப்பதற்காக நெற்றிக்கண் மணியுடன் நேவிகேடர், ஜி.பி.எஸ். போன்ற சில கருவிகளை போலீசார் கொடுத்து அனுப்பியிருந்தனர். இதைப் பக்கத்தில் வைத்திருப்பது ஆபத்து என நினைத்த கிருஷ்ணசாமி அதிலிருந்த பேட்டரிகளைக் கழற்றி எடுத்து விடுகிறார். அதனால், வீரப்பன் இருப்பிடத்தை போலீசால் எளிதில் கண்டுபிடிக்க முடியவில்லை. ஒரு வாரத்துக்குப் பிறகே, வடவள்ளியில் தங்கியிருந்த இன்ஸ்பெக்டர் ஹுசைன் தன்னுடைய உளவாளிகள் டீமை அனுப்பி வீரப்பன் இருந்த இடத்தைக் கண்டுபிடிக்கிறார்.

"எட்டு இலட்சம் ரூபாய் பணத்தை எடுத்துக்கொண்டு நாலு நாளில் வருகிறேன்..." என்று சொல்லி விட்டுப்போன நெற்றிக்கண் மணியிடமிருந்து ஒரு வாரமாகப் பதிலேதும் வரவில்லை. வீரப்பன், கோவிந்தன், சத்தியமூர்த்தி என மூவரும் வெளியில் என்ன நடக்கிறது என்பது குறித்துச் செய்தி சேகரிக்கச் சென்றிருந்தனர். அந்த நேரத்தில், கிருஷ்ணசாமி, பாயும் புலி, ரிச்சடு மோகன் ஆகிய மூவரும் சிறை வைக்கப்பட்டிருந்த இராசி மலையின் கீழே இருக்கும் நொச்சிப்பாளியைத் தமிழ்நாடு சிறப்பு அதிரடிப்படை வீரர்கள் சுற்றி வளைக்கின்றனர். இதைப்பற்றி அப்போது தலைமைக் காவலராக இருந்த காளிதாஸ் சொல்வதைக் கேட்போம்.

"அப்போ நான் இன்ஸ்பெக்டர் ஹுசைன் சார் டீமில் இருந்தேன், என் டீம் பெயர் ஜமால் கோட்டா. எங்களுடைய

இன்பார்மர்கள் மூலம் வீரப்பன் இருக்கும் இடம் பற்றிய செய்தி தெரிந்தது. உடனே ஆபரேஷனுக்குத் தயாரானோம், அப்போது உணவுக் கடத்தல் தடுப்புப் பிரிவு எஸ்.பி. தமிழ்ச்செல்வன் சாரும் எஸ்.டி.எப். இல் இருந்தார். அவரும் எங்களுடன் வந்தார். ராஜராஜன் எஸ்.ஐ. டீம் உடன் ஈரோடு எஸ்.பி. அசோக்குமார் தாஸும் வந்தார். தமிழ்ச்செல்வன் சார் வெயிட் அதிகமாக உள்ளது என்று சொல்லி ஏ.கே-47 தோட்டா மூன்று மேகஜின்களை வண்டியிலேயே போட்டுவிட்டு வந்துட்டார்.

மதியம் ஒரு மணிக்கு ரெண்டு டீமும் நொச்சிப்பாளியைச் சுற்றி வந்துட்டோம். அந்தப் பள்ளத்துக்கு மேலே சென்ரியாக இருந்த ஒருத்தன் கீழே குனிந்து எதையோ நோண்டிக்கிட்டு இருந்தான். அவனுடைய முகம் எனக்குத் தெரியவில்லை. இது வீரப்பன் ஆள்தானா...? இல்லை வேட்டைக்காரனா...? என்று எங்களுக்குக் குழப்பம். இது வீரப்பன் ஆள் என்று உறுதியாகத் தெரிந்தால் மட்டுமே சுடமுடியும். என்கூட சரவணன், விஜயகுமார் என்ற இரண்டுபேர் மட்டுமே இருந்தாங்க. ரெண்டு எஸ்.பி. உள்ளிட்ட எல்லா டீமும் வேற பக்கம் போயிட்டாங்க. நாங்க ஆளுக்கு ஒரு மரத்தைப் பாதுகாப்பாக வைத்துத் தாக்குதல் நடத்தத் தயாராக இருந்தோம்.

அப்போ புளியங்கோம்பை பெரியசாமி, வீரப்பன் கேங் இருந்த இடத்தில் இருந்து மேலே வந்தான். அவனை எனக்கு முன்னயே அடையாளம் தெரியும். சென்ரி உட்கார்ந்துகிட்டு இருந்தவனுக்கு எதிரில் வந்த பெரியசாமி என்னைப் பார்த்துட்டான். பெரியசாமி துப்பாக்கியுடன் வந்ததைப் பார்த்த சரவணன் பயர் ஓப்பன் பண்ணிட்டான். நான் போகும் போதே எல்லோரும் ரைபிளை மேனுவலில் போடுங்கன்னு சொல்லியிருந்தேன். இந்த சரவணன் கொஞ்சம் சேட்டைக்

காளிதாஸ்

காரன், யார் சொல்வதையும் கேட்க மாட்டான். அவன் ஆட்டோவில் போட்டிருந்த தால், அவன்கிட்டே இருந்த இரண்டு மேகஜின் தோட்டாவும் காலியாயிட்டது. அப்போ, நொச்சிப்பாளி பள்ளத்துக்குள் இருந்தும் மேலே பர்யரிங் சத்தம் வந்தது. அடுத்து "டோன்ட் பயர்... டோன்ட் பயர்..."ன்னு யாரோ சத்தம் போட்டதும் கேட்டுச்சு.

நாம கீழே போகக்கூடாதுன்னு நெனச்சுக்கிட்டு, "யார் நீங்க... கையைத் தூக்கிட்டே மேலே வாங்க..."ன்னு சொன்னேன். பதிலில்லை... "ஒழுங்கா மேலே வரலையின்னா மேலே இருந்து பயர் பண்ணுவேன்..."னு சொல்லிக்கிட்டே, எங்களுக்கு எதிரில் இருந்த பாறை மேலே ஒரு தோட்டாவை அடுச்சேன்.

பிறகுதான் உள்ளே இருந்து பாயும் புலி தலைக்கு மேலே கையை வச்சுக்கிட்டே மேலே வந்தான். அவன்கிட்டே விசாரிக்கும் போதுதான், வீரப்பன் அங்கே இல்லை. நாங்க போனதுமே ரங்கசாமி, மாதேஷ் எல்லோருமே பள்ளத்து வழியாகவே தப்பிப் போயிட்டாங்கன்னு தெரிஞ்சுது. பிறகு, கீழே போய் சர்ச் பண்ணினோம். இரண்டு துப்பாக்கி, கொஞ்சம் காட்ரேஜ் எல்லாம் இருந்துச்சு. அதுக்குப் பிறகுதான், மைக்கை எடுத்து கிருஷ்ணசாமி மீட்கப்பட்டது பற்றி தகவல் சொன்னேன். வீரப்பன் கடத்திக் கொண்டு போனவர்களைப் பணம் கொடுக்காமல் மீட்டது டி.எஸ்.பி.சிதம்பரநாதன், பேராசிரியர் கிருஷ்ணசாமி ஆகிய ரெண்டு சம்பவம் மட்டுந்தான். இந்த ரெண்டிலுமே நானும் கலந்துக்கிட்டேன்" என்கிறார்.

அன்புராஜ், அப்பர்சாமி, தங்கராஜ் மூவரும் முதலில் சரணடையட்டும், அதற்குப் பிறகு அதே வழியில் நாமும் வெளியே போகலாம் என வீரப்பன் நினைக்கிறார். ஆனால், அந்த அளவுக்கு நேர்மையாகத் தமிழகக் காவல்துறையும், அதில் பொறுப்பிலிருந்த காளிமுத்து ஐ.பி.எஸ்.ஸும் இல்லாமல் போய் விட்டனர். அதனால், வீரப்பன் சரணடைவதற்கான கதவு மூடப்படுகிறது.

1996-98 காலகட்டத்தில் வீரப்பனுடன் இருந்து போலீசில் சரணடைந்து 18 ஆண்டுகள் சிறை தண்டனை பெற்ற

அன்புராஜ் கூறும்போது:“வீரப்பனுக்கு வெளியுலகைப் பார்க்கவேண்டும் என்ற ஆசை இருந்தது, இந்த மக்களோடு மக்களாக வாழவேண்டும், காடுகளை வளர்க்கவேண்டும், தன்னால் இயன்ற உதவிகளை மக்களுக்குச் செய்யவேண்டும் என்றெல்லாம் விரும்பினார். அதற்கான வாய்ப்புகளை அரசும், காவல்துறையும் ஏற்படுத்திக் கொடுக்கவில்லை. வனத்துறை ஊழியர்கள் கடத்தப்பட்ட நேரத்தில் தமிழக-கர்நாடக அரசுகள் கொடுத்த எந்த வாக்குறுதியும் நாங்கள் சரணடைந்த போது கடைப்பிடிக்கப்படவில்லை.

எங்களுக்குத் தொடர்பில்லாத வழக்குகளை எல்லாம் போலீசார் எங்கள் மீது போட்டனர், வழக்கை விரைவாக நடத்தக் கொஞ்சம்கூட முயற்சி எடுக்கவில்லை. வழக்கம் போலவே பொய்ச்சாட்சிகளைக் கொண்டு வந்து நிறுத்தினர். இந்திய அரசியல் சட்டத்தில் உள்ள கடுமையான பிரிவுகளில் எங்கள் மீது வழக்குத் தொடுத்தனர். அதன்கீழ் எங்களுக்குத் தண்டனையும் வாங்கிக் கொடுத்தனர். அதன்படி நாங்கள் மூவரும் 18 ஆண்டுகள் சிறையிலிருந்தோம். அதன் பின்னர், எங்களின் நன்னடத்தை அடிப்படையிலேயே விடுதலை பெற்றோம்.

1997-இல் இருமாநில அரசுகளும் எங்களுக்குக் கொடுத்திருந்த வாக்குறுதிகளை முறையாகக் கடை

அன்புராஜ் (தற்போதைய புகைப்படம்)

பிடித்திருந்தால் போதும். வீரப்பனுக்கு அரசின்மீது கொஞ்சம் நம்பிக்கை வந்திருக்கும், அவரும் நம்பி வெளியே வந்திருப்பார்.

வீரப்பனைப் போல உணர்ச்சி வேகத்தில் குற்றம் செய்யும் அப்பாவிகள் மட்டுமே இந்திய அரசியல் சட்டத்தில் குற்றவாளிகளாகத் தண்டனைக்கு உள்ளாகின்றனர். திட்ட மிட்டுக் குற்றங்கள் செய்யும் எல்லோருமே சட்டத்தை ஏமாற்றிக் குற்றமற்றவர்களாக வெளியே வருகின்றனர். நான் சிறையிலிருந்த காலத்தில் மக்களை ஏமாற்றிய பல குற்றவாளிகள் சிறைக்கு வந்துள்ளனர். அந்தக் குற்றவாளிகளுக்காக வாதாட ஓய்வு பெற்ற நீதிபதிகளே வக்கீலாகவும் வந்துள்ளனர். பல்லாயிரம் மக்களை ஏமாற்றிய குற்றவாளிகளிடம் இருந்து பணத்தை வாங்கிக் கொண்டு வழக்கு நடத்தி அவர்களை வெளியே கூட்டிக் கொண்டு சென்றவர்களையும் நான் பார்த்துள்ளேன்" என்கிறார் அன்புராஜ்.

சரணடையலாம் என்ற மன நிலைக்கு வந்த வீரப்பன் திரும்பவும் பழைய மனநிலைக்கே போகிறார்.

இதனால், தமிழ்நாடு மீட்புப் படை, தமிழர் விடுதலைப் படை எனப் பல போராளிக் குழுவினர் காட்டுக்குள் செல்கின்றனர்.

******

45

கந்தவேலுக்கு வலை விரித்த வீரப்பன்

சேத்துக்குழி கோவிந்தன், சந்திர கவுடா.
(படம்: சு.பா.முத்துகுமார், நன்றி:- த.ந.சத்தியமூர்த்தி)

வீரப்பனின் நம்பிக்கைக்குரிய ஆள்களில் ஒருவனாக இருந்த பேபி வீரப்பனைக் கந்தவேல் கொலை செய்கிறார். இதை வீரப்பனும் விசாரணையின் மூலம் தெரிந்து கொள்கிறார். கர்நாடக- தமிழ்நாடு என இரண்டு பக்கமும் இருந்த காவல்துறை அதிகாரிகளுடன் நெருக்கமாக இருந்த கந்தவேலை போட்டுத் தள்ள வீரப்பன் முடிவு செய்கிறார். தன்னைச் சந்திக்கச் சொல்லி வெவ்வேறு இடங்களில் இருந்து ஆள் அனுப்பிய போதெல்லாம் ஏதாவது ஒரு காரணத்தைச் சொல்லியே கந்தவேல் காட்டுக்குள் வருவதைத் தவிர்க்கிறார்.

இந்த மீனை நேராகப் பிடிக்க முடியாது என்று குறுக்கு வழியில் திட்டம் போட்டுக்கொண்டு ஆறு மாதத்துக்குப் பின் மீண்டும் தாளவாடிக்கு வந்தார் வீரப்பன். பாஷா பாயைச்

சந்தித்து "பாய் நான் இப்போ அவசரமா ஒரு நிருபரை பார்க்கணும், உனக்கு யாராவது நிருபரைத் தெரியுமா...?" என்று கேட்கிறார். "நம்ம ஊரில நிருபர்கள் யாரும் இல்லீங்க. வெளியூரில் இருக்கும் நிருபர்கள் யாரையும் எனக்குத் தெரியாதுங்க" என்று பாஷாபாய் சொல்லுகிறார்.

"நான் இப்போ உடனடியா ஒரு பேட்டி கொடுத்தாகணும். உனக்கும் நிருபர் யாரையும் தெரியாதுன்னு சொல்லறே...? அதனால, நீ தொட்டண்ணனைப் போய் பார்க்கிறே. அந்த பி.பி.சி. நிருபரை நான் அவசரமா பார்க்கணுமுன்னு சொல்லு. ஒரு வேளை நாம தேடிக்கிட்டுப் போகும் நேரத்தில் அந்த பி.பி.சி. நிருபர் இல்லாமல் போனாலும் போகலாம். அப்படி இல்லாமல் போனா, கந்தவேல் மூலமா வேற ஒரு நிருபரையாவது ஏற்பாடு பண்ணி உடனே இங்கே கூட்டிக்கிட்டு வாங்க பாய் மாமா... இது முக்கியமான சமாச்சாரம். நான் இங்கிருந்துகிட்டு லேட் பண்ணமுடியாது. ரெண்டு நாள் நீங்க அங்கேயே தங்கியாவது, கந்தவேலை பார்த்து அவுரு அனுப்பி வைக்கிற நிருபரைக் கையோடு கூட்டிக்கிட்டு வாங்க..." என்று சொல்லி அனுப்புகிறார்.

ஏற்கனவே பி.பி.சி.யின் செய்தியாளர் என்ற முகமூடியுடன் காட்டுக்குள் சென்ற பக்தவத்சலம் யாரென்று பார்ப்போம். கோவை, சுக்கிரவார்ப் பேட்டையிலுள்ள பொன்னையா இராஜபுரத்தில் பழமுதிர்சோலை நடத்தி வந்தவர் இரத்தினம். இவருடைய இரண்டாவது மகன் பரத்குமார் என்கிற பக்தவச்சலம்.

பக்தவத்சலத்தின் தாய் மாமா பெயர் ஆலுமலை, ஈரோடு மாவட்டம், பெருந்துறையைச் சேர்ந்த இவருக்குத் தாளவாடி அருகிலுள்ள நெய்தாலபுரத்தில் விவசாய நிலம் உள்ளது. நெய்தாலபுரம், கோடிபுரம், தலைமலை, சிக்கள்ளி போன்ற ஊர்களை ஒட்டிய காட்டுப்பகுதி வீரப்பன் நடமாட்டம் உள்ள இடங்களாவன. இதைக் கண்காணிக்க வந்த தமிழ்நாடு சிறப்பு அதிரடிப்படை போலீசார் பக்தவத்சலத்தின் மாமா தோட்டத்தில் தங்கினர்.

பக்தவத்சலம் தனது மாமாவின் தோட்டத்துக்குப் போகும் போதெல்லாம் அங்கிருக்கும் அதிரடிப்படை வீரர்களைச்

சந்தித்துப் பேசுவார். வீரப்பனைப் பிடித்துக் கொடுப்பவர்களுக்கு நாற்பது இலட்சம் ரூபாய் பரிசு கொடுப்பதாக (1996 ஆம் ஆண்டு மதிப்பு) தமிழக-கர்நாடக அரசுகள் அறிவித்திருந்தன. வீரப்பனைப் பிடித்துக் கொடுப்பவருக்கு அரசாங்கமும், போலீசாரும் என்னென்ன வெகுமதிகளைக் கொடுப்பார்கள் என்ற விவரங்களையும் போலீசார் சொல்லியதைக் கேட்டு பக்தவத்சலம் பிரமித்துப் போனார்.

இவருடைய நண்பர் வாணன் என்பவர் காட்டிலுள்ள மூங்கில் கூப்புகளை ஏலம் எடுப்பவர். அவருடன், பக்தவத்சலமும் அடிக்கடி வெள்ளியங்கிரி மலைக்காட்டுக்குள் சென்று அந்தக் கூப்புகளைக் கண்காணித்து வந்துள்ளார். இதனால், காடுகளைப் பற்றி ஓரளவுக்குத் தெரிந்திருந்தார். இந்த அனுபவத்தில், ஏன் நாமே வீரப்பனைப் பிடித்துக் கொடுக்க முடியாதா...? என பக்தவத்சலம் நினைக்கிறார். அவருக்குப் பதவி, பணம் என்ற ஆசைகளைத் தூண்டிவிட்டு செய்தியாளர் என்ற முகமூடியைப் போட்ட அதிரடிப்படையினர் கந்தவேல் மூலம் அவரைக் காட்டுக்குள் அனுப்பியுள்ளனர்.

சினிமாவில் வரும் கதாநாயகனைப் போலவே காட்டுக்குள் சென்று வீரப்பனை எளிதாக மடக்கிப் பிடித்து விடலாம். பிறகு போலீசார் கொடுக்கும் பரிசுகளை வாங்கலாம் என்று நினைத்த பக்தவத்சலத்திற்கு போலீசார் முறையான பயிற்சியைக் கொடுக்கவில்லை. ஒரு செய்தியாளருக்குத் தெரிந்திருக்க வேண்டிய அடிப்படை விவரங்கள், செயல்பாடுகள், தொடர்புகள் எதுவும் பக்தவத்சலத்துக்குத் தெரியவில்லை. தான் சந்திக்கப்போகும், வீரப்பனுக்கு என்னென்ன தெரியும், என்ன என்ன தெரியாது, அவர் எப்படிப்பட்டவர் என்ற விவரங்களையும் தெரிந்து கொள்ளவில்லை.

தனக்குத் தெரிந்த பி.பி.சி. என்ற செய்தி நிறுவனத்தின் பெயர் வீரப்பனுக்குத் தெரிந்திருக்க வாய்ப்பில்லை என நினைக்கிறார். அதனால், நான் பி.பி.சி.யின் செய்தியாளர் என்று முட்டாள்தனமாக ஒரு பொய்யைச் சொல்கிறார். ஆனால், வீரப்பன் தினமும் பி.பி.சி.யின் "தமிழோசை" செய்திகளைத் தவறாமல் வானொலியில் கேட்டு வருபவர். பி.பி.சி. நிறுவனத்தின் அப்போதைய தமிழகச் செய்தியாளர் சம்பத்குமார் என்பதும் வீரப்பனுக்குத் தெரியும். இது

மட்டுமல்ல, உலகிலுள்ள பெரும்பாலான நாடுகளில் இருக்கும் பி.பி.சி-யின் செய்தியாளர்களின் பலரின் பெயரும்கூட வீரப்பனுக்குத் தெரியும்.

ஏனென்றால், உலகில் அன்றாடம் நடக்கும் நிகழ்வுகளைச் செய்தியாகக் கொடுக்கும்போது, அந்தந்த நாடுகளில் உள்ள பி.பி.சி. செய்தியாளர்களின் பெயருடன் சேர்த்துத்தான் வாசிப்பார்கள். குறிப்பாக, தமிழகத்தில் நடக்கும் நிகழ்வுகளைச் செய்தியாகச் சொல்லும்போது, "சென்னையிலிருந்து பி.பி.சி-யின் செய்தியாளர் சம்பத்குமார் கொடுக்கும் செய்தி..." என்றோ பி.பி.சி.யின் அனைத்து மொழிச் செய்தியிலும் அறிவிப்பர். இந்த விவரமெல்லாம் பி.பி.சி-யின் செய்தியாளர் என்று பொய்சொல்லி வீரப்பனிடம் நேர்காணல் செய்யப்போன பக்தவத்சலத்துக்குத் தெரியாது. அவருக்குச் செய்தியாளர் என்ற முகமூடி போட்டனுப்பிய போலீசாருக்கும் தெரியவில்லை.

"நான் ஜனாதிபதி, பிரதமரையெல்லாம் நேரில் சந்தித்துப் பேசுவேன் என்றும், இனி நீங்கள் உள்ளூர் தமிழ்ப் பத்திரிகைகளுக்கு எல்லாம் பேட்டி கொடுக்க வேண்டாம்" என்று வீரப்பனிடம் சொல்லியுள்ளார். ஆனால், பிரதமரைச் சந்திக்கும் நபருக்கான தகுதியும், அதற்கு ஏற்றபடி தோற்றமும், கையில் கொண்டு போயிருந்த 850 ரூபாய் மதிப்புடைய "ஆட்டோ போகஸ்" கேமராவும் இவர் உண்மையான செய்தியாளர் இல்லை என்பதை வீரப்பனுக்குக் காட்டிக் கொடுத்து விட்டது.

நிருபரைப் பார்க்கவேண்டும் என்று வீரப்பன் சொல்லி அனுப்பிய செய்தி பாஷா பாய் மூலமாகக் கந்தவேலுவுக்கும், அவரிடமிருந்து அதிரடிப்படைக்கும் சென்றது. பிறகு, கோவை மாநகரிலுள்ள சுக்கிரவார்பேட்டையிலிருந்த பக்தவத்சலம் காதுக்குப் போனது. பேட்டி எடுப்பதற்காக வீரப்பன் வரச்சொன்னார் என்ற செய்தி கிடைத்ததும் ஏராளமான கனவுகளோடு பக்தவத்சலம் தாளவாடிக்குப் போனார். காயத்திரி மில் சந்திலிருக்கும் பாஷா பாய் வீட்டுக்குச் செல்கிறார். அடுத்து, என்ன நடக்கப் போகிறது என்று தெரியாத பக்தவத்சலமும், பாஷா பாயும் வீரப்பனைச் சந்திக்கக் கிளம்பினர். மதியம் ஒரு மணிக்குத் தாளவாடியிலிருந்து தலைமலை வழியாக சத்தியமங்கலம் செல்லும் பேருந்தில் ஏறி

நெய்தாலபுரம் ஏரிக்குப் பக்கத்தில் இறங்கினர். அங்கிருந்து வீரப்பன் அடையாளம் சொன்ன வழியிலேயே மேய்க்கான் ரங்கசாமி காத்திருந்தார். பாஷா பாய், பக்தவத்சலம் இருவரையும் வீரப்பன் இருந்த இடத்துக்குக் கூட்டிச்செல்கிறார். பாஷாபாயிடம் "நிருபர் எப்ப வந்தார்...? யார் கூட வந்தார்..."? தொட்டண்ணனை (கந்தவேலு) எப்போ பார்த்தே...? ஆள் எப்படியிருக்கிறார்...? என்றெல்லாம் விசாரித்தார்.

பிறகு, "பாய் மாமா எனக்கு இன்னும் ஒரு முக்கியமான வேலையிருக்கிறது. அந்த வேலைக்குத் தொட்டண்ணன் போனாத்தான் சரியா வரும். நீ என்ன பண்ணுவியோ தெரியாது மாமா, இப்பவே அந்தியூருக்கு பொறப்பட்டு போறீங்க. தொட்டண்ணனைக் கையோடு இங்கே கூட்டிக்கிட்டு வந்தாகணும். அந்த வேலையைத் தொட்டண்ணனைத் தவிர வேற யாராலும் செய்ய முடியாது. அவ்வளவு முக்கியமான வேலை" என்றார்.

பாஷா பாயை வெளியே போகவேண்டும் என்று வீரப்பன் சொன்னதைக் கேட்ட பக்தவத்சலம் லேசாகப் பயந்தார், "நானும், இன்றைக்கு உங்களைப் பார்த்துட்டு போட்டோவெல்லாம் எடுத்துக்கிட்டு உடனே கோயம்புத்தூர் போயாகணும். நாளைக்கு எனக்கு அங்கே முக்கியமான வேலை இருக்குது" என்கிறார்.

பக்தவத்சலம் இப்போது வலையில் சிக்கிய மீன். அந்த மீனை விடுவதாக இல்லை. இந்த சின்ன மீனை வைத்துதான் அடுத்து பெரிய மீனைப் பிடிக்கவேண்டும் என வீரப்பன் நினைக்கிறார்.

"எனக்குப் பத்து நாளா குளிக்கக்கூட நேரமில்லை. தலைக்கு விளக்கெண்ணெய் தேச்சிருக்கேன். அதனாலே தலைமயிரெல்லாம் ஒரே மண்ணா இருக்குது. நாளைக்கு காலையிலே நேரமே கிழக்காலே இருக்கிற சொனைக்கு போய், தண்ணீர் எடுத்தாந்து காய வைத்து தலைக்கு தண்ணி ஊத்திக்கணும். அதுக்கு பிறகு, நிருபர் தம்பிகிட்ட நிறையப் பேட்டி கொடுக்க வேண்டியிருக்கிறது. அவரும் என்னை நெறையா போட்டாவெல்லாம் எடுக்கணுமுன்னு சொல்லிக்கிட்டு இருக்காரு.

நாங்க போட்டோ, பேட்டியெடுக்கிற வேலையை முடிச்சிட்டு நாளா நாளைக்கு நிருபரைக் கூட்டிக்கிட்டு முதியனூர் காட்டுக்கு வந்துடறோம். நீயும், தொட்டண்ணனைக் கூட்டிக்கிட்டு நாளா நாளைக்கு மத்தியானம் அங்கே வந்துருங்க மாமா" என்றவர் மத்தியானம் சுமார் ஒரு மணிக்கு மேலே அவர் வரவேண்டிய இடம் குறித்த அடையாளங்களைச் சொன்னார்.

"கந்தவேலு ஊரில இல்லாட்டி நான் என்ன செய்யறது வீரப்பண்ணா...?" என்று பாய் கொஞ்சம் இழுத்தார்.

"தொட்டண்ணன் ஊரில் இல்லேன்னாலும் கவலைப்பட வேண்டாம், நாலு நாள் கழித்து வந்தாலும் சரி. கையோடு கூட்டிட்டு வாங்க மாமா. நீங்களும் தொட்டண்ணனும் வரும் வரைக்கும் நானும் இங்கேதான் இருப்பேன். என்னைக்கு வந்தாலும் வாங்க.... ஆனால் மத்தியானம் ஒரு மணிக்கு அந்த தாவுக்கு வார மாதிரி பார்த்து வாங்க. அங்கே நம்ம ஆளுங்க யாராவது ஒருத்தர் அங்கே இருப்பாங்க...." என்றார்.

பாஷா பாய்க்கு கை, காலெல்லாம் தந்தியடித்தது, கந்தவேலு வெளியில் இருக்கிறான். பக்கதவத்சலம் உள்ளே இருக்கிறான். வீரப்பன் கூப்பிட்டாலும் கந்தவேலு காட்டுக்கு வரமாட்டான், கந்தவேலு வராமல் போனா வீரப்பன் பக்தவத்சலத்தை வெளியே விடமாட்டான். இப்போது நாம "ஏழரை"யில் மாட்டிக்கொண்டோம். இனி என்னை "அல்லா"வாலும் காப்பாற்றமுடியாது என்று தெரிந்தது. பக்தவத்சலத்தை கோவிந்தன் கூட்டிக் கொண்டுபோன வழியைத் திரும்பி, திரும்பிப் பார்த்தபடியே அந்த இடத்தை விட்டு பாஷா பாய் கிளம்பினார்.

******

46. பக்தவத்சலம், கந்தவேல் கொலை

வீரப்பனும், மேய்க்கான் ரங்கசாமியும், பாஷா பாயை ஊருக்கு அனுப்பி விட்டுத் திரும்பவும் அவர்கள் தங்கியிருந்த இடத்துக்குப் போயினர். அங்கே கோவிந்தன் தலைமையிலான ஆள்கள் பக்தவத்சலத்தைக் கட்டி வைத்து உதைத்து விசாரணை செய்து கொண்டிருந்தனர்.

"நீ யார்...? உன்னுடைய தொழில் என்ன...? உனக்கும் போலீசுக்கும் எப்படி பழக்கம்...? போலீசார் உனக்கு என்னென்ன குடுப்பாங்க...? போலீஸ் ஐ.ஜி. காளிமுத்துவைத் தெரியுமா..?" என்று விசாரித்தனர்.

உயிர் பயத்தில் என்ன சொல்லவேண்டும், என்ன சொன்னோம், என எதுவுமே புரியாமல் பக்தவத்சலம் வாய்க்கு வந்தபடி உளறினார். வீரப்பனைப் பார்த்ததும், "நீங்க எனக்கு அப்பா மாதிரி.. நான் உங்களைப் போலீசுக்குக் காட்டிக் குடுப்பேனா...?. என்னைக் காப்பாத்துங்க அப்பா...." என்று

காலில் விழுந்து கதறியழுதார். கிட்டத்தட்ட ஒரு மணி நேரம் வீரப்பன் ஆள்கள் மாறிமாறி பக்தவத்சலத்தை அடித்து உதைத்து விசாரணை செய்துள்ளனர். "எனக்கு போலீஸ் கமிஷனர் காளிமுத்துவை (சென்னை பெருநகரக் காவல் ஆணையாளர் பொறுப்புடன், தமிழ்நாடு சிறப்பு அதிரடிப்படையின் தலைவர் பொறுப்பையும் கவனித்து வந்தார்) தெரியாது என்றும், அவர்தான் எனக்கு போலீஸ் எஸ்.ஐ.வேலை போட்டுத்தாரேன்னு சொன்னாரென்றும் ஒரு முறை நான் போலீசாரின் ஆள் காட்டிதான் என்றும். பிறகு, இல்லை நான் பி.பி.சி. நிருபர்தான் என்றும் சொல்கிறார். தன்னுடைய அலுவலகம் கோவை ஆற்றுப்பாலத்தில் உள்ளது. இல்லை, இல்லை... எனக்கும் பி.பி.சி.க்கும் சம்பந்தமில்லை. எனக்கு நீங்க அப்பா மாதிரி உங்களைப் போய் நான் போலீசில் காட்டிக் குடுப்பேனா..."? என்று உயிர் பயத்தில் பக்தவத்சலம் மாறி மாறி உளறி இருக்கிறார்.

"இவன் நிருபர் இல்லை, போலீஸ் ஆள் காட்டிதான்னு தெரிஞ்சு போச்சு. அப்புறம் எதுக்கப்பா தேவையில்லாமல் விசாரிச்சுக்கிட்டு இருக்கீங்க" என்று வீரப்பன் சொன்னார். கோவிந்தன் பக்கத்திலிருந்த கந்தசாமிக்குக் கடைக்கண் காட்டினார். கந்தசாமியின் கையிலிருந்த நாட்டுத் துப்பாக்கி பக்தவத்சலத்தின் நெஞ்சுக்கு நேராக உயர்ந்து "சட்டீர்..." என்று சத்தத்தை எழுப்பியது. சூழ்ந்திருந்த கரும் புகை கலையும்போது கோழிக்குஞ்சு போல சுருண்டு கிடந்தது பக்தவச்சலத்தின் உயிரில்லாத உடல்.

பாஷா பாய் காட்டைவிட்டு வெளியே போனதும் பக்கத்தில் பதுங்கியிருக்கும் அதிரடிப்படையினர் காட்டுக்குள் வரலாம் எனப் பயந்த வீரப்பன், "சீக்கிரமாக இந்தப் பள்ளத்தில் போட்டுக் கருக்குங்கப்பா.." என்றார். உடனடியாக பக்தவத்சலத்தின் உடலை ஒரு நீரோடையில் போட்டனர், உடல் மீது காய்ந்து கிடந்த கட்டைகளைப் பொறுக்கிப் போட்டு நெருப்பிட்டனர். மழைபெய்து ஓடையில் தண்ணீர் வரும்போது, பிணத்தை எரித்ததற்கு அடையாளமாக ஒரு எலும்புத்துண்டுகூட இருக்காது. இதற்காகவே கொலை செய்தவர்கள் எல்லோரையும் நீரோடையில் போட்டு எரிப்பது வீரப்பனின் வழக்கம்.

காட்டுக்குள் பக்தவத்சலம் கொல்லப்பட்ட செய்தி பாஷா பாய்க்கும் தெரியாது. அதிரடிப்படைக்கும் தெரியாது. இந்த நிலையிலேயே, பக்தவத்சலத்தை வெளியே அழைத்து வரும் முயற்சியாக மூன்றாம் நாள் கந்தவேலுவும், பாஷா பாயும் காட்டுக்குள் சென்றுள்ளனர். வீரப்பன் குறிப்பிட்ட அதேநாள் மாலை மூன்று மணி. தலைமலைக்குப் பக்கத்திலுள்ள முதியனூர் காட்டுக்குள் கந்தவேலு, பாஷாபாய் இருவரும் போகின்றனர். வீரப்பன் காத்திருப்பதாகச் சொன்ன இடத்துக்குச் சற்று முன்பாகவே அவருடைய ஆள்கள் மறைந்திருந்தனர். பாஷாபாய், கந்தவேலு இருவரையும் சுற்றி வளைத்துக் "கைது" செய்தனர்.

பாஷா பாய், கந்தவேலுவின் இருவரின் கையையும் பின்பக்கமாகச் சேர்த்துக் கட்டிப்போட்டனர். தரவாகச் சோதனையிட்டனர். பாஷாபாயின் உடலில் எதுவும் இல்லை. கந்தவேலின் ட்ரவுசர் பாக்கெட்டில் இருந்து ஒரு பிளாஸ்டிக் பை எடுக்கப்பட்டது. அதில், ஒரு கோனிகா பிலிம் டப்பா இருந்தது. அதைத்திறந்து பார்த்தனர். ஐந்து சிறிய பிளாஸ்டிக் உறையில் உப்பு போல ஒரு பொருள் மடித்து வைத்திருந்தது. சாப்பாட்டு உப்பைப் போல வெண்மையாக இருந்த அந்தப் பொருளை "இது என்ன..."? என்று வீரப்பன் கேட்டார்.

"இது நவச்சாரம் (உப்புவகை) அண்ணா.... இது ஒன்னுமே பண்ணாதுங்கண்ணா, கொண்டாங்கண்ணா... உனக்கு சந்தேகமென்றால் அதை நானே தின்னு காட்டறேன்" என்று கேட்டுள்ளார். ஆனால், வீரப்பன் அந்தப் பொடியைக் கந்தவேலிடம் கொடுக்கவில்லை. கிட்டத்தட்ட, இரண்டு ஆண்டுகளுக்கும் மேலாக எந்தக் கொலையும் செய்யாமல் மனிதனாக மாற முயற்சி செய்து கொண்டிருந்த வீரப்பனின் நடவடிக்கை மீண்டும் மிருகமாக மாறியது. அந்தப் பொருளைக் கண்டதும் வீரப்பனுக்கு முன்பிருந்ததைக் காட்டிலும் வெறி அதிகமானது. "என்னடா... இங்க இருக்கிற எங்க அஞ்சு பேருக்கும் (வீரப்பன், சேத்துக்குழி கோவிந்தன், மேய்க்கான் ரங்கசாமி, சந்திரகவுடா, கந்தசாமி) ஆளுக்கு ஒரு பொட்டணம் "சயனைடு" கொண்டுக்கிட்டு வந்திருக்கே. நாங்க ஐந்துபேரும் ஏமாந்தால் எங்க கதையையும் முடிக்கலாமுன்னு பார்த்தியா..."? என்று சகட்டு மேனிக்கு கந்தவேலுவை அடித்து உதைத்தனர்.

அப்போதும் வெறி அடங்காமல் போகவே.... "மாமா, மாமான்னு" உன்மேல உயிரையே வைத்திருந்த பேபியை எதுக்கடா சுட்டுக் கொன்னே.? என்ற வீரப்பன் கந்தவேலுவின் கை, கால்களையெல்லாம் கொஞ்சம் கொஞ்சமாகக் கொடுவாளால் வெட்டியுள்ளார். அப்போது, கந்தவேலுவின் உடலில் ஏற்பட்ட வெட்டுக் காயத்திலிருந்து சாரை சாரையாக வந்த செங்குருதி உடல் முழுவதும் வழிந்தது. ஒருமணி நேரம் கந்தவேலுவை சித்திரவதை செய்த பிறகு, நான்தான் பேபியைக் கொன்றேன் என்பதை அவர் ஒத்துக் கொண்டதாகத் தெரிகிறது.

ஆனால், கடைசிவரை தான் கொண்டுவந்தது "சயனைடு" அல்ல. நவச்சாரம் என்று சொல்லியுள்ளார். நவச்சாரம் என்பது நாட்டுத்துப்பாக்கியில் வெடிமருந்தை வெடிக்க வைக்கப்பயன்படும் ஒரு தனிமம். இது வெண்ணிறமாகவும் இருக்கும்.

கந்தவேலுவிடம் இருந்து உண்மை வெளிவரத நிலையில், கடைசியாக கந்தவேலுவைச் சுட்டுக்கொன்று விடும்படி மேய்க்கான் ரங்கசாமியிடம் வீரப்பன் சொல்கிறார். மேய்க்கான் ரங்கசாமி தன்னுடைய கையிலிருந்த நாட்டுத் துப்பாக்கியால் கந்தவேலுவின் நெஞ்சில் வைத்து குதிரையை(விசை) இழுத்தார். துப்பாக்கிக் குண்டுகள் கந்தவேலின் உடலில் இறங்கின. அவரது கண்கள் மூடின.

வீரப்பன் ஆள்கள் கந்தவேலுவைக் கொலை செய்துவிட்டு அந்த இடத்தில் திரும்பிப் பார்த்தபோது, "கை, காலெல்லாம்" நடுங்கியபடி பாஷா பாய் நின்று கொண்டிருந்தார். "பாய் உன்னைக் கொல்ல எனக்கு மனசு வரவில்லை. நீ ஓடிப் போயிரு...." என்று சொல்லி அனுப்புகிறார். திரும்பிவரும் நிலையில், "வீரப்பா அண்ணா முந்தாநேத்து நான் கூட்டிக்கிட்டு வந்த நிருபர் எங்கேண்ணா..."? என்று மெதுவாகக் கேட்டார் பாஷாபாய். "அந்தப் பையனை அன்னைக்கே கொன்னு போட்டமுன்னு போயி அதிரடிப்படைக்காரங்ககிட்டே சொல்லு பாய்" என்று வீரப்பன் சொன்னார்.

கந்தவேல் கொலை செய்யும் போது பக்தவத்சலம் கொண்டு போயிருந்த கேமிராவில் அந்தக் காட்சிகளை மேய்க்கான் ரங்கசாமி படமெடுத்துள்ளார். ஒரு மாதத்திற்குப் பிறகு

அதிலிருந்த பிலம் ரோலை கொடுப்பதற்காக வீரப்பன் என்னை வரச்சொல்லி ஆள் அனுப்பியிருந்தார். பவானிசாகர் அருகில் உள்ள புதுபீர்க்கடவுக் காட்டில் வீரப்பனைச் சந்தித்தேன். அப்போது அந்த பிலிம் ரோலை என்னிடம் கொடுத்தார். அந்த பிலிம் ரோலில் இருந்த படங்கள் அப்போது நக்கீரனில் வெளியாயின.

தன்னுடைய "தலை தப்பியதே தம்பிரான் புண்ணியம்" என்ற பயத்தில் கீழே விழுந்து கும்பிட்டுவிட்டு பாஷா பாய் காட்டைவிட்டு வெளியேறினார். முதல் வேலையாக கர்நாடக அதிரடிப்படை டி.எஸ்.பி. பிரதீப் என்பவரைப் பார்த்து கந்தவேலு, பக்தவத்சலம் இருவரையும் வீரப்பன் கொலை செய்த தகவலைச் சொல்லியுள்ளார்.

"சரி நாங்க பார்த்துக்கிறோம்... நீ போ" என்று பாஷா பாயிடம் ஆயிரம் ரூபாய் பணத்தைக் கொடுத்து அனுப்பி விட்டார். இந்த இரண்டு கொலைகளும் நடந்து பத்து மாதங்கள் முடிந்தன. 06.09.1999 அன்று தாளவாடி வனச்சரகர் கிருஷ்ணமூர்த்தி தலைமையிலான வனத்துறை ஊழியர்கள் கூழ் குட்டை பகுதியில் ரோந்து சென்றனர்.

அப்போது காட்டுக்குள் துப்பாக்கியுடன் சென்ற ஒருவரைப் பிடித்து சோதனை போட்டனர். அவர் ஒரு காட்டெருமையைக்

கொன்று அதன் கறியை வெட்டி சாக்குப் பையில் போட்டு தூக்கிக்கொண்டு போவது தெரிந்தது. அவரைக் கைது செய்து தாளவாடி வனச்சரக அலுவலகத்தில் கொண்டுவந்து வைத்து விசாரணை மேற்கொண்டனர். தன்னுடைய பெயர் பாஷா பாய் என்கிற காசிம் ஷெரிப். நான் அதிரடிப்படை போலீசாருக்கு இன்பார்மராக இருக்கிறேன், போலீசார் எனக்குத் துப்பாக்கி கொடுத்துள்ளனர். நான் எப்போது வேண்டுமானாலும் காட்டுக்குள் போவேன். வீரப்பனைத் தேடுவேன். திரும்பி வரும்போது மான் அல்லது காட்டெருமை எதாவது ஒன்றை அடித்துக் கறி எடுத்துக்கொண்டு வருவேன். எனக்கு வீரப்பனிடமும் தொடர்பு உள்ளது.

அதிரடிப்படை போலீசார்கிட்டேயும் தொடர்பு இருக்கிறது. அதிரடிப்படை போலீசார் வீரப்பனைப் பிடிப்பதற்காக கந்தவேலு, பக்தவத்சலம் என்ற ரெண்டு பேரைக் காட்டுக்குள்ளே அனுப்புனாங்க. அந்த ரெண்டு பேரையும் வீரப்பன் சுட்டுக் கொன்னுட்டான். எனத் தனக்குத் தெரிந்த எல்லா விவரத்தையும் வனத்துறை அலுவலர்களிடம் "வாக்குமூலமாக" கொடுத்து விடுகிறார். அதற்குப் பின், தமிழக வனவிலங்குப் பாதுகாப்புச் சட்டம் 1992 இன் கீழ் வன விலங்குகளை வேட்டையாடியதாக பாஷா பாய் மீது வழக்குப் பதிவு செய்யப்படுகிறது.

பாஷா பாய் கொடுத்த ஒப்புதல் வாக்குமூலத்தின் நகல் சத்தியமங்கலம் குற்றவியல் நடுவர் நீதிமன்றத்தில் ஒப்படைக்கப்பட்டது. *(தாளவாடி வனச்சரக குற்ற எண்:- 02/1999).*

இந்த வழக்கின் மூலமே கந்தவேலு, பக்தவத்சலம் கொலையான செய்தி நீதிமன்றத்துக்குச் சென்றது.

*****

47

காதல் வயப்பட்ட மாதேஷ்

மாதேஷ்
(படம்: சு.பா.முத்துகுமார், நன்றி:- த.ந.சத்தியமூர்த்தி)

1998 ஆம் ஆண்டு நெற்றிக் கண் பத்திரிகையின் ஆசிரியர் ஏ.எஸ்.மணி கடத்தப்பட்ட நேரத்தில் வீரப்பன் புளியங் கோம்பை பகுதியில் தங்கி யிருந்தார். அப்போது, புளியங் கோம்பையைச் சேர்ந்த பெரியசாமிக்கும் வீரப்பன் ஆள்களுக்கும் தொடர்பு ஏற்பட்டுள்ளது. இந்த அறி முகத்தில், பெரியசாமியின் வீட்டுக்குப் போன மாதேஷ் பெரியசாமியின் அக்கா மகள் பார்வதியைச் சந்திக்கிறான். திருப்பூருக்கு திருமணம் செய்து கொடுத்த பார்வதி கணவருடன் சேர்ந்து வாழாமல் மணமுறிவு ஏற்பட்டு, தாய் வீட்டுக்கு வந்துவிட்டார். இளமை முறுக்கத்தில் இருந்த மாதேஷ் மீது பார்வதி காதல் வயப்படுகிறாள். இருவரும் தனிமையில் சந்தித்துக் கொள்கின்றனர்.

மாதேஷின் அப்பா பெயர் மீசைக்கார மாதையன். செங்கப்பாடியை சேர்ந்த இவர் சிறு வயதிலேயே வீரப்பனுடன் தொடர்பு வைத்திருந்தவர். இவருடைய தம்பிகளான சாமிநாதன், சுண்டா வெள்ளையன், எல்லோருமே வீரப்பனுடன் நெருங்கிப் பழகியவர்கள். இவர்கள் மீதும் பல வழக்குகள் இருந்தன. மாதேஷ் சிறுவனாக இருந்த நேரத்திலேயே காட்டுக்குள் வீரப்பனுடன் சென்று விடுகிறான்.

05.11.93 அன்று, சத்தியமங்கலம் வனப்பகுதியில் சுண்டா வெள்ளையன் போலீசாரால் சுட்டுக் கொல்லப்படுகிறார். பாலாறு குண்டுவெடிப்பு வழக்கில் தொடர்புடையதாக கைது செய்யப்பட்ட மீசைக்கார மாதையன் வாழ்நாள் சிறை தண்டனை பெற்று இப்போதும் மைசூர் சிறையில் அடைக்கப்பட்டுள்ளார்.

இந்தப் பெண் தொடர்பால் ஏற்பட்ட கருத்து வேறுபாட்டால், வீரப்பன், கோவிந்தன், ரங்கசாமி, சந்திர கவுடா ஆகிய நால்வரும் அந்தக் காட்டிலேயே மாதேஷை விட்டு விட்டு கிளம்பி விடுகின்றனர். இரவில் பெரியசாமியின், அக்கா மகள் பார்வதியின் வீட்டுக்குப் போவது. பொழுது விடிந்ததும் காட்டுக்குத் திரும்பி வருவதுமாக இருந்த மாதேஷின் கையிலிருந்த காசெல்லாம் செலவானது. பின்னர், அந்தப்பகுதியில் மான் வேட்டையாடுகிறான். புளியங்கோம்பை, சிக்கரசம்பாளையம் போன்ற ஊர்களில் இருந்து காட்டுக்கு வருவோரிடம் மான்கறி விற்பனை செய்கிறார். அதில் கிடைக்கும் காசை வைத்து செலவு செய்துகொண்டு காட்டில் தலைமறைவாக இருக்கிறார். புளியங்கோம்பை காட்டில் மாதேஷ் இருக்கும் செய்தி அதிரடிப்படைக்குத் தெரிந்தது. ஏ.டி.எஸ்.பி. அசோக்குமார் தலைமையிலான உளவுப்பிரிவு புளியங்கோம்பை ஊருக்குள் போனது.

அந்த ஊரில் சரியான தொடர்பாளர் இல்லாத நிலையில் அங்குள்ள மலைவாழ் மக்கள் மூலம் போலீசார் உண்மையான தகவலைப் பெறமுடியவில்லை. ஏ.டி.எஸ்.பி.அசோக்குமார் உத்தரவுப்படி ஒரு வாரத்துக்கும் மேலாக உளவுப்பிரிவு தலைமைக்காவலர் சுப்பிரமணியம் புளியங்கோம்பை பகுதியிலேயே தங்குகிறார். நாராயணன் என்பவருக்குத் தேவையானதை எல்லாம் வாங்கிக்கொடுத்து அவரை உளவாளியாக மாற்றுகிறார். ஒரு வாரத்துக்குப் பிறகு, இரவு எட்டு மணிக்கு நாராயணன் சத்தியமங்கலம் வந்து சுப்பிரமணியைச் சந்திக்கிறார்.

"மாதேஷ் நாலு கிலோ மான்கறியுடன் பார்வதி வீட்டுக்கு வந்துள்ளான். தற்போது அவனிடம் ஒரு நாட்டுத் துப்பாக்கி மட்டுந்தான் இருக்குது. மான்கறியைச் சமைத்து சாப்பிட்டு விட்டு மாதேஷ் பார்வதி வீட்டிலேயே படுத்து விடுவான்.

விடியற்காலை மூன்று மணிக்கு மேலேதான் அங்கிருந்து கிளம்பி ஊருக்குக் கிழக்கிலுள்ள கரட்டுக்குப் போவான். அது வரை பார்வதி வீட்டுக்கு உள்ளேதான் இருப்பான்" என்று சொல்கிறார்.

சுப்பிரமணியம் உடனடியாக ஏ.டி.எஸ்.பி. அசோக் குமாரிடம் பேசுகிறார். "சார் எங்கிட்டே ஒரு *A.K.47*கன் இருக்குது, அதை எடுத்துக்கிட்டு இன்பார்மர்கூட நான் மட்டும் புளியங்கோம்பைக்குப் போறேன். பார்வதி வீட்டிலிருந்து மாதேஷ் வெளியில் வரும்போது அவனைக் காலில் சுட்டு, கீழே தள்ளிருவேன். மீறினால் நெஞ்சுல சுட்டு ஆளை முடிச்சுருவேன்." என்று சொல்கிறார்.

"என்னப்பா மணி, உனக்குப் பைத்தியமா புடிச்சிருக்குது. ராத்திரி நேரத்தில் நீ மட்டும் தனியாகப் போகவேண்டாம். யாராவது இன்னொரு ஆளை கூட்டிக்கிட்டுபோ..." என்றார்.

"சார் சத்தியிலிருந்து புளியங்கோம்பை போற வழியில் ரோடு ஓரமாவே நெறையா வீடுகள் இருக்குது. புதுசா யாராவது அந்த வழியாகப் போனால் அங்கிருக்கும் நாய்களெல்லாம் கத்திக்கிட்டு வரும். புளியங்கோம்பை பழங்குடி மக்களும் வேட்டைக்குப் போவதற்காக நெறையா நாய்களை வளத்திக்கிட்டு இருக்காங்க சார். அந்த நாய்களுக்கு தப்புச்சு நம்ம ஆளுங்க ஊருக்குள்ளே போக முடியாது. நான் ஒருத்தன் மட்டும் போறதுன்னா நாராயணன்கூடவே சைக்கிளில் போயிருவேன் சார். வழக்கமா போகும் அந்த ஊர் ஆளுங்க பேசிக்கிட்டுப் போனா நாய் கத்தாதுங்க சார்..." என்று சுப்ரமணியம் சொல்கிறார்.

"நீ சொல்லறதெல்லாம் சரிதான், எதுக்கும் வாக்கி டாக்கி வைத்துள்ள யாராவது ஒரு எஸ்.டி.எப். ஆளைப் பாதுகாப்புக்கு கூடக் கூட்டிக்கிட்டு போ. அந்த ஆளை ஊர் எல்லையிலேயே விட்டுட்டு நீ மட்டும் ஊருக்குள் போ. ஆளை உயிரோட புடிக்கப்பார், அவங்கிட்டே நெறையா இன்பெர்மேசன் இருக்கும். முடியலையின்னா போட்டுத் தள்ளு. எந்தக் காரணம் கொண்டும் ஊருக்குள்ளே வச்சுப் பயர் பண்ணாதே. ஆளைக் காட்டுக்குள்ளே விட்டு அப்புறமா பயர் பண்ணு. நீ பயர் செஞ்சாலும் சரி. இல்லே மாதேஷ் பயர் பண்ணினாலும் பொதுமக்களுக்கு எந்தவிதமான பாதிப்பும் வரக்கூடாது.

சூழ்நிலைக்குத் தக்கபடி நடந்துக்க. ஆனா, வாக்கி-டாக்கி இல்லாம நீ தனியாப் போகக்கூடாது..." என்று கண்டிப்புடன் சொல்கிறார்.

இதையடுத்து சுப்ரமணியம் தனது பக்கத்து அறையில் வாக்கி - டாக்கியுடன் இருக்கும் ஈரோடு ஏ.ஆர். எஸ்.ஐ. பழனிசாமியைச் சந்திக்கிறார். வீரப்பன் கூட்டாளி மாதேஷ் புளியங்கோம்பைக்கு வந்துள்ளது பற்றிய தகவலைச் சொன்னதுடன், "என்னை மட்டும் தனியாகப் போக வேண்டான்னு ஏ.டி.எஸ்.பி. அசோக்குமார் சார் சொல்லிட்டார். வாக்கியோட உங்களையும், பாதுகாப்புக்கு கூட கூட்டிக்கிட்டுப் போகச் சொன்னார்." என்று சொல்கிறார்.

"ரெண்டே நிமிசத்துலே வந்துடறேன்..." என்று சொல்லிவிட்டுப் போன பழனிசாமி, தனக்கு மேலதிகாரியான ஈரோடு மாவட்ட எஸ்.பி. அசோக்குமார்தாஸ்க்கு போன் போட்டார். "ஐயா, வீரப்பன் கேங் பார்ட்டி மாதேஷ், புளியங்கோம்பைக்கு வந்திருக்கான். நானும், அசோக்குமார் சார் டீமில் இருக்கும், சுப்பிரமணியம் அங்கே போய்கிட்டு இருக்கோம்" என்று சொல்லி விடுகிறார்.

சத்தியமங்கலத்தில் இருந்து முதலில் நாராயணன் சைக்கிளில் கிளம்புகிறார். அவருக்கு பின்னால் பழனிசாமியும், சுப்ரமணியமும் ஒரு டி.வி.எஸ். மொபட்டில் குறிப்பிட்ட தூரம் வரை சென்றனர். பாதுகாப்பான இடத்தில் வண்டியை நிறுத்தினர். "சத்தியமங்கலம் தியேட்டரில் இரண்டாம் ஆட்டம் சினிமா பார்த்துவிட்டு ஊருக்குப் போவது போல ரெண்டு மணிக்கு மேலே ஊருக்குள் போகலாம். அப்படிப் போனால் யாருக்கும் சந்தேகம் வராதுங்க..." என்று நாராயணன் சொல்கிறார்.

இது நல்ல யோசனை என்று சொன்ன ஏட்டு சுப்பிரமணியும், எஸ்.ஐ. பழனிசாமியும் செங்கோட்டைப் பிரிவுக்குப் பக்கமாக ஒரு பாறை மீது உட்கார்ந்து கொண்டனர்.

ஏ.ஆர்.எஸ்.ஐ. பழனிசாமி சொன்னதின் மூலம் மாதேஷ் புளியங்கோம்பைக்கு வந்துள்ள செய்தி ஈரோடு எஸ்.பி. அசோக்குமார்தாஸுக்குத் தெரிகிறது. அவருக்கு அதிரடிப்படையில் நேரடியாகத் தொடர்பு இல்லை.

ஆனாலும் மலைப்பகுதியை ஒட்டியுள்ள மாவட்டங்களில் இருக்கும் காவல் நிலையங்களும், காவல்துறை அதிகாரிகளும் அதிரடிப்படையின் கட்டுப்பாட்டுக்குள் வருகின்றனர். அதனால் தன்னுடைய திறமையைக் காட்ட அவர் முடிவு செய்கிறார்.

விளைவு, சத்தியமங்கலத்தில் தங்கியிருந்த இன்ஸ்பெக்டர் கருப்புசாமிக்கு போன் போட்டு புளியங்கோம்பைக்கு மாதேஷ் வந்துள்ள செய்தியைச் சொல்கிறார். அடுத்து, வடவள்ளியில் இருந்த இன்ஸ்பெக்டர் ஹுசைனுக்கு போன் போடுகிறார். பேசி முடிந்ததும் பண்ணாரியில் இருந்த இன்ஸ்பெக்டர் மோகன் நவாஸுக்கும் போன் போட்டு புளியங்கோம்பையில் மாதேஷ் உள்ள செய்தியைச் சொல்கிறார்.

பழனிசாமியும், சுப்பிரமணியமும் பாறைமீது உட்கார்ந் திருக்கும்போதே இன்ஸ்பெக்டர் கருப்புசாமி தலைமையில் ஒரு டீம் ஜீப்பில் வந்து இறங்கியது. அடுத்த பத்து நிமிடத்தில், இன்ஸ்பெக்டர் மோகன்நவாஸ் டீம், இன்ஸ்பெக்டர் ஹுசைன் தலைமையில் ஒரு டீம் என மூன்று டீம்களும் அங்கே வந்து விட்டன. ஊரைச் சுற்றி வளைப்பது, காட்டைச் சுற்றி வளைப்பது, எல்.எம்.ஜி.யை எங்கே கொண்டு போவது. எஸ்.எம்.ஜி.யை எங்கே கொண்டுபோய் வைத்து அடிப்பது என ஆள் ஆளுக்கு ஐடியா கொடுத்தனர்.

அங்கிருந்தவர்களில் சீனியரான இன்ஸ்பெக்டர் ஹுசைன், “சுப்பிரமணி சொல்லறதுதான் பெஸ்ட் ஆபரேசன். மீதி டீம் எல்லோருமே இங்கேயே இருங்க. நாங்க எட்டுப்பேர் மட்டும் ஊருக்கு கிழக்கில் இருக்கும் கரட்டு மேலே ஏறப்போறோம். மாதேஷ் பார்வதி வீட்டிலிருந்து வெளியே வந்ததும் அந்தப் பக்கம்தான் வருவான். சத்தமில்லாமல் ஆபரேசனை முடிச்சிடலாம்...” என்று சொல்கிறார்.

சென்னை என்.எஸ்.ஜி. கமாண்டோக்கள் சரவணன், சீனிவாசன், சுப்பிரமணியம், ஈரோடு ஏ.ஆர். எஸ்.ஐ. பழனிசாமி, ஏ.ஆர். போலீசார் முருகன், குண்டு முருகன், உள்ளிட்ட எட்டு பேரை மட்டும் கூட்டிக்கொண்டு ஊருக்குக் கிழக்கில் உள்ள மலைமீது ஏறினார் இன்ஸ்பெக்டர் ஹுசைன்.

இரவு நேரங்களில் காடுகளுக்குள் செல்லும்போது,

முதலில் போகும் வீரர் இருபதடி தொலைவுக்கு சென்று நிற்கவேண்டும். அதற்கு மேலே தன்னுடைய பார்வைக்குத் தெரியும் தொலைவுக்கு எந்தப் பிரச்சனையும் இல்லை என்பதை உறுதிப்படுத்திக் கொள்ளவேண்டும். அதன்பின், அடுத்தவர் மேலே வரலாம் என்று சிக்னல் கொடுக்கவேண்டும். அடுத்த வீரர், முதலில் சென்ற வீரர் இருக்கும் இடம்வரை போகலாம். இரண்டாவதாக மேலே வந்தவர் முதல் ஆள் இருக்கும் இடத்துக்கு போகும்வரை அவருக்கு முதல் வீரர் பாதுகாப்பாக இருக்க வேண்டும்.

அதன் பின்னர், முதல் வீரர் மேற்கொண்டு முன்னேறுவார். அவருக்குப் பாதுகாப்பாக இரண்டாம் வீரர் இருப்பார். இந்த அடிப்படையில்தான் இன்ஸ்பெக்டர் ஹுசைன் தலைமையிலான கோப்ரா டீம் பயிற்றுவிக்கப்பட்டுள்ளது. இதன்படி, ஹுசைன் முதலில் போக அவர் பின்னால் ஒவ்வொரு வீரராக முன்னேறிக் கொண்டிருந்தனர்.

ஹுசைனுக்கு அடுத்த ஆளாகச் சென்ற சுப்பிரமணியம் வழியிலிருந்த ஒரு பெரிய பாறையைக் காட்டுகிறார். அதன்மீது ஏறி நின்றால் நீண்ட தூரத்துக்குக் காட்டைப் பார்க்கவும் முடியும். தனியாக வரும் மாதேஷ் மீது தாக்குதல் நடத்தவும் வசதியாக இருக்கும் என்று ஹுசைனிடம் சொல்கிறார். இதை ஹுசைனும் ஏற்றுக்கொள்கிறார். சுப்பிரமணியம் அந்தப் பாறை மீது ஏறி மறைந்து உட்கார்ந்து கொள்கிறார்.

இரவு நேரங்களில், ஆயிரம் அடித் தொலைவில் சிகரெட் முனையின் நெருப்பைக் குறிவைத்து மிகச் சரியாக சுட்டு, அந்த நெருப்பை மட்டும் அடித்து கீழே தள்ளக்கூடிய அளவுக்கு பயிற்சி பெற்றவர் ஹுசைன். தன்னுடைய டீமில் இருப்பவர்களுக்கும் அந்த அளவுக்கு திறம்பட பயிற்சி கொடுத்து வைத்துள்ளவர். இந்த ஆபரேசனுக்கு அவரே முதல் ஆளாகச் சென்று

ஹுசைன் (நன்றி; வை.கதிரவன்)

கொண்டிருந்தார். இந்த டீம் சரியான பொசிஷனுக்கு சென்றுவிட்டால் மாதேஷ் உயிருடன் தப்ப முடியாது.

ஊருக்கு வெளியில் இன்ஸ்பெக்டர் கருப்புசாமி, மோகன் நவாஸ் டீம் முகாமிட்டிருந்தது. இதிலிருந்த யாரோ ஒரு வீரர் ஆர்வக் கோளாறில் ஊருக்குள் நுழைந்து விட்டார். இதையடுத்து ஊர் நாய்களெல்லாம் குரைக்கத் தொடங்கின. இதனால், எச்சரிக்கை அடைந்த மாதேஷ், பார்வதியின் வீட்டிலிருந்து வெளியேறுகிறான். அவன் வழக்கமாகச் செல்லும் வழியில் வராமல் ஊருக்குத் தென்பக்கம் இன்னொரு குறுக்கு வழியில் போகிறான்.

மாதேஷ் வழக்கமாக வரும் வழி எனக் கணக்கிட்டு இன்ஸ்பெக்டர் ஹுசைன் ஓர் இடத்தை நோக்கி முன்னேறிக் கொண்டுள்ளார். இன்ஸ்பெக்டர் ஹுசைன் நின்ற கரட்டின் தென் பக்கத்தில் மேலே ஏறிய மாதேஷ் கிழக்குப் பக்கம் வேகமாக ஓடுகிறான். ஹுசைனின் பின்னால் வரிசையாக நின்றவர்களில் எட்டாவது ஆள் என்.எஸ்.ஜி காமன்டோ சீனிவாசன். அவருக்குத் தென்பகுதியில் மாதேஷ் கிழக்கு நோக்கிச் செல்கிறான். தோளில் துப்பாக்கி, போலீசார் அணிவது போன்றே சீருடையில் வந்த மாதேஷைக் கொஞ்சம் தொலைவில் சீனிவாசன் பார்த்து விடுகிறார். தனக்குப் பின்னால் யாரோ ஓர் அதிரடிப்படை வீரர் வருவதாக நினைக்கிறார்.

அதனால், ஆங்கிலத்தில் "ஹூ ஆர் யூ..?" என்று கேட்கிறார்.

போலீசார் வந்துவிட்டனர் என்பதைத் தெரிந்து உஷாரான மாதேஷ் "நீ யார்ரா கே..பு..." என்று கெட்டவார்த்தையால் திட்டிவிட்டுக் கரட்டு மேலே வேகமாக ஏறினான். இது வீரப்பன் கேங் ஆள்தான் என்பது முடிவானதும், தனது துப்பாக்கியை எடுத்த சீனிவாசன், மாதேஷ் மீது சுடத்தொடங்கினார். இதை எதிர்பார்த்த மாதேஷ் வேகமாகப் பாறைக்குள் உட்கார்ந்து விடுகிறான். துப்பாக்கி குண்டுகள் நெருப்புப் பிழம்பாகப் போனதை பாறை மீதிருந்து சுப்பிரமணியம் பார்த்து விட்டார்.

மாதேஷை நோக்கி சுப்பிரமணியம் தன் துப்பாக்கியைப் தூக்கிப் பிடிக்கிறார். அப்போது, மாதேஷ் சுப்ரமணியை நோக்கி துப்பாக்கியைத் தூக்கிப் பிடித்ததுபோல் தெரிந்தது. ஆனால், மாதேஷ் பாறை மீதிருந்த சுப்ரமணியைப் பார்த்து

துப்பாக்கியை நீட்டவில்லை. பாறைக்கு கீழே இருந்து தன்மீது தாக்குதல் நடத்திய சீனிவாசனைப் பார்த்துத்தான் துப்பாக்கியைப் பிடித்துள்ளான்.

நள்ளிரவு இரண்டு மணிக்கு, மங்கிய நிலா வெளிச்சத்தில் இதைச் சரியாகக் கணிக்கத் தவறிய சுப்பிரமணியம், மாதேஷ் தன் மீது குறி வைக்கிறான் என்று நினைக்கிறார். மொட்டைப் பாறையில் நின்று அவனை எதிர்த்து சுடமுடியாது. அவன் சுட்டால் நமக்கு அடி விழும் என்ற நிலையில் பாறையிலிருந்து கீழே குதிக்கிறார். கீழே குதித்த அவர் தரையில் கால் ஊன்றுவதற்கும், மாதேஷின் குறியிலிருந்து தப்பித்து எதிர்த்தாக்குதல் நடத்த வசதியாக சீனிவாசன் இன்னொரு சிறிய பாறையில் மறைவதற்காக கிழக்கே வரவும் சரியாக இருந்தது. மாதேஷின் நாட்டுத்துப்பாக்கியில் இருந்து வந்த குண்டுகள், சுப்ரமணியின் வலது கெண்டைக்காலில் லேசான காயத்தை ஏற்படுத்தின. இன்னொரு பகுதி குண்டுகள் சீனிவாசனின் வலது தோள்பட்டையில் பலமான காயத்தையும் ஏற்படுத்தியது.

இது நடந்து கொண்டிருக்கும்போதே சுப்ரமணியின் வடக்குப் பக்கம் இருந்த சரவணன் என்ற என்.எஸ்.ஜி. வீரர் "சுப்ரமணியண்ணா அவன் நாட்டுத் துப்பாக்கிதான் வச்சிருக்கான். அடுத்து லோடு பண்ண பத்து நிமிசம் ஆகும் அதுக்குள்ளே அடிச்சிருவோம்..." என்று கத்திக்கொண்டே மாதேஷ் போன திசையில் ஓடுகிறார். இன்ஸ்பெக்டர் ஹுசைனுக்குப் பின்னால் போன வீரர்கள் எல்லோருமே குருட்டாம் போக்கில் சுட்டுக்கொண்டிருந்தார்களே தவிர யாரும் சுப்ரமணியும், சரவணனும் போன பக்கம் வரவில்லை.

"சீனி.... அடி பலமா புடிச்சுட்டுதா..."? என்று கேட்ட சுப்ர மணியிடம், "ஒண்ணுமில்லெண்ணா கையிலே லேசா குண்டு ஏறிட்டுது. நீங்க கண்டினியூ பண்ணுங்கண்ணா..." என்கிறார்.

சீனிவாசனை அந்த இடத்திலேயே தரையோடு தரையாகப் படுக்கச் சொல்லிவிட்டு சரவணனுக்குப் பின்னால் சுப்ரமணியமும் ஓடுகிறார். மங்கிய நிலா வெளிச்சத்தில் இருவரும் கரட்டின் உச்சிக்குப் போனபின்னரும்கூட மாதேஷ் தப்பியோடிய வழியை அவர்களால் கண்டுபிடிக்க முடியவில்லை. இருவரும் மேலே நின்று சற்று இளைப்பாறினர்.

அந்தக் கரட்டுக்கு கீழே ஒரு கிலோமீட்டர் தொலைவில் கெம்மநாயக்கன்பாளையத்துக் கவுண்டர் ஒருவர் காட்டுக்குள் மாட்டுப்பட்டி போட்டிருக்கிறார்.

அந்தப்பட்டியில் இருந்த நாய் விடாமல் குரைத்துக் கொண்டிருந்தது. மாதேஷ் கரட்டின் கீழே இருக்கும் பள்ளத்தைக் கடந்து அடுத்த மலைக்கு போயிருப்பான். இனி அவனைத் தேடிப் போவதில் பயனில்லை. பின்னால் வந்த வீரர்கள் யாரும் சரியான வழியைக் கண்டுபிடித்து வரவில்லை. தவிர சுப்ரமணியின் கெண்டைக்காலில் குண்டடிபட்ட காயத்தில் இருந்து அதிக ரத்தம் வெளியே வந்தது. மேற்கொண்டு மாதேஷைத் துரத்திக்கொண்டு போவதில் பயனில்லை என்ற முடிவில் இருவரும் அங்கிருந்து திரும்பி விடுகின்றனர்.

அடுத்த 15 நாள்களுக்குப் பிறகு மீண்டும் மாதேஷ் அதே ஊருக்குத் திரும்பி வருகிறார். வழியில் கரட்டின் ஓரத்தில் இருந்த மாட்டுச் சாலையில் படுத்திருந்த மாதேஷைச் சுற்றி வளைத்த அதிரடிப்படையினர் அப்போதும் தப்பவிட்டு விடுகின்றனர்.

இதற்கிடையில், சத்தியமங்கலம் கடைவீதிக்கு வந்த பார்வதியின் அம்மாவை அதிரடிப்படை உளவுப்பிரிவு போலீசார் பண்ணாரிக்கு தூக்கிக்கொண்டு போயினர். வழக்கமான போலீஸ் மிரட்டல், அதட்டல் எல்லாம் நடக்கிறது. கடைசியில் ஏ.டி.எஸ்.பி. அசோக்குமார் பேசுகிறார். முதலில், பார்வதியைப் பற்றி விசாரிக்கிறார். பிறகு, பார்வதிக்கும் மாதேஷுக்கும் உள்ள தொடர்பு குறித்து விசாரிக்கிறார். அவருடைய குடும்ப நிலை குறித்து விசாரிக்கிறார். இறுதியாக மாதேஷ் வீட்டுக்கு வந்ததும், அவனுக்குத் தேவையானதை எல்லாம் செய்து குடுத்துட்டு எனக்கு தகவல் சொல்லு. அவனைப் புடிச்சு ஒரு கேசைப் போட்டு விட்டறலாம்.

வீரப்பனை விட்டு இவன் வந்துட்டாலே போதும். ஒரு வருசத்தில் கேசை முடிச்சுட்டு அவனை வெளியே விட்டுருவோம். அதுக்குப் பிறகு உன் புள்ளைக்கும், அவனுக்கும் கல்யாணம் செஞ்சு வச்சுறலாம். உன் தம்பி பெரியசாமி மேலே இருக்கும் கேஸிலிருந்தும் அவனைப் பெயிலில் எடுத்து விடுகிறோம். உன்னுடைய பொழப்புக்குப் பத்து பொட்டை

ஆடும், ஒரு கெடாயும் வாங்கித்தாறோம். காட்டுலே மேச்சுப் பொழச்சுக்கோ...” என்று பேசி அவளை ஒரு வழிக்குக் கொண்டு வந்து விடுகிறார்.

இந்த ஒப்பந்தத்துக்கு பார்வதி ஒத்துவருவாளா..? என்பது சந்தேகமே. அதனால், பிரச்சனை கொஞ்சம் ஓயும்வரை பார்வதியை வெளியூரில் இருக்கும் சொந்தக்காரர் வீட்டுக்கு அனுப்ப அசோக்குமார் ஐடியா கொடுக்கிறார். அதை அவளுடைய அம்மாவும் ஏற்றுக் கொள்கிறார். பார்வதி வெளியூருக்கு அனுப்பப்படுகிறார்.

போலீசார் இரண்டாவதாகத் தாக்குதல் நடத்திய பின்னர் ஒரு மாதம்வரை மாதேஷ் புளியங்கோம்பை பக்கமே வரவில்லை. காட்டில் அவனுக்கு நல்ல சாப்பாடு இல்லாமல் சிரமப்பட்டுள்ளான். வழக்கம் போல முன்னிரவு நேரத்தில், கையில் துப்பாக்கியுடன் போனால் தன்னை ஊர்மக்கள் அடையாளம் கண்டுகொள்வர் என்பதால், 16.07.1998 அன்று அதிகாலை மூன்று மணிக்கு துப்பாக்கியை கரட்டிலேயே வைத்துவிட்டு, பார்வதி வீட்டுக்குப் போகிறான்.

வீட்டிலிருந்த பார்வதியின் அம்மாவைப் பார்க்கிறான். “சாப்புட்டு நாலு நாளாச்சு...” என்று மாதேஷ் சொல்கிறான். “இப்பவே நான் அடுப்பை பத்தவச்சு களி கிளறித் தாறேன். நீ சாப்புட்டுட்டு படுத்துத் தூங்கு. வூட்டுலே கொஞ்சம் சுண்டக்காய் வத்தல் இருக்குது. நான் அதை எடுத்துக்கிட்டுப் போய் சத்தியமங்கலம் மார்க்கெட்லே போட்டுட்டு மத்தியானமா வந்துருவேன். நான் வரவரைக்கும் நீ வூட்டுக்குள்ளேயே இரு. மத்தியானத்துக்கு மேலே போலீசார் இல்லாதப்பா நீ வெளியே போலாம்...” என்று சொல்கிறார். மாதேஷ் சரி என்கிறான். சொன்னபடியே களி கிளறிக் கொடுக்கிறார். வயிறு நிறைய சாப்பிட்ட மாதேஷ் வீட்டுக்குள்ளேயே படுத்து விடுகிறான்.

மாதேஷை வீட்டுக்குள் வைத்து வெளியே பூட்டைப் போட்டார். சுண்டக்காய் வத்தல் மூட்டையைத் தூக்கிக்கொண்டு முதல் பஸ்ஸுக்குக் கிளம்புகிறார். சத்தியமங்கலம் போனதும் சுண்டக்காய் வத்தலை விற்கிறார். அடுத்து பண்ணாரி அதிரடிப்படை முகாமுக்குச் செல்கிறார்.

இந்த நேரத்தில், வீரப்பன் குழு தாளவாடிக்கு அருகில்

1997 கர்நாடக வன ஊழியர்கள் கடத்தப்பட்ட நேரத்தில் அரசு தூதராக சென்ற போது நான் எடுத்தபடம்.

உள்ள சிக்கள்ளி வனப்பகுதியில் இருப்பதாக அங்குள்ள இன்பார்மர் ஒருவர் மூலம் தகவல் வந்தது. இதைத் தொடர்ந்து, அசோக்குமார், கருப்புசாமி, ஹுசைன் உள்ளிட்ட பெரும்பாலான அதிகாரிகள் தாளவாடிக்குச் சென்று விட்டனர். ஈரோட்டில் இருந்து அதிரடிப்படை எஸ்.பி.தமிழ்ச்செல்வனும் தாளவாடிக்கு வருவதாகச் சொல்லியுள்ளார். அவரைப் பாதுகாப்பாக அழைத்துக்கொண்டு போவதற்காக பண்ணாரி அதிரடிப்படை முகாமில் இன்ஸ்பெக்டர் மோகன்நவாஸ் மட்டுமே இருக்கிறார்.

இந்த நேரம் அங்கே வந்த பார்வதியின் அம்மா, வெளியில் இருந்த காவலர்களிடம் "நான் அசோக்குமார் சாரைப் பார்க்கவேண்டும்." என்று சொல்கிறார்.

"சார் தாளவாடிக்குப் போயிட்டார். என்னம்மா சமாச்சாரம்...?" என்று கேட்ட காவலர்களிடம் "மாதேஷ் எம்பட ஊட்டுலே இருக்கான் சாமி..." என்கிறார். "ஒரே நிமிஷம் இரும்மா..." என்று சொன்ன காவலர்கள் பார்வதியைக் கூட்டிக்கொண்டுபோய் மோகன்நவாஸிடம் விட்டுள்ளனர். பார்வதியின் வீட்டில் மாதேஷ் இருக்கும் செய்தி அசோக்குமாருக்குச் சொல்லப்படுகிறது. சிக்கள்ளியில்

இருக்கும் அவர் கீழே வந்து சேர இரண்டு மணி நேரம் ஆகும். அதுவரை காத்திருக்க வேண்டாம் என்கிறார் எஸ்.பி. தமிழ்ச்செல்வன்.

பண்ணாரியில் இருந்து புளியங்கோம்பைக்குக் கிளம்பினார் மோகன்நவாஸ். அதிரடிப்படையின் மூன்று ஜீப் பார்வதியின் வீட்டுக்குப் பக்கமாகப் போய் நின்றது. உள்ளே படுத்துத் தூங்கிக் கொண்டிருந்த மாதேஷ் ஜீப் சத்தம் கேட்டு எழுந்தார்.

தப்பிக்க முயற்சிக்கும் முன்பாகவே அதிரடிப்படையினர் அந்த வீட்டை சுற்றி வளைத்து விட்டனர். "சரணடைய வேண்டும் இல்லையானால் சுட்டுக் கொல்லப்படுவாய்" என்று மோகன்நவாஸ் எச்சரிக்கை விடுக்கிறார். மாதேஷ் பாதுகாப்புக்காகத் தன்னுடைய படுக்கைக்கு பக்கத்திலேயே ஒரு கொடுவாளை வைத்திருந்தான். அந்தக் கொடுவாளை எடுத்து தன்னுடைய கையை அறுத்து ரத்தத்தை வெளியேற்றி அதன் மூலம் உயிரிழப்பை ஏற்படுத்த முயற்சிக்கிறார்.

ஆனால், அவர் எதிர்பாத்த அளவு ரத்தம் வெளியேறவில்லை. உயிர் போக மறுக்கிறது. மாதேஷிடம் துப்பாக்கியில்லை என்ற தைரியத்தில் அதிரடிப்படை வீரர்கள் வீட்டுமேலே ஏறினர். மலபார் சீமை ஓடு போட்டு வேயப்பட்ட வீட்டின் மேலிருந்த ஓடுகளைப் போலீசார் பிரித்து எடுத்தனர். போலீசாரின் கையில் சிக்கி சித்தரவதைகளை அனுபவிக்க மாதேஷ் விரும்பவில்லை. அதனால், தன்னுடைய கழுத்தை தானே கொடுவாளால் அறுத்துக் கொண்டிருந்தார்.

இந்தச் செய்தி தாளவாடியில் இருந்து வந்து கொண்டிருந்த ஏ.டி.எஸ்.பி. அசோக்குமாருக்குச் சொல்லப்படுகிறது. "மாதேஷ் உயிருடன் கைது செய்யப்படவேண்டும். முடியவில்லை என்றால் நம் கையால்தான் அவன் சுட்டுக் கொல்லப்பட வேண்டும்..." என்கிறார்.

கூரையின் மேலிருந்தே தனது *A.K-47* துப்பாக்கியை இயக்குகிறார் மோகன்நவாஸ். ஏற்கனவே கொஞ்சம் கொஞ் சமாக செத்துக் கொண்டிருந்த மாதேஷ் நிரந்தரமாகக் கண்ணை மூடினார். *(சத்தியமங்கலம் காவல் நிலைய வழக்கு எண்:-320/19998).*

*****

வெள்ளித்திருப்பூர் காவல் நிலையத் தாக்குதல்

வெள்ளித்திருப்பூர் காவல் நிலையம்

1998 ஏப்ரல் மாதத்தில் தமிழ்நாடு மீட்புப்படை என்ற அமைப்பு வீரப்பனுடன் இணைந்தது. இலங்கையில் தமிழர்களுக்கெனத் தனிநாடு கேட்டுப் போராடிய விடுதலைப்புலிகள் அமைப்புடன் தொடர்புடைய அருப்புக்கோட்டை ரவிச்சந்திரன் இந்த அமைப்பின் தலைவர். அவர் சிறையில் இருந்ததால், மாதையன் என்கிற பாண்டியன் என்கிற ரவி என்கிற மதுரையைச் சேர்ந்த சுப.முத்துக்குமார் என்பவர் செயல் தலைவராகப் பொறுப்பேற்றார்.

இந்த அமைப்பில், கோவை இடையர்பாளையத்தைச் சேர்ந்த ஜெயபிரகாஷ் என்கிற ஜெ.பி, திருப்பூரைச் சேர்ந்த சரவணன், புதுக்கோட்டை காமராஜ் நகரைச் சேர்ந்த நீலன் என்கிற கந்தசாமி என்கிற சத்தியா என்கிற சத்தியமூர்த்தி, அதே ஊரைச் சேர்ந்த கோபாலு என்கிற மணி என்கிற மணிகண்டன் ஆகியோர் இருந்தனர்.

வீரப்பனுக்குப் படை பலம் அதிகரித்துள்ளது என்பதைக் காட்டவும், புதிய ஆள்களுக்குத் தேவையான துப்பாக்கிகளைக் கொள்ளையடிக்கும் நோக்கில் ஈரோடு மாவட்டம், வெள்ளித்திருப்பூர் காவல் நிலையத்தில் வீரப்பன் கொள்ளையடிக்கத் திட்டமிட்டார். ஒரு வாரம் முன்பிருந்தே, ஜெயப்பிரகாஷ், சரவணன் இருவரும் காட்டை விட்டு வெளியே வந்து வெள்ளித்திருப்பூர் காவல் நிலையத்தை நோட்டமிட்டுச் சென்றனர்.

ஈரோடு மாவட்டத்தின் வடக்குப் பக்கம், பர்கூர் மலை அடிவாரத்தில் வெள்ளித்திருப்பூர் உள்ளது. முழுவதும் கிராமப்பகுதிகளை உள்ளடக்கிய இந்தக் காவல் நிலையம், ஊரிலிருந்து வடக்கே ஒரு கிலோமீட்டர் தூரத்தில், சென்னம்பட்டி செல்லும் சாலையில் இருந்தது. நான்கு பக்கமும் விவசாய நிலங்களுக்கு இடையே இருந்த காவல் நிலையத்துக்குப் பக்கமாக வீடு, கடைகள் எதுவும் இல்லை. இந்தப் பகுதியெங்கும் மானாவாரி விவசாயம் செய்யப்படுவதால், முரளியிலிருந்து காவல் நிலையம் இருந்த இடம் வரையிலும் உள்ள நிலங்களில் கம்பு, சோளம் போன்றவை பயிர் செய்யப்பட்டிருந்தன. காட்டுக்குள் ஆள் நடந்து வந்தால்கூடத் தெரியாத அளவுக்குப் பயிர்கள் வளர்ந்திருந்தன.

காவல்நிலையத்தில் இருந்து வடமேற்கில் ஏழு கிலோ மீட்டர் தொலைவில் பர்கூர் மலையின் கீழே முரளி காடுகள் உள்ளன. அங்கிருந்து 20.12.1998 அன்று மாலை ஆறு மணிக்குப் புறப்பட்ட வீரப்பன் உள்ளிட்ட எட்டு பேர், இரவு எட்டு மணிக்கு வெள்ளித்திருப்பூர் காவல் நிலையம் வந்து சேர்ந்தனர். காவல் நிலையத்தின் எதிரில் நூறு மீட்டர் தொலைவில் சோளக்காட்டுக்குள் உட்கார்ந்தனர். இரண்டுபேர் வெளியே வந்து காவல் நிலையத்தை நோட்டம் பார்த்து விட்டு சென்றனர்.

இரவு 9.25 க்கு ஈரோட்டில் இருந்து சென்னம்பட்டி போகும் ஜீவா பேருந்து இந்த வழியாகப் போய் விட்டால் அதற்குப் பிறகு, காவல் நிலையம் பக்கம் யாரும் வரமாட்டார்கள். அங்கே என்ன நடந்தாலும் வெளியே தெரியாது. இதைக்

கணக்கில் கொண்ட வீரப்பன் குழுவினர் இரண்டு அணியாகப் பிரிந்தனர். காவல் நிலையத்தின் வடக்கில் ஒரு பிரிவினரும், மேற்கில் அதாவது எதிர்ப் பக்கம் ஓர் அணியினரும் இருந்தனர்.

ஜீவா பேருந்து காவல் நிலையம் முன்பாக நின்றது. பவானி கோர்ட்டுக்குப் போய்விட்டு வந்த ஏட்டு ஐயண்ணன் பேருந்திலிருந்து இறங்கினார். கேஸ் கட்டுகள் அடங்கிய பையைத் தோளில் போட்டுக்கொண்டு, காவல் நிலையத்துக்குள் போனார். காவல் நிலையத்தின் வடக்குப் பக்கமாக இருந்த மணிகண்டன், ஜெயப்பிரகாஷ், முத்துக்குமார், சரவணன் என நால்வரும் ஐயண்ணனைப் பின் தொடர்ந்து சென்றனர்.

காவல் நிலையத்தின் வாசல் வழியாக உள்ளே போனால், நாற்பதடி நீளம், இருபதடி அகலத்தில் ஹால் உள்ளது. அதன் தென் பகுதியில், வரவேற்பாளர் மேசை. அதற்குப் பக்கத்திலே தொலைபேசி, வயர்லெஸ் சாதனங்கள். அவற்றை ஒட்டியே கிழக்குப் பக்கம் ரைட்டர் ரூம் இருந்தது. கதவுக்கு எதிரில், அந்த ஹாலின் வடக்குப் பக்கம் காவலர் ஓய்வறை, அதற்குள் ஆயுதக் கிடங்கு என்ற இன்னோர் அறை ஆகியவை உள்ளன. அதனுள்ளே பிரிட்டிஷ் ஆட்சிக் காலத்தில் செய்த மரத்தினால் ஆன ஒரு ஸ்டாண்டு, அதில் 1920 தயாரிக்கப்பட்ட 410 *Musket riffle* வகைத் துப்பாக்கிகள் எட்டு உருப்படிகள் வரிசையாக சாய்த்து வைக்கப்பட்டிருந்தன. இந்த ஹாலின் நடுப்பக்கம் ஒரு சந்து. அதில், உள்ளே போனால் கைதிகள் அறை. அந்தப்பக்கம் யாரும் போவதே இல்லை.

பேருந்திலிருந்து இறங்கிய ஐயண்ணன் மெதுவாக நடந்துபோய், வரவேற்பாளர் மேசை மீது பையை வைக்கிறார். அவருக்குப் பின்னாலே போன முத்துகுமார் உள்ளிட்ட நான்கு பேரும் ரைட்டர் அறையில் இருந்தவர்களைத் துப்பாக்கி முனையில் மடக்கினர். நிலைமை புரியாமல், ஏட்டு ஐயண்ணன் "யார்ரா... நீங்க...?" என்று கேட்டார். அவரை அடிக்கும் நோக்கத்தில் சரவணன் துப்பாக்கியிலிருந்து வேகமாகக் கையை எடுக்கிறார். அவர் தோளில் மாட்டியிருந்த நாட்டுத் துப்பாக்கியின் பாட்டம் ஆட்டம் கண்டிருந்தது.

சரவணன் கையை வேகமாக எடுக்கும்போது ஏற்பட்ட அதிர்வில் அந்தத் துப்பாக்கி தானாக வெடித்தது. சரவணனுக்கு

ரங்கசாமி, சத்தியமூர்த்தி, சந்திரகவுடாவுடன் வீரப்பன்
(படம்: சு.பா.முத்துகுமார், நன்றி:- த.ந.சத்தியமூர்த்தி)

எதிரில் நின்ற ஐயண்ணன் தலைக்கு மேலே இருந்த கட்டிடத்தில் குண்டுபட்டுக் கையளவு கான்கிரீட் உடைந்தது. அந்தச் சிதறல் ஐயண்ணன் தலைமேல் விழுந்தது. இதனால், அவருடைய முன் தலையில் லேசான காயம்.

இந்த நிகழ்வின்போது, வடக்குப் பக்க அறையிலிருந்த காவலர் ஈஸ்வரமூர்த்தி:- "வெள்ளித்திருப்பூர் சின்ன கிராமம், அங்கே ஹோட்டல் கடையெல்லாம் இல்ல. அதனாலே நாங்க ஸ்டேசனிலேயே சமையல் செஞ்சிக்குவோம். அப்போ, நானும், ரைட்டர் குப்புசாமியும் சபரிமலைக்கு மாலை போட்டிருந்தோம். சென்னம்பட்டி பஸ் போகும்போது, நானும், கான்ஸ்டபிள் மாணிக்கம், செல்வராஜ் மூனு பேரும் சாப்பிட்டுக்கிட்டு இருந்தோம்.

வெளியிலே சரசரன்னு சத்தம் கேட்டுது, திரும்பிப் பார்த்தா வீரப்பன், சேத்துக்குழி கோவிந்தன், சந்திர கவுடா மூனு பேரும் *SLR* ரைபிளை நீட்டிக்கிட்டே உள்ளே வந்துட்டாங்க. செல்வராஜ் மேலே சந்திரன் துப்பாக்கியை வச்சுப் புடிச்சுகிட்டான், மாணிக்கம் மேலே சேத்துக்குழி துப்பாக்கியை வச்சுப் புச்சுட்டான். நான் கீழே உட்கார்ந்துகிட்டு இருந்து எந்திருச்சேன். "என்னடா தாயோளி என்னை அடையாளம்

தெரியுதா...?"ன்னு வீரப்பன் முதுகுல ஒரு அடி வச்சிக் கேட்டான்.

இனி, நம்மாலே ஒன்னும் செய்ய முடியாதுன்னு எனக்குப் பார்த்ததுமே தெரிஞ்சுட்டுது. அதனாலே, என்கூட இருந்த இரண்டுபேர்கிட்டேயும், சும்மா இருங்கன்னு கையைக் காட்டினேன். கூட வந்திருந்த தீவிரவாதிகள் ரெண்டுபேரும் "துப்பாக்கி எங்கே இருக்குது...?"ன்னு கேட்டாங்க. அதுக்கு நாங்க பதில் சொல்லுவதற்கு முன்னமே குடீர்னு வெளியே துப்பாக்கி வெடுச்சிருச்சு. யாரையோ போட்டுட்டாங்கன்னு எங்களுக்குப் பயமாயிடுச்சு. அங்கிருந்து ஒருத்தன், "இங்கே பிரச்சனையில்லை வேலையைப் பாருங்க..."ன்னு சொன்னான்.

அதுக்குள்ளேயே இன்னொருத்தன் "அண்ணா அங்க பாருங்க, ஆயுதக் கிடங்குன்னு எழுதி இருக்குது"ன்னு சொன்னான். அந்த ரூம் சாவி எங்கே இருக்குதுன்னு வீரப்பன் கேட்டான். நான், "ரைட்டர் ரூமில் இருக்குது..."ன்னு சொல்லிக்கிட்டு இருக்கும் போதே, வீரப்பன் அந்தப் பூட்ட ஒடைங்கப்பான்னு சொன்னான். ஒரு தீவிரவாதி கையிலிருந்த கோடாரியில் அடிச்சுப் பூட்டை ஒடச்சுட்டான். உள்ளே எட்டு 410 மஸ்கட் ரைபிள், ஒரு நாட்டுத் துப்பாக்கி இருந்தது. எல்லாத் துப்பாக்கியையும் எடுத்துக் கொண்டாந்து, ஒரு பெட்ஷீட்டில் போட்டுக் கட்டிக்கிட்டாங்க.

"இதுக்குத் தோட்டா எங்க இருக்கு..."ன்னு வீரப்பன் கேட்டான். செல்வராஜ், "ரைட்டர் ரூமில் இருக்குது..."ன்னு சொன்னார். உடனே செல்வராஜ் பொடனி மேலே ஒரு அடி வச்சு, ரைட்டர் ரூமுக்குக் கூட்டிட்டுப் போனாங்க. பிறகு, என்னையும், மாணிக்கத்தையும் கை, காலையெல்லாம் சேர்த்துக் கட்டி பக்கத்திலிருந்த இன்னொரு ரூமுக்குள் போட்டுட்டுப் போயிட்டாங்க..." என்றார்.

ரைட்டர் ரூமுக்குப் போன வீரப்பன், அங்கிருந்த பெட்டிக்குள் இருந்த ரூ.4,720 பணம், ஒரு ரிவால்வர், அதற்கான ஐந்து தோட்டா, 410 மஸ்கட் ரைபிளுக்குப் போடும் பக் ஷாட் *(Buck shot)* தோட்டா 90 என எல்லாவற்றையும் எடுத்துக் கொண்டனர். போகும்போது, உள்ளே இருந்த உதவி ஆய்வாளர் மாணிக்கம், காவலர்கள் தாமரைச்செல்வன்,

செல்வராஜ், எழுத்தர் குப்புசாமி, மண்டை உடைந்த ஏட்டு ஐயண்ணன் என ஐந்து பேரையும் கையைக் கட்டி அந்த அறைக்குள் போட்டு வெளியே இழுத்துப் பூட்டினார். 9.25 வந்த வீரப்பன் குழுவினர் 9.55 மணிக்கெல்லாம் காவல் நிலையத்தை விட்டு வெளியேறினர். *(வெள்ளித்திருப்பூர் காவல் நிலையக் குற்ற எண்:-438/1998)*

போகும்போது, வயர்லெஸ், போன் போன்றவற்றின் ஒயர்களை அறுத்து எடுத்தனர். வெளியில் நிறுத்தியிருந்த நாலு மோட்டார் சைக்கிள் டயரையும் அரிவாளில் வெட்டிப் பஞ்சர் ஆக்கிவிட்டுச் சென்றனர். பத்து மணிக்கு நிறுத்தப்பட்ட மின்சாரம், இரண்டு நிமிடங்களுக்குப் பின்னர் வந்தது. அதன் பின்னரே, ரைட்டர் அறையிலிருந்த காவலர் செல்வராஜின் கைக் கட்டை தலைமைக் காவலர் தாமரைச்செல்வன் பல்லால் கடித்து அவிழ்க்கிறார். அதன்பின் ஒருவர் கைக்கட்டை இன்னொருவர் அவிழ்த்து விட்டனர். அந்த அறையின் தென் பக்கம் இருந்த ஜன்னலைத் திறந்து வைத்துக்கொண்டு யாராவது ரோட்டில் போனால் சத்தம் போட்டுக் கூப்பிடலாம் என்று ஐந்து பேரும் நின்று கொண்டிருந்தனர்.

10.30 மணிக்கு சங்ககிரியில் இருந்து சென்னம்பட்டிக்குப் மோட்டார் சைக்கிளில் சென்ற இருவர் காவல் நிலையம் பக்கமாக வரும்போது, ஜன்னல் கதவுகளைத் தட்டிக்கொண்டு, உள்ளே இருந்த போலீசார் சத்தம் போட்டுக் கத்தினர். சந்தேகப்பட்ட அந்த இருவரும் காவல் நிலையத்தை வந்து பார்த்தனர். அதற்குப் பிறகு, நிலைமையை உணர்ந்து, கதவைத் திறந்து போலீசாரை விடுதலை செய்தனர். வெளியே வந்த, முதல் நிலைக் காவலர் தாமரைச்செல்வன் சங்ககிரிக்காரரர் பைக்கை வாங்கிக்கொண்டு வெள்ளித்திருப்பூர் போனார். அங்குள்ள பொதுத் தொலைபேசியில் இருந்து அந்தியூர் இன்ஸ்பெக்டர் ஞானசேகரனுக்குத் தகவல் கொடுக்கிறார். அந்தியூரிலிருந்து கிளம்பிய இன்ஸ்பெக்டர் ஞானசேகரன் வரும் வழியிலேயே உயர் அதிகாரிகளுக்கு மைக்கில் தகவல் கொடுத்துக் கொண்டே ஸ்டேசனுக்கு வந்தார்.

அடுத்த ஒரு மணி நேரத்தில், ஈரோடு மாவட்ட போலீஸ் எஸ்.பி. சீமா அகர்வால் வெள்ளித்திருப்பூர் வருகிறார். இதையடுத்து, கோவை டி.ஐ.ஜி. டி.கே.ராஜேந்திரன்,

வீரப்பனைப் பிடிக்க நியமிக்கப்பட்டிருந்த தமிழ்நாடு *STF* தலைவர் ஐ.ஜி.காளிமுத்து, *L&O* ஐ.ஜி. குமாரசாமி எல்லோரும் வந்து சேர்ந்தனர். விடிய விடிய விசாரணை மேற்கொண்டனர். பணியில் கவனக் குறைவாக இருந்தது, காவல் நிலையத்துக்குள் வந்து துப்பாக்கியைக் கொள்ளையடிக்கும்வரை வீரப்பனைச் சுடாமல் இருந்தது போன்ற காரணங்களுக்காக எஸ்.ஐ. மாணிக்கம் உள்ளிட்ட ஆறு பேரையும் சஸ்பெண்ட் செய்யலாம் என ஐ.பி.எஸ். அதிகாரிகள் முடிவெடுத்தனர்.

22.12.1998 அன்று மாலை அந்த உத்தரவு நிறைவேற்றப்பட்டது. தன் உயிரைப் பற்றிக் கவலைப்படாமல் வீரப்பனைப் பிடிக்கவேண்டும் என்ற எண்ணத்தில், போராடித் துப்பாக்கிச் சூட்டில் காயம்பட்ட ஏட்டு ஐயண்ணன் மட்டும் வீரனாக்கப்பட்டார். அவரை மருத்துவமனையில் சேர்த்து ஆறுதல் கூறுவது போல *IPS* அதிகாரிகளெல்லாம் போட்டோ எடுத்துச் சென்றனர்.

இந்த நேரத்தில் காட்டுக்குள் என்ன நடந்தது என்று பார்ப்போம். "வெள்ளித்திருப்பூர் காவல் நிலையத்தில் கை வைத்ததும், அடுத்த அரை மணி நேரத்தில் போலீஸ் உயர் அதிகாரிகளுக்குத் தெரிந்துவிடும். தமிழ்நாடு, கர்நாடகா என இருமாநில போலீசாரும் பர்கூர் காட்டுக்கு வருவார்கள், நான்கு பக்கமும் சுற்றி வளைப்பார்கள். நாமெல்லாம், நிற்காமல் நூறு கிலோமீட்டர் தூரம் போகவேண்டும்" என்று வீரப்பன் சொன்னார். இரண்டு அல்லது மூன்று நாள்களுக்குப் பின்னரே சமையல் செய்து சாப்பிட முடியும் என்பதால் நாங்கள் முறுக்கு, மிச்சர், ராகி ரொட்டி என நான்கு நாள்களுக்குத் தேவையான உணவுப் பொருள்களைத் தயாரித்து வைத்துக் கொண்டோம்" என்கிறார் தமிழ்நாடு மீட்புப் படையைச் சேர்ந்த சத்தியமூர்த்தி.

பெரும்பாலான நேரம் அடர்ந்த காட்டுக்குள் இருக்கும் வீரப்பன் குழுவினர் எப்போதாவது ஒரு முறைதான் ஊரை ஒட்டிய பகுதிக்கு வருவார்கள். அந்த நேரத்தில்தான் காய்கறிகள், பழங்கள், பால், தயிர், முட்டை போன்ற பொருள்களை வாங்கமுடியும். இவற்றையெல்லாம் உள்ளே தூக்கிக்கொண்டு போகாமல், இருக்கும் இடத்திலேயே சமைத்துச் சாப்பிட்டுவிட்டுப் போவது வழக்கம்.

வெள்ளித்திருப்பூர் போலீஸ் ஸ்டேஷனை அடிக்கப் போவதற்கு முதல் நாள், நிறைய முட்டைகளை வாங்கிக் கொண்டு வந்துள்ளனர். அன்று மதியத்திலிருந்தே முட்டைப் பொரியல், ஆம்லேட், ஆப்பாயில், அவித்த முட்டை என முட்டை ஐயிட்டமாகவே செய்துள்ளனர். அன்று வழக்கத்தை விடவும் கொஞ்சம் அதிகமாகவே வீரப்பன் முட்டை ஐட்டங்களை உள்ளே தள்ளியுள்ளார். கோவிந்தன் "வேண்டாம் வேண்டாம்..." என்று சொல்லியும் கேட்காமல் வீரப்பன் வெளுத்துக் கட்டி விடுகிறார்.

ஐந்து மணிக்கு மூட்டை முடிச்சுகளை எல்லாம் கட்டிக் கொண்டு கிளம்பும் நேரத்தில், திடீரென வீரப்பன் வயிறுக்குள் போன முட்டை ஐட்டங்கள் எல்லாம் வெளியே வந்தது. அரை மணி நேரம் தொடர்ந்து வாந்தி எடுத்ததால், மயக்கம் போடும் நிலைக்குப் போகிறார். உடனே, குளுக்கோஸ் பவுடரைத் தண்ணீரில் கலந்து கொடுத்து இறங்கிய எனர்ஜியை மீண்டும் ஏற்றி, தாக்குதலுக்குக் கூட்டிக் கொண்டு வந்து வெற்றிகரமாகத் தாக்குதலை முடித்துள்ளனர்.

"இங்கிருந்து ஏழு கிலோமீட்டர் தூரத்துலே காடு இருக்குது. காட்டிலிருந்து வரும் வழியில் செலம்பூர் அம்மன் கோயிலில் ஒரு *STF* கேம்ப் இருக்குது. மாத்தூர் பக்கம் கோம்பையில் ஒரு *STF* கேம்ப் இருந்துச்சு. இதையெல்லாம் தாண்டிதான் வீரப்பன் எங்க ஸ்டேஷனுக்கு வந்திருக்கான். "ஸ்டேஷனுக்கு வந்த வீரப் பனை எப்படித் திரும்பிப் போகவிட்டீங்க...? அவனைச் சுட்டுப் போட்டிருக்கனும். இல்லேன்னா நீங்க சண்டை போட்டுச் செத்துப் போயி ருந்தாக்கூடப் பரவாயில்லை. இப்போ எங்களுக்குத்தான் கெட்ட பேரு..."ன்னு ஐ.ஜி.

ஈஸ்வரமூர்த்தி

காளிமுத்து சொன்னார்.

"நீங்க எல்லாம் AK-47 ரைபிளோட இருக்கீங்க, உங்களையெல்லாம் தாண்டித் தான் வீரப்பன் இங்கே வந்தான். எங்ககிட்டே ஒன்னுக்கும் ஆகாத 410 ரைபிளும், குண்டே இல்லாத பக் தோட்டாவும்தான் இருந்துச்சு. அதுவும், பூட்டுப்போட்ட ரூமுக்குளே ரைபிள் இருக்குது. ரைட்டர் பக்கத்தில் இருக்கும் பெட்டிக்குள்ளே இன்னொரு பக்கம் தோட்டா இருக்குது. வீரப்பன் வந்து எங்க தொண்டைக் குழியில் SLR துப்பாக்கியை வச்ச பின்னாலே நாங்க இந்தத் துப்பாக்கியை எடுத்து, பக்கத்து ரூமுக்குப் போய் தோட்டாவை எடுத்து எப்படிச் சுடமுடியும்"னு கேட்டேன்.

சீமா அகர்வால் அம்மா மட்டும் எங்க நிலைமையைப் புரிஞ்சுக்கிட்டாங்க, "நீங்க இருந்த நிலையில் உங்களால் ஒன்றும் செய்யமுடியாது..."ன்னு சொன்னாங்க. ஒரு மாசம் சஸ்பெண்டில் வச்சிருந்தாங்க. அடுத்து, கோபி DSP சாரை விசாரிக்கச் சொன்னாங்க, அந்த ரிப்போர்ட் மேலே சஸ்பெண்ட் உத்தரவைத் திரும்ப வாங்கிட்டு எங்களுக்கு கண்ட்ரோல் ரூமில் டியூட்டி போட்டாங்க.

உடனே கோவை டி.ஐ.ஜி. டி.கே.ராஜேந்திரன் "ஏன் உங்களைப் பதவி நீக்கம் செய்யக்கூடாது..."ன்னு நோட்டீஸ் குடுத்தார். அதற்கு நாங்க குடுத்த விளக்கத்தை ஏற்காமலே டிஸ்மிஸ் உத்தரவு போட்டுட்டார். நாலரை வருஷம் போராடி, திரும்பவும் வேலை குடுங்கன்னு தீர்ப்பாயம் உத்தரவு போட்டது. அப்போ, இதே டி.கே.ராஜேந்திரன் ஐ.ஜி.யாக வந்துட்டார். உடனே, அதை எதிர்த்து ஹைகோர்ட்டுக்குப் போனார். அங்கே நாலு வருஷம் கேஸ் நடந்தது.

எங்களுக்குச் சம்பளமும் இல்லை, கோர்ட்டுக் கேசுக்கு நாலு லட்சம் ரூபாய் செலவு ஆயிட்டுது. வெங்கட்ரமணி வக்கீல்தான் எங்களுக்காகப் போராடி ஜெயிச்சுக் கொடுத்தார். இந்த இடைப்பட்ட காலத்தில், நாங்க நடத்தின போராட்டம் எதுக்குடா இந்த வேலைக்கு வந்தோமுன்னு ஆயிட்டுது. வீரப்பன் அடிச்ச அடிகூட எனக்கு வலிக்கவில்லை. ஆனா, எங்க ஐ.ஜி.காளிமுத்து "நீங்க செத்துப் போயிருந்தால் கூடப் பரவாயில்லை..."யின்னு சொன்ன வார்த்தை இன்னும் என்னைக் கொன்னுக்கிட்டு இருக்குது" என்றார் ஓய்வு பெற்ற

காவலர் ஈஸ்வரமூர்த்தி.

"வெள்ளித்திருப்பூர் காவல் நிலையத்திலிருந்து வரும் போதே, இங்கிருந்து நாலு நாள் நடக்கணும் என்று வீரப்பன் சொல்லிக்கிட்டு வந்தார். ஆனால், காட்டுப்பக்கம் போனதுமே, ஒரு சின்ன புதர் இருந்துச்சு, இதுக்குள்ளேயே எல்லோரும் படுக்கலான்னு சொல்லிட்டார். சேத்துக்குழி கோவிந்தன் விடியறவரைக்கும் காவலிருந்தார். நாங்க எல்லோரும் நிம்மதியா படுத்துத் தூங்கினோம். அடுத்தநாள் காலையில் எழுந்து நாங்க போகும் வழியில் எங்களுக்கு முன்னமே போலீசார் போயிருந்தாங்க. இனி கவலையில்லைன்னு சொல்லி பக்கத்திலே ஒரு இடத்தில் தங்கிட்டோம். அடுத்த ஒரு வாரத்துக்குப் பிறகுதான் அங்கிருந்து வேற காட்டுக்குப் போனோம்" என்கிறார் சத்தியமூர்த்தி.

வீரப்பனுடன் தமிழர் மீட்புப்படையினரும் இணைந்துள்ளனர் என்பதை கியூ பிராஞ்சு போலீசார் கண்டுபிடித்தனர். அவர்களுக்கு வலை விரித்தனர்.

*****

49

தண்ணீர் கேனைச் சுட்ட போலீஸ் எஸ்.பி...

வெள்ளித்திருப்பூர் காவல்நிலையம் தாக்கப்பட்டதைத் தொடர்ந்து கியூ பிரிவு போலீசாரும் களத்தில் இறங்கினர். நீண்ட நாள்களாகப் போலீசாரின் கண்ணில் படாமல் இருக்கும் ஆள்களைப் பற்றி விசாரித்தனர். புதுக்கோட்டையைச் சேர்ந்த மணிகண்டன், சத்தியமூர்த்தி, முத்துக்குமார் போன்றவர்கள் யார் கண்ணிலும் படவில்லை எனத்தெரிகிறது. இதைத் தொடர்ந்து அவர்களின் நண்பர்கள், உறவினர்களைக் கண்காணித்தனர்.

அப்போது பேஜர் என்ற தகவல் பரிமாற்றக் கருவி பயன்பாட்டிலிருந்தது. இதைக் காட்டுக்குள் இருக்கும் முத்துக்குமார் பயன்படுத்தி வந்துள்ளார். இதன் பயன்பாட்டை வைத்து திருப்பூரைச் சேர்ந்த சரவணன் தொடர்பில் இருப்பதை கண்டுபிடித்தனர். காட்டை விட்டு ஊருக்கு வந்த

மகேஷ்குமார் அகர்வால்

சரவணனைக் கோவை மாவட்ட கியூ பிரிவு இன்ஸ்பெக்டர் மோதிலால் கைது செய்கிறார். சரவணனிடம் மேற்கொண்ட விசாரணையில், வீரப்பன் அந்தியூர் காட்டில் தங்கியிருப்பது தெரிந்தது.

அப்போது வீரப்பன், அவருடன் இருந்த சேத்துக்குழி கோவிந்தன், மேய்க்கான் ரங்கசாமி, சந்திர கவுடா என நால்வரின் தலைக்கும் தலா பத்து லட்சம் பரிசு அறிவிக்கப் பட்டிருந்தது. இந்தப் பரிசைப் பெற கியூ பிராஞ்சு போலீசார் திட்டமிடுகின்றனர். சென்னையிலிருந்து இரண்டு லாரிகளில் கமாண்டோ போர்ஸ் படையினரைக் கூட்டிக்கொண்டு வந்து, அந்தியூர் காட்டில் ஆபரேஷனைத் தொடங்கினர்.

மேட்டூர் பகுதியிருந்து வெளியே வந்த சரவணன் அந்தியூர் பகுதியில் இருந்து வெளியே வந்ததாகப் பொய் சொல்லியுள்ளார். அதைக் கண்டுபிடிக்க முடியாமல் இரண்டு நாள்கள் காட்டில் அலைந்த கியூ பிரிவு போலீசார் மூன்றாம் நாள் பவானி டி.எஸ்.பி. அலுவலகத்துக்குச் சென்றுள்ளனர். அங்கிருந்து அதிரடிப்படை டி.எஸ்.பி. சென்னமல்லனுக்குத் தகவல் போனது.

சரவணனைத் தன்னுடைய பொறுப்பில் வாங்கிய சென்னமல்லன் அவரிடம் விசாரித்ததில், மேட்டூர் அருகிலுள்ள பெரியதண்டா காட்டுப்பகுதியிலிருந்து வெளியே வந்தது தெரிகிறது. சென்னமல்லன் ஏற்கனவே கொளத்தூர், மேட்டூர் காவல் நிலையங்களில் பணியாற்றியவர். சரவணன் வெளியே வந்த காட்டுப்பகுதி முழுவதையும் நன்றாக அறிந்தவர். நாய்க்கன் தண்டாவிலிருந்து மேற்கே போனால் காடு ஆரம்பிக்கும் இடத்தில் பயன்பாட்டில் இல்லாத வனத்துறை அலுவலகம் ஒன்று உள்ளது. அதற்கு அடுத்து மாரியம்மன் கோயில். அதற்கு அடுத்து அத்திமரம், அதன் தென்பக்கம் ஓடையில் தடுப்பணை. அதற்கு மேற்கே போனால், ஒரு பெரிய பாறை இருக்கும் என்று கேட்கிறார். அந்தப் பாறைக்கு தென்பக்கம் போகும் பாதை பெரிய தண்டாவுக்குப் போகிறது. வடக்கு பக்கம் வரும் பாதை மேற்கில் போதமலையில் இருந்து கிழக்கில் நாயக்கன் தண்டா வரைக்கும் போகும். நீ எந்தப் பாதையில் வெளியே வந்தாய் என்று விசாரிக்கிறார்.

ஓடைக்கும், பாறைக்கும் தென்பக்கம் இருக்கும் பாதை

வழியாக பெரியதண்டா ஊருக்குள் வந்து பேருந்து ஏறி கொளத்தூர், மேட்டூர் வழியாக திருப்பூர் வந்ததாக சரவணன் சொல்லியுள்ளார். சரவணனை அதிரடிப்படை போலீசார் மிரட்டியதைப் பார்த்த கியூ பிரிவு போலீசார், இவனை எஸ்.டி.எப். ஆள்களிடம் விசாரணைக்குக் கொடுத்தால், காட்டுக்குள் கொண்டுபோய் சுட்டுக்கொன்று விடுவர் எனப் பயந்துள்ளனர். அதனால், சரவணனை விசாரணைக்குக் கூட்டிக்கொண்டு போகும்போது நாங்களும் கூடவே வருவோம் என்றனர். திருப்பூரில் வைத்து சரவணனைப் பிடித்தபோது, அவருடைய நண்பர்கள் பலர் பார்த்துக் கொண்டு இருந்துள்ளனர். எஸ்.டி.எப். போலீசார் சுட்டுக் கொன்றுவிட்டால், தங்கள் வேலைக்கு ஆப்பு வந்துவிடும் என உயர் அதிகாரிகளிடம் சொல்லியுள்ளனர்.

அப்போது, தமிழ்நாடு சிறப்பு அதிரடிப்படையின் தலைவராக இன்ஸ்பெக்டர் ஜெனரல் பாலச்சந்தர் பொறுப்பில் இருக்கிறார். அவருக்குக் கீழே பல டி.எஸ்.பி.கள் பணியில் இருந்துள்ளனர். ஆனால், எஸ்.பி. பொறுப்பில் யாருமில்லை. ஆனால், சில வரவு-செலவு விவகாரங்களில் கையெழுத்துப் போடக் கண்காணிப்பாளர் பொறுப்பில் ஒருவர் தேவை. அதற்காக கோவை நான்காவது பட்டாலியன் கண்காணிப்பாளராக இருந்த மகேஷ்குமார் அகர்வால் என்பவரை அதிரடிப்படைக்கும் கண்காணிப்பாளர் எனக் கூடுதல் பொறுப்பு கொடுத்திருந்தனர். அவருக்கும், வீரப்பனைப் பிடிக்கவேண்டும் என்ற கனவு இருந்தது.

சென்னமல்லன் தலைமையிலான போலீசார் தண்டா காட்டில் ஆபரேஷன் நடத்த முடிவு செய்த செய்தி மகேஷ்குமார் அகர்வாலுக்கும் தெரிகிறது. அவரும், இந்த ஆபரேஷனில் கலந்துகொள்ள விரும்புகிறார். நேராக மேட்டூருக்குக் கிளம்பி வருகிறார். கோவை முதல் மேட்டூர் வரை உள்ள எல்லா மைக்கிலும் பேசிய இந்தச் செய்தி கர்நாடக அதிரடிப்படையினருக்கும் தெரிந்து விட்டது. ஒரு டி.எஸ்.பி. தலைமையில் இருபது வீரர்கள் கொளத்தூர் வந்து விட்டனர்.

சரவணனிடம் விசாரித்ததில், குறிப்பிட்ட நாளில் இரவு

ஒன்பது மணியில் இருந்து அடுத்த நாள் முழுவதும் அந்த இடத்திலேயே இருப்போம். நீ கடைசி பஸ்சுக்கு வா. இல்லையானால், அடுத்த நாள் காலையில் முதல் பஸ்சுக்குக் கூட வா... நாங்க எங்கேயும் போகமாட்டோம். அந்தப் பக்கமாகவே இருக்கிறோம் என்று வீரப்பன் சொல்லி அனுப்பியுள்ளார் என்பது தெரிந்தது. பெரிய தண்டாவுக்கு வடக்கில் நாயக்கன் தண்டா என்ற ஊர் உள்ளது. இந்த இரண்டு ஊருக்கும் இடையில் உள்ள வழியில் போலீசார் போகவேண்டும். அப்படிப் போனால், இரண்டு ஊரில் உள்ள மக்களுக்கும் தெரியும். பட்டி நாய்கள் கத்தி சத்தம்போடும். இதை வைத்தே வீரப்பன் உஷாராகி விடுவார் என சென்னமல்லன் பயந்தார்.

அன்று அமாவாசைக்கு முந்தைய ஆறாவது நாள், அதிகாலை மூன்று மணிக்கு மேலேதான் நிலா கிளம்பும். அதற்குள்ளாக அந்த இடத்துக்குப் போய்விட வேண்டும் என முடிவெடுத்தார். மூன்று மணிக்கு ஒரு வேனில் நாற்பது பேர் மட்டும் காட்டு எல்லைவரை போவது என முடிவெடுத்தார். அதன்படியே திட்டம் தயாராகிறது. இந்த ஆப்ரேஷனுக்கு எஸ்.பி. மகேஷ்குமார் அகர்வால் தலைமையேற்றார். கர்நாடக டி.எஸ்.பி. தலைமையில் வந்தவர்களும் கலந்து கொண்டனர்.

சரவணன் காட்டிலிருந்து வெளியே போன ஒரு வாரத்துக்குப் பிறகு, வீரப்பன் சொல் வழக்கில் (இன்றையிலிருந்து எட்டாம் நாள்) இந்த எடத்துக்கு வந்திரு என்று சொல்லி அனுப்பியுள்ளார். சரவணனை அங்கிருந்து அனுப்பிய வீரப்பன் வேறு எங்கும் போகவில்லை. அந்தப் பகுதியில் மேற்கில் நான்கு கிலோ மீட்டர் தொலைவில் இன்னோர் இடத்தில் தங்கியிருந்தனர். வெளியே போய்விட்டு வரும் சரவணனைக் கூட்டிக் கொண்டு வேறு காட்டுக்குப் போவதற்காகக் கையிலிருந்த பொருள்களை எல்லாம் மூட்டையாகக் கட்டித் தூக்கிக்கொண்டு, அந்தப் பாறைக்கு வந்துள்ளனர். சரவணனை வரச் சொல்லியிருந்த பாறைமீது அந்தப் பொருள்களை எல்லாம் வைத்தனர். அப்போது இரவு எட்டு மணி.

எட்டரை மணிக்கு ஒரு பஸ் வரும், அதற்கடுத்து, 9.40க்கு கடைசி பஸ் வரும் இந்த இரண்டு வண்டிகளில் ஏதாவது ஒரு வண்டியில் சரவணன் வருவான் என்று கணக்குப் போட்டனர். அதற்காக, அந்தப் பாறையிலிருந்து ஊரை ஒட்டியிருந்த

இடம் வரைக்கும் நடத்து வந்தனர். ஊருக்குள் பஸ் வந்த சத்தம் எல்லாம் கேட்டது. ஆனால், இரண்டு வண்டியிலுமே சரவணன் வராமல் போனதால் மீண்டும் பாறைக்கே திரும்பிச் செல்கின்றனர். அது ஜனவரி மாதம் ஆனதால் மூடுபனிப் பொழிவு மிகக் கடுமையாக இருந்தது. நெருப்பு போடாமல் படுக்க முடியாத நிலைமை. அதனால், அந்தப் பாறை மீது இருந்த பொருட்களையெல்லாம் அப்படியே வைத்தனர். விடியற் காலையில் சரவணன் வருவான் எனக் கணக்கிட்டனர். இந்த பொருளையெல்லாம் பார்த்துவிட்டு சத்தம் போடுவான். அதற்குப் பிறகு வந்து கூட்டிக்கொண்டு போகலாம் என முடிவு செய்தனர். அங்கிருந்து தென் மேற்கிலிருந்த ஒரு பள்ளத்துக்கு எல்லோரையும் கூட்டிக்கொண்டு போனார் சேத்துக்குழி கோவிந்தன்.

இந்த இடத்தில் நெருப்பு போட்டால் கிழக்கு, வடக்கு, தெற்கு என மூன்று பக்கம் இருந்து பார்த்தாலும் தெரியாது. போலீஸ் வந்தாலும்கூட இந்த மூன்று வழிகளில்தான் வரவேண்டும். மேற்கிலிருந்து யாருமே வர வாய்ப்பில்லை. அதனால், அந்த இடத்தில் நெருப்பு போட்டுவிட்டு எல்லோரும் படுத்துத் தூங்கினர். இந்தப் பள்ளம் பாறை இருந்த இடத்திலிருந்து ஒரு கிலோ மீட்டர் தொலைவிலிருந்தது.

திட்டமிட்டபடி அதிகாலை மூன்று மணிக்கு அதிரடிப்படையினர் ஒரு சுவராஜ் மஸ்தா வேனில் வனத்துறை அலுவலகம் வரை சென்றனர். அங்கிருந்து சரவணன் சொன்ன இடத்தை நோக்கி சென்னமல்லன், மகேஷ்குமார் அகர்வால் தலைமையிலான டீம் பதுங்கிப் பதுங்கி முன்னேறிச் சென்றது. கிழக்கிலிருந்து போனால் எதிரில் இருக்கும் ஆள்கள் உஷாராக வாய்ப்புள்ளது என்பதால், வடக்குப் பக்கம் உள்ள காட்டுக்குப் போயினர். அங்கிருந்து, கொஞ்சம் கொஞ்சமாக முன்னேறி சரவணன், வீரப்பன் சந்திப்பு நடக்கவுள்ளதாகச் சொல்லப்படும் பாறையை நோக்கி முன்னேறிச் சென்றனர்.

அந்த இடத்திலேயே தமிழ்நாடு அதிரடிப்படை வீரர்களை உட்கார வைத்துவிட்டு, கர்நாடக வீரர்களை அழைத்துக் கொண்டு மேற்கு நோக்கிச் சென்றார். இரண்டு அணி வீரர்களும் ஒருவருக்கு ஒருவர் கில்லிங் ரேஞ்சுக்குள் வராத தொலைவுக்கு கூட்டிக்கொண்டு போனார். வீரப்பன்

காட்டுக்குள் இருந்து வெளியே வந்தாலும், பாறை உள்ள இடத்திலிருந்து காட்டுக்குள் போவதற்காக வந்தாலும் இந்த வழியாகத்தான் போகவேண்டும். இந்த இடத்தில் உங்கள் வீரர்களைத் தயாராக வைத்திருங்கள் எனச் சொல்லி கர்நாடக டி.எஸ்.பி.யை அங்கே விட்டு விட்டுத் திரும்பினார்.

இதற்குள் கிழக்கிலிருந்து நிலா வெளிச்சம் கொஞ்சம் கொஞ்சமாக மேலே வந்தது. வீரப்பன் அடையாளம் சொன்ன பாறைக்குப் பக்கமாகச் சென்று பார்க்கிறார். அந்த பாறைமேல் சில மூட்டை முடிச்சுகள் இருப்பது தெரிகிறது. கண்காணிப்பாளர் மகேஷ்குமார் அகர்வால் பக்கம் வந்த சென்னமல்லன் பாறைமேல் சில பொருள்கள் உள்ளன. கண்டிப்பாக இந்த இடத்துக்கு வீரப்பன் ஆள்கள் வருவார்கள் என்று சொல்கிறார். அநேகமாக தெற்கு அல்லது தென் மேற்கிலிருந்துதான் வரவேண்டும். மேற்கிலிருந்து வந்தால் அவர்களை அடிக்க கர்நாடக டீம் தயாராக இருக்கின்றனர் என்கிறார். இதையடுத்து, தன்னுடைய வீரர்களுக்குப் பின்பக்கம் இருந்த ஒரு பாறை மறைவில் வந்து அவரும் உட்கார்ந்து கொள்கிறார்.

நிலா உயரத்துக்கு வர வர வெளிச்சம் அதிகமாகிக் கொண்டே வந்தது. அதிகாலை ஐந்து மணியானது. மகேஷ்குமார் அகர்வால் இருந்த இடத்துக்குக் கொஞ்சம் உயரமான இடத்தில் சென்னமல்லன் இருக்கிறார். அவருடைய பார்வைக்கு பாறை மேலே இருந்த பொருள்களும் தெரிகின்றன. அந்தப் பாறைக்கு தெற்கு, மேற்கிலிருந்து வரும் வழியும் தெரிகிறது. வீரப்பனோ அல்லது அவருடைய ஆள்களோ அந்தப் பாறைக்கு வருவதை எல்லோருக்கும் முன்பாக சென்னமல்லன் பார்வையில் சிக்குவார்கள். அதை வைத்து கீழே உள்ளவர்களுக்குத் சிக்னல் கொடுக்கலாம் எனக் கணக்கு போட்டுக்கொண்டு இருந்தார்.

நேரம் ஐந்தரை ஆனது, நிலா கிழக்கிலிருந்த தார்க்காடு மலை உயரத்துக்கும் மேலே வந்தது. ஐம்பது அடிக்கு முன்பாக இருக்கும் பொருள்கள் எல்லாம் நிலா வெளிச்சத்தில் தெரியத் தொடங்கின. நீதிபுரம் போகும் டவுன் பஸ் ஊருக்குள் வந்தது. இந்த பஸ்ஸில் இருந்து சரவணன் இறங்கிவருவான் என மேய்க்கான் ரங்கசாமி கணக்குப் போட்டார். அதனால், முதல் நாள் பாறை மேலே பொருள்களை வைத்த இடத்தை

நோக்கி நடந்தார்.

வழியில் கர்நாடக போலீசார் தண்டாவிலிருந்து போதமலை போகும் வழியில் நடந்து போன காலடிகளைப் பார்க்கிறார். இனிமேல் அந்த இடத்துக்குப் போகக்கூடாது என முடிவெடுக்கிறார். வந்த வழியாகவே திரும்பிச் சென்று வீரப்பன் உள்ளிட்ட எல்லோரையும் போலீஸ் வந்துட்டாங்க என்று சொல்லி எழுப்பி விடுகிறார். எல்லோரும் எழுந்து, வடக்கு, கிழக்கே என்ன நடக்கிறது என்று பார்த்துக் கொண்டிருந்தனர்.

வீரப்பன் வைத்துவிட்டுப் போன பொருள்கள் இருந்த பாறைக்கு வடக்கே நூறடி தொலைவில் உட்கார்ந்திருந்த மகேஷ்குமார் அகர்வால் தலைமையிலான வீரர்கள் இருந்தனர். பாறைக்கு அந்தப்பக்கம் வரும் வீரப்பனைச் சுட்டுத் தள்ளத் தயாராகத் துப்பாக்கி டிரிக்கரின் மேலே கையை வைத்தபடியே எல்லோரும் காத்திருந்தனர். பாறைக்கும் மகேஷ்குமார் அகர்வாலுக்கும் இடையே இண்டஞ்செடிகளும், சுண்டைக்காய் செடிகளும் ஆளை மறைக்கும் அளவுக்கு உயரமாக வளர்ந்திருந்தன. அந்தச் செடிகளுக்கு இடையே தெரியும் இடைவெளியில்தான் ஒவ்வொரு வீரர்களும் பாறையைக் கண்காணித்துக் கொண்டிருந்தனர்.

கொஞ்சம் வெளிச்சமும், இருளும் சூழ்ந்திருந்த நேரம், பாறை மேலே வீரப்பன் வைத்துவிட்டுப் போன ஒரு தண்ணீர் கேன் இருந்தது. அந்தக் கேனுக்கும் மகேஷ்குமார் அகர்வாலுக்கு இடையே இருந்த சுண்டைக்காய்ச் செடிகள் லேசாக அசைந்தன. செடி அசைவில் தொலைவிலிருந்த வெள்ளை நிறத் தண்ணீர் கேன் யாரோ ஓர் ஆள் வருவதுபோல தெரிந்தது. அதை உன்னிப்பாகக் கவனிக்கிறார்.

இருளுக்குள் அசைந்த செடியின் இலைகள் அவருடைய பார்வையில் குழப்பத்தை ஏற்படுத்தியது. கையிலிருந்த ஏ.கே-47 ரைபிளைத் தூக்கி முன்னே வைத்தார். குறிபார்த்தார், தொலைவிலிருந்த வெள்ளை கேன் சாம்பல் நிறத்தில் சட்டை போட்ட ஓர் ஆளைப் போலத் தெரிந்தது. பார்க்க, பார்க்க அந்த உருவம் நடந்து மேலே வருவதுபோலவேவும் தெரிந்தது. நெற்றியைச் சுருக்கிப் பார்க்கிறார். சந்தேகமே இல்லை யாரோ வருகின்றனர். வீரப்பனே வருவதாக நினைத்தார். நமக்கு

முந்தி வேறு யாரும் சுட்டுவிடக் கூடாது என்ற அவசரத்தில் டிரிக்கரை இழுத்தார்.

நான்கு தோட்டாக்கள் தண்ணீர் கேனைத் துளைத்தன. இந்தச் சத்தம் கேட்டு மேற்குப் பக்கம் பாறை மேலே உட்கார்ந்திருந்த கர்நாடக டி.எஸ்.பி. வீரப்பன் வந்துவிட்டதாக நினைத்து கீழே எட்டிக் குதித்தார். அதில், அவருடைய வலது கால் ஒடிந்துவிட்டது. நிற்க முடியாமல், "ஐயோ அம்மா!" என்று சொல்லிகொண்டே தரையில் விழுந்தார். டி.எஸ்.பி. எட்டிக் குதித்ததைப் பார்த்த கர்நாடக வீரர்கள் வீரப்பன் சுட்டதால்தான் டி.எஸ்.பி. கீழே விழுந்தார் என்ற எண்ணத்தில் கிழக்கு நோக்கிக் காட்டுக்குள் துப்பாக்கிச் சூடு நடத்தினர்.

இதையடுத்து தமிழ்நாடு வீரர்களும் மேற்கு மற்றும் தெற்கு திசையில் ஆயிரம் தோட்டாவை அடித்தனர். இரண்டு பக்கம் இருந்தும் துப்பாக்கிச் சூடு நடப்பதைக் கவனித்த வீரப்பன் தன்னுடன் இருந்த ஆள்களுடன் தண்டா காட்டைவிட்டுக் கிளம்பினார். அடுத்த ஆறு மாதங்களில், காட்டிலிருந்து வெளியே வந்த ஜெயப்பிரகாஷ், முத்துக்குமார், மணிகண்டன், சத்தியமூர்த்தி எனத் தமிழ்நாடு மீட்சிப் படையச் சேர்ந்த அனைவரையும் கியூ பிரிவு போலீசார் கைது செய்து விட்டனர்.

இந்தத் தேடுதல் நடவடிக்கை தோல்வியில் முடியக் காரணம் என்ன...? என்று டி.எஸ்.பி. சென்னமல்லன் மீது விசாரணை நடந்தது. அவர் சொன்ன விளக்கத்தை ஏற்காத ஐ.ஜி. பாலச்சந்தர் அவருக்கு மெமோ வழங்கியுள்ளார். தகவலறிந்த வால்டர் தேவாரம் கெட்ட வார்த்தையால் திட்டியதைத் தொடர்ந்து மேல் நடவடிக்கைகள் கைவிடப்பட்டன.

****

50

மேய்க்கான் ரங்கசாமி கொலை

மேய்க்கான் ரங்கசாமி
(படம்: சு.பா.முத்துகுமார், நன்றி:- த.ந.சத்தியமூர்த்தி)

கர்நாடக மாநிலம், இராமாபுரம் அருகிலுள்ள நல்லூரைச் சேர்ந்தவர் ரங்கசாமி. இவர் மழைக்குக்கூட பள்ளிக்கூடம் பக்கம் போனதில்லை. இவரது மனைவி பெயர் அம்மாசி. நல்லூருக்கு எதிரிலுள்ள வேலாம்பட்டி காட்டில் ஆடு மேய்க்கப் போவது ரங்கசாமியின் வேலை. வெள்ளாட்டின் கன்னடப் பெயர் மேய்க்கா என்பதாகும். அந்த ஊரில் பல ரங்கசாமி இருந்தனர். அதனால், ஆடு மேய்த்துக் கொண்டிருந்த

ரங்கசாமிக்கு மேய்க்கான் ரங்கசாமி என்ற பட்டப்பெயர் வருகிறது.

1992 ஜனவரியில் ஒரு நாள் ஆடு மேய்க்கப் போன நேரத்தில் காட்டில் தங்கியிருந்த வீரப்பனைச் சந்தித்துள்ளார். எழுபதுக்கும் அதிகமான ஆள்களுடன் வீரப்பன் ராஜ்ஜியம் நடத்திக் கொண்டிருந்த நேரம் அது. ஊர்ப் பிரச்சனை, பங்காளிகள் சண்டை, கணவன் மனைவியின் விவகாரம் என தினமும் பத்துக்கும் குறையாத புகார்கள் வீரப்பனிடம் வந்து கொண்டிருந்தன. இவற்றையெல்லாம் விசாரித்து வீரப்பன் தீர்ப்பு வழங்கிக் கொண்டிருந்தார். பஞ்சாயத்து நடக்கும் இடத்தில் ஒரு மணி நேரத்துக்கு ஒரு முறை டீ வரும். வேடிக்கை பார்க்கப்போகும் ஆளுக்கெல்லாம் சாப்பாடும் கிடைக்கும். இதனால் வீரப்பன் இருக்கும் இடத்தில் எப்போதுமே பெருங்கூட்டம் இருக்கும்.

அடுத்தநாள் ரங்கசாமி அந்தக் காட்டுக்குப் போகாமல் வேறு பக்கம் ஆட்டை ஓட்டிக்கொண்டு போயிருந்தால் இன்று வரை அவர் குடும்பத்துடன் வாழ்ந்திருக்கலாம். ஆனால், விதி அவரை மறுநாளும் அந்தக் காட்டுக்கே போக வைத்துள்ளது. வீரப்பன் நடத்திய பஞ்சாயத்துகளைப் பார்த்ததுடன் இருக்காமல் வீரப்பன் ஆள்களுக்கு ஒத்தாசையாகத் தண்ணீர் எடுத்தும், விறகு பொறுக்கியும் கொடுத்துள்ளார்.

இந்த நேரத்தில், 20.05.1992 அன்று இராமாபுரம் காவல் நிலையத்தை வீரப்பன் அடித்து ஐந்து போலீசாரைச் சுட்டுக் கொன்றுவிட்டு வந்துவிட்டார். அந்த நேரத்தில் நல்லூர் பகுதியில் இருந்த இன்பார்மர்கள் மூலம் யார் யாரெல்லாம் காட்டுக்குள் சென்று வீரப்பனைச் சந்திக்கின்றனர் என விசாரித்துள்ளனர். இதில், ரங்கசாமியின் பெயரும் சேர்ந்து விட்டது.

நல்லூரைச் சேர்ந்த ஐம்பதுக்கும் அதிமானவர்களை போலீசார் தேடினர். இதையறிந்த ஊர் பெரியவர்கள் போலீசார் தேடிய வெங்கடாசலம், சண்முகம், தங்கவேலு, கொளந்தை ஆகிய நால்வரையும் போலீசாரிடம் கொண்டு போய் ஒப்படைத்தனர். இந்த நால்வரையும் ஷகீல் அகமது தலைமையிலான போலீசார் 27.06.92 அன்று சுட்டுக் கொன்றனர். எறக்கியம் காட்டுக்குள் வீரப்பன் கும்பலுடன்

நடந்த சண்டையில் கொல்லப்பட்டதாக போலி என்கவுன்டர் நாடகம் போட்டனர். இந்தப் பயத்தில் ரங்கசாமி மனைவி அம்மாசியைக் கூட்டிக்கொண்டு வந்து வீரப்பனுடன் சேர்ந்து விடுகிறார்.

இராமாபுரம் காவல்நிலையத் தாக்குதல், ஹரிகிருஷ்ணா கொலை, பாலாறு குண்டுவெடிப்பு, கோபால் ஹோசூர் மீதான தாக்குதல் என நான்கு தடா வழக்குகள் ரங்கசாமியின் மீது விழுகின்றன. காட்டை விட்டு வெளியே போனால் சங்கர் பிதிரியோ அல்லது வால்டர் தேவாரமோ என்கவுன்டரில் போட்டு விடுவர் என்ற பயத்திலேயே ரங்கசாமி காட்டிலேயே தங்கி விடுகிறார்.

எந்த நேரமும், எஸ்.எல்.ஆர். ரைபிள் ஒன்றை ரங்கசாமி கையில் வைத்திருப்பார். எந்த வேலையையும் மிக நிதானமாக செய்யும் ரங்கசாமி வேட்டை, துப்பாக்கி சுடுதல் எல்லாமே காட்டுக்குள் வந்த பின்னரே கற்றுக் கொண்டவர்.

1999 ஈரோடு மாவட்டம் கள்ளிப்பட்டி பக்கமுள்ள மணிக்கரை பள்ளத்தில் வீரப்பன் குழுவினர் தங்கியிருந்தனர். அந்த நேரத்தில் வீரப்பனுடன், முத்துக்குமார் தலைமையிலான தமிழ்நாடு மீட்புப் படையும், மாறன் தலைமையிலான தமிழ்நாடு விடுதலைப் படையும் இணைந்திருந்தனர். கொண்டையம்பாளையம் பகுதியில் காட்டை ஒட்டியிருந்த ஒரு தோட்டத்தில் வீரப்பனுக்கு ஆதரவாளர் ஒருவர் இருந்தார். அவருடைய வீட்டுக்கு அக்கம் பக்கத்தில் வேறு வீடுகளே இல்லை. ஆதரவாளர் இல்லாத நேரத்தில் வீரப்பன் அந்த வீட்டுக்குப் போனாலும், வீரப்பனுடன் வந்தவர்களை உட்கார வைத்து சமையல் செய்து சாப்பாடு போட்டு அனுப்பும் குணம் கொண்டவர் அவருடைய மனைவி.

மேய்க்கான் ரங்கசாமி விடுதலைப்படை தோழர் ஒருவரை கூட்டிக்கொண்டு அந்த ஆதரவாளர் வீட்டுக்குச் சென்றுள்ளார். தன்னுடன் வந்த தோழரை அந்த வீட்டுக்குச் சற்றுத் தொலைவில் காட்டுக்குள்ளே இருக்கச் சொல்லி விடுகிறார். பிறகு, ரங்கசாமி மட்டுமே அந்த வீட்டுக்குச் செல்கிறார். ரங்கசாமியைப் பார்த்ததும், கட்டிலில் உட்காரச் சொல்லிவிட்டு குடிக்கத் தண்ணீர் கொடுத்துள்ளார் அந்தப்

பெண். "பெரிய அண்ணனும் வந்திருக்கிறாரா...? எத்தனை பேருக்குக் சமைக்க வேண்டும்...?"என்று கேட்ட அந்த வீட்டுப் பெண்ணிடம் தவறான கண்ணோட்டத்தில் ரங்கசாமி நடக்க முயற்சிக்கிறார்.

ரங்கசாமியிடம் கையில் கொடுத்த தண்ணீர் சொம்பை அப்படியே கீழே போட்டு விட்டு, தன் கையை உதறி விடுவித்துக் கொண்ட அந்தப்பெண், வேகமாக வீட்டுக்குள் சென்று கதவை மூடிக்கொள்கிறார். சிறிது நேரம் வீட்டு வாசலில் நின்று கொண்டு அந்தப் பெண்ணைச் சமாதானம் செய்ய முயற்சி செய்கிறார் ரங்கசாமி. அந்தப் பெண்ணின் அழுகை சத்தம் மட்டுமே கேட்டுள்ளது. பிறகு அங்கிருந்து வந்து தான் விட்டுவிட்டுப் போன தோழரையும் கூட்டிக்கொண்டு வீரப்பன் குழு இருந்த இடத்துக்கே வந்து விடுகிறார் ரங்கசாமி.

இரவு நேரத்தில், இரண்டு மணி நேரம் ரங்கசாமி வெளியே போய்விட்டு வந்தது குறித்து சேத்துக்குழி கோவிந்தன் விசாரணை செய்கிறார். ரங்கசாமி மான் வேட்டைக்குப்

சேத்துக்குழி கோவிந்தன்
(நன்றி: வெங்கிடுசாமி *AdSP Retd.*)

போனதாகப் பொய் சொல்கிறார். கூடப்போன தோழரிடம் விசாரித்ததில், ஒரு குறிப்பிட்ட இடத்தில் தன்னைக் கொண்டுபோய் விட்டு விட்டு ரங்கசாமி மட்டும் தனியாகச் சென்று விட்டு ஒரு மணி நேரம் கழித்துத் திரும்ப வந்ததாகச் சொல்கிறார்.

மறுநாள் காலை ரங்கசாமியுடன் சென்ற தோழரை அழைத்துக் கொண்டு போன கோவிந்தன், தோழர் காட்டிய வழியில் செல்கிறார். அங்கே ஆதரவாளரின் வீடு இருந்தது. அப்போது, ஆதரவாளரும் வீட்டில் இருந்துள்ளார். வழக்கம் போலத் தண்ணீர் கொண்டுவந்து கொடுக்கும் அந்த வீட்டு பெண் வீட்டை விட்டு வெளியே வரவில்லை. முதல் நாள் ரங்கசாமி அந்த வீட்டில் ஏதோ கலவரம் செய்துள்ளார் என்பது தெரிய வந்தது. நேராக முகாமுக்குத் திரும்பிய கோவிந்தன் வீரப்பனிடம் நடந்ததைச் சொல்கிறார். தீர்ப்பு எழுதும் வேலை கோவிந்தனுக்கே வழங்கப்படுகிறது. ரங்கசாமி கையில் இருந்த எஸ்.எல்.ஆர். சந்திர கவுடா கைக்குப் போனது. அத்துடன் ரங்கசாமியின் கதையும் முடிந்தது. *(பங்களாபுதூர் காவல் நிலைய குற்ற எண்:- 557/1999. Date-30.09.1999)*

கள்ளிப்பட்டி ஜேம்ஸ் என்பவர் மணிக்கரை பள்ளத்துக்கு மூங்கிலுக்குப் போய்விட்டு மாலை நேரம் திரும்பி வந்துள்ளார். அப்போது, கல் பாலத்திலிருந்து கிழக்கு பக்கம் மலை மீது வீரப்பன் கேங் மேலே நடந்து போனதைப் பார்க்கிறார். ஒரு வாரத்துக்குப் பிறகு கொங்காடை என்ற ஊரில் ஆசிரியராக வேலை செய்யும் ஒருவர் அந்த வழியாகக் கீழே வருகிறார். தனக்கு அறிமுகமான அந்த ஆசிரியரிடம் ஜேம்ஸ் இந்தச் செய்தியை சொல்கிறார். அந்த ஆசிரியர், டி.எஸ்.பி.சென்னமல்லன் எனக்குத் தெரிந்தவர். பண்ணாரி அதிரடிப்படை கேம்புக்கு போய் அவரைப் பார்த்து இந்த செய்தியைச் சொல் என்று அனுப்பி வைக்கிறார்.

ஜேம்ஸ் பண்ணாரி வந்த நேரம், சென்னமல்லன் சென்னைக்குப் போய்விடுகிறார். 12 நாள்கள் சென்னையில் இருந்து விட்டு சேலம் வருகிறார். ரயிலை விட்டு இறங்கியதும் ஜீப்புக்கு போகிறார். ஜீப்பிலிருந்த மைக்கில் "நான் சேலம் வந்துவிட்டேன்" என்று எஸ்.டி.எப். தலைமைக்குத் தகவல் சொல்கிறார். உடனே, நீங்கள் கோவைக்குப் போய்

எஸ்.பி. மகேஷ் அகர்வாலை பார்த்து சில வேலைகளை முடிக்கவேண்டும் என்று தலைமையில் இருந்து உத்தரவு வந்தது. இந்த நேரத்தில், பண்ணாரி முகாமில் இருந்த கண்ட்ரோல் ரூமில் இருந்த தலைமைக் காவலர் "ஐயா உங்களைப் பார்க்க கள்ளிப்பட்டியில் இருந்து ஜேம்ஸ் என்பவர் வந்துள்ளார். கடந்த பத்து நாள்களில், நான்கைந்து முறை வந்து விட்டார்" என்று சொல்லியுள்ளார்.

தனக்கு ஜேம்ஸ் என்ற யாரையும் தெரியாது என நினைத்த சென்னமல்லன், "அவர்கிட்டே மைக்கை குடு..." என்று சொன்னவர், "நீ யாரப்பா...?" என்று கேட்டுள்ளார்.

தன்னை அறிமுகம் செய்துகொண்ட ஜேம்ஸ், மணிக்கரை பள்ளத்துக்குப் போனது, வீரப்பன் கேங்கைப் பார்த்தது, கொங்காடை பள்ளி ஆசிரியரை பார்த்தது, அவர் உங்ககிட்டே போய் சொல்லுன்னு சொன்னார் என்ற விவரத்தை எல்லாம் சொல்லி விட்டார். இந்தச் செய்தி அடுத்த பத்து நிமிடத்தில், அதிரடிப்படையின் தலைவர் பாலச்சந்தர் கவனத்துக்குப் போனது.

கோவையில் இருந்து எஸ்.பி. மகேஷ்குமார் அகர்வால் பண்ணாரி வருகிறார், தட்டக்கரையில் இருந்த டி.எஸ்.பி. சம்பத்குமார் டீம் பங்களாபுதூர் வந்தது. ஆசனூரில் இருந்த டி.எஸ்.பி.பெரியய்யா டீம் பண்ணாரிக்கு வந்தது. பண்ணாரியில் இருந்து ஒரு டீம் கிளம்பியது. எல்லோரும் சேர்ந்து கணக்கம்பாளையம் முதல், கொங்காடை வரை மணிக்கரை பள்ளத்தில் தேடுதல் வேட்டை மேற்கொண்டனர். ஆனால், வீரப்பன் அந்தப் பக்கம் வந்ததற்கான அறிகுறிகள் எதுவுமே இல்லை. எஸ்.டி.எப். அதிகாரிகளுக்கு கொடுக்கும் அலவுன்சு பணத்தை செலவு கணக்குக் கட்ட சில அதிகாரிகள் இந்த மாதிரி கதை கட்டுவாங்க. இதுவும் அப்படிப்பட்ட ஒரு கதைதான் என்று ஐ.ஜி. பாலச்சந்தருக்கு அறிக்கை கொடுத்துள்ளனர்.

மணிக்கரை பள்ளத்தில் ஜேம்ஸ் பார்த்ததாகச் சொல்வதில் உண்மையிருக்கும் என்று ஏ.டி.எஸ்.பி. அசோக்குமார் மட்டும் நம்பினார். அதனால், சென்னமல்லனைக் கூப்பிட்டு "அண்ணா உங்களுக்குத் தகவல் சொன்ன ஆளை வரச் சொல்லுங்க... நாமே எல்லோரும் மணிக்கரைக்கு ஒரு விசிட் போயிட்டு

வரலாம்" என்று சொல்கிறார்.

சென்னமல்லனை விடவும் அசோக்குமார் இளையவர், பாலாறு குண்டுவெடிப்பின்போது, கராத்தே கோபாலகிருஷ்ணன் தலைமையில் போன வீரர்களைக் கூட்டிக் கொண்டு போனவர். குண்டுவெடிப்பில் 22 பேர் கொல்லப்பட்டபின், அதில் காயம்பட்டவர்களைக் காப்பாற்றியது, வீரப்பன் கும்பல் சுற்றி வளைத்த போதும், அவர்கள்மீது துப்பாக்கிச் சூடு நடத்தி போலீசார் கொண்டுபோன ஆயுதங்களைக் காப்பற்றியதற்காக இவருக்கு ஒரு கட்ட பதவி உயர்வை அரசு கொடுத்தது. அதனால், சென்னமல்லனை விடவும் உயர்ந்த பதவியில் இருந்தார்.

இதையடுத்து, சென்னமல்லன் ஜேம்ஸைக் கூட்டிக் கொண்டு வருகிறார். அவர் வீரப்பன் ஆள்கள் நடந்து போனதாக சொல்லப்படும் இடத்தில் ஏ.டி.எஸ்.பி. அசோக்குமார் தலைமையிலான அணி களத்தில் இறங்கியது. வீரப்பன் தங்கிய இடத்தைக் கண்டுபிடிப்பது மிகவும் சிரமமான காரியம் என்பது அசோக்குமாருக்கும், அவருடன் இருக்கும் வீரர்களுக்கும் நன்றாகத் தெரியும். மணிக்கரை பள்ளத்தில் வீரப்பன் இங்கெல்லாம் தங்கியிருக்கலாம் என்று சந்தேகப்பட்ட இடங்களில் எல்லாம் போலீசார் கவனமாகத் தேடினர். ராசப்பன், சுப்பிரமணியம், ஐயப்பன் என ஐந்தாறு காவலர்கள் வீரப்பன் வழக்கமாகத் தங்கும் மலைச் சரிவுகளில் இருந்த புதர் சந்துகளில் எல்லாம் தேடிக்கொண்டு போயினர். தண்ணீர் ஓடிக்கொண்டிருந்த பள்ளத்தில் கிழக்கு பக்கம் பாறை மேலே ஒரு 5ml சிரஞ்சி (Syringe) கிடந்தது. இது ஐயப்பன் கண்களில் பட்டது.

அந்த சிரஞ்சியை வாங்கிய சுப்பிரமணி இரண்டு பக்கமும் திருப்பிப் பார்கிறார். மண் இருந்த பக்கம் சாயம் போகாமலும், வெயிலில் கிடந்த பகுதி சாயம் போயும் இருந்தது. கிட்டத்தட்ட ஒரு மாதத்திற்கு உள்ளேதான் இந்த சிரஞ்சி அந்த இடத்திற்கு வந்திருக்கும் என்று உறுதி செய்கின்றனர். இந்தப்பகுதியில் வீரப்பன் அணி தங்கியிருந்தது என்பது உறுதியானது. வழக்கமாக வீரப்பன் கூடாரம் போடுவதுபோல வசதியாக இருந்த இடங்களில் எல்லாம் போலீசார் நீண்ட குச்சிகளைக் கொண்டு குத்திப் பார்த்தனர். ராசப்பன் குத்திய

ஓர் இடத்தில் குச்சி எளிதில் இறங்கியது.

மற்ற எல்லோரும் அந்த இடத்துக்கு வந்தனர். ஆள் மாறி ஆள் நிலத்தைக் குத்தினர். இரண்டு அடி அகலமும், ஐந்தடி நீளமும் கொண்ட குழியாக இருந்தது. குழியின் நடுப்பக்கம் பெரிய குச்சியில் குத்திய சுப்பிரமணியம் அந்த குச்சி எவ்வளவு ஆழம் இறங்குகிறதோ அவ்வளவு ஆழமும் குச்சியை இறக்கினார். அப்படியும், இப்படியும் குச்சியை ஆட்டி மேலே உறுவினார். குச்சி உள்ளே போன வழியில் மூக்கை வைத்துப் பார்க்கப் போனவர் ஒரு வினாடி அதிர்ந்து தலையை மேலே தூக்கினார்.

"சார் உள்ளே இருந்து பொண நாத்தாம் அடிக்குது" என்றார். நேரம் மாலை ஆறுமணிக்குப் பக்கமாக ஆனது. மேற்கொண்டு மறுநாள் ஆய்வு செய்யலாம் என முடிவு செய்கின்றனர்.

அடுத்தநாள் பங்களாபுதூர் போலீசார், உள்ளூர் வருவாய்த் துறை அதிகாரிகள், அதிரடிப்படையின் அதிகாரிகள், மருத்துவர் குழு அந்த இடத்துக்கு வருகிறது. குழி தோண்டப்படுகிறது. ஐந்தடி ஆழத்தில், வீரப்பனைப் போலவே மீசையுடன், காக்கிச் சீருடையில் அழுகிப்போன ஒரு பிணம் இருந்தது. அந்தப் பிணத்துடன், பெட்சீட், லுங்கி, துண்டு, கற்பூர டப்பா, இளநீர் என அவர் பயன்படுத்திய பொருள்கள் அனைத்தும் அந்தக் குழியில் இருந்தன. மேட்டூர்ப் பகுதி வன்னியர் சமூகத்தினர் இறந்த ஒருவரை எப்படி உடலடக்கம் செய்வார்களோ அதுபோலவே செய்யப்பட்டிருந்தது.

"அந்தப் பிணத்தின் கன்னத்தில் அடி விழுந்துள்ளது. வயது நாற்பதுக்கு மேல் ஐம்பதுக்குள் இருக்கலாம். இறப்புக்கான காரணம் என்ன என்பதை இப்போது சொல்ல

சத்தியமூர்த்தி

முடியது" என மருத்துவர்கள் கூறிவிடுகின்றனர். மீசை பெரிதாக இருந்ததாலும், சடங்கு, சாங்கியம் முழுமையாக செய்யப்பட்டு இருந்ததாலும் இது வீரப்பனாகத்தான் இருக்கும் என உயர் அதிகாரிகள் முடிவு செய்கின்றனர். இது குறித்த செய்தி அடுத்தநாள் நாளிதழ்களில் வெளியானது.

ஏட்டு சுப்பிரமணியம், சந்திரசேகர் என்ற காவலரும் பிணத்தின் மேலே இருந்த துணிகள் எல்லாத்தையும் எடுத்து ஓடையில் அலசி காயப்போட்டனர். கன்னத்தில் விழுந்த அடியில் மூன்று பல் விழுந்திருந்தது. அந்தப் பல்லை எடுத்துக் கொண்டுபோன சுப்பிரமணியம் சத்தியில் உள்ள ஒரு பல் மருத்துவரிடம் காட்டியுள்ளனர். அதைப் பார்த்த உடனே "இந்த நபர் பீடி குடிப்பவர். பல்லில் நிக்கோடின் கரை உள்ளது" எனக் கூறுகிறார்.

அதை வைத்து, செத்தது "வீரப்பன் இல்லை" என்கிறார் சுப்பிரமணியம். "சரி, இறந்தது யாரென்பதை உறுதிப்படுத்து" என்கிறார் டி.எஸ்.பி.அசோக்குமார். உடனே வீரப்பன் ஆள்கள் கடைசியாக தங்கியிருந்த புளியங்கோம்பை போகிறார் சுப்பிரமணி. அங்கு ஏற்கனவே வீரப்பனுடன் தொடர்பிலிருந்த சில ஆள்களிடம் விசாரித்ததில், இந்த போர்வை, துண்டு, லுங்கி எல்லாமே ரங்கசாமியுடையவை என்பது உறுதியானது.

"ரங்கசாமி எங்களுடைய ஆதரவாளர் ஒருவர் வீட்டுப் பெண்ணிடம் தவறாக நடக்க முயன்றார் என்பது உண்மை. எல்லோருமே தீவிரமாக விசாரித்து உறுதிப்படுத்தினோம். கடைசியாக கோவிந்தன்தான் ரங்கசாமியை விசாரித்தார். அவரிடம் ரங்கசாமி கொஞ்சம் பொறுப்பில்லாமல் பதில் சொன்னார். யாருமே எதிர்பார்க்காத நிலையில் தன்னுடைய *303* துப்பாக்கியின் விசையை இழுத்து விட்டார். ரங்கசாமி பயன்படுத்திய *SLR* துப்பாக்கியைத் தவிர மீதி எல்லாப் பொருளையும் அவருடைய குழிக்குள்ளே போட்டு புதைத்து விட்டோம்" என்றார் அப்போது வீரப்பனுடன் இருந்த தமிழ்நாடு மீட்புப் படையைச் சேர்ந்த சத்தியமூர்த்தி.

*****

51

சதாசிவா ஆணையம் விசாரணையும், தீர்ப்பும்

சதாசிவா ஆணைய விசாரணை (நன்றி : வை.கதிரவன்)

1991 முதல் 1993 வரை மூன்று ஆண்டுகளில் தமிழகம், கர்நாடகம் என இரு மாநிலங்களையும் சேர்ந்த ஒரு வனத்துறை அதிகாரியோடு, 30 காவல்துறை அதிகாரிகளை வீரப்பன் சுட்டுக் கொன்றார். இதில், ஒரு ஐ.எப்.எஸ், ஒரு ஐ.பி.எஸ் அலுவலர்களும் அடக்கம். இதையடுத்து, வீரப்பன் வேட்டை என்ற பெயரில் இரு மாநிலமும் சிறப்பு அதிரடிப்படைகளை அமைத்தது. இப்படையினர் காடுகளில் மறைந்திருந்த வீரப்பனைத் தேடத்தொடங்கினர். இந்தப் படையினருக்குத் தலைமைப் பொறுப்பேற்ற வால்டர் தேவாரம் (தமிழ்நாடு) சங்கர் பிதிரி (கர்நாடகம்) போன்ற அதிகாரிகள் எல்லை கடந்த அதிகாரத்தை அதிரடிப்படைக்கு வழங்கினர்.

தமிழகத்திலுள்ள தருமபுரி, சேலம், ஈரோடு, கோவை கர்நாடக மாநிலத்திலுள்ள மைசூர், சாம்ராஜ்நகர் என ஆறு மாவட்டங்களில் உள்ள மலைக் கிராம மக்கள் கடுமையான

இன்னலுக்கு உள்ளாயினர். காடுகளை ஒட்டிய ஊர்களில் வாழ்ந்த அம்மக்களைச் சந்தித்து, வீரப்பன் உதவி கேட்டார். அவருக்கு உதவி செய்தவர்களை அதிரடிப்படையினர் பிடித்துக் கொண்டுவந்து, வீரப்பன் கூட்டாளி என்ற பெயரில் சுட்டுக் கொன்றனர். வீரப்பனைக் காட்டிக் கொடுக்க வேண்டும் என்ற போலீசாரின் கட்டளைக்கு உட்பட்டு அவர்களுக்கு உதவி செய்த கிராம மக்கள் 42 பேரை வீரப்பன் சுட்டுக் கொன்றார்.

கர்நாடக அதிரடிப்படையின் தலைவரான சங்கர் பிதிரி வீரப்பன் கூட்டாளிகள் நான்கு பேரை சுட்டுக் கொன்றதாக அறிவிப்பார். அடுத்தநாளே, நாங்களும் நாங்கு பேரைச் சுட்டுக்கொன்றோம் எனத் தமிழக அதிரடிப்படையின் தலைவராக இருந்த வால்டர் தேவாரம் அறிவிப்பார். இருவரும் போட்டிபோட்டுக் கொண்டு சிக்கியவர்கள் எல்லோரையும் சுட்டுக் கொன்றனர்.

இரு மாநில காவல்துறைச் சார்பாகக் கொல்லப்பட்ட மக்களின் எண்ணிக்கை 62. இத்துடன் காணாமல் போனவர்கள் 16 பேர். இதில், பெரும்பாலானோர் வீடுகளிலிருந்து அதிரடிப்படைப் போலீசாரால் கைது செய்யப்பட்டுக் கொண்டு போனவர்களே. இரு தரப்பிலுமே மனிதத்தன்மையே இல்லாத பல படுகொலைகள் நடந்தன. இந்தக் காடுகளில் வாழ்ந்த பல லட்சம் மக்களின் வாழ்க்கைக் கேள்விக்குறியானது. சொந்த ஊரை விட்டுப் பலர் வெளியூருக்குப் பயணமாயினர்.

சட்ட விரோத வாழ்க்கை நடத்திய வீரப்பனைக் காட்டிலும், சட்டத்தைப் பாதுகாக்க வேண்டிய போலீசாரே அதிகமானவர்களைச் சுட்டுக் கொன்றனர். பல பெண்களைப் பாலியல் வன்கொடுமைக்கு உள்ளாக்கினர். பலரைப் பொய் வழக்குகளின் மூலமாக, பல ஆண்டுகள் சிறைக்குள் தள்ளினர். “தடா” சட்டத்தின் கீழ் பதியப்பட்ட வழக்குகளில் சிக்கிய 121 பேர் விசாரணையில்லாமலே எட்டு ஆண்டுகள் சிறையில் அடைக்கப்பட்டனர். விசாரணைக்காகப் பிடித்துச் செல்லப்பட்ட பலர் அதிரடிப்படையின் விசாரணை முகாம்களில் சட்ட விரோதக் காவலில் வைக்கப்பட்டனர். இப்படிப் பாதிக்கப்பட்டவர்கள் அரசிடம் முறையிடக்கூட வழியின்றி இருந்தனர். வெளியுலக மக்கள்கூட வீரப்பன் வாழ்ந்த காடுகளுக்குள் நுழையவே பயப்பட்டனர்.

இந்த நேரத்தில், ஐக்கிய நாடுகள் சபை மூலமாக நடைமுறைப்படுத்தப்பட்ட சர்வதேச மனித உரிமைகள் பாதுகாப்புச் சட்டத்தின் அடிப்படையில், 1993 ஆம் ஆண்டு அக்டோபர் 12-ஆம் நாள் தேசிய மனித உரிமைகள் ஆணையம் புதுடெல்லியில் தொடங்கியது. ஆனால், அதற்கான நீதி மன்றமோ, விசாரணை அலுவலர்களோ நியமிக்கப்படாமல் பெயரளவில் மட்டுமே மனித உரிமை ஆணையம் இருந்தது. மாவட்ட நீதிபதிகளே மனித உரிமை வழக்குகளையும் விசாரிக்கலாம் எனக் கூறப்பட்டது. ஆனால், அதற்கான தனி விதிமுறைகள் எதுவும் உருவாக்கப்படவில்லை.

1996ஆம் ஆண்டு தாளவாடி மலைப்பகுதியிலுள்ள பாலபடுகு, ராமரணை, கல்மண்டிபுரம் (சோளகர்) தொட்டி போன்ற இடங்களிலிருந்து பல பழங்குடிகளைத் தமிழக அதிரடிப்படைப் போலீசார் கைது செய்து கொண்டு போயினர். இவர்களைத் தங்களால் முடிந்த அளவு சித்திரவதை செய்தனர். பிறகு, கர்நாடக அதிரடிப்படையினரிடம் கொடுத்தனர். அவர்களும் மாதக் கணக்கில் அம்மக்களை முகாம்களில் அடைத்து வைத்துச் சித்திரவதை செய்தனர். வீரப்பன் வழக்கில் தொடர்புடையவர்களாக கர்நாடகாவில் கைது செய்யப்படுபவர்கள் சில மாதங்களுக்குப் பிறகு தமிழக அதிரடிப்படையினர் வசம் ஒப்படைக்கப்படுவர். இரு மாநில அதிரடிப்படைப் போலீசாலும் பிடித்துக் கொண்டு செல்லப்பட்டவர்கள் எங்கே இருக்கின்றனர் என்பதே மக்களுக்குத் தெரியாத நிலையே இருந்தது.

இங்குள்ள மலைப்பகுதிகளில் வாழும் பழங்குடி மக்கள் வெளியுலகம் பற்றி அறியாதவர்கள். இவர்கள் வாழும் ஊர், அதைவிட்டால் தாளவாடி மலையைச் சுற்றியுள்ள சில ஊர்களைப் பற்றி மட்டுமே இவர்களுக்குத் தெரியும். மத்திய அரசு, மாநில அரசு, சட்டம், நீதிமன்றம், காவல்துறை, இராணுவம் என இந்த நாட்டின் ஜனநாயகக் கட்டமைப்புகளைப் பற்றியெல்லாம் இந்த மக்களுக்கு எதுவுமே தெரியாது. 1995ஆம் ஆண்டு கணக்கின்படி இந்தப் பகுதியில் வசிக்கும் 99% மக்களுக்குத் தங்கள் பெயரையே பிழையின்றிச் சொல்லத் தெரியாது.

காலையில் பழங்குடிகளின் தொட்டிக்கு (ஊர்) போகும்

அதிரடிப்படையினர் கண்ணில்படும் சில பழங்குடிகளைப் பிடிப்பர். "போகலாம் வாங்க..." என்று சொல்லி அம் மக்களைக் காட்டுக்குள் வழிகாட்டியாகக் கூட்டிக் கொண்டு போவர். போகும்போதும் தண்ணீர் கேன், அரிசிச் சாக்கு, காய்கறி, மளிகைப் பொருள்கள், சமையல் பாத்திரங்கள் என ஆளுக்கு முப்பது கிலோ எடையைத் தூக்கிக் கொண்டு வரச் சொல்லுவர். மூன்று நாள்களுக்குப் பிறகு, வேறு ஒரு காட்டுப்பகுதியிலிருந்து வெளியே வரும் அதிரடிப்படை வீரர்கள் அந்த இடத்துக்கு வண்டியை வரச்சொல்லி அங்கிருந்து ஜீப்பில் கிளம்பி விடுவர். ஆனால், இந்தப் பழங்குடிகள் எல்லோரும் தங்கள் தொட்டிக்கு நடந்தே வரவேண்டும். இது ஒவ்வோர் ஊரிலும் நடந்தது.

அதே நேரத்தில், காட்டுக்குள் போகும்போது இந்தப் பழங்குடிகள் ஒருவேளை வீரப்பனைச் சந்தித்தால் அவர்களுக்கு மூன்று வேளையும், கறியுடன் சாப்பாடு கிடைக்கும். உள்ளூர் நிலவரங்களைப் பற்றி வீரப்பன் விசாரிப்பார். எந்தவித சிரமமான வேலையும் செய்யத் தேவையில்லை. வீட்டுக்கு வரும்போது ஆளுக்கு ஐந்நூறு ரூபாய் பணமும் கொடுத்து அனுப்புவார். கொஞ்சம் விவரமான ஒரு சிலரிடம் தங்களுக்குத் தேவையான உணவுப்பொருள்கள் வாங்கிக் கொடுக்குமாறு கேட்பார். அந்தப் பொருள்களுக்கு நான்கு மடங்கு விலையும் கொடுப்பார். இப்படிப்பட்ட பண்புகளைக் கொண்ட இரு குழுக்கள் ஒரே காட்டில் இருக்கும்போது, உலக நடப்புத் தெரியாத பழங்குடிகள் வீரப்பனை ஆதரித்ததில் தவறு இருப்பதாகத் தெரியவில்லை.

சோளகர் தொட்டியைச் சேர்ந்த துப்பாக்கி சித்தனின் உறவினர்களான மாதன், சிக்மாதன், செந்நெஞ்சான், மாதையன் உள்ளிட்ட ஆறுபேரை அதிரடிப்படைப் போலீசார் விசாரணைக்காகக் கூட்டிக்கொண்டுச் சென்றனர். எங்கே இருக்கின்றனர்...? என்ன ஆயினர்...? என எதுவுமே அவர்களின் உறவினர்களுக்குத் தெரியவில்லை. ஒரு மாதத்துக்குப் பிறகு சோளகர் தொட்டியைச் சேர்ந்த மாதன் என்ற கம்யூனிஸ்டு இயக்கத் தோழர், பழங்குடி மக்கள் சங்கத்தின் தலைவர் வி.பி.குணசேகரனைச் சந்திக்கிறார். தங்களுடைய ஊரிலிருந்து பலரைப் போலீசார் பிடித்துக் கொண்டு போனது குறித்துத்

மாதன்

தகவல் சொல்கிறார்.

"மாதையன் உள்ளிட்ட ஆறுபேரும் எங்கே...?" என்று தாளவாடி, ஆசனூர், சத்தியமங்கலம் எனப் பல காவல் நிலையங்களில் வி. பி. குணசேகரன் விசாரித்தார். "எஸ்.டி.எப். போலீசார் பிடித்துக் கொண்டு போனவர்களை இங்கே வந்து கேட்கிறீர்களே..." என்று உள்ளூர்ப் போலீசார் சொல்லியுள்ளனர்.

"ஒரு காவல் நிலைய எல்லையில் வசிக்கும் மக்களுக்கு அந்தக் காவல் நிலையமே பாதுகாப்பாக இருக்கவேண்டும். ஒருவரை விசாரிக்கவோ, குற்றச் செயலில் ஈடுபட்டிருப்பின் அவரைக் கைது செய்யவும் உள்ளூர்ப் போலீசாரின் அனுமதி பெறவேண்டும். உங்களின் வழிகாட்டுதலுடனே விசாரணை செய்யவேண்டும் என்ற விதி உங்களுக்குத் தெரியாதா...? வெளியுலகத் தொடர்பே இல்லாத இந்தப் பழங்குடி மக்களை அதிரடிப்படைப் போலீசார் பிடித்துக்கொண்டு சென்றுள்ளனர். இப்போது அவர்களெல்லாம் எங்கே இருக்கிறார்கள்...?" என்று காவல்துறை அதிகாரிகளிடம் விளக்கம் கேட்டார்.

"சத்தியமா எங்களுக்குத் தெரியாது... எங்கே வச்சிருக்காங்கன்னு எங்களால் விசாரிக்கவும் முடியாது" என்று உள்ளூர் போலீசார் கை விரித்து விட்டனர்.

இதையடுத்து, இந்திய கம்யூனிஸ்ட் கட்சியின் வழக்குரைஞர் ப.பா. மோகன் மூலமாக ஈரோடு மாவட்ட மனித உரிமைகள் நீதிமன்றத்தில் பழங்குடி மக்கள் சங்கம் சார்பில் மனித உரிமை மீறல் வழக்குத் தொடரப்பட்டது. மனித உரிமைகள் பாதுகாப்புச் சட்டத்தின் கீழ் விசாரணை செய்யப் போதிய வழிகாட்டுதல் சட்ட விதிமுறைகள் இல்லை என்று கூறிய மாவட்ட நீதிமன்றம் அந்த மனுவைத் தள்ளுபடி செய்கிறது.

இதையடுத்து, மக்கள் சிவில் உரிமைக் கழகத்தின்

செயல்பாட்டாளர் வழக்குரைஞர் ச.பாலமுருகன் ஓய்வு பெற்ற உச்சநீதிமன்ற நீதியரசர் கிருஷ்ணய்யர் பார்வைக்கு, இந்த வழக்குத் தள்ளுபடியான செய்தியைக் கொண்டு சென்றார்.

"இந்த நாட்டில் காவல்துறைக்கு மீறிய அதிகாரம் கொண்ட அமைப்பு என்பது எங்குமில்லை. அதிரடிப்படை போலீசார், உள்ளூர்ப் போலீசாருக்குத் தெரியாமல், மக்களைக் கைது செய்து கொண்டு போயிருந்தால் அது சட்டப்படி தவறு. இதை நீதி மன்றம் விசாரித்தே ஆகவேண்டும். இது அப்பட்டமான மனித உரிமை மீறல் என்று சென்னை உயர்நீதி மன்ற தலைமை நீதியரசருக்குக் கிருஷ்ணய்யரும் கடிதம் எழுதினார். இதற்காகப் பல வழக்குகளை உதாரணம் காட்டி, அதற்கானத் தரவுகளையும் அனுப்பி வைத்தார்.

ப.பா.மோகன்

இதைப் பார்த்த சென்னை உயர்நீதி மன்றம், இந்த வழக்கைத் தாமாக முன்வந்து விசாரிக்கத் தொடங்கியது. பழங்குடி மக்கள் சங்கம் சார்பில், மூத்த வழக்குரைஞர் கண்ணபிரான் ஆஜராகி வாதாடினார். ஆறு மாதங்கள் நடந்த விசாரணை முடிவில் அதிரடிப்படை அமைக்கப்பட்டது, அதைச் செயல்படுத்திய விதமும் மனித உரிமைகள் மீறலுக்கு வழிவகை செய்துள்ளது என்பதைச் சென்னை உயர்நீதி மன்றம் ஏற்றுக் கொண்டது. இதையடுத்து இந்த விவகாரத்தை தேசிய மனித உரிமை ஆணையம் விசாரிக்கவேண்டும் எனக் கருத்து தெரிவித்தது.

ச.பாலமுருகன்

இதற்கிடையில், பழங்குடி மக்கள் சங்கத்துடன் மதுரை சோகோ அறக்கட்டளை, மக்கள் கண்காணிப்பகம், தமிழக-கர்நாடக மக்கள் சிவில் உரிமைக் கழகம், பெங்களூரு சிக்ரம் அமைப்பு, இந்திய கம்யூனிஸ்ட் கட்சி, மறுமலர்ச்சி தி.மு.க, திராவிடர் கழகம், பாட்டாளி மக்கள் கட்சி எனப் பல அமைப்புகள் களம் இறங்கின. அடுத்ததாகப் பழங்குடி மக்கள் சங்கத்தினர் தமிழக-கர்நாடக அதிரடிப்படையால் பாதிக்கப்பட்ட மக்களை ஒருங்கிணைத்தனர். அவர்களின் வாக்குறுதி பிரமாணப் பத்திரங்களைப் பெற்று, தேசிய மனித உரிமை ஆணையத்தில் தாக்கல் செய்தனர்.

பழங்குடி மக்கள் சங்கத்தின் கடும் முயற்சியால், முதன் முதலாக அதிரடிப்படையினரால் பாதிக்கப்பட்டோர் மாநாடு **27.4.1998** அன்று சத்தியமங்கலத்தில் நடந்தது. இதைத் தொடங்கி வைத்தவர் தமிழக மனித உரிமைக் கழகத்தின் அன்றைய உறுப்பினர் இரத்தினசாமி.

அந்த மாநாட்டில் பாதிக்கப்பட்ட மக்கள் தங்களுக்கு நடந்த கொடுமைகளை ஒளிவு, மறைவின்றி மக்களிடம் கூறினர். அ.தி.மு.க. தவிர அனைத்துக் கட்சியினரும் அதிரடிப்படையைக் கண்டித்தனர். நாளிதழ்கள், வார இதழ்கள் என ஊடகங்களிலும் அதிரடிப்படையினரின் அத்துமீறல் குறித்துப் பரபரப்பாகச் செய்திகள் வெளியாயின.

பழங்குடி மக்கள் சங்கத்தின் புகாரைப் பெற்ற தேசிய மனித உரிமைகள் ஆணையம் கர்நாடக, தமிழக அரசுகளுக்கு விளக்கம் கேட்டு நோட்டீஸ் அனுப்பியது. அரசும், காவல்துறையும் தாங்கள் செய்த தவறுகளையெல்லாம் மூடி வைத்துவிட்டு வீரப்பன் எப்படிப்பட்டவா், அவருடைய கொலை, அத்துமீறல் குறித்துப் புகார் அனுப்பும் வேலையில் இறங்கின.

உச்சநீதிமன்றத்தின் முன்னாள் தலைமை நீதியரசர்

நீதியரசர் சதாசிவா, சி.வி.நரசிம்மன் (நன்றி: வை.கதிரவன்)

கிருஷ்ணய்யர், மதுரை சோகோ அறக்கட்டளை நிறுவனரும் வழக்குரைஞருமான பாஷா போன்றோர் பழங்குடி மக்கள் சங்கத்துக்கு ஆதரவாகக் களம் இறங்கினர்.

இரு தரப்பு மனுக்களையும் ஆய்வு செய்த தேசிய மனித உரிமைகள் ஆணையம் 1999 நவம்பரில், அதிரடிப் படையினரின் மனித உரிமை மீறல் குறித்து விசாரிக்க முடிவெடுத்தது. கர்நாடகாவைச் சேர்ந்த நீதியரசர் எஸ்.ஜெ. சதாசிவா, தமிழகத்தைச் சேர்ந்த மத்திய புலனாய்வுத் துறை (CBI) முன்னாள் இயக்குநர் சி.வி.நரசிம்மன் ஆகியோரைக் கொண்ட விசாரணைக்குழுவை அமைத்தது. வீரப்பன் தேடுதல் வேட்டையில் மனித உரிமை அத்துமீறலில் அதிரடிப்படை ஈடுபட்டதா...? என்பதைக் கண்டறிவதும், பாதிக்கப்பட்டவர்களுக்கு நீதி வழங்குவதும் இக்குழுவின் நோக்கமாக இருந்தது.

2000 ஜனவரி 28, 29 இரு நாள்களும் ஆணையத்தின் முதல் விசாரணை கோபிசெட்டிபாளையத்தில் தொடங்கியது. இதில், அதிரடிப்படையினரால் பாதிக்கப்பட்ட 81 பேர் வாக்குமூலம் கொடுத்தனர். அதே ஆண்டு பிப்ரவரி 28, 29 தேதிகளில் ஆணையத்தின் விசாரணை சேலம் மாவட்டம் கொளத்தூரில் நடந்தது. இதில், 32 பேர் வாக்குமூலம் கொடுத்தனர். அடுத்து, மார்ச் மாதம் மாதேஸ்வரன் மலையில்

மூன்றாம் கட்ட விசாரணை நடக்க இருந்தது.

கோபிசெட்டிப்பாளையத்தில் அதிரடிப்படையின் கொடுமையான சித்திரவதை பற்றியே பலரும் வாக்குமூலம் கொடுத்தனர். கொளத்தூரில், பெண்களுக்கு எதிரான பாலியல் கொடுமைகள் பாதிக்கப்பட்டவர்கள் வெளிப்படையாகவே வாக்குமூலம் கொடுக்க ஆரம்பித்தனர்.

இதையடுத்து, முன்பு கர்நாடக அதிரடிப்படையில் பணியாற்றிய இன்ஸ்பெக்டர் முத்தராயா என்பவர் பெங்களூர் உயர்நீதி மன்றத்தில் சதாசிவா ஆணையத்தின் விசாரணைக்கு இடைக்காலத் தடை வாங்கினார்.

கன்னட நடிகர் ராஜ்குமார் கடத்தப்பட்ட சமயத்தில் வீரப்பன் வைத்த கோரிக்கைகளில், நீதிபதி சதாசிவா ஆணைய விசாரணைக்கான தடை நீக்கப்பட வேண்டும் எனும் கோரிக்கையும் அடக்கம். அதனால், தடைகள் தகர்க்கப்பட்டு விசாரணை தொடர்ந்தது.

06.02.2002 அன்று மீண்டும் மாதேஸ்வரன் மலையில் விசாரணை நடைபெற்றது. மூன்று நாள்கள் நடந்த விசாரணையில் 15 பேர் சாட்சியம் அளித்தனர். அடுத்த விசாரணை, மார்ச் மாதம் தொடங்கியது. 19 தேதி முதல் 24 வரை ஆறு நாள்கள் விசாரணையில் 42 பேர் வாக்குமூலம் கொடுத்தனர். அடுத்து இரண்டாம் கட்ட விசாரணை கோபிசெட்டிபாளையத்தில் ஏப்ரல் 29, 30 ஆகிய இரு நாள்களும் நடந்தது.

மே, ஜூன், ஜூலை என மூன்று மாதங்களும் தமிழ்நாடு, கர்நாடக அதிரடிப்படையைச் சேர்ந்த 28 அதிகாரிகளிடம் மாதேஸ்வரன் மலை, பெங்களூர் உள்ளிட்ட இடங்களில் விசாரணை மேற்கொண்டது சதாசிவா ஆணையம். இதில், அதிரடிப்படைப் போலீசாரால் கொல்லப்பட்டவர்களின் குடும்பத்தினர், பாலியல் வன்கொடுமைக்கு ஆளாக்கப்பட்ட பெண்கள், சித்திரவதைக்கு உள்ளானோர், சட்ட விரோதமாகச் சிறைப்படுத்தப்பட்டோர், காவல்துறை அதிகாரிகள், மருத்துவர்கள் என 197 சாட்சிகள் விசாரிக்கப்பட்டனர்.

இறுதியாக சதாசிவா ஆணையம் தனது விசாரணை அறிக்கையை 2.12.2003இல் தேசிய மனித உரிமை

ஆணையத்திடம் சமர்ப்பித்தது. ஆணையத்தின் விசாரணை முடிவு குறித்து விளக்கம் கேட்டு தேசிய மனித உரிமை ஆணையம் இரு மாநில அரசுகளுக்கும் தொடர்ந்து பல கடிதங்களை அனுப்பியது. காலம் கடத்துவதற்காக தமிழக, கர்நாடக அரசுகள் எந்தக் கருத்தும் சொல்லாமலே தொடர்ந்து மௌனம் சாதித்து வந்தன. அத்துடன் 2005 வரை இந்த அறிக்கையைத் தேசிய மனித உரிமை வெளியிடாமல் இருக்கவும் தேவையான மறைமுக ஏற்பாடுகளைச் செய்தன.

பாதிக்கப்பட்ட மக்களை ஒன்று திரட்டிய பழங்குடி மக்கள் சங்கம், அம்மக்களை அழைத்துக்கொண்டு டெல்லிக்குச் சென்றனர். 2005 அக்டோபரில், தேசிய மனித உரிமைகள் ஆணையத்தைப் பாதிக்கப்பட்ட மக்கள் முற்றுகையிட்டனர். மேலும் அப்போதைய பிரதமர் மன்மோகன்சிங், உள்துறை அமைச்சர் சிவராஜ் பாட்டீல் உள்ளிட்ட பலரை நேரடியாகச் சந்தித்து முறையிட்டனர். சிவராஜ் பாட்டீல் மக்களின் உணர்வுகளை முழுமையாகக் கேட்டறிந்து பிரதமருக்கு விளக்கிச் சொன்னார். இந்திய கம்யூனிஸ்ட் கட்சியின் நாடாளுமன்ற உறுப்பினர் டி.ராஜா, ஆனி ராஜா போன்றோர் பாதிக்கப்பட்டவர்களுக்குத் துணை நின்றனர். பிறகு, மத்திய உள்துறை அமைச்சகத்தின் நெருக்கடியால், மாநில அரசுகள் தங்களின் கருத்துகளை தேசிய மனித உரிமை ஆணையத்துக்கு அனுப்பின.

இறுதியாக 2007 ஜனவரி 15 இல் நீதிபதி சதாசிவா ஆணையத்தின் அறிக்கை வெளியானது. அதில், அதிரடிப்படை செய்த கைது நடவடிக்கைகள் முழுவதும் சட்ட விரோதமானவை. ஒருவரைக் கைது செய்யவோ அல்லது சோதனை செய்யவோ அதிரடிப்படைக்கு அதிகாரம் இல்லை. அதிரடிப்படை அப்பகுதி காவல் துறைக்கு உதவி புரியலாமே தவிர, சொந்தமாக நடவடிக்கை எடுக்கவோ, விசாரணை செய்யவோ அந்தப் படைக்கு என எந்த எல்லையற்ற அதிகாரமும் இல்லை என்று கூறியது. மேலும், வீரப்பனுக்கு எதிரான நடவடிக்கையில் ஈடுபட்ட அதிரடிப்படையினர் பொது மக்களுக்கு எதிராகச் சித்திரவதை, படுகொலைகள், பாலியல் வன்முறைகள், வக்கிர நடவடிக்கைகளில் ஈடுபட்டதற்கான அடிப்படை முகாந்திரம் உள்ளதாகவும் அறிவித்தது.

அதிரடிப்படையை உருவாக்கியது, அதன் செயல்பாடுகள் சட்ட விரோதமாக இருந்ததை அந்த அறிக்கைச் சுட்டிக் காட்டியது. இரு மாநில அதிரடிப்படையால் பாதிக்கப் பட்டவர்கள் தரப்பில் சாட்சியமளித்த 192 பேர்களில் 89 பேருக்கு இழப்பீடு வழங்கவும், மேலும் குற்றச் செயல்களில் ஈடுபட்ட அதிரடிப்படையினரை அரசு சாராத நீதித்துறை சார்ந்த விசாரணைக் குழுவை வைத்து விசாரிக்கவும், காவல்துறை சார்ந்த நடவடிக்கை எடுக்கவும் சதாசிவா ஆணையம் பரிந்துரை செய்தது.

சதாசிவா ஆணையத்தின் அறிக்கையில் குறிப்பிடப் பட்டுள்ள சில முக்கிய விவரங்கள்:- தமிழக-கர்நாடக சிறப்பு அதிரடிப்படைகள் என்பது எந்த சட்ட வரையறையும் இல்லாமல் உருவாக்கப்பட்டுள்ளது. இந்த சிறப்பு அதிரடிப்படை உருவானதற்கான எந்த அறிவிப்பும் அரசிதழில் வெளியிடப் படவில்லை.

வெறும் ஆயுதப்படையான இது ஒரு காவல் நிலையத்தில் விசாரணை செய்யும் காவலர்களுக்கு உதவி செய்யலாமே தவிர இவர்களாகவே விசாரிக்க அதிகாரம் கிடையாது. ஆனால், இந்த அதிரடிப்படை எல்லையற்ற அதிகாரத்துடன் செயல்பட்டுள்ளது. சந்தேகிக்கும் ஒரு நபரை எங்கு வேண்டுமானாலும் வந்து கைது செய்து கொண்டு சென்றுள்ளது. அவ்வாறு கைது செய்யப்படும்போது அப்பகுதி காவல் நிலையத்தில்கூட அக்கைது குறித்துத் தெரிவிக்கவில்லை. இது தொடர்ச்சியாக நடந்துள்ளது.

உண்மையில் அதிரடிப்படைக்கு ஒருவரைக் கைது செய்யவோ அல்லது சோதனையிடவோ எந்த அதிகாரத்தையும் சட்டம் வழங்கவில்லை. ஆனால் தமிழகத்தைச் சார்ந்த காவல்துறை அதிகாரி தேவாரம் தனக்கு எல்லையற்ற அதிகாரம் உள்ளதாக இக்குழுவின் விசாரணையில் கூறியிருக்கிறார். அவ்வாறு எல்லையற்ற அதிகாரம் எந்த உயர்அதிகாரிக்கும் கிடையாது. அவர் நேரடியாக அதிகாரத்தைச் செலுத்த முடியாது. அந்தந்தப் பகுதிக் காவல் அதிகாரிகளே உரிய பகுதியில் சட்டத்தைப் பராமரிக்க வேண்டியவர்கள். மேலும் அதிரடிப்படையை வழி நடத்தியதில் பல்வேறு தவறுகளைத் தலைமைப் பொறுப்பிலிருந்தவர்கள் செய்துள்ளனர்.

வீரப்பன் தேடுதல் வேட்டையில் பல்வேறு மனித உரிமை மீறல்களில் அதிரடிப்படையினர் ஈடுபட்டுள்ளனர். மின் உற்பத்திச் சாதனத்தின் மூலம் மின்சாரத்தைப் பாய்ச்சி சித்திரவதை செய்வது, கொடூரமாகத் தாக்கி உடல் உறுப்புக்களை முடமாக்குவது, கொடும் வதையால் மனநிலைப் பிறழ்வு ஏற்படச் செய்வது, பெண்களிடம் பாலியல் வக்கிரத்தோடு செயல்படுவது போன்ற கற்பனை செய்ய முடியாத கொடூரங்கள் நடந்துள்ளன. இவை நியாயப்படுத்த முடியாதவையாகும்.

விசாரணைக்குழு பெண்கள் மீது நடந்த பாலியல் வன்முறைக்கு எடுத்துக்காட்டாக லட்சுமி என்பவரின் சாட்சியத்தை எடுத்துக் கொள்கிறது. மாதேஸ்வரன் மலையிலிருந்த அதிரடிப்படை வதைமுகாமான ஒர்க் ஷாப்பிலும், அங்கிருந்த ஒரு பங்களாவிலும் மூன்று வருடங்கள் இவர் கர்நாடக அதிரடிப்படையினரால் ஒரு பாலியல் அடிமைபோல அவர்களின் தொடர் கண்காணிப்பில் வைக்கப்பட்டு பலமுறை பாலியல் வல்லுறவுக்கு உட்படுத்தப்பட்டார் என்பதை நம்பும் வகையில் சாட்சியத்தின் நிலை உள்ளது.

விசாரணைக்காக அழைத்துவரப்பட்ட பெண்கள் அதிரடிப்படை முகாம்களில் பல மாதங்கள் அடைத்து வைக்கப்பட்டுள்ளனர். இந்த நேரத்தில், பெண்கள் மீது பாலியல் வன்கொடுமைகள் நிகழ்ந்துள்ளன என்ற முடிவுக்கு விசாரணைக்குழு வருகிறது.

வீரப்பன் தேடுதல் வேட்டையில் 1990 ஜனவரி முதல் 1998 ஆகஸ்ட் முடிய அரசின் அதிகாரப்பூர்வ கொலைப்பட்டியலின் படி கர்நாடகப் பகுதியில் நடந்த 'சண்டையில்' 38 சாவுகளும் தமிழகப் பகுதியில் நடந்த சண்டையில் 28 சாவுகளும் 12 வெவ்வேறு மோதல்களில் நிகழ்ந்திருப்பதாக இரண்டு மாநிலங்களின் மலைப்பகுதி காவல் நிலையங்களில் முதல் தகவல் அறிக்கைகள் பதிவு செய்யப்பட்டுள்ளன.

மேற்கண்ட தகவல் அறிக்கையையும் குண்டு காயங்களுடன் இறந்தவர்களின் உடல்களை உடற்கூறு ஆய்வு செய்த அறிக்கைகளையும் பரிசீலனைக்கு விசாரணைக்குழு எடுத்துக் கொள்கிறது. இந்தப் பரிசீலனைக்கு உதவியாகப் பெங்களூர் தடயவியல் ஆய்வக உதவி இயக்குநர் மருத்துவர் திரு.பிரபாகரன் என்பவரின் அறிக்கையையும் ஆணையம் கேட்டு அறிகிறது.

மோதல் சாவுகளில் இறந்ததாகச் சொல்லப்பட்டவர்களின் உடல்களில் குண்டு துளைத்த பகுதிகள், குண்டு காயத்தின் தன்மை, துப்பாக்கியிலிருந்து வெளியேறிய தோட்டா இறந்தவர்களின் உடலில் தாக்கிய தொலைவு ஆகியவற்றை ஆய்வுக்கு எடுத்துக் கொள்கிறது. உடற்கூறு ஆய்வறிக்கையில் உள்ள குண்டு துளைத்த காயத்தின் தன்மை, அது சதையைக் கிழித்துள்ள விதத்தை வைத்துக் குண்டு வந்த தொலைவு கணக்கிடப்படுகிறது.

அதன்படி இரண்டடித் தொலைவில், வெகு அருகிலிருந்து சுடப்பட்ட (Contact Range) துப்பாக்கிச் சூடு என்று அடையாளப் படுத்துகின்றார். இரண்டடியிலிருந்து 300 கெஜம் தூரத்திற்குள் சுடப்பட்டது மிதமான தூரத்திலான துப்பாக்கிச் சூடு (Medium Range) எனவும், 300 கெஜம் தூரத்திற்கு அப்பாலிருந்து துப்பாக்கிக் குண்டு தாக்கியதை (Long Range) என வகைப்படுத்தப்பட்டுள்ளன.

இந்த அளவுகோலைக் கொண்டு இறந்த உடல்களின் சடலக்கூராய்வு அறிக்கைகளைப் பரிசீலித்ததில், கர்நாடகத்தில் கொல்லப்பட்ட 38 பேரில் 36 பேரின் உடலில் உள்ள காயங்களைப் பற்றி அறிய முடிந்தது. அதில் 6 பேர் மிக அருகில் இரண்டடித் தூரத்தில் இருந்தே சுடப்பட்டுள்ளனர்.

இதில் புட்டன் என்பவரது வாயில் துப்பாக்கியை வைத்துச் சுட்டுள்ளனர். துப்பாக்கிக் குண்டு அவர் மண்டையோட்டைப் பிளந்து கொண்டு வெளியேறியுள்ளது. (கர்நாடக போலீஸ் எஸ்.பி.கோபால் ஹோசூர் மீது நடந்த தாக்குதலுக்கு உதவி செய்தார் என்ற சந்தேகத்தில் கொல்லப்பட்டவர்) மணி (எ) சௌதாமணி (மாரியப்பன் மனைவி) பாப்பாத்தி (சேத்துக்குழி கோவிந்தன் மனைவி) ஆகிய இரு பெண்களின் உடலிலும் துப்பாக்கி முனையை வைத்துச் சுட்டுள்ளனர்.

துப்பாக்கியை உடலுக்கு மிக அருகில் வைத்து ஒருவர் சுடப்படும்போது துப்பாக்கிக் குண்டுடன் வெளிப்படும் வெடித்துகள்கள், மருந்தின் கரிய நிறப் படிவமெல்லாம் குண்டு காயத்துக்குள் காணப்படுகின்றன. அவ்வாறு இறந்தவர்களின் உடல்களில் உள்ள காயத்தின் தன்மை அவர்கள் வெகு அருகிலிருந்து சுடப்பட்டதை உறுதிப்படுத்துகின்றன. மற்றவர்கள் மிதமான தொலைவிலிருந்து சுட்டுக் கொல்லப் பட்டுள்ளனர்.

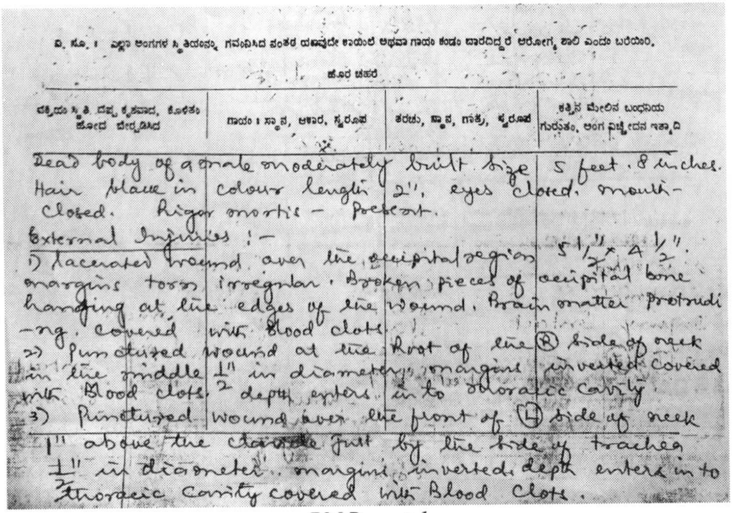

ಪ. ಸೂ. ೧ ಎಲ್ಲಾ ಅಂಗಗಳ ಸ್ಥಿತಿಯನ್ನು ಗಮನಿಸಿದ ನಂತರ ಯಾವುದೇ ಕಾಯಿಲೆ ಅಥವಾ ಗಾಯ ಕಂಡು ಬಾರದಿದ್ದರೆ ಆರೋಗ್ಯ ಶಾಲಿ ಎಂದು ಬರೆಯಿರಿ.

ಹೊರ ಚಹರೆ

Dead body of a male moderately built size 5 feet. 8 inches. Hair black in colour length 2". eyes closed. mouth-closed. Rigor mortis – present.

External Injuries :–

1) lacerated wound over the occipital region 5 1/2" x 4 1/2". margins torn irregular. Broken pieces of occipital bone hanging at the edges of the wound. Brain matter protruding. covered with Blood clots

2) punctured wound at the Root of the (R) side of neck in the middle 1/2" in diameter, margins inverted covered with Blood clots. depth enters into thoracic cavity

3) punctured wound over the front of (L) side of neck 1" above the clavicle just by the side of trachea 1/2" in diameter. margins inverted. depth enters in to thoracic cavity covered with Blood Clots.

PM Report-1

ರೋಗ ಅಥವಾ ಗಾಯದ ಹೆಚ್ಚು ದೀರ್ಘವಾದ ವಿವರಣೆ

5) lacerated wound over the middle of the medial border of (L) scapula measuring 2 1/2" x 1/2" margins everted torn underlying 3rd. 4th rib injured covered with Blood clots. lung tissue pouting

6) lacerated wound over the supra pubic region 1/4" x 1/4" muscle deep covered with Blood clots.

7) lacerated wound over the (R) iliac crest in the middle. 1/4" x 1/4" muscle deep covered with Blood clots.

All the above wounds are ante-mortem in nature.

ಸಾವಿನ ಕಾರಣದ ಬಗ್ಗೆ ಅಭಿಪ್ರಾಯ

I am of opinion that death was due to 'Shock' as a result of haemorrhage from Both sides of lungs. & Brain.

V. Shivaswamy
Health Officer
Class 1 Jr.
General Hospital
Kollegal

PM Report-2

தமிழ்நாடு அதிரடிப்படைக் காவல்துறையினர் சுட்டுக் கொன்ற கணக்கில் காட்டப்பட்ட *28* சாவுகளில் உரிய ஆவணங்கள் இருந்த *13* சாவுகளின் ஆய்வில் அவர்கள் அனைவரும் நடுத்தரத் தொலைவிலிருந்து சுடப்பட்டவர்கள்

என விசாரணைக்குழு கருதுகிறது. மேலும் ஆய்வுக்கு உட்படுத்தப்பட்ட, கொல்லப்பட்ட 66 பேரின் உடலில் தலை அல்லது தலையை ஒட்டிய பகுதிகளில் துப்பாக்கிக் குண்டுகள் துளைத்ததில் அவர்கள் உயிரிழந்துள்ளனர்.

அதிரடிப்படை-வீரப்பன் என இருதரப்புக்கும் இடையே உண்மையான சண்டை என்று நடந்திருந்தால் தொலைவிலிருந்து வந்த துப்பாக்கிக் குண்டுகள் ஒன்றிரண்டாவது இறந்தவர்களின் உடலில் இருக்கும். ஆனால், அதுபோன்ற காயங்கள் எதுவும் இறந்தவர்களின் உடல்களில் இல்லை. எனவே மிகத் திட்டமிட்டு, மிக அருகாமையில் அல்லது சற்றுத் தொலைவிலிருந்து உடனடி மரணம் ஏற்படுத்தும் நோக்கில் அவர்களின் உடலின் தலை, மார்பு போன்ற பகுதிகளைக் குறி வைத்துச் சுடப்பட்டுள்ளனர் உடற்கூறு அறிக்கைகள் உயர்துகின்றன. எனவே, இந்த மரணங்கள் உண்மையான சண்டைகளில் நடந்திருக்க வாய்ப்புகளில்லை. இவை சந்தேகத்திற்கிடமான மர்மமான முறையில் நிகழ்த்தப்பட்டச் சாவுகள் என விசாரணைக்குழு முடிவு செய்கிறது.

அதிரடிப்படையினரால் சுடப்பட்டவர்கள் குற்றவாளியாகச் சித்தரிக்கப்பட்டதால், கர்நாடக அதிரடிப்படை பல சாவுகளுக்கு உரிய விசாரணை மேற்கொள்ளாமல் வழக்கை முடித்துக் கொண்டது. ஒரு சில வழக்குகளில் கண் துடைப்புக்காக கோட்டாட்சியர் விசாரணை நடத்தப்பட்டுள்ளது.

உதாரணமாக, கர்நாடகத்தின் மாதேஸ்வரன்மலை காவல்நிலையத்திற்கு உட்பட்ட நாமதாள்ளி கிராஸ் என்ற பகுதியில் வீரப்பன் கூட்டாளிகளுக்கும் காவல்துறைக்கும் நடந்ததாகச் சொல்லப்பட்ட ஒரு சம்பவத்தில் வெங்கடாசலம், தங்கவேல், சண்முகம், கொளந்தை என்ற நான்குபேர் அதிகாலை 2 மணிக்குக் குண்டுகாயம் அடைந்தனர். (28.06.1992, MM.hills PS Cr no:-12/1992 எஸ்.பி.ஹரிகிருஷ்ணா, எஸ்.ஐ.ஷகீல் அகமது இருவராலும் சுட்டுக் கொல்லப்பட்டவர்கள்) அவர்களை மருத்துவமனைக்குக் கொண்டு வந்ததாகவும், ஆனால் வரும் வழியில் காலை 5 மணிக்கு நால்வரும் இறந்து விட்டதாகவும் கூறப்பட்டது.

ஆனால், காலை 7 மணிக்கு மைசூரில் இருக்கும் கோட்டாட்சியர் சம்பவம் நடந்த பகுதிக்கு வந்து

விசாரணையைத் தொடங்கியதாக காவல்துறை ஆவணம் தெரிவிக்கிறது. உண்மையில் சம்பவம் நிகழ்ந்ததாகச் சொல்லப் படுவது வனப்பகுதி. மாதேஸ்வரன் மலையிலிருந்து 25 கிலோ மீட்டர் தொலைவில் உள்ளது. மாதேஸ்வரன் மலையிலிருந்து மைசூர் 140 கிலோமீட்டர் தொலைவிலுள்ளது. காலை 5 மணிக்கு இறந்தவர்களைப் பற்றிய தகவல் மைசூருக்குச் சென்று ஆர்.டி.ஓ காலை 7 மணிக்கு சம்பவ இடத்திற்கு வந்து விசாரணையைத் தொடங்கியதாகச் சொல்வதில் நம்பகத்தன்மை இல்லை. எனவே, இந்த விசாரணை கண் துடைப்புக்காகப் பின்னிட்டு தயாரிக்கப்பட்டது எனவும் முடிவு செய்யப்படுகிறது.

அதேசமயம் தமிழ்நாடு அதிரடிப்படை நடத்திய மோதல் சாவுகளுக்கு ஆர்.டி.ஓ. விசாரணை மேற்கொள்ளப்பட்டுள்ளது. இதில், இறந்தவர்களின் குடும்பத்தாரிடம் எவ்விதமான விசாரணையும் செய்யப்படவில்லை. இறந்து போனவர் நிலை பற்றி அவர்கள் குடும்பத்தினர் உண்மைகளை வெளிப்படுத்தக் கூடும் என்பதால் இது திட்டமிட்டுத் தவிர்க்கப்பட்டுள்ளது என விசாரணைக்குழு முடிவு செய்கிறது. எனவே இம்மோதல் சாவுகள் குறித்து நீதித்துறை சார்ந்த பாரபட்சமற்ற விசாரணை மிக அவசியமானது. ஏற்கனவே காவல்துறை ஆணையத்தின் வழிகாட்டுதல்படி சந்தேகப்படும் மரணங்களுக்கு மாவட்ட நீதித்துறை நீதிபதியின் கீழ் உரிய விசாரணை நடத்திக் குற்றம் செய்தவர்கள் சட்டத்தின் முன் நிறுத்தப்பட வழிவகை செய்யப்பட்டுள்ளது. அவ்விதமான விசாரணைக்கு அனைத்து மோதல் சாவுகளும் உட்படுத்தப்பட வேண்டியது அவசியம் என்றும் மோதல் சாவுகள் என்ற பெயரில் கொல்லப்பட்டவர்களின் குடும்பத்தினர் உரிய இழப்பீடு பெறத் தகுதியுடையவர்கள் என்றும் விசாரணைக்குழு கருதுகிறது.

இவ்வழக்குகளில் கைது செய்யப்பட்டவர்கள் தடா சட்டத்தின் கீழ் ஐந்து வெவ்வேறு வழக்குகளில் கர்நாடகத்தின் மைசூர் சிறையில் அடைக்கப்பட்டிருந்தனர். 1994ஆம் ஆண்டிலிருந்து 29-9-2001இல் தடா சிறப்பு நீதிமன்றம் வழக்கை விசாரித்து விடுதலை செய்யப்படும் காலம்வரை எட்டாண்டுகள் 121 பேர் இவ்வழக்கில் சிறையில் இருந்தனர்.

அவர்களில் 70பேர் பிணையில் விடுதலை (40-மாதங்கள் கழிந்தபின்) செய்யப்பட்டிருந்தனர். மீதியிருந்த 51 பேரும் தொடர்ந்து எட்டாண்டுகள் சிறையிலேயே கழித்தனர்.

இந்த நெடும் சிறை வாழ்வை விசாரணைக் கைதிகளாக அனுபவித்த 51 பேரில் 14 பேர் ஆயுதம் வைத்திருந்தது, வீரப்பனுக்கு உதவியது போன்ற குற்றங்களின் கீழ் கைது செய்யப்பட்டவர்கள். இவர்களுக்கு மூன்று ஆண்டுகள் முதல் ஆயுள் தண்டனை வரை பல்வேறு வகையில் தண்டனை பெற்றனர். மீதியிருந்த 38 பேரில் 12 பெண்களும் அடங்குவர். இவர்கள் குற்றமற்றவர்கள் என்று விடுதலை செய்யப்பட்டனர். இவர்களின் மீதான தடா வழக்குகளை ஆராய்ந்த விசாரணைக்குழு, இவர்கள் போலீசாரிடம் கொடுத்ததாக எழுதப்பட்ட ஒப்புதல் வாக்குமூலம் என்ற ஒன்றைத் தவிர வேறு உரிய ஆவணங்களின்றி எட்டாண்டுகள் சிறையில் கழித்ததைக் கண்டது. மேற்கண்ட ஒப்புதல் வாக்கு மூலமும் தடா சட்டத்தின்படி உரிய காவல்துறை கண்காணிப்பாளர் நிலை அதிகாரி முன் அனுமதி பெறாததால் அது அடிப்படையிலேயே செல்லத்தக்கதும் அல்ல.

எனவே எட்டாண்டு காலம் அவர்கள் சிறையில் தமது வாழ்வைக் கழிப்பதற்கு எந்தவிதமான அடிப்படையான ஏற்புடைய காரணமும் இல்லை. ஏற்கனவே தடா சட்டத்தில் கைது செய்யப்பட்டவர்களின் வழக்கு குறித்து விசாரணை செய்ய மத்திய உள்துறைச் செயலகம் கர்நாடக அரசுக்குச் சுற்றறிக்கை அனுப்பியும், இவ்வழக்கில் கைது செய்யப்பட்டவர்களின் விடுதலை குறித்துப் பரிசீலிக்க எவ்வித மறு ஆய்வுக் குழுவையும் கர்நாடக அரசு அமைக்கவில்லை.

5-11-1994 முதல் 30-9-2001 வரை வெவ்வேறு காலங்களில் எட்டு முறை தடா மறு ஆய்வுக்குழு கூடியும் வெறுமனே வழக்கு நீதிமன்றத்தில் நிலுவையில் உள்ளது என்ற காரணத்தை மட்டுமே கூறிக் கலைந்து சென்றுள்ளது. இந்தக் காரணம் ஏற்புடையதல்ல. தேவையற்ற சூழலில் பலர் சிறையில் வாடிய நிலைக்கு அரசு பொறுப்பேற்க வேண்டும். இந்தச் சிறைவாசம் இவ்வழக்கில் சிறைப்பட்டவர்களின் மனித உரிமையைப் பறித்த செயலாகும்.

எனவே எட்டாண்டுகள் மைசூர் சிறையில் வாடிய 38

பேருக்கும் உரிய இழப்பீடு வழங்க விசாரணைக்குழு பரிந்துரை செய்கிறது என சிறைவாசம் அனுபவித்தவர்களின் நிலைக்கு விசாரணைக் குழு தன் முடிவை வெளிப்படுத்தியது. வீரப்பன் தேடுதல் வேட்டையில் மலைப்பகுதி, அதனைச் சார்ந்த கிராமங்களில் அதிரடிப்படைக் காவலர்கள் பொதுமக்களின் மீது பாலியல் வன்கொடுமை, சித்திரவதை, கொலை செய்துவிட்டு மோதலில் மரணம் ஏற்படுத்தியதாக பல்வேறு குற்றச்சாட்டுக்கள் எழுந்துள்ளன. இக்குற்றச்சாட்டுக்களைக் கண்மூடித்தனமாக நிராகரிக்க முடியாது.

அதிரடிப்படையின் செயல்பாடுகளினால் அதன் நம்பகத்தன்மை மக்களின் மனதில் கேள்விக்குள்ளாக்கப் பட்டுள்ளது. இவ்விதமான சூழலில், சட்டத்தின் முன் தவறு செய்தவர்கள் நிறுத்தப்பட - ஏற்கனவே காவல்துறையில் தவறு செய்பவர்களை விசாரிக்க, தேசிய காவலர் ஆணையம் வழிகாட்டியபடி சுதந்திரமான கட்டாய விசாரணை அரசின் காட்டுப்பாட்டிலில்லாத நீதித்துறை சார்ந்த நீதிபதிகளினால் நடத்தப்பட வேண்டும் என்று இவ்விசாரணைக்குழு பரிந்துரைக்கிறது.

பாதிப்புக்குள்ளான பகுதியில் தங்கள் மீது மனித உரிமை மீறலை ஏற்படுத்திய காவல்துறையினர் மீது புகார் கொடுக்கும் சூழலை ஏற்படுத்துவது அரசின் கடமையாகும். இதன் அடிப்படையில் மாவட்ட காவல்துறை அலுவலகத்தில் இந்தப் பாதிப்புக்களுக்கான புகார்களைப் பெறுவதற்கே தனிப் பிரிவினை ஏற்படுத்த வேண்டும். மாநிலக் காவல்துறை தலைமை அலுவலகத்திலும் இதே போன்ற தனிப்பிரிவு அமைக்கப்பட வேண்டும். பெறப்பட்ட புகார்கள் மீது உடனடியாக நடவடிக்கை எடுக்கப்படுவது அவசியம்.

இதற்காக கூடுதல் காவல்துறைக் கண்காணிப்பாளர் தகுதியில் உள்ள சிறப்பு அதிகாரிகள் நியமிக்கப்பட வேண்டும். இந்த நடவடிக்கைகளை இரண்டு மாதத்திற்கு ஒரு முறை மாநிலக் காவல்துறைத் தலைவர் ஆய்வு செய்யவேண்டும். புகார் விவரம், நடவடிக்கையின் நிலை ஆகியவற்றைத் தொடர்ந்து அரசு, மாநில மனித உரிமை ஆணையம் ஆகியவற்றிற்கு அனுப்ப வேண்டும்.

அதிரடிப்படைச் செயல்பாடுகளைக் கண்காணிக்கவும்

திட்டமிட்டு வழிநடத்தவும் அதற்கென வழிகாட்டுதல் இருக்க வேண்டியது அவசியம். இந்த அதிரடிப்படையைக் கட்டுப்படுத்தும் பொறுப்புமிக்க தலைமை மிக அவசியம். அவ்வாறு இல்லாத சூழலில் கட்டுப்பாடுகளற்று அது செயல்படும் விதம் பல்வேறு பாதிப்புகளை ஏற்படுத்துவதில் முடிவடைகிறது. தமிழக அதிரடிப்படையின் தலைமையாக இருந்து வழி நடத்திய வால்டர் தேவாரம் தமிழக அதிரடிப்படைக்கு அவ்விதமான எந்த ஒரு வழிகாட்டுதலையும் கூறவில்லை.

கர்நாடகத்தின் அதிரடிப்படைத் தலைவராக இருந்த சங்கர் பிதிரியும் எழுத்துப்பூர்வமான வழிகாட்டுதலைத் தமது காவலர்களுக்குக் கொடுத்ததாகக் கூறவில்லை. 1995-இல் ஒரு வழிகாட்டுதல் இருப்பதாகக் கூறினாலும், அது வீரப்பனிடமிருந்து கிராம மக்கள் தங்களைப் பாதுகாப்பது குறித்ததே தவிர அதிரடிப்படையை நெறிப்படுத்தும் வழிகாட்டுதல் இல்லை. எனவே தமிழக, கர்நாடக அதிரடிப்படைத் தலைமைகளின் செயல்பாடுகள் மிகவும் துரதிருஷ்டவசமானவை. இந்த நிலையே மனித உரிமை மீறலுக்கு வித்திட்டுள்ளது. எப்போதும் ஆயுதப்படைகள் பொது சிவில் சமூகத்தின் மக்களுடன் தொடர்புபடுத்தி பணியாற்றும்போது மிக எச்சரிக்கையோடும் கவனத்துடனும் கண்காணிக்க வேண்டியது அவசியமாகும்.

இரண்டாம் உலகப்போரின்போது இங்கிலாந்து இராணுவத்தின் 80 வது படைப் பிரிவை வழி நடத்திய ஃபீல்ட் மார்ஷல் மாண்ட் மரி அவர்களின் நினைவுகளைப் பற்றி எழுதியுள்ளதை (Memories of Field Marshal Montgomery) கணக்கில் எடுத்துக் கொள்ளப்பட வேண்டியது அவசியம்.

1943-ஆம் ஆண்டு இரண்டாம் உலகப்போர் நடந்த நேரத்தில், ஆப்பிரிக்காவின் டிரிப்போலியில் நடந்த சண்டையில் அவரின் படை வெற்றிபெற்றது. அது குறித்து அவர் கீழ்க்கண்டவாறு நினைவு கூறுகிறார்.

"என் இராணுவம் டிரிப்போலி போன்ற நகருக்கு அருகில் இருக்கும்போது, நகரின் அரண்மனையிலோ, பங்களாக்களிலோ தங்க வைக்க நடந்த ஏற்பாடுகளைத் தடுத்தேன். என் படையைத் தொடர்ந்து கண்காணிக்க

வேண்டிய கூடுதல் பொறுப்புள்ளவனாக உணர்ந்தேன். என் குடியிருப்பை நகருக்கு வெளியே சண்டை நடைபெறும் இடத்தின் அருகில் மாற்றினேன். நாங்கள் பாலைவனங்களிலும் வெட்ட வெளிகளிலும் பலமாதம் தங்கினோம். இது இராணுவத்தின் செயல்பாட்டைக் கட்டுக்குள் வைத்திருந்தது. நாங்கள் நகர்ப்பகுதிக்கு வந்த இரண்டு மாதத்தில் நகரின் உணவுக் கையிருப்பு பொதுமக்களுக்கு மிகக்குறைவாகவே உள்ளது தெரிந்தது.

உடனடியாக நான் சில உத்தரவுகளைப் பிறப்பித்தேன். டிரிப்போலியில் உணவுக் கையிருப்பு பொதுமக்களிடம் குறைவாக உள்ளது. இராணுவத்தினர் பொதுமக்களின் உணவைப் பகிர்ந்து கொள்ளும் சூழல் எழும். அப்போது, பொது மக்களுக்கு உணவு கிடைக்காத நிலை ஏற்படும். இந்த நிலை ஏற்படுவதையே ஜெர்மானிய எதிரிகள் விரும்புகின்றனர். எனவே பிரிட்டிஷ் இராணுவம், கடற்படை, விமானப்படை வீரர்கள் பொதுமக்களின் உணவைத் தொடக்கூடாது. இராணுவம் வழங்கும் ரேசன் தவிர மற்ற உணவைச் சாப்பிடக்கூடாது. அதேபோல பிரிட்டிஷ் போர் வீரர்கள் எந்த உயர்பதவியிலிருந்தாலும் அவர்கள் யாருக்கும் உணவு விடுதியிலோ வேறு சாப்பிடும் இடங்களில் உணவு வழங்கக்கூடாது.

விதிவிலக்காகத் தேநீர், பன் போன்றவற்றை மட்டும் விற்கலாம் என்று அறிவித்தேன். மேலும் டிரிப்போலியின் நகர உணவகங்களில் பிரிட்டிஷ் இராணுவத்தினருக்கு உணவு விற்கப்படமாட்டாது என அறிவிப்புப் பலகை வைக்கச் சொன்னேன். இதுவே என் போர் வீரர்களின் ஒழுங்கைக் கட்டமைத்தது" என்ற வரிகள் இங்கே குறிப்பிட வேண்டியதாகும்.

ஆயுதப்படை ஒன்று பொதுமக்கள் மத்தியில் பணியாற்றும் போது எவ்விதம் பொறுப்பாக வழி நடத்தப்படவேண்டும் என்பதற்கு இது சிறந்த உதாரணம். ஆயுதப் படைகளை வழிநடத்தும் அதிகாரிகள் எங்கோ உட்கார்ந்து கொண்டு உத்தரவுகளை மட்டுமே பிறப்பித்து, கட்டுப்பாடுகளைக் கண்காணிக்காமல் விடுவது பெருத்த பின்னடைவை ஏற்படுத்தும்.

இது வீரப்பன் தேடுதல் வேட்டையில் தமிழகக் - கர்நாடக அதிரடிப்படைகளால் நிகழ்ந்துள்ளது. எனவே, உடனடியாக கட்டாயமான வரையறைகள், நடைமுறைகள் பொதுமக்களுடன் பணிபுரியும் சூழலில் இந்தப் படைக்குத் தேவை. அவை உடனடியாக நடைமுறைப் படுத்தப்பட வேண்டும். மேலும், பரந்த வனப்பகுதிகள் பலசமயம் சட்ட விரோதச் செயல் பாடுகளை நடத்துபவர்களின் மறைவிடமாக மாறிவிடுகின்றன. வேறு பகுதிகளைச் சார்ந்தவர்கள் காவல்துறைக்குப் பணிபுரிய வரும்போது வனம் பற்றிய புரிதல் குறைவாகவே உள்ளது.

இச்சூழலில் அரசும் வனப்பகுதியில் உள்ள பழங்குடியினர் போன்றவர்களிடையே ஒற்றுமை, நட்பு மனப்பான்மையை உருவாக்க வேண்டும். சமூக விரோத சக்திகள் வனத்திற்குள் ஒளிந்து கொள்வதைத் தடுக்கும் சமூக நிலையைப் பழங்குடி மக்களிடையே ஏற்படுத்த வேண்டும். இதற்காகப் பழங்குடி பகுதியிலிருந்து படித்த இளைஞர்களைக் காவலர்கள் பணிக்குத் தேர்வு செய்யலாம். வடகிழக்கு மாநிலங்களில் இவ்விதமாக- குறிப்பாக நாகாலாந்து போன்ற மாநிலங்களில் காவலர்களாகத் தேர்வு செய்யப்பட்ட பழங்குடி நாகா இளைஞர்கள் பிரிவினைவாதம், சட்டவிரோதச் செயல்பாடுகளுக்கு எதிராக எல்லைப் பாதுகாப்புப் படைகளில் செயல்பட்டு வருவது குறிப்பிடத்தக்க நல்ல விளைவினை ஏற்படுத்தியுள்ளது என்பது கவனத்தில் கொள்ள வேண்டியது.

அதிரடிப்படை விசாரணை என்று அழைத்துச் சென்று பலரிடம் பல தகவல்களைக் கேட்டுத் துன்புறுத்துவது நிகழ்ந்துள்ளது. இவ்விதமான நிலையைத் தடுக்க நவீனத் தொழில் நுட்பக் கருவிகளின் உதவியையும் அறிவியலின் முன்னேற்றத்தையும் தங்களின் உளவு அறிதலுக்குப் பயன்படுத்திக் கொள்ள வேண்டும். உதாரணத்திற்கு, செயற்கைக்கோள்களின் தொடர்புடன் தகவலை மிகத் துல்லியமாகப் பெறவும், குறிப்பிட்ட இடம் குறித்தறியவும் பெங்களூரில் உள்ள பெல் நிறுவனம் (Global Positioning System, GPS) என்ற கருவியை வடிவமைத்துள்ளது. அதுபோன்ற கருவிகளைப் பயன்படுத்த வேண்டும். அறிவியல் நிபுணர்களின் வழிகாட்டுதல்களை இதுபோன்ற தேடுதல் நடவடிக்கைகளுக்குப் பயன்படுத்திக் கொள்ளவேண்டும்.

கர்நாடக-தமிழகக் கூட்டு அதிரடிப்படையின் செயல்பாடுகள் வீரப்பன் தேடுதல் வேட்டையில் பாலியல் வன்கொடுமை, சித்திரவதை, கொலை என்ற வகையில் மக்களின் மீது மனித உரிமை மீறலை நடத்தியுள்ளன. விசாரணைக்குழு ஒப்புக்கொண்ட சாட்சியம், ஆவணத்தின்படி மேற்கண்டவை கொடுமைகள் என்றாகின்றன. ஆனால், குறிப்பாக தனிப்பட்ட காவலர் மீது குற்றம் சுமத்துதல், அடையாளப்படுத்துதல் என்ற நிலை இவ்விசாரணையில் எழவில்லை. எனவே பாதிக்கப்பட்ட மக்கள் அரசிடம் உரிய இழப்பீடுகளைப் பெறத் தகுதியுடையவர்கள் எனக் கூறியது.

நீதிபதி சதாசிவா விசாரணைக்குழு முன் சாட்சியம் அளித்த 197 பேரில் 192 பேர் பாதிப்புக்குள்ளானவர்கள். இவர்களின் சாட்சியங்களை ஆய்வு செய்த விசாரணைக்குழு 89 சாட்சியங்களை மட்டுமே ஏற்புடையதென ஏற்றுக் கொண்டது. தேசிய மனித உரிமைகள் ஆணையம் குறிப்பிட்டுள்ள காலம் நெருங்கி வருவதால், இத்துடன் விசாரணையை முடித்துக் கொள்கிறோம். இதில், நிவாரணம் கிடைக்காதவர்கள் நேரடியாக நீதிமன்றத்தை அணுகி, நிவாரணம் பெற்றுக் கொள்ளலாம் என்று விசாரணை அறிக்கையில் தெரிவிக்கப்பட்டிருந்தது.

15.01.2007 தமிழர் திருநாளன்று வெளியான சதாசிவா ஆணைய அறிக்கையின் பேரில், வீரப்பன் வேட்டை என இரு மாநிலக் காவல்துறையும் நடத்திய கொடூரமான தாக்குதலில் பாதிக்கப்பட்ட 89 பேருக்கு இழப்பீடு வழங்க உத்தரவிட்டது. தமிழக அதிரடிப்படையால் பாதிக்கப்பட்ட 38 பேருக்கு தமிழக அரசின் சார்பில் 1,25,50,000 ரூபாய் இழப்பீடு வழங்கவேண்டும். அது போலவே, கர்நாடக அதிரடிப்படையால் பாதிக்கப்பட்ட 51 பேருக்கு 1,59,50,000 ரூபாயை நான்கு வாரத்துக்குள் வழங்கவேண்டும் என தேசிய மனித உரிமைகள் ஆணையம் உத்தரவிட்டது. தமிழக அரசு கொடுக்கவேண்டிய இழப்பீட்டுத் தொகையை குறிப்பிட்ட காலத்துக்குள் வழங்கியது. ஆனால், கர்நாடாக அரசு கொஞ்சம் கொஞ்சமாக 04.04.2009 வரை நான்கு கட்டமாகப் பணத்தைக் கொடுத்தது.

இரு மாநில அதிரடிப்படையால் பாதிக்கப்பட்டதாக

வி.பி.குணசேகரன்

350 பேர் புகார் கொடுத்துள்ளனர். அதில், 192 பேரின் மனுக்களை மட்டுமே ஆணையம் விசாரித்துள்ளது. அதில், 89 பேருக்கு நிவாரணம் கிடைத்துள்ளது. ஆணையம் விசாரணை செய்த 2000-2003 கால கட்டங்களில் வீரப்பனைப் பிடிப்பதற்காக அதிரடிப்படையினர் காட்டைச் சுற்றிலும் முகாமிட்டிருந்தனர். இந்தக் காலகட்டங்களில் போலீசால் பாதிக்கப்பட்ட பலர் வேறு மாநிலங்களுக்கு குடும்பத்துடன் சென்று விட்டனர். சிலருடைய கணவர் அல்லது உறவினரின் நிலை என்ன என்பதே தெரியாமல் இருந்தது.

அதனால், பலர் தங்களது புகாரைப் பதிவு செய்யாமல் இருந்தனர். வீரப்பன் கொலை செய்யப்பட்ட பின்னர், அதிரடிப்படை முழுமையாக இந்தப் பகுதியை விட்டு வெளியேறினர். அதன் பின்னரே அதிரடிப்படையினர் மூலம் ஏற்பட்ட பாதிப்புகள் முழுமையாக வெளியே தெரியத் தொடங்கியுள்ளது. அதிரடிப்படையினர் செய்தப் பல கொடுமைகளையும், கொலைகளையும் நேரில் பார்த்த சிலர் அதை இப்போதுதான் வெளிப்படையாகச் சொல்ல முன் வருகிறார்கள்.

இந்த நிலையில், "தேசிய மனித உரிமைகள் ஆணையம் பதிக்கப்பட்ட மக்களிடம் மீண்டும் ஒரு முறை விசாரணை நடத்த வேண்டும்", என்கிறார் பழங்குடி மக்கள் சங்கத்தின் தலைவர் வி.பி.குணசேகரன். இது அவசியமும் கூட.

******

	நாள்	பெயர்	ஊர்	கொல்லப்பட்ட இடம்	காவல் நிலையம்
1	12.04.1990	மங்காய் வீட்டு ராஜா	செங்கப்பாடி	வேவிடியார் கரடு	*Kolathur P.S.Cr132/1990*
2	29.04.1990	தப்பைக்கார மாதையன்	கத்திரிப்பட்டி	காரைக்காடு	*Kolathur P.S.Cr153/1990*
3	18.02.1992	ஆசாரி குருநாதன்	செங்கப்பாடி	தினலி காடு	*Ramapuram PS,C.r5/1992*
4	28.06.1992	வெங்கடாச்சலம் (32)	நல்லூர்	எறக்கியம் பள்ளம்	*MM.Hills PS Crno-12/1992*
5	28.06.1992	குழந்தை (37)	நல்லூர்	எறக்கியம் பள்ளம்	*MM.Hills PS Crno-12/1992*
6	28.06.1992	தங்கவேலு(19)	நல்லூர்	எறக்கியம் பள்ளம்	*MM.HillsPS Crno-12/1992*
7	28.06.1992	சண்முகம் (40)	நல்லூர்	எறக்கியம் பள்ளம்	*MM.HillsPS Crno-12/1992*
8	25.01.1993	அந்தோணிராஜ்	மார்ட்டல்லி	கர்கேகண்டி பள்ளம்	*Bargur P.S.Cr No-01.1993*
9	12.04.1993	அடையாளம்	தெரியவில்லை	வாளங்குழிப்பட்டி	*Bargur P.S.Cr No-8/1993*
10	12.04.1993	அடையாளம்	தெரியவில்லை	வாளங்குழிப்பட்டி	*Bargur P.S.Cr No-8/1993*
11	12.04.1993	அடையாளம்	தெரியவில்லை	வாளங்குழிப்பட்டி	*Bargur P.S.Cr No-8/1993*
12	24.05.1993	ஆண்டியப்பன்(40)	லக்கம்பட்டி	சனீஸ்வரன்கோயில்	*MM.Hills PSCrno-14/1993*
13	24.05.1993	அம்மாசி(38)	காவேரிபுரம்	சனீஸ்வரன்கோயில்	*MM.HillsPSCrno-14/1993*
14	24.05.1993	மணி (30)	செட்டிப்பட்டி	சனீஸ்வரன்கோயில்	*MM.HillsPSCrno-14/1993*
15	24.05.1993	பெருமாள்(35)	லக்கம்பட்டி	சனீஸ்வரன்கோயில்	*MM.HillsPSCrno-14/1993*
16	24.05.1993	ஐயந்துரை(40)	நல்லூர்	சனீஸ்வரன்கோயில்	*MM.HillsPSCrno-14/1993*
17	24.05.1993	முருகேசன்(25)	பெரியதண்டா	சனீஸ்வரன்கோயில்	*MM.HillsPSCrno-14/1993*
18	24.05.1993	அர்ஜுனன் (26)	லக்கம்பட்டி	சனீஸ்வரன்கோயில்	*MM.HillsPSCrno-14/1993*
19	24.05.1993	ராஜா@மிஞ்சா(23)	பெரியதண்டா	சனீஸ்வரன்கோயில்	*MM.HillsPSCrno-14/1993*
20	23.06.1993	காமராஜ்	கத்திரிப்பட்டி	மூலமடுவு பள்ளம்	*Bargur P.S.Cr No-15/1993*
21	01.07.1993	சுப்பிரமணி(28)	தேவர்மலை	பரங்கிப்பெட்டா	*MM.HillsPSCrno-14/1993*

22	01.07.1993	அர்த்தநாரி(57)	தேவர்மலை	பரங்கிப்பெட்டா	MM.HillsPSCrno-14/1993
23	01.07.1993	ராமரு@சீலக்காரன்(43)	செட்டிப்பட்டி	பரங்கிப்பெட்டா	MM.HillsPSCrno-14/1993
24	01.07.1993	பெருமாள்(24)	தேவர்மலை	பரங்கிப்பெட்டா	MM.HillsPSCrno-14/1993
25	01.07.1993	மீசை மாதேவப்பா(43)	பொரசல்நத்தம்	பரங்கிப்பெட்டா	MM.HillsPSCrno-14/1993
26	29.07.1993	முனியன்	கருங்கல்லூர்	கர்கேகண்டி காடு	BargurP.S.CrNo19/1993
27	29.07.1993	மாதன்	தெரியவில்லை	கர்கேகண்டி காடு	BargurP.S.CrNo19/1993
28	15.08.1993	அடையாளம் தெரியாத	ஒருவர்	பெஜிலட்டி காடு	Asanoor PS.Cr-42/1993
29	18.08.1993	குஞ்சப்பன்(35)	நல்லூர்	சங்கரனா மலை	MM.Hills PS Crno16/1993
30	18.08.1993	தங்கவேலு(38)	நல்லூர்	சங்கரனா மலை	MM.Hills PS Crno16/1993
31	18.08.1993	கங்காதரன்(31)	பர்கூர்	சங்கரனா மலை	MM.Hills PS Crno16/1993
32	18.08.1993	மதலைமுத்து(40)	ஒட்டர்தொட்டி	சங்கரனா மலை	MM.Hills PS Crno16/1993
33	18.08.1993	புட்டா(38)	அனேஓலே	சங்கரனா மலை	MM.Hills PS Crno16/1993
34	18.08.1993	பழனிசாமி(23)	நல்லூர்	சங்கரனா மலை	MM.Hills PS Crno16/1993
35	18.08.1993	குமுதா(20)	நல்லூர்	சங்கரனா மலை	MM.Hills PS Crno16/1993
36	18.08.1993	செல்வராஜ்(28)	அஞ்சிபாளையம்	சங்கரனா மலை	MM.Hills PS Crno16/1993
37	18.08.1993	மணி (30)	ஜல்லிபாளையம்	சங்கரனா மலை	MM.Hills PS Crno16/1993
38	09.09.1993	கிருஷ்ணா(49)	தேவர்மலை	வேலாம்பட்டி காடு	BargurP.S.CrNo 22/1993
39	09.09.1993	பழனி(22)	மார்டல்லி	வேலாம்பட்டி காடு	BargurP.S.CrNo 22/1993
40	09.09.1993	கருப்பணன் (40)	கோட்டையூர்	வேலாம்பட்டி காடு	BargurP.S.CrNo 22/1993
41	09.09.1993	மாணிக்கம்	நல்லூர்	வேலாம்பட்டி காடு	BargurP.S.CrNo 22/1993
42	09.10.1993	சாராயவீட்டு பொன்னுசாமி	நல்லூர்	கர்கேகண்டி காடு	Ramapuram PSC.r69/1993

43	18.10.1993	மாரியப்பன்(42)	செங்கப்பாடி	கரிக்கல்குண்டா காடு	M.M.Hills PS Crno23/1993
44	18.10.1993	சௌதாமணி(26)	செங்கப்பாடி	கரிக்கல்குண்டா காடு	M.M.Hills PS Crno23/1993
45	18.10.1993	பாப்பாத்தி(22)	ஒட்டர்தொட்டி	கரிக்கல்குண்டா காடு	M.M.Hills PS Crno23/1993
46	24.10.1993	காக்காயி (எ) பழனி	நல்லூர்	பெஜிலட்டி காடு	AsanoorPS Crno63/1993
47	24.10.1993	கன்மேன் பொன்னுசாமி	ஒட்டர் தொட்டி	பெஜிலட்டி காடு	AsanoorPS Crno63/1993
48	24.10.1993	மல்லிகா	மேட்டுப்பாளையூர்	பெஜிலட்டி காடு	AsanoorPS Crno63/1993
49	31.10.1993	என்.எஸ்.மணி	கருங்கலூர்	பெஜிலட்டி காடு	பவானிசாகர் P)S262/1993.
50	05.11.93	சுண்டா வெள்ளையன்	செங்கப்பாடி	மஞ்சகும்மனாம்பட்டி	சத்தியமங்கலம் PS-650/93
51	05.11.93	ஆறுமுகம்(29)	அஞ்சிபாளையம்	மஞ்சகும்மனாம்பட்டி	சத்தியமங்கலம் PS-650/93
52	05.11.93	ஆறுமுகம்	மாமரத்துக்காடு	மஞ்சகும்மனாம்பட்டி	சத்தியமங்கலம் PS-650/93
53	05.11.93	சம்பு(25)	மேட்டுப்பளையூர்	மஞ்சகும்மனாம்பட்டி	சத்தியமங்கலம் PS-650/93
54	23.12.1993	கோட்டையூர் மணி	கோட்டையூர்	தொட்டநல்லபெட்டா	Chamrajnagar Este PS-154/93
55	23.12.1993	சாப்பாட்டு ராமசாமி	மேட்டுப்பளையூர்	தொட்டநல்லபெட்டா	Chamrajnagar Este PS-154/93
56	17.01.1994	துரைசாமி	ஓடக்காப்பள்ளம்	செங்கிடி காடு	Ramapuram PS C.r-05/94
57	27.01.1994	சேகர்	குள்ளனூர்	கிண்டிக்காடு	M.M.hills PS Cr no:-2/94
58	19.02.1994	ராமர்	அஞ்சிபாளையம்	தெங்குமராட்டா	பவானிசாகர் PS-40/94
59	19.02.1994	சாராயவீட்டுகோவிந்தன்	நல்லூர்	தெங்குமராட்டா	பவானிசாகர் PS-40/94
60	26.5.1995	அடையாம் தெரியாத	ஒருவர்	குரிமந்திகாடு	Chamrajnagar EPS-107/1995
61	07.10.1995	இருளமுத்து	ஊட்டமலை	ஒகேனக்கல் காடு	ஒகேனக்கல் PS-160/1995
62	23.10.1995	மாதேஷ்(எ)மல்லையா	உத்தல்லி ஹல்லா	கும்பாரகுண்டி காடு	Chamrajnagar EPS 171/95
63	23.10.1995	முருகேசன்	அனூர்	கும்பாரகுண்டி காடு	Chamrajnagar EPS 171/95

அருள்தாஸ்

இது இரு மாநில காவல் துறையினரால் கொல்லப் பட்டோர் பட்டியல். இதுதவிர, கோட்டமடுவு மாதேஷ், கோவிந்தபாடி சின்ராஜ், மார்டல்லி பழனி, செங்கப்பாடி முருகேசன், காவேரிபுரம் மோகன், சேகர், தாமரைக்கரை சிக்கான், குன்றியம் பொம்மைய கவுடா, தேவர்மலை கரிய கவுடா, செங்குளம் ஐவராயன், நெருப்பூர் வெள்ளையன், காமராஜ்பேட்டை அர்ஜுனன், திப்பிரெட்டி ஹள்ளி மாரியப்பன், அட்டப்பள்ளம் அர்ஜுனன், சுள்ளுவாடி ஜான்பீட்டர் என 20 பேரைப் போலீசார் பிடித்துக் கொண்டு போயுள்ளனர். இவர்கள் அனைவருமே பல்வேறு இடங்களில் வைத்து சுட்டுக் கொல்லப்பட்டுள்ளனர். இவர்களில், சிலரை போலீசார் கணக்கில் கொண்டு வரவில்லை என்கிறார் மேட்டூர் அருகிலுள்ள சின்னப்பள்ளம் என்ற ஊரைச் சேர்ந்த அருள்தாஸ்.

கல் குவாரி மேலாளராக இருந்த இவரை 1993 ஆகஸ்டு மாதம் கர்நாடக அதிரடிப்படையினர் கைது செய்து பொய் வழக்குப் போட்டுள்ளனர். 1996 நவம்பர் வரை 40 மாதங்கள் மைசூர் சிறையில் இருந்துள்ளார். பிணையில் வந்தாலும், நிபந்தனைக் கையெழுத்து என்ற பெயரில், ஆறு ஆண்டுகள் மாதேஸ்வரன் மலையில் வாழ்ந்தவர். வழக்கில் இருந்து விடுதலை பெற்ற பின், மக்கள் கண்காணிப்பகத்தின் களப்பணியாளராக பணியாற்றியுள்ளார். 1993 முதல் காவல்துறை நடத்திய அத்து மீறல்களில் தொடங்கி, 2007 இல் சதாசிவா ஆணைய உத்தரவுப்படி அதிரடிப்படையினரால் பாதிக்கப்பட்ட அப்பாவி மக்கள் 89 பேருக்கான இழப்பீட்டுத் தொகையை வாங்கிக் கொடுத்தது வரையில் தனது அனுபவங்களை "*சிதைக்கப்பட்ட மானுடம்*" என்ற நூலை எழுதியுள்ளார். அதில், இரு மாநில அதிரடிப்படையினரால் பிடித்துக்கொண்டு போன, சுட்டுக் கொல்லப்பட்ட 80 பேரின் பட்டியலையும் வெளியிட்டுள்ளார்.

******

2000 முதல் 2004 ஆண்டு வரையிலான வீரப்பனின் வரலாறு

அடுத்த தொகுதியில் பார்ப்போம்